பெருமகிழ்வின் பேரவை

பெருமகிழ்வின் பேரவை

ஜி. குப்புசாமி (பி. 1962)
மொழிபெயர்ப்பாளர்

அயல் மொழி இலக்கிய மொழிபெயர்ப்பில் ஈடுபட்டுவரும் இவர் முக்கியமான சமகால எழுத்தாளர்கள் பலரின் எழுத்துக்களைத் தொடர்ந்து தமிழாக்கம் செய்துவருகிறார்.

'என் பெயர் சிவப்பு' மொழிபெயர்ப்புக்காக கனடா இலக்கியத் தோட்டம் விருதும், எஸ்.ஆர்.எம். பல்கலைக்கழகத்தின் தமிழ்ப்பேராய விருதும் (2012) பெற்றுள்ளார். மேலும் 'கடல்' நாவல் மொழிபெயர்ப்புக்காக அயர்லாந்து அரசின் இலக்கிய நல்கையும் 2018ஆம் ஆண்டிற்கான தமிழக அரசின் சிறந்த மொழிபெயர்ப்பாளர் விருதையும் பெற்றுள்ளார்.

முகவரி	:	74/26, பிள்ளையார் கோவில் தெரு
		ஆரணிப் பாளையம், ஆரணி
		திருவண்ணாமலை மாவட்டம் 632 301
தொலைபேசி	:	9791561654, 9443305456
மின்னஞ்சல்	:	*gkuppuswamy62@yahoo.com*

அருந்ததி ராயின் இதர முக்கிய நூல்கள்

The Algebra of Infinite Justice
An Ordinary Person's guide to Empire
The Shape of the Beast
Listening to Grasshoppers
Broken Republic
Walking with the Comrades
My Seditious Heart (Complete collection of political essays)
In Which Annie Gives It Those Ones (Screen play)

அருந்ததி ராய்

பெருமகிழ்வின் பேரவை

தமிழில்
ஜி. குப்புசாமி

காலச்சுவடு பதிப்பகம்

அன்பார்ந்த வாசகருக்கு,

வணக்கம்.

காலச்சுவடு நூலை வாங்கியமைக்கு நன்றி.

நூலின் உள்ளடக்கம், உருவாக்கம், அட்டைப்படம் இன்ன பிற அம்சங்கள் பற்றிய உங்கள் கருத்துகளையும் ஆலோசனைகளையும் காலச்சுவடு வரவேற்கிறது. தகவல், எழுத்து, வாக்கியப் பிழைகள் தென்பட்டால் கட்டாயம் தெரிவித்து உதவுங்கள். நூல் தயாரிப்பில் கடும் குறைபாடு இருப்பின் மாற்றுப் பிரதி உங்களுக்குக் கிடைக்கக் காலச்சுவடு ஏற்பாடு செய்யும்.

***மின்னஞ்சல்:* publisher@kalachuvadu.com**

காலச்சுவடு நாகர்கோவில் தலைமையகத்துக்கும் கடிதம் அனுப்பலாம்.

தங்கள்
எஸ்.ஆர். சுந்தரம் (கண்ணன்)
பதிப்பாளர் — நிர்வாக இயக்குநர்

பெருமகிழ்வின் பேரவை ✦ நாவல் ✦ ஆசிரியர்: அருந்ததி ராய் ✦ ஆங்கிலத்திலிருந்து தமிழில்: ஜி. குப்புசாமி ✦ © அருந்ததி ராய (2017) ✦ முதல் பதிப்பு: பிப்ரவரி 2021 ✦ வெளியீடு: காலச்சுவடு பப்ளிகேஷன்ஸ் (பி) லிட்., 669, கே.பி. சாலை, நாகர்கோவில் 629001

காலச்சுவடு பதிப்பக வெளியீடு: 980

perumahizhvin peravai ✦ Novel ✦ Tamil Translation of The Ministry Of Utmost Happiness ✦ Author: Arundhati Roy ✦ Translated by: G. Kuppuswamy ✦ © Arundhati Roy (2017) ✦ Language: Tamil ✦ First Edition: February 2021 ✦ Size: Royal ✦ Paper: 18.6 kg maplitho ✦ Pages: 448

Published by Kalachuvadu Publications Pvt. Ltd., 669 K.P. Road, Nagercoil 629001, India ✦ Phone: 91-4652-278525 ✦ e-mail: publications@kalachuvadu.com ✦ Printed at Mani Offset, Chennai 600077

ISBN: 978-93-90224-90-6

02/2021/S.No. 980, kcp 2711, 18.6 (1) urss

ஆறுதலற்றவர்களுக்கு

அதாவது எல்லாமே உன் மனதைப் பொறுத்ததுதான்...
—நஸீம் ஹிக்மத்

பொருளடக்கம்

1. வயதான பறவைகள் எங்கே சென்று சாகின்றன? — 15
2. க்வாப்கா — 19
3. பிறப்பிடம் — 105
4. டாக்டர் ஆஸாத் பார்தியா — 135
5. மந்தகதித் துரத்தல் — 144
6. பிற்காலத்துக்கான சில கேள்விகள் — 148
7. வீட்டு உரிமையாளர் — 151
8. குடியிருப்பவள் — 221
9. முதலாம் மிஸ் ஜெபீனின் அகால மரணம் — 311
10. பெருமகிழ்வின் பேரவை — 397
11. வீட்டு உரிமையாளர் — 427
12. கியா க்யோம் — 435
    Acknowledgements — 439
    பின்னுரை — 443

சூரியன் மறைந்து, வெளிச்சம் மட்டும் மிஞ்சியிருக்கும் ஒரு மாயத் தருணத்தில் அந்தப் பழைய மயானத்தின் ஆலமரங்களிலிருந்து விடுவித்துக்கொண்ட வௌவால்களின் படை, புகை மண்டலத்தைப்போல நகரின் குறுக்கே மிதந்துசெல்லத் தொடங்குகிறது. வௌவால்கள் போனபிறகு காகங்கள் கூடு திரும்புகின்றன. இப்போது காணாமற் போயிருக்கும் சிட்டுக் குருவிகளும், பலகோடி ஆண்டுகளாக இறந்தோர்களின் பாதுகாவலர்களாக இருந்து, இப்போது நிர்மூலமாக்கப்பட்டிருக்கும் வெண்முதுகு பாறுக் கழுகுகளும் உண்டாக்கியிருக்கும் வெறுமையின் நிசப்தத்தை இந்தக் காகங்களின் கூடு திரும்பும் இரைச்சலால் முற்றிலுமாக நிரப்பமுடிவதில்லை. பாறுக் கழுகுகள் இறந்தது டைக்ளோஃபினாக் என்ற நச்சுப்பொருளால். இந்த டைக்ளோஃபினாக் என்பது பசு மாடுகளின் ஆஸ்பிரின்; தசை இளக்கியாகவும் வலி நீக்கியாகவும் செயல்பட்டுக் கூடுதலாகப் பால் சுரப்பதற்கு உதவும் மருந்து. உதவியிருக்கிறது – பாறுக் கழுகுகளின் மீது விஷவாயுவைப்போல. மருந்தினால் தசை இளக்கப்பட்டு, கூடுதலாகப் பால் சுரந்துவந்த பசுவும் எருமையும் இறந்தபிறகு, அவை பாறுக் கழுகுகளுக்கு நச்சூட்டப்பட்ட இரையாகிவிடுகின்றன. அதிகப் பால் சுரக்கும் இயந்திரங்களாகக் கால்நடைகள் மாறியபின், மக்கள் மேலும் மேலும் அதிகமாக ஐஸ்கிரீம்களை, பட்டர்ஸ்காட்ச்–க்ரஞ்ச்சுகளை, நட்டி–பட்டிகளை, சாக்லெட்–சிப்புகளைச் சாப்பிட்டும், மேங்கோ மில்க் ஷேக்குகளை அருந்திக்கொண்டுமிருக்க, பாறுக் கழுகுகளின் கண்கள் செருகி, கழுத்துத் தொய்வடைந்து தலைகள் சாய்ந்தன. அலகுகளிலிருந்து வெள்ளித் தாடிபோல எச்சில் சொட்டச்சொட்ட, ஒன்றன்பின் ஒன்றாக, அவை அமர்ந்திருந்த கிளைகளிலிருந்து கீழே விழுந்தன, உயிரில்லாமல்.

சிநேகம் மிக்க இந்தப் பழம் பறவைகள் மறைந்து கொண்டிருப்பதைக் கவனிப்பதற்கு அதிகம்பேர் இருக்கவில்லை. அவர்களுக்குக் கவனிக்க வேறு நிறைய விஷயங்கள் இருந்தன.

1

வயதான பறவைகள் எங்கே சென்று சாகின்றன?

அவள் அந்த மயானத்தில் வசித்தாள், ஒரு மரத்தைப் போல. விடியும்போது காகங்களை வழியனுப்பிவிட்டுத் திரும்பிவரும் வௌவால்களை வரவேற்றாள். அந்தியில் இதையே மாற்றிச் செய்தாள். இந்த இடப்பெயர்வுகளுக்கு இடையிலான நேரத்தில், அவளது உச்சாணிக்கிளைகளில் உருவற்று அமர்ந்திருக்கும் பாறுக் கழுகுகளின் ஆவிகளோடு உரையாடிக்கொண்டிருந்தாள். அவற்றின் நகங்களின் மெலிதான அழுத்தத்தைத் துண்டிக்கப்பட்ட கையில் வலியைப்போல உணர்ந்தாள். வேறுவழியின்றிக் கதையிலிருந்து வெளியேறிவிட்டதற்காக அவையொன்றும் அந்தளவுக்கு வருத்தப்படவில்லை என்பதை உணர்ந்தாள்.

அவள் முதலில் இங்கே குடியேறியபோது ஒரு மரத்துக்கு வழக்கமாக நேரும் எல்லாக் கொடுமைகளையும் அனுபவித் தாள். அவற்றைச் சில மாதங்களுக்குப் பொறுத்துக்கொண் டிருந்தாள் – பயந்து ஒதுங்காமல். அவள்மீது கல்லெறிந்த சிறுவன் யாரென்று திரும்பிப் பார்க்கவில்லை. மரத்தின்மீது கிறுக்குவதைப்போல அவள்மீது வீசப்பட்ட வசைகளைக் கழுத்தைத் திருப்பிப் பார்க்கவில்லை. எல்லோரும் அவளைக் கிண்டல்செய்துகொண்டிருந்தபோது – சர்க்கஸ் இல்லாத கோமாளி, அரண்மனை இல்லாத ராணி – அந்த வசைகளைத் தனது கிளைகளுக்கிடையே காற்றைப்போல நுழைந்து செல்லவிட்டு, அவளது சலசலக்கும் இலைகளின் இசையை, வலியைப் போக்கும் மருந்தாகப் பயன்படுத்திக்கொண்டாள்.

ஃபதேபுரி மஸ்ஜித்தில் முன்பு தொழுகையை முன்னின்று நடத்திக்கொண்டிருந்த ஜியாவுதீன் என்ற குருட்டு இமாம் அவளுடன் நட்புகொண்டு அடிக்கடி வந்து பார்க்கத்தொடங்கிய பிறகுதான் அக்கம்பக்கத்தார் அவளை நிம்மதியாக இருக்கவிட்டனர்.

வெகுநாட்களுக்கு முன்பு, ஆங்கிலம் அறிந்த ஒருவன் அவளுடைய பெயரைப் பின்னோக்கி எழுதினால் (ஆங்கிலத்தில்) மஜ்னு என்று வருமென்றான். லைலா மஜ்னு கதையின் ஆங்கில வடிவத்தில் மஜ்னுதான் ரோமியோ, லைலாதான் ஜூலியட் என்றான். அவளுக்கு அது சிரிப்பாக இருந்தது. "அவர்களுடைய கதையை நான் 'கிச்சடி' செய்துவிட்டேன் என்கிறாயா?" என்று கேட்டாள். "லைலா ஒருவேளை மஜ்னுவாகவும், ரோமி உண்மையில் ஜூலியாகவும் இருப்பது அவர்களுக்குத் தெரிந்தால் என்ன செய்வார்கள்?" அடுத்தமுறை அவளைப் பார்த்தபோது ஆங்கிலம் அறிந்த அம்மனிதன் தான் ஒரு தவறு செய்துவிட்டதாகச் சொன்னான். "அவளுடைய பெயரைப் பின்னோக்கி எழுதினால் முஜ்னா என்றுதான் வரும், அது ஒரு பெயரும் அல்ல, அதற்கு எந்த அர்த்தமும் இல்லை" என்றான். அதற்கு அவள், "அதனாலென்ன, பரவாயில்லை", என்றாள். "அவர்கள் எல்லோருமே நான்தான். நானே ரோமியும் ஜூலியும், நானே லைலாவும் மஜ்னுவும். முஜ்னாவாகவும் இருந்துவிட்டுப் போகிறேன். என் பெயர் அஞ்சும் என்று யார் சொன்னது? நான் அஞ்சும் கிடையாது. நான் அஞ்சுமன். நான் ஒரு *மெஹ்ஃபில்*, நான் ஒரு கூட்டம். எல்லோரும் சேர்ந்த, யாரும் சேராத, எல்லாம் சேர்ந்த, எதுவும் சேராத கூட்டம். வேறு யாரையாவது அழைக்க விருப்பமா உனக்கு? எல்லோரும் வரலாம்."

இப்படிச் சொல்வது அவளுடைய கெட்டிக்காரத்தனத்தைக் காட்டுகிறது என்றான் ஆங்கிலம் அறிந்த அம்மனிதன். தனக்கு அதுபோல எப்போதுமே தோன்றியதில்லை என்றும் சொன்னான். "உன் அரைகுறை உருதுவை வைத்துக்கொண்டு உன்னால் எப்படி முடிந்திருக்கும்? நீ என்ன நினைத்துக்கொண்டிருக்கிறாய்? ஆங்கிலம் என்பது தானாகவே உன்னைக் கெட்டிக்காரனாக்கிவிடும் என்கிறாயா?" என்றாள்.

அவன் சிரித்தான். அவன் சிரிப்பைக் கண்டு அவள் சிரித்தாள். ஒரு ஃபில்டர் சிகரெட்டை அவர்கள் பகிர்ந்து புகைத்தனர். வில்ஸ் நேவி கட் சிகரெட்டுகள் குட்டையாக இருப்பதாகவும், அந்த விலைக்குத் தகுதியில்லாதவை என்றும் குறைசொன்னான். அதற்கு அவள் ஃபோர் ஸ்கொயர் சிகரெட்டையும், மிகவும் ஆண்மைத்தனமான ரெட் அண்டு ஒயிட்டையும்விட அவளுக்கு வில்ஸே பிடித்திருப்பதாகச் சொன்னாள்.

அவனுடைய பெயர் அவளுக்கு இப்போது நினைவில் இல்லை. ஒருவேளை அதை அவள் எப்போதுமே அறிந்திராமல் இருந்திருக்கலாம். ஆங்கிலம் அறிந்த அம்மனிதன் சென்று வெகுகாலமாகிவிட்டிருந்தது. எங்கே போகவேண்டுமோ அங்கே அவன் போய்விட்டிருக்கக்கூடும். அவள் அந்த மயானத்தில், அரசு மருத்துவமனைக்குப் பின்னால் வாழ்ந்து கொண்டிருந்தாள். துணைக்கு அவளது கோத்ரெஜ் இரும்பு அலமாரி இருந்தது. அதில் அவளது சங்கீதம் – கீறல் விழுந்த இசைத் தட்டுகள், டேப்புகள், ஒரு பழைய ஹார்மோனியம், அவளது உடைகள், நகைகள், அவளுடைய அப்பாவின் கவிதைப் புத்தகங்கள், அவளது புகைப்பட ஆல்பங்கள், க்வாப்காவில் நிகழ்ந்த தீவிபத்தில் தப்பித்த சில பத்திரிகை நறுக்குகள் இருந்தன. சாவியை வளைந்த வெள்ளிப் பற்குச்சி ஒன்றோடு மெல்லிய கறுப்புக் கயிற்றில் கோத்துக் கழுத்தில் மாட்டியிருந்தாள். பகல் நேரத்தில் சுருட்டி அலமாரியில் பூட்டிவைத்திருந்த ஒரு கிழிந்த பாரசீகச்

சமுக்காளத்தை இரவில் எடுத்து விரித்து அதன்மீது தூங்கினாள். எப்போதுமே இரண்டு கல்லறைகளுக்கு நடுவில் அந்தச் சமுக்காளத்தை விரித்துப்போட்டுத் தூங்குவதுதான் அவள் வழக்கம் (அந்தரங்க நகைச்சுவை ஒன்றும் இதில் உண்டு. ஒவ்வொரு நாளும் கல்லறைகளை மாற்றிக்கொள்வாள். தொடர்ந்து இரண்டு நாட்கள் ஒரே கல்லறையில் படுத்ததில்லை). இப்போதும் புகைத்துக் கொண்டுதான் இருந்தாள். இப்போதும் நேவி கட்.

ஒருநாள் காலை, வயதான இமாமுக்குச் செய்தித் தாளை உரக்க வாசித்துக்காட்டிக்கொண்டிருந்தபோது, அதில் சற்றும் கவனமில்லாமல் இருந்தவர் மிகவும் சகஜமான தொனியில், "உங்கள் கூட்டத்தில் உள்ள இந்துக்கள் சிலரிடம் இறந்தவர்களை எரிக்காமல் புதைக்கும் வழக்கம் இருப்பது உண்மையா?" என்றார்.

சிக்கலை உணர்ந்து சொற்களைப் புரட்டி மழுப்பினாள்: "உண்மை? எது உண்மை? உண்மை என்பது எது?"

கேட்க விரும்பிய விஷயத்திலிருந்து விலக விரும்பாமல் இமாம் இயந்திரத்தனமாகப் பதிலளித்தார். "*ஸச் குதா ஹை. குதா ஹி ஸச் ஹை.*" உண்மையே கடவுள். கடவுள்தான் உண்மை. நெடுஞ்சாலைகளில் அதிர்ந்து விரையும் பெயிண்ட் அடித்த லாரிகளின் பின்பகுதி ஞானவாசகம். பிறகு தனது பச்சைநிறக் குருட்டுக் கண்களைச் சுருக்கி, பச்சையான குசும்புக் கிசுகிசுப்பில் கேட்டார்: "சரி, இதற்குப் பதில் சொல். உங்கள் ஆட்கள் இறந்தால், நீயே செத்துப்போனால், உன்னை எங்கே புதைப்பார்கள்? உடம்பை யார் குளிப்பாட்டுவார்கள்? யார் பிரார்த்தனை சொல்வார்கள்?"

அஞ்சும் வெகுநேரத்துக்கு எதுவும் சொல்லாமல் இருந்தாள். பின், முன்னால் குனிந்து, மரத்தைப் போலல்லாமல், பதிலுக்குக் கிசுகிசுத்தாள். "இமாம் சாஹிப், மனிதர்கள் நிறங்களைப் பற்றிப் பேசும்போது – சிவப்பு, நீலம், ஆரஞ்சு, சூரிய அஸ்தமனத்தின் போது வானம், ரம்ஸானின்போது சந்திரோதயம் போன்றவற்றை அவர்கள் வர்ணிக்கும்போது – உங்கள் மனதில் என்ன தோன்றும்?"

இவ்வாறாக இருவரும் ஒருவரையொருவர் ஆழமாக, கிட்டத்தட்ட மரணவேதனைக்குக் காயப்படுத்திக்கொண்ட பிறகு, மானசீக ரத்தம் சொட்டச்சொட்ட, யாரோ ஒருவரின் கல்லறையின் மீது அமைதியாக அருகருகே அமர்ந்திருந்தார்கள். கடைசியில் அஞ்சும் மௌனத்தைக் கலைத்தாள்.

"நீங்களே சொல்லுங்கள் நானல்ல. நீங்கள்தானே இமாம் சாஹிப், வயதான பறவைகள் எங்கே சென்று சாகின்றன? வானத்திலிருந்து கற்களைப்போல நம்மீது விழுகின்றனவா? தெருக்களில் நமது கால் இடற அவை விழுந்து கிடந்ததுண்டா? நம்மை இவ்வுலகிற்குக் கொண்டுவந்த, யாதும் அறிந்த, எல்லாம்வல்ல இறைவன் நம்மை அழைத்துச் செல்வதற்கு உரிய ஏற்பாடுகள் செய்திருக்க மாட்டாரென்றா நினைக்கிறீர்கள்?"

அன்றைய தினம் இமாமின் வருகை வழக்கத்தைவிடச் சீக்கிரமாகவே முடிந்தது. கல்லறைகளுக்கு நடுவே தட்டித்தட்டி ஒலியெழுப்பியபடி அவர் செல்வதை அஞ்சும் கவனித்தாள். அவரது பார்வையாக இருந்த கைத்தடி

வழியில் கிடந்த காலி மதுப் புட்டிகளிலும் வீசப்பட்டிருந்த மருந்தூசிக் குழல்களிலும் மோதிச் சங்கீதம் எழுப்பியபடிச் சென்றது. அவள் அவரைத் தடுத்து நிறுத்தவில்லை. அவர் திரும்ப வருவார் என்று அவளுக்குத் தெரியும். சாடை விளையாட்டு எவ்வளவு விஸ்தாரமாக இருந்தாலும், விலகிநின்று பார்க்கும்போதே அதன் தனிமையை அவளால் உணர முடிந்தது. ஏதோவொரு விநோதமான தொடுவரைத் தன்மையில் அதனை அவள் உணர்ந்தாள். அவருக்கு அவளது நிழல் தேவைப்பட்ட அளவுக்கு அவருடையதும் அவளுக்குத் தேவையாக இருந்தது. தேவை என்பது கணிசமான அளவுக்குக் கொடூரங்களை உள்ளடக்கி வைத்துக்கொள்ளக்கூடிய கிடங்கு என்பதை அனுபவத்தில் அவள் அறிந்திருந்தாள்.

க்வாப்காவிலிருந்து அஞ்சும் வெளியேறியது சுமுகமான நிகழ்வாக இல்லாவிட்டாலும், துரோகம் இழைப்பதற்கு அதன் கனவுகளும் அதன் ரகசியங்களும் அவளுக்குரியதாக மட்டுமே இருக்கவில்லை என்பதை அறிந்திருந்தாள்.

2

க்வாப்கா

அவளுடைய பெற்றோரின் ஐந்து குழந்தைகளில் அவள் நான்காவது. தில்லியின் மதில் சுவரிட்ட பகுதியான ஷாஜஹானாபாத்தில் ஜனவரி குளிர் இரவொன்றில் எண்ணெய் விளக்கொளியில் (மின்தடை) பிறந்தாள். பிரசவம் பார்த்த செவிலித்தாய் ஆலம் பாஜி அவளை இரண்டு சால்வைகளில் சுற்றி, “பையன்” என்று தாயிடம் கொடுத்தாள். அப்போதிருந்த சூழலை வைத்துப் பார்க்கும்போது அவளது தவறு புரிந்துகொள்ளக்கூடியதுதான்.

கருத்தரித்து ஒரு மாதம் ஆனதுமே ஜஹனாரா பேகமும் அவளுடைய கணவனும் பிறக்கப்போகும் குழந்தை ஆணாக இருந்தால் அஃப்தாப் என்று பெயரிடுவதென முடிவு செய்தார்கள். அவர்களுடைய முதல் மூன்று குழந்தைகளுமே பெண்கள். அஃப்தாபுக்காக ஆறுவருடங்களாகக் காத்திருந்தவர்கள் அவர்கள். அவன் பிறந்த இரவு ஜஹனாரா பேகத்தின் வாழ்வில் மிக மகிழ்ச்சியான இரவாக இருந்தது.

அடுத்த நாள் காலை சூரியன் எழுந்து, அறையை இனிமையான ஒளியில் நிரப்பியதும், அவள் குழந்தை அஃப்தாபைத் தூக்கியெடுத்துச் சுற்றப்பட்டிருந்த துணிகளை விலக்கி அவனுடைய குட்டி உடம்பை – கண்கள், நாசி, தலை, கழுத்து, அக்குள், கை கால் விரல்கள் – திருப்தியான, அவசரமற்ற பரவசத்தோடு ஆராய்ந்தாள். அப்போதுதான் அதை அவள் கவனித்தாள். அவனது ஆண் உறுப்புகளுக்குக் கீழே, சிறியதாக முழுதாக வளர்ச்சியடையாதிருந்த சந்தேகத்துக்கிடமில்லாத பெண் உறுப்பு.

தான் பெற்ற குழந்தையைப் பார்த்தே ஒரு தாய் திகிலடைவது சாத்தியம்தானா? ஜஹனாரா பேகம் திகிலடைந்தாள். அவளுக்கு முதலில் தோன்றிய உணர்ச்சி அவளுடைய இதயம் சுருங்கி எலும்புகள் பொசுங்குவதைப்போல இருந்தது. இரண்டாவதாக அவள் செய்த காரியம், அவள் பார்த்ததை உறுதிசெய்துகொள்வதற்காக மீண்டும் உன்னிப்பாகப் பார்த்தது. அவளது மூன்றாவது செய்கை, உடல் கூசி

குழந்தையைக் கீழே வைத்துவிட்டது. நான்காவதாக அவளுக்குத் தோன்றிய எண்ணம், தன்னையும் குழந்தையையும் கொன்றுவிடுவது. ஐந்தாவதாக அவளுடைய குழந்தையைத் தூக்கி மார்போடு சேர்த்துக்கொண்டபோது அவள் அறிந்த உலகுக்கும், இதுவரை இருப்பதாக அவள் அறிந்திராத உலகங்களுக்கும் இடையில் ஒரு பிளவின் உள்ளே சரிந்து விழுந்தாள். அந்த அதலபாதாளத்தில், கும்மிருட்டில் சுழன்றபடி வீழும்போது அதுவரை அவளுக்கு நிச்சயமாகத் தெரிந்த ஒவ்வொரு சின்ன விஷயமும், மிகச்சிறியதிலிருந்து மிகப் பெரியதுவரை, புரிவது நின்றுபோயின. அவள் அறிந்த ஒரே மொழியான உருதுவில் எல்லாப் பொருட்களுக்கும், உயிருள்ளவை மட்டுமல்ல, எல்லாவற்றுக்கும் பாலினம் உண்டு. எல்லாப் பொருட்களுமே ஒன்று ஆண்பாலாகவோ அல்லது பெண்பாலாகவோ இருக்கும்; ஆண் அல்லது பெண்; அவளுடைய குழந்தையைத் தவிர. ஆம், இவனைப் போன்றவர்களுக்கு ஒரு சொல் இருக்கிறது, அவளுக்குத் தெரியும் – 'ஹிஜ்ரா'. உண்மையில் இரண்டு சொற்கள். 'ஹிஜ்ரா', 'கின்னார்'. ஆனால் இரண்டே இரண்டு சொற்கள் மட்டும் ஒரு மொழியை உண்டாக்குவதில்லை.

மொழிக்கு வெளியே வாழ்வது சாத்தியமாக இருந்ததா ? இந்தக் கேள்வி உண்மையில் சொற்களாகவோ அல்லது சரளமான ஒரே வாக்கியமாகவோ அவளிடம் கேட்கப்படவில்லை. ஒலியற்ற, வளர்நிலைக் கரு ஒன்றின் ஓலமாக அவளிடம் கேட்கப்பட்டது.

அவளது ஆறாவது எதிர்வினை, தன்னை ஆற்றுப்படுத்திக்கொண்டு, யாரிடமும் தற்போதைக்கு இதைப்பற்றி எதுவும் சொல்லக்கூடாது என்று முடிவெடுப்பதாக இருந்தது. கணவனிடம்கூட. ஏழாவதாக அஃப்தாபுக்குப் பக்கத்தில் படுத்து ஓய்வெடுத்தது. சொர்க்கத்தையும் நரகத்தையும் உருவாக்கிவிட்டு, கிறித்துவக்கடவுள் ஓய்வெடுத்ததைப்போல. கடவுளைப் பொறுத்தவரை, அவர் உருவாக்கிய உலகத்தை அர்த்தபூர்வமாக ஆக்கிவிட்டு ஓய்வெடுத்தார். ஆனால் ஜஹனாரா பேகம் உலகத்தைப் பற்றி அவள் அறிந்திருந்த அர்த்தத்தை அவள் உருவாக்கிய ஒன்றே கலைத்துவிட்டபின் பிறகு ஓய்வெடுத்தாள்.

இதுவொன்றும் உண்மையான யோனி அல்ல என்று அவள் தனக்குள் சொல்லிக்கொண்டாள். யோனிக் குழாய்கள் திறந்திருக்கவில்லை (அவள் சோதித்துப் பார்த்தாள்). அது வெறும் பின் ஒட்டு. குழந்தைப் புடைப்பு. ஒருவேளை அது தானாகவே மூடிக்கொள்ளும், அல்லது காயத்தைப்போல ஆறிவிடும். இல்லாவிட்டால் எப்படியோ மறைந்துபோய்விடும். அவளுக்குத் தெரிந்த எல்லா வழிபாட்டுத் தலங்களிலும் அவள் வேண்டிக்கொள்வாள். அவள்மீது கருணை காட்டும்படி இறைவனிடம் பிரார்த்திப்பாள். அவர் நிறைவேற்றுவார். அவர் குணப்படுத்துவார் என்று அவளுக்குத் தெரியும். அவளால் புரிந்துகொள்ளமுடியாத வழிகளில் அவர் நிறைவேற்றக்கூடும்.

உடம்பு சற்றுத்தேறி, தனியாக வெளியே போகமுடியுமென்ற நம்பிக்கை வந்த முதல்நாளே ஜஹனாரா பேகம் குழந்தை அஃப்தாபை தூக்கிக்கொண்டு, அவள் வீட்டிலிருந்து பத்து நிமிட தூரத்தில் இருந்த ஹஸ்ரத் ஸர்மத் ஷாஹீத் தர்காவுக்குச் சென்றாள். அவளுக்கு அப்போது

ஹஸ்ரத் ஸர்மத் ஷாஹீதின் கதை தெரியாது. அவரது ஆலயம் இருக்கும் திசை நோக்கி அவளது பாதங்களைச் செலுத்தியது எது என்றும் அவளுக்குத் தெரியாது. ஒருவேளை அவர் அவளைத் தன்னிடம் அழைத்திருக்கலாம்; அல்லது மீனா பஜாருக்குச் செல்லும் வழியில் அந்தத் தர்காவுக்கெதிரே இருக்கும் விநோத மனிதர்கள் அவள் நினைவுக்கு வந்திருக்கலாம். இதற்கு முந்தைய அவளது வாழ்க்கையில் அவள் எதிரே குறுக்கிட்டாலொழிய ஏறெடுத்தும் பார்க்கத் தகுதியற்றவர்களாக நினைத்திருந்த மனிதர்கள் அவர்கள். இப்போது திடீரென்று அவர்கள்தான் உலகின் மிக முக்கியமான மனிதர்களாகத் தெரிந்தார்கள்.

ஹஸ்ரத் ஸர்மத் ஷாஹீதின் தர்காவுக்கு வருபவர்கள் எல்லோருக்கும் அவருடைய கதை தெரியாது. சிலருக்கு அரைகுறையாகத் தெரியும். சிலருக்கு ஒன்றுமே தெரியாது. சிலர் தாமே சொந்தமாகச் சில கதை களை உருவாக்கி வைத்திருப்பார்கள். பெரும்பாலோருக்கு அவர் ஒரு யூத – ஆர்மீனிய வணிகர் என்பதும், தன் அபிமானத்துக்குரிய காதல் இணையைத் தேடிக்கொண்டு பாரசீகத்திலிருந்து தில்லிக்கு வந்தவர் என்பதும் தெரிந்திருந்தது. வெகுசிலருக்கே அவருடைய அபிமான காதல் இணை சிந்துவில் அவர் சந்தித்த அபய் சந்த் என்ற இந்து இளைஞன் என்பது தெரிந்திருந்தது. பெரும்பாலோருக்கு அவர் ஜுடாயிஸத்தைத் துறந்துவிட்டு இஸ்லாத்தைத் தழுவிக்கொண்டவர் என்பது தெரிந்திருந்தது. அவருடைய ஆன்மீகத் தேடல் இறுதியில் மரபார்ந்த இஸ்லாத்தை யும் துறக்கவைத்துவிட்டது என்பது சிலருக்குத் தெரிந்திருந்தது. அவர் ஷாஜஹானாபாத்தின் தெருக்களில் ஒரு நிர்வாண ஃபக்கீராக வாழ்ந்து வந்ததும், பிறகு அவருக்குப் பொதுஇடத்தில் வைத்து மரணதண்டனை நிறைவேற்றப்பட்டதும் பலருக்குத் தெரிந்திருந்தது. அவருக்கு மரண தண்டனை அளிக்கப்பட்டதற்குக் காரணம் பொது இடங்களில் நிர்வாண மாகத் திரிந்தது அல்ல, அவரது சமய மறுப்புதான் என்பது சிலருக்குத் தெரிந்திருந்தது. ஸர்மத்தை அப்போது பேரரசராக இருந்த ஔரங்கசீப் கட்டளையிட்டு அரசவைக்கு வரவழைத்தார். அவர் உண்மையான முஸ்லிம்தான் என்பதை நிரூபிப்பதற்காக கலீமாவை (*லாஇலாஹா இல்லல்லாஹு முகம்மதுர் ரசூலுல்லாஹ்* – அல்லாவைத் தவிர வேறு இறைவன் இல்லை; முஹம்மதுவே அவருடைய தூதர்) ஒப்பித்துக் காட்டும்படி உத்தரவிட்டார். செங்கோட்டையின் அரசவைக் கூடத்தில் காஸிகளும் மௌலானாக்களும் கூடியிருந்த அறக்கூறாயக் குழுவின் முன்பு நிர்வாணமாக நின்றிருந்தார். கலிமாவை ஒப்பிக்கத் தொடங்கியதும் மேகங்கள் வானத்தில் நகர்வதை நிறுத்தின. பறந்துகொண்டிருந்த பறவைகள் அந்தரத்தில் உறைந்தன. கோட்டைக்குள்ளிருந்த காற்று இறுதி எதுவும் ஊடுருவிச் செல்ல இடம் தராததாயிற்று. ஆனால் ஒப்பிக்க ஆரம்பித்தவுடனேயே நிறுத்தியும் விட்டார். அவர் சொன்னது வெறும் முதல் வாக்கியத்தை மட்டும்: *லாஇலாஹா.* இறைவன் இல்லை. அவரது ஆன்மீகத் தேடல் முற்றிலுமாக நிறைவடைந்து, அல்லாவை அவர் மனமார ஏற்றுக்கொள்ளும்வரை அதற்குமேல் அவரால் தொடரமுடியாது என்றார். அதுவரை கலிமாவை ஒப்பிப்பதென்பது தொழுகையைக் கேலிசெய்வதாக மட்டுமே இருக்க முடியும் என்றார். ஔரங்கசீப் தனது அரசவைக் காஸிகளின் ஒப்புதலோடு ஸர்மத்திற்கு மரணதண்டனை விதித்தார்.

இதை வைத்து, ஹஸ்ரத் ஸர்மத் ஷாஹீத்தை வணங்க வருபவர்கள் எல்லோரையும் அவருடைய கதையைச் சுத்தமாக அறியாதவர்கள் என்றும், உண்மை நேர்வுகளையும் சரித்திரத்தையும் பொருட்படுத்தாதவர்கள் என்றும் கருதுவது தவறாக இருக்கும். ஏனென்றால் அவரது ஆசியை வேண்டிவருபவர்களுக்குத் தர்காவின் உள்ளே இருக்கும் ஸர்மத்தின் யாருக்கும் கீழ்ப்படியாத ஆன்மா, எந்தவொரு வரலாற்று உண்மைகளின் திரட்சியை விடவும் உக்கிரமானதாகவும், புலன்களால் உணரக் கூடியதாகவும், நிஜமானதாகவும் காட்சியளித்து வந்தது. எதிர்ப்புகள் வலுப்பெற்றுத் தன்னை அடியோடு அழித்துவிடுமென்ற நிலையிலும் அவரது ஆன்மா புனித மதச் சடங்குகளையல்ல, ஆன்மீகத்தின் மேன்மையை – ஆடம்பரத்தையும், வெறிகொண்ட உக்கிரமான பக்தியையும் அல்ல – எளிமையைக் கொண்டாடி வந்தது (ஒருபோதும் போதனை செய்ததில்லை). ஸர்மத்தின் ஆவி, அவரை நாடி வருபவருக்குத் தத்தமது விருப்பப்படி அவரது கதையை மாற்றிச் சொல்ல அனுமதியளித்தது.

ஸர்மத்தை நேசித்த, அவருக்கு விடைகொடுக்கக் குழுமியிருந்த திரளான மக்கள் கூட்டத்திற்கு முன்னால் ஜம்மா மஸ்ஜித்தின் படிக்கட்டு களில் ஸர்மத்தின் தலை எப்படி வெட்டப்பட்டது என்ற கதையை அந்தத் தர்காவில் பரிச்சயமான நபராக ஆனபிறகு ஜஹனாரா பேகம் பலமுறை கேட்டறிந்தாள் (பிறகு மற்றவர்களுக்கும் சொன்னாள்). உடம்பி லிருந்து அவருடைய தலை துண்டிக்கப்பட்ட பிறகும் அன்பு சுரக்கும் கவிதைகளை அவர் எப்படித் தொடர்ந்து ஒப்பித்துக்கொண்டிருந்தார், பேசிக்கொண்டேயிருந்த அத்தலையை இன்றைய மோட்டார் சைக்கிள் ஓட்டி தனது ஹெல்மட்டைக் கையில் எடுத்துச் செல்வதைப்போல தரையிலிருந்து எடுத்துக்கொண்டு அவரது உடல் ஜமா மஸ்ஜித்தின் படிக்கட்டுகளில் எப்படி ஏறிச்சென்றது, பின் அங்கிருந்து எப்படி அவர் அநாயசமாகத் தரையிலிருந்து எழும்பி சொர்க்கத்துக்கு நேராகச் சென்று மறைந்தார் என்றெல்லாம் அந்தக் கதை நீண்டது. அதனால்தான் (ஜமா மஸ்ஜித்தின் கிழக்குப் பகுதி படிக்கட்டுகளுக்குக் கீழே தேங்கிநின்ற அவரது ரத்தம் கடல்சிப்பியைப் போல இன்னும் ஒட்டிக்கொண்டிருப்பதால்) ஹஸ்ரத் ஸர்மத்தின் அச்சிறிய தர்காவின் தரை சிவப்பாக இருக்கிறது, சுவர்கள் சிவப்பாக இருக்கின்றன, மேற்கூரையும் சிவப்பாக இருக்கிறது என்று (அவளிடம் ஆர்வமாகக் கதை கேட்பவர்களிடம்) ஜஹனாரா பேகம் சொன்னாள். முன்னூறு வருடங்கள் கழிந்துவிட்ட பின்பும் ஹஸ்ரத் ஸர்மத்தின் ரத்தத்தைக் கழுவிச் சுத்தம் செய்யமுடியவில்லை என்றாள். அவரது தர்காவுக்கு வேறு எந்த நிறத்தில் பெயிண்ட் அடித்தாலும் கொஞ்ச நாட்களிலேயே அந்த நிறம் மறைந்து பழையபடிச் சிவப்பாகிவிடுகிறது என்றாள்.

தர்காவுக்கு வெளியேயிருக்கும் கூட்டத்தை – இத்தர், தாயத்து விற்பவர்கள், பக்தர்களின் காலணிகளைப் பாதுகாப்பவர்கள், முடவர்கள், பிச்சைக்காரர்கள், வீடற்றவர்கள், ஈத் திருநாளுக்காகக் கொழுக்க வைக்கப்பட்டிருக்கும் ஆடுகள், தார்ப்பாய்க் கூடாரங்களுக்குக் கீழே தஞ்சமுற்றிருக்கும் அமைதியான, வயதான திருநங்கைகள் – விலக்கிக் கொண்டு அச்சிறிய சிவப்புநிற அறைக்குள் நுழைந்ததுமே ஜஹனாரா பேகம் அமைதியை உணர்ந்தாள். தெருச் சத்தங்கள் ஏதோ தூரத்திலிருந்து

வருவதைப்போலப் பலவீனமாகின. மடியில் அவளுடைய குழந்தையைக் கிடத்திக்கொண்டு ஒரு மூலையில் அமர்ந்து முஸ்லிம்களும் இந்துக்களும் ஒருவர் இருவராக வந்து, சமாதியின் முன்பிருந்த சட்டகத்தில் சிவப்புக் கயிறுகளையும் சிவப்பு வளையல்களையும் காகிதத் துண்டுகளையும் கட்டிவிட்டுத் தங்களை ஆசீர்வதிக்குமாறு ஸர்மத்தை இறைஞ்சி வேண்டிக் கொண்டிருப்பதைப் பார்த்துக்கொண்டிருந்தாள். அங்கே ஒரு மூலையில் உலர்ந்து சுருங்கிய சருமத்தோடு, வெளிச்சத்தில் பளிச்சென்றிருந்த தாடியுடன் முன்னும் பின்னும் ஆடியபடி உட்கார்ந்திருந்த ஒரு வெளிறிய கிழவர் தனது இதயமே நொறுங்கிவிட்டிருப்பதைப்போலச் சப்தமில்லாமல் அழுதுகொண்டிப்பதைப் பார்த்ததும் ஜஹனாரா பேகத்துக்கும் கண்ணீர் பெருகியது. *இது என் மகன் அஃப்தாப்* என்று ஹஸ்ரத் ஸ்ர்மத்திடம் ஓசையின்றிச் சொன்னாள். *இவனை உங்களிடம் கொண்டு வந்திருக்கிறேன். இவனை நீங்கள்தான் கவனித்துக்கொள்ள வேண்டும். இவனை எப்படி நேசிப்பதென்று எனக்குக் கற்றுத்தர வேண்டும்.*

ஹஸ்ரத் ஸர்மத் அவள் வேண்டுதலை நிறைவேற்றினார்.

ooo

அஃப்தாபின் ஆரம்பச் சில வருடங்கள்வரை ஜஹனாரா பேகத்தின் ரகசியம் பத்திரமாக இருந்தது. அவனுடைய பெண்ணுறுப்பு குணமாவதற்காகக் காத்துக்கொண்டு அவனைத் தனக்குப் பக்கத்திலேயே வைத்து ஜாக்கிரதையாகப் பாதுகாத்து வந்தாள். அடுத்ததாக அவளுக்கு ஒரு பையன், சாகிப், பிறந்த பிறகும் அஃப்தாபைக் கொஞ்சதூரம்கூடச் செல்வதற்கு அவள் அனுமதிக்கவில்லை. ஒரு மகன் பிறக்க வேண்டுமென்று பல வருடங்கள் கவலையோடு காத்துக்கொண்டிருந்தவள் என்பதால் அவளது இந்த நடத்தை யாராலும் வித்தியாசமாகப் பார்க்கப்படவில்லை.

அஃப்தாபுக்கு ஐந்து வயதானதும் சூரிவாலி காலியில் (வளையல்காரச் சந்து) இருந்த உருது – இந்தி மதரஸாவுக்குச் செல்லத் தொடங்கினான். ஒரு வருடத்துக்குள் அரபு மொழியில் குர்–ஆனின் பெரும்பகுதியை, எந்தளவுக்குப் புரிந்திருந்தது என்று சொல்லமுடியாவிட்டாலும், அவனால் மனப்பாடமாக ஒப்பிக்க முடிந்தது. இது அவனுடன் படித்த மற்ற குழந்தைகளுக்கும் பொருந்தும். அஃப்தாப் சராசரிக்கு மேலான மாணவனாகவே இருந்தான். அவனது உண்மையான திறமை சங்கீதத்தில்தான் என்பது அவன் மிகவும் சிறுவனாக இருந்தபோதே வெளிப்பட்டது. அவனுக்கு ஓர் இனிமையான, உண்மையான சங்கீதக் குரல் இருந்தது. எந்த ராகத்தையும் ஒருமுறை கேட்டாலே அதைப் பிடித்துக்கொள்வான். அவனுடைய பெற்றோர் அவனைச் சாந்தினி மஹாலில் இளம் மாணவர்களுக்கு ஓர் ஒண்டிக்குடித்தனத்தில் ஹிந்துஸ்தானி சங்கீதம் கற்றுக்கொடுத்து வந்த உஸ்தாத் ஹமீத் கான் என்ற அற்புதமான இசைக் கலைஞரிடம் அனுப்ப முடிவு செய்தார்கள். சிறுவன் அஃப்தாப் ஒரேயொரு வகுப்பைக் கூடத் தவறவிடாமல் சென்றுவந்தான். ஒன்பது வயதிலேயே இருபது நிமிடங்களுக்கு ராகம் யமன், துர்கா, பைரவ்வில் *படா காயலை* அவனால் பாடமுடிந்தது. ஏரியின் நீர்ப்பரப்பின்மீது வீசப்பட்ட சிறு கல் தத்தித்தத்திச் செல்வதைப்போல பூரியா தனஶ்ரீ ராகத்தின் தட்டையான ரிகாப்பிலிருந்து

அவனது குரல் கூச்சத்தோடு வழுக்கிக்கொண்டு சென்றது. லக்னோ அரசவைப் பாடகனின் லாவகத்தோடும் நேர்த்தியோடும் சைத்தியையும் தும்ரியையும் அவனால் பாடமுடிந்தது. அவனை முதன்முறையாகக் கேட்கும்போது எல்லோருக்கும் பெரும் வியப்பாக இருந்தது. அவனைப் பாராட்டி உற்சாகப்படுத்தவும் செய்தார்கள். ஆனால் கொஞ்ச நாட்களிலேயே மற்ற மாணவர்களின் கிண்டல்களும் நக்கல் பேச்சுகளும் ஆரம்பித்து விட்டன. இவன் ஒரு இவள். இவன், இவனோ இவளோ அல்ல. இவன் இவனும் இவளும் சேர்ந்தது. இவன்–இவள், இவன்–இவள், ஹீ! ஹீ! ஹீ!

கிண்டல்கள் பொறுக்க முடியாமல் ஆனதும் அஃப்தாப் சங்கீத வகுப்புக்குச் செல்வதை நிறுத்தினான். அவன்மீது பெரும் பிரியம் கொண்டிருந்த உஸ்தாத் ஹமீது அவனுக்குத் தனியாகக் கற்றுத்தர முன்வந்தார். ஆகவே சங்கீத வகுப்புகள் தொடர்ந்தன, ஆனால் அஃப்தாப் பள்ளிக்குச் செல்ல மறுத்தான். அதற்குள் ஜஹனாரா பேகத்தின் நம்பிக்கைகள் கிட்டத்தட்டத் தேய்ந்துவிட்டிருந்தன. அவள் எதிர்பார்த்திருந்ததைப்போல அவை ஆறுவதற்கான அறிகுறி கொஞ்சமும் தென்படவில்லை. அவனுக்குச் சுன்னத் செய்வதை ஏதேதோ காரணங்களைக் கண்டுபிடித்துத் தள்ளிப் போட்டுக்கொண்டு வந்தாள். ஆனால் அடுத்தவன் சாகிப் பின்னால் காத்துக்கொண்டிருந்தான். இனிமேல் காலந்தள்ள முடியாது என்று அவளுக்குப் புரிந்தது. இறுதியில் அவள் என்ன செய்ய வேண்டுமோ அதைச் செய்யவேண்டியதாயிற்று. தைரியத்தைத் திரட்டிக்கொண்டு கணவனிடம் அழுதபடியே கொட்டித்தீர்த்தாள். துக்கத்தோடு நிம்மதியும் சேர்ந்தது அவளுக்கு. அவள் மட்டுமே அனுபவித்துவந்த சித்திரவதையைப் பகிர்ந்துகொள்ள இன்னொருவரையும் சேர்த்துக்கொண்ட நிம்மதி.

அவளுடைய கணவர் முலாகத் அலி, ஒரு ஹகீம். மூலிகை வைத்தியர். உருது, பாரசீகக் கவிதைகளின் நேசர். வாழ்நாள் முழுக்க இன்னொரு ஹகீமின் குடும்பத்துக்காக உழைத்தவர். ஹகீம் அப்துல் மஜீத் என்ற அந்த ஹகீம் ரூஹ் அஃப்ஸா (பாரசீகத்தில் ‘ஆன்மாவின் உயிர்நீர்’) என்ற பிரசித்திபெற்ற சர்பத்தை உருவாக்கியவர். கோழிக்கீரை விதைகள், திராட்சை, ஆரஞ்சு, தர்பூசணி, புதினா, காரட், கொஞ்சம் பசலைக்கீரை, கசகசா, தாமரை, இரண்டுவித அல்லி மலர்கள், வடித்திறக்கிய சிவப்பு ரோஜா இதழ்ச்சாறு இவற்றைச் சேர்த்துத் தயாரிக்கப்படும் ரூஹ் அஃப்ஸா ஒரு சத்து பானமாகக் கருதப்பட்டது. ஆனால் மாணிக்க நிறத்தில் ஜொலிக்கும் இந்த சர்பத்தை இரண்டு ஸ்பூன் எடுத்து ஒரு கோப்பை குளிர்ந்த பாலில் அல்லது வெறும் தண்ணீரில் கலந்து சாப்பிட்டால், அது அற்புதமான சுவையில் இருப்பது மட்டுமல்லாது தில்லியின் வறுத்தெடுக்கும் கோடை வெயிலிலிருந்தும் பக்கத்துப் பாலைவனத்திலிருந்து வீசும் காற்றோடு சேர்ந்துவரும் விநோதக் காய்ச்சல்களிலிருந்தும் பாதுகாப்பதை மக்கள் உணர்ந்தார்கள். மருந்தாக ஆரம்பித்த இந்தப் பானம் விரைவிலேயே மிகவும் புகழ்பெற்ற கோடைகாலப் பானமாக அந்த வட்டாரத்தில் மாறியது. ரூஹ் அஃப்ஸா வளமான தொழிலாகவும் எல்லோருக்கும் தெரிந்த பிரபலமான பெயராகவும் ஆகியது. நாற்பது வருடங்கள் விற்பனையில் கொடிகட்டிப் பறந்தது. தலைமையகம் இருந்த பழைய நகர்ப்பகுதியிலிருந்து தெற்கே ஹைதராபாத், மேற்கே ஆப்கானிஸ்தான்வரைக்கும் விற்பனை

பரவியது. அப்போதுதான் தேசப்பிரிவினை நிகழ்ந்தது. இந்தியாவுக்கும் பாகிஸ்தானுக்கும் நடுவே உருவாக்கப்பட்ட புதிய எல்லைக் கோட்டில் கடவுளின் ரத்த நாளம் வெட்டப்பட்டு இலட்சக்கணக்கானோர் வெறுப்பின் காரணமாக மடிந்துபோயினர். அதுவரை அருகருகே வசித்துவந்தவர்கள் ஒருவரையொருவர் அதற்குமுன் பார்த்திராதவர்போல, ஒருவர் வீட்டுத் திருமணத்திற்கு மற்றவர் இதுவரை சென்றிராதவர்போல, ஒருவர் பாடலை மற்றவர் இதுவரை பாடியிராதவர்போல முகத்தைத் திருப்பிக் கொண்டு சென்றார்கள். பின் ஒருவரையொருவர் தாக்கிக்கொண்டார்கள். மதிலக நகரம் இடித்துத் திறக்கப்பட்டது. பழைய குடும்பங்கள் (முஸ்லிம்) தப்பியோடின. புதிய குடும்பங்கள் (இந்து) புகுந்து நகரின் மதிலையொட்டிக் குடியேறின. ரூஹ் அஃப்ஸாவுக்கு மிகப்பெரிய சரிவு. ஆனால் விரைவிலேயே சமாளித்துக்கொண்டு பாகிஸ்தானில் புதிய கிளை ஒன்றை ஆரம்பித்தது. கால் நூற்றாண்டு கழித்து, கிழக்குப் பாகிஸ்தானின் பெரும் களப்பலிக்குப் பிறகு, புதிதாக உருவான பங்களாதேஷில் இன்னொரு கிளையைத் தொடங்கியது. ஆனால் கடைசியில், யுத்தங்களையும் புதிதாகப் பிறந்த மூன்று நாடுகளின் இரத்தக் களறியையும் சமாளித்துப் பிழைத்த 'ஆன்மாவின் உயிர்நீர்' உலகின் பெரும்பாலான பொருட்களைப் போல கோகோ – கோலாவினால் வீழ்த்தப்பட்டது.

ஹக்கீம் அப்துல் மஜீத்தின் நம்பிக்கை வாய்ந்த ஊழியராக இருந்தாலும் முலாகத் அலிக்குக் கிடைத்துவந்த ஊதியம் குடும்பத்தை நடத்தப் போதுமானதாக இல்லை. எனவே வேலை நேரத்துக்குப் பிறகு வீட்டில் நோயாளிகளுக்கு வைத்தியம் பார்த்தார். ஜஹனாரா பேகமும் தனது பங்குக்கு வெண்ணிறப் பருத்தியில் காந்தி குல்லாய்கள் செய்து சாந்தினி சௌக்கில் இந்துக் கடைக்காரர்களிடம் விற்றுவந்தாள்.

முலாகத் அலி தனது குடும்பப் பாரம்பரியத்தை ஆராய்ந்து மங்கோலியப் பேரரசர் செங்கிஸ் கானுக்கு இரண்டாவதாகப் பிறந்த மகன் சாகட்டாயின் வாரிசு, தானே என்று கண்டுபிடித்திருந்தார். அவரிடம் ஒரு கிழிந்த வரைதோலில் விஸ்தாரமாக வரையப்பட்ட குடும்ப மரபுக்கிளை ஒன்றின் வரைபடமும் ஒரு தகரப் பெட்டி முழுக்க நைந்துபோன, பழுப்பேறிய காகிதக் கட்டுகளும் இருந்தன. சாஸ்வதமான நீலவானத்தை வணங்குபவர்களும் இஸ்லாத்துக்கு எதிரிகள் என்று ஒரு காலத்தில் கருதப்பட்டவர்களுமான கோபி பாலைவனத்திலிருந்து இடம்பெயர்ந்த ஷமான்களின் வழித்தோன்றல்கள் எவ்வாறு பல நூற்றாண்டுகளுக்கு இந்தியாவை ஆண்ட முகலாய வம்சத்தினருக்கு முன்னோர்களாக ஆயினர் என்பதற்கும் சன்னி பிரிவைச் சேர்ந்த முகலாயர்களின் வழிவந்த முலாகத் அலியின் குடும்பம் எவ்வாறு ஷியாவாக மாறியது என்பதற்கும் ஆதாரங்கள் இவற்றில் இருப்பதாக அவர் நம்பினார். எப்போதாவது, அதாவது சில வருடங்களுக்கொருமுறை, அவரை வந்து சந்திக்கும் பத்திரிகையாளருக்குத் தனது தகரப்பெட்டியைத் திறந்து அதிலிருக்கும் ஆவணங்களை எடுத்துக் காட்டுவார். பெரும்பாலும் அவர் சொல்வது எதையும் நம்பாமல், அசுவாரஸ்யமாகக் கேட்டுக்கொண்டிருப்பார்கள். அவ்வளவு நீளமாக அவர் அளித்த பேட்டி, வார இறுதி இணைப்புகளில் பழைய தில்லி பற்றிய சிறப்புப் பகுதியில் அதிகபட்சமாக ஒரு பெட்டிச்

செய்தியாக, சுவையான செய்தித்துளியாக வெளியாகும். நடுப்பக்கத்தில் வெளிவருவதாக இருந்தால் முலாகத் அலியின் சிறிய உருவப்படம்கூட இடம்பெறும். அதன்கூடவே முகலாய உணவுவகைகளின் குளோஸ் – அப் புகைப்படங்கள், குப்பை மண்டிய குறுகலான தெருக்களில் சைக்கிள் ரிக்‌ஷாக்களில் செல்லும் புர்க்கா அணிந்த முஸ்லிம் பெண்களின் சேய்மைக் காட்சி, இவற்றோடு வெண்ணிறத் தலைக்குல்லாய் அணிந்த ஆயிரக்கணக்கான முஸ்லிம் ஆண்கள் ஒழுங்கான வரிசையில் ஜம்மா மசூதியில் மண்டியிட்டுத் தொழுகை நடத்தும் புகைப்படமும் நிச்சய மாக இருக்கும். இந்தப் படங்களைப் பார்க்கும் சில வாசகர்களுக்கு மதச்சார்பின்மையிலும் பிற மதச் சகிப்புத்தன்மையிலும் இந்தியாவுக்கு இருக்கும் கடப்பாட்டுக்கு இது ஒரு சான்றாகத் தெரியும். மற்றவர்களுக்குத் தில்லியின் முஸ்லிம்கள் தமக்கென்றிருக்கும் இந்நகர்ப்பகுதியில் திருப்தியாகத்தான் வாழ்ந்துகொண்டிருக்கிறார்கள் என்று உள்ளூரக் கொஞ்சம் நிம்மதியாக இருக்கும். இன்னும் சிலருக்கு இவற்றைப் பார்க்கும்போது முஸ்லிம்கள் ‘ஒருமைப்பாட்டில்’ விருப்பம் இல்லாமல் தங்களுக்குள் இனப்பெருக்கம் செய்துகொண்டும், ஒருங்கிணைந்து திட்டமிட்டுக்கொண்டும் இருப்பதாகவும், விரைவில் இந்து இந்தியாவுக்கு ஓர் அச்சுறுத்தலாக மாறப்போகிறார்கள் என்றும் தோன்றும். இந்தக் கருத்தைக் கொண்டவர்களுக்கு அபாயகரமான வேகத்தில் செல்வாக்கு அதிகரித்துக்கொண்டிருந்தது.

செய்தித்தாள்களில் வருகிறதோ வரவில்லையோ, முலாகத் அலி தன்னைப் பார்க்க வருபவர்களைப் பொலிவிழந்த உயர்குடிமகன் ஒருவரின் கம்பீரத்துடனே எப்போதும் வரவேற்பார். கடந்த காலத்தைப்பற்றி ஏக்கத் தொனி இல்லாமல் பெருமிதத்துடன்தான் பேசுவார். தற்போது வியட்நாம், கொரியா என்று அழைக்கப்படும் நாடுகளிலிருந்து ஹங்கேரி, பால்கன் நாடுகள் வரையிலும் வடக்கு சைபீரியாவிலிருந்து இந்தியாவின் தக்காண பீடபூமி வரையிலும் பரந்துவிரிந்திருந்த, உலகம் இதுவரை கண்டிராத ஒரு பிரமாண்ட சாம்ராஜ்ஜியத்தை பதிமூன்றாம் நூற்றாண்டில் அவருடைய முன்னோர்கள் எப்படி ஆண்டுவந்தார்கள் என்று விவரிப்பார். நேர்காணலின் முடிவில் அவருடைய அபிமான கவிஞர்களில் ஒருவரான மீர் தகி மீரின் ஈரடி உருதுச் செய்யுளைச் சொல்வது அவரது வழக்கம்.

ஜிஸ் ஸார் கோ குருர் ஆஜ் ஹை யான் தாஜ் – வாரி கா

கல் உஸ் பே யாஹின் ஷோர் ஹை ஃபிர் நௌவாகரி கா

பெருமையுடன் இன்று கிரீடம் சுமந்திருக்கும் தலையும்
இதே இடத்தில் நாளை, புலம்பிக்கொண்டு, குனியும்.

அவருடைய பார்வையாளர்களில் பலரும் புதிய ஆளும் வர்க்கத்தின் கர்வம்பிடித்த தூதர்கள். தமது இளமையின் இறுமாப்பை உணராமல் இருப்பவர்கள். அவர்களிடம் சொல்லப்பட்ட ஈரடிச் செய்யுளின் பல்வேறு அடுக்குகள் கொண்ட பொருளை முழுதாகக் கிரகித்துக் கொள்ளும் திறனின்றித் திடமான தேநீரோடு சேர்த்து விழுங்கப்படும் தின்பண்டத்தைப்போல காதில் வாங்கிக் கொள்வார்கள். அவர்களுக்குத் தெரிந்ததெல்லாம் அது ஒரு வீழ்ச்சியுற்ற சாம்ராஜ்ஜியத்தின்

கையறுநிலைப்பாடல் என்பதும், அச்சாம்ராஜ்யம் இப்போது பழைய நகரத்தின் பாழடைந்த மதிற்சுவர்களுக்கு நடுவில் ஓர் அழுக்குப் பகுதியாகச் சுருங்கிக் கிடக்கிறது என்பதும் மட்டுமே. ஆம், அது முலாகத் அலியின் இன்னல் மிகுந்த சொந்த வாழ்க்கையை உணர்த்தும் துயரார்ந்த குறிப்பீடு என்பதையும் அவர்கள் அறிந்திருந்தார்கள். ஆனால் அந்த ஈரடிச் செய்யுள் மறைமுகமாக எதையோ உணர்த்தும் ஒரு தந்திரத் தின்பண்டம் என்பதை, அது ஓர் ஏமாற்றுக்கார சமோசா என்பதை, சோகத்தில் மடித்துத் தரப்பட்ட எச்சரிக்கை என்பதை, அம்மொழியைப் பேசுகிறவர்களைப் போலவே படிப்படியாகச் சிறுவட்டத்துக்குள் சுருங்கிக்கொண்டு வரும் உருதுமொழி அந்த இளைஞர்களுக்குத் தெரியாது என்று நிச்சயமாக அறிந்திருந்த அறிவுப்புலமைமிக்க மனிதர் ஒருவரால் போலி அடக்கத்தோடு சொல்லப்படும் கவிதை என்பதை அவர்களால் உணர முடியவில்லை.

முலாகத் அலிக்கு இருந்த கவிதை ஈடுபாடு வெறும் பொழுதுபோக்காக இல்லாமல் ஹக்கீமாக அவர் பார்த்துவந்த வைத்தியத் தொழிலோடு கலந்தே இருந்தது; கவிதை குணப்படுத்தும், குறைந்தபட்சம் எந்த நோயையும் குணப்படுத்துவதற்கு வெகுவாகத் துணைபுரியும் என்று அவர் நம்பினார். பிற ஹக்கீம்கள் நோயாளிகளுக்கு மருந்துகளைப் பரிந்துரைப்பதைப்போல அவர் கவிதைகளைப் பரிந்துரைத்து வந்தார். கைவசமிருந்த பெரும் கவிதைக் குவியலிலிருந்து அநேகமாக ஒவ்வொரு நோய்க்கும் ஒவ்வொரு சந்தர்ப்பத்துக்கும் ஒவ்வொரு மனநிலைக்கும் ஒவ்வோர் அரசியற் சூழல் மாற்றத்துக்கும் ஆச்சரியப்படத்தக்க விதத்தில் பொருத்தமாக இருக்கக் கூடிய ஈரடிச் செய்யுள்களை மேற்கோள் காட்டுவார். அவரது இந்தப் பழக்கம் அவர் வாழ்ந்துவரும் வாழ்க்கை ஒரு தடங்காண முடியா ஆழத்தைக் கொண்டிருப்பதாகவும், உண்மையில் இருப்பதைவிட வித்தியாசமான தன்மையுடையதாகவும் மற்றவர்களுக்குக் காட்டியது. அது எல்லாவற்றிற்கும் ஒரு நுட்பமான, தேங்கிச் சமைந்திருக்கும் சாயலை, நடக்கின்ற எல்லாமே இதற்கு முன் நடந்தவைதான் என்ற சாயலை புகுத்தியிருந்தது. இது எல்லாமே ஏற்கனவே எழுதப்பட்ட, பாடப்பட்ட, அறிவிக்கப்பட்ட சரித்திரத்தின் பட்டியலில் ஏற்றப்பட்டிருக்கும் ஒன்றுதான் என்பதுபோல. எதுவுமே புதிதாக நிகழ்வதற்குச் சாத்தியமில்லை என்பதுபோல. இதனால்தானோ என்னவோ அவர் ஏதோவொரு ஈரடிச் செய்யுளைச் சொல்லப்போகிறார் என்று தெரிந்தாலே அவரைச் சுற்றியிருக்கும் இளைஞர்கள் கெக்கலித்துச் சிரித்தபடித் தலைதெறிக்க ஓடிவிடுகிறார்கள்.

அஃப்தாபைப் பற்றி ஜஹனாரா பேகம் அவரிடம் சொன்னபோது, வாழ்க்கையிலேயே முதல்முறையாக அச்சந்தர்ப்பத்துக்குப் பொருத்தமாகச் சொல்வதற்கு ஈரடிச் செய்யுள் எதுவும் அவருக்குக் கிடைக்காமல் போயிற்று. ஆரம்ப அதிர்ச்சியிலிருந்து வெளிவர அவருக்குச் சிறிதுநேரம் பிடித்தது. அப்புறம் அவருடைய மனைவியை முதலிலேயே அவரிடம் சொல்லாமல் இருந்ததற்காகத் திட்டினார். காலம் மாறிவிட்டது என்றார். இது நவீன காலகட்டம். அவர்களுடைய மகனின் பிரச்சனைக்கு நிச்சயமாக ஏதோவொரு எளிமையான மருத்துவத் தீர்வு இருக்கும். இந்தப் பழைய நகரத்தின் மொஹல்லா மருத்துவமனைகளின் கிசுகிசுப்புகளையும் வம்புப் பேச்சுகளையும் கடந்து புதுதில்லிக்குச் சென்றால் அங்கே அவர்களுக்கு நல்ல மருத்துவர் ஒருவர் கிடைப்பார். சுயமுயற்சியை நம்பியிருப்பவர்களுக்கு

இறைவன் உதவிபுரிவான் என்று மனைவியிடம் சற்றுக் கடுமையாகவே சொன்னார்.

ஒரு வாரம் கழித்துத் தம்மிடமிருந்த மிகச்சிறந்த ஆடைகளை அணிந்து கொண்டு, வீட்டை விட்டு வெளியே வருவதற்கு இஷ்டமில்லாமல் முடங்கிக்கிடந்த அஃப்தாபுக்குப் பெரிய மனுஷத்தனமாகச் சாம்பல் நிற பதான் சூட், கருப்பில் பூத்தையலிட்ட மேல் கோட்டு, தலையில் துணித்தொப்பி, கோண்டோலாவைப் போல நுனி வளைந்த ஜுட்டி காலணிகளை அணிவித்து, நிஜாமுதீன் வஸ்திக்குக் குதிரை வண்டியில் அழைத்துக்கொண்டு கிளம்பினார். வெளியில் செல்வதற்கு அவர்கள் சொல்லிவிட்டுவந்த காரணம் – முலாகத் அலியின் அண்ணன் காஸிமின் இளையமகன் ஐஜாஸுக்குப் பெண் பார்ப்பதற்காக. அவன் பிரிவினைக்குப் பிறகு பாகிஸ்தானுக்குக் குடிபெயர்ந்து, ரூஹ் அஃப்ஸாவின் கராச்சி கிளையில் வேலைபார்த்துக்கொண்டிருந்தான். அவர்கள் வெளியில் கிளம்பியதற்கு உண்மையான காரணம் 'செக்ஸாலஜிஸ்ட்' என்று தன்னை அழைத்துக் கொண்ட டாக்டர் குலாம் நாபியிடம் ஆலோசனை கேட்பதற்காக.

டாக்டர் நாபி நேரடியாக, ரத்தினச்சுருக்கமாகப் பேசும் மருத்துவர். அஃப்தாபைச் சோதித்தபிறகு, மருத்துவரீதியாகப் பார்த்தால் அவனை ஹிஜ்ரா – ஆணின் உடம்புக்குள் பொதிந்திருக்கும் பெண் – என்று சொல்ல முடியாவிட்டாலும் நடைமுறைக் காரணங்களுக்காக அப்படியே அழைப்போம் என்றார். அஃப்தாப் ஆண், பெண் ஆகிய இரு குணங்களும் சேர்ந்த, ஆனால் வெளிப்புறத்தில் ஆணின் பண்புக்கூறுகளைக் கொண்ட, மிக அரிதான 'ஹெர்மாஃப்ரொடைட்' எனப்படும் இரு பாலின வகையைச் சேர்ந்தவன் என்றார். ஒரு நல்ல அறுவை சிகிச்சை நிபுணரை அவர் சிபாரிசு செய்வதாகவும், அவர் அவனுடைய பெண் உறுப்புகளைத் தைத்துச் சரியாக்கிவிடுவார் என்றும் கூறினார். அவர் சில மாத்திரைகளும் தருவார். ஆனால் இந்தப் பிரச்சனை மேலோட்டமானது அல்ல என்றார். சிகிச்சை நிச்சயமாகப் பலனளிக்குமென்றாலும் 'ஹிஜ்ராவுக்குரிய சாயல்கள்' இருக்கத்தான் செய்யும், அவை மறைந்து போவதற்கு வாய்ப்பில்லை என்றார், ('சாயல்கள்' என்பதற்கு 'ஃபித்ரத்' என்ற சொல்லைப் பயன்படுத்தினார்.) முழுமையாகக் குணமாவதற்கு அவரால் உத்திரவாதம் அளிக்கமுடியாது. எதைத் தின்றால் பித்தம் தெளியும் என்ற நிலையில் இருந்த முலாகத் அலி அதைக் கேட்டு மகிழ்ந்தார். "சாயல்கள்தானே? சாயல்கள் ஒரு பிரச்சனையே அல்ல. எல்லோருக்கும் ஏதோவொரு சாயல் இருக்கும். சாயல்களை எப்போதுமே சமாளித்துவிடலாம்."

டாக்டர் நாபியைப் பார்த்துவிட்டு வந்தது அஃப்தாபின் பிரச்சனைக்கு உடனடியான தீர்வை அளிக்காவிட்டாலும், முலாகத் அலிக்கு வேறொரு விதத்தில் பெரும் நன்மையை அளித்தது. அது ஈரடி உவமைகள் இல்லாத குழப்ப உலகத்தின் பெருங்கடலில் நங்கூரமிடத் தந்தளித்துக்கொண்டிருந்த கப்பலை நிதானப்படுத்தி ஒத்திசைவாக்கிக்கொள்ள உதவியது. இப்போது அவரது வேதனையை ஒரு நடைமுறைப் பிரச்சனையாக மாற்றி, நன்றாகப் புரிந்துகொள்ளக்கூடிய ஒன்றின்மீது தனது மொத்தக் கவனத்தையும், சக்தியையும் திருப்பிக்கொள்ள முடிந்தது. அறுவைச் சிகிச்சைக்கு எப்படி பணத்தைச் சேர்ப்பது என்ற பிரச்சனைதான் அது.

வீட்டுச்செலவுகளைக் குறைத்தார். கடன் தரக்கூடிய மனிதர்கள், உறவினர்கள் பெயர்களைப் பட்டியலிட்டார். அதே நேரத்தில் அஃப்தாபுக்கு ஆண்மையை ஊட்டுவதற்கான கலாச்சாரச் செயல்திட்டத்தில் இறங்கினார். கவிதைகளின் மீது தனக்கிருக்கும் ஈடுபாட்டை அவனுக்குக் கடத்த முயன்றார். அவனை தும்ரி, சைத்தி யெல்லாம் பாடவேண்டாம் என்றார். இரவு நெடுநேரம் அவனோடு அமர்ந்து அவர்களுடைய வீரம் செறிந்த முன்னோர்களின் போர் சாகசக் கதைகளைச் சொன்னார். இவை எதுவுமே அஃப்தாபை அசைக்கவில்லை. ஆனால் தெமூஜின் – செங்கிஸ் கான்– கதையை, பேரழகு கொண்ட போர்தி காதுன்னை எப்படி அவர் மணந்தார், அவளை எதிரி இனக் குழுவினர் கடத்திக்கொண்டு சென்ற பிறகு தெமூஜின் எப்படி ஒற்றையாளாக அவர்களுடைய படையை எதிர்த்துப் போராடி அவளை மீட்டார் என்ற கதையைக் கேட்டபோது அஃப்தாபுக்கு அவளைப்போல தானும் ஆகவேண்டுமென்ற ஆசை பிறந்தது.

அவனுடைய சகோதர, சகோதரிகள் பள்ளிக்குச் சென்றபிறகு, வீட்டின் சிறிய பால்கனிக்குச் சென்று சிட்லி கபார் என்ற அசாதாரண சக்தி பெற்றிருப்பதாக நம்பப்படும் புள்ளி வெள்ளாட்டின் சின்ன கோயிலையும், மத்திய மஹால் சௌக்கில் சென்று சேருகின்ற பரபரப்பான தெருவையும் பார்த்தபடி மணிக்கணக்காக உட்கார்ந்திருந்தான். அந்த வட்டாரத்தின் லயத்தையும் தாளத்தையும் சீக்கிரமே கற்றுக்கொண்டான். அது அடிப்படையில் சரளமாக வந்துவிழும் உருது வசைமாரிதான் – *உங்கம்மாவை ஓக்க; போய் உங்கக்காவை ஓலு; உங்கம்மா சாமான் மேல சத்தியமா* – இது தினமும் ஐந்துமுறை ஜம்மா மசூதியின் தொழுகை அழைப்புகளாலும், பழைய நகரின் இதர சிறு மசூதிகளின் அழைப்புகளாலும் குறுக்கிடப்படும். எதையும் குறிப்பாக என்றில்லாமல் அஃப்தாப் வேடிக்கை பார்த்துக்கொண்டிருக்கையில், எரிச்சல் ஏற்படுத்துகிற அதிகாலை மீன் வியாபாரியான குட்டு பாய், பளபளவென மின்னும் புத்தம்புதிய மீன்களைக் குவித்துவைத்திருக்கும் வண்டியை சௌக்கின் மத்தியில் நிறுத்திவிட்டு வந்ததும், கிழக்கில் உதித்து மேற்கில் மறையும் சூரியனின் நிச்சய நகர்வில் அவன் நிழலோடு சேர்ந்து அவனுடைய உருவம் பிற்பகல் நேரத்தில் நான் கட்டாய் விற்கும் நட்பார்ந்த உயரமான வாஸிமாக நீண்டு, பின் மாலையில் பழம் விற்கும் குள்ளமான யூனுஸ்ஸாகச் சுருங்கி, இரவானதும் மத்தியா மஹாலில் மிகச்சிறந்த பிரியாணியை மாபெரும் செம்புப் பாத்திரத்தில் விற்கும் தடிமனான ஹஸன் மியானாக ஊதிப் பெருக்கும். இளவேனிற் காலத்துக் காலைநேரம் ஒன்றில் உயரமான, மெல்லிய இடை கொண்ட பெண் ஒருத்தி கண்ணைப் பறிக்கும் நிறத்தில் உதட்டுச்சாயமும், குதியுயர்ந்த பொன்நிறக் காலணிகளும், பளபளப்பான பச்சைநிற சாட்டின் சல்வார் கமீஸும் அணிந்து சிட்லி கபாரி பொறுப்பாளராகவும் செயல்பட்டுக் கொண்டிருந்த வளையல் கடைக்காரன் மீரின் கடையில் வளையல்கள் வாங்கிக்கொண்டிருப்பதைப் பார்த்தான். மீர், வளையல்களை ஒவ்வோர் இரவும் சமாதிக்குள் வைத்துக் கோயிலையும் கடையையும் மூடுவான். (கோயில் திறந்திருக்கும் நேரம்தான் அவனுடைய கடையும் திறந்திருக்கும்). உதட்டுச் சாயம் அணிந்த அந்த உயரமான பெண்ணைப்போல ஒருத்தியை அஃப்தாப் அதற்கு முன் பார்த்ததில்லை. நெட்டுக்குத்தான படிகளில் வேகமாக இறங்கித் தெருவுக்கு வந்து அவளுக்குத் தெரியாமல் பின்தொடர்ந்தான்.

அவள் வெள்ளாட்டுக் கறி, ஹேர் கிளிப்புகள், கொய்யாப்பழம் என்று வாங்கிக்கொண்டு சென்றாள். நடுவில் நின்று அறுந்துபோன செருப்பின் வாரைத் தைத்துக்கொண்டாள்.

அவனுக்கு அவளைப்போல ஆகவேண்டுமென்ற ஆசை எழுந்தது.

அவளை துர்க்மன் கேட் வரை பின்தொடர்ந்து சென்றான். அந்த நீலநிற வாசலுக்குள் நுழைந்து அவள் மறைந்துபோனதும் அவன் அங்கேயே வெகுநேரம் நின்று வெறித்தபடி இருந்தான். ஷாஜஹானாபாத்தில் எந்தவொரு சாதாரணப் பெண்ணும் இதைப்போல உடையணிந்து இடுப்பை ஆட்டியபடி நடந்துபோக முடியாது. சாதாரணப் பெண்கள் புர்கா அணிந்திருந்தார்கள் அல்லது கைகள் பாதங்களைத் தவிர உடம்பின் எல்லா பாகங்களையும் தலையையும் மூடிக்கொண்டிருந்தார்கள். அஃப்தாப் பின்தொடர்ந்துசென்ற பெண் இவ்வளவு மோஸ்தராக உடையணிந்துகொண்டு, இவ்வளவு பகட்டாக நடந்துசென்றாள் என்றால் அதற்குக் காரணம் அவள் பெண்ணே அல்ல என்பதால்தான். அவள் எதுவாக இருந்தாலும் அஃப்தாபுக்கு அவளைப்போல ஆகவேண்டுமென்று ஆசையாக இருந்தது. போர்தி காதுன்னைப்போல ஆவதைவிட இவளைப்போல ஆகவே மிகவும் விரும்பினான். தோலுரித்த முழு வெள்ளாடுகள் பெரும் மாமிசச் சுவர்கள்போலத் தொங்கிக்கொண்டிருக்கும் இறைச்சிக் கடைகளை அவளைப்போலவே மின்னிக் கடந்துசெல்ல விரும்பினான். இறைச்சிக் கடைக்காரனான ஒல்லி இளைஞன் லியாகத் முடிவெட்டிக்கொண்டு, பிரில் கிரீமால் தலைமுடியைப் பளபளப்பாக்கிக்கொள்ளும் நாவிதன் இலியாஸின் 'நியூ லைஃப்ஸ்டைல் மென்ஸ் ஹேர் டிரெஸ்ஸிங் சலூ'னை அவளைப்போலவே புன்முறுவல் பூத்தபடித் தாண்டிச் செல்ல விரும்பினான். நகங்களுக்கு வண்ணப்பூச்சும் கைநிறைய வளையல்களும் அணிந்துகொண்டு, கடை பரப்பப்பட்டிருக்கும் மீன்களின் செவுள்களை நளினமாகத் தூக்கி அவை எவ்வளவு புதியவையாக இருக்கின்றனவென்று சோதித்து, பேரம் பேசவேண்டுமென விரும்பினான். அணிந்திருக்கும் வெள்ளிக் கொலுசுகள் தெரியும்படியாக சல்வாரை சற்றே உயர்த்திப் பிடித்துக்கொண்டு தண்ணீர் தேங்கியிருக்கும் பள்ளத்தைத் தாண்ட விரும்பினான்.

அஃப்தாபின் பெண் உறுப்பு வெறும் பின்னொட்டு மட்டுமல்ல.

சங்கீத வகுப்புகளுக்குப் போகவேண்டிய நேரங்கள் தவிர, அந்த உயரமான பெண் வசித்துவந்த காலி டகோடன் பகுதியில் இருந்த நீலநிறக் கடைவாயிலுக்கு வெளியிலேயே அவன் அலைந்துகொண்டிருந்தான். அவளுடைய பெயர் 'பாம்பே சில்க்' என்று தெரிந்துகொண்டான். அந்த நீலநிறக் கடைவாயிலைக் கொண்ட ஹவேலியில் அவளைப் போலவே இன்னும் ஏழுபேர் இருப்பதும் தெரிந்தது: புல்புல், ரஸியா, ஹீரா, பேபி, நிம்மோ, மேரி, குடியா. அவர்களுக்குத் தலைவியாக ஒரு உஸ்தாத் இருந்தாள். குல்ஸூம் பீ என்ற அவள் அவர்கள் எல்லோரையும்விட மூத்தவள். அந்தக் குடும்பத்தின் தலைவி. அவர்களுடைய ஹவேலிக்குப் பெயர் 'க்வாப்கா' – கனவுகளின் இல்லம்.

முதலில் அவனை அங்கிருந்து விரட்டியடித்தார்கள். க்வாப்காவில் குடியிருந்தவர்கள் உட்பட அங்கிருந்த எல்லோருக்கும் முலாகத்

அலியை நன்றாகத் தெரிந்திருந்தது. அதனால் அவரோடு பிரச்சனை உண்டாக்கிக்கொள்ள வேண்டாமென்று நினைத்தார்கள். ஆனால் என்னதான் மிரட்டினாலும் அடித்தாலும் ஒவ்வொரு நாளும் அஃப்தாப் பிடிவாதமாக அங்கு சென்றுகொண்டிருந்தான். உலகிலேயே அந்த ஒரு இடத்தில்தான் காற்று அவனுக்காக ஒதுங்கி வழிவிட்டு நிற்பதைப்போல உணர்ந்தான். அவன் அங்கு வந்ததுமே, நண்பனுக்காகப் பள்ளித்தோழன் வகுப்பு பெஞ்ச்சில் நகர்ந்து இடமளிப்பதைப்போல அவனுக்காகக் காற்று இடம்பெயர்ந்து ஒதுங்கியது. அடுத்த சில மாதங்களுக்கு அவன் அங்கு சின்னச்சின்ன வேலைகள் செய்துவந்தான். அங்கு வசிப்பவர்கள் நகரத்துக்குச் செல்லும்போது அவர்களுடைய பைகளை, வாத்தியக் கருவிகளைத் தூக்கிக் கொண்டு அவர்களுடனே சுற்றினான். நாளின் முடிவில் களைப்புற்ற அவர்களின் கால்களைப் பிடித்துவிட்டான். இறுதியில் க்வாப்காவில் அஃப்தாப் இடம்பிடித்துவிட்டான். அவன் பல நாட்களாக எதிர்பார்த்திருந்த அனுமதி தினம் ஒருநாள் விடிந்தது. அந்த மிகச் சாதாரண, இடிந்த வீட்டுக்குள் நுழையும்போது சொர்க்கத்தின் வாசலைக் கடப்பதைப்போல உணர்ந்தான்.

நீலநிறத்திலிருந்த அந்த வாசலைக் கடந்ததும் கல்பாவிய, உயரமான சுவர்களோடு முற்றமும் அதன் மூலையில் ஒரு கை பம்ப்பும், இன்னொரு மூலையில் மாதுளை மரம் ஒன்றும் இருந்தன. வரிப்பள்ளங்களோடு செங்குத்தான அலங்காரத் தூண்களைக் கொண்ட நீளமான தாழ்வாரத்தின் முடிவில் இரண்டு அறைகள். ஒன்றின் கூரை சரிந்து விழுந்திருந்தது. இடிபாடுகளுக்கு நடுவே குடும்ப சகிதமாக ஒரு பூனையும் குடியிருந்தது. கூரை ஒழுங்காக இருந்த மற்ற அறை நல்ல நிலையில் பெரிதாக இருந்தது. அங்கங்கே சாந்து உதிர்ந்த வெளிர்பச்சை நிறச் சுவர்களையொட்டி நான்கு மர அலமாரிகளும் இரண்டு கோத்ரெஜ் பீரோக்களும் இருந்தன. பீரோவில் சினிமா நட்சத்திரங்களின் – மதுபாலா, வஹீதா ரஹ்மான், நர்கீஸ், திலீப்குமார் (இவருடைய நிஜப்பெயர் முகம்மது யூசுஃப் கான்), குரு தத், ஒருவர் எவ்வளவு சோகத்தில் இருந்தாலும் சிரிக்கவைத்துவிடக் கூடிய உள்ளூர்க்காரரான ஜானி வாக்கர் (ஃபக்ருதீன் ஜமாலுதீன் காஸி) படங்கள் ஒட்டியிருந்தன. அலமாரிக் கதவில் மங்கலான ஆளுயரக் கண்ணாடி. மற்றொரு மூலையில் பழைய, உடைந்த ஒப்பனை மேசை. தேய்ந்துபோன உத்தரத்திலிருந்து தொங்கிக்கொண்டிருந்த சர விளக்கில் ஒரேயொரு பல்பு மட்டும் வேலைசெய்துகொண்டிருந்தது. கரும் பழுப்பு நிறத்தில் நீண்ட தண்டுடன் சீலிங் ஃபேன் ஒன்றும் இருந்தது. அந்த மின் விசிறிக்கு ஒரு பெண்ணின் குணங்கள் இருந்தன – அவள் கூச்ச சுபாவியாக, சிடுசிடுப்பானவளாக, முன்னறிந்துகொள்ள முடியாதவளாக இருந்தாள். அவளுக்கு ஒரு பெயரும் இருந்தது, உஷா. உஷா தனது இளமைப் பருவத்தைக் கடந்துவிட்டிருந்தாள். அவ்வப்போது அவளை மிரட்டி, உசுப்பி வேலை வாங்க நீளமான ஒட்டடைக் குச்சி தேவைப்பட்டது. பின்பு அவள் கம்பங்கூத்தாடியைப்போல மெதுவாக இடுப்பைச் சுழற்றிச்சுழற்றி வேலை செய்யத் தொடங்குவாள். அந்த ஹவேலியில் இருந்த ஒரே கட்டிலில் உஸ்தாஸ் குல்ஸூம் பீ படுத்துறங்கினாள். தலைமாட்டில் அவள் வளர்க்கும் பேசும்கிளி 'பீர்பால்' அதன் கூண்டுக்குள் இருக்கும். இரவில் குல்ஸூம் பீ பக்கத்தில் இல்லாவிட்டால் யாரோ தன்னை வெட்டிக் கொல்வதைப்போல கிறீச்சிடும். பீர்பால் தூங்கியெழுந்ததுமே அதனிடமிருந்து மிகச்சூடான

வசவுகள் சரளமாகக் கொட்ட ஆரம்பித்துவிடும். ஒவ்வொரு வசைச் சொல்லுக்கும் முன்னால், அந்த வீட்டில் இருப்பவர்களிடமிருந்து கற்றுக் கொண்ட, பாதி கள்ளத்தனமும் பாதி தளுக்கும் கலந்த 'ஏய் ஹை' யை சேர்த்துக்கொள்ளும். பீர்பாலின் வசவுகளில் தலையாயது க்வாப்காவில் சாதாரணமாகக் கேட்கக் கிடைக்கும் *'ஸாலி ராண்டி ஹிஜ்ரா'* (தன் அக்காவை ஒக்கும் தேவடியா ஹிஜ்ராவே) தான். பீர்பாலுக்கு எல்லா சுருதிப் பேதங்களும் தெரியும்; அதனால் முனக முடியும், பசப்பலாகக் குழையத் தெரியும், வெறுப்போடு, அன்போடு, கசப்போடு, கோபத்தோடு குரலெழுப்பத் தெரியும். எல்லா வித்தைகளையும் அது கற்றிருந்தது.

மற்ற எல்லோரும் தாழ்வாரத்தில் படுத்து உறங்கினார்கள். பகலில் அவர்கள் சுருட்டிவைத்திருக்கும் மெத்தைகள் ராட்சதத் திண்டுகள் போல இருக்கும். பனிக்காலத்தில் முற்றத்தில் குளிரும் பனியும் அதிகமாக இருக்கும்போது குல்ஸூம் பீ அறைக்குள் எல்லோரும் வந்து ஒடுங்கி விடுவார்கள். கூரை சரிந்திருக்கும் அறையின் இடிபாடுகள் வழியாகத்தான் கழிவறைக்குப் போக வேண்டும். எல்லோரும் ஒருவர் மாற்றி ஒருவராக வரிசையில் வந்து கைபம்புக்குப் பக்கத்தில் குளிப்பார்கள். முதல் தளத்திலிருக்கும் சமையலறைப் படிக்கட்டுகள் அபத்தமான முறையில் நெட்டுக்குத்தாக, குறுகலாக இருந்தன. சமையலறைச் சன்னலுக்கு வெளியே ஹோலி ட்ரினிடி தேவாலயத்தின் கவிகை தெரிந்தது.

க்வாப்காவில் இருந்தவர்களில் மேரி மட்டும்தான் கிறித்துவர். அவள் தேவாலயத்துக்குச் செல்வதில்லை. ஆனால் கழுத்தில் சிறிய சிலுவை மட்டும் அணிந்திருந்தாள். குடியாவும் புல்புல்லும் இந்துக்கள். அவர்களை உள்ளே அனுமதிக்கிற கோயில்களுக்கு மட்டும் எப்போதாவது செல்வார்கள். மற்ற அனைவரும் முஸ்லிம்கள். அவர்கள் ஜம்மா மஸூதிக்கும் அவர்களை உள்ளறைகள்வரை செல்வதற்கு அனுமதிக்கிற தர்காக்களுக்கும் செல்வார்கள். (உடலியல் ரீதியாக முழுமையான பெண் களுக்கு வருவதுபோல ஹிஜ்ராக்களுக்கு மாதவிடாய் ஏற்படுவதில்லை என்பதால் அவர்கள் தீட்டாகக் கருதப்படுவதில்லை). ஆனால் க்வாப்காவில் இருந்த மிகவும் ஆண்மைத்தனமிக்க ஓர் உறுப்பினருக்கு மாதவிடாய் ஏற்பட்டுக்கொண்டிருந்தது. அவள் பிஸ்மில்லா. சமையலறை மொட்டைமாடியில் படுத்துத் தூங்கினாள். அவள் குள்ளமாக, ஒல்லியாக, கருப்பாக இருந்தாள். பேருந்து ஹாரன்போல குரல். அவளால் கர்ப்பம் தரிக்கமுடியவில்லை என்பதற்காக தில்லி போக்குவரத்துக் கழகத்தில் பேருந்து ஓட்டுநராக இருந்த கணவனால் வீட்டைவிட்டு விரட்டப்பட்டாள். பிறகு இஸ்லாத்திற்கு மதம் மாறி க்வாப்காவிற்கு வந்து சேர்ந்தாள் (இந்த இரண்டும் ஒன்றுக்கொன்று தொடர்புடையவையல்ல). தன்னிடம் குறை இருக்கக்கூடுமென்று அந்த டிரைவர் நினைத்துப் பார்க்கவேயில்லை. பிஸ்மில்லா (முந்தைய பெயர் பிம்லா) சமையலறையைக் கவனித்துக்கொண்டாள். அதுவுமில்லாமல் க்வாப்காவிற்குள் அவள் அனுமதியின்றி நுழைய முயல்பவர்களை சிகாகோ நகரத் தொழில்முறை ரௌடிகளைப்போல உக்கிரத்தோடும் முரட்டுத்தனத்தோடும் தடுத்து வந்தாள். அவளுடைய உடனடி அனுமதியில்லாமல் இளைஞர்கள் க்வாப்காவிற்குள் நுழையவே முடியாது. அஞ்சுமின் வருங்கால

வாடிக்கையாளர் – ஆங்கில விற்பன்னர் – போன்ற வழக்கமான வாடிக்கையாளர்கள்கூட வெளியிலேயே நிறுத்தப்பட்டார்கள். பிறகு அவர்கள் சொந்த முயற்சியில் தமக்கான குறியிடங்களைப் பெற்றுக்கொள்ள வேண்டியிருந்தது. மொட்டை மாடியில் பிஸ்மில்லாவுடன் இருந்தவள் ரஸியா. மனநிலை பாதிக்கப்பட்டவள். ஞாபகங்கள் முற்றிலும் அழிந்து, தான் யார், எங்கிருந்து வந்தோம் என்பதெல்லாம் அவளுக்கு நினைவிலேயே இருக்கவில்லை. ரஸியா, ஹிஜ்ரா அல்ல. பெண் உடைகளை அணிந்துகொண்டிருந்த ஆண். ஆனால் யாரும் தன்னைப் பெண்ணென்று நினைத்துவிடக்கூடாது என்பதில் கவனமாக இருந்தாள். பெண்ணாக இருக்க விரும்பிய ஆண் அவள். இந்த இரண்டுக்கும் இடையிலுள்ள வேறுபாட்டை மற்றவர்களுக்கு (ஹிஜ்ராக்களுக்கும்) விளக்க முயன்று, முடியாமல் அம்முயற்சியை வெகுகாலத்துக்கு முன்பே நிறுத்திவிட்டாள். பகல் நேரங்களில் மொட்டை மாடியில் புறாக்களுக்கு உணவிடுவதில் ரஸியாவுக்கு நேரம் கழிந்தது. அவள் ஈடுபட்டுவந்த இன்னொரு காரியம், யாரோடு உரையாடிக்கொண்டிருந்தாலும் பேச்சை ஓர் அரசாங்கத் திட்டத்தைப்பற்றி விளக்குவதற்குத் திருப்பிவிடுவது. ஹிஜ்ராக்களுக்காகவும், தன்னைப் போன்றவர்களுக்காகவும் அரசாங்கத் திட்டம் ஒன்று இருப்பதாக அவள் சொல்லிவந்தாள். அது ரகசியமாக வைக்கப்பட்டிருக்கும் ஒரு திட்டம் என்றாள். அந்தத் திட்டத்தைச் செயல்படுத்தாமல் வைத்திருக்கிறார்கள் என்று சொல்வாள். (அந்தத் திட்டத்தின் பெயர் *dao – pech* என்றாள்). இப்படியொரு திட்டம் இருப்பதை அவள்தான் கண்டுபிடித்திருக்கிறாளாம். இத்திட்டத்தின்படி அவர்களைப்போன்றவர்கள் எல்லோரும் ஓர் அரசாங்கக் குடியிருப்பு பகுதியில் குடியமர்த்தப்பட்டு, அவர்களுக்கு மாதாந்திர ஓய்வூதியமும் வழங்கப்படுமாம். இத்திட்டத்தில் சேர்ந்த பிறகு அவள் பிழைப்புக்காகக் கெட்டகாரியங்களில் – அவற்றை அவள் பத்தமீசி என்றாள் – ஈடுபடவேண்டியிருக்காது. ரஸியா சொல்லி வந்த இன்னொரு அரசுத்திட்டம் தெருப்பூனைகளுக்கானது. என்ன காரணத்தாலோ அவளுடைய கலைந்த, தள்ளாடும் மனதின் ஞாபகங்கள் எல்லாமே அரசாங்கத் திட்டங்களை நோக்கியதாகவே இருந்தன.

க்வாப்காவில் அஃப்தாபின் முதல் உண்மையான சிநேகிதியாக இருந்தவள் நிம்மோ கோரக்புரி, அங்கே இருந்தவர்களிலேயே இளையவள். உயர்நிலைப்பள்ளியை முடித்திருந்த ஒரேயொருத்தி அவள்தான். கோரக்பூரைச் சேர்ந்த நிம்மோ வீட்டைவிட்டு ஓடிவந்திருந்தாள். அவளுடைய அப்பா அங்கே மத்திய தபால் நிலையத்தில் சீனியர் டிவிஷன் கிளர்க்காக இருந்தார். அஃப்தாபிடம் பழகும்போது வயதில் ரொம்பப் பெரியவள் போல அலட்டிக்கொண்டாலும் உண்மையில் அவனைவிட ஆறோ ஏழோ வருடங்கள்தான் பெரியவள். கட்டைகுட்டையாக, அடர்த்தியான சுருட்டை முடியும், கொடுவாளைப்போல வியப்பில் வளைந்த புருவங்களும் அபாரமான இமைப்பீலியும் கொண்டிருந்தாள். முகத்தில் மட்டும் வேகமாக மயிர் வளரும் பிரச்சனை இல்லாதிருந்தால் மிக அழகான பெண்ணாகத் தெரிந்திருப்பாள். நன்றாகச் சவரம் செய்த பின்பும் அவளது முக ஒப்பனையை மீறிக் கன்னங்கள் நீலமாகத் தெரிந்துகொண்டிருந்தன. நிம்மோவுக்கு, மேலைநாட்டுப் பெண்களின் மோஸ்தர்களில் பெரும் ஈடுபாடு இருந்தது. க்வாப்காவிலிருந்து ஐந்து நிமிட நடைதூரத்தில் இருந்த

தர்யாகஞ்ச் நடைபாதைகளில் ஞாயிற்றுக்கிழமைகளில் கூடும் பழைய புத்தகச் சந்தையில் வாங்கிய *ஃபேஷன்* பத்திரிகைகளைக் கண்ணுக்குக் கண்ணாகப் பாதுகாத்து வந்தாள். பழைய புத்தக வியாபாரிகளில் ஒருவனான நௌஷத், சாந்திபத் பகுதியில் இருக்கும் வெளிநாட்டுத் தூதரகங்கள் கழித்துக்கட்டிய குப்பைக்கூளங்களையும் பத்திரிகைகளையும் சேகரித்து வந்து, நிம்மோவுக்காக அந்த இதழ்களைத் தனியாக எடுத்துவைத்து, மிகக்குறைவான விலைக்குத் தந்தான்.

ஒருநாள் 1967ஆம் வருட கிழிந்துபோன *Vogue* இதழில் பொன்னிறக் கூந்தல் அழகிகளையும், ஆடை மறைக்காத காலழகுகளையும் ரசித்தபடியே பக்கங்களைப் புரட்டிக்கொண்டிருந்த அவள் அஃப்தாபிடம் கேட்டாள்: "கடவுள் எதற்காக ஹிஜ்ராக்களைப் படைத்திருக்கிறார் தெரியுமா?"

"தெரியாது. ஏன்?"

"இது ஒரு சோதனை முயற்சி. சந்தோஷம் என்பதையே அனுபவிக்க இயலாத ஓர் உயிரினத்தைக் கடவுள் உருவாக்க முடிவெடுத்தார். அதன் விளைவுதான் நாம்."

அவளுடைய சொற்கள் அஃப்தாபின் மீது வலுவாக மோதின. "நீ எப்படிச் சொல்கிறாய்? நீங்கள் எல்லோரும் இங்கு சந்தோஷமாகத்தானே இருக்கிறீர்கள்! இது க்வாப்கா அல்லவா!" அவனுக்குக் குரலில் பதற்றம் அதிகரித்தது.

"இங்கே சந்தோஷமாக இருப்பது யார்? எல்லாம் வேஷம், போலித்தனம்!" பத்திரிகையிலிருந்து தலையை நிமிர்த்தாமல் நிம்மோ சுருக்கமாகப் பதிலளித்தாள். "யாருமே இங்கு மகிழ்ச்சியாக இருப்பதில்லை. அது சாத்தியமும் இல்லை. *அரே யார்*, யோசித்துப் பார். உன்னைப் போன்ற சாதாரண மக்களைக் கஷ்டப்படுத்தும் விஷயங்கள் என்னென்ன? நான் உன்னைச் சொல்லவில்லை. உன்னைப்போன்ற வளர்ந்தவர்களைச் சொல்கிறேன். அவர்களுக்கு எந்தெந்த விஷயங்கள் கஷ்டத்தை ஏற்படுத்துகின்றன? விலையேற்றம், பிள்ளைகளின் பள்ளிச்சேர்க்கை, கணவன் அடிப்பது, மனைவி ஏமாற்றுவது, இந்து முஸ்லிம் கலவரம், இந்தியா பாகிஸ்தான் போர், காலப்போக்கில் அடங்கிவிடக்கூடிய *வெளிப்புற* விஷயங்கள். ஆனால் விலையேற்றமும், பள்ளிச்சேர்க்கையும், அடிக்கும் கணவர்களும், ஏமாற்றும் மனைவிகளும் எல்லாமே நமக்கு *உள்ளேயே* இருக்கின்றன. கலவரம் நமக்கு *உள்ளே* இருக்கிறது. போர் நமக்கு *உள்ளே* இருக்கிறது. இந்தியா பாகிஸ்தான் போர் நமக்கு *உள்ளே* நடக்கிறது. இது எப்போதுமே அடங்கப் போவதில்லை. சாத்தியமும் *இல்லை*."

அஃப்தாபுக்கு அவளை உடனடியாக மறுத்துப் பேச வேண்டும் போலிருந்தது. அவள் சொல்வது முற்றிலும் தப்பு. ஏனென்றால் *அவன்* சந்தோஷமாக இருந்தான். இதற்குமுன் எப்போதும் இருந்ததைவிட சந்தோஷமாக. நிம்மோ கோரக்புரி சொல்வது தப்பு என்பதற்கு உயிரோடு இருக்கும் ஆதாரம் அவன். ஆனால் அவன் எதுவும் சொல்லவில்லை. சொல்லியிருந்தால் அவன் 'சாதாரண மனிதனல்ல' என்பதை வெளிக்காட்ட வேண்டியிருக்கும். அதற்கு அவன் இன்னமும் தயாராக இல்லை.

அவனுடைய பதினான்காவது வயதில்தான் அவள் சொன்னதன் முழு அர்த்தமும் புரிந்தது. அது புரிந்தபோது நிம்மோ க்வாப்காவிலிருந்து ஒரு அரசுப்பேருந்து ஓட்டுநரோடு ஓடிப்போய்விட்டிருந்தாள். (அந்த டிரைவர் வெகுசீக்கிரத்திலேயே அவளைத் துறந்து தன் குடும்பத்துக்கே திரும்பிவிட்டான்). அந்த வயதில்தான் அஃப்தாப் தனது உடல் தன்மீதே போர்தொடுக்கத் தொடங்கிவிட்டதை உணர்ந்தான். அவன் உயரமாக வளரத் தொடங்கினான். உடம்பு கட்டுமஸ்தாக மாறியது. ரோமம் உடலெங்கும் வளர்ந்துவிட்டது. தீக் காயத்துக்குப் போடும் பர்னால் களிம்பைத் தடவிக்கொண்டால் முடி வளர்ச்சி நின்றுபோகுமென்று நினைத்து உடம்பெங்கும் தடவிக்கொள்ள, அது தோலை அங்கங்கே திட்டுத்திட்டாகக் கறுப்பாக்கியது. அதன்பிறகு முடிநீக்கிக் களிம்பான 'ஆன் ஃபிரெஞ்ச் க்ரீ'மை அக்காக்களிடமிருந்து திருடிக்கொண்டுவந்து தடவிப்பார்த்தான் (அது உண்டாக்கிய சாக்கடை நாற்றத்தால் உடனே பிடிபட்டான்). புருவத்து முடிகளை அவர்களே தயாரித்த கிடுக்கியைப் போன்ற 'ட்வீஸர்'களால் பிடுங்கியெடுத்து, புருவங்களைச் சமச்சீரற்ற மெல்லிய கோடுகளைப் போலாக்கினான். அடுத்ததாக, கழுத்தில் கோலிக்குண்டைப்போல குரல்வளை முடிச்சு வளர்ந்து மேலும் கீழுமாக எழும்பித் தாழ்ந்தது. அதைச் சகிக்க முடியாமல், தொண்டையைக் கிழித்து வெட்டியெறிய வேண்டும் போலிருந்தது. அதன்பிறகு நிகழ்ந்ததுதான் எல்லாவற்றையும்விடக் கொடுமையான துரோகம். அவனால் சரிசெய்து கொள்ள முடியாத மாற்றம். அவன் குரல் உடைந்தது. அவனுடைய இனிமையான கீச்சுக்குரல், ஆழமான வலுவான ஆண்குரலாக மாறியது. தன்னுடைய குரலைக் கேட்பதற்கு அவனுக்கே சகிக்கவில்லை. ஒவ்வொரு முறை பேச நேரிடும்போதும் அவன் குரல் அவனைப் பயமுறுத்தியது. அவன் பேச்சைத் தவிர்த்தான். வேறு வழியில்லாதபோது மட்டுமே பேசினான். பாடுவதை நிறுத்தினான். அவன் சங்கீதம் கேட்கும்போது, யாராவது கூர்மையாகக் கவனித்தால் அவனுடைய உச்சந்தலையிலிருந்து ஒரு ஊசிமுனைத் துவாரத்தின் வழியாக மிகமிகச் சன்னமாக அடங்கிய 'ஹம்மிங்' ஒன்று பூச்சி சத்தம்போல எழும்புவதைக் கேட்கமுடியும். யார் எவ்வளவு இசைவாகப் பேசியும் – உஸ்தாத் ஹமீது அவர்களாலும் கூட – அஃப்தாபை மீண்டும் பாடவைக்க முடியவில்லை. அவன் அதன்பிறகு பாடவேயில்லை. ஹிஜ்ராக்கள் ஒன்றுகூடி ஆபாசமாகப் பேசி ஆடிக்களிக்கும் கூடுகைகளிலும், வெளிமனிதர்களின் திருமணங்கள், பிறந்தநாள் வைபவங்கள், புதுமனைப் புகுவிழாக்கள் போன்ற கொண்டாட்ட நிகழ்ச்சிகளில் மட்டும் மற்ற ஹிஜ்ராக்களோடு சேர்ந்து இந்தி திரைப்படப் பாடல்களைப் பகடி செய்து பாடுவான். மற்ற ஹிஜ்ராக்கள் மூர்க்கமான, கர்ண கடூரமான குரலில் பாடிக்கொண்டு ஆடுவார்கள்; ஆசி வழங்குவார்கள். விருந்தினர்களை நெருங்கி (தமது சிதைந்த அந்தரங்க உறுப்புகளைக் காட்டப்போவதாக) மிரட்டிக் காசு பறிப்பார்கள். காசு தராவிட்டால் அந்த சந்தோஷகரமான விழாவையே நாசமாக்குவதைப்போலச் சாபங்களிட்டு, நினைத்துப் பார்க்க முடியாத அளவுக்கு ஆபாசங்களை அரங்கேற்றுவார்கள். (இதைத்தான் ரஸியா முரட்டுத்தனம் என்றாள். நிம்மோ கோரக்புரி, 'பிற மனிதர்களின் சந்தோஷங்களைத் தின்னும் நரிகள்தான் நாம். அவர்கள் சந்தோஷத்தை வேட்டையாடுபவர்கள்' என்றாள். அதற்கு குஷி – கோர் என்ற சொற்றொடரைப் பயன்படுத்தினாள்).

சங்கீதம் அவனைக் கைவிட்ட பிறகு அஃப்தாபுக்குப் பெரும்பாலான மனிதர்கள் உண்மையான உலகம் – ஹிஜ்ராக்கள் உலகத்தை துனியா (இம்மை உலகம்) என்றார்கள் – என்று நினைத்திருக்கும் இடத்தில் வாழ்ந்து கொண்டிருப்பது அர்த்தமற்றது என்று தோன்றியது. ஒருநாள் இரவு, கொஞ்சம் பணத்தையும் சகோதரிகளின் அழகான உடைகளையும் திருடிக்கொண்டு க்வாப்காவில் குடியேறினான். கூச்சம் என்பதை அறிந்திராத ஜஹனாரா பேகம் விடாமுயற்சியோடு அவனை மீட்டெடுக்க முயன்றுகொண்டிருந்தாள். அவன் விடாப்பிடியாக மறுத்தான். கடைசியில் உஸ்தாத் குல்ஸூம் பீ யிடம் ஒரு வாக்குறுதியைப் பெற்றுக்கொண்டு அவள் அங்கிருந்து அகன்றாள். வார இறுதி நாட்களில் மட்டும் அஃப்தாபுக்கு ஆண்களின் உடை அணிவித்து வீட்டுக்கு அனுப்ப வேண்டும். அந்த வாக்குறுதியை உஸ்தாத் குல்ஸூம் பீயால் சில மாதங்களுக்கு மட்டுமே காப்பாற்ற முடிந்தது.

எனவே, அவனுடைய பதினைந்தாவது வயதில், அவனுடைய குடும்பத்தினர் சில நூற்றாண்டுகளாக வாழ்ந்துவந்த பகுதியிலிருந்து சில நூறு கஜங்கள் தள்ளியிருந்த இடத்தின் சாதாரண வாசற்கதவைத் திறந்துகொண்டு வேறோர் உலகத்துக்குள் நுழைந்தான். க்வாப்காவின் நிரந்தரக் குடியிருப்பாளனான முதல் நாளிரவு எல்லோருக்கும் பிடித்தமான படமான *மொஹல் – இ – ஆஸம்*மின் எல்லோருக்கும் பிடித்தமான பாடலான 'பியார் கியா தோ டர்ணா க்யா'வுக்கு முற்றத்தில் நடனமாடினான். அடுத்த நாளிரவில் நடந்த சிறிய நிகழ்ச்சியில் அவனுக்குப் பச்சைநிற க்வாப்கா துப்பட்டா அளிக்கப்பட்டது. ஹிஜ்ரா சமூகத்தின் விதிமுறைகளும் நியமங்களும் முறைப்படி அவனிடம் அறிவிக்கப்பட்டன. அதன்பின் ஹிஜ்ரா சமூகத்தின் அங்கத்தினனாக அதிகாரப்பூர்வமாகச் சேர்த்துக்கொள்ளப்பட்டான். அஃப்தாப் அப்போதுமுதல் அஞ்சும் ஆனாள். தில்லி கரானாவில் உஸ்தாத் குல்ஸூம் பீ யின் சிஷ்யை. தில்லி கரானா என்பது நாட்டின் ஒரு வட்டார ஹிஜ்ரா கரானாக்களில் ஒன்று. ஒவ்வொன்றுக்கும் தலைமை தாங்குபவர் நாயக். சுப்ரீம் சீஃப் என்பவர் எல்லோருக்கும் தலைவர்.

ஜஹனாரா பேகம் அவனை அங்குவந்து மீண்டும் சந்திக்கவில்லை யென்றாலும் தினமும் ஒருவேளை சூடான சாப்பாட்டை க்வாப்காவிற்கு அனுப்பிக்கொண்டிருந்தாள். அவளும் அஞ்சுமும் சந்தித்துக்கொண்ட ஒரே இடம் ஹஸ்ரத் ஸர்மத் ஷாஹீத் தர்கா மட்டுமே. கிட்டத்தட்ட ஆறடி உயரமிருந்த அஞ்சும், ஜிகினா பதித்த துப்பட்டாவால் தலையை அடக்கமாகப் போர்த்திக்கொண்டு அமர்ந்திருக்க, பக்கத்தில் கருப்பு புர்காவுக்குள் தலைநரைக்கத் தொடங்கிவிட்ட ஜஹனாரா பேகம் சின்னதாகத் தெரிவாள். கொஞ்சநேரத்துக்கு அப்படியே ஒன்றாக உட்கார்ந்திருப்பார்கள். சில நேரங்களில் அவர்களுடைய கரங்கள் கள்ளத்தனமாகப் பிணைந்திருக்கும். ஆனால் முலாகத் அலியால் இவை எதையுமே ஏற்றுக்கொள்ள முடியவில்லை. அவருடைய உடைந்த இதயம் அதன்பிறகு ஒட்டவேயில்லை. அவர் பேட்டியளிப்பது தொடர்ந்துவந்தாலும் செங்கிஸ் கானின் சாம்ராஜ்ஜியத்தின் அவலமான வீழ்ச்சியைப் பற்றித் தனிப்பட்ட முறையிலோ பொதுவிலோ அதன்பிறகு பேசவேயில்லை. மகனோடு எல்லாத் தொடர்புகளையும் முற்றாக அறுத்துக்கொண்டார்.

அஞ்சுமை நேரில் வந்து சந்திக்கவுமில்லை, பேசவுமில்லை. எப்போதாவது தெருவில் இருவரும் எதிரெதிரே வரும்போது ஒரு கணம் பார்வைகள் சந்தித்திருக்கின்றன. ஆனால் ஒரு வார்த்தை, ஒரு புன்னகை? ம்ஹூம்.

சில வருடங்கள் கழிந்ததும் அஞ்சும் தில்லியின் மிகவும் புகழ்பெற்ற ஹிஜ்ராவாகிவிட்டாள். திரைப்பட இயக்குநர்கள் அவளுக்காகப் போட்டியிட்டார்கள். என் ஜி ஓக்கள் அவளைக் கூட்டிச்சென்றார்கள், அயல்நாட்டு நிருபர்கள் தில்லியில் உள்ள 'பேர்ட் ஹாஸ்பிடல்', 'பாண்டிட் க்வீன்' என்று அறியப்பட்ட சரணடைந்த கொள்ளைக்காரி பூலான் தேவி ஆகியோரின் தொலைபேசி எண்களோடு அஞ்சுமின் தொலைபேசி எண்ணையும் சக செய்தியாளர்களுக்குத் தொழில்முறையிலான உதவியாகப் பகிர்ந்துகொண்டார்கள். ரிட்ஜ் ஃபாரெஸ்ட் பகுதியில் ஒரு பாழடைந்த மாளிகையில் இல்லாத ஒரு சாம்ராஜ்ஜியத்தின் வாரிசு என்றும், பெயர் 'ஔத் பேகம்' என்றும் சொல்லிக்கொண்டு, சரவிளக்குகள், வேலைக்காரர்கள் சகிதம் வாழ்ந்துவந்த ஒரு பெண்மணிக்கும் அஞ்சுமின் தொலைபேசி எண்ணைத் தருவார்கள். அஞ்சுமைப் பேட்டி எடுக்க வருபவர்கள் அவள் வீட்டைவிட்டு ஓடிவருவதற்கு முன் அவளுடைய ஆசாரமிக்க முஸ்லிம் பெற்றோரும் உடன்பிறந்தவர்களும் சுற்றத்தாரும் அவளை வெகுவாகத் துன்புறுத்தியிருக்கக்கூடும், கொடுமைப்படுத்தியிருக்கக் கூடும் என்றெல்லாம் எதிர்பார்த்துக் கேள்வி கேட்பார்கள். ஆனால் அவளோ, தன்னுடைய அம்மாவும் அப்பாவும் எந்தளவுக்கு அவளை நேசித்தார்கள் என்று சொல்லிவிட்டு, உண்மையில் அவள்தான் அவர்களைக் கொடுமைப்படுத்தியிருக்கிறாள் என்று சொல்லும்போது அவர்கள் ஏமாற்றம் அடைவார்கள். "நீங்கள் எழுதவிரும்புகிற மாதிரியான பயங்கர அனுபவங்களைக் கொண்டவர்கள் இங்கே பலர் இருக்கிறார்கள். நீங்கள் ஏன் அவர்களோடு பேசக்கூடாது?" என்று கேட்பாள். ஆனால் செய்தி இதழ்கள் அவ்வாறெல்லாம் இயங்குவதில்லை. அவள்தான் விசேஷமானவள். அதைப்போன்ற கதைகளெல்லாம் அவளுடையதாக இருந்தால்தான் விசேஷமாக இருக்கும். வாசகர்களுடைய விருப்பத்துக்கும் எதிர்பார்ப்புகளுக்கும் ஏற்றாற்போல் அவளுடைய கதையைச் சற்று மாற்றிக் கொள்ளலாம்.

க்வாப்காவில் அஞ்சும் நிரந்தரமாகக் குடியேறிவிட்ட பிறகுதான் இவ்வளவு நாட்களாக அவள் அணிந்துகொள்ள ஏங்கிக்கொண்டிருந்த உடைகளையெல்லாம் அணிய முடிந்தது – ஜிகினா பதித்த வெங்காயச் சருகு குர்த்தாக்கள், கொசுவம் வைத்த பாட்டியாலா ஸல்வார்கள், ஷராராக்கள், கராராக்கள், வெள்ளிக் கொலுசு, கண்ணாடி வளையல்கள், நீண்டு தொங்கும் கம்மல்கள். அவள் மூக்கு குத்திக்கொண்டு கல்வைத்த பெரிய மூக்குத்தியும் அணிந்துகொண்டாள். கண்களுக்கு மையிட்டுக்கொண்டு, நீல நிறத்தில் இரப்பைகளுக்கு மேல் 'ஐ ஷேடோ' பூசிக்கொண்டு, வில் வடிவில் கவர்ச்சிகரமாக வளைந்திருக்கும் மதுபாலா இதழ்களைப்போல உதட்டுச் சாயத்தில் வரைந்துகொண்டாள். தலைமுடி மட்டும் அவளுக்கு நீளமாக வளரவில்லை. ஆனாலும் பின்னால் வாரி, சவுரிமுடி வைத்து நீளமாகப் பின்னிக்கொள்ளும் அளவுக்கு இருந்தது. வலிமையான, செதுக்கியதைப் போன்ற முகத்தில் அவளுடைய அப்பாவைப் போலவே

பிரதானமாக வளைந்த மூக்கு அவளுக்கு. பாம்பே சில்க்கைப்போல அவள் அழகாக இருந்ததாகச் சொல்லமுடியாவிட்டாலும் அவளைவிட செக்ஸியாக, கவர்ந்திழுக்கக் கூடியவளாக, சில பெண்களைப்போல ஆண்மை கலந்த அழகில் இருந்தாள். இவற்றோடு மிகையான, கண்ணை உறுத்தும்படியான பெண்மைத்தனத்தைப் பிடிவாதமாக அவள் வெளிக்காட்டிக் கொண்டிருந்ததால், சுற்றுவட்டாரத்தில் இருந்த உண்மையான, அசல் பெண்கள் – முழுசாக புர்கா அணியாத பெண்கள்கூட – சற்று மங்கலாகவும் சாதாரணமாகவும் தெரிந்தார்கள். அவள் நடக்கும்போது இடுப்பை மிகையாக ஆட்டிக்கொண்டு செல்வதையும், ஹிஜ்ராக்களுக்கே உரித்தான பிரத்தியேக விரல் விரித்த கைத்தட்டல்களையும் சீக்கிரமே கற்றுக்கொண்டாள். துப்பாக்கி வெடிச்சத்தம்போல ஒலிக்கும் அந்தக் கைத்தட்டலுக்கு எத்தனையோ அர்த்தங்கள் உண்டு. சரி, முடியாது, பார்ப்போம், வாஹ்! *பெஹன் கா லவ்டா* (உங்கக்கா பூலு), *போன்சாதிகே* (சூத்து வழியா பொறந்தவனே). எந்தச் சந்தர்ப்பத்தில் எந்த விதத்தில் கைத்தட்டப்படுகிறது என்பதையெல்லாம் கணக்கில் கொண்டு அந்த விதவிதமான கைத்தட்டல்களின் குழூஉக் குறிகளின் பொருளைப் புரிந்து கொள்வதற்கு இன்னொரு ஹிஜ்ராவால் மட்டுமே முடியும்.

அஞ்சுமின் பதினெட்டாவது பிறந்தநாளன்று குல்ஸூம் பீ அவளுக்காக க்வாப்காவில் ஒரு விருந்து ஏற்பாடு செய்தாள். நகரத்தின் எல்லாப் பகுதிகளிலிருந்தும் வந்திருந்தார்கள். அஞ்சும், வாழ்க்கையிலேயே முதல்முறையாகப் புடவை அணிந்திருந்தாள். சிவப்புநிற 'டிஸ்கோ' ஸாரி. முதுகு திறந்த ரவிக்கை. அன்றிரவு தூங்கும்போது தனக்குத் திருமணமாகி, புதுமணப் பெண்ணாக முதலிரவில் இருப்பதைப்போலக் கனவு கண்டாள். விழித்தெழுந்தபோது அவளுடைய பாலின்ப உணர்ச்சிகள் அந்தப் புதிய அழகான புடவையில் ஓர் ஆணுக்கு நிகழ்வதைப் போலவே வெளிப்பட்டிருந்ததைப் பார்த்து அவளுக்கு இதயம் நொறுங்கியது. இப்படி நிகழ்வது முதல்முறையல்ல என்றாலும், அவள் அப்போது புடவையில் இருந்ததாலோ என்னவோ, இந்தளவுக்கு இதற்குமுன் அவளை இழிவுணர்ச்சி தாக்கியதில்லை. முற்றத்தின் நடுவில் உட்கார்ந்து பெருங்குரலில் ஓநாயைப் போல ஊளையிட்டு அழுதாள். தலையில் ஓங்கி அடித்துக்கொண்டாள். கால்களுக்கிடையில் முகத்தைப் புதைத்துக்கொண்டு சுயசித்திரவதையின் வலியில் வீறிட்டாள். உஸ்தாத் குல்ஸூம் பீ இதையெல்லாம் முன்பே நிறையமுறை பலரிடம் பார்த்தவள். அஞ்சுமுக்குத் தூக்கமருந்து கொடுத்து அவள் அறைக்குக் கூட்டிச் சென்றாள்.

அஞ்சும் அமைதியடைந்ததும் உஸ்தாத் குல்ஸூம் பீ அவளிடம் இதற்கு முன் எப்போதும் இல்லாதவாறு ஆறுதலாகப் பேசினாள். எதைப் பற்றியும் அவமானப்படுவதற்கு ஒன்றும் இல்லை என்றாள். ஹிஜ்ராக்கள் என்பவர்கள் விசேஷமான மனிதர்கள், இறைவனுடைய செல்லக் குழந்தைகள் என்றாள். 'ஹிஜ்ரா' என்ற சொல்லுக்குப் புனித ஆன்மா குடியிருக்கும் உடல் என்று பொருள் என்றாள். அடுத்த ஒருமணி நேரத்தில் புனித ஆன்மாக்கள் என்பவர்கள் பல்வேறு வகைப்பட்டவர்கள் என்பதையும் க்வாப்காவின் உலகம் 'துனியா' அளவுக்குச் சிக்கல்கள் நிறைந்தது என்பதையும் அறிந்துகொண்டாள். இந்துக்களான புல்புல்லும் குடியாவும் க்வாப்காவிற்கு

வருவதற்கு முன்பாகவே பம்பாயில் (மிகக் கடுமையான வலியுண்டாக்கும்) சம்பிரதாயக் காயடிப்பு செய்துகொண்டிருந்தார்கள். பாம்பே சில்க்கிற்கும் ஹீராவுக்கும் அதைப்போலச் செய்துகொள்ள விருப்பம் இருந்தாலும், இறைவன் அளித்த பாலினத்தை மாற்றிக்கொள்வதை இஸ்லாம் தடைசெய்கிறது என்று நம்பியதால் அதன் எல்லைகளுக்குள்ளேயே சமாளித்து வந்தனர். ரஸியாவைப்போல பேபியும் ஆணாக இருக்க விரும்பினாலும் மற்ற எல்லா விதங்களிலும் பெண்ணாக இருந்தவள். உஸ்தாத் குல்ஸூம் பீ யைப் பொறுத்தவரை பாம்பே சில்க்கும் ஹீராவும் இஸ்லாத்தைத் தவறாகப் புரிந்துகொண்டிருப்பதாகவே சொல்லிவந்தாள். வெவ்வேறு தலைமுறைகளைச் சேர்ந்த அவளும் நிம்மோ கோரக்புரியும் அறுவைச் சிகிச்சை செய்துகொண்டிருப்பவர்கள்தாம். டாக்டர் முக்தார் என்பவரைஅவளுக்குத் தெரியும் என்று சொன்னாள். அவர் மிகவும் நம்பிக்கையானவர். ரகசியம் காப்பவர். பழைய தில்லியின் 'கூச்சா'விலிருந்தும் பல்வேறு 'கல்லி'யிலிருந்தும் வருகிற அவருடைய நோயாளிகளிடம் வம்புக்கதை பேசுகிறவர் அல்லர். அஞ்சும் நன்றாக யோசித்துப் பார்த்து முடிவு சொல்ல வேண்டும் என்றாள். அஞ்சும் முழுசாக மூன்று நிமிடங்கள் எடுத்து யோசித்தாள். ஒப்புக்கொண்டாள்.

டாக்டர் நாபியை விட டாக்டர் முக்தார் நம்பிக்கையூட்டுபவராக இருந்தார். அவளுடைய ஆண் பாகங்களை நீக்கிவிட்டு, இருக்கும் யோனியை மேம்படுத்திவிடுவதாகச் சொன்னார். அவர் தருகின்ற மாத்திரைகளைச் சாப்பிட்டால் அவளுடைய குரல் சன்னமாகும், மார்பகங்களும் வளரும் என்றார். குல்ஸூம் பீ மருத்துவக் கட்டணத்தைக் குறைத்துக்கொள்ள பேரம் பேசினாள். டாக்டர் முக்தார் ஒப்புக்கொண்டார். குல்ஸூம் பீ அறுவைச் சிகிச்சைக்காகவும் ஹார்மோன்களுக்காகவும் பணம் செலுத்தினாள். இந்தக் கடனை அஞ்சும் பல வருடங்களுக்குப் பல மடங்கு அதிகமாகத் திருப்பிச் செலுத்தித் தீர்க்க வேண்டியிருந்தது.

அறுவைச் சிகிச்சை கடினமாக இருந்தது; குணமாவது அதைவிடச் சிரமமாக இருந்தது; இறுதியில் நிம்மதியாக முடிந்தது. அஞ்சுமிற்கு அவளுடைய ரத்தத்திலிருந்து மாபெரும் பனிமூட்டத்தை அகற்றியதைப் போலவும் இனி அவளால் தெளிவாகச் சிந்திக்க முடியும் போலவும் தோன்றியது. ஆனால் டாக்டர் முக்தார் சீரமைத்த யோனி ஒரு சரியான மோசடி. அது செயலாற்றியது. ஆனால் அவர் உத்திரவாதம் அளித்த விதத்தில் அல்ல; அதற்குப்பின் சீர்படுத்துவதற்காகச் செய்யப்பட்ட இரண்டு அறுவைச் சிகிச்சைகளுக்குப் பிறகும்கூட சரியாகவில்லை. வாங்கிய பணத்தை வாபஸ் செய்வதாக – முழுசாகவோ பகுதியாகவோ – அவர் எதுவும் உறுதியளித்திருக்கவில்லை. வசதியான வாழ்க்கையைத்தான் வாழ்ந்துவந்தார். என்னென்ன வழிகளையோ முயன்றுபார்த்துவிட்டு, வேறு வழியில்லாமல் அவரிடம் தஞ்சமடைகிறவர்களுக்குக் கெட்டுப்போன, தரங்கெட்ட உடல் உறுப்புகளை விற்றுச் சம்பாதித்த பணத்தில் இரண்டு மகன்களுக்கும் தலா ஒன்று என லக்ஷ்மி நகரில் இரண்டு வீடுகள் கட்டியிருந்தார். அவருடைய மகளை ராம்பூரிலிருந்து ஒரு பணக்கார பில்டிங் கான்ட்ராக்டருக்கு மணமுடித்துக் கொடுத்திருந்தார். தன் குடும்பத்தினருக்கு எல்லா வசதிகளையும் செய்துகொடுத்துவிட்டுத்தான் இறந்துபோனார்.

மிகப்பிரபலமான காதலியாக, ஏராளமானோர் தேடிவருகின்ற மிகத்திறமையான இன்பவல்லியாக இருந்தாலும் அந்தச் சிவப்பு 'டிஸ்கோ' புடவை அணிந்திருந்த நேரத்தில் அடைந்த உச்சக்கட்ட புணர்ச்சிப் பரவசம்தான் அஞ்சும் வாழ்க்கையில் கடைசியாக அனுபவித்தது. அவளுடைய அப்பாவிடம் டாக்டர் நாபி எச்சரித்த 'ஹிஜ்ரா சாயல்கள்' தொடர்ந்து அவளிடம் இருந்துவந்தாலும் டாக்டர் முக்தாரின் மாத்திரைகள் அவளுடைய குரலைச் சன்னமாக்கவே செய்திருந்தன. ஆனால் அது குரலின் மெல்லிய அதிர்வொலிப்பை முடக்கி, அவளுடைய இனிமையான ஒலி இயல்பைக் கரகரப்பாக, முரட்டுக் குரலாக்கியிருந்தது. சில நேரங்களில் அவள் குரல் இரண்டாகப் பிரிந்து ஒன்றுடன் ஒன்று சச்சரவிடுவதைப்போல ஒலித்தது. அது கேட்பவர்களை மிரளச்செய்தாலும், அந்தக் குரலின் சொந்தக்காரிக்கு இறைவன் அளித்திருந்த அசல் குரலைப்போலப் பயமுறுத்துவதாக இருக்கவில்லை. அதே நேரத்தில் இந்தப் புதிய குரல் அவளுக்குச் சந்தோஷத்தையும் தரவில்லை.

அஞ்சும் க்வாப்காவில் அவளுடைய வெட்டி ஒட்டப்பட்ட உடம்போடும், அரைகுறையாக நிறைவேற்றப்பட்டிருந்த கனவுகளோடும் முப்பது ஆண்டுகளுக்கும் மேல் வாழ்ந்திருந்தாள்.

அவளுக்கு நாற்பத்தாறு வயதானபோது, அங்கிருந்து வெளியேறப் போவதாக அறிவித்தாள். முலாகத் அலி இறந்துவிட்டிருந்தார். ஜஹனாரா பேகம் கிட்டத்தட்டப் படுத்த படுக்கையாக இருந்தாள். சிட்லி கபாரிலிருந்த பழைய வீட்டின் ஒரு பகுதியை வாடகைக்கு விட்டு, மிச்ச இடத்தில் சாகிப் குடும்பத்தோடு வசித்துவந்தாள். (வாடகைக்கு இருந்தவன் ஒரு விநோதமான, கூச்சம் மிகுந்த இளைஞன். வீடு முழுக்கத் தரையிலும் கட்டிலிலும், கிடைத்த எல்லா சமதளப் பகுதியிலும் பழைய புத்தகக் கடைகளில் வாங்கிய ஆங்கிலப் புத்தகங்களைக் கோபுரங்களாக அடுக்கி வைத்திருந்தான்). அஞ்சும் எப்போதாவது அங்கு வருவதற்கு அனுமதிக்கப் பட்டாள், ஆனால் தங்குவதற்கல்ல. க்வாப்காவிற்குப் புதிய தலைமுறையினர் நிறையப்பேர் வந்துசேர்ந்துவிட்டனர். பழையவர்களில் உஸ்தாத் குல்ஸூம் பீ, பாம்பே சில்க், ரஸியா, பிஸ்மில்லா, மேரி ஆகியோர் மட்டுமே மிச்சமிருந்தனர்.

அஞ்சும் செல்வதற்கு வேறு எந்த இடமும் இல்லை.

O O O

ஒருவேளை இந்தக் காரணத்துக்காகவோ என்னவோ அவளை யாரும் பொருட்படுத்தவில்லை.

வெளியேறுவதாக நாடகத்தனமான அறிவிப்புகள், எப்போதும் நிகழக் காத்திருக்கும் தற்கொலைகள் எல்லாம் க்வாப்காவில் அடிக்கடி நடப்பவை. வெறித்தனமான பொறாமை, முடிவற்ற கள்ளத் தொடர்புகள், தொடர்ந்து மாறிக்கொண்டேயிருக்கும் விசுவாசங்கள் போன்றவற்றின் விளைவுகள் க்வாப்காவின் தினசரி நிகழ்வுகளில் ஒரு பகுதியாகிவிட்டிருந்தன. மீண்டும் எல்லோரும் அவளுக்கு மருத்துவர்களையும் மாத்திரைகளையும் பரிந்துரைக்கத் தொடங்கினார்கள். டாக்டர் பகத்தின் மாத்திரைகள் எல்லாவற்றையும் குணப்படுத்திவிடும் என்றார்கள். அங்கிருக்கும் எல்லோரும்

அந்த மாத்திரைகளைச் சாப்பிடுபவர்கள்தாம். 'எல்லோரையும் போல அல்ல நான்' என்றாள் அஞ்சும். உடனே அவளுக்கு இருக்கும் கர்வத்தைப் பற்றியும், அவள் என்னதான் தன்னைப்பற்றி நினைத்துக்கொண்டிருக்கிறாள் என்றும் மற்றொரு சுற்றுக் கிசுகிசுப்புகள் புறப்பட்டன.

அவள் அப்படி என்னதான் தன்னைப்பற்றி நினைத்துக்கொண்டிருக்கிறாள்? அதிகமாக ஒன்றும் இல்லை, அல்லது, மிகவும் அதிகமாக. நீங்கள் பார்க்கும் விதத்தைப் பொறுத்தது. ஆம், அவளுக்கென்று குறிக்கோள்கள் இருந்தன. எல்லாமே ஒரு முழு சுற்றுச் சுற்றி வந்துவிட்டன, இப்போது அவள் 'துனியா'வுக்குத் திரும்பி ஒரு சாதாரணப் பெண்ணைப்போல வாழ விரும்பினாள். அவள் அம்மாவாக விரும்பினாள். தனக்கென்றிருக்கும் ஒரு வீட்டில் தூங்கியெழ விரும்பினாள். ஜைனாப்புக்குப் பள்ளிச் சீருடை அணிவித்துப் புத்தகங்கள், டிபன் பாக்ஸோடு அவளைப் பள்ளிக்கு அனுப்ப விரும்பினாள். இதைப்போன்ற ஆசைகள் எல்லாம் அவளைப்போன்ற ஒருத்திக்கு நியாயமா, நியாயமில்லையா என்பதே கேள்வி.

ஜைனப் மட்டுமே அஞ்சுமின் ஜீவன். அஞ்சும் அவளைக் கண்டெடுத்தது மூன்றாண்டுகளுக்கு முன் சூறைக்காற்று பலமாக வீசிக்கொண்டிருந்த ஒரு பின்மதியப் பொழுதில். தொழுகை நடத்திக்கொண்டிருந்தவர்களின் தொப்பிகள் பறக்க, பலூன் விற்பவர்களின் பலூன் ஒரு பக்கமாகச் சாய்ந்து படபடத்துக்கொண்டிருக்கும்போது, அந்தச் சிறுமி ஜம்மா மஸ்ஜித்தின் படிகளில் தனியாக நின்றுகொண்டு பெருங்குரலில் அழுதுகொண்டிருந்தாள். பெரிய, அச்சம் நிறைந்த கண்கள் கொண்ட சுண்டெலி போலிருந்த அவளுக்கு மூன்று வயதிருக்கலாம் என்று அஞ்சுமுக்குத் தோன்றியது. மங்கலான பச்சை நிற சல்வார் கமீஸும் அழுக்கான வெள்ளை ஹிஜாபும் அணிந்திருந்தாள். அஞ்சும் அவளை நெருங்கி, குனிந்து கையை நீட்டியபோது ஒரு கணம் நிமிர்ந்து பார்த்தாள். நீட்டிய விரல்களைப் பற்றிக்கொண்டாள். அழுகையை நிறுத்தவில்லை. தொடர்ந்து உரக்க அழுதுகொண்டிருந்தாள். எதையும் யோசிக்காமல் அவள் கையைப் பற்றிய அந்த இயல்பான தொடுகை, அந்த விரலுக்குச் சொந்தக்காரிக்குள்ளே எத்தகைய புயலைக் கிளப்பிவிட்டிருக்கிறது என்பதை ஹிஜாப் அணிந்த சுண்டெலி அறிந்திருக்கவில்லை. அந்தக் குட்டி ஜீவன் அஞ்சுமைப் பார்த்துப் பயந்து நடுங்காமல், கொஞ்சமும் அலட்டிக்கொள்ளாமல் விரலைப் பிடித்துக்கொண்டது. நிம்மோ கோரக்புரி பல வருடங்களுக்கும் முன் மிகத் தீர்க்கமாகச் சொன்ன 'இந்தோ–பாக்' கொந்தளிப்பை (கண நேரத்திற்காவது) தணிவித்தது. அஞ்சுமுக்குள் போரிட்டுக்கொண்டிருந்த குழுக்கள் அமைதியாகின. அவளுடைய உடலுக்குள் ஒரு போர்க்களத்தைப் போலல்லாமல், உதார குணம் கொண்ட விருந்தளிப்பவரைப்போல உணர்ந்தாள். இது இறப்பதைப்போலவா, புதிதாகப் பிறப்பதைபபோலவா? அஞ்சுமால் தீர்மானிக்க இயலவில்லை. இந்த இரண்டில் ஏதோ ஒன்று முற்றிலுமாக, முழுமைபெற்ற ஒன்றாக அவள் மனதுக்குள் வியாபித்திருந்தது. அவள் குனிந்து அந்தச் சுண்டெலியைத் தூக்கிக் கைகளில் ஏந்திக்கொண்டாள். கரடுமுரடாக சச்சரவிட்டுக்கொண்டு மாறிமாறி ஒலிக்கும் குரலில் அவளுக்குச் சமாதானங்கள் சொல்லிக்கொண்டிருந்தாள். அந்தக் கர்ணக்

கடூரக் குரலால் அந்தக் குழந்தையைப் பயமுறுத்தவோ அதன் அழுகைத் திட்டத்திலிருந்து விலக்கவோ முடியவில்லை. கையில் வைத்திருந்த அந்த ஜீவன் தொடர்ந்து அழுதுகொண்டிருக்க, அஞ்சும் சந்தோஷமாகச் சிரித்துக்கொண்டு அங்கேயே நின்றிருந்தாள். பிறகு அவளைக் கீழே இறக்கிப் படிக்கட்டில் நிறுத்திக் கண்ணைப் பறிக்கும் ரோஸ் நிறத்தில் பஞ்சு மிட்டாய் ஒன்றை வாங்கிக்கொடுத்து அழுகையை மறக்கவைக்க முயன்றாள். என்ன பேசுவதென்று தெரியாமல் பெரிய மனிதர்கள் பேசும் விஷயங்களையெல்லாம் அந்தக் குட்டியிடம் நிறுத்தாமல் பேசிக் கொண்டு, குழந்தையின் சொந்தக்காரர் யாராவது வருவார்களா என்று காத்துக்கொண்டிருந்தாள். அவள் மட்டுமே பேசிக்கொண்டிருந்தாள். அந்தச் சுண்டெலிக்கு எதுவும் தெரிந்ததாகத் தெரியவில்லை. அதன் பெயரைக்கூடச் சொல்லத் தெரியவில்லை. பேசவும் விரும்பவில்லை. பஞ்சு மிட்டாயைச் சாப்பிட்டு முடித்ததும் (அது தானாகவே பெரும்பாலும் கரைந்துவிட்டிருந்தது) அவள் முகத்தில் ரோஸ்நிறத் தாடி உருவாகியிருந்தது. விரல்களில் எல்லாம் அதன் பிசுபிசுப்பு. அழுகை இப்போது தேம்பல்களாகச் சுருங்கிப் பின் அமைதியாகிவிட்டிருந்தது. அஞ்சும் அந்தப் படிக்கட்டுகளிலேயே நின்று கொண்டு யாராவது அந்தக் குழந்தையைத் தேடி வருவார்களா என்று காத்திருந்தாள். கடந்துசெல்பவர்களிடம் குழந்தையைக் காணாமல் யாராவது தேடிக்கொண்டிருக்கிறார்களா என்று விசாரித்தாள். மாலை கருக்கத் தொடங்க, ஜம்மா மஸ்ஜித்தின் பிரம்மாண்டமான மரக் கதவுகள் மூட ஆரம்பித்ததும் அஞ்சும் அந்தச் சுண்டெலியைத் தோளில் சுமந்து கொண்டு க்வாப்காவிற்குச் சென்றாள். அங்கே அவளுக்குத் திட்டு கிடைத்தது. இதைப்போல ஒரு குழந்தை கிடைத்திருப்பதாக மசூதி நிர்வாகத்திடம் அவள் தெரிவித்திருக்க வேண்டும் என்றார்கள். அதன்படியே அடுத்தநாள் காலை அவள் செய்தாள் (போவதற்கு மனமில்லாமல் தயங்கித்தயங்கித்தான் சென்றாள். யாரும் வந்திருக்க மாட்டார்கள் என்று வலுக்கட்டாயமாக நம்பிக்கொண்டாள். ஏனென்றால் அஞ்சும் இனி மாறமுடியாதபடிக்குப் பாசவலையில் சிக்கிவிட்டிருந்தாள்.)

அடுத்த வாரம் முழுக்கப் பல்வேறு மசூதிகளிலிருந்தும் தினமும் பலமுறை அறிவிப்புகள் எழுப்பப்பட்டன. அந்தச் சுண்டெலியை உரிமை கொண்டாடி ஒருவரும் முன்வரவில்லை. பல வாரங்கள்கழிந்தன. யாரும் தேடி வரவில்லை. எனவே, ஜைனப் – அஞ்சும் அவளுக்கு வைத்த பெயர் – க்வாப்கா வாசியாகிவிட்டாள். அங்கே அவள்மீது அன்பைப் பொழிவதற்கு மற்றக் குழந்தைகளுக்குக் கிடைக்கக்கூடியதைவிட அதிகமாக நிறைய அம்மாக்கள் (சொல்லப்போனால், அப்பாக்கள்) கிடைத்தார்கள். இந்தப் புதிய வாழ்க்கைக்கு வெகுசீக்கிரத்திலேயே அவள் பழகிவிட்டதைப் பார்க்கும்போது அவளுடைய பூர்வாஸ்ரமத்தில் அந்தளவுக்கு ஒன்றும் ஆசையோடு வளர்க்கப்படவில்லை என்று புரிந்தது. அந்தக்குழந்தை தொலைக்கப்பட்டதல்ல, கைவிடப்பட்ட ஒன்று என அஞ்சுமுக்கு விளங்கியது.

சில வாரங்கள் அவள் அஞ்சுமை 'மம்மி' என்று கூப்பிடத் தொடங்கினாள் (ஏனென்றால் அஞ்சுமே தன்னை அப்படித்தான் அவளிடம் சொல்லிக்கொண்டாள்). மற்ற க்வாப்காவாசிகளை (அஞ்சும் கற்றுக்கொடுத்தபடி) 'அபா' (உருதுவில் 'ஆன்ட்டி') என்றும், மேரி கிறித்துவர்

என்பதால் மேரி ஆண்ட்டி என்றும் அழைத்தாள். உஸ்தாத் குல்ஸூம் பீ, 'படி நானி' என்றும் பிஸ்மில்லா 'சோட்டி நானி' என்றும் ஆகினர். பெரிய பாட்டி, சின்னப் பாட்டி. கடல்நீரை மணல் உறிஞ்சுவதைப்போல அவர்கள் எல்லோருடைய அன்பையும் அந்தச் சுண்டெலி உறிஞ்சிக்கொண்டாள். வெகுசீக்கிரத்திலேயே துடுக்குத்தனமான சிறுமியாக உருமாறினாள். (சமாளிக்க முடியாதபடிக்கு) ரௌடித்தனமும் பெருச்சாளித்தனமான இயல்புகளும் சேர்ந்துகொண்டன.

இதற்கிடையில் மம்மிக்கு ஒவ்வொருநாளும் மண்டைக்குழப்பங்கள் அதிகரித்துக்கொண்டே வந்தன. ஒரு மனித ஜீவியால் மற்றொரு மனிதஜீவியை மிக அதிகமாகவும் முழுமையாகவும் நேசிக்க முடிவது *சாத்தியம்தான்* என்ற உண்மை அவள் எதிர்பாராததாக இருந்தது. இந்தத் துறை அவளுக்குப் பழக்கமில்லாததாக இருந்ததால், புதிதாக விளையாடக் கிடைத்த நாய்க்குட்டியிடம் குழந்தை விளையாடுவதைப்போலப் பெரும் அமளியும் ஆர்ப்பாட்டமுமாகத்தான் அவளிடம் நடந்துகொண்டாள். ஜைனாப்புக்குத் தேவைக்கு அதிகமாக பொம்மைகளையும் துணிகளையும் (புசுபுசுவென்று கைப்பகுதி உப்பிய மேற்சட்டை, சீனாவில் தயாரிக்கப்பட்ட, நடந்தால் கீச்சொலியோடு வெளிச்சம் பளிச்சிடும் ஷூக்கள்) வாங்கினாள். தேவையில்லாமல் அடிக்கடி அவளைக் குளிப்பாட்டி, உடையணிவித்து, உடைமாற்றி, தலைக்கு எண்ணெய் தேய்த்து, பின்னலிட்டு, பின்னலை அவிழ்த்து, முடிச்சிட்டு, முடியை அவிழ்த்து, பழைய தகரப்பெட்டியில் சுருட்டிவைத்திருந்த ரிப்பன்களைப் பொருத்தம் பார்த்துத் தேர்ந்தெடுத்து, நிராகரித்து, இடைவேளையின்றி ஜைனாப்பைச் சிங்காரித்துக் கொண்டிருந்தாள். அபரிமிதமாக அவளுக்கு உணவூட்டினாள். நடைப் பயிற்சிக்குக் கூட்டிச் சென்றாள். ஜைனாப்புக்கு இயல்பாகவே விலங்குகள்மீது ஆர்வம் இருப்பதை அறிந்து ஒரு முயல்குட்டியை வாங்கித்தந்தாள் – க்வாப்காவில் அது கழித்த முதல் இரவிலேயே ஒரு பூனையால் கொல்லப்பட்டது – பிறகு மௌலானா பாணியில் தாடிவைத்த ஆடு ஒன்றை வாங்கினாள். அது எல்லாத் திசைகளிலும் பளபளக்கும் புழுக்கைகளை உதிர்த்துக்கொண்டே உணர்ச்சியற்ற முகபாவத்தோடு வளைய வந்துகொண்டிருந்தது.

க்வாப்கா இப்போது முன்பைவிட நிறைய மாறியிருந்தது. இடிந்திருந்த அறை புதுப்பிக்கப்பட்டு, அதற்குமேல் முதல் தளத்தில் புதிதாக அறை ஒன்று கட்டப்பட்டிருந்தது. அஞ்சுமும் மேரியும் அந்த அறையில் இருந்தார்கள். அஞ்சுமும் ஜைனாப்பும் தரையில் பாயை விரித்துப் படுத்துக்கொண்டார்கள். அஞ்சுமின் நீண்ட உடம்பு அச்சிறுமியை மதிற்சுவரைப்போலச் சுற்றிவளைத்துக்கொண்டிருக்கும். இரவில் அவளைத் தூங்கவைப்பதற்காக மென்குரலில் பாடுவாள்; பாடுவது என்பதைவிடக் கிசுகிசுப்பது என்றே அதைச் சொல்ல முடியும். ஜைனாப்புக்குக் கொஞ்சம் விவரம் தெரிய ஆரம்பித்ததும் அஞ்சும் அவளுக்குத் துயில்நேரக் கதைகள் சொல்லத் தொடங்கினாள். ஆரம்பத்தில் அவள் சொன்னவை ஒரு சின்னப் பெண்ணுக்குப் பொருத்தமில்லாத கதைகளாகவே இருந்தன. அவையெல்லாமே அவள் தொலைத்துவிட்ட காலத்தை மீட்டெடுக்கவும், ஜைனாப்பின் உள் மனதிலும் பிரக்ஞையிலும் தன்னை நுழைத்துக்

கொள்ளவும், வேறு எந்தவிதச் சாதனங்கள் மூலமாகவுமில்லாமல் தன்னை முழுமையாக வெளிப்படுத்தி அதன்மூலம் இருவரும் முழுமையாகப் புரிந்துகொண்டு உரிமையாக்கிக் கொள்ளவும் அவள் முயன்று பார்த்த குளறுபடியான முயற்சிகள்தாம். இப்படிச் செய்ததன் மூலம் ஜைனாப்பை அவள் ஒருவிதத் துறைமுகச் சுமைதாங்கியாகப் பயன்படுத்திக்கொண்டு தனது சரக்கு மூட்டைகளை – அவள் சந்தோஷங்களை, சோகங்களை, அவளுடைய வாழ்வில் வெடித்துப் பீறிட்ட திருப்புமுனைகளை – இறக்கி வைத்துக்கொண்டிருந்தாள். ஆனால் அவள் சொன்ன பெரும்பாலான கதைகள் ஜைனாப்பைத் தூங்கவைப்பதற்குப் பதிலாகத் துர்க்கனவுகளையே கொடுத்துவந்தன. பலமணிநேரங்களுக்குத் தூக்கம் வராமல் பயந்து சுருண்டிருந்தாள். சில நேரங்களில் கதைகளைச் சொல்லும்போது அஞ்சுமே அழுதாள். ஜைனாப்புக்கு இந்தத் துயில்நேரக் கதைகள் என்றாலே நடுக்கத்தைத் தரத்தொடங்கி, அவள் கதை சொல்லத் தொடங்கியவுடனேயே கண்களை இறுக்கமாக மூடிக்கொண்டாள். தூங்காமல் விழித்திருந்தால் தொடர்ந்து கதை சொல்வாள் என்பதற்காகவே தூக்கத்தை வலிய வரவழைத்துக் கொள்ள முயன்றாள். சில நாட்கள் கழித்து (சில ஜூனியர் அப்பாக்களின் அறிவுரைகளின்படி) அஞ்சும் சில தணிக்கை முறைகளைப் பயன்படுத்தத் தொடங்கினாள். கதைகள் அந்தச் சிறுமிக்கேற்றபடிப் பாதுகாப்பானவையாக உருமாற்றப்பட்டன. இறுதியில் ஜைனாப்பும் தூக்கம் வரவழைக்கும் சடங்கை விரும்பத் தொடங்கினாள். கதைகளைக் கேட்பதற்கு ஆர்வத்தோடு காத்திருந்தாள்.

அவளுக்குப் பிடித்தமானதாக இருந்தது, மேம்பாலக் கதை. அஞ்சுமும் அவள் நண்பர்களும் தெற்கு தில்லி டிஃபென்ஸ் காலனியிலிருந்து துர்க்மன் கேட் வரை பின்னிரவு நேரத்தில் நடந்தே வந்ததைச் சொல்லும் கதை. D – பிளாக்கில் இருந்த ஒரு பணக்காரச் சேட்டு வீட்டில் நடைபெற்ற கொண்டாட்டத்துக்குப் பிறகு அவர்கள் ஐந்தாறுபேர் கவர்ச்சிகரமான உடைகளில் திரும்பிக்கொண்டிருந்தனர். விருந்து முடிந்ததும் சுத்தமான காற்றைச் சுவாசித்தபடிக் காலாற நடந்துசெல்லலாம் என்று அவர்கள் ஆசைப்பட்டனர். அந்த நாட்களில் சுத்தமான காற்று என்ற ஒன்று இருந்தது என்று ஜைனாப்பிடம் அஞ்சும் சொன்னாள். அவர்கள் டிஃபென்ஸ் காலனி மேம்பாலத்தைப் பாதி கடந்திருந்தபோது – அந்நாட்களில் தில்லியில் இருந்த ஒரே மேம்பாலம் அதுதான் – மழை பெய்யத் தொடங்கியது. மேம்பாலத்தின் மேல் நடந்து வரும்போது மழைபெய்தால் அவர்களால் என்ன செய்யமுடியும்?

"நிற்காமல் நடந்துகொண்டே இருக்க வேண்டியதுதான்" ஜைனாப் வரவழைக்கப்பட்ட ஒரு பெரிய மனிதக் குரலில் பதில் சொல்வாள்.

"அதேதான். அவர்கள் நிற்காமல் நடந்துகொண்டே இருந்தார்கள்" என்பாள் அஞ்சும். "அப்புறம் என்ன நடந்தது?"

"உனக்கு உச்சா போகவேண்டும் போலிருந்தது."

"எனக்கு உச்சா போகவேண்டும் போலிருந்தது."

"ஆனால் உன்னால் நிற்க முடியவில்லை."

"என்னால் நிற்க முடியவில்லை."

“நீ நிற்காமல் நடக்க வேண்டியிருந்தது.”

“நான் நிற்காமல் நடக்க வேண்டியிருந்தது.”

“அதனால் நம்முடைய காக்ராவிலேயே உச்சா போய்விட்டோம்!” ஜைனாப் உரக்கக் கத்துவாள். ஜைனாப்புக்கு அப்போது இருந்த வயதில் எல்லாக் கதைகளிலும் கவரக்கூடிய முக்கியமான கட்டம் அல்லது ஒரே விஷயம், கக்கா போவது, உச்சா போவது, குசு விடுவது மட்டுமே.

“ஆமாம்! உலகத்திலேயே உன்னதமான உணர்ச்சி அதுதான்,” என்பாள் அஞ்சும். “அவ்வளவு பெரிய, காலியான மேம்பாலத்தில், ஒரு பாம்பே டையிங் டவலில் ஈர உடம்பைத் துடைத்துக்கொண்டிருக்கும் பெண் இருந்த மிகப்பெரிய விளம்பர பேனரின் கீழே மழையில் நனைந்தபடி செல்வது.”

“அந்த டவல் ஒரு பெரிய தரைவிரிப்பு அளவுக்கு இருந்தது!”

“ஆமாம், தரை விரிப்பு அளவுக்குப் பெரிய டவல்.”

“நீ அந்தப் பெண்ணிடம் துடைத்துக்கொள்ள டவலைத் தரமுடியுமா என்று கேட்டாய்.”

“அந்தப் பெண் என்ன சொன்னாள்?”

“*நஹின்! நஹின்! நஹின்!* என்றாள்.”

“*நஹின்! நஹின்! நஹின்!* என்றாள் அவள். அதனால் நாங்கள் நனைந்தபடியே நடந்தோம் . . .”

“*கரம் – கரம்* (சூடான) உச்சா உன்னுடைய *தண்டா – தண்டா* (சில்லென்ற) காலில் வழிந்துகொண்டிருந்தது.”

எப்போதும் இந்தக் கட்டத்தில் ஜைனாப் புன்னகைத்தபடியே தூக்கத்தில் ஆழ்ந்துவிடுவாள். அஞ்சும் அவளுக்குச் சொல்லும் கதைகளில் இருக்கும் இன்னல்கள், துன்பங்கள் எல்லாம் ஒரு துளிகூட இல்லாமல் நீக்கப்பட வேண்டும் என்பதில் கவனமாக இருந்தாள். பகட்டான ஆடைகள் அணிந்து, நகங்களுக்கு வர்ணம் தீட்டி, ரசிகர்கள் கூட்டத்துக்கு முன்னால் இசையும் நடனமுமாக ஜ்வலிக்கும் ஒரு வாழ்க்கையை நடத்திய கவர்ச்சிக் கன்னியாகத் தன்னை மாற்றிக்கொண்டு சொன்ன கதைகள்தான் ஜைனாப்புக்கும் பிடித்திருந்தன.

ஜைனாப்பைச் சந்தோஷப்படுத்துவதற்காகத் தனக்கு ஓர் எளிமையான மகிழ்ச்சியான வாழ்க்கை இருந்ததாக இதைப் போன்ற கதைகளின் வழியே அஞ்சும் மறுவரைவு செய்துகொண்டிருந்தாள். இந்த மறுவரைவும் பதிலுக்கு அஞ்சுமை ஓர் எளிமையான, மகிழ்ச்சியான பெண்ணாக மாற்றியது.

அந்த மேம்பாலக் கதையில் சில விஷயங்கள் வெட்டப்பட்டிருந்ததற்கு உதாரணமாக, அச்சம்பவம் நடந்தது 1976 என்பதைச் சொல்லலாம். இந்திரா காந்தியால் அறிவிக்கப்பட்ட இருபத்தியோரு மாத அவசரநிலைக் காலத்தின் உச்சத்தில் நடந்தது அது. செல்லம் கொடுத்துச் சீரழிக்கப்பட்டிருந்த அவருடைய இளைய மகன் சஞ்சய் காந்தி இளைஞர் காங்கிரஸின் (ஆளும் கட்சியின் இளைஞர் பிரிவு) தலைவராக, கிட்டத்தட்ட மொத்தத்

தேசத்தையும் ஆட்டுவித்துக்கொண்டிருந்தார், ஏதோ இந்தியாவே அவருக்குச் சொந்தமான விளையாட்டுப் பொருளைப்போல. சட்டப் படியான உரிமைகள் முடக்கப்பட்டன, செய்தித்தாள்கள் தணிக்கை செய்யப்பட்டன. மக்கள் தொகை கட்டுப்பாடு என்ற பெயரில் ஆயிரக் கணக்கான ஆண்கள் (பெரும்பாலும் முஸ்லிம்கள்) தனி முகாம்களுக்குக் கொண்டு செல்லப்பட்டு வலுக்கட்டாயமாகக் காயடிக்கப்பட்டனர். 'மிசா' என்ற புதிய உள்நாட்டுப் பாதுகாப்புச் சட்டம், யாரை வேண்டுமானாலும் காரணம் சொல்லாமல் கைது செய்யும் அதிகாரத்தை அரசுக்கு அளித்தது. சிறைச்சாலைகள் நிரம்பி வழிந்தன. சஞ்சய் காந்தியின் கட்டளையை நிறைவேற்ற பொதுமக்கள்மீது அவருடைய அடியாட்கள் குழு ஏவப்பட்டது.

அந்த மேம்பாலக்கதை நடந்த இரவில் அஞ்சுமும் அவளுடைய சகாக்களும் கலந்துகொண்ட அந்தக் கூடுகை – அது ஒரு கல்யாண விருந்து – போலீசால் சிதறடிக்கப்பட்டது. விருந்தினை ஏற்பாடு செய்தவரையும் விருந்தினர் மூன்றுபேரையும் காவலர்கள் கைது செய்து போலீஸ் வேனில் ஏற்றிக்கொண்டுசென்றனர். எதற்காக என்று யாருக்கும் தெரியவில்லை. அஞ்சுமையும் அவளுடைய சகாக்களையும் கூட்டிவந்த வேன் டிரைவர் ஆசிஃப் அவர்களை வேனில் அவசரமாக ஏற்றிக்கொண்டு அந்த இடத்தை விட்டுப் பறக்க முயன்றான். இந்தத் துடுக்குச் செயலுக்காக அவன் கீழே இழுத்துத் தள்ளப்பட்டு, இடது கை முட்டிகளும் வலது கால் முட்டியும் அடித்து நொறுக்கப்பட்டன. அவனுடைய பயணிகள் அந்த மட்டாடர் வேனிலிருந்து இழுத்துக் கீழே தள்ளப்பட்டனர். அவர்கள் ஏதோ சர்க்கஸ் கோமாளிகளைப்போல முதுகில் எட்டி உதைக்கப்பட்டனர். அங்கிருந்து உடனே ஓடிப்போகாவிட்டால் விபச்சாரம், ஆபாச நடத்தை காரணமாக கைது செய்யப்படுவார்கள் என்று எச்சரித்து விரட்டப்பட்டனர். அவர்கள் அந்த இருட்டில், கொட்டும் மழையில் மரணபயத்தோடு சுடுகாட்டுப் பேய்கள்போலத் தலைதெறிக்க ஓடினார்கள். அவர்கள் போட்டிருந்த ஒப்பனை அலங்காரம் அவர்களுடைய கால்களைவிட வேகமாக வழிந்து ஓடியது. ஈரத்தில் தொப்பலாக நனைந்திருந்த அவர்களின் வெங்காயச் சருகு ஆடைகள் ஓடும் கால்களின் வீச்சுக்கு இடைஞ்சலாக வேகத்தைக் குறைத்தன. ஹிஜ்ராக்களுக்கு இதைப்போன்ற அவமானங்கள் சகஜம்தான். அசாதாரணமாக எதுவும் நடந்துவிடவில்லைதான். அந்தக் கொடூரமான காலகட்டத்தில் மற்றவர்களுக்கு நிகழ்த்தப்பட்ட அக்கிரமங்களோடு ஒப்பிட்டால் இவர்களுக்கு நிகழ்ந்தது ஒன்றுமே இல்லைதான்.

ஒன்றுமே இல்லையென்றாலும் அது ஏதோவொன்றுதான்.

அஞ்சும் என்னதான் தணிக்கை செய்து சொல்லியிருந்தாலும் அந்த மேம்பாலக் கதையில் சில உண்மைகள் மிஞ்சியிருந்தன. உதாரணத்துக்கு, அன்றிரவு மழை பெய்யத்தான் செய்தது. அஞ்சும் அந்த மழையில் ஓடும்போது உச்சா போய்விட்டாள்தான். அந்த டிஃபென்ஸ் காலனி மேம்பாலத்தில் பாம்பே டையிங் டவல்களுக்கான பிரமாண்டமான விளம்பர போர்டு இருந்ததும் உண்மைதான். அந்த விளம்பரத்தில் இருந்த அந்தப் பெண்ணும் தன் டவலை அவர்களோடு பகிர்ந்துகொள்ள மறுத்ததும் உண்மைதான்.

O O O

ஜைனாப்புக்குப் பள்ளியில் சேரும் வயதை அடைவதற்கு ஒரு வருடத்துக்கு முன்பாகவே மம்மி அந்த நிகழ்வுக்காகத் தயார்செய்யத்தொடங்கி விட்டாள். அவளுடைய அண்ணன் சாகிப்பின் அனுமதியைப் பெற்று அவளது பழைய வீட்டுக்குச் சென்று முலாகத் அலி சேகரித்துவைத்திருந்த புத்தகங்களை க்வாப்காவிற்குக் கொண்டுவந்தாள். ஏதோவொரு புத்தகத்தை (புனித குர்ஆனை அல்ல) விரித்து, அதற்கும் முன் சப்பணமிட்டு அமர்ந்து, வரிகளின் மேல் விரலை ஓட்டியபடி வாய்க்குள்ளாகப் படித்துக்கொண்டிருந்தாள். சில நேரங்களில் கண்களை மூடிக்கொண்டு, படித்தவற்றைப் பற்றி உட்கார்ந்தபடியே முன்னும்பின்னும் ஆடிக் கொண்டே அசைபோட்டுக்கொண்டிருந்தாள். அவள் ஒரு காலத்தில் அறிந்திருந்த ஏதோவொன்றை ஞாபகச் சதுப்பிலிருந்து தூர்வாரிக் கொண்டிருந்தாள்போல.

ஜைனாப்புக்கு ஐந்து வயதானதும் அஞ்சும் அவளை உஸ்தாத் ஹமீதிடம் சங்கீதப் பயிற்சிக்காகக் கூட்டிச்சென்றாள். ஜைனாப்புக்கு சங்கீதம் வரவில்லை என்பது ஆரம்பத்திலேயே தெளிவாகத் தெரிந்தது. மூக்கால் அழுதபடி வகுப்புகளுக்குச் சென்றுகொண்டிருந்தாள். மிகச் சரியாக, தப்பான ஸ்வரங்களிலேயே எப்போதும் பாடினாள். அப்படி தப்பாகவே தொடர்ந்து பாடுவதுகூட ஒரு திறமைதான்போல. பொறுமையும் கனிவும் மிக்க உஸ்தாத் ஹமீது தன் முகத்துக்கு முன்னால் தொல்லைப்படுத்தும் ஈயை விரட்டுவதைப்போலத் தலையை மட்டும் குலுக்கிக்கொள்வார். வெதுவெதுப்பான தேநீரை உறிஞ்சிக்கொண்டு ஆர்மோனியக் கட்டைகளை அழுத்துவார். சீடர்கள் மீண்டுமொருமுறை முயற்சி செய்ய வேண்டும் என்பதே அதற்குப் பொருள். எப்போதாகிலும் ஒருமுறை ஜைனப் சரியான சுருதிக்கு அருகே சென்றுவிடுவாள். அவர் உடனே சந்தோஷமாகத் தலையை ஆட்டி, “தட்ஸ் மை பாய்!” என்று பாராட்டுவார். இந்தச் சொற்றொடர் கார்ட்டூன் நெட்வொர்க்கில் அவருக்குப் பிடித்தமான ‘டாம் அண்டு ஜெர்ரி’யை அவருடைய பேரன் பேத்திகளோடு (அவர்கள் ஆங்கில மீடியத்தில் படிப்பவர்கள்) பார்க்கும்போது கற்றுக்கொண்டது. சீடர்கள் ஆணாக இருந்தாலும் பெண்ணாக இருந்தாலும் அவரது அதிகபட்சப் பாராட்டு அதுவாகத்தான் இருக்கும். ஜைனாப்பைப் பாராட்டியது அவள் அதற்குத் தகுதியானவள் என்பதற்காக அல்ல. அது அஞ்சுமின் மீது அவருக்கு இருந்த மதிப்பினால். அவள் (அதாவது அவன் – ‘அஃப்தாப்’பாக அவள் இருந்தபோது) எவ்வளவு அழகாகப் பாடுவாள் என்பது அவருக்கு இன்னமும் ஞாபகத்தில் இருப்பதால். அஞ்சும் வகுப்பு ஆரம்பித்து முடியும்வரை அங்கேயே அமர்ந்திருந்தாள். அவளுடைய உச்சந்தலைத் துவாரத்திலிருந்த பூச்சியின் முனங்கொலி மீண்டும் எழும்பியது. இம்முறை ஜைனாப்பின் தடம் மாறுகின்ற குரலை நெறிப்படுத்த முன்வந்திருக்கும் தனியான கட்டியங்காரனைப்போல. இல்லை, அது பலனின்றிப் போனது. பெருச்சாளியால் பாட முடியவில்லை.

ஜைனாப்பின் உண்மையான ஆர்வம் விலங்குகள்மீதுதான் என்று அவளுக்கு ஏற்கனவே தெரிந்திருந்தது. பழைய நகரத்தின் தெரு விலங்குகளை அவள் கதிகலங்கவைத்துக்கொண்டிருந்தாள். இறைச்சிக் கடைகளுக்கு வெளியே ஒன்றன்மேல் ஒன்றாக அடுக்கப்பட்டிருக்கும் அசிங்கமான கூண்டுகளுக்குள் சிறகுகள் உதிர்ந்து, குற்றுயிரும் குலையுயிருமாக

அடைபட்டிருந்த வெளுத்துப்போன கோழிகள் எல்லாவற்றையும் வெளியில் திறந்து விடவும், வழியில் குறுக்கிடும் பூனைகள் ஒவ்வொன்றோடும் பேசவும், ரத்தமும் ஊழ்த்த இறைச்சிக் கழிவுகளும் அடித்துச்செல்லும் சாக்கடைகளில் புரண்டுகொண்டிருக்கும் தெரு நாய்க்குட்டிகளைத் தூக்கியெடுத்து வீட்டுக்குக் கொண்டுபோகவும் விரும்பினாள். நாய்கள் என்பவை முஸ்லிம்களுக்கு அசுத்தமானவை – *நஜிஸ்* – அவற்றைத் தொடக்கூடாது என்று சொன்னால் கேட்க மறுத்தாள். தினமும் நடந்து செல்லும் தெருக்களில் குறுக்கே மயிர்களைச் சிலிர்த்துக்கொண்டு ஓடும் பெரிய எலிகள் அவளுக்கு அருவருப்பை ஏற்படுத்தவில்லை. கட்டுக்கட்டாகக் குவித்துவைத்திருக்கும் மஞ்சள்நிறக் கோழிக்கால்களும், வெட்டித் தொங்கவிடப்பட்ட ஆட்டுக்கால்களும், கோபுரமாகக் குவித்து வைக்கப்பட்ட ஆட்டுத்தலைகளில் வெறித்துக்கொண்டிருக்கும் குருட்டு நீலக் கண்களும், பெரிய இரும்புப் பாத்திரங்களில் கொளகொளப்பாகப் போட்டுவைத்திருக்கும் முத்துநிற ஆட்டு மூளைகளும் அவளுக்கு எந்தவித விலகலையும் ஏற்படுத்துவதாகத் தெரியவில்லை.

அவளுக்கு அபிமானமாக இருந்த ஓர் ஆடு தொடர்ந்து மூன்று பக்ரீத்களுக்கு வெட்டுப்படாமல் தப்பியது. அதற்குப் பிறகு அஞ்சும் அவளுக்கு ஒரு மிக அழகான, கம்பீரமான சேவல் வாங்கித்தந்தாள். அதனை வரவேற்றுக் கட்டியணைத்தபோது புதிய எஜமானியைப் பலமாகக் கொத்தியது. ஜைனாப் வீறிட்டு அழுதாள். வலியைவிட வருத்தம்தான் அவளுக்கு அதிகமாக இருந்தது. அந்தக் கொத்தல் அவளுடைய துடுக்குத்தனத்தைச் சற்று மட்டுப்படுத்திவிட்டாலும், அந்தப் பறவையின் மீது அவளுக்கு இருந்த நேசத்தைக் குறைக்கவில்லை. ‘லவ்’ என்று பெயர் சூட்டப்பட்டிருந்த அந்தச் சேவல் அவளை நோக்கி வரும்போது அஞ்சுமின் கால்களைக் கட்டிக்கொள்வாள். மம்மியின் கால் முட்டிகளில் முத்தமிட்டுக்கொண்டே சேவலைத் திருப்பிப் பார்ப்பாள். முத்தங்களைப் பெற்றுக்கொண்டிருப்பவளுக்கு என்ன நடந்துகொண்டிருக்கிறது என்பதும் இந்த முத்தங்கள் உண்மையில் யாருக்கானவை என்பதும் சந்தேகத்துக்கிடமின்றிப் புரிந்துவிடும். ஜைனாப்புக்கும் அஞ்சுமுக்கும் இடையே இருக்கும் குழப்பமான நேசம் சில விதங்களில் ஜைனாப்புக்கு மிருகங்களின் மீது இருக்கும் குழப்பமான நேசத்தில் பிரதிபலிப்பதைப் போல இருந்தது. ஜைனாப்புக்கு விலங்குகள் மீதிருந்த அன்பு எந்த விதத்திலும் அவளுக்கு அசைவ உணவுகளின் மீதிருந்த பேரார்வத்துக்கு இடையூறாக இருக்கவில்லை. வருடத்துக்குக் குறைந்தது இரண்டுமுறை அவளை ‘புராணா கிலா’–வுக்குள்ளிருந்த மிருகக்காட்சி சாலையில் காண்டா மிருகங்களையும் நீர்யானைகளையும் அவளுக்குப் பிடித்தமான போர்னியோவைச் சேர்ந்த ‘கிப்பன்’ குரங்குக் குட்டியையும் காட்டுவதற்குக் கூட்டிச்சென்றாள்.

தர்யா கஞ்சில் உள்ள டென்டர் பட்ஸ் நர்ஸரி பள்ளியில் KGB (கிண்டர் கார்டன் ‘B’ பிரிவு) வகுப்பில் ஜைனாப் சேர்க்கப்பட்டாள். சாகிப்பும் அவன் மனைவியும் ஜைனாப்புடைய அதிகாரப்பூர்வப் பெற்றோர்கள் என்று பதிவு செய்யப்பட்டது. பொதுவாகவே நல்ல ஆரோக்கியத்துடன் இருக்கும் அந்தப் பெருச்சாளிக்குப் பள்ளியில் சேர்ந்த சில மாதங்கள் கழித்து உடல்நலமில்லாமல் போனது. கடுமையாக எதுவும் இல்லையென்றாலும் தொடர்ச்சியாக ஏதாவது ஒரு நோய் மாறிமாறி வந்து அவளை மேலும்

மேலும் பலவீனமாக்கின. முதலில் மலேரியா அதன் பிறகு ஃப்ளூகாய்ச்சல் அதைத் தொடர்ந்து இரண்டுமுறை வைரஸ் காய்ச்சல் – ஒன்று சாதாரண மாகவும், அடுத்தது கவலையளிக்கும்படியும். உடல்நலமில்லாத குழந்தை களைக் கவனித்துக்கொள்வது பற்றிப் பழக்கமில்லாததால் அஞ்சும் எப்போதும் பதற்றத்துடனே இருந்தாள். நாள் முழுக்க ஜைனாப்புக்குப் பக்கத்திலேயே இருந்துகொண்டு, க்வாப்காவில் அவளுக்கென்று ஒதுக்கப்பட்டிருந்த வேலைகளை (பெரும்பாலும் நிர்வாகம், மேலாண்மை சார்ந்த கடமைகள்) கவனிக்காமல் இருப்பதாக எழுந்த முணுமுணுப்புகளை அவள் கண்டுகொள்ளவில்லை. அந்தப் பெருச்சாளியை இரவுபகலாக உடனிருந்து கவனித்துக்கொண்டிருந்ததில் அவளுக்குக் காரணமற்ற பிரமைகள் தோன்றிக்கொண்டிருந்தன. அஞ்சுமுடைய அதிர்ஷ்டத்தைக் கண்டு பொறாமையால் யாரோ ஜைனாப்பின் மீது பில்லிசூனியம் வைத்திருக்கிறார்கள் என்று தீர்மானமாக நம்பினாள். அவளுடைய சந்தேகம் சயீதாவை நோக்கித் திரும்பியது. சயீதா க்வாப்காவிற்குக் கொஞ்ச நாட்களுக்கு முன் வந்துசேர்ந்த புதிய வரவு. அஞ்சுமை விட அவளுக்கு வயது குறைவு. அஞ்சுமுக்கு அடுத்ததாக ஜைனப் அதிகம் நேசிப்பது அவளைத்தான். சயீதா ஒரு பட்டதாரி. ஆங்கிலம் அறிந்தவள். எல்லாவற்றையும் விட முக்கியமாக, அன்றைய காலகட்டத்தின் புதிய மொழியைப் பேசுபவளாக அவள் இருந்தாள். *Cis - Man, F to M, M to F போன்ற சொற்களையெல்லாம் பயன்படுத்தினாள். நேர்காணல்களில் தன்னை *'Transperson'* (மூன்றாம் பாலினர்) என்று அறிமுகப்படுத்திக்கொண்டாள். அஞ்சுமுக்கு இதெல்லாம் சிரிப்பாக இருந்தது. 'ட்ரான்ஸ் – ஃபிரான்ஸ்' என்று கிண்டல் செய்தாள். தன்னைப் பற்றிச் சொல்லிக்கொள்ளும்போதெல்லாம் பிடிவாதமாக 'ஹிஜ்ரா' என்ற சொல்லையே பயன்படுத்தினாள்

இளைய தலைமுறையைச் சேர்ந்த பலரைப் போலவே சயீதாவும் பாரம்பரிய உடையான சல்வார் கமீஸிலிருந்து மேற்கத்திய ஜீன்ஸ், குட்டைப்பாவாடை, முதுகின் அழகான தசைத்திரட்சியைக் காட்டும் 'ஹால்டர் – நெக்' உடைகளுக்கு எளிதாக மாறிச்செல்வாள். க்வாப்கா வாசிகளின் தன்மைகளும் பழைய பாணியிலான சாயல்களும் அவளிடம் இல்லாவிட்டாலும் இன்றைய காலகட்டத்துக்கான பிரக்ஞையைக் கொண்டிருந்தாள். சட்ட அறிவும் பாலியல் உரிமைகளுக்கான அமைப்பு களின் பழக்கமும் அவளுக்கு இருந்தது. (அவள் இரண்டு கருத்தரங்குகளில் கலந்துகொண்டிருந்தாள்). இவையெல்லாமே அவளை அஞ்சுமிலிருந்து வேறுபடுத்திக் காட்டின. மேலும் ஊடகங்களின் தேர்வில் அவள் அஞ்சுமை முதலிடத்திலிருந்து அப்புறப்படுத்தி அந்த இடத்தைக் கைப்பற்றிக்கொண்டாள். அயல்நாட்டு ஊடகங்கள் பழைய வசீகரங்களைப் புதிய தலைமுறைக்காகப் புறக்கணிக்கத் தொடங்கின. அணுசக்தி நாடாகவும் சர்வதேச வர்த்தகத்துக்குப் பெரும் நம்பிக்கையளிக்கும் இலக்காகவும் வளர்ந்துவரும் புதிய இந்தியாவின் பிம்பத்துக்கு இப்பழைய

---

* Cis - Man : ஆணாகப் பிறந்து திருநங்கையானவர்.

F to M : பெண்ணாகப் பிறந்து ஆணாகியவர்.

M to F : ஆணாகப் பிறந்து பெண்ணாகியவர்.

வசீகரங்கள் பொருத்தமானவையாக இல்லை. சாமர்த்தியக்காரக் கிழட்டு ஓநாயான உஸ்தாத் குல்ஸூம் பீ இந்தத் திசைமாற்றங்களைச் சட்டென்று புரிந்துகொண்டாள். க்வாப்காவிற்கு இதனால் உண்டாகக்கூடிய ஆதாயங்களைக் கணக்கிடத் தொடங்கியது அவள் மனம். இதனால், சயீதா க்வாப்காவிற்குச் சமீபத்தில் வந்தவளாக இருந்தாலும் உஸ்தாத் குல்ஸூம் பீ தலைமைப் பொறுப்பைத் துறக்கும் வேளையில் அந்தப் பதவிக்கு அடுத்ததாக அஞ்சும்தான் அமர்த்தப்படுவாள் என்று எல்லோரும் நம்பிக்கொண்டிருந்தபோது, சயீதா அவளுக்குக் கடும் போட்டியாளராக மாறிவிட்டிருந்தாள். உஸ்தாத் குல்ஸூம் பீ யும் இங்கிலாந்து அரசியைப் போல அந்தப் பதவியை விட்டு விலகுவதில் எந்த அவசரமும் காட்டாமல் இருந்தாள்.

க்வாப்காவைப் பொறுத்தவரை இப்போதும் உஸ்தாத் குல்ஸூம் பீ தான் முக்கிய முடிவுகளை எடுப்பவளாக இருந்தாள். ஆனால் அவளால் தினசரி நடவடிக்கைகளில் முழுமையாக ஈடுபடமுடியாதபடிக்குக் காலை நேரங்களில் முட்டிவலி கடுமையாக இருந்தது. முற்றத்தில் விரித்த பாயில் வெயிலில் உலர்ந்துகொண்டிருக்கும் எலுமிச்சை, மாங்காய் ஊறுகாய் ஜாடிகள், வண்டுகளை விரட்டுவதற்காகச் செய்தித்தாளை விரித்து உலர்த்தப் பட்டிருக்கும் கோதுமை மாவுக்குப் பக்கத்தில் அவளும் படுத்திருப்பாள். வெயில் சூடேறியதும் உள்ளே சென்றுவிடுவாள். அங்கே அவளுக்குக் கால் பிடித்துவிடப்படும். சுருக்கங்களில் கடுகெண்ணெய்த் தேய்த்து நீவி விடுவார்கள். அவள் ஹஸ்ரத் நிஜாமுதீன் அவுலியாவின் சிஷ்யை என்பதால், இப்போதெல்லாம் ஆண்களைப்போல நீளமான மஞ்சள் குர்தாவும் கட்டம் போட்ட சாரங்கும் அணிந்து வந்தாள். உச்சந்தலையிலிருந்த சொற்பமான வெள்ளைமுடியைச் சேகரித்துப் பின்னந்தலையில் கொண்டை போட்டிருந்தாள். தெருக்கோடியில் சிகரெட், பீடா விற்பனை செய்யும் அவளுடைய பழைய நண்பர் ஹாஜி மியான், அவர்களுக்கு மிகவும் அபிமான திரைப்படமான *முஹல் – இ – ஆஸம்* ஆடியோ கேஸட்டை எடுத்துவருவார். அவர்கள் இருவருக்கும் எல்லாப் பாடல்களும் எல்லா வசனங்களும் மனப்பாடமாகத் தெரியும். அந்த டேப்போடு சேர்ந்து அவர்களும் பாடுவார்கள்; வசனங்களைப் பேசுவார்கள். வேறு எவராலும் இந்தளவுக்கு அற்புதமாக உருதுவில் எழுதமுடியாது, வேறு எந்த நடிகராலும் திலீப்குமாரின் உச்சரிப்பையும் பாவத்தையும் எட்ட முடியாது என்று அவர்கள் நம்பினார்கள். சில நேரங்களில் உஸ்தாத் குல்ஸூம் பீ மாமன்னர் அக்பராகவும் காதல் வயப்பட்டிருந்த மகனான இளவரசன் சலீமாகவும் அவளே நடிப்பாள். இளவரசன் சலீம் காதலிக்கும் அடிமைப்பெண் அனார்கலியாக (மதுபாலா) ஹாஜி மியான் நடிப்பார். சில வேளைகளில் பாத்திரங்களை அவர்கள் மாற்றிக்கொள்ளவும் செய்வார்கள். அவர்களுடைய கூட்டு நடிப்பு என்பது வேறு எதனையும்விட உண்மையில் மறைந்துபோன கீர்த்திக்கும், அழிந்துகொண்டிருக்கும் மொழிக்கும் அவர்கள் செலுத்தும் அஞ்சலி என்றுதான் சொல்ல வேண்டும்.

ஒருநாள் மாலை மாடி அறையில் அஞ்சும் ஜூரத்தில் கொதித்துக் கொண்டிருந்த பெருச்சாளியின் நெற்றியில் ஈரத்துணியால் ஒத்தடம் கொடுத்துக்கொண்டிருந்தபோது, கீழே முற்றத்திலிருந்து பெரும் குழப்பமான

சந்தடிச் சத்தங்கள் கேட்டன. உரத்த குரல்கள், ஓடும் காலோசைகள், கூச்சல்கள். அவளுக்கு முதலில் எங்கேயோ தீப்பிடித்திருக்கலாம் என்றுதான் தோன்றிற்று. அது அடிக்கடி நடக்கும் விஷயம். தெருக்களில் ஒன்றோடொன்று சிக்கிக்கொண்டு பெரிய பெரிய முடிச்சுகளாகத் தொங்கிக்கொண்டிருக்கும் மின்சார ஒயர்களுக்குத் திடீர்திடீரென்று தீப்பிடித்துக்கொள்ளும் பழக்கம் இருந்தது. அவள் ஜைனாப்பைத் தூக்கிக் கொண்டு படி இறங்கி ஓடினாள். எல்லோரும் உஸ்தாத் குல்ஸூம் பீ யின் அறையிலிருந்த தொலைக்காட்சிப் பெட்டியின் முன் கூடியிருந்தார்கள். டிவியின் மினுக்கும் வெளிச்சத்தில் அவர்களின் முகங்கள் ஒளிர்ந்தன. பயணிகள் விமானம் ஒன்று உயரமான கட்டடம் ஒன்றில் மோதி யிருந்தது. அந்த விமானத்தின் ஒரு பாதி உடைந்த பொம்மைபோல அந்தக் கட்டடத்தின் வெளியே அந்தரத்தில் அபாயகரமாகத் தொற்றிக் கொண்டிருந்தது. கொஞ்ச நேரத்திலேயே இன்னொரு விமானம் இரண்டாவது கட்டடத்தின் மீது மோத, பிரமாண்டமாக நெருப்புப் பிழம்பு எழுந்தது. வழக்கமாக வாய் ஓயாமல் சளசளத்துக்கொண்டிருக்கும் க்வாப்கா வாசிகள்கூட அந்த நெடிதுயர்ந்த கட்டடங்கள் மணற்கம்பங்கள் போலச் சரிந்துவிழுவதை ஸ்தம்பித்துப் பார்த்துக்கொண்டிருந்தனர். புகையும் வெண்ணிறப் புழுதியும் எங்கும் பரவியது. அந்தப் புழுதியே வித்தியாசமாக இருந்தது – சுத்தமாக, அந்நியமாக. அந்த உயர்ந்த கட்டடங்களிலிருந்து குட்டிக் குட்டியான மனிதர்கள் சிறிய தசைத் துணுக்குகள்போலக் கீழே மிதந்துவிழுந்துகொண்டிருந்தார்கள்.

இது திரைப்படக் காட்சியல்ல என்று தொலைக்காட்சியில் அறிவித்துக்கொண்டிருந்தார்கள். உண்மையில் நடந்துகொண்டிருக்கிறது. அமெரிக்காவில், நியூயார்க் என்ற நகரத்தில்.

க்வாப்காவின் சரித்திரத்திலேயே வெகுநேரம் நீண்டிருந்த மௌனத்தை ஒரு தீர்க்கமான கேள்வி முடித்துவைத்தது.

“அங்கே உருது பேசுவார்களா?” பிஸ்மில்லா கேட்டாள்.

யாரும் பதிலளிக்கவில்லை.

அறையில் விரவியிருந்த திகைப்பு ஜைனாப்புக்குள் ஊடுருவ, அவள் தனது காய்ச்சல் கனவுகள் ஒன்றிலிருந்து மற்றொன்றுக்கு இடறினாள். அவளுக்குத் தொலைக்காட்சியின் ‘ரீப்ளே’ உத்திகள் பழக்கமில்லை யென்பதால் இதுவரை பத்துமுறை விமானங்கள் கட்டடங்களில் மோதியிருப்பதாக எண்ணிக்கொண்டாள்.

அவளுக்குப் புதிதாக வந்திருந்த ‘டென்டர் பட்ஸ்’ பள்ளி ஆங்கிலத்தில், ஹீனமான குரலில் “*Altogether ten*” என்றாள். பின், தனது உப்பலான காய்ச்சல் கன்னத்தை அதன் வழக்கமான நிறுத்தமான அஞ்சுமின் கழுத்தில் பதித்துக்கொண்டாள்.

ஜைனாப்பின் மீது ஏவப்பட்டிருந்த பில்லிசூனியம் அவளது மொத்த உலகையும் பாதித்திருந்தது. இது மிகவும் சக்திவாய்ந்த *ஸிம்ப்ளி* ஜாடுபோல. தான் வைத்த சூனியம் நன்றாக வேலை செய்வதை சயீதா திருப்தியோடு

பார்த்து வெட்கமில்லாமல் ரசித்துச் சிரித்துக்கொண்டிருக்கிறாளா என்பதைத் தெரிந்துகொள்வதற்காக அஞ்சும் திரும்பி ஓரக்கண்ணால் கவனித்தாள். ரொம்பவும் சாமர்த்தியசாலி நாய்தான் அவள். மற்ற எல்லோரையும்போலவே தன் முகத்தையும் மிகவும் அதிர்ச்சிக்குள்ளாகியிருப்பதைப்போல வைத்திருந்தாள் சயீதா.

டிசம்பர் ஆரம்பித்ததுமே பழைய தில்லியில் ஆப்கானியக் குடும்பங்கள் குவியத் தொடங்கின. அவர்களுடைய நாட்டின் மீது பருவம் தப்பிவந்த கொசுக் கூட்டம்போலப் பறக்கத் தொடங்கியிருந்த போர் விமானங்களிடமிருந்தும் உலோக மழைபோலப் பொழிந்த குண்டுவீச்சுகளிலிருந்தும் தப்பித்து ஓடிவந்துகொண்டிருந்தனர். பெரும் அரசியல் ஞானிகளாக இருந்த பழைய தில்லியின் கடைக்காரர்களுக்கும் மௌலானாக்களுக்கும் இது குறித்துத் தீர்க்கமான அபிப்பிராயங்கள் ஏராளமாக இருந்தன. ஆனால் மற்றவர்களுக்கு ஒரு விஷயம் புரியவில்லை – அமெரிக்காவில் இடிந்து விழுந்த அந்த உயரமான கட்டடங்களுக்கும் இந்த ஏழை ஜனங்களுக்கும் என்ன தொடர்பு என்று. ஆனால் இந்தப் பேரழிவுக்கு உண்மையான மூலகர்த்தா யார் என்று அஞ்சுமுக்குத் தெரிந்திருந்தது. அது தீவிரவாதியான ஒஸாமா பின்லேடனோ, அமெரிக்க ஜனாதிபதி ஜார்ஜ் புஷ்ஷோ அல்ல. இவர்களைவிடப் பலம் வாய்ந்த, இவர்களைவிடச் சூழ்ச்சிமிக்க ஒரு சக்தி: சயீதா (என்ற குல் முகம்மது). முகவரி: க்வாப்கா, கல்லி டகோடான், தில்லி – 110006, இந்தியா.

வளர்ந்துவருகிற இந்த 'துனியா' என்ற உலகத்தின் அரசியலை அவளுடைய பெருச்சாளி சரியாகப் புரிந்துகொள்வதற்காகவும், நன்கு படித்த சயீதா என்ற தீயசக்தியின் *ஸிஃபிலி ஜாடுவை* செயலற்றுப் போகவைக்க அல்லது தடுத்து நிறுத்துவதற்காகவும், செய்தித்தாள்களைக் கவனமாகப் படிக்கத் தொடங்கினாள் மம்மி. நெடுந்தொடர்களைப் பார்த்துக் கொண்டிருக்கும் மற்றவர்கள் தொலைக்காட்சியை விட்டுத்தரும்போது செய்திகளை உன்னிப்பாகக் கவனித்தாள்.

அமெரிக்காவின் உயர்ந்த கோபுரங்களின்மீது விமானங்கள் மோதியது இந்தியாவிலிருந்த சிலருக்கு வரப்பிரசாதமாக அமைந்தது. கவிஞராகவும் பிரதம மந்திரியாகவும் இருந்தவர் மட்டுமல்லாமல் அவருடைய மூத்த அமைச்சர்கள் எல்லோரும் ஒரு பழங்கால இந்துத்துவச் சங்கத்தைச் சேர்ந்தவர்கள். இந்தியா என்பது அடிப்படையில் ஓர் இந்து தேசம் என்றும், எப்படி பாகிஸ்தான் தன்னை ஓர் இஸ்லாமியக் குடியரசு என்று அறிவித்துக் கொண்டுள்ளதோ அதுபோல இந்தியாவும் தன்னை இந்துக் குடியரசு என்று அறிவித்துக்கொள்ள வேண்டுமென்றும் விரும்புகிற அமைப்பு அது. அதன் ஆதரவாளர்கள், உறுப்பினர்கள் சிலர் வெளிப்படையாக ஹிட்லரைப் புகழ்பவர்கள். இந்திய முஸ்லிம்களை ஜெர்மனியின் யூதர்களோடு ஒப்பிடுபவர்கள். இப்போது முஸ்லிம்களின் மீது வெறுப்பு திடீரென்று அதிகரித்துவிட்டதால், அந்தச் சங்கத்தைச் சேர்ந்தவர்களுக்கு மொத்த உலகமும் தங்களுடைய தரப்புக்கு வந்துவிட்டதைப்போலத் தோன்றத்

தொடங்கியது. கவிஞரான பிரதமர் தனது மழலைக் குரலில் சொல்வன்மை மிக்கதொரு உரை நிகழ்த்தினார். எப்போதும் போலவே பேச்சுக்கிடையே வெகுநேரத்துக்கு இடைவெளி விட்டு மௌனம் காத்தார்; பின் பேச்சைத் தொடர்ந்தார். இம்முறை பேச்சைத் தொடங்கும்போது தொடர்பு அறுந்துபோயிருந்தது. வயதானவராக இருந்தாலும் 1960களில் பம்பாய் திரைப்பட நட்சத்திரங்களின் பாணியில் தலையை வெட்டி வெட்டிப் பேசுகிறவர் அவர். "முஸல்மான் மற்றவர்களை வெறுக்கின்றவன்." இந்தியில் கவித்துவமாக ஆரம்பித்துவிட்டு, வழக்கத்தைவிட அதிகமான நேரத்துக்கு இடைநிறுத்திவிட்டுத் தொடர்ந்தார். "தன்னுடைய நம்பிக்கைகளைப் பயங்கரவாதத்தால் பரப்புகின்றவன்." உரையாற்றிக்கொண்டிருக்கும்போதே சட்டென்று இந்த ஈரடிச் செய்யுள் தானாக அமைந்துவிட்டதில் அக மகிழ்ந்து போனார். ஒவ்வொருமுறையும் 'முஸ்லிம்' என்றோ 'முஸல்மான்' என்றோ உச்சரிக்கும்போது அவருடைய குரல் ஒரு குழந்தையின் மழலையைப் போலவே ஒலித்தது. மாறியிருக்கும் இக்காலச் சூழலில் மதக்கோட்பாட்டு விஷயத்தில் அவர் மிதவாதியாகத்தான் பார்க்கப்பட்டார். அமெரிக்காவில் நடந்தது இந்தியாவிலும் நடக்கக்கூடும் என்று மென்மையாக எச்சரித்தார். பாதுகாப்பு நடவடிக்கையாகப் புதிய பயங்கரவாதத் தடுப்புச் சட்டத்தை ஏற்படுத்த வேண்டிய கட்டாயம் அரசுக்கு ஏற்பட்டுவிட்டது என்றார்.

செய்திகளை வாசிப்பதிலும் பார்ப்பதிலும் பழக்கமில்லாத அஞ்சும் இப்போது மலேரியாவைப் போலப் பெருகிவிட்டிருந்த குண்டுவெடிப்புகள், பயங்கரவாதத் தாக்குதல் செய்திகளைத் தினமும் தொலைக்காட்சியில் பார்க்கத் தொடங்கினாள். உருதுச் செய்தித்தாள்களில் முஸ்லிம் இளைஞர்கள் போலீஸ் 'என்கவுண்டர்'களில் கொல்லப்பட்ட செய்திகளும், பயங்கரவாத நடவடிக்கைகளில் ஈடுபடும்போது கையும்களவுமாகப் பிடிக்கப்பட்டுக் கைதுசெய்யப்பட்ட செய்திகளும் வரத்தொடங்கின. புதிதாக அமலுக்கு வந்த சட்டம், சந்தேகத்துக்குரியவர்களை விசாரணையின்றிப் பல மாதங்களுக்குச் சிறையில் அடைத்துவைக்க அனுமதியளித்திருந்தது. எல்லாச் சிறைக்கூடங்களிலும் முஸ்லிம் இளைஞர்கள் நிரம்பிவழிந்தனர். ஜைனாப்பைப் பெண்ணாகப் பிறக்கவைத்திருப்பதற்காக அஞ்சும் இறைவனுக்கு நன்றி செலுத்தினாள். பெண்ணாக இருப்பது எவ்வளவோ பாதுகாப்பானது.

குளிர்காலம் தொடங்கியதுமே, பெருச்சாளிக்குக் கடுமையான இருமல் ஆரம்பித்தது. அஞ்சும் அவளுக்கு வெதுவெதுப்பான பாலில் மஞ்சள் சேர்த்து ஸ்பூனால் புகட்டினாள். இரவு முழுக்க அவளின் மூச்சிளைப்பைக் கேட்டபடி, இயலாமையில் கவலையுற்றுத் தூங்காமல் விழித்திருந்தாள். ஹஸ்ரத் நிஜாமுதீன் அவுலியா தர்காவுக்குச் சென்று அங்கு குறைவாகப் பணம் கேட்கிற காதிம்களில் ஜைனாப்பின் உடல்நலக்குறைவைப் பற்றி நன்றாக அறிந்திருப்பவராக அவள் நம்பிய ஒருவரை அணுகித் தனது மனக்குறையைச் சொன்னாள். ஸயீதா செலுத்தியிருக்கும் *ஸிஃப்லி ஜாடு*வை எப்படிப் போக்குவது என்று கேட்டாள். விஷயம் கைமீறிச் சென்றுவிட்டதை விளக்கினாள். இது ஒரு சின்னப் பெண் சம்பந்தப்பட்ட பிரச்சனை மட்டுமல்ல என்றாள். தன் ஒருத்திக்குத்தான் இந்தப் பிரச்சனையைப் பற்றி முழுவதாகத் தெரியும் என்றும், தனக்கு இதைத் தீர்க்க வேண்டிய

பொறுப்பு இருப்பதாகவும் சொன்னாள். என்ன செய்யவேண்டுமோ அதற்காக அவள் என்ன விலை வேண்டுமானாலும் கொடுக்கத் தயாராக இருக்கிறாள். அதற்காக என்ன விலை வேண்டுமானாலும் தருவதற்கு, தூக்குமேடைக்குச் செல்வதற்குக் கூட அவள் தயாராக இருக்கிறாள். ஸயீதாவைத் தடுத்து நிறுத்தியாக வேண்டும். அதற்காக காதிம்மின் திருவருள் அவளுக்கு வேண்டும். அஞ்சும் உணர்ச்சிப் பெருக்கில் கதறியழ, சுற்றிலும் இருப்போர் எல்லோரும் திரும்பிப் பார்த்தனர். காதிம் அவளை அமைதிப்படுத்தினார். ஜைனாப் அவளிடம் வந்ததற்குப் பிறகு அஞ்சும் அஜ்மீரில் உள்ள ஹஸ்ரத் கரிப் நவாஸ் தர்காவுக்குச் சென்று வழிபட்டாளா என்று கேட்டார். ஏதேதோ இடையூறுகள் வந்துகொண்டேயிருந்ததால் அவளால் போகமுடியவில்லை என்று சொன்னதும் காதிம், **அதுதான்** பிரச்சனைக்குக் காரணம், யாருடைய *ஸிஃப்லி ஜாடுவும்* அல்ல என்றார். அவளைப் பாதுகாக்க ஹஸ்ரத் கரிப் நவாஸ் இருக்கும்போது சூனியம் வைக்கப்பட்டிருப்பதாக அவள் சொல்வதைச் சற்றுக் கடுமையாகவே அவர் கண்டித்தார். அஞ்சும் முழுமனதோடு சமாதானமடையாவிட்டாலும் மூன்றுவருடங்களாக அஜ்மீர் ஷரீஃபுக்குச் செல்லாதது பெரிய தவறுதான் என்று ஒப்புக்கொண்டாள்.

பிப்ரவரி கடைசியில் ஜைனாப்பின் உடல்நிலை சீரானதும் அவளைத் தனியாகச் சில நாட்களுக்கு விட்டுச்செல்வதற்கான தைரியம் அஞ்சுமுக்கு வந்தது. ஏ–1 பூக்கடையின் உரிமையாளரும் நிர்வாக இயக்குநருமான ஜாகீர் மியான் அஞ்சுமோடு துணைக்கு வருவதற்கு ஒப்புக்கொண்டார். ஜாகீர் மியான், முலாகத் அலியின் நண்பர். அஞ்சும் பிறந்த நாள் முதலே அறிந்தவர். எழுபதுகளின் மத்தியில் இருந்த அவருக்கு ஒரு ஹிஜ்ராவுடன் பயணம் செய்வதில் எந்தச் சங்கடமும் இருக்கவில்லை. அவருடைய ஏ–1 பூக்கடை ஒரு சதுர மீட்டர் அளவில் இடுப்புயரத்தில் அமைந்த ஒரு சிமெண்ட் மேடை. மதியா மஹல் சௌக்கில் சிட்லி கபார் சேரும் இடத்திலிருந்த அஞ்சுமின் பழைய வீட்டின் பால்கனிக்குக் கீழே இந்தப் பூக்கடை இருந்தது. ஜாகீர் மியான், முலாகத் அலியிடம் வாடகைக்குப் பெற்று – தற்போது சாகிப்பிடம் – ஐம்பது வருடங்களாக ஏ–1 பூக்கடையை நடத்திவருகிறார். ஒரு முரட்டு ஜமுக்காளத் துண்டின்மீது நாள் முழுக்க அமர்ந்தபடிச் சிவப்பு ரோஜாக்களைக் கட்டி மாலைகள் தொடுப்பார். (அதுமட்டுமன்றி) மாப்பிள்ளைகள் நிக்காஹின்போது அணிந்துகொள்வதற்காகப் புத்தம் புதிய கரன்ஸி நோட்டுகளைச் சின்னச்சின்ன விசிறிகள் போலவும், பறவைகள் போலவும் மடித்துக்கட்டிக்கொண்டிருப்பார். அவருக்கு இருந்த மிகப்பெரிய சவால் ரோஜாக்களுக்குத் தண்ணீர் தெளித்து வாடாமல் வைத்துக்கொண்டிருக்கும் அதே நேரத்தில் அந்தச் சின்ன இடத்தில் கரன்ஸி நோட்டுகளில் ஈரம் படாமல் அவற்றை மொடமொடப்பாக வைத்திருப்பதுதான். அஜ்மீருக்குச் சென்று திரும்பும்போது குஜராத்தில் அகமதாபாத்திற்கு அவர் மனைவியின் குடும்ப வியாபாரம் சம்பந்தமாகப் போகவேண்டியிருக்கும் என்று அஞ்சுமிடம் சொன்னார் ஜாகீர் மியான். அஜ்மீரிலிருந்து அவள் மட்டும் தனியாகத் திரும்பி வர வேண்டியிருந்தால் (எல்லோரும் அவளை உற்றுப்பார்ப்பதாலும், அதே வேளையில் அவளைப் பார்ப்பதைத் தவிர்ப்பதாலும்) அவளுக்கு உண்டாகக்கூடிய சங்கடத்தைத் தவிர்ப்பதற்காகத் தானும் அவரோடு அகமதாபாத்திற்கு வருவதாகச்

சொன்னாள். முதுமையில் தளர்ந்திருந்த ஜாகீர் மியானுக்கும் தனது சுமைகளைத் தூக்கிவருவதற்கு ஆள் கிடைத்ததே என்று சந்தோஷமாக இருந்தது. அகமதாபாத்திற்குச் சென்றால் அங்கே பதினேழாம் நூற்றாண்டைச் சேர்ந்த, காதல் கவிஞர் என்று பெயர்பெற்ற உருதுக் கவிஞரான வலி தக்கானியின் ஆலயத்துக்கும் அவர்கள் போகலாம் என்றார். வலி தக்கானி, முலாகத் அலியின் அபிமானக் கவிஞர். அவருடைய ஆசிகளும் கிடைக்கும் என்றார். முலாகத் அலியின் அபிமான ஈரடிச் செய்யுள் ஒன்றை அவர்கள் சிரித்தபடிப் பாடிக்கொண்டே தமது பிரயாணத் திட்டத்தை உறுதி செய்துகொண்டனர்.

ஜிஸே இஷ்க் கா திர் காரி லகே
உஸே ஸிந்தகி க்யூன் ந பாரி லகே

காதல் தேவன் அம்பு பாய்ந்ததுமே
அவன் வாழ்வில் சிக்கல் கூடிவிடுமே.

சில நாட்கள் கழித்து அவர்கள் ரயிலேறினர். அஜ்மீர் ஷெரீஃபில் இரண்டு நாட்கள் தங்கினர். பக்தர்களின் நெரிசலில் புகுந்து அஞ்சும் பச்சையும் பொன்நிறமும் நேர்ந்த சால்வையை ஆயிரம் ரூபாய்க்கு வாங்கி ஜைனாப்பின் பெயரால் ஹஸ்ரத் கரிப் நவாஸுக்குப் படைத்தாள். அந்த இரண்டு நாட்களிலும் பொதுத் தொலைபேசியில் க்வாப்காவைத் தொடர்புகொண்டு பேசினாள். மூன்றாவது நாள் ஜைனாப்பைப் பற்றிய கவலையும் ஏக்கமும் அவளிடம் அதிகரிக்க, அஜ்மீர் ரயில் நிலையத்தில் வண்டியேறுவதற்கும் முன் நடைமேடையிலிருந்த தொலைபேசியில் அழைத்துப் பேசினாள். அதற்குப்பிறகு அவளிடமிருந்தோ ஜாகீர் மியானிடமிருந்தோ எந்தத் தொலைபேசி அழைப்பும் க்வாப்காவிற்கு வரவில்லை. அவருடைய மகன் அகமதாபாத்தில் இருந்த அவனுடைய அம்மாவின் உறவினர் வீட்டுக்குப் போன் செய்தபோது அந்தத் தொலைபேசி உயிரற்று இருந்தது.

O O O

அஞ்சுமிடமிருந்து எந்தத் தகவலும் வரவில்லையென்றாலும் குஜராத்தி லிருந்து வந்த செய்திகள் பயங்கரமாக இருந்தன. ஒரு ரயில் பெட்டி ‘விஷமிகளால்’ (செய்தித்தாள்கள் அப்படித்தான் முதலில் அவர்களைக் குறிப்பிட்டன) கொளுத்தப்பட்டது. அறுபது இந்து யாத்ரிகர்கள் உயிரோடு கொளுத்தப்பட்டனர். அவர்கள் அயோத்தியாவில் முன்பு மசூதி இருந்த இடத்தில் மாபெரும் இந்துக் கோயிலைக் கட்ட அடிக்கல் நாட்டுவதற்காகச் செங்கற்களைக் கொண்டு சேர்த்துவிட்டுத் திரும்பிக்கொண்டிருந்தவர்கள். பாபர் மசூதி என்ற அந்த மசூதி அதற்குப் பத்தாண்டுகளுக்கு முன்பு ஒரு கலவரக் கும்பலால் இடித்துத் தள்ளப்பட்டிருந்தது. ஒரு மூத்த காபினெட் அமைச்சர் (மசூதி அந்தக் கலவரக் கும்பலால் இடித்துத் தள்ளப்பட்டபோது அதை நேரடியாகப் பார்த்துக்கொண்டிருந்தவர் அவர்) ரயிலை எரித்தது பாகிஸ்தானியப் பயங்கரவாதிகளின் வேலை போலத்தான் தெரிகிறது என்று அறிவித்தார். ரயில் நிலையத்தைச் சுற்றியுள்ள பகுதியில் இருந்த நூற்றுக்கணக்கான முஸ்லிம்களை – அதாவது பாகிஸ்தானியக் கைக்கூலிகளை – காவல்துறையினர் புதிதாக இயற்றப்பட்டிருந்த பயங்கரவாதத் தடுப்புச் சட்டத்தின் கீழ் கைதுசெய்து சிறையில் அடைத்தனர். (நாட்டின் உள்துறை

அமைச்சர், பிரதம மந்திரியைப் போல) அந்தச் சங்கத்தின் விசுவாசமான உறுப்பினராக இருந்த குஜராத் முதலமைச்சர் அந்தச் சமயத்தில் அடுத்த தேர்தலை எதிர்நோக்கியிருந்தார். காவி நிறத்தில் குர்த்தாவும் நெற்றியில் தீட்டப்பட்ட குங்குமமுமாகத் தொலைக்காட்சியில் தோன்றி, இரக்கமற்ற, உணர்ச்சியற்ற கண்களோடு, எரிக்கப்பட்ட இந்துயாத்ரீகர்களின் உடல்கள் மாநிலத் தலைநகரான அகமதாபாத்தில் பொதுமக்கள் அஞ்சலிக்காகப் பார்வைக்கு வைக்கப்படும் என்று அறிவித்தார். அதிகப் பிரபலமில்லாத சின்னஞ்சிறு 'அதிகாரப்பூர்வமற்ற செய்தித் தொடர்பாளர்' ஒருவர், எல்லாச் செயல்களும் அதற்குச் சமமான எதிர்விளைவுகளைச் சந்திக்கும் என்று 'அதிகாரப்பூர்வமற்ற' செய்திக்குறிப்பொன்றில் தெரிவித்தார். தன்னுடைய கூற்றில் அவர் நியூட்டனை எடுத்துக்காட்டவில்லை. அவர்களுடைய ஆட்சிக்காலத்தில் அவர்கள் அதிகாரப்பூர்வமாக ஏற்றுக்கொண்டிருந்த நிலைப்பாடு எதுவென்றால் புராதன காலத்தில் எல்லா அறிவியல் கண்டுபிடிப்புகளையும் செய்தவர்கள் பண்டைய இந்துக்கள் என்பதுதான்.

அந்த 'விளைவு' உண்மையில் சமமானதாகவோ எதிரானதாகவோ இல்லை. படுகொலைகள் வாரக்கணக்கில் நீண்டன. நகரங்களோடு மட்டும் நின்றுவிடவில்லை. கலவரக் கும்பலில் இருந்தவர்கள் கத்திகளும் திரிசூலங்களும் வைத்திருந்தார்கள். தலையில் காவித்துண்டுகளைக் கட்டியிருந்தார்கள். அவர்களிடமிருந்த பட்டியல்களில் முஸ்லிம்களின் வீடுகள், வர்த்தக நிறுவனங்கள், கடைமுகவரிகள் இருந்தன. அவர்கள் வந்த வண்டிகளில் சமையல் எரிவாயு சிலிண்டர்கள் அடுக்கிவைக்கப்பட்டிருந்தன. (அதற்குச் சில வாரங்களுக்கு முன்னர் எரிவாயு தட்டுப்பாடு ஏற்பட்டிருந்தது). காயமுற்றவர்கள் மருத்துவமனைக்குக் கொண்டு செல்லப்பட்டால், அந்தக் கும்பல் மருத்துவமனைக்குள் புகுந்து தாக்கியது. காவல்துறையினர் படுகொலை புகார்களைப் பதிவுசெய்ய மறுத்தனர். புகார்கள் பதிவுசெய்யப்பட வேண்டுமென்றால் காவல்துறையினர் பிணங்களை நேரில் பார்க்க வேண்டும் என்று விதிகளைச் சுட்டிக்காட்டினர். விஷயம் என்னவென்றால் அந்தக் கலவரக் கும்பலில் காவல்துறையினரும் கலந்திருந்தனர். கும்பல்கள் தமது கடமையை நிறைவேற்றி முடித்ததும் பிணங்கள் அடையாளம் தெரியாமல் சிதைந்திருந்தன.

தொலைக்காட்சி நெடுந்தொடர்களை மாற்றிச் செய்திகளை வைக்கும்படி சயீதா கேட்டபோது யாரும் மறுக்கவில்லை. (சயீதா அஞ்சும் மீது பெரும் அன்பு கொண்டிருந்தாள். அவளைப் பற்றி அஞ்சுமுக்கு இருந்த சந்தேகங்கள் எதையும் அவள் அறிந்திருக்கவில்லை). தொலைக்காட்சிச் செய்திகளை நிறுத்தாமல் இருக்கும்படி எல்லோரிடமும் கேட்டுக்கொண்டாள். செய்திகளில் அஞ்சும், ஜாகீர் மியானைப்பற்றி ஏதாவது தகவல் கிடைக்கவும் வாய்ப்பு இருப்பதாகச் சொன்னாள். தொலைக்காட்சிச் செய்திகளில் ஆயிரக்கணக்கான குஜராத் முஸ்லிம்கள் தஞ்சமடைந்திருந்த அகதி முகாம்களுக்கு முன்பு செய்தியாளர்கள் கையில் மைக்குடன் காமிராவைப் பார்த்து அடித்தொண்டையிலிருந்து கத்திக்கொண்டிருந்தார்கள். க்வாப்காவாசிகள் தொலைக்காட்சியின் ஒலியைக் குறைத்துவிட்டு, சலனக் காட்சிகளின் பின்னணியில் அஞ்சுமோ ஜாகீர் மியானோ உணவுக்காக, போர்வைக்காக நிற்கும் வரிசைகளில்,

கூடாரத்தில் ஒடுங்கியிருக்கும் முகங்களில் தட்டுப்படுகிறார்களா என்று தேடிக்கொண்டிருந்தார்கள். தக்கானியின் ஆலயம் இடித்துத் தள்ளப்பட்டு, அது இருந்த இடத்தின் மீது புதிதாகத் தார்ச்சாலை போடப்பட்டு, அந்த ஆலயம் இருந்த சுவடே இல்லாமல் அழிக்கப்பட்டுவிட்டது என்ற செய்தியும் அவர்களை வந்தடைந்தது. (ஆனால் அந்த ஆலயம் இருந்த இடத்தில் போடப்பட்ட தார்ச்சாலையின் மீது மக்கள் வரிசையில் வந்து பூக்களை வைத்து வணங்கிவிட்டுச் செல்வதைக் காவல்துறையாலோ, கலவரக் கும்பல்களாலோ முதலமைச்சராலோ ஒன்றும் செய்ய முடியவில்லை. தார்ச்சாலையில் விரைந்துசெல்லும் கார்கள் அந்தப் பூக்களை நசுக்கிக் கூழாக்கிவிட்டுச் செல்ல, புதிய பூக்கள் அங்கே வைக்கப்பட்டன. பூக்கூழுக்கும் கவிதைக்கும் இடையில் உள்ள தொடர்பை யாரால் தடுக்க முடியும்?) ஸயீதா அவளுக்குத் தெரிந்த எல்லாப் பத்திரிகையாளர்கள், என்.ஜி.ஓ. ஊழியர்களிடமும் உதவி கேட்டு மன்றாடினாள். யாராலும் எதுவும் செய்ய முடியவில்லை. எந்தத் தகவலும் வராமல் வாரங்கள் கடந்தன. ஜைனாப்புக்கு உடல்நலம் சீராகி, பள்ளிக்குச் செல்லத் தொடங்கினாள். பள்ளி செல்லாத நேரங்களிலெல்லாம் சிணுங்கிக்கொண்டே இருந்தாள். இரவு பகல் எந்நேரமும் ஸயீதாவுடனே ஒட்டிக்கொண்டிருந்தாள்.

○ ○ ○

இரண்டு மாதங்கள் கழித்து, படுகொலைகள் குறையத் தொடங்கிக் கிட்டத்தட்ட நின்றுபோன பிறகு ஜாகீர் மியானின் மூத்த மகன் மன்சூர் தன்னுடைய அப்பாவைத் தேடிக்கொண்டு மூன்றாவதுமுறையாக அகமதாபாத்திற்குச் சென்றான். இந்துவைப் போலத் தெரிவதற்காக முன்னெச்சரிக்கையுடன் தாடியை மழித்துவிட்டு மணிக்கட்டில் சிவப்பு நோன்புக் கயிற்றைக் கட்டிக்கொண்டான். அவனால் அவரைக் கண்டுபிடிக்க முடியவில்லை. ஆனால் அவருக்கு என்ன நேர்ந்தது என்பதை மட்டும் அறிந்துகொண்டான். அகமதாபாத்தின் புறநகர்ப் பகுதியில் ஒரு மசூதிக்குள்ளிருந்த அகதி முகாமில் ஆண்கள் பகுதியில் அவன் அஞ்சுமைக் கண்டுபிடித்து க்வாப்காவிற்கு அழைத்துவந்தான்.

அவள் தலைமுடியை வெட்டியிருந்தாள். மிச்சமிருந்த முடி ஹெல்மெட்டைப்போலச் செவிகளை மூடி, தலையின் மேல் உட்கார்ந்திருந்தது. அடர் பழுப்பில் டெரிகாட்டன் பேன்ட்டும், கட்டம் போட்ட அரைக்கை சஃபாரி சட்டையும் அணிந்து இளம் அரசாங்க அதிகாரியைப்போல இருந்தாள். எடை வெகுவாகக் குறைந்திருந்தது.

அஞ்சுமின் புதிய ஆண்பிள்ளைத் தோற்றத்தைப் பார்த்து ஜைனாப் முதலில் மிரண்டாலும், அப்புறம் பயம் விலகி, சந்தோஷத்தில் கீச்சிட்டுக் கொண்டு அஞ்சுமின் கைகளுக்குள் தாவினாள். அஞ்சும் அவளை இறுக அணைத்தபடியே மற்றவர்கள் கண்ணீர் பெருகக்கேட்ட கேள்விகளுக்கெல்லாம் பதிலளித்தாள். அவர்கள் அவளை ஆதரவாக அணைத்துக்கொள்வதையும் சமாதானப்படுத்துவதையும் வேறுவழியில்லாமல் அவள் சகித்துக்கொண்டிருப்பதைப்போலத் தோன்றினாள். அவளது நடத்தை அவர்களைச் சற்றுப் புண்படுத்தியது. அவளுடைய உணர்ச்சியற்ற முகபாவம் அவர்களுக்கு அச்சமூட்டியது.

ஆனாலும் அவர்கள் தமது இயல்பை மீறி அவளிடம் அக்கறையோடும் கரிசனத்தோடும் நடந்துகொண்டார்கள்.

கொஞ்ச நேரம் அவர்களுடன் இருந்துவிட்டு அஞ்சும் அவளது அறைக்குச் சென்றாள். சிலமணிநேரங்கள் கழித்து வழக்கமான உடைகளை அணிந்து, உதட்டுச் சாயமும் ஒப்பனையும் கேசத்தில் சில கவர்ச்சிகரமான கிளிப்புகளுமாக வெளியே வந்தாள். என்ன நடந்தது என்பதைப் பற்றிப் பேசுவதற்கு அவள் விரும்பவில்லை என்பது வெளிப்படையாகத் தெரிந்தது. ஜாகீர் மியானைப் பற்றி கேட்பதற்கு "எல்லாம் இறைவன் செயல்" என்பதைத் தவிர வேறு எதுவும் சொல்லவில்லை.

அஞ்சும் இல்லாத நாட்களில் ஜைனாப், ஸயீதாவோடு கீழ்த்தளத்தில் தூங்கப் பழகியிருந்தாள். இப்போது அஞ்சும் வந்தபிறகு அவளோடு மாடிக்குத் தூங்கச் சென்றாள். ஸயீதாவை 'மம்மி' என்று ஜைனாப் கூப்பிடுவதை அஞ்சும் கவனித்தாள்.

"அவள் உனக்கு மம்மி என்றால் நான் உனக்கு யார்?" என்று சில நாட்கள் கழித்து ஜைனாப்பிடம் கேட்டாள். "யாருக்கும் இரண்டு மம்மிகள் இருப்பதில்லை."

"படி மம்மி," என்றாள் ஜைனாப். பெரிய அம்மா.

உஸ்தாத் குல்ஸூம் பீ, அஞ்சுமை யாரும் தொந்தரவு செய்யவேண்டாம் என்றும் அவள் இஷ்டப்படி இருக்கட்டும் என்றும் சொல்லியிருந்தாள்.

அஞ்சும் விரும்பியது தனிமை.

அவள் மௌனித்திருந்தாள். அவளை எதுவோ அலைக்கழித்துக் கொண்டிருந்தது. பெரும்பாலான நேரங்களில் புத்தகங்களிலேயே மூழ்கியிருந்தாள். வாரம் கழித்து ஜைனாப்புக்கு ஏதோ மந்திரத்தைப்போல ஒன்றைக் கற்றுக்கொடுத்து ஒப்பிக்கவைத்தாள். யாருக்கும் அது என்னவென்று புரியவில்லை. அது ஒரு சமஸ்கிருத ஸ்லோகம், காயத்ரி மந்திரம் என்று அஞ்சும் விளக்கினாள். குஜராத் முகாமில் இருந்தபோது கற்றுக்கொண்டதாகச் சொன்னாள். கலவரக் கும்பலிடம் மாட்டிக்கொள்ளும்போது இதை உச்சரித்தால் இந்து என்று நினைத்து விட்டுவிடுவார்கள் என்று முகாமில் இருந்தவர்கள் சொன்னார்களாம். அந்த மந்திரத்திற்கு என்ன அர்த்தம் என்று அவர்கள் இருவருக்குமே தெரியாவிட்டாலும் ஜைனாப் அதை சுலபமாகக் கற்றுக்கொண்டு பள்ளிக்குக் கிளப்பும்போதும் புத்தகங்களை அடுக்கும்போதும் அவளுடைய ஆட்டுக்கு எதையாவது சாப்பிடக் கொடுக்கும்போதும் என ஒரு நாளைக்குக் குறைந்தது இருபதுமுறைகளாவது ஒப்பித்துக்கொண்டிருந்தாள்.

ஓம் பூர் புவஹ ஸ்வாஹ
தத் சவிதுர் வரேண்யம்
பர்கோ தேவஸ்ய தீமஹி
தியோ யோந ப்ரசோதயாத்

ஒருநாள் காலை ஜைனாப்பைக் கூட்டிக்கொண்டு அஞ்சும் எங்கோ வெளியில் சென்றாள். திரும்பி வரும்போது பெருச்சாளி முற்றிலும் மாறியிருந்தாள். முடி ஒட்ட வெட்டப்பட்டிருந்தது. பையனைப்போல

உடை அணிவிக்கப்பட்டிருந்தாள். பேபி பதான் சூட். எம்பிராய்டரி செய்யப்பட்ட மேல் கோட்டு. கொண்டாலாக்கள்போல முனை சுருண்ட ஜூட்டி காலணிகள்.

"இப்படி இருப்பதுதான் பாதுகாப்பானது," என்றாள் இதனை விளக்கும்முகமாக. "எந்நேரத்திலும் குஜராத், தில்லிக்கும் வந்துவிடலாம். இவனை மஹ்தி என்று கூப்பிடுவோம்."

ஜைனாப்பின் அழுகைச்சத்தம் தெருக்கோடிவரை – அங்கு கூடியிருந்த கோழிகளுக்கும் சாக்கடையில் புரண்டுகொண்டிருந்த நாய்க்குட்டிகளுக்கும் – கேட்டுக்கொண்டிருந்தது.

அவசரக் கூட்டம் கூட்டப்பட்டது. தொலைக்காட்சி நெடுந்தொடர் களைப் பார்க்க முடியவில்லை என்ற புகார் எழக்கூடாது என்பதற்காக தினமும் அமலில் இருந்த இரண்டு மணிநேர மின்வெட்டு நேரத்தில் கூட்டம் நடத்த முடிவுசெய்யப்பட்டது. அந்த மாலை நேரத்தில் ஹஸன் மியானின் பேரப்பிள்ளைகளோடு விளையாட ஜைனாப் அனுப்பி வைக்கப்பட்டாள். அவளுடைய சேவல் வழக்கமாகத் தூங்கும் இடமான தொலைக்காட்சிப் பெட்டிக்குப் பக்கத்திலிருந்த அலமாரியை யொட்டி உறங்கிக்கொண்டிருந்தது. உஸ்தாத் குல்ஸூம் பீ தனது கட்டிலில் சுருட்டிவைத்த ரஜாய்மீது முதுகைச் சாய்த்துக்கொண்டு கூட்டத்தை நடத்தினாள். எல்லோரும் தரையில் அமர்ந்திருந்தனர். அஞ்சும் உம்மென்ற முகத்துடன் வாசற்படியில் ஒடுங்கியிருந்தாள். பெட்ரோமாக்ஸ் விளக்கு சீறிக்கொண்டிருந்த நீல ஒளியில் குல்ஸூம் பீ யின் முகம் வறண்ட ஆற்றுப்படுகையைப் போலவும், நொய்ந்திருந்த நரைமுடி ஆற்றில் உருகி மிதந்து செல்லும் பனிப்பாளத்தைப் போலவும் தெரிந்தது. அவள் அசௌகரியமாக உணரும் பல்செட்டை இந்தக் கூட்டத்துக்காக அணிந்திருந்தாள். அதிகாரத் தொனியோடும் நாடகியமாகவும் இருந்தது அவள் உரை. க்வாப்காவில் புதிதாகச் சேர்ந்திருந்தவர்களை நோக்கிச் சொல்லப்பட்டவை போலத் தெரிந்தாலும் அவளுடைய தொனி அஞ்சுமை நோக்கியதாக இருந்தது.

"இந்தப் பாழடைந்த நகரத்துக்கு இருப்பதைப் போல ஒரு தொடர்ந்தேர்த்தியான வரலாறு இந்த வீட்டுக்கு, இந்தக் குடும்பத்துக்கு உண்டு," என்றாள். "இந்தக் காரை பெயர்ந்த சுவர்களும், இந்த ஒழுகும் கூரையும் இந்தத் திறந்தவெளி முற்றமும் – எல்லாமே ஒரு காலத்தில் பேரழகோடு திகழ்ந்தவை. இஸ்ஃபஹானிலிருந்து நேரடியாகத் தருவிக்கப்பட்ட விரிப்புகள் இந்தத் தரைமீது விரிக்கப்பட்டிருந்தன. கூரைகளில் கண்ணாடிகள் பதிக்கப்பட்டிருந்தன. ஷா இன் ஷா ஷாஜஹான் செங்கோட்டையையும் ஜும்மா மசூதியையும் இந்த மதிலக நகரையும் கட்டியபோது, இச்சிறிய ஹவேலியையும் கட்டினார், நமக்காக. ஞாபகம் வைத்திருங்கள் – நாம் ஏதோ பெயர் தெரியாத இடத்திலிருந்து வந்திருக்கும் அநாமதேயமான ஹிஜ்ராக்கள் அல்லர். நாம் ஷாஜஹானாபாத்தைச் சேர்ந்த ஹிஜ்ராக்கள். அரசர்கள் தமது மனைவிகளையும் தாயார்களையும் நம்முடைய பாதுகாப்பில் விட்டுச் செல்வார்கள். செங்கோட்டையின் அந்தப்புரமான ஜனானாவில் நாம் சுதந்திரமாக உலவிக்கொண்டிருந்தோம். அதெல்லாம் இப்போது

போய்விட்டது. அந்த மாமன்னர்களும் மகாராணிகளும் இப்போது இல்லை. ஆனால் நாம் இன்னமும் இங்கே இருக்கிறோம். யோசித்துப்பார்த்து ஏன் என்று உங்களையே கேட்டுக்கொள்ளுங்கள்."

க்வாப்காவின் வரலாற்றை உஸ்தாத் குல்ஸூம் பீ எப்போது சொன்னாலும் அதில் செங்கோட்டை முக்கிய பங்கு எடுத்துக்கொண்டு விடும். அவளுக்கு உடம்பு செயலாக இருந்த காலத்தில் க்வாப்கா விற்குப் புதிதாக வந்துசேர்ந்திருப்பவர்களை அழைத்துக்கொண்டு செங்கோட்டையில் காட்டப்படும் ஒலி–ஒளிக் காட்சியைக் காட்டுவது முக்கியமாக இடம்பெற்று வந்தது. தம்மிடம் இருப்பதிலேயே அழகான உடையை அணிந்துகொண்டு, தலை நிறையப் பூச்சூடிக்கொண்டு, ஒருவரோடு ஒருவர் கைகளைக் கோத்துக்கொண்டு கும்பலாகச் செல்வார்கள். சாந்தினி சௌக்கின் நெரிசலில், வேகமாக வண்டியோட்ட முடியாவிட்டாலும் கார்களும் பஸ்களும் ரிக்ஷாக்களும் டாங்காக்களும் கண்மூடித்தனமாகக் குறுக்குமறுக்காக ஓடிக்கொண்டிருக்கும். அந்த மகத்தான போக்குவரத்துக் குழப்பத்தில் நுழைந்து மீண்டுவருவதே அவர்களுக்குப் பெரிய சாகசமாக இருக்கும்.

அந்தக் கோட்டை பழைய நகரத்தின்மீது ஒரு பிரமாண்டமான மணற்பாறையினாலான பீடபூமியைப் போலக் கவிந்து வானவிளிம்போடு ஒன்று கலந்திருப்பதால் அந்நகரவாசிகளுக்கு அது தனியாகக் கவனத்திற்கே தென்படாதிருக்கும். உஸ்தாத் குல்ஸூம் பீ வற்புறுத்தி அழைத்துச் செல்லாமலிருந்தால் க்வாப்காவில் இருக்கும் யாருக்கும் அதற்குள் நுழைந்து பார்க்கத் தைரியம் வந்திருக்காது. அதன் நிழலிலேயே பிறந்து வளர்ந்த அஞ்சுமுக்குக் கூட உள்ளே சென்று பார்க்கத் தோன்றியதில்லை. குப்பைக் கூளங்களும் கொசுக்களும் மண்டியிருக்கும் அந்த அகழியைத் தாண்டி, அடுத்ததாக இருக்கும் மாபெரும் வாயிலைக் கடந்துவிட்டால் பழைய நகரம் பார்வையிலிருந்து மறைந்துவிடும். நவீன பொறியியல் அறிவால் உருவாக்க முடியாத அழகோடு பிரமாண்டமாக எழும்பியிருக்கும் மணற்பாறையினாலான மதிற்சுவர். அங்கு பித்தேறிய கண்களுடன் மேலும் கீழுமாகத் தாவிக்கொண்டிருக்கும் குரங்குகள். கோட்டைக்குள் உறைந்திருந்தது வேறோர் உலகம், வேறொரு காலம், (மரிஜுவானா வாசனை தெளிவாகப் பரவியிருக்கும்) வேறொரு காற்று, வேறொரு வானம் – ஒரு தெருவின் அகலத்துக்கு மின்சார ஒயர்களின் பின்னல்களுக்குப் பின்னால் குறுகலாகத் தெரிகின்ற வானம் அல்ல; வெப்பக்காற்றில் மௌனமாக உயரத்தில் காற்றாடிகள் சுழன்றுபறந்துகொண்டிருக்கின்ற எல்லையின்றி விரிந்திருக்கும் வானம்.

அந்த 'ஒலி ஒளி' நிகழ்ச்சி பல வருடங்களுக்கு முன்னால் அரசாங்கத்தால் அங்கீகரிக்கப்பட்டிருந்த ஒன்று. (புதிய அரசு அப்போது இதன்மீது கைவைத்திருக்கவில்லை). இந்தக் கண்கவர் நிகழ்ச்சி செங்கோட்டையை இருநூறு ஆண்டுகளுக்கும் மேல் ஆண்டுவந்த மாமன்னர்களின் வரலாற்றை விவரிக்கும் காணொலிச் சித்திரம். செங்கோட்டையைக் கட்டிய ஷாஜஹானில் தொடங்கி, கடைசி மொகலாயரும் 1857ஆம் வருடத்தில் பிரிட்டிஷாருக்கு எதிராக எழுந்து தோல்வியில் முடிந்த கிளர்ச்சிக்காக நாடு கடத்தப்பட்டவருமான பஹதூர் ஷா ஜாஃபர் வரையிலான

மாமன்னர்களின் கதை. உஸ்தாத் குல்ஸூம் பீ அறிந்திருந்த சம்பிரதாயமான சரித்திரம் இதுமட்டுமே. இதிலிருந்து அவள் புரிந்துகொண்டது அந்தச் சரித்திர ஆசிரியர்கள் உண்மையில் சொல்லவந்ததிலிருந்து மாறுபட்டதாக – மரபை மீறியதாகவே இருந்திருக்கும். அங்கு செல்லும்போது அவளும்அவளுடன் வந்த க்வாப்காவாசிகளும் பார்வையாளர்களோடு சேர்ந்து ஒன்றாக அமர்ந்துகொள்வார்கள். பெரும்பாலும் டூரிஸ்டுகள், பள்ளிக்குழந்தைகள். அந்த மரபெஞ்சுகளுக்கடியில் கொசுக்கள் பிரமாண்ட மான படையாகச் சுற்றிக்கொண்டிருக்கும். வலிய வரவழைக்கப்பட்ட அமைதியான தோரணையில் உட்கார்ந்திருந்தாலும் கொசுக்கடியிலிருந்து தப்பிப்பதற்காக பட்டாபிஷேகம், யுத்தம், படுகொலை, வெற்றி, தோல்வி என எல்லாக் காட்சிகளின்போதும் கால்களை மட்டும் வேகமாக ஆட்டிக் கொண்டிருந்தாக வேண்டும்.

உஸ்தாத் குல்ஸூம் பீ குறிப்பாக ஆர்வம்கொண்டிருந்தது பதினெட் டாம் நூற்றாண்டின் மத்தியப் பகுதியில் மாமன்னர் முகம்மது ஷா ரங்கீலா ஆட்சிசெய்த காலம். முகலாய மன்னர்களிலேயே மிகவும் கொண்டாட்டப் பிரியர்; சௌந்தர்ய உபாசகர்; சங்கீத ஓவிய ரசிகர்; உஸ்தாத் குல்ஸூம் பீ தன்னுடன் வந்திருக்கும் அடிப்பொடிகளிடம் 1739 என்ற வருடத்தில் நிகழ்வதைக் கவனமாகப் பார்க்கச்சொல்லிக் கட்டளையிடுவாள். முதலில் குதிரைகளின் குளம்பொலிகள் பார்வையாளர்களின் பின்னாலிருந்து தொடங்கிக் கோட்டைக்குள் நுழையும். முதலில் மெதுவாக ஆரம்பித்து சிறுகச்சிறுக அதிகரித்துக்கொண்டே, பலமாக, மேலும் பலமாக, அதைவிடப் பலமாக அதிர்ந்தபடித் திரையில் விரையும். பாரசீகத்திலிருந்து புறப்பட்டு காஸ்னி, காபூல், காந்தஹார், பெஷாவர், லாகூர், ஸிர்ஹிண்ட் என ஒவ்வோர் ஊரையும் தவிடுபொடியாக்கிவிட்டுத் தில்லியை நோக்கி நாலுகால் பாய்ச்சலில் வருகின்ற நாதிர் ஷாவின் குதிரைப்படை அது. மாமன்னர் முகம்மது ஷாவிடம் படைத்தலைவர்கள் அவர்களை நோக்கி வந்துகொண்டிருக்கும் பேராபத்தைப்பற்றி எச்சரிக்கிறார்கள். அவர் சற்றும் அலட்டிக்கொள்ளாமல் கேட்டுக்கொண்டிருந்த சங்கீதக் கச்சேரியை நிறுத்தாமல் தொடரச் சொல்கிறார். இந்தக் கட்டம் வரும்போது வண்ண விளக்குகள் பிரளயம் வந்ததுபோல திவான் – இ– காஸ் எனும் அந்தச் சிறப்புப் பார்வையாளர் மண்டபத்தில் மாறிமாறிப் பளிச்சிடும். ஊதா, சிவப்பு, பச்சை. அந்தப்புரம் மட்டும் இளஞ்சிவப்பில் ஒளிரும். பின்னணியில் பெண்களின் சிரிப்பொலிகளும் பட்டுடைகளின் சரசரப்பும், கால் கொலுசுகளின் ஜல் – ஜல் – ஜல்களும் கேட்கும். இந்த மென்மையான, மகிழ்ச்சி ததும்பும் பெண் ஒலிகளுக்கு நடுவே அரண்மனை அலி ஒருவனின் கரடுமுரடான பசப்புச் சிரிப்பு தெளிவாக உரத்து ஒலிக்கும்.

"அதோ!" ஒரு புதிய அந்துப்பூச்சியினத்தைக் கண்டுபிடித்த வண்ணத்துப்பூச்சி ஆய்வாளரைப்போல குல்ஸூம் பீ உற்சாகக் குரலெழுப்புவாள். "அதைக் கேட்டீர்களா? நம் ஆளின் குரல்தான் அது. இதுதான் நமது பூர்விகம், நமது சரித்திரம், நமது கதை. நாம் ஒருபோதும் சாதாரணக் குடிகளாக இருந்தவர்களல்லர். மாமன்னரின் அரண்மனைவாசி களில் ஒருவராகவே இருந்திருக்கிறோம்."

இதயம் துடிக்கும் நேரத்தில் கடந்துசென்றுவிட்ட தருணம் அது. ஆனாலும் என்ன, பொருட்படுத்த வேண்டியது என்னவென்றால்

அக்காலத்திலிருந்தே *இருந்திருக்கிறது* என்பதுதான். அது வெறும் குறுஞ்சிரிப்பு மட்டுமே என்பதைத் தாண்டிப் பெரிதாக வேறு எதுவும் இல்லாவிட்டாலும் அத்தகையதொரு சிரிப்பு அனுமதிக்கப்படாத, அப்படி எழுந்தாலும் அடக்கப்பட்டு அழிக்கப்பட்டுவிடுகிற ஓரிடத்திலிருந்து எழுந்து சரித்திரத்திலும் இடம்பெற்றிருக்கிறது என்பதே நம்பமுடியாதவொன்றுதான். எதிர்காலம் என்ற செங்குத்தான சுவர்மீது ஏறிக் கடக்க அமைக்கப்பட்ட காலடிப்பிடிப்பாக ஒரேயொரு குறுஞ்சிரிப்பு அமைந்துவிடக்கூடும்.

உஸ்தாத் குல்ஸூம் பீ இவ்வளவு சிரமப்பட்டு அவர்களை அழைத்து வந்ததற்குப் பிறகு, அவர்களில் யாராவது அந்தச் சிரிப்புச் சத்தத்தைக் கவனித்திருக்கவில்லையென்றால் கடுமையாகக் கோபப்படுவாள். அவளுடைய கோபத்துக்குப் பயந்தே, மூத்த உறுப்பினர்கள் புதிய உறுப்பினர்களிடம் அதைக் கேட்காவிட்டாலும்கூடக் கேட்டதாகச் சொல்லும்படி அறிவுறுத்துவார்கள்.

ஒருமுறை குடியா அவளிடம் பேசிக்கொண்டிருந்தபோது ஹிஜ்ராக்களுக்கு இந்துப் புராணக் கதைகளிலும் அன்பும் மதிப்பும் மிக்க இடம் தரப்பட்டிருப்பதாகச் சொன்னாள். ராமனும் மனைவி சீதாவும் இளைய சகோதரன் லட்சுமணனும் பதினான்கு வருட வனவாசம் விதிக்கப்பட்டு நாட்டை விட்டுச் சென்ற கதையை குல்ஸூம் பீக்கு விளக்கினாள். குடிமக்கள் எல்லோரும் அயோத்தியை விட்டு வெளியேறும் அன்புக்குரிய அரசன் ராமனின் பின்னாலேயே சென்றனர். நகரத்தின் வெளியே அந்த வனத்தின் எல்லையில் ராமன் நின்று, அவர்களை நோக்கி, "ஆண்களும் பெண்களும் இப்போது உங்கள் வீட்டுக்குத் திரும்பிச் செல்ல வேண்டும். நான் திரும்பிவரும்வரை எனக்காகக் காத்திருங்கள்," என்றார். தம் அரசரின் கட்டளையை மீற முடியாமல் ஆண்களும் பெண்களும் வீடு திரும்பினர். ஆனால் ஹிஜ்ராக்கள் மட்டும், ராமன் தங்களைக் குறிப்பிட்டு எதுவும் சொல்லாததால், அந்த வனத்தின் எல்லையிலேயே ராமன் திரும்பி வரும்வரை பதினான்கு வருடங்களுக்குக் காத்திருந்தார்கள்.

"ஆகவே நாம் மறக்கப்பட்டுவிட்டதற்காக நினைவுகூரப்படுகிறோம், இல்லையா?" என்றாள் உஸ்தாத் குல்ஸூம் பீ. "வாஹ்! வாஹ்!"

அஞ்சுமுக்கு முதல்முறையாகச் செங்கோட்டைக்குச் சென்ற தினம் தெளிவாக ஞாபகத்தில் இருந்தது. அவளுக்கே அவளுக்கான ஒரு பிரத்தியேகக் காரணத்துக்காக. டாக்டர் முக்தாரிடம் அறுவை செய்து கொண்டதற்குப் பிறகு அவள் வெளியில் சென்றது அதுதான் முதல் முறை. நுழைவுச்சீட்டுக்கான வரிசையில் அவர்கள் நின்றுகொண்டிருந்தார்கள். சுற்றிலுமிருந்தவர்கள் வெளிநாட்டுப் பயணிகளைக் கண்கொட்டாமல் பார்த்துக்கொண்டிருந்தார்கள். வெளிநாட்டவருக்குத் தனி வரிசை. நுழைவுக் கட்டணமும் அதிகம். அவர்களும் பதிலுக்கு ஹிஜ்ராக்களை – குறிப்பாக அஞ்சுமை – உற்றுப்பார்த்துக்கொண்டிருந்தார்கள். அவர்களில் கூர்மையான பார்வையும் இயேசுவைப் போல ஆட்டுத்தாடியுமாக இருந்த ஹிப்பி இளைஞன் அஞ்சுமை விழுங்கிவிடுவதைப்போலப் பார்த்துக்கொண்டிருந்தான். அஞ்சுமும் அவனைப் பார்த்தாள். அவளது கற்பனையில் அவன் ஹஸ்ரத் ஸர்மத் ஷாஹீதாக மாறினான். அவனுக்குத் தண்டனை வழங்கத் தயாராக இருக்கும் தாடிவைத்த காஸிகளுக்கு முன்னால்

ஒல்லியாக, நிர்வாணமாக, பெருமிதத்தோடு நின்றுகொண்டிருந்தான். அவனுக்கு அவர்கள் மரணதண்டனை அறிவித்தபோதும் சற்றும் கலங்காமல் காணப்பட்டான். அந்த வெளிநாட்டுப் பயணி அவளை நோக்கி வருவதைப் பார்த்ததும் அவளுக்குத் திகைப்பாக இருந்தது.

“யு ஆர் ஃபெரி பியூட்டிஃபுல்,” என்றான். “போட்டோ? மே ஐ?”

அவளைப் புகைப்படம் எடுக்க ஒருவர் கேட்பது அதுதான் முதல் முறை. வெட்கத்தோடு, அவளுடைய சிவப்பு ரிப்பன் கட்டிய பின்னலைத் தோளின்மேல் எடுத்துப் போட்டுக்கொண்டு உஸ்தாத் குல்ஸும் பீயை அனுமதிக்காகப் பார்த்தாள். அனுமதி வழங்கப்பட்டது. மதிலையொட்டிய மண்மேட்டின்மீது அசௌகரியமாகச் சாய்ந்து, தோள்களை விறைப்பாக்கி, முகவாயை உயர்த்திக்கொண்டு, முகத்தில் செருக்கும் அச்சமும் ஒரே நேரத்தில் தெரிய போட்டோவுக்கு ‘போஸ்’ கொடுத்தாள்.

“ஸேங்க் யூ” என்றான் அந்த இளைஞன். “ஸேங்க் யூ வெரி மச்.”

அந்தப் புகைப்படத்தை அவள் பார்க்கவேயில்லை. ஆனால் ஏதோவொன்றுக்கு அதுதான் தொடக்கமாக இருந்தது.

இப்போது அது எங்கே இருக்கும்? கடவுளுக்குத்தான் தெரியும்.

அலைபாய்ந்துகொண்டிருந்த அஞ்சுமின் கவனம் உஸ்தாத் குல்ஸும் பீயின் அறையில் நடந்துகொண்டிருக்கும் கூட்டத்துக்குத் திரும்பியது.

முகலாய மன்னர்களின் துர்நடத்தையும் ஒழுங்கீனமும்தான் சாம்ராஜ்யம் அழிந்ததற்கான காரணம் என்று உஸ்தாத் குல்ஸும் பீ சொல்லிக்கொண்டிருந்தாள். நாட்டின் ஏழைக் குடிமக்கள் பட்டினியில் வாடிக் கொண்டிருக்கும்போது இளவரசர்கள் அடிமைப் பெண்களுடன் கும்மாளம் அடித்துக்கொண்டும் பேரரசர்கள் நிர்வாணமாகத் திரிந்து கொண்டும் ஆடம்பர வாழ்க்கையை அனுபவித்துக்கொண்டும் இருந்தால் சாம்ராஜ்யம் எப்படி நிலைக்கும்? அப்படிப்பட்டதொரு சாம்ராஜ்யம் ஏன் நீடித்தும் இருக்க வேண்டும்? (*முஹல் – இ – ஆஸம்* இல் இளவரசன் சலீமாக அவள் நடித்துக்காட்டியதைக் கேட்டவர்கள் அவளா இப்படி அந்த இளவரசனைத் தாக்கிப் பேசுவாள் என்று திகைத்துப் போயிருப்பார்கள். க்வாப்காவின் பழம்பெருமை, அரசதிகாரத்தோடு அவர்களுக்கு இருந்த நெருக்கம் பற்றியெல்லாம் பெருமைகொண்டிருந்த அவளிடம் இப்படிப் பட்டதொரு சோஷலிஸ்ட்டின் கோபம் இருக்கிறது என்று யாரும் நினைத்துப் பார்த்திருக்க மாட்டார்கள்). தொடர்ந்து பேசும்போது, குறிக்கோளுடன் வாழ்வதும் உறுதியான ஒழுக்கத்துடன் நடந்துகொள்வதும் மட்டுமே க்வாப்கா வாழ்க்கை முறையின் இரண்டு அத்தியாவசிய அம்சங்கள் – இவைதான் இத்தனை தலைமுறைகள் தாண்டியும் க்வாப்கா மென்மேலும் வலிமையுடன் தலை நிமிர்ந்து கம்பீரமாகத் தழைத்து வருவதற்குக் காரணம் என்றாள்.

துனியாவில் உள்ள சாதாரண மக்களுக்கு ஒரு ஹிஜ்ரா எப்படி தனது வாழ்க்கையை வாழ்ந்து தீர்க்கிறாள் என்பதைப் பற்றி என்ன தெரியும்? ஹிஜ்ராவின் வாழ்க்கைக்கான சட்டங்கள், கடைப்பிடிக்கவேண்டிய

நெறிமுறைகள், செய்தாக வேண்டிய தியாகங்கள், இவற்றைப்பற்றியெல்லாம் அவர்களுக்கு என்ன தெரியும்? ஹிஜ்ராக்கள் எல்லோரும் – உஸ்தாத் குல்ஸூம் பீ என்ற அவளும்கூட – போக்குவரத்து சிக்னல்களில் பிச்சை எடுத்தாக வேண்டிய காலம் ஒன்றும் இருந்தது என்பதை இன்று எத்தனைபேர் அறிந்திருப்பார்கள்? அந்த இடத்திலிருந்து சிறுகச் சிறுகக் கடந்து, ஒவ்வொரு அவமானத்தையும் தாண்டி ஹிஜ்ராக்கள் தம்மை வளர்த்துக்கொண்டு இந்த நிலைக்கு உயர்ந்திருப்பதை அவர்கள் அறிவார்களா? க்வாப்கா என்ற இடம் இப்போது க்வாப்கா என்று அழைக்கப்படுவதற்குக் காரணம் என்ன? விசேஷமான மனிதர்கள் – ஆசீர்வதிக்கப்பட்ட மனிதர்கள், துனியாவில் நிறைவேற்றிக்கொள்ள முடியாத தமது கனவுகளை இங்கு கொண்டுவந்து நிறைவேற்றிக்கொள்வதால்தான் இந்த க்வாப்காவில் தவறான உடல்களில் சிறைப்பட்டிருக்கும் புனித ஆன்மாக்கள் விடுவிக்கப் படுகின்றன. (ஒரு பெண்ணின் உடம்பில் சிறைப்பட்டிருக்கும் புனித ஆன்மா ஓர் ஆணாக இருந்தால் என்ன ஆகும் என்ற கேள்வி பரிசீலிக்கப்படவில்லை.)

"*இருந்தாலும் . . .*" என்றாள் குல்ஸூம் பீ. *இருந்தாலும்* என்று அவள் நிறுத்திய விதம் கவிஞர் / பிரதமரின் மழலைத் தனமான இடைநிறுத்தத்தை ஒத்திருந்தது. க்வாப்காவின் அடிப்படைக் கோட்பாடு என்பது *மன்ஸூரி*. உடன்பாடு. துனியாவில் இருப்பவர்கள் ஹிஜ்ராக்களைப் பற்றி மனம்போன போக்கில் வதந்திகளைப் பரப்பிவருகிறார்கள். சிறுவர்களைக் கடத்தி வருவதாகவும், அவர்களைக் காயடித்துவிடுவதாகவும். இதைப்பற்றி அவளுக்கு எதுவும் தெரியாது என்பதால் வேறு எங்காவது இதைப்போன்ற சம்பவங்கள் நடைபெறுகிறதா என்பதைப்பற்றி அவளால் எதுவும் சொல்ல முடியாது. ஆனால் க்வாப்காவைப் பொறுத்தவரை, இங்கே இறைவனே சாட்சியாக உறைந்திருப்பதால், உடன்பாடு இல்லாமல் எதுவும் இங்கே நடப்பதில்லை.

அவள் அதன்பிறகு தற்போது பேசவேண்டிய பொருளைக் கையில் எடுத்தாள். இறைவன் நம்முடைய அஞ்சுமை நம்மிடம் திருப்பி அனுப்பியிருக்கிறார் என்றாள். குஜராத்தில் அவளுக்கும் ஜாகீர் மியானுக்கும் என்ன நடந்தது என்பதை நம்மிடம் சொல்ல மறுக்கிறாள். இதற்காக அவளைக் கட்டாயப்படுத்த முடியாது. நம்மால் ஊகிக்க மட்டுமே முடியும்; பரிதாபப்படலாம். ஆனால் நம்முடைய பரிதாபவுணர்வு நமது அடிப்படை விழுமியங்களைப் புறந்தள்ளுவதாக ஆகிவிடக்கூடாது. ஒரு சிறுமியை அவளுடைய விருப்பத்துக்கு மாறாக ஒரு பையனாக வாழ்வதற்குக் கட்டாயப்படுத்துவது, அது அவளுடைய பாதுகாப்புக்காக என்றாலும்கூட, அது அவளைச் சிறைப்படுத்துவதே ஆகும்; அவளுக்கு விடுதலை அளிப்பது அல்ல. இதைப்போல க்வாப்காவில் நடப்பதை அனுமதிக்க முடியாது. இதில் மாற்றுக் கருத்தே இல்லை.

அஞ்சும் குறுக்கிட்டாள். "அவள் *என்னுடைய* குழந்தை," என்றாள். "*நான்* முடிவெடுத்துக்கொள்வேன். நான் விருப்பப்பட்டால் இந்த இடத்தை விட்டு வெளியேற என்னால் முடியும்."

அஞ்சுமின் இந்தப் பிரகடனம் மற்றவர்களைத் தடுமாறச் செய்ய வில்லை. பதிலாக, அவளுக்குள்ளிருந்த நாடக ராணி இன்னமும் உயிரோடுதான் இருக்கிறாள் என்று உணரவைத்து நிம்மதியளித்தது. அவள்

இந்த இடத்தை விட்டுப் போவதற்கு வேறு எந்த இடமும் இல்லை என்பதால் அவர்களுக்குக் கவலை கொள்ளவும் காரணம் இருக்கவில்லை.

"உன் விருப்பப்படி எது வேண்டுமானாலும் செய்யலாம். ஆனால் குழந்தை இங்குதான் இருப்பாள்," என்றாள் உஸ்தாத் குல்ஸூம் பீ.

"இவ்வளவு நேரம் *மன்ஸூரி*யைப் பற்றிப் பேசிக்கொண்டிருந்தீர்கள், இப்போது அவள் சார்பாக *நீங்கள்* முடிவெடுக்கிறீர்கள்?"

உஸ்தாத் குல்ஸூம் பீயிடம் இதைப்போல எதிர்த்துப் பேசுவதென்பது தகாத செயலாக அங்கு கருதப்பட்டது. படுகொலைகளிலிருந்து தப்பி வந்திருப்பவளுக்குக்கூட இந்த விஷயத்தில் சலுகை தரமுடியாது. எல்லோரும் இதற்குக் கிடைக்கப்போகும் பதிலுக்காகக் காத்திருந்தார்கள்.

உஸ்தாத் குல்ஸூம் பீ கண்களை மூடிக்கொண்டாள். முதுகுக்குப் பின்னால் சுருட்டிவைத்திருந்த ரஜாயை எடுத்துவிடச் சொன்னாள். திடீரெனச் சோர்வடைந்தவளாகச் சுவரை நோக்கித் திரும்பிப் படுத்துச் சுருண்டுகொண்டாள். கண்களைத் திறக்காமலேயே அவள் பேசியது எங்கோ தொலைவிலிருந்து வருவதைப் போலிருந்தது. டாக்டர் பகத்திடம் அஞ்சும் சென்று அவர் தருகிற மாத்திரைகளைத் தவறாமல் சாப்பிட வேண்டும் என்றாள்.

கூட்டம் முடிந்தது. உறுப்பினர்கள் கலைந்தனர். எரிச்சலுற்ற பூனையைப்போல் சீறிக்கொண்டிருந்த பெட்ரோமாக்ஸ் விளக்கு அறைக்கு வெளியே எடுத்துச் செல்லப்பட்டது.

O O O

அந்த வார்த்தையைச் சொல்வதற்கு அஞ்சும் உத்தேசித்திருக்கவில்லை. ஆனால் வாயிலிருந்து வந்தபிறகு அது ஒரு மலைப்பாம்பைப் போல அவளைச் சுற்றிவளைத்துக்கொண்டு இறுக்கத் தொடங்கியது.

டாக்டர் பகத்திடம் செல்வதற்கு மறுத்தாள். ஆகவே அவள் சார்பாக ஒரு சின்ன குழு சயீதாவின் தலைமையில் சென்றது. டாக்டர் பகத் குள்ளமாக, கச்சிதமாக வெட்டப்பட்ட ராணுவ மீசையுடன் பாண்ட்ஸ் ட்ரீம் பிளவர் டால்கம் பவுடரின் பலமான வாசனையோடு இருந்தார். பறவையைப்போல ஒரு பரபரப்புத் தன்மை அவரிடம் இருந்தது. நோயாளிகள் பேசும்போதும் அவரே பேசும்போதும் அடிக்கடி வறட்டுத் தும்மல் குறுக்கிடும். உடனே பேனாவால் மேஜையின் மீது மூன்றுமுறை தட்டிக்கொள்வார். முழங்கைகளில் கருமையாக முடி அடர்ந்திருந்தாலும் தலை கிட்டத்தட்ட வழுக்கையாக இருந்தது. இடதுகையில் மணிக்கட்டுப் பகுதியை நன்றாகச் சவரம் செய்து டென்னிஸ் ஆட்டக்காரர்கள் வியர்வையை ஒற்றிக்கொள்ளும் 'ஸ்வெட் பேண்ட்' பட்டையை அணிந்து அதற்கும் மேலாகப் பளிச்சென்று நேரம் காட்டும் கனமான ஒரு தங்கக் கடிகாரம் கட்டியிருந்தார். அன்றைய தினம் எப்போதும்போல அப்பழுக்கற்ற வெள்ளை டெரிகாட்டன் சஃபாரி சூட்டும் பளபளக்கும் வெண்ணிறக் காலணிகளும் அணிந்திருந்தார். நாற்காலியின் முதுகில் சுத்தமான வெள்ளை டவல். மருத்துவமனை அமைந்திருந்தது சகிக்கமுடியாத குப்பை மேட்டுப் பகுதியில் என்றாலும் அவர் மிகச் சுத்தமான மனிதர். மிகவும் நல்லவரும்கூட.

க்வாப்கா குழு உள்ளே வந்து காலியாக இருந்த நாற்காலிகளில் சிலர் ஆக்கிரமித்துக்கொள்ள, மற்றவர்கள் பிறருடைய நாற்காலிகளின் கைகளின் மேல் தொற்றிக்கொண்டனர். டாக்டர் பகத் எப்போதுமே க்வாப்கா நோயாளிகளை ஒருநேரத்தில் இரண்டு மூன்றுபேர்களாக உள்ளே அழைத்துப் பார்ப்பதுதான் வழக்கம் (அவர்கள் எப்போதுமே தனியாக வருவதில்லை). ஆனால் இன்று காலை வந்து இறங்கியிருக்கும் இந்தக் கூட்டத்தைப் பார்த்துச் சற்றுத் திகைத்துப் போனார்.

"உங்களில் யார் நோயாளி?"

"எங்களில் யாருமில்லை, டாக்டர் சாஹிப்."

மற்றவர்கள் அவ்வப்போது குறுக்கிட்டு அறிந்த விளக்கங்கள், திருத்தங்களுடன் குழுத்தலைவி சயீதா டாக்டரிடம் அஞ்சுமின் விநோத நடத்தையை, அவளுடைய சஞ்சலங்களை, முரட்டுத்தனத்தை, அப்புறம் அவள் புதுவழக்கமாகப் புத்தகங்கள் படிப்பதை, முக்கியமாக அவளது கீழ்ப்படியாமையை, தன்னால் இயன்றளவுக்குத் தெளிவாக விவரித்தாள். ஜைனாப்புக்கு ஏற்பட்ட உடல்நலக்குறைவு பற்றியும் அதனால் அஞ்சும் அடைந்திருந்த கவலையைப் பற்றியும் சொன்னாள் (அவளுக்கு அஞ்சுமின் *ஸிம்ஃப்ளி ஜாடு* கற்பனை பற்றியும், தன்மீதே அவள் கொண்டிருந்த சந்தேகத்தைப் பற்றியும் தெரியாது என்பதால்). அந்தக் குழுவினர் ஏற்கனவே விவாதித்து முடிவெடுத்திருந்தபடி குஜராத் பற்றி டாக்டரிடம் எதுவும் சொல்லவில்லை. அதற்கான காரணங்கள்:

(அ) அங்கே அஞ்சுமுக்கு ஏதாவது நிகழ்ந்ததா, அப்படியானால் என்ன நடந்தது என்று அவர்களுக்குத் தெரியாது.

(ஆ) டாக்டர் பகத் அவருடைய மேசையின் மீது ஒரு பெரிய வெள்ளி (அல்லது வெள்ளி முலாம் பூசிய) பிள்ளையார் சிலையை வைத்திருந்தார். புதிதாக ஏற்றப்பட்ட ஊதுவத்திகள் எப்போதும் புகைந்துகொண்டிருக்கும்.

இந்த இரண்டாவது காரணத்தை வைத்து தீர்மானமாக எந்த முடிவுக்கும் வந்துவிட முடியாது என்பது ஒருபுறமிருக்க, குஜராத் சம்பவங்கள் குறித்து டாக்டருக்கு என்ன கருத்து இருக்கிறது என்பது பற்றியும் அவர்களுக்குத் தெரியவில்லை. எனவே ஜாக்கிரதையாக அந்த விஷயத்தைத் தவிர்த்து விட முடிவெடுத்தனர்.

(கடவுள் நம்பிக்கையுள்ள பல லட்சக்கணக்கான இந்துக்களைப் போலவே குஜராத் சம்பவங்களால் மனம் கசந்துபோயிருந்த) டாக்டர் பகத் தும்மிக்கொண்டும், மேசைமேல் பேனாவால் தட்டிக்கொண்டும், தங்க பிரேமிட்ட மூக்குக் கண்ணாடியால் அவருடைய பிரகாசமான, மினுங்கும் கண்கள் மேலும் பெரிதாகத் தெரிய, அவர்கள் சொல்பவற்றைக் கவனமாகக் கேட்டுக்கொண்டார். புருவத்தைச் சுருக்கிக்கொண்டு ஒரு நிமிடம் யோசித்தார். க்வாப்காவை விட்டு வெளியேறுகிறேன் என்று சொன்ன பிறகு புத்தகங்களைப் படிக்கத் தொடங்கினாளா அல்லது படிக்க ஆரம்பித்த பிறகு வெளியேறுவதாகச் சொன்னாளா என்று கேட்டார். குழுவினரிடம் இதுகுறித்து இருவிதமான கருத்துகள் இருந்தன. அவர்களில்

இளம் வயதிலிருந்த மெஹர் என்பவள், அஞ்சும் தன்னிடம் துனியாவுக்குச் சென்று ஏழைகளுக்கு உதவப்போவதாகச் சொன்னாள் என்றாள். இதைக் கேட்டதும் மற்றவர்கள் எல்லோரும் கேலியாகச் சிரிக்கத் தொடங்க, டாக்டர் பகத் காரணம் விளங்காமல் எதற்குச் சிரிக்கிறீர்கள் என்றார், சிரிக்காமல்.

"அர்ரே, டாக்டர் சாஹிப், எந்த ஏழை எங்களிடம் உதவிபெறுவதற்கு விரும்புவான்?" என்றாள் மெஹர். உதவி செய்வதாக ஏழை மக்களிடம் நெருங்கினால் அவர்கள் எப்படி பயந்து விலகி ஓடுவார்கள் என்று கற்பனை செய்து அவர்கள் மீண்டும் சிரித்தனர்.

டாக்டர் பகத் மருந்துச்சீட்டை எடுத்து சின்ன, தெளிவான கையெழுத்தில் எழுதினார்: *ஏற்கனவே சுதந்திரமானவளாகவும், கீழ்ப்படியும் குணம் கொண்டவளாகவும், குதூகலமான இயல்பைக் கொண்டிருந்தவளாகவும் இருந்த நோயாளி இப்போது கீழ்ப்படிய மறுத்துத் தகராறு செய்யும் குணம் கொண்டவளாக மாறியிருக்கிறாள்.*

அவர்களைக் கவலைப்பட வேண்டாம் என்றார். தரவேண்டிய மருந்துகளைச் சீட்டில் எழுதினார். (வழக்கமாக அவர் எல்லோருக்கும் பரிந்துரைக்கும்) மாத்திரை அவளை அமைதிப்படுத்தும் என்றார். இரவு நிம்மதியாகச் சில நாட்களுக்கு அவள் தூங்கினால் சரியாகிவிடும் என்றார். அவளை நேராகப் பார்த்துச் சோதிக்க வேண்டும் என்பதால் அடுத்தமுறை அவளை அழைத்துவர வேண்டும் என்றும் சொன்னார்.

மாத்திரைகளை எடுத்துக்கொள்ளத் தீர்மானமாக மறுத்துவிட்டாள் அஞ்சும்.

நாளாக ஆக, அவளுடைய அமைதி வேறொன்றாக மாறியது. நிம்மதியிழந்தவளாக, சிடுசிடுப்பானவளாக மாறிக்கொண்டிருந்தாள். இப்புதிய இயல்பு அவளுடைய ரத்த நாளங்களில் ஒரு நயவஞ்சகச் சதித்திட்டம் போல, வாழ்நாள் முழுக்க அவள் அனுபவித்துவந்த போலியான சந்தோஷத்துக்கெதிராக எழுந்திருக்கும் பைத்தியக்காரத்தனமான கிளர்ச்சியைப்போலப் பரவிக்கொண்டிருந்தது.

ஒரு காலத்தில் பொக்கிஷமாகப் பாதுகாத்து வைத்திருந்த அவளது சேகரிப்புகளை முற்றத்தில் குவித்துவைத்தாள். டாக்டர் பகத் கொடுத்த மாத்திரைகளையும் அவற்றோடு சேர்த்துவைத்துத் தீ மூட்டினாள். எரிந்து சாம்பலானவை இவை:

(அவளை வைத்து எடுக்கப்பட்ட) மூன்று செய்திப் படங்கள்.

(அவளுடைய புகைப்படங்கள் அடங்கிய) இரண்டு பளபளப்பான படப் புத்தகங்கள்.

(அவளைப்பற்றிப் புகைப்படக் கட்டுரைகள் வெளிவந்திருந்த) ஏழு வெளிநாட்டுப் பத்திரிகைகள்.

(அவளைப் பற்றி) பதின்மூன்று மொழிகளுக்கும் மேற்பட்ட வெளிநாட்டு நாளிதழ்களில் – *நியூயார்க் டைம்ஸ், லண்டன் டைம்ஸ், கார்டியன், பாஸ்டன் குளோப், குளோப் அண்டு மெயில், Le Monde, Corriere della Sera, La Stampa, Die Zeit* – வெளிவந்த செய்தி நறுக்குகள்.

அந்த நெருப்பிலிருந்து எழுந்த புகை ஜைனாப்பின் வெள்ளாடு உட்பட எல்லோரையும் இரும வைத்தது. அனைத்தும் எரிந்து சாம்பலானபிறகு அஞ்சும் அந்தச் சாம்பலை அள்ளியெடுத்து முகத்திலும் முடியிலும் பூசிக்கொண்டாள். அன்றிரவு ஜைனாப் தனது உடைகள், காலணிகள், பள்ளிப் பை, ராக்கெட் வடிவப் பென்சில் பாக்ஸ் எல்லாவற்றையும் சயீதாவின் அலமாரிக்கு மாற்றினாள். அஞ்சுமோடு படுக்க மறுத்தாள்.

"மம்மி எப்போது பார்த்தாலும் உம்மென்று இருக்கிறாள்", என்பதுதான் அவள் அளித்த சுருக்கமான, கருணையற்ற காரணம்.

மனம் உடைந்தவளாக, அஞ்சும் தனது கோத்ரெஜ் பீரோவைக் காலி செய்து அவளது ஸாட்டின் கராராக்கள், ஜிகினா புடவைகள், ஜிமிக்கிகள், கால் சலங்கைகள், கண்ணாடி வளையல்கள் எல்லாவற்றையும் தகர டிரங்குப் பெட்டிகளில் அடைத்தாள். புதிதாக இரண்டு பதான் சூட்கள், சாம்பல் நிறத்திலும் பழுப்பு நிறத்திலும் தைத்துக்கொண்டாள். பழைய பிளாஸ்டிக் அனோரக் ஒன்றையும் ஆண்கள் அணியும் ஷூக்களையும் வாங்கிக்கொண்டு அந்த ஷூவைக் காலுறை இல்லாமல் அணிந்துகொண்டாள். ஒரு பழைய டெம்போ வண்டி வந்தது. பீரோவும் டிரங்குப் பெட்டிகளும் அதில் ஏற்றப்பட்டன. எங்கே போகிறாள் என்பதைச் சொல்லாமல் கிளம்பிச் சென்றாள்.

அப்போதுகூட யாரும் அவளது முடிவை தீவிரமாக எடுத்துக் கொள்ளவில்லை. நிச்சயமாகத் திரும்பி வந்துவிடுவாள் என்றே நம்பினார்கள்.

O O O

க்வாப்காவிலிருந்து வெறும் பத்துநிமிடப் பயணத் தூரம்தான். அஞ்சும் மீண்டும் ஒரு புதிய உலகிற்குள் பிரவேசித்தாள்.

அது ஓர் அசிங்கமான, கவனிப்பாரற்ற மயானம். மிகவும் பெரியது என்று சொல்லமுடியாது. அதிகம் பயன்பாட்டில் இல்லாதது. அதன் வடக்கு மதிற்சுவர் அரசு மருத்துவமனை ஒன்றையும் அதன் பிணவறையையும் ஒட்டியிருந்தது. நகரத்தில் இறந்துபோன நாடோடிகள், அடையாளம் தெரியாதவர்களின் உடல்கள், காவல்துறையினர் அவற்றை எப்படி தீர்வு செய்வது என்று முடிவெடுக்கும் வரை அந்தப் பிணவறையில் வைக்கப்பட்டிருக்கும். பெரும்பாலான உடல்கள் நகரின் எரிமேடைக்குக் கொண்டு செல்லப்படும். அவர்களில் சந்தேகத்துக்கு இடமில்லாதவகையில் முஸ்லிம்கள் என்று தெரிபவர்கள் அடையாளம் குறிப்பிடப்படாத கல்லறைகளில் புதைக்கப்படுவார்கள். அந்தக் கல்லறைகளும் நாளடைவில் மறைந்துபோகும். அந்த உடல்களும் மண்ணுக்கு சிறப்பாக செறிவூட்டி அங்கிருக்கும் பழைய மரங்களை செழிக்க வைக்கும்.

ஒழுங்காகக் கட்டப்பட்டிருக்கும் கல்லறைகள் இருநூற்றுக்கும் குறைவாகவே இருக்கும். பழைய கல்லறைகள் பளிங்குக் கற்களில் அலங்காரமாக வடிக்கப்பட்டவையாகவும் சமீபத்தில் எழுப்பப்பட்டவை மிகச் சாதாரணமாகவும் இருந்தன. அஞ்சும் குடும்பத்தில் பல தலைமுறைகளைச் சேர்ந்தவர்கள் அங்குதான் புதைக்கப்பட்டிருந்தார்கள் – முலாகத் அலி, அவருடைய அப்பா, அம்மா, அவருடைய தாத்தா, பாட்டி. முலாகத்

அலியின் அக்கா பேகம் ஜீனத் கவுஸர் (அஞ்சுமின் அத்தை) அவருக்குப் பக்கத்தில் புதைக்கப்பட்டிருந்தாள். பிரிவினைக்குப் பிறகு அவள் லாகூருக்குக் குடிபெயர்ந்துவிட்டிருந்தாள். அங்கு பத்து வருடங்கள் வாழ்ந்த பிறகு, தில்லியின் ஜம்மா மசூதியைப் பார்க்காமல் உயிர்வாழ்ந்திருக்க முடியவில்லை என்று சொல்லிவிட்டு, கணவனையும் குழந்தைகளையும் பிரிந்துவந்துவிட்டாள் (என்ன காரணத்தாலோ அவளுக்கு லாகூரின் பத்ஷாஹி மசூதியை மாற்றீடாகக் கருத முடியவில்லை). அவளை பாகிஸ்தான் உளவாளி என்று சந்தேகித்து மூன்றுமுறை நாட்டிலிருந்து வெளியேற்ற காவல்துறை முயன்றிருக்கிறது. அவற்றையெல்லாம் சமாளித்து ஷாஜஹானாபாத்தில் அவளுடைய அபிமான மசூதி சன்னலில் தெரிகிற சிறிய அறையும் சமையலறையும் மட்டும் இருக்கும் சின்ன வீட்டில் வாழ்ந்துவந்தாள். அவளுடன் கிட்டத்தட்ட சமவயதுடைய விதவையும் இருந்தாள். வெளிநாட்டுப் பயணிகள் குழுவாக வந்து உள்ளூர் உணவு வகைகளைச் சுவைத்துப் பார்க்கும் ஒரு உணவகத்துக்கு மட்டன் குருமா சமைத்துத் தந்து சம்பாதித்துக்கொண்டிருந்தாள், பேகம் ஜீனத் கவுஸர். மற்ற பெண்களிடமிருந்து இத்தரும் சென்ட்டும் வீசுவதைப்போல, முப்பது வருடங்களாக ஒரே சட்டியைக் கிளறிக் கிளறி அவளிடமிருந்து நிரந்தரமாக மட்டன் குருமா வாசனை அடித்துக்கொண்டிருந்தது. அவளைவிட்டு உயிர் பிரிந்ததும் ஒரு சுவையான பழைய தில்லி பலகாரத்தைப்போலக் கமகமத்தபடிக் கல்லறையில் புதைக்கப்பட்டாள். பேகம் ஜீனத் கவுஸருக்குப் பக்கத்தில் காசநோயில் இறந்துவிட்ட அஞ்சுமின் மூத்த சகோதரி பீபி ஆயிஷா. சற்றுதூரம் தள்ளி அஞ்சுமைப் பிரசவம் பார்த்த செவிலித்தாய் ஆலம் பாஜியின் கல்லறை இருந்தது. அவள் இறப்பதற்குச் சில வருடங்களுக்கு முன்னால் அவளுக்குச் சற்று மனநலம் பாதிப்படைந்தது. உடம்பும் அபரிமிதமாகப் பருத்துவிட்டது. பழைய நகரத்தின் தெருக்களில் அவள் ஓர் அழுக்கு ராணியைப்போலப் பவனிவருவாள். அப்போதுதான் கழுதைப்பாலில் குளித்துவிட்டு வந்தவளைப்போல ஓர் அழுக்கு டவலால் தலைமுடியைச் சுற்றிமுறுக்கி முடிச்சிட்டிருப்பாள். ஒரு கிழிந்த கிஸான் யூரியா கோணிப்பையை எப்போதும் தூக்கிக்கொண்டே அலைவாள். காலி மினரல் வாட்டர் பாட்டில்கள், கிழிந்த காற்றாடிகள், பக்கத்திலிருந்த ராம்லீலா மைதானத்தில் பெரிய அரசியல் கட்சிக் கூட்டங்கள் விட்டுச்சென்ற கவனமாக மடிக்கப்பட்ட சுவரொட்டிகள், பிட் நோட்டீஸ்கள் போன்றவற்றைச் சேகரித்து அந்தக் கோணிப்பைக்குள் அடைத்துக்கொள்வாள். சிலநாட்கள் அவளுக்கு மனநிலை மோசமாகி விடும். அவள் பிரசவம் பார்த்துப் பிறந்த, இப்போது வளர்ந்து கல்யாணமாகி, பெற்றோர்களாகியிருப்பவர்களை வழியில் பார்த்தால் கைத்தட்டி அருகில் அழைத்துக் கர்ணகடூரமான கெட்டவார்த்தைகளில் திட்டுவாள். அவர்கள் பிறந்த தினத்தைச் சபிப்பாள். அவளுடைய வசைகள் யாரையும் பாதிப்பதேயில்லை. மாஜிக் ஷோக்களில் சோதனை எலிகளைப்போல மேடை ஏற்றப்பட்ட பார்வையாளர்களின் அசட்டுச் சிரிப்போடு சங்கடத்துடன் கடந்து சென்றுவிடுவார்கள். ஆலம் பாஜிக்கு உணவளிக்கவும் தங்குவதற்கு இடமளிக்கவும் எப்போதும் பலர் இருந்தனர். தரப்படுகின்ற உணவை மட்டும் – வெறுப்போடு – தருபவர்களுக்குப் பெரிய உபகாரம் செய்வதைப்போலப் பெற்றுக்கொள்வாள். தங்குவதற்கு இடம் கொடுத்தால்

அதைமட்டும் ஏற்றுக்கொள்ளமாட்டாள். கொடுங் கோடைக்காலத்திலும் கடுங் குளிர் காலத்திலும் சாலையோரத்திலேயே படுத்துக்கொள்வாள். ஒரு நாள் காலை அலிஃப் ஜெட் ஸ்டேஷனர்ஸ் & ஃபோட்டோகாப்பியர்ஸ் என்ற கடைக்கு முன்னால் கிஸான் யூரியா கோணிப்பையைக் கட்டிக்கொண்டு விறைப்பாக உட்கார்ந்த நிலையிலேயே இறந்துவிட்டிருந்தாள். ஜஹனாரா பேகம் அவளை அவர்களுடைய குடும்ப மயானத்திலேயே புதைத்தாக வேண்டும் என்று உறுதியுடன் இருந்தாள். அவளை முறைப்படிக் குளிப்பாட்டி, உடையணிவித்து இதர சடங்குகளைச் செய்வதற்கு ஏற்பாடு செய்தாள். இமாம் ஒருவரை அழைத்துவந்து இறுதித் தொழுகையை நடத்திவைத்தாள். ஜஹனாரா பேகத்தின் ஐந்து குழந்தைகளையும் பிரசவம் பார்த்தது ஆலம் பாஜிதான்.

ஆலம் பாஜியின் கல்லறைக்குப் பக்கத்தில் இருந்த ஒரு பெண்மணியின் சமாதிக்கல்மீது ஆங்கிலத்தில் *'Begum Renata Mumtaz Madam'* என்று பொறிக்கப்பட்டிருந்தது. பேகம் ரெனாடா ருமேனியா நாட்டிலிருந்து வந்த ஒரு பெல்லி டான்ஸர். இந்தியாவைப் பற்றியும் அதன் செவ்வியல் நடனவடிவங்களைப் பற்றியும் கனவு கண்டபடி புகாரெஸ்ட் நகரில் வளர்ந்தவள். அவளுடைய பத்தொன்பதாவது வயதில் கண்டம் தாண்டித் தில்லியை வந்தடைந்தாள். மட்டமான கதக் நாட்டியக் குரு ஒருவனிடம் சேர்ந்தாள். அவளுக்கு நாட்டியம் எதையும் பெரிதாகக் கற்றுத்தராமல் பாலியல் ரீதியாக ஏய்த்துக்கொண்டிருந்தான். பிழைப்புக்காக தில்லியின் ஏழு புராதன நகர்ப்பகுதிகளில் ஐந்தாவதான ஃபெரோஸ் ஷா கோட்லாவில் ரோஸ் கார்டன் என்ற இடத்திலிருந்த (உள்ளூர்க்காரர்கள் இதை ரோஜா இல்லாத தோட்டம் என்பார்கள்) ரோஸ்பட் ரெஸ்ட் – ஓ – பார் என்ற கேளிக்கை விடுதியில் காபரே நடனம் ஆடத் தொடங்கினாள். காபரேவில் ரெனாடாவின் புனைபெயர் மும்தாஜ். கைதேர்ந்த ஏமாற்றுக்காரன் ஒருவனுடைய காதல்வலையில் விழுந்து, அவளுடைய சேமிப்புகள் எல்லாவற்றையும் கவர்ந்துகொண்டு அவன் காணாமல்போனதும், மிகவும் இளம் வயதிலேயே இறந்துபோனாள். அந்தக் கயவன் தன்னை ஏமாற்றிவிட்டுப் போனான் என்று தெரிந்த பின்பும் ரெனாடா அவனுக்காக ஏங்கிக்கொண்டிருந்தாள். மனம் குழம்பி, சூனியம் வைப்பது, எடுப்பது என்று எதையெதையோ முயன்றுகொண்டிருந்தாள். வெகுநேரத்துக்குத் தியானத்தில் ஆழ்ந்திருப்பவள்போல அசையாமல் உட்கார்ந்திருப்பாள். அவள் சருமத்தில் கொப்புளங்கள் தோன்றத் தொடங்கின. குரல் ஆழமாகி, ஆண்குரலைப்போலக் கரடுமுரடானது. அவள் எப்படி இறந்தாள் என்பது குறித்துத் தெளிவாக யாருக்கும் தெரியவில்லை. ஆனால் எல்லோரும் அது தற்கொலையாகத்தான் இருக்கும் என்று ஊகித்தார்கள். ரோஸ்பட் ரெஸ்ட் – ஓ – பாரில் தலைமைச் சேவகனாக இருந்த ரோஷன் லால் எல்லாப் பொறுப்புகளையும் ஏற்றுக்கொண்டு அவளது நல்லடக்கத்துக்கு ஏற்பாடு செய்தது எல்லோருக்கும் ஆச்சரியமாக இருந்தது. ரோஷன் லால் அதிகம் பேசாதவன்; சிடுசிடுப்பானவன்; ஒழுக்கவாதி. எல்லா நடனப் பெண்களிடமும் திட்டு வாங்குபவன் (எல்லோருடைய கிண்டல்களிலும் இடம்பெற்றிருப்பவன்). ரெனாடாவை அடக்கம்செய்தபிறகு முதலில் தினமும் ஒருமுறை அல்லது இரண்டுமுறை அவளுடைய கல்லறைக்கு வந்து மலர்கள் தூவிவிட்டுச் சென்றுகொண்டிருந்தான். பிறகு (அவனுடைய

வார விடுமுறை நாளான) செவ்வாய்க்கிழமைகளில் தவறாமல் வந்து கொண்டிருந்தான். அவளுடைய கல்லறையில் பளிங்குக் கல்லைப் பதித்து அவளுடைய பெயரைப் பொறித்துவைத்தது அவன்தான். அந்தக் கல்லறையின் 'பராமரிப்பாளன்' என்று தன்னைச் சொல்லிக்கொண்டான். அவளது பெயரில் (பெயர்களில்) முன்னொட்டாக 'பேகம்' என்றும், பின்னொட்டாக 'மேடம்' என்றும் சேர்த்தது அவன்தான். ரெனாடா மும்தாஜ் இறந்து பதினேழு வருடங்களாகிவிட்டன. ரோஷன் லாலின் மெல்லிய கணுக்கால்களில் தடிமனான நாளப்புடைப்புகள் தோன்றிவிட்டன. ஒரு காது செவிடாகிவிட்டது. இருந்தாலும் அந்த மயானத்திற்கு 'கண கண' வென்று சத்தமெழுப்பிவரும் பழைய மிதிவண்டியில், புத்தம்புதிய மலர்களோடு வந்துகொண்டிருந்தான். கஸானியா பூக்கள், தள்ளுபடியில் வாங்கிய ரோஜாக்கள். பணக்கஷ்டம் மிகுந்த நாட்களில் போக்குவரத்துச் சிக்னல்களில் சிறுமிகளிடம் வாங்கிய மல்லிகைப்பூ சில முழங்கள்.

பிரதானமான கல்லறைகளைத் தவிர, மற்ற சிலவற்றின் தோற்றுவாய்கள் வாதத்துக்குரியனவாக இருந்தன. உதாரணமாக ஒரு கல்லறையின் மேல் வெறுமனே 'பாதுஷா' என்று பொறிக்கப்பட்டிருந்தது. சிலர் இந்த பாதுஷா என்பவர் அதிகம் புகழ்பெற்றிராத ஒரு மொகலாய இளவரசர் என்றும், 1857ஆம் வருடப் புரட்சிக்குப் பிறகு தூக்கிலிடப்பட்டவர் என்றும் தீர்மானமாகச் சொல்லிக்கொண்டிருந்தனர். வேறு சிலர் இவர் ஆப்கானிஸ்தானைச் சேர்ந்த ஒரு சூஃபி கவிஞர் என்றனர். இன்னொரு கல்லறையில் 'இஸ்லாஹி' என்ற பெயர் மட்டும் இருந்தது. பேரரசர் இரண்டாம் ஷா ஆலம்மின் தளபதி அவர் என்று சிலர் சொல்ல, வேறுசிலர் அவர் ஒரு விபச்சாரத் தரகர் என்றும் அவரால் ஏமாற்றப்பட்ட ஒரு விலைமகளால் 1960களில் கத்தியால் குத்தப்பட்டு இறந்தவர் என்றும் சொன்னார்கள். எப்போதும் போல எல்லோரும் அவர்களுக்கு விருப்பமானவற்றையே உண்மையென நம்பிவந்தார்கள்.

மயானத்திற்கு வந்த அன்றிரவு எல்லா இடங்களையும் வேகமாக ஒரு முறை சுற்றிப்பார்த்து ஆய்வு செய்துவிட்டு அஞ்சும் தனது உடைமைகளையும் கோத்ரெஜ் அலமாரியையும் முலாகத் அலியின் கல்லறைக்கு அருகே வைத்துவிட்டு, ஆலம் பாஜி, பேகம் ரெனாடா மும்தாஜ் பேகம் கல்லறை களுக்கு நடுவே கம்பளத்தை விரித்துப் படுக்கையமைத்துக் கொண்டாள். எதிர்பார்த்தபடியே அவளுக்குத் தூக்கம் வரவில்லை. கல்லறைக்குள் இருந்த யாரும் அவளைத் தொந்தரவு செய்ததாகவோ, எந்தவொரு ஜின்னும் எழுந்துவந்து அவளுடன் நட்பு கோரியதாகவோ, பிசாசுகள் வந்து மிரட்டியதாகவோ சொல்ல முடியாது. மயானத்தின் வடக்கு மூலையில் மருத்துவமனையின் பழைய பேண்டேஜ்களும், பயன்படுத்தி எறிந்த ஊசி மருந்துகளும் குவிந்திருந்த குப்பைமேட்டில் இரவில் இருட்டில் மேலும் கருப்பான நிழலாகப் புரண்டுகொண்டிருந்த போதை அடிமைகள் அவளைக் கவனிக்கவேயில்லை. தெற்கு மூலையில் மூட்டிய அடுப்புக்கெதிரே வீடற்ற மனிதர்கள் முடிச்சுமுடிச்சாக அமர்ந்து புகை மண்டலத்துக்குள் சொற்ப உணவைச் சமைத்துக்கொண்டிருந்தார்கள். அவர்களைவிட ஆரோக்கியமாக இருந்த தெரு நாய்கள் எறியப்படும் மிச்சங்களுக்காக மரியாதையான தூரத்தில் காத்திருந்தன.

இத்தகைய சூழ்நிலையில் சாதாரணமாக அஞ்சுமுக்குச் சில அபாயங்கள் நேர்ந்திருக்க வேண்டும். ஆனால் அவளது ஒடுங்கியத் தனிமை அவளைப் பாதுகாப்பதாக இருந்தது. ஒருவழியாகச் சமூக நெறிமுறை உடன்படிக்கையிலிருந்து தன்னைப் பிடுங்கிக்கொண்டு அஞ்சும் வெளியேறி வந்தபிறகு, இந்த ஒடுங்கல் அவளைச் சுற்றிக் கம்பீரமாக – காப்பரண்களும் மணிக்கோபுரங்களும் பாதாளச் சுரங்கங்களும் மதிற்சுவர்களும் கொண்ட ஒரு கோட்டையைப்போல எழும்பி நின்றுவிட்டது. ஆயுதங்களோடு நெருங்கிவரும் கும்பலின் மந்தமான முரல்ஒலி ஒன்று அவளைச் சூழ்ந்திருந்தது. தன்னிடமிருந்தே தப்பி ஒளிந்துகொள்ளும் அகதியைப் போல அந்தக் கோட்டையின் பளபளக்கும்அறைகளினூடே அவள் புகுந்து ஓடிக்கொண்டிருந்தாள். குழந்தைகளைக் குத்திச் செருகிவைத்த காவித் திரிசூலங்களோடு காவிச் சிரிப்புடன் அவளைப் பின்தொடர்ந்து வந்த காவிப் பரிவாரத்தைப் பொருட்படுத்தாமலிருக்க முயன்றாள். ஆனால்அவர்களை அவளால் அப்புறப்படுத்த முடியவில்லை. ரூபாய் நோட்டுகளை மடித்து அவர் செய்கின்ற பறவையைப் போலவே நடுத்தெருவில் ஒழுங்காக மடித்து வீசப்பட்டிருந்த ஜாகீர் மியானைத் தனது ஞாபகங்களிலிருந்து அழிக்க முயன்றாள். ஆனால் பறக்கும் கம்பளத்தில் மடிக்கப்பட்டு அவர் மூடிய கதவுகளை ஊடுருவி அவளைப் பின்தொடர்ந்து கொண்டிருந்தார். அவருடைய கண்களிலிருந்த ஒளி அடங்குவதற்குமுன் ஜாகீர் மியான் அவளைப் பார்த்த விதத்தை, அவருடைய அந்தப் பார்வையை மறப்பதற்கு முயன்றாள். ஆனால் அவளை அவர் விடுவதாக இல்லை.

அவருடைய உயிரற்ற உடலைத் தொடவிடாமல் அவர்கள் அவளை இழுத்துத் தள்ளியதாகவும், ஆனால் அவர்களை எதிர்த்துத் துணிச்சலோடு முடிந்தவரை போராடியதாகவும் அவரிடம் சொன்னாள்.

ஆனால் அவள் அப்படியெல்லாம் போராடவில்லை என்று அவளுக்கு நன்றாகவே தெரியும்.

அவர்கள் மற்ற எல்லோரையும் என்ன செய்தார்கள் என்று அவளுக்குத் தெரியும். அவர்கள் எப்படி ஆண்களை மடித்தார்கள், பெண்களைப் பிரித்தார்கள் என்று அவளுக்குத் தெரியும். இவை எல்லாவற்றையும் அவளுடைய நினைவிலிருந்து நீக்க முயன்றுகொண்டிருந்தாள். அவர்களுடைய கைகால்களை அவர்கள் எப்படிப் பிய்த்தெடுத்துத் தீயிலிட்டார்கள் என்பதை.

அவளுக்குத் தெரியும் என்று அவளுக்கு நன்றாகவே தெரியும்.

அவர்கள்.

அவர்கள் என்றால் யார்?

ஓர் இணையான எதிர்வினையை அளிப்பதற்காக நியமிக்கப்பட்டிருந்த நியூட்டனின் படை. இரும்பு நகங்களோடும், ரத்தம் தோய்ந்த அலகுகளோடும் முப்பதாயிரம் காவி நிறப் பேசும் கிளிகள். எல்லாக் கிளிகளும் ஒரே குரலில் கீச்சிட்டுக்கொண்டிருந்தன:

“முஸல்மான் கா ஏக் ஹி ஸ்தான்! கப்ரிஸ்தான் யா பாகிஸ்தான்!”

முஸல்மானுக்கு ஒரே இடம்தான்! மயானம் அல்லது பாகிஸ்தான்!

உயிருக்குப் பயந்துகொண்டு ஜாகீர் மியானின் உடல்மீது அஞ்சும் சாய்ந்து அசைவின்றிக் கிடந்தாள். ஒரு போலிப் பெண்ணின் போலிப் பிரேதம். ஆனால் அந்தப் பேசும் கிளிகள், சுத்தமான சைவ பட்சிணிகளாக இருந்தாலும் – அல்லது அப்படிக் காட்டிக்கொண்டாலும் – (அந்தக் கட்டாய ராணுவச்சேவைக்கு அது ஒரு குறைந்தபட்சத் தகுதி) வேட்டை நாய்களுக்கேயுரிய நேர்த்தியோடும் அசாத்திய திறமையோடும் மோப்பம் பிடித்துப்பார்த்தனர். மிக எளிதாக அவளைக் கண்டுபிடித்துவிட்டனர். முப்பதாயிரம் குரல்களும் ஒன்றிணைந்து ஒலித்தன. உஸ்தாத் குல்ஸூம் பீயின் பீர்பாலைப் போல.

"யே ஹை! ஸாலி ரண்டி ஹிஜ்ரா!" தங்கச்சியை ஓக்கும் விபச்சார ஹிஜ்ரா. தங்கச்சியை ஓக்கும் முஸ்லிம் விபச்சார ஹிஜ்ரா.

இன்னொரு குரல் உயர்ந்தது. உரக்க. பதற்றத்தோடு. அது இன்னொரு பறவை.

"நஹி யார், மத் மாரோ, ஹிஜ்ரோன் கா மார்னா அப்சகுன் ஹோதா ஹை."

அவளைக் கொல்லாதே தம்பி, ஹிஜ்ராக்களைக் கொல்வது பாவம்.

பாவம்!

அந்தக் கொலைகாரர்களுக்குப் பாவம் சூழும் என்பதைக் கேட்டதும் பயம் ஏற்பட்டது. பாவமும் துரதிர்ஷ்டமும் வரக்கூடாதென்பதற்காகத்தான் வெட்டுக்கத்திகளையும் பிச்சுவாக்களையும் பிடித்திருக்கும் விரல்களில் அதிர்ஷ்டக்கற்கள் பதித்த தடிமனான தங்கமோதிரங்களை அவர்கள் அணிந்திருக்கிறார்கள். துரதிர்ஷ்டச் சக்திகள் அண்டக் கூடாதென்பதற்காகத்தான் இரும்புத்தடிகளால் மனிதர்களை அடித்துக்கொன்ற மணிக்கட்டுகளில் சிவப்புநிறப் பூஜைக்கயிறுகளை அவர்களின் அம்மாக்கள் அன்போடு கட்டியிருக்கிறார்கள். இவ்வளவு முன்னெச்சரிக்கைகளை எடுத்துக்கொண்டிருப்பதற்குப் பின்பும் பாவத்தை வேண்டுமென்றே வரவழைத்துக்கொள்வதில் என்ன அர்த்தம் இருக்கிறது?

எனவே அவர்கள் அவளைச் சூழ்ந்துநின்று அவர்களுடைய கோஷங்களைச் சொல்லவைத்தார்கள்.

"பாரத் மாதா கி ஜெய்! வந்தே மாதரம்!"

அவள் சொன்னாள், கதறியழுதபடி. உடம்பெங்கும் நடுங்கியபடி. நினைத்துப் பார்க்க முடியாதபடிக்கு அவமானப்பட்டு, கூனிக் குறுகி.

இந்தியத் தாய்க்கு வெற்றி! தாயை வணங்குவோம்!

அவளை உயிரோடு விட்டுவைத்து அவர்கள் அகன்றனர். கொல்லாமல். காயப்படுத்தாமல். மடிக்கவோ பிரிக்கவோ செய்யாமல். அவளை மட்டும். அதனால் அவர்களுக்கு நல்லதிர்ஷ்டம் ஏற்படக்கூடும்.

கசாப்புக்காரனின் அதிர்ஷ்டம்.

அதுதான் அவள். எவ்வளவு காலம் அவள் ஜீவித்திருக்கிறாளோ அவ்வளவு காலத்துக்கும் அவர்களுக்கு நல்லதிர்ஷ்டம் அளித்துக் கொண்டிருப்பாள்.

அவளுடைய அந்தரங்கக் கோட்டைக்குள் ஓடிஒளிந்து கொண்டிருக்கையில் அந்தச் சிறிய விவரத்தை ஞாபகத்திலிருந்து அகற்ற முயன்றாள். ஆனால் அவளால் முடியவில்லை. அவளுக்கு நன்றாகவே தெரியும் என்று அவளுக்கு நன்றாகவே தெரியும் என்று அவளுக்கு நன்றாகவே தெரியும்.

இரக்கமற்ற கண்களும் குங்குமம் தீற்றிய நெற்றியும் கொண்டிருந்த அந்த முதலமைச்சர் அடுத்த தேர்தலிலும் வெற்றிபெற்றார். மத்தியில் கவிஞரான பிரதமரின் அரசு வீழ்ந்தபின்னரும் குஜராத்தில் ஒவ்வொரு தேர்தலிலும் வென்றார். நிகழ்த்தப்பட்ட படுகொலைகளுக்கு அவரைப் பொறுப்பாக்கித் தண்டனை வழங்கப்பட வேண்டும் என்று சிலர் நினைத்தார்கள். ஆனால் வாக்காளர்கள் அவரை 'குஜராத் கா லல்லா' என்றார்கள்; குஜராத்தின் செல்லப்பிள்ளை.

o o o

அந்த மயானத்தில் பல மாதங்களுக்கு அஞ்சும் ஒரு சீர்கெட்ட, கட்டுக்கடங்காத பேயைப்போல, அங்கு வசித்திருந்த எல்லா ஜின்களையும் ஆவிகளையும் பயமுறுத்திக்கொண்டு, இறந்தவர்களைப் புதைக்கவந்த குடும்பத்தினரைத் தனது பயங்கரத்தோற்றத்தால் சோகத்தை மறந்து நடுங்கிப் பதுங்கவைத்துக்கொண்டிருந்தாள். தலை வாருவதையும் முடிக்குச் சாயமடிப்பதையும் நிறுத்திவிட்டாள். அது வேரிலிருந்து வெள்ளை வெளேரென்று வளர்ந்து திடீரெனப் பாதிவழியில் கன்னங்கரேலென்று மாறி, அவள் தோற்றத்தைக் கம்பிக்கரையிடப்பட்டதைப் போலக் காட்டியது. ஒரு காலத்தில் வேறெதையும் விட அவள் அதிகமாகப் பயந்து வெறுத்திருந்த முகரோமங்கள் இப்போது முகவாயிலும் கன்னங்களிலும் பனித்துளிகள்போல படரத் தொடங்கியிருந்தன. (பல வருடங்களாக அவள் போட்டுக்கொண்டிருந்த மலிவான ஹார்மோன் ஊசிகளின் விளைவாக அது முழு வளர்ச்சி பெற்றுத் தாடியாக வளராமல் நின்றிருந்தது). பல வருட பான்பராக் உபயோகத்தால் கருஞ்சிவப்பாகியிருந்த முன்பற்களில் ஒன்று பலமிழந்து ஆடிக்கொண்டிருந்தது. இதனால் அவள் பேசும்போதும், எப்போதாவது புன்னகைக்கும்போதும், அது ஆர்மோனியக் கட்டை ஒன்று தானாக உயிர்பெற்று எழுந்து சுயமாக இசைப்பதைப்போல மேலும் கீழும் அசைந்து பயமுறுத்தியது. இந்தப் பயமுறுத்தலால் சில நன்மைகளும் இருந்தன. அவளிடம் வம்பு செய்யவும், அவள்மீது கல்லெறியவும் வருகிற சின்னப்பையன்களை அருகில் நெருங்கவிடாமல் வைத்திருந்தது.

அஞ்சுமின் பழைய வாடிக்கையாளரான திரு டி.டி. குப்தா அவள் இருக்குமிடத்தைத் தேடிக் கண்டுபிடித்து அந்த மயானத்திற்கு வந்து அவளைச் சந்தித்தார். அவள்மீது அவர் கொண்டிருந்த பிரியம் பௌதிக இச்சைகளையெல்லாம் வெகுகாலத்துக்கு முன்பே கடந்திருந்தது. அவர் கரோல் பாக்கைச் சேர்ந்த கட்டட ஒப்பந்ததாரர். இரும்பு, சிமெண்ட், கற்கள், செங்கல் என்று கட்டுமானப் பொருட்களை வாங்கி விற்பார்.

பெரிய கட்டடம் ஒன்றைக் கட்டிக்கொண்டிருந்த அவருடைய பணக்கார வாடிக்கையாளருக்கு வழங்கவேண்டிய பொருட்களிலிருந்து ஒரு சிறிய பகுதியை எடுத்து அஞ்சுமுக்காகச் சிறிய, தற்காலிகக் குடில் போன்ற ஒன்றை அஸ்பெஸ்டாஸ் கூரையோடு அந்த மயானத்தில் கட்டித்தந்தார். வெறும் ஸ்டோர் ரூம் மட்டும். அவளுடைய பொருட்களை உள்ளே வைத்துப் பூட்டிக்கொள்வதற்காக. திரு குப்தா அவ்வப்போது வந்து அவளுக்கு எதுவும் குறையில்லாமல் பார்த்துக்கொண்டார். இராக் மீது அமெரிக்கா ஆக்கிரமித்ததும் (குண்டு வெடிப்புகளிலிருந்து பாதுகாக்கும் அரண் சுவர்கள் – பிளாஸ்ட் வால் – கட்டுவதற்குத் தேவை அதிகரித்திருந்ததால்) அவர் பாக்தாத்துக்குச் சென்றார். வாரத்துக்குக் குறைந்தது மூன்றுமுறையாவது அஞ்சுமுக்கு அவர்கள் வீட்டு ஓட்டுநர் மூலமாகச் சூடாக சமைத்துக் கொடுத்து அனுப்புமாறு அவருடைய மனைவியிடம் சொல்லிவிட்டுச் சென்றார். திருமதி குப்தா தன்னைக் கிருஷ்ண பகவானின் கோபிகாஸ்த்ரீ என்று நினைத்துக்கொண்டிருந்தாள். அவளுடைய கைரேகைகளைப் பார்த்த சோதிடன் அவளுக்கு இது கடைசியான ஏழாவது பிறவி என்று சொல்லியிருந்தான். அடுத்ததாகப் பிறவி எடுக்கவேண்டியதில்லை என்று தெரிந்துவிட்டதால் பாவங்களுக்காக அடுத்த பிறவி தண்டனைப் பயமின்றி விருப்பப்படி வாழலாம் என்ற லைசன்ஸை அந்தச் சோதிடம் அவளுக்குத் தந்திருந்தது. அவளுக்கென்று சில மோகத் தொடர்புகள் இருந்தன. ஆனால் அவற்றில் அவள் அடைகின்ற உச்சக்கட்டப் பாலியல் கிளர்ச்சிகள் தெய்வீக வரம் என்றும் அவளுடைய மானுடக் காதலர்களால் ஏற்படுபவையல்ல என்றும் நம்பிவந்தாள். தன்னுடைய கணவன்மீது அளவற்ற நேசம் அவளுக்கு உண்டு. ஆனால் அவருடைய உடல் இச்சைக்காகத் தன்னை நாடுவதில்லை என்ற நிம்மதிக்காக இச்சிறிய உபகாரத்தை அவருக்காகச் செய்வதற்கு ஒப்புக்கொண்டாள்.

கிளம்புவதற்கும் முன் திரு குப்தா அஞ்சுமுக்கு ஒரு மலிவான மொபைல் போனை வாங்கித்தந்து, அதை எப்படி உபயோகிப்பது, (இன்கமிங் இலவசம்) அவரை அழைக்கவேண்டுமென்றால் எப்படி 'மிஸ்டு கால்' கொடுப்பது என்று சொல்லிக்கொடுத்தார். அஞ்சும் ஒரு வாரத்துக்குள் அதைத் தொலைத்து விட்டாள். பாக்தாத்திலிருந்து திரு குப்தா அழைத்தபோது ஒரு குடிகாரன் பதிலளித்தான். அழுதபடியே அவன் அம்மாவிடம் பேச வேண்டும் என்றான்.

இந்த உபயதாரர் மட்டுமல்லாமல் அஞ்சுமைத் தேடிவருவதற்கு வேறுசிலரும் இருந்தார்கள். இதயமே இல்லாத, உண்மையில் பெரும் வேதனையில் இருந்த, ஜைனாப்பைச் சிலமுறை ஸயீதா அழைத்துவந்தாள். (இந்தச் சந்திப்புகள் அஞ்சும், ஜைனாப் இருவருக்குமே பெரும் வலியை உண்டாக்குகின்றன என்று தெரிந்ததும் ஸயீதா அவளை அழைத்துவருவதை நிறுத்திக்கொண்டாள்). அஞ்சுமின் சகோதரன் சாகிப், வாரம் ஒரு முறை வந்தான். உஸ்தாத் குல்ஸூம் பீ, அவளுடைய நண்பன் ஹாஜி மியான் அல்லது சில நேரங்களில் பிஸ்மில்லாவோடு ரிக்ஷாவில் வந்தாள். அஞ்சுமுக்கு ஒரு சிறிய தொகையை க்வாப்காவிலிருந்து ஓய்வூதியமாக ஏற்பாடு செய்து, பணத்தை உறையிலிட்டு ஒவ்வொரு மாதமும் கொடுத்துவந்தாள்.

தவறாமல் வருகைபுரிந்தவர் உஸ்தாத் ஹமீது. புதன், ஞாயிறு தவிர்த்து எல்லா நாட்களிலும் வருவார். விடியற்காலையில் அல்லது

பின்மாலைப் பொழுதில் வந்து, யாருடைய கல்லறையின் மீதோ அஞ்சுமின் ஆர்மோனியத்தை எடுத்துவைத்துக்கொண்டு அமர்வார். கிறங்கவைக்கும் *ரியாஸ்*களைப் பாடத் தொடங்குவார். காலையில் என்றால் ராகம் லலித், மாலையில் என்றால் ராகம் சுத்த கல்யாண் – *தும் பின் கௌன் கபார் மோரி லைத்*... உன்னைத் தவிர வேறு யார் என்னைப்பற்றி விசாரிப்பார்? அஞ்சுமுக்குரிய இடம் என்று ஒரு மனதாக அங்கு தீர்மானிக்கப்பட்டிருந்த பகுதியின் மானசீக எல்லைக்கு வெளியே குழுமியிருக்கும் பொறுக்கிகளும் குடிகாரர்களும் அவரை அவமானப்படுத்தும்படியாகச் சமீபத்தைய பாலிவுட் பாடல்களையோ அல்லது பிரபலமான கவ்வாலி பாடலையோ (பத்துக்கு ஒன்பதுமுறை அது *டமாடம் மஸ்த் கலந்தர்* பாடலாகவே இருக்கும்) பாடச் சொல்லிக் கேட்பதைச் சாமர்த்தியமாகப் புறக்கணித்துவிடுவார். சில நேரங்களில் அந்த மயானத்தின் விளிம்பிலிருந்து சோகமான நிழல்கள் குடிபோதையிலோ போதைமருந்தின் மயக்கத்திலோ கனவைப்போல எழுந்து தம்முடைய சொந்தத் தாளத்திற்கேற்ப மெதுவான அசைவுகளில் நடனமாடத் தொடங்கும். வெளிச்சம் மடிந்ததும் (அல்லது பிறந்ததும்) உஸ்தாத் ஹமீதின் மென்குரல் அந்தச் சீரழிந்த நிலப்பரப்பின்மீதும், அங்கு வசித்திருக்கும் அதன் சீரழிந்த மனிதர்கள்மீதும் கவியத்தொடங்கும். பேகம் ரெனாடா மும்தாஜ் மேடத்தின் கல்லறைமீது உஸ்தாத் ஹமீதுக்கு முதுகைக் காட்டியபடி அஞ்சும் திரும்பிச் சப்பணமிட்டு உட்கார்ந்திருப்பாள். அவரோடு பேசவோ அவரைப் பார்க்கவோ மாட்டாள். அவரும் அதைப் பொருட்படுத்தமாட்டார். அவளுடைய தோள்கள் அசைவின்றி இருப்பதை வைத்து அவள் கேட்டுக்கொண்டிருக்கிறாள் என்பது அவருக்குத் தெரியும். அவளை அவர் நன்றாகவே அறிவார். அவள் எதையெதையெல்லாம் கடந்து வந்திருக்கிறாள் என்று அவருக்குத் தெரியும். அவரால் முடியாவிட்டாலும், சங்கீதத்தால் நிச்சயமாக அவளுடைய இன்றைய நிலையைக் கடந்துவரச் செய்ய முடியும் என்று அவர் நம்பினார்.

ஆனால் கருணையாலோ, கொடுமையாலோ அஞ்சுமை க்வாப்காவில் வாழ்ந்த அவளுடைய பழைய வாழ்க்கைக்குத் திரும்பவைக்க முடியவில்லை. துக்கமும் அச்சமும் கொண்ட ஓதம் அடங்குவதற்கு வருடங்கள் பிடித்தன. இமாம் ஜியாவுதீனின் தினசரி வருகையும், அவர்களுக்கிடையே நடந்த சில்லறை (சில சமயங்களில் கடுமையான) பூசல்களும், ஒவ்வொரு நாளும் செய்தித்தாள்களைப் படித்துக்காட்டும்படி அஞ்சுமிடம் அவர் கெஞ்சுவதும் அவள் துனியாவுக்குத் திரும்பிவருவதற்கு உதவின. தனிமைக் கோட்டை படிப்படியாகத் தகர்க்கப்பட்டு, சமாளிக்கக்கூடிய குடியிருப்பாக மாற்றப்பட்டது. அது ஓர் இல்லமானது. எதிர்பார்க்கக்கூடிய, நம்பிக்கையூட்டக்கூடிய, மோசமானதாக இருந்தாலும் நம்பத்தகுந்த துயரங்களைக் கொண்டிருக்கும் இல்லமாக. காவி மனிதர்கள் தமது கொடுவாள்களை உறையிலிட்டார்கள், கையில் வைத்திருந்த திரிசூலங்களைக் கீழே வைத்தார்கள். தங்களது வழக்கமான வறட்டு வாழ்க்கைகளுக்குத் திரும்பி, அழைப்புமணிகளுக்கு ஓடினார்கள், உத்தரவுகளுக்குக் கீழ்ப்படிந்தார்கள், வீட்டுக்கு வந்து மனைவிகளை அடித்தார்கள், அடுத்த ரத்த வேட்டைக்காகக் காத்திருந்தார்கள். காவி நிறத்துப் பேசுங்கிளிகள் தமது கூர்நகங்களை உள்ளிழுத்துக் கொண்டு, பச்சை நிறத்துக்குத் திரும்பி, வெண் அலகுக் கழுகுகளும் சிட்டுக்குருவிகளும் காணாமற்போன

ஆலமரங்களின் கிளைகளுக்குப் பின்னால் உருமறைத்துக்கொண்டன. மடிக்கப்பட்டிருந்தவர்களும் பிரிக்கப்பட்டவர்களும் வருகைபுரிவது குறைந்தது. சுத்தமாக மடிக்கப்பட்டிருந்த ஜாகீர் மியான் மட்டும் வருவதை நிறுத்தவில்லை. ஆனால் நாளாக ஆக, அவளைப் பின்தொடர்ந்து வருவதை விடுத்து, அவளோடு சேர்ந்து உலவிக்கொண்டிருந்தார் – ஒரு நிரந்தர, எதையும் வேண்டாத துணைவனாக.

அஞ்சும் மீண்டும் தன்னை அலங்கரித்துக்கொள்ளத் தொடங்கினாள். தலைமுடிக்கு மருதாணி இட்டுப் பிரகாசமான ஆரஞ்சு நிறத்துக்கு மாற்றினாள். முகத்தில் வளர்ந்திருந்த முடிகளை நீக்கினாள். ஆடிக்கொண்டிருந்த பல்லைப் பிடுங்கிவிட்டுப் புதிதாக ஒன்றைக் கட்டிக்கொண்டாள். அந்தப் பரிபூரண வெண்ணிறப் பல், யானைத் தந்தத்தைப்போலக் கருஞ்சிவப்பிலிருந்த உடைந்த பற்களுக்கு நடுவே பளிச்சிட்டது. எப்படியிருந்தாலும் முன்பிருந்த அளவுக்கு இது அச்சமளிப்பதாக இல்லை. பழையபடியே பதான் சூட்களைத்தான் அணிந்துவந்தாள். ஆனால் அவளிடம் இருந்த பழைய ஜிகினா, பிரிண்டட் துப்பட்டாக்களுக்கு ஏற்ற மென்மையான வண்ணங்களில், வெளிர் நீலத்திலும் இளஞ்சிவப்பிலும் புதிய சூட்களைத் தைத்துக்கொண்டாள். கொஞ்சம் எடை அவளுக்குக் கூடியிருந்தது. அவளுடைய புதிய ஆடைகள் அவளுக்குக் கவர்ச்சிகரமாகவும் சௌகரியமாகவும் பொருந்தியிருந்தன.

கொலையாளிகள் போட்ட பிச்சையே, தான் என்பதை அஞ்சும் ஒருபோதும் மறக்கவில்லை. அதன்பின் அவளுடைய மிச்ச வாழ்நாளிலும், அது வேறுமாதிரியாகத் தோன்றினாலும், அந்த 'மிச்ச-வாழ்க்கை' என்பது நிச்சயமில்லாததாகவும், அசட்டைத்தனமிக்கதாகவுமே இருந்தது.

தனிமைக் கோட்டை தகர்க்கப்பட்டதும், அஞ்சுமின் தகரக் கொட்டகை எழுப்பப்பட்டது. முதலில் படுக்கை மட்டும் போடும் அளவுக்கு இருந்தது, பிறகு ஒரு சிறிய சமையலறை கொண்ட ஒரு குட்டி வீடாக வளர்ந்தது. வெளிப்பார்வைக்குத் தேவையில்லாத கவனத்தை ஈர்த்துவிடக்கூடாதென்பதற்காக வெளிச்சுவர்களைப் பூச்சு வேலை செய்யாமல் அரைகுறையாக விட்டிருந்தாள். வீட்டின் உட்புறம் பூசப்பட்டு அசாதாரணமான ஃப்யூஷா நிறத்தில் பெயிண்ட் அடித்திருந்தாள். இரும்பு உத்தரங்களை நட்டு அதன்மேல் மணற்கல்லாலான தளம் ஒன்றையும் அமைத்தாள். குளிர்காலங்களில் அதன் மீதேறி பிளாஸ்டிக் நாற்காலியில் முடியை உலர்த்துவாள். வெடிப்புகளும் செதில்களுமாக இருக்கும் பாதங்களை வெயிலில் நீட்டிக்கொண்டு அங்கிருந்து மரித்தோர் சாம்ராஜ்யத்தைப் பார்வையிட்டுக் கொண்டிருப்பாள். வீட்டின் கதவுகளுக்கும் சன்னல்களுக்கும் வெளிர் பிஸ்டாஷியோ பச்சை நிறத்தில் வர்ணமடித்திருந்தாள். இப்போது இளம் பெண்ணாக வளரத் தொடங்கி யிருந்த பெருச்சாளி அவளைத் திரும்ப வந்து பார்க்கத் தொடங்கியிருந்தாள். எப்போதும் சயீதாவுடன் மட்டுமே வந்துகொண்டிருந்தாள். இரவு தங்கமாட்டாள். அஞ்சும் அவளை ஒருபோதும் கேட்டுக்கொண்டதுமில்லை, வற்புறுத்தியதுமில்லை, தன்னுடைய உணர்ச்சிகளை வெளிப்படையாகக் காட்டிக்கொண்டதுமில்லை. ஆனால் இந்த ஒரு விஷயம் உண்டாக்கும் வலி ஒருபோதும் அவளுக்கு அடங்கியதோ குறைந்ததோ இல்லை. இந்த ஒன்றில் மட்டும் அவள் இதயம் தன்னை மாற்றிக்கொள்ள மறுத்தது.

சில மாதங்களுக்கொருமுறை நகராட்சி அலுவலர்கள் வந்து அஞ்சுமின் வீட்டு முன்கதவில் நோட்டீஸ் ஒட்டிவிட்டுச் செல்வார்கள். மயானத்தில் வெளியாட்கள் தங்குவதோ வசிப்பதோ தடைசெய்யப்பட்டுள்ளது என்றும் அனுமதியின்றி எழுப்பப்பட்ட கட்டுமானங்கள் ஒருவார காலத்துக்குள் இடிக்கப்படும் என்றும் எச்சரிக்கை விடப்பட்டிருக்கும். அஞ்சும் அந்த அதிகாரிகளிடம் அந்த மயானத்தில் அவள் வாழ்ந்துகொண்டிருக்கவில்லை யென்றும், அங்கே அவள் இறந்துகொண்டிருப்பதாகவும் சொல்வாள். அதற்கு நகராட்சியிடமிருந்து அனுமதி பெறப்பட வேண்டியதில்லையென்றும் இறைவனே அவளுக்கு அனுமதி வழங்கியிருப்பதாகவும் தெரிவிப்பாள்.

நகராட்சி அலுவலர்கள் எவருக்கும் இந்த விஷயத்தைப் பெரிதுபடுத்தி நடவடிக்கை எடுக்கவோ, அதன்பிறகு அவளுடைய அசாத்தியத் திறமைகளால் மூக்குடைபடுவதற்கோ தைரியம் இருக்கவில்லை. மேலும் ஹிஜ்ராவிடம் சாபம் பெற்றுவிடுவோமோ என்ற பயமும் இருந்தது. அதனால் இருதரப்பினரும் பொதுவான சமாதான உடன்படிக்கைக்கும் ஒரு சிறிய தீர்வைக்கும் ஒப்புக்கொண்டார்கள். அவர்கள் வரும்போது கொஞ்சம் கணிசமான தொகை தந்துவிட வேண்டும். தீபாவளிக்கும் ஈத் பெருவிழாவுக்கும் அசைவ உணவு வழங்கவேண்டும். அந்த வீடு விரிவுபடுத்தப்பட்டால் தொகையும் அதற்கு ஈடாக அதிகரிக்கப்படும் என்றும் அந்த எழுதப்படாத உடன்படிக்கையில் ஏற்கப்பட்டது.

காலம் செல்லச்செல்ல, அஞ்சும் அவளுடைய உறவினர்களின் கல்லறைகளை உள்ளடக்கி அதைச் சுற்றிலும் அறைகளைக் கட்டிக்கொண்டு வீட்டை விரிவுபடுத்திக்கொண்டாள். ஒவ்வோர் அறையிலும் ஒரு கல்லறையும் (அல்லது இரண்டு) ஒரு படுக்கையும் இருந்தன; அல்லது இரண்டு. தனியாக ஒரு குளியலறையும் கழிவறையும்; அதற்கென்று ஒரு செப்டிக் டாங்க்கையும் கட்டிக்கொண்டாள். தண்ணீருக்குப் பொது கைப்பம்ப்பைப் பயன்படுத்திக்கொண்டாள். மகனாலும் மருமகளாலும் மோசமாக நடத்தப்பட்டுவந்த இமாம் ஜியாவுதீன் அங்கு நிரந்தர விருந்தாளியாகத் தங்கத் தொடங்கினார். தனது வீட்டுக்குச் செல்வதே அவருக்கு அரிதாகி விட்டது. அஞ்சும் ஒன்றிரண்டு அறைகளை ஆதரவற்ற ஏழைப் பயணிகளுக்கு வாடகைக்கு விட்டாள் (அறைகள் வாடகைக்கு விடப்படுகிற தகவல் வாய்வழி விளம்பரத்தின் மூலமே பரவியது). அந்த அறைகளுக்குப் பெரிய கிராக்கி இருந்ததாகச் சொல்லவும் முடியாது. அமைந்திருந்த இடம், சூழல், எல்லாவற்றுக்கும் மேலாக அந்த வீட்டுக்காரி, எல்லோருக்கும் ஒத்துவரக்கூடியதும் அல்ல. இன்னொன்றும் இருக்கிறது. வீட்டுக்காரியும் எல்லோரையும் அனுமதித்துவிடுவதில்லை. அவளுக்கு அவர்கள் பிடித்திருக்க வேண்டும். யாரை அனுமதிப்பது, யாரை ஒப்புக்கொள்ள வேண்டாம் என்று மனம்போன போக்கில் அஞ்சும் நடந்துகொண்டாள். தேவையில்லாத, முற்றிலும் அர்த்தமற்ற வகையில் முரட்டுத்தனமாகக் கத்துவாள். ஆபாசவசைகள் பறக்கும் (யார் உன்னை இங்கே அனுப்பியது? போய் நீயே உன் சூத்தில் ஓத்துக்கோ). சில நேரங்களில் கொடூரமான, மிருகத்தனமான உறுமலோடு இந்த வசைகள் கலந்திருக்கும்.

மயானத்தில் இருந்த அந்த விருந்தினர் இல்லத்துக்கு மாநகரின் வேறெந்த விடுதிக்கும் மேல்தட்டு ஓட்டல்களுக்குக்கூட இல்லாத ஒரு சிறப்பம்சம்

இருந்தது. அங்கு மின்தடையே ஏற்படுவதில்லை. கோடைக்காலத்தில்கூட. காரணம், அஞ்சும் பக்கத்து மருத்துவமனையின் பிணவறையிலிருந்து மின்சாரத்தைத் திருடியிருந்ததுதான். அங்கு வைக்கப்பட்டிருக்கும் பிணங்களுக்குத் தடையற்ற குளிர்பதனம் தேவையென்பதால் பிணவறைக்கு மின்தடை ஏற்படுவதில்லை (அங்கு கிடத்தப்பட்டிருந்த மாநகரின் பஞ்சப்பராரிகளுக்கு உயிரோடு இருந்தபோது கிடைக்காத ஏர்கண்டிஷன் சௌகரியம்). அஞ்சும் அவளுடைய விருந்தினர் இல்லத்துக்கு 'ஜன்னத்' என்று பெயரிட்டிருந்தாள். சொர்க்கம். அவளுடைய டிவி இரவும் பகலும் தொடர்ந்து ஓடிக்கொண்டிருந்தது. அதன் சத்தம் அவள் மனதை அமைதிப்படுத்த உதவுவதாகச் சொன்னாள். செய்திகளைக் கவனமாகப் பார்த்துவந்ததில் தேர்ந்த அரசியல் விமர்சகராயிருந்தாள். இந்தி நெடுந்தொடர்களையும் ஆங்கிலத் திரைப்படச் சேனல்களையும் பார்த்தாள். அவளுக்கு இரண்டாம் தர ஹாலிவுட் வாம்பயர் திரைப்படங்கள் பிடித்திருந்தன. பார்த்த படங்களையே திரும்பத்திரும்பப் பார்த்தாள். வசனங்கள் புரியாவிட்டாலும் வாம்பயர்களை நன்றாகவே புரிந்துகொள்ள முடிந்தது அவளால்.

கடுமையான கட்டுப்பாடுகளுடன் நடத்தப்படும் ஹிஜ்ரா கரானாக்களிலிருந்து ஏதோ சில காரணங்களுக்காக வெளியேறிய, வெளியேற்றப்பட்ட ஹிஜ்ராக்களின் புகலிடமாக ஜன்னத் விருந்தினர் இல்லம் மெதுவாக மாறத்தொடங்கியது. மயானத்தில் அமைந்திருக்கும் புதிய விடுதியைப் பற்றிய தகவல் பரவத்தொடங்கியதும் அஞ்சுமின் கடந்த கால நண்பர்கள் வரத்தொடங்கினர். நம்பமுடியாத அதிசயமாக நிம்மோ கோரக்புரியும் அதில் ஒருத்தி. இவ்வளவுகாலம் கழித்து முதன்முதலாகப் பார்த்துக்கொண்டதும் அஞ்சுமும் அவளும் நெடுநாள் பிரிந்திருந்த காதலர்கள்போல ஒருவரையொருவர் கட்டியணைத்துக்கொண்டு அழுதார்கள். அதன் பிறகு நிம்மோ அடிக்கடி வரத்தொடங்கினாள், இரண்டு மூன்று நாட்கள் தொடர்ச்சியாகவும் தங்குவாள். உடல் பெருத்து, உடம்பு முழுக்க நகைகளாக, சென்ட் மணக்க, நேர்த்தியான உடலசைவுகளோடு பளபளவென்று ஜொலித்துக்கொண்டிருந்தாள். தில்லியிலிருந்து இரண்டு மணிநேரப் பயணத் தூரத்திலிருந்த மேவாட் என்ற இடத்திலிருந்து அவளுடைய சிறிய வெள்ளைநிற மாருதி 800 காரில் வந்தாள். மேவாட்டில் அவளுக்கு இரண்டு ஃபிளாட்டுகளும் ஒரு சிறிய தோட்டமும் இருந்தது. அவள் ஒரு பெரிய வெள்ளாட்டு வியாபாரியாகியிருந்தாள். அயல்நாட்டு வெள்ளாட்டு இனங்களை வளர்த்து, பக்ரீத் குர்பானிக்காகத் தில்லி, பாம்பே நகரங்களின் பணக்கார முஸ்லிம்களுக்கு விற்றுவந்தாள். அவளுடைய பழைய சினேகிதியிடம் தனது தொழிலில் உள்ள சூட்சுமங்களை, வித்தைகளை, ஒரேநாளில் வெள்ளாடுகளை உடல் பருக்கவைக்கும் அபாயகரமான டெக்னிக்குகளை, பக்ரீத்துக்கு முந்தைய வெள்ளாட்டுச் சந்தையில் விலை நிர்ணயிப்பதில் இருக்கும் அரசியலை, சிரிக்கச் சிரிக்க விவரித்தாள். அடுத்த வருடத்திலிருந்து அவளுடைய வர்த்தகம் இணையம் வழியாகவும் செயல்படப்போகிறது என்றாள். பழைய நாட்களின் நினைவாக வரப்போகும் பக்ரீத்தை அஞ்சுமும் அவளும் மயான விடுதியில் அவளுடைய வெள்ளாடுகளில் மிகச்சிறந்த ஒன்றைக் குர்பானி கொடுத்துக் கொண்டாடுவதாக முடிவெடுத்தனர். அவளுடைய புத்தம்

புதிய மிகப் பகட்டான மொபைல் ஃபோனில் உயர் இன வெள்ளாடுகளின் படங்களை அஞ்சுமுக்குக் காட்டினாள். முன்பு மேலைநாட்டுப் பெண்களின் ஃபேஷன்களில் அவளுக்கு இருந்த ஆர்வம் இப்போது வெள்ளாடுகளின் பக்கம் நகர்ந்திருந்தது. ஒரு பார்பரி வெள்ளாட்டிலிருந்து ஒரு ஜம்னாபாரியையும் ஒரு ஸோஜாத்திலிருந்து ஒரு எடாவாவையும் எப்படி வேறுபடுத்துவது என்று அஞ்சுமுக்கு விளக்கினாள். பிறகு அவளது கைப்பேசியில் ஒரு எம்.எம்.எஸ்.ஸை அஞ்சுமுக்குக் காட்டினாள். அதில் சேவல் ஒன்று தனது இறக்கைகளை ஒவ்வொருமுறை அடித்துக்கொண்டும் குரலெழுப்புவது "யா அல்லாஹ்!" என்பது போலவே இருந்தது. அஞ்சும் பிரமித்துப்போனாள். *ஒரு சாதாரண சேவலுக்குக்கூடத் தெரிந்திருக்கிறது!* அந்த நாளிலிருந்து அவளுடைய நம்பிக்கை வலுப்பெற்றது.

வாக்களித்தபடியே நிம்மோ கோரக்புரி அஞ்சுமுக்கு ஓர் இளம் கருப்பு வெள்ளாட்டுக்கிடாவைப் பரிசளித்தாள். பைபிள்தனமான சுருள் கொம்புகளோடு இருந்த அந்த ஆடு, ஹஸ்ரத் இப்ராஹிம் தனது ஒரே மகன் ஈசாக்கின் சார்பாக மலைமீது குர்பானி செய்யப்பட்ட அதே ரகம்தான். ஆனால் ஒரே வித்தியாசம் அவர்களுடையது வெள்ளை நிறம் என்றாள். அஞ்சும் அதற்கென்று ஒரு தனி அறையை (அதற்கான கல்லறையோடு) ஒதுக்கிவைத்தாள். இப்ராஹிம் எந்த அளவுக்கு ஈசாக்கை நேசித்தாரோ அந்த அளவுக்கு இந்த ஆட்டையும் அவள் நேசிக்க முயன்றாள். அன்புதான் தினசரி நிகழ்த்தப்படும் சாதாரணக் கசாப்புகளிலிருந்து குர்பானியை வேறுபடுத்திக்காட்டும் ஒரே அம்சம். மெல்லிய தகடில் அதற்குக் கழுத்துப்பட்டையும், கணுக்கால்களில் மணிகளையும் கட்டிவைத்தாள். அந்த ஆடும் அவளை நேசித்தது. அவள் எங்கு சென்றாலும் பின்தொடர்ந்தது. (ஜைனாப் அங்கு வரும்போது அதன் கணுக்கால் மணிகளைக் கழற்றி எடுத்துவிடுவாள். அந்த ஆடு அவள் கண்ணில் படாமல் பார்த்துக்கொள்வாள். ஏனென்றால் அது என்ன விளைவை ஏற்படுத்தும் என்று அவளுக்குத் தெரியும்). பக்ரீத் நெருங்கத் தொடங்க, பழைய நகரில் குர்பானிக்காக வாங்கப்பட்ட மங்கலாகப் பச்சை குத்தப்பட்ட ஒட்டகங்களும் எருமைகளும் குதிரைக் குட்டி அளவில் இருந்த வெள்ளாடுகளும் பெருகத்தொடங்கின. அஞ்சுமின் கிடாய் இப்போது நன்றாக வளர்ந்து ஏறக்குறைய நான்கடி உயரத்துக்கு, கட்டுமஸ்தாக, சாய்வான மஞ்சள் விழிகளோடு இருந்தது. அதை வேடிக்கை பார்ப்பதற்காகவே நிறையபேர் அந்த மயானத்திற்கு வந்தனர்.

குர்பானி சடங்கை நடத்துவதற்கு ஷாஜஹானாபாத்தில் அப்போது வெகுவாகப் புகழ்பெற்றிருந்த இளம் கசாப்புக்காரனான இம்ரான் குரேஷியை அஞ்சும் ஏற்பாடு செய்தாள். அவனுக்குப் பக்ரீத் அன்று ஏகப்பட்ட முன்பதிவுகள் இருந்தன. பிற்பகலுக்குப் பிறகுதான் அவனால் வரமுடியும் என்றான். பக்ரீத் அன்று விடிந்தவுடனே அஞ்சும் அவனைத்தேடிக் கையோடு அழைத்துவருவதற்காகப் பழைய நகரத்துக்குப் புறப்பட்டாள். பதிவு செய்யாதவர்களும் அவனை வலுக்கட்டாயமாக அழைத்துச் சென்றுவிடுவார்கள் என்று அவள் பயந்தாள். ஆண்மகனைப்போலச் சுத்தமான, இஸ்திரி மடிப்புக் கலையாத பதான் சூட்டை அணிந்துகொண்டு இம்ரானுக்குப் பின்னால் வீடுவீடாக, தெருத்தெருவாக அலைந்தாள். அவனுடைய கடைசி அப்பாயின்ட்மென்ட் ஓர் அரசியல்வாதியிடம். அவர் முன்னாள் சட்டமன்ற உறுப்பினர். சென்ற தேர்தலில் சங்கடமளிக்கும்படி

பெருவாரியான வாக்குகள் வித்தியாசத்தில் தோற்றிருந்தார். தோல்வியின் தாக்கத்தைக் குறைப்பதற்காகவும் அடுத்த தேர்தலுக்கு அவர் தயாராகிக் கொண்டிருப்பதைத் தொகுதி மக்களுக்குக் காட்டுவதற்காகவும் ஆடம்பரமாகத் தனது பக்தியைப் பறைசாற்ற முடிவெடுத்திருந்தார். நன்றாகக் கொழுத்திருந்த நீர் எருமை ஒன்று, எண்ணெய் தேய்த்துத் தோல் பளபளக்க அதன் அகலமே இருந்த குறுகலான தெருக்களில் இழுத்து வரப்பட்டது. சற்றுத் தாராளமாக இடம் இருக்கின்ற ஒரு முச்சந்திக்குக் கொண்டுவரப்பட்டு, சௌகரியமான கோணத்தில் நிறுத்தி விளக்குக் கம்பத்தில் கட்டப்பட்டது. முன்னங்கால்கள் தள்ளாட அந்த முச்சந்தியை நிரப்பிக்கொண்டு அந்தப் பிரம்மாண்டமான நீர் எருமை நின்றிருக்க, அதை இம்ரான் பலியிடுவதைப் பார்ப்பதற்காக வீட்டு வாசல்களிலும் ஜன்னல்களிலும் சிறிய உப்பரிகைகளிலும் மொட்டைமாடிகளிலும் புத்தாடையணிந்த மக்கள் ஆர்வத்தோடு நிறைந்திருந்தனர். திரண்டிருந்த மக்களை விலக்கிக்கொண்டு அவன் அமைதியாக வந்துசேர்ந்தான். ஒல்லியான, பகட்டில்லாத இளைஞன். எருமையின் தோல் சுருங்கி, கண்கள் உருளத் தொடங்க, ஜனங்களிடம் முணுமுணுப்பு அதிகரித்தது. அதன் பிரமாண்டமான கொம்புகளைத் தாங்கிய தலை நீள்வட்டமாக முன்னும் பின்னும் சங்கீதக் கச்சேரியில் ரசிப்பதைப்போல அசைந்துகொண்டிருந்தது. இம்ரானும் அவனுடைய உதவியாளனும் மிகத்திறமையான ஒரு ஜூடோ புரட்டலில் அந்த எருமையைக் கீழே வீழ்த்தினர். கண்ணிமைக்கும் நேரத்தில் இம்ரான் அதன் கழுத்துப் பெருநாளத்தை வெட்டிவிட்டுப் பீய்ச்சி அடித்த குருதி ஊற்றிலிருந்து ஒதுங்கி நின்றான். எருமையின் இதயத்துடிப்பு அடங்க அடங்க அதற்கேற்ற லயத்தோடு அந்த ரத்தப் பீய்ச்சலும் குறைந்துகொண்டே வந்தது. சுற்றியிருந்த கடைகளின் மூடிய கதவுகளிலும் சுவரில் ஒட்டியிருந்த போஸ்டர்களில் சிரித்துக்கொண்டிருந்த அரசியல்வாதிகளின் முகங்களிலும் ரத்தம் தெறித்திருந்தது. தெருவில் நிறுத்தியிருந்த மோட்டார்சைக்கிள்கள், ஸ்கூட்டர்கள், ரிக்ஷாக்கள், சைக்கிள்களைக் கடந்து ரத்தம் ஓடியது. சின்னப் பெண்கள் கீச்சிட்டபடி, தாம் அணிந்திருந்த அலங்காரச் செருப்புகளில் ரத்தம் பட்டுவிடாமல் தாண்டிச் சென்றார்கள். சின்னப் பையன்கள் இதற்கெல்லாம் அலட்டிக்கொள்ளாமல் நடந்துசெல்ல, சில துடுக்குச் சிறுவர்கள் தேங்கியிருந்த ரத்தக்குட்டைகளில் காலை மிதித்து ஷூக்களின் ரத்தச்சுவடுகளை ரசித்துக்கொண்டு சென்றனர். ரத்தம் வடிவது வற்றி முற்றாக இறந்துபோவதற்கு அந்த எருமைக்குச் சற்றுநேரம் பிடித்தது. அது உயிரை விட்டபிறகு இம்ரான் அதை வெட்டி உள்ளுறுப்புகளை எடுத்து – இதயம், மண்ணீரல், இரைப்பை, ஈரல், குடல் – தெருவில் கடைபரப்பி வைத்தான். அந்தத் தெரு சரிவாக இறங்கியதால் அவை விநோத வடிவிலான படகுகள்போல ரத்த ஆற்றில் வழுக்கிச்செல்ல, இம்ரானின் உதவியாளன் அவற்றை மீட்டெடுத்து வந்தான். தோல் உரித்தலும் இறைச்சியை வெட்டுதலும் உதவியாளர்களால் செய்து முடிக்கப்படும். சூப்பர் ஸ்டார் தனது வெட்டுக்கத்தியை ஒரு துண்டில் துடைத்துக்கொண்டே சுற்றி நிற்பவர்களை நோட்டம்விட்டான். அஞ்சுமின் பார்வையைச் சந்தித்ததும் பிறருக்குத் தெரியாமல் நுட்பமாகத் தலையசைத்தான். கூட்டத்திலிருந்து விலகி வேகமாக நடந்தான். அஞ்சும் அவனை அடுத்த சௌக்கில் பிடித்தாள். தெருக்கள் நிரம்பி வழிந்தன. ஆட்டுத்தோல்களும் ஆட்டுக்கொம்புகளும் ஆட்டு மண்டையோடுகளும் ஆட்டு மூளைகளும் ஆட்டுக் கழிவுகளும்

சேகரிக்கப்பட்டுத் தனித்தனியாகப் பிரிக்கப்பட்டுக் குவிக்கப்பட்டன. குடல்களிலிருந்து கழிவுப்பொருட்கள் பிதுக்கியெடுக்கப்பட்டு, நன்றாகச் சுத்தம் செய்யப்பட்டு வேகவைக்கப்படும். பூனைகளுக்கு ராஜ விருந்து. எந்தவொரு பகுதியும் வீணாக்கப்படுவதில்லை.

இம்ரானும் அஞ்சுமும் துர்க்மன் கேட் வரை நடந்து அங்கிருந்து ஆட்டோ பிடித்து மயானத்திற்குச் சென்றனர்.

அஞ்சும், வீட்டுத்தலைவர் என்ற முறையில் அந்த அழகான கிடாய்க்கு மேலாக ஒரு கத்தியைப் பிடித்துப் பிரார்த்தனை செய்தாள். இம்ரான் அதன் கழுத்து நாளத்தை வெட்டினான். தலையோடு வலுவாக அழுத்திப்பிடித்தான். அது துடிக்கத் துடிக்க, ரத்தம் வெள்ளமாக வெளியேறியது. அடுத்த இருபது நிமிடங்களில் முழுசாகத் தோலை உரித்து இறைச்சியைச் சின்னச்சின்னத் துண்டுகளாக வெட்டிக் கொடுத்துவிட்டு இம்ரான் கிளம்பிச் சென்றான். இறைநூலில் எழுதப்பட்டிருந்ததற்கேற்ப குர்பானியை எப்படி விநியோகம் செய்யவேண்டுமோ அதைப்போலவே இறைச்சியைச் சின்னச்சின்னப் பொட்டலங்களில் கட்டினாள்: மூன்றில் ஒரு பங்கு குடும்பத்துக்கும் ஒரு பங்கு சுற்றத்தாருக்கும் ஒரு பங்கு ஏழைகளுக்கும் ஈத் திருநாள் வாழ்த்துச் சொல்வதற்காகக் காலையிலேயே வந்திருந்த ரோஷன் லாலுக்கு நாக்கும் தொடைக்கறியும் கொண்ட பொட்டலத்தைக் கொடுத்தாள். கொஞ்ச நாட்களுக்கு முன் பன்னிரண்டு வயதாகியிருந்த ஜைனாப்புக்கும், உஸ்தாத் ஹமீதுக்கும் நல்ல இறைச்சித் துண்டுகளை எடுத்துவைத்தாள்.

போதை அடிமைகள் அன்றிரவு நன்றாக உண்டனர். அஞ்சுமும் நிம்மோ கோரக்புரியும் இமாம் ஜியாவுதீனும் மொட்டை மாடியில் உட்கார்ந்து மூன்றுவிதமான மட்டன் வகைகளையும் மலைபோலக் குவிந்திருந்த பிரியாணியையும் காலி செய்தனர். அந்தச் சேவல் எம்.எம்.எஸ்.ஸைப் பதிவுசெய்து ஒரு புதிய மொபைல் போனை நிம்மோ அஞ்சுமுக்குப் பரிசளித்தாள். அஞ்சும் அவளைக் கட்டியணைத்து, இப்போது இறைவனோடு நேரடித் தொடர்பு கிடைத்துவிட்டதைப்போல உணர்வதாகச் சொன்னாள். அந்த எம்.எம்.எஸ்.ஸை இன்னும் சிலமுறை போட்டுப்பார்த்தனர். இமாம் ஜியாவுதீனுக்கு இந்த வீடியோவைப் பற்றி விரிவாக அவர்கள் விளக்க, அவர் அதைக் கண்களால் கேட்டுக்கொண்டார். அதன் உண்மையான மதிப்பைப் பற்றி அவருக்குப் பெரிய அபிப்பிராயம் இல்லைபோல. அவர்கள் அளவுக்கு அவரிடம் இதில் ஆர்வம் ஏற்பட வில்லை. அஞ்சும் கைப்பேசியைப் பத்திரமாக மார்புக்குள் எடுத்து வைத்துக்கொண்டாள். இந்த ஒன்றை அவள் தொலைத்துவிடக்கூடாது. டி.டி. குப்தாவிடமிருந்து அஞ்சுமுக்கு இப்போதும் தகவல்கள் கொண்டு வருபவனான அவருடைய டிரைவர் மூலமாக அஞ்சுமுக்கு ஒரு புதிய நம்பரைக் குப்தா வாங்கித்தந்து இராக்கிலிருந்து தொடர்புகொண்டார். அவர் இராக்கிலேயே தொடர்ந்து வசிப்பதென்று முடிவெடுத்துவிட்டிருந்தார்.

பக்ரீத்துக்கு அடுத்த நாள் காலை ஜன்னத் விருந்தாளி விடுதிக்கு அதன் இரண்டாவது நிரந்தர விருந்தினர் வந்துசேர்ந்தான். சதாம் ஹுசைன் என்று

தன்னை அழைத்துக்கொண்ட அந்த இளைஞனைப் பற்றி அஞ்சுமுக்குக் கொஞ்சம் தெரிந்திருந்தது. அவனை அவளுக்கு மிகவும் பிடித்திருந்தது. அதனால் மிகக்குறைவான வாடகையில் – பழைய நகரத்தின் விடுதி வாடகைகளை விட மிகக்குறைவான வாடகையில்–அவனுக்கு ஓர் அறையை அளித்தாள்.

சதாமை அஞ்சும் முதல்முறை சந்தித்தபோது அவன் பிணவறையில் வேலைபார்த்துக்கொண்டிருந்தான். பிரேதங்களைக் கையாள நியமிக்கப் பட்டிருந்த பத்துப் பேரில் அவனும் ஒருவன். போஸ்ட் மார்டம் செய்ய வேண்டிய இந்து மதத்தைச் சேர்ந்த மருத்துவர்கள் பிணத்தைத் தொட்டால் தீட்டாகிவிடும் என்று பிணக்கூறாய்வைச் செய்யமாட்டார்கள். பிரேதப் பரிசோதனையை உண்மையில் செய்பவர்கள் துப்புரவுப் பணியாளர்களாக நியமிக்கப்பட்டிருந்த சமார்கள் என்று அழைக்கப்படும் தாழ்த்தப்பட்ட இனத்தவர்களே. டாக்டர்களும் மற்ற இந்துக்களைப் போலவே அவர்களை இழிவானவர்களாக, தீண்டத்தகாதவர்களாகவே நடத்தினர். டாக்டர்கள் முகத்தில் கைக்குட்டையைக் கட்டிக்கொண்டு சற்றுத் தூரத்தில் நின்றபடி அந்தப் பணியாளர்கள் பிரேதத்தில் எங்கே வெட்டித் திறக்க வேண்டும், எந்தெந்தக் குடற்பகுதிகளை, உள்ளூறுப்புகளை எப்படி வெட்டி எடுக்க வேண்டும், பிறகு அவற்றை என்ன செய்ய வேண்டும் என்று கத்துவார்கள். அந்தப் பணியாளர்களில் சதாம் மட்டும்தான் முஸ்லிம். அவர்களைப் போலவே அவனும் ஒரு அமெச்சூர் அறுவைச் சிகிச்சை நிபுணன் என்று சொல்லும்படி ஆகிவிட்டிருந்தான்.

சதாமிடம் எப்போதும் ஓர் உடனடிப் புன்னகை உண்டு. ஜிம்னேஸியத்தில் உடற்பயிற்சி செய்துவிட்டு வந்தவைபோலக் கண்ணிமைகள். அஞ்சுமிடம் எப்போதும் பிரியத்துடன் நடந்து கொள்வான். முட்டை, சிகரெட் வாங்கி வருவது, (காய்கறிகள் வாங்கு வதற்கு அஞ்சும் யாரையும் நம்புவதில்லை) அவளுக்கு முதுகு வலிக்கும் நாட்களில் பம்ப்பிலிருந்து ஒரு பக்கெட் தண்ணீர் பிடித்துவருவது போன்று அவளுக்காகச் சிற்றேவல்கள் புரிவான். பிணவறையில் வேலைச்சுமை எப்போதாவது குறைவாக இருக்கும்போது (வழக்கமாக செப்டம்பரிலிருந்து நவம்பர் வரை வெயிலிலோ, குளிரிலோ ஜனங்கள் தெருவில் சுருண்டு விழுவதும், டெங்கு போன்ற நோய்களில் மடிவதும் குறைவாக இருக்கும்) சதாம் அஞ்சுமைப் பார்க்க வருவான். அஞ்சும் அவனுக்குத் தேநீர் தயாரித்துத் தருவாள். இருவரும் ஒன்றாக சிகரெட் புகைப்பார்கள். ஒரு நாள் திடீரென்று சொல்லாமல் கொள்ளாமல் காணாமற்போனான். அவள் விசாரித்தபோது, டாக்டர் ஒருவரோடு அவனுக்குத் தகராறு ஏற்பட்ட தாகவும், அதனால் அவனை வேலையைவிட்டு நீக்கிவிட்டதாகவும் அவனுடைய சகா ஒருவன் சொன்னான். முழுசாக ஒரு வருடம் கழித்து, பக்ரீத்துக்கு மறுநாள் காலை திரும்பிவந்தான்: சற்று மெலிந்தும் உருக்குலைந்தும் காணப்பட்டான். அவனைப்போலவே மெலிந்து, உருக்குலைந்திருந்த வெண்ணிறப் பெண்குதிரை ஒன்றையும் கூடவே அழைத்து வந்திருந்தான். அதன் பெயர் ‘பாயல்’ என்றான். ஜீன்ஸும் சிவப்புநிற டி சர்ட்டும் அணிந்து ஸ்டைலாக இருந்தான். அந்த டி–சர்ட்டில் *Your place or Mine?* என்று இருந்தது. வீட்டுக்குள் இருக்கும்போதும் வெயில் கண்ணாடி அணிந்திருந்தான். அதற்காக அவனை அஞ்சும் கிண்டல்

செய்தபோது, அதை அவன் ஸ்டைலுக்காக அணியவில்லை என்றான். அவன் கண்கள் எப்படி ஒரு மரத்தால் எரிக்கப்பட்டது என்ற விநோதமான கதையை அவளிடம் சொன்னான்.

அந்தப் பிணவறையிலிருந்து வேலை நீக்கம் செய்யப்பட்ட பின், ஒரு கடையில் குமாஸ்தாவாக, பஸ் கண்டக்டராக, புதுதில்லி ரயில் நிலையத்தில் செய்தித்தாள்கள் விற்றவனாக என்று எந்தெந்த வேலைகளோ செய்துவந்ததாகச் சொன்னான். கடைசியில் விரக்தியுற்றுக் கட்டுமானத் தொழிலாளியாக ஓரிடத்தில் வேலைக்குச் சேர்ந்தபோது, அங்கு பாதுகாவலர்களாக இருந்தவர்களில் ஒருவன் அவனுக்கு நட்பாகி சதாமை அவர்களுடைய முதலாளி, சங்கீதா மேடத்திடம் அழைத்துச்சென்று அவனுக்கு வேலை தரும்படிச் சிபாரிசு செய்திருக்கிறான். சங்கீதா மேடம் தாட்டியான உடம்பும், சிரித்த முகமுமாக இருந்தாள். கணவனை இழந்தவள். சகஜமாகச் சிரித்துப் பேசும், பாலிவுட் பாடல்களை விரும்பிக்கேட்கும் குணமுடையவளாக இருந்தாலும் அவள் ஓர் இரக்கமற்ற ஒப்பந்ததாரராக இருந்தாள். அவள் நடத்திவந்த பாதுகாப்புக் காவலர் கம்பெனி, *Safe n' Sound Guard Service* (SSGS) ஐநூறு காவலர்களைக் கொண்ட குழுவைத் தனது கட்டுப்பாட்டில் வைத்திருந்தது. அவளது அலுவலகம் தில்லியின் புறநகர்ப் பகுதியில் புதிதாக முளைத்திருந்த தொழிற்பேட்டையில் கண்ணாடி பாட்டில்கள் தயாரிக்கும் தொழிற்சாலை ஒன்றின் அடித்தளத்தில் அமைந்திருந்தது. அவளுடைய கட்டுப்பாட்டில் வேலை பார்ப்பவர்களுக்கு தினசரி பன்னிரண்டு மணிநேரப் பணி, வாரத்துக்கு ஆறு வேலை நாட்கள். சங்கீதா மேடத்தின் கமிஷன் அவர்களுடைய ஊதியத்தில் அறுபது சதவீதம். அவர்களுக்குக் கையில் கிடைக்கும் மிச்சப்பணம் கைக்கும் வாய்க்கும் சரியாகப் போகும். இருந்தாலும் ஆயிரக்கணக்கானோர் அவளிடம் வேலைக்காக மொய்த்துக்கொண்டிருந்தார்கள்—ஓய்வுபெற்ற ராணுவ வீரர்கள், வேலையிழந்த தொழிலாளிகள், வேலைதேடி ரயிலில் வந்து இறங்கியிருக்கும் பரிதாபகரமான கிராமத்தவர்கள், படித்தவர்கள், படிக்காதவர்கள், உண்டு கொழுத்தவர்கள், பசியில் வறறியிருப்பவர்கள். "அங்கே ஏகப்பட்ட செக்யூரிட்டி கம்பெனிகளின் அலுவலகங்கள் வரிசையாக இருக்கும்," என்றான் சதாம், அஞ்சுமிடம். "ஒவ்வொரு மாதமும் முதல்தேதி எங்கள் கூலியை வாங்குவதற்கு அங்கு நாங்கள் கூடுவதைப் பார்க்க வேண்டுமே . . . ஆயிரக்கணக்கில் இருப்போம் . . . அந்தக் கூட்டத்தைப் பார்த்தால் இந்த நகரத்தில் மூன்றுவிதமான மக்கள் மட்டுமே இருப்பதாக உங்களுக்குத் தோன்றும் – செக்யூரிட்டி கார்டுகள், செக்யூரிட்டி கார்டுகள் தேவைப்படுபவர்கள், திருடர்கள்."

அங்கிருப்பவர்களில் சற்று அதிகமாகக் கூலி வழங்கக்கூடியவர்களில் சங்கீதா மேடமும் ஒருத்தி. அதனால் நல்ல தகுதிவாய்ந்த ஆட்களை அவள் பொறுக்கி எடுத்துக்கொள்வாள். ஒட்டி உலர்ந்து இல்லாமல் கொஞ்சம் ஆரோக்கியமாகத் தெரிபவர்களைத் தேர்ந்தெடுத்து அவர்களுக்கு ஒரு பாதிநாள் பயிற்சி அளிப்பாள் – எப்படி நேராக நிற்பது, எப்படி சல்யூட் அடிப்பது, எப்படி 'யெஸ் ஸார்' 'நோ ஸார்' 'குட்மார்னிங் ஸார்' 'குட் நைட் ஸார்' சொல்வது என்று கற்றுத்தருவதுதான் அவள் தருகிற பயிற்சி. அவர்களுக்கு ஒரு தொப்பி, எலாஸ்டிக் நாடாவில் கோர்த்த ஒரு முடிச்சிட்ட கழுத்து டை, தோள் கச்சையில் SSGS என்று

எம்பிராய்டரி செய்யப்பட்ட இரண்டு செட் சீருடைகளைத் தருவாள். (அந்தச் சீருடைகளுக்கான மதிப்பைவிட அதிகமானதொரு தொகையை அவர்கள் டெபாசிட்டாக வேலையில் சேருவதற்கு முன் அவளிடம் செலுத்த வேண்டும், சீருடைகளைத் திருப்பித்தராமல் அவர்கள் வேலையை விட்டு ஓடிவிடுவார்கள் என்பதற்காக). அவளுடைய தனியார் படை மாநகரெங்கும் பரவியிருந்தது. வீடுகள், பள்ளிகள், பண்ணை வீடுகள், வங்கிகள், ATM கள், கிடங்குகள், வர்த்தக மாளிகைகள், திரையரங்குகள், பாதுகாக்கப்பட்ட குடியிருப்புகள், உணவகங்கள், விடுதிகள், ஏழை நாடுகளின் தூதரகங்கள், ஹை கமிஷன்களில் அவர்கள் பாதுகாவலர்களாக இருந்தனர். சங்கீதா மேடத்திடம் சதாம் தன்னுடைய பெயர் தயாசந்த் என்று சொல்லியிருந்தான் (இப்போதைய நிலைமையில் முஸ்லிம் பெயரில் ஒரு செக்யூரிட்டி கார்டு இருப்பது எவ்வளவு முரண்பாடாக ஒலிக்கும் என்று ஒரு முட்டாளுக்குக்கூடத் தெரியும் என்பதால்). படித்தவனாகவும் நல்ல தோற்றத்தோடு ஆரோக்கியமாகவும் இருப்பதால் அவனுக்குச் சுலபத்தில் அந்த வேலை கிடைத்தது. முதல்நாளே சங்கீதா மேடம் அவனிடம், "உன்னை உன்னிப்பாகக் கவனித்துக்கொண்டுதான் இருப்பேன்," என்றாள், அவனை மேலும் கீழும் பார்த்தபடி. "நன்றாக வேலை பார்க்கிறாய் என்று தெரிந்தால் மூன்று மாதங்களில் உன்னை சூப்பர்வைஸராக்கி விடுவேன்." அவனை 'நேஷனல் கேலரி ஆஃப் மாடர்ன் ஆர்ட்' என்ற ஓவியக் காட்சியகத்துக்குப் பன்னிரண்டு பாதுகாவலர்களில் ஒருவனாகச் சேர்த்து அனுப்பிவைத்தாள். ஒரு சிற்றூரில் பிறந்து சர்வதேச அளவில் பிரபலமாகியிருக்கும் இந்தியாவின் மிகவும் புகழ்பெற்ற சமகால ஓவியர் ஒருவர் தனது ஓவியங்களை அந்த காலரியில் அப்போது காட்சிப்படுத்தியிருந்தார். அந்நிகழ்ச்சிக்கு *Safe n' Sound* பாதுகாப்பு ஏற்பாடுகள் செய்திருந்தது.

காட்சிப்படுத்தப்பட்டிருந்தவை ஸ்டெய்ன்லெஸ் ஸ்டீலில் உருவாக்கப் பட்ட தினசரி உபயோகப்பொருட்கள் – ஸ்டீல் தண்ணீர்த்தொட்டி, ஸ்டீல் மோட்டார் சைக்கிள்கள், ஸ்டீல் தராசின் ஒரு தட்டில் ஸ்டீல் பழங்களும் மற்ற தட்டில் ஸ்டீல் எடைக்கற்களும், ஸ்டீல் துணிகள் அடுக்கப்பட்ட ஸ்டீல் அலமாரி, ஸ்டீல் உணவு மேஜை, அதன்மீது ஸ்டீல் தட்டுகளில் ஸ்டீல் உணவுகள், ஒரு ஸ்டீல் டாக்ஸியின் ஸ்டீல் பின்னறையில் ஸ்டீல் லக்கேஜ்கள் – அச்சு அசலாக உண்மைபோலவே செய்யப்பட்டிருந்த அபாரமான சிற்பங்கள். காட்சிக்கூடத்தின் அழகாக ஒளியூட்டப்பட்ட அறைகளில் அவை ரசிக்கத்தக்க வகையில் வைக்கப்பட்டிருந்தன. ஒவ்வோர் அறையிலும் இரண்டு *Safe n' Sound* காவலர்கள். அங்கிருந்ததிலேயே விலைகுறைந்த சிற்பத்தின் விலை இரண்டு படுக்கையறை LIG (குறைந்த வருமானமுள்ளோர்) குடியிருப்பின் விலை இருக்கும், என்றான் சதாம். அவனுடைய கணக்கின்படி எல்லாச் சிற்பங்களின் மதிப்பையும் கூட்டிப்பார்த்தால் ஒரு முழு ஹவுசிங் காலனியின் மதிப்பு. பிரபலமான ஸ்டீல் தொழிலதிபர் நடத்தும் *Art First* என்ற சமகால நுண்கலை இதழ், இந்தக் கண்காட்சியின் முக்கிய விளம்பரதாரராக இருந்தது.

கண்காட்சியின் அடையாளமாக விளங்கிய ஒரு மகத்தான கலைப்படைப்புக்கு சதாம் (தயாசந்த்) பாதுகாவலனாகப் பொறுப்பு வழங்கப்பட்டான். அது ஒரு ஸ்டெய்ன்லெஸ் ஸ்டீல் ஆலமரம். உண்மை

அளவில் பாதி இருந்த அது நம்பமுடியாத வகையில் உயிருள்ளதைப்போலவே காணப்பட்டது. மிக நுட்பமாக உருவாக்கப்பட்ட சிற்பம். கிளைகளிலிருந்து தொங்கிய ஸ்டெய்ன்லெஸ் ஸ்டீல் விழுதுகள் தரைவரை நீண்டு, ஒரு ஸ்டெய்ன்லெஸ் ஸ்டீல் சோலையாக்கியிருந்தன. இதற்குமுன் காட்சிப் படுத்தப்பட்டிருந்த ஒரு நியூயார்க் கலைக்கூடத்திலிருந்து அந்த ஆலமரம் ஒரு ராட்சத மரப்பெட்டியில் இங்கு வந்தது. அந்த மரப்பெட்டியைத் திறந்து ஆலமரத்தை நேஷனல் காலரியின் புல்தரையில் இறக்கி, தரையோடு சேர்த்து ஆணியடித்துப் பிணைப்பதை சதாம் ஆர்வத்தோடு பார்த்துக்கொண்டிருந்தான். அதன் கிளைகளில் ஸ்டெய்ன்லெஸ் ஸ்டீல் பக்கெட்டுகளும், ஸ்டெய்ன்லெஸ் ஸ்டீல் பானைகளும் தட்டுகளும் கட்டித் தொங்கவிடப்பட்டிருந்தன. (ஸ்டெய்ன்லெஸ் ஸ்டீல் வயல்களை உழுது ஸ்டெய்ன்லெஸ் ஸ்டீல் விதைகளை விதைக்கும் ஸ்டெய்ன்லெஸ் ஸ்டீல் விவசாயிகள் தமது ஸ்டெய்ன்லெஸ் ஸ்டீல் மதிய உணவுகளை மாட்டிவைத்திருப்பதைப்போல).

“இந்த ஒரு விஷயத்தைத்தான் என்னால் புரிந்துகொள்ள முடியவில்லை,” என்றான் சதாம் அஞ்சுமிடம்.

“மற்றதெல்லாம் உனக்குப் புரிந்துவிட்டதா?” என்றாள் அஞ்சும் சிரித்துக்கொண்டே.

பெர்லினில் வாழ்ந்த அக் கலைஞர் கறாரான கட்டளைகளைத் தெரிவித்திருந்தார். அவரது சிற்பத்தைச் சுற்றிப் பாதுகாப்பு வேலிகளோ திரையோ இடக்கூடாது என்றும் பார்வையாளர்கள் அவருடைய படைப்பை எந்தவிதத் தடுப்புகளுமின்றி நேராக அணுகி ரசிக்கலாம் என்றும் சொல்லியிருந்தார். பார்வையாளர்கள் அதைத் தொடுவதற்கும் விழுதுகளுக்கிடையே புகுந்து செல்லவும் விருப்பப்பட்டால் அனுமதிக்க வேண்டும் என்றார். பார்வையாளர்களில் பெரும்பாலோர் உச்சி வெயிலில் அது நெருப்பைப்போலத் தகித்துக்கொண்டிருந்த நேரத்தைத் தவிர அந்த மரத்தைத் தொட்டுப்பார்த்து ரசித்துவந்தனர். சதாமின் வேலை அவர்கள் யாரும் அந்த ஸ்டீல் மரத்தில் பெயர்களைக் கிறுக்காமலும் சேதப்படுத்தாமலும் பார்த்துக்கொள்வதுதான். நூற்றுக்கணக்கான பார்வையாளர்கள் தொட்டுப்பார்ப்பதால் ஏற்படும் கறைகளைத் துடைத்துச் சுத்தமாக வைத்திருக்கவேண்டியதும் அவனது வேலைகளில் ஒன்றாக இருந்தது. இதற்காக அவனிடம் விசேஷமாக வடிவமைக்கப்பட்டிருந்த ஏணியும், ஜான்சன்ஸ் பேபி ஆயில் பாட்டில்களும், மென்மையான புடவைத் துண்டுகளும் தரப்பட்டிருந்தன. முதலில் இது சாத்தியமில்லாத முறை என்று தோன்றினாலும், நன்றாகவே செயல்படுத்த முடிந்தது. மரத்தைச் சுத்தப்படுத்துவது பிரச்சனையாகவே இல்லை என்றான். பிரச்சனையே அந்த ஸ்டெய்ன்லெஸ் ஸ்டீல் மரத்தில் வெயில் பட்டுப் பிரதிபலிக்கும் போதும் மரத்தை உன்னிப்பாகக் கவனித்துக்கொண்டே இருக்கவேண்டியிருந்ததுதான், அது சூரியனை நேராகப் பார்த்துக்கொண்டிருப்பதைப் போலிருந்தது என்றான். முதல் இரண்டு நாட்கள் கழித்து, சங்கீதா மேடத்திடம் வெயில் கண்ணாடி அணிந்துகொள்ள அனுமதி கேட்டான். அது சரியாக இருக்காது, கலைக்கூடத்தின் நிர்வாகம் தவறாக எடுத்துக்கொள்ளும் என்று சொல்லி அனுமதி மறுத்துவிட்டாள். அதனால் ஓரிரு நிமிடங்களுக்கு

மரத்தைப் பார்த்துவிட்டு, பிறகு பார்வையை வேறெங்காவது சற்று நேரத்துக்குத் திருப்பிக்கொள்வது என்றொரு உபாயத்தை சதாம் கடைப் பிடிக்கத் தொடங்கினான். இருந்தாலும், ஏழு வாரங்கள் கழித்து, அந்த மரம் மறுபடியும் மரப்பெட்டியில் பூட்டப்பட்டு அடுத்த கண்காட்சிக்காக ஆம்ஸ்டர்டாமுக்கு எடுத்துச் செல்லப்பட்ட பிறகு சதாமின் கண்கள் வெம்பிப்போயிருந்தன. கண்கூச்சம் ஏற்பட்டு, நீர் வடிந்துகொண்டே யிருந்தது. பகல் நேரத்தில் கருப்புக் கண்ணாடி அணியாவிட்டால் கண்களைத் திறந்துவைத்திருக்கவே முடியவில்லை. அவன் *Safe n' Sound Guard Service* இலிருந்து பணிநீக்கம் செய்யப்பட்டான். ஏதோ ஒரு திரைப்பட நடிகனின் மெய்க்காப்பாளனைப்போல உடையணிந்துகொண்டிருக்கும் ஒரு சாதாரண செக்யூரிட்டி கார்டால் யாருக்கும் பயனில்லை. அவன் ஒரு பெரிய ஏமாற்றம் என்றும் அவனைப்பற்றி அவள் வைத்திருந்த நம்பிக்கைகளை அவன் பொய்ப்பித்துவிட்டதாகவும் சங்கீதா மேடம் சொன்னாள். பதிலுக்கு அவளை அவன் மோசமான வார்த்தைகளில் திட்டினான். அவளுடைய அலுவலகத்திலிருந்து அவன் நெட்டித் தள்ளப்பட்டான்.

அந்த மோசமான வார்த்தைகள் என்னென்னவென்று சதாம் சொன்னபோது அஞ்சும் கைக்கொட்டிச் சிரித்தாள். அவளுடைய சகோதரி பீபி ஆயிஷாவின் கல்லறையை உள்ளடக்கிக் கட்டியிருந்த அறையை அவனுக்கு ஒதுக்கித் தந்தாள்.

பாயலுக்காக ஒரு குளியற்கூடத்தையொட்டித் தற்காலிகத் தொழுவத்தை சதாம் கட்டினான். அது இரவு முழுக்கக் கனைத்துக் கொண்டும் மூக்கை உறிஞ்சிக்கொண்டும், வெளிறிய ஆவியுருபோல மயானத்தில் நின்றுகொண்டிருந்தது. பகல் நேரத்தில் அது சதாமின் வியாபாரக் கூட்டாளியாகச் செயல்பட்டுவந்தது. சதாமும் அக்குதிரையும் மாநகரத்தின் பெரிய மருத்துவமனைகளுக்கெதிரே சுற்றிவருவார்கள். மருத்துவமனை வாசல்களுக்கு முன்னால் குதிரையை நிறுத்திவைத்து அதன் குளம்புகளில் லாடத்தைச் சரியாகப் பொருத்துவதைப்போலப் பாசாங்கு செய்தபடி ஒரு சிறிய சுத்தியலால் தட்டிக்கொண்டிருப்பான். இந்த வழக்கமான கூத்துக்குப் பாயலும் உடன்பட்டு ஒத்துழைப்பாக நின்றிருக்கும். மருத்துவமனையில் கவலைக்கிடமாக அனுமதிக்கப்பட்டிருக்கும் நோயாளிகளின் உறவினர்கள் கவலையோடு சதாமை அணுகி, நோயாளிக்கு அதிர்ஷ்டத்தைக் கொண்டுவருவதற்காகக் குதிரைலாடம் கிடைக்குமா என்று கேட்பார்கள். சதாமும் மிகவும் தயக்கத்தோடு தருவதைப்போன்ற பாவனையுடன் தருவான், நல்ல விலைக்கு. அவன் சில மருந்துமாத்திரைகளும் கையில் வைத்திருந்தான் – அதிகம் பயன்படுத்தப்படும் சில ஆண்டி பயாடிக்குகள், க்ரோசின், இருமல் ஸிரப், சில மூலிகை மருந்துகள் – தில்லியைச் சுற்றியுள்ள கிராமங்களிலிருந்து அரசு மருத்துவமனைகளுக்கு வந்துகுவிகின்ற ஏழை மக்களில் சிலர் அவனிடம் அந்த மருந்துகளை வாங்குவார்கள். அவர்களில் பெரும்பாலோர் நகர விடுதிகளில் தங்குவதற்கு வசதியில்லாமல் மருத்துவமனை வளாகத்தில் கிடைத்த இடங்களிலும் தெருவோரங்களிலும் தங்கியிருப்பவர்கள். இரவானதும், மாநகரின் காலியான தெருக்களில் பாயல் மீதேறி ஓர் இளவரசனைப்போலச் சதாம் செல்வான். அவனுடைய அறையில்

ஒரு மூட்டை நிறைய குதிரை லாடங்கள் இருந்தன. அவற்றில் ஒன்றை அஞ்சுமுக்குக் கொடுத்தான். அதனை அவள் வைத்திருந்த பழைய கவணுக்குப் பக்கத்தில் மாட்டிவைத்தாள். சதாமுக்கு வேறுசில வியாபார ஆர்வங்களும் இருந்தன. நகரின் குறிப்பிட்ட சில இடங்களில் வாகனங்களில் செல்பவர்கள் கடவுளின் உடனடி அருளாசியைப் பெறுவதற்காக வாயில்லா ஜீவன்களுக்கு உணவளிக்க வண்டியை நிறுத்துவார்கள். அங்கிருக்கும் புறாக்களுக்கு அவர்கள் இரையிடுவதற்காகத் தானியங்கள் விற்பான். மருத்துவமனை வேலையில்லாத நாட்களில் சின்னச்சின்ன தானியப் பொட்டலங்களோடும், தயாராகக் கொடுக்க வேண்டிய சில்லறைகளோடும் அவன் நின்றிருப்பான். வாகனத்தைக் கிளப்பிக்கொண்டு அவர்கள் சென்றதும், அந்தப் புறாக்களுக்கு எரிச்சலூட்டும் படியாக, தரையில் சிந்திக்கிடக்கும் தானியங்களைச் சுத்தமாகப் பெருக்கியெடுத்து, பொட்டலம் கட்டி, அடுத்த வாடிக்கையாளருக்காகக் காத்திருப்பான். இந்த வேலைகள் எல்லாமே புறாக்களுக்குத் தீனி விற்பது, பெருக்கியெடுப்பது, மீண்டும் விற்பது, ஏழை நோயாளிகளின் உறவினர்களிடம் மருந்து விற்றுப் பணம் கறப்பது – அவனை வெகுவாகச் சோர்வடைய வைத்தன. அதுவும் கோடை நாட்களில் வருவாயும் நிச்சயமின்றி இருந்தது. ஆனாலும் இவையெல்லாமே எந்தவொரு முதலாளிக்கும் கீழே செய்யவேண்டிய வேலை இல்லை. அதுதான் முக்கியமான விஷயம்.

சதாம் அங்கு வந்து குடியேறிய சில நாட்களுக்குள்ளாகவே அஞ்சுமும் அவனும் இமாம் ஜியாவுதீனும் சேர்ந்து இன்னொரு புதிய முயற்சியில் இறங்கவேண்டியிருந்தது. தற்செயலாக ஒரு விபத்தைப்போலத் தொடங்கிய அம்முயற்சி, தானாக வளர்ந்து பெரிதாகக் காலூன்றிக் கொண்டது. மயானத்திற்கு அருகிலிருந்த GB சாலையில் ஒரு விபச்சார விடுதியை நடத்திக்கொண்டிருந்த அன்வர் பாய் ஒரு நாள் பின்மதிய நேரத்தில் ரூபினா என்ற பெண்ணின் சடலத்தோடு மயானத்திற்கு வந்தான். அந்தப்பெண் அவனுடைய விடுதியில் இருந்தவள். திடீரென குடல்வால் வெடிப்பில் இறந்துவிட்டிருக்கிறாள். அவனோடு புர்கா அணிந்த பெண்கள் எட்டுப்பேர் வந்தனர். அவர்களுடன் ஒரு மூன்று வயதுப் பையனும் இருந்தான். அந்தப் பையன் அன்வர் பாய்க்கும் அங்கிருந்த ஒரு பெண்ணுக்கும் பிறந்தவன். அவர்கள் அனைவரும் மிகுந்த சோகத்துடனும் கொதிப்புடனும் இருந்தார்கள். ரூபினாவின் மரணத்தினால் மட்டுமல்ல, சிகிச்சைக்கு அவளைச் சேர்த்திருந்த மருத்துவனையிலிருந்து அவளுடைய சடலத்தைப் பெறும்போது அதில் அவளுடைய இரண்டு கண்களும் எடுக்கப்பட்டிருந்ததுதான் அவர்களுடைய கொதிப்புக்குக் காரணம். பிணவறையில் இருந்த எலிகள் அவற்றைப் பிடுங்கித் தின்றுவிட்டிருப்பதாக மருத்துவமனையில் சொன்னார்களாம். அன்வர் பாய்க்கும் ரூபினாவின் சகாக்களுக்கும் இந்தக் கதை நம்புகிறாற்போல இல்லை. இந்த விபச்சாரி களும் அவர்களுடைய தரகனும் எங்கே போலீசுக்குச் சென்று புகார் தரப்போகிறார்கள் என்று யாரோதான் ரூபினாவின் கண்களைத் திருடியிருக்க வேண்டும் என்று நம்பினார்கள். அது மட்டுமல்லாமல் இறப்புச் சான்றிதழில் தரப்பட்டிருந்த முகவரியில் (GB ரோடு) ரூபினாவின் சடலத்தைக் குளிப்பாட்டுவதற்குக் குளிப்பகமோ, புதைப்பதற்கு மயானமோ, பிரார்த்தனை நடத்துவதற்கு இமாமோ இல்லை.

அவர்கள் சரியான இடத்துக்குத்தான் வந்திருப்பதாகச் சொன்னான் சதாம். அவர்களை உட்காரச் சொல்லிவிட்டுக் குடிப்பதற்குத் தண்ணீர் கொடுத்தான். விருந்தினர் விடுதிக்குப் பின்னால் இருந்த இடத்தில் நான்கு மூங்கில் கழிகளை நட்டுவைத்து, அஞ்சுமின் பழைய துப்பட்டாக்களை அவற்றில் கட்டி ஒரு மறைப்பை உண்டாக்கினான். அந்த மறைப்புக்குள் தரையில் சில செங்கற்களை வைத்து, அவற்றின்மேல் ஒரு பிளைவுட் பலகையை வைத்துவிட்டு அந்தப் பெண்களிடம் ரபீனாவின் சடலத்தை அதன்மேல் கிடத்தச் சொன்னான். அவனும் அன்வர் பாயும் குழாயடி யிலிருந்து பக்கெட்டுகளிலும் பழைய பெயிண்ட் கலங்களிலும் தண்ணீர் பிடித்துக்கொண்டுவந்தார்கள். அந்த எளிய குளிப்பகத்தில் கிடத்தப்பட்டிருந்த சடலம் ஏற்கனவே விறைத்துப் போயிருந்ததால் ரபீனாவின் உடைகளை கத்தரித்து எடுக்க வேண்டியதாயிற்று (சதாம் ஒரு சவர பிளேடு வாங்கி வந்தான்). அந்த உடலின்மீது அண்டங்காக்கைகள் கூட்டத்தைப்போல அந்தப் பெண்கள் கவிந்து, அன்போடு குளிப்பாட்டினர். ரபீனாவின் கழுத்தில், செவிமடல்களில், கால் விரல்களில் மென்மையாக சோப்பைத் தேய்த்துக் கழுவினார்கள். அதே அன்போடு அவர்களில் யாராவது அவளுடைய வளையல்களை, கால்விரல் மோதிரத்தை அல்லது அவளது அழகான கழுத்துச் சங்கிலியைத் திருட்டுத்தனமாக எடுத்துக் கொள்வார்களோ என்றும் உன்னிப்பாகக் கவனித்துக்கொண்டிருந்தனர். (எல்லா நகைகளையும் – உண்மையோ, போலியோ – அவற்றை அன்வர் பாயிடம் ஒப்படைத்தாக வேண்டும்). தண்ணீர் மிகவும் சில்லென்று இருக்குமோவென்று மெஹருன்னிஸா கவலைப்பட்டாள். ரூபினா ஒருமுறை தனது கண்களைத் திறந்து மூடிக்கொண்டதாகவும் அதை அவள் இப்போது பார்த்ததாகவும் சுலேகா தீர்மானமாகச் சொன்னாள் (அவளுடைய கண்கள் இருந்த இடத்திலிருந்து இரண்டு ஒளிக் கற்றைகள் வெளிப்பட்டதாம்). சவப்போர்வை வாங்கி வருவதற்காக ஜீனத் சென்றாள். இறுதி யாத்திரைக்காக ரூபினாவைத் தயார்படுத்திக் கொண்டிருந்த போது, அன்வர் பாயின் குட்டிப் பையன் முரட்டு டெனிம் துணியில் உடையணிந்து, தலையில் தொழுகைக் குல்லாயுடன் அங்குமிங்கும் கிரெம்ளின் மாளிகைக் காவலர்போல நடைபோட்டுக் கொண்டிருந்தான். அவனுக்கு, தான் அணிந்திருந்த பூப்போட்ட வெளிர்நீல 'க்ரோக்ஸ்' (போலி) செருப்புகளை எல்லோருக்கும் காட்ட வேண்டும் என்பதுதான் திட்டம். அஞ்சும் அவனுக்குத் தந்த 'குர்குரே'வை எல்லோரும் கவனிக்கும்படி மிகையாகச் சத்தமெழுப்பி மென்றுகொண்டு திரிந்தான். அவ்வப்போது அந்த மறைப்புக்குள் அவனுடைய அம்மாவும் ஆன்ட்டிகளும் (அவனுடைய இவ்வளவு சிறிய வயதில் இதற்குமுன் அவர்கள் யாரும் புர்க்கா அணிந்து அவன் பார்த்ததில்லை) என்ன செய்கிறார்கள் என்று எட்டிப் பார்த்துக்கொண்டிருந்தான்.

சடலம் குளிப்பாட்டப்பட்டு, துடைக்கப்பட்டு, நறுமணமிடப்பட்டு, சவப்போர்வையால் சுற்றப்பட, சதாம் ஒத்தாசைக்கு வந்த இரண்டு போதை அடிமைகளோடு சேர்ந்து ஓரளவுக்கு ஆழமான சவக்குழி தோண்டி னான். இமாம் ஜியாவுதீன் பிரார்த்தனை நடத்தினார். ரூபினாவின் உடல், அடக்கம் செய்யப்பட்டது. பெரும் நிம்மதியோடு நன்றிப்பெருக்கில் அன்வர் பாய் அஞ்சுமின் கைகளில் ஐந்நூறு ரூபாய்களைத் திணித்தான். அஞ்சும்

வாங்க மறுத்தாள். சதாமும் முதலில் மறுத்தான். ஆனால் வலிய வருகிற நல்ல வியாபாரச் சாத்தியத்தை ஒதுக்குபவன் அல்லன் அவன்.

ஒரு வாரத்துக்குள்ளாகவே ‘ஜன்னத் கெஸ்ட் ஹவுஸ்’, ஈமச்சடங்கு நிலையமாகவும் செயல்பட ஆரம்பித்தது. ஆஸ்பெஸ்டாஸ் கூரையோடு, சடலங்களைக் கிடத்த சிமெண்ட் மேடைகொண்ட முறையான குளிப்பகம் ஒன்று இப்போது வந்துவிட்டது. புதைகுழிக் கற்களும், சவப்போர்வைகளும், நறுமண முல்தானி மிட்டியும் (பெரும்பாலோர் சோப்பைவிட இதைத்தான் விரும்பினர்) பக்கெட்களில் தண்ணீரும் தடையின்றி அங்கு கிடைத்துக்கொண்டேயிருந்தன. ஒரு நிரந்தர இமாம், இரவோ பகலோ எந்நேரமும் வருவதற்கு நியமிக்கப்பட்டிருந்தார். இறந்தவர்களுக்கான விதிமுறைகள் (‘ஜன்னத் கெஸ்ட் ஹவு’ஸில் வாழ்ந்துகொண்டிருப்பவர்களுக்கு இருப்பதைப் போலவே) வெளிப் படையானவையாக இல்லை. சிலர் புன்னகையோடு வரவேற்கப் படுவதும், சிலர் காரணமின்றி உறுமல்களோடு வெளியேற்றப்படுவதும் எந்த அடிப்படையில் நிகழ்கிறது என்று யாருக்கும் தெரிவதில்லை. ஒரேயொரு தெளிவான கட்டளை விதி உண்டு. ஜன்னத் ஈமச்சடங்கு நிலையம் துனியாவின் மயானங்களும் இமாம்களும் நிராகரித்த சடலங்களைத்தான் தன்னிடத்தில் நல்லடக்கம் செய்ய ஒப்புக்கொள்ளும். சில நேரங்களில் நாட்கணக்காக எந்த ஈமச்சடங்கும் நிகழாமல் இருக்கும், சிலநேரங்களில் ஏகப்பட்ட சடலங்கள் ஒரே நேரத்தில் வந்துவிடும். அவர்களுடைய அதிகபட்ச சாதனை ஒருநாள் ஐந்து ஈமச்சடங்குகளை நடத்தியதுதான். சில வேளைகளில் போலீஸே (அஞ்சுமைப் போலவே அவர்களுடைய விதிமுறைகளுக்கும் காரணகாரியம் கிடையாது) சடலங்களை அவர்களிடம் கொண்டுவருவார்கள்.

உஸ்தாத் குல்ஸூம் பீ தூக்கத்திலேயே காலமானதும் மெஹ்ரௌலியில் உள்ள ஹிஜ்ரான் கா கப்ரஸ்தானில் கோலாகலமாக நல்லடக்கம் செய்யப்பட்டாள். ஆனால் பாம்பே சில்க், அஞ்சுமின் மயானத்தில்தான் புதைக்கப்பட்டாள். தில்லியைச் சேர்ந்த பல ஹிஜ்ராக்களும் அங்குதான் அடக்கம் செய்யப்பட்டார்கள்.

(இப்படியாக, இமாம் ஜியாவுதீனுக்கு அவருடைய நெடுநாளைய கேள்வியான ‘நீங்களெல்லாம் இறந்துபோனால் உங்களை எங்கே புதைப்பார்கள்? சடலங்களை யார் குளிப்பாட்டுவார்கள்? யார் தொழுகை நடத்துவார்கள்?’ என்பதற்கு கடைசியில் விடை கிடைத்துவிட்டது.)

படிப்படியாக ‘ஜன்னத் விருந்தினர் விடுதி & ஈமச்சடங்கு நிலையம்’ வளர்ந்து அப்பகுதியில் நிலைபெற்ற அடையாளமாக மாறிவிட்டது. யாரும் அதன் தோற்றுவாய் குறித்தோ, இயங்குவதற்கான உரிமை குறித்தோ கேள்வி கேட்பதில்லை. அது அங்கே இயங்கி வந்தது; அவ்வளவுதான். ஜஹனாரா பேகம் எண்பத்தேழு வயதில் காலமானபோது இமாம் ஜியாவுதீன் தொழுகை நடத்தினார். அவள் முலாகத் அலிக்குப் பக்கத்தில் புதைக்கப்பட்டாள். பிஸ்மில்லா இறந்தபோதும் அவள் அஞ்சுமின் மயானத்தில்தான் புதைக்கப்பட்டாள். ‘கின்னஸ் உலக சாதனை புத்தக’த்தில் இடம்பெற்றிருக்க வேண்டிய ஜைனாப்பின் வெள்ளாடும் அங்குதான்

புதைக்கப்பட்டது. ஒரு வெள்ளாடு சாதிக்க முடியாத ஒரு சாதனையை அது செய்திருந்தது. பதினாறு பக்ரீத்களை அது பலியிடப்படாமல் கடந்துவந்திருந்தது. கடைசியில் இயற்கையாக (வயிற்றுப்போக்கில்) மரணமெய்தியது. இந்தச் சாதனைக்கு அந்த வெள்ளாடு மட்டும் பொறுப்பாக முடியாது. அதன் குட்டி முதலாளியம்மா மட்டுமே காரணம். ஆனால் இந்தச் சாதனைக்கு கின்னஸ் புத்தகத்தில் தனிப்பிரிவு ஒதுக்கப்படாததால் இடம்பெற முடியவில்லை.

அஞ்சுமும் சதாமும் ஒரே வீட்டில் (மயானத்தில்) வாழ்ந்துவந்தாலும் இருவரும் ஒன்றாகச் சேர்ந்து பொழுதைக் கழிப்பது அரிதாகவே இருந்தது. அஞ்சுமுக்குப் பரபரப்பின்றிச் சோம்பிக்கிடப்பது பிடித்தமானது என்றால், சதாம் அவனது பல்வேறு வணிக யத்தனங்களுக்கு நடுவே (புறாத் தீவன வியாபாரம் லாபகரமாக இல்லையென்பதால் விற்றுவிட்டான்) அவனுக்கு ஓய்வு நேரமே இல்லாமலிருந்தது. தொலைக்காட்சி பார்ப்பதையும் அவன் வெறுத்தான். எதிர்பாராமல் அவனுக்குக் கிடைத்த கட்டாய ஓய்வு தினத்தன்று அவனும் அஞ்சுமும் அவர்கள் சோஃபாவாகப் பயன்படுத்தி வந்த ஒரு பழைய சிவப்புநிற டாக்ஸி சீட்டில் அமர்ந்து, தேநீர் அருந்தியபடியே தொலைக்காட்சி பார்த்துக்கொண்டிருந்தனர். அது ஆகஸ்ட் 15, சுதந்திர தினம். மழலைப்பேச்சுக் கவிஞராகவும் பிரதமராகவும் இருந்தவருக்கு அடுத்துப் பதவியேற்றிருந்த அந்தச் சாதுவான, சின்ன உருவத்திலிருந்த பிரதமர் (இவருடைய கட்சி இந்தியா என்பது இந்து தேசம் என்று அதிகாரப்பூர்வமாகக் கருதுவதில்லை) செங்கோட்டையின் பதணத்திலிருந்து நாட்டு மக்களுக்கு உரையாற்றிக்கொண்டிருந்தார். பரபரப்பிலிருந்து ஒதுங்கி ஓரமாக இருக்கும் மதிலக நகரம் தில்லியின் மற்ற பகுதியினரால் ஆக்கிரமிக்கப்படும் தினங்களில் சுதந்திர தினமும் ஒன்று. ஆளும் கட்சியினரால் கூட்டப்பட்ட பெரும்கூட்டம் ராம்லீலா மைதானத்தை நிரப்பும். தேசியக் கொடியின் நிறங்களில் உடையணிந்த ஐந்தாயிரம் பள்ளிக்குழந்தைகள் பூ மலர்வதுபோல உடற்பயிற்சி செய்து காட்டுவார்கள். தொலைக்காட்சி காமிராக்களில் முகம் தெரிய வேண்டுமென்பதற்காகவும், அதன்மூலம் அதிகார மட்டத்தில் தமக்கு நெருக்கம் இருப்பதாகக் காட்டிக்கொண்டு ஆதாயம் தேடுவதற்காகவும் அற்பத்தரகர்களும் குட்டிப் பிரமுகர்களும் முதல் வரிசைகளில் இடம்பிடித்திருப்பார்கள். சில வருடங்களுக்கு முன்பு மழலைப்பேச்சுக் கவிஞரான பிரதமரும் அவருடைய கட்சியைச் சேர்ந்த வெறியர்களும் தேர்தலில் தோற்கடிக்கப்பட்டபோது அஞ்சும் மகிழ்ச்சியில் திளைத்து, அடுத்துப் பதவியேற்ற அந்தச் சாதுவான, நீலநிறத் தலைப்பாகை அணிந்த சீக்கியப் பொருளாதார நிபுணரைப் புகழ்ச் சொற்களால் கிட்டத்தட்ட போற்றி வரவேற்றாள். அவரைப் பார்ப்பதற்குப் பொறியில் சிக்கிய முயலைப் போல இருந்ததும், அந்தத் தோற்றமே அரசியலுக்குத் தேவைப்படும் ஒருவிதக் கவர்ச்சியைத் தருவதாக இருந்ததும் அவளுடைய ஒப்புதலுக்குக் காரணம். ஆனால் கொஞ்ச நாட்களிலேயே அவர் ஒரு கைப்பாவை மட்டுமே, உண்மையில் அவரை ஆட்டுவிப்பது வேறு யாரோ, என்று மற்றவர்கள் சொல்வது உண்மைதான் என்று அவளுக்குப் புரிந்தது. அவருடைய கையாலாகாதத் தன்மை தொடுவானத்தில் மெதுவாகச்

சேகரமாகிக் கொண்டிருந்த அழிவுச்சக்திகளின் இருண்மைக்குப் பலமூட்டத் தொடங்கியது. வெகுசீக்கிரத்திலேயே அது உத்வேகம் பெற்றுத் தனது கோரமுகத்தோடு எல்லாத் தெருக்களின் மீதும் கவிய ஆரம்பித்தது. குஜராத் கா லல்லா இன்னமும் குஜராத்தின் முதல்வராகத்தான் இருந்தார். இதற்குள் அவருக்குத் தெம்பு அதிகரித்து வீறாப்புப் பேச்சும் கூடிவிட்டிருந்தது. பல நூற்றாண்டுக்கால முஸ்லிம் ஆட்சியின் பாதிப்புகளைச் சரிசெய்வது பற்றியும் பழிவாங்குவது பற்றியும் பேசத் தொடங்கியிருந்தார். எல்லாப் பொதுக்கூட்டங்களிலும் ஏதாவது ஒரு சந்தர்ப்பத்தில் அவருடைய விரிந்த மார்பின் அளவை (ஐம்பத்தாறு அங்குலங்கள்) அவர் குறிப்பிடத் தவறுவதில்லை. விநோதமாக இத்தகைய பேச்சு மக்களையும் கவர்ந்து கொண்டிருந்தது. 'தில்லியை நோக்கி அணிவகுப்போம்' என்ற திட்டத்துக்கு அவர் தயாராகிவருவதாக வதந்திகள் உலவின. குஜராத் கா லல்லா விஷயத்தைப் பொறுத்தவரை சதாமும் அஞ்சுமும் ஒரேவிதமான அலைவரிசையில்தான் அபிப்பிராயம் கொண்டிருந்தனர்.

பின்னணியில் செங்கோட்டை பிரமாண்டமாக உயர்ந்து விரிந்திருக்க அவர் பேசுவது ஒன்றும் விளங்காத கூட்டத்திடம் குண்டு துளைக்காத தடுப்பரணுக்குப் பின்னால் நின்றபடி 'பொறியில் சிக்கிய முயல்', இறக்குமதி ஏற்றுமதி குறித்த அடர்த்தியான புள்ளிவிவரங்களைச் சரம்சரமாக அவிழ்த்துவிட்டுக்கொண்டிருப்பதை அஞ்சும் பார்த்துக்கொண்டிருந்தாள். பொம்மலாட்டப் பாவையைப்போல இருந்தது அவரைப் பார்ப்பதற்கு. அவருடைய கீழ்த்தாடை மட்டும் அசைந்தது. வேறெந்த பாகமும் துளிக்கூட அசையவில்லை. அவருடைய அடர்த்தியான வெண்ணிறப் புருவங்கள் முகத்தில் இல்லாமல் அவர் அணிந்திருந்த மூக்குக் கண்ணாடியோடு ஒட்டியிருப்பதைப்போலத் தெரிந்தன. உரையின் முடிவில் கையை உயர்த்தி, பலவீனமாக சல்யூட் அடித்தபடி சோகையாக 'ஜெய் ஹிந்த்' என்று குரலை உயர்த்தினார். ஒரு குட்டி ஆல்பெட்ராஸ் பறவை இரு சிறகுகளையும் விரித்து வைத்திருக்கும் அளவுக்குக் கம்பீரமான மீசை வைத்திருந்த ஏறக்குறைய ஏழு அடி உயரமிருந்த ஒரு ராணுவ வீரர் தனது உறையிலிருந்து கத்தியை உருவியெடுத்துப் பெருங்குரலில் அந்தச் சிறிய உருவப் பிரதமருக்கு சல்யூட் அடிக்க, அவர் பயத்தில் நடுங்கியதைப் போலிருந்தது. அவர் நடந்து போகும்போது அவருடைய கால்கள் மட்டுமே அசைந்தன. வேறெந்தப் பாகமும் அசையவில்லை. அஞ்சும் வெறுப்போடு தொலைக்காட்சியை அணைத்தாள்.

அவளுடைய மனநிலையை உணர்ந்து, சதாம் அவசரத்தோடு, "சரி, நாம் மொட்டைமாடிக்குப் போவோம்," என்றான். அவளுக்கு மனநிலை மோசமடைந்தால், அது அரைகிலோமீட்டர் சுற்றளவில் இருக்கும் எல்லோருக்கும் பிரச்சனைதான்.

அவன் முதலில் ஏறிச்சென்றான். கையோடு கொண்டுசென்ற பழைய கம்பளத்தை விரித்து, அதன் மேல் மூக்கைத் துளைக்கும் ஹேர் ஆயில் நாற்றத்தில் இருந்த பூப்போட்ட தலையணை உறைகளுக்குள் இறுகிக் கெட்டித்திருந்த தலையணைகளை வைத்தான். மெலிதாகக் காற்று வீசிக்கொண்டிருந்தது. சுதந்திர தினக் காற்றாடி விடுபவர்கள் ஏற்கனவே செயலில் இறங்கியிருந்தனர். மயானத்திலும் சிலர் சுமாராகக் காற்றாடி

விட்டுக்கொண்டிருந்தனர். அஞ்சும் புதிதாகத் தயாரித்த சூடான தேநீரோடு ஒரு டிரான்ஸிஸ்டரையும் எடுத்துக்கொண்டு மேலேறிவந்தாள். அவளும் (கறுப்புக்கண்ணாடியோடு) சதாமும் படுத்துக்கொண்டு அழுக்கான வானத்தில் பிரகாசமான நிறங்களில் புள்ளியிட்டிருந்த காற்றாடிகளை வெறித்துக்கொண்டிருந்தனர். அவர்களுக்குப் பக்கத்தில் ஒரு வாரம் கடுமையாக உழைத்ததற்குப் பிறகு ஓய்வெடுத்துக்கொள்வதைப்போல பிரூவும் படுத்திருந்தது. பிரூ (சில நேரங்களில் அதன் பெயர் ரூபி) சதாம் சாலையில் கண்டெடுத்த நாய். போக்குவரத்து நெரிசல்மிக்க சாலை ஒன்றின் நடைபாதையில் பேதலித்த நிலையில் பரிதாபகரமாக அலைந்துகொண்டிருந்தது. அதன் உடலில் சில பிளாஸ்டிக் குழாய்கள் செருகப்பட்டுத் தொங்கிக்கொண்டிருந்தன. ஏதோவொரு மருந்தியல் சோதனைக்கூடத்திலிருந்து தப்பிவந்த நாய்போல. அதன்மீது நிகழ்த்தப்பட்ட சோதனைகளுக்குப்பிறகும் உயிரோடு இருக்கிறதா அல்லது தப்பிவந்திருக்கிறதாவென்று தெரியவில்லை. பீகிள் இனத்தைச் சேர்ந்தது. மிகவும் களைத்துச் சரிந்துவிழுகின்ற நிலையில் இருந்தது. பாதி அழிக்கப்பட்ட நிலையில் இருக்கும் சித்திரத்தைப்போல, வழக்கமான பீகிள் நிறங்களான அடர் கருப்பும் வெண்மையும் பொன்நிறமும் புகைபடிந்து சாம்பல் நிறத்தில் களிம்பேறிப் போயிருந்ததற்குக் காரணம் அதன்மீது செலுத்தப்பட்ட மருந்துகளின் விளைவாக இருக்கமுடியாது. ஜன்னத் விருந்தினர் விடுதிக்கு அது முதலில் வந்தபோது அடிக்கடி வலிப்பும், 'ரிவர்ஸ் ஸ்னீஸிங்' எனப்படும் மூச்சுத் திணறலும் ஏற்பட்டுக்கொண்டிருந்தது. ஒவ்வொரு முறையும் வலிப்பிலிருந்து மீண்டு வரும்போதும் ஒரு புதிய அவதாரம் எடுத்து வந்தது – சிலமுறை நட்போடு, சிலமுறை உணர்ச்சியற்று, சிலமுறை அரை மயக்கத்தில், சில முறை சிடுசிடுப்பாக அல்லது சோம்பலாக – அதன் முதலாளியம்மாவைப் போலவே அர்த்தமற்ற, கணிக்கமுடியாத இயல்பில். நாளாக ஆக, வலிப்பு வருவது குறைந்து, கிட்டத்தட்ட சோம்பேறி நாய் அவதாரத்தில் நிலைபெற்றது. மூச்சுத் திணறல் மட்டும் தொடர்ந்தது.

அஞ்சும் சாஸரில் கொஞ்சம் தேநீரை ஊற்றிச் சூடு ஆறுவதற்காக வாயால் காற்றை ஊதிக் கொடுத்தாள். அது சத்தமாக உறிஞ்சிக் குடித்தது. அஞ்சும் எதையெல்லாம் குடிக்கிறாளோ, அதையெல்லாம் அதுவும் குடிக்கும், அவள் எதையெல்லாம் சாப்பிடுகிறாளோ – பிரியாணி, குருமா, சமோஸா, ஹல்வா, ஃபலூடா, ஃபிர்ணி, ஜம்ஜம், கோடையில் மாம்பழம் குளிர்காலத்தில் ஆரஞ்சு – அதையெல்லாம் அதுவும் சாப்பிடும். அதன் உடல்நலத்துக்கு இவையெல்லாம் நல்லதல்ல, ஆனாலும் அதன் ஆன்மாவுக்கு நல்லதாக இருந்தன.

சற்று நேரம் கழித்துக் காற்றின் வேகம் அதிகரித்தது. காற்றாடிகள் வானில் உயர்ந்தன. அதே நேரத்தில் வழக்கமாகப் பெய்கிற சுதந்திர தினத் தூறலும் ஆரம்பித்தது. வேண்டாத விருந்தாளியைப் பார்த்துக் கத்துகிற மாதிரி அஞ்சும் கத்தினாள் – *ஏய் ஹை!* உங்கம்மாவை ஓக்கிற தேவடியா மழையே! சதாம் வாய்விட்டுச் சிரித்தான். ஆனாலும் இருவரும் நகரவில்லை. தூறல் வலுக்கிறதா அல்லது அடங்குகிறதா என்று காத்திருந்தனர். சிறு தூறல்தான். கொஞ்சநேரத்தில் அடங்கியது. நினைவில் தொலைந்தவளாக பிரூவின் மீது துளிர்த்திருந்த மழைத்துளிகளைத் துடைத்தாள். மழையில் நனைவது

அவளுக்கு ஜைனாப்பை ஞாபகப்படுத்தித் தனக்குள் சிரித்துக்கொண்டாள். இயல்புக்கு மாறாக, அவள் சதாமிடம் அந்த மேம்பாலக் கதையையும் (திருத்தப்பட்ட வடிவம்) பெருச்சாளி சின்னக் குழந்தையாக இருந்த போது அந்தக் கதையை எவ்வளவு ஆசையாகக் கேட்பாள் என்பதையும் சொன்னாள். அத்தோடு நிறுத்தாமல், ஜைனாப்பின் குறும்புத்தனங்கள், மிருகங்கள்மீது அவளுக்கு இருந்த பிரியம், ஆங்கிலத்தைப் பள்ளியில் அவள் எவ்வளவு எளிதாக, வேகமாகக் கற்றுக்கொண்டாள் என்றெல்லாம் பிரவாகமாகச் சொல்லிக்கொண்டே வந்தாள். ஞாபக மீட்டல்கள் சந்தோஷ மாகச் சென்று கொண்டேயிருந்தபோது ஒரு கட்டத்தில் அஞ்சுமின் குரல் (குரல்கள்) உடைந்து, கண்களில் கண்ணீர் நிரம்பியது.

“நான் பிறந்ததே ஒரு குழந்தைக்குத் தாயாக வேண்டும் என்பதற்காகத்தான்,” என்று விசும்பினாள். “பார்த்துக்கொண்டேயிரு என்றாவது ஒருநாள் அல்லா மியான் எனக்கென்று ஒரு குழந்தையைத் தரத்தான் போகிறார். அது மட்டும் எனக்குத் தெரியும்.”

“அது எப்படி சாத்தியமாகும்?” சதாம் தர்க்கபூர்வமாகக் கேட்டான், தான் ஒரு அபாயகரமான பிரதேசத்துக்குள் பிரவேசிக்கிறோம் என்ற பிரக்ஞையில்லாமல், “ஹகீகத் பி கோயி சீஸ் ஹோதே ஹை.” யதார்த்தம் என்று ஒரு விஷயம் இருக்கிறதுதானே.

“ஏன் முடியாது? ஏன் முடியாது என்கிறேன்?” அஞ்சும் எழுந்து உட்கார்ந்து அவனைக் கண்ணுக்குள் உற்றுப்பார்த்தாள்.

“சும்மா சொன்னேன் . . . யதார்த்தமாகப் பார்த்தால் . . .”

“நீ சதாம் ஹுசைனாக இருக்க முடியுமென்றால், நான் ஒரு தாயாக இருக்க முடியும்.” அஞ்சும் இதை வெடுக்கென்று சொல்லவில்லை. பசப்புச் சிரிப்போடு, அவளுடைய வெள்ளைத் தந்தத்தையும், கருஞ்சிவப்புப் பல்லையும் உறிஞ்சிக்கொண்டே சொன்னாள். அந்தப் பசப்பில் ஒருவித மூர்க்கம் இருந்தது.

சதாம் சற்று உஷாராகி, ஆனால் கவலைப்படாமல், அவளை நிமிர்ந்து பார்த்தான். அவளுக்கு என்ன தெரிந்திருக்கும் என்று யோசித்தான்.

“நம்மெல்லோரைப் போலவும், நம்முடைய பிரூவைப் போலவும், விளிம்பிலிருந்து தவறி நீ விழுந்தாயென்றால், அதன் பிறகு விழுவதை உன்னால் நிறுத்தவே முடியாமற் போய்விடும். விழும்போது நீ விழுந்து கொண்டிருக்கும் மற்றவர்களைப் பற்றிக் கொள்வாய். இது உனக்கு எவ்வளவு சீக்கிரம் புரிகிறதோ, அவ்வளவு உனக்கு நல்லது. நாம் வசிக்கும் இந்த இடம், நம்முடைய வீடாக மாற்றியிருக்கும் இந்த இடம், வீழ்ந்து கொண்டிருப்பவர்களுக்கான இடம். இங்கே *ஹகீகத்* கிடையாது. *அர்ரே*, நாம் நிஜமானவர்கள்கூடக் கிடையாது. உண்மையில் நாம் இருப்பவர்கள் அல்லர்.”

சதாம் எதுவும் பேசவில்லை. உலகத்தில் வேறுயாரையும் விடவும் அஞ்சுமை அதிகமாக நேசித்துக்கொண்டிருந்தான் அவன். அவள் பேசுகிற விதம், அவள் தேர்ந்தெடுக்கும் சொற்கள், அவள் வாயை அசைக்கும் விதம்,

அவளுடைய சொத்தைப் பற்களின்மீது வெற்றிலைக் காவி படிந்த உதடுகள் அசையும் விதம் என எல்லாமே அவனுக்குப் பிடிக்கத் தொடங்கியிருந்தன. அவளுடைய அபத்தமான முன்பல்லையும் அவனுக்குப் பெரும்பாலும் அல்லது சுத்தமாகப் புரியாத உருதுவில் அவள் சொல்லும் கவிதைகளையும் அவனுக்குப் பிடித்திருந்தது. சதாமுக்குக் கவிதை தெரியாது. உருதுவும் மிகக் கொஞ்சம்தான் தெரியும். ஆனால் அவனுக்கு வேறுசில விஷயங்கள் தெரியும். பசுவின் தோலையும் எருதுவின் தோலையும் எப்படி சிதைக்காமல் சீக்கிரமாக உரித்தெடுப்பது என்று அவனுக்குத் தெரியும். பச்சைத் தோலை உப்புத்தண்ணீரில் எப்படி ஊறவைத்துச் சுண்ணாம்பும் பதப்பொருளும் சேர்த்துத் தேறலிட்டு, இழுத்து, விறைப்பாக்கிப் பதப்படுத்தத்தக்கத் தோலாக்குவது என்று அவனுக்குத் தெரியும். தேறலை வாயில் ருசி பார்த்து அதன் துவர்ப்பை வைத்துப் பண்பாற்றலை அளவிடுவதற்கு அவனுக்குத் தெரியும். எப்படி தோலைத்தேய்த்து, ரோமங்களையும் கொழுப்பையும் நீக்குவது, எப்படி சோப்பிட்டுக் கழுவுவது, எப்படி 'ப்ளீச்' செய்து நிறமகற்றி, அது பளபளப்பாகும் வரை மெழுகிட்டு, மசகிட்டு, மெருகேற்றுவது என்று அவனுக்குத் தெரியும். சராசரியான மனிதனின் உடம்பில் நான்கிலிருந்து ஐந்து லிட்டர் ரத்தம் இருக்கும் என்பதும் அவனுக்குத் தெரியும். தில்லி – குர்காவன் நெடுஞ்சாலையிலிருந்து சற்றுத் தள்ளியிருக்கும் தூலினா காவல் நிலையத்துக்கு எதிரே அந்த ரத்தம் வழிந்து சாலையில் மெதுவாகப் பரவியதை அவன் பார்த்திருக்கிறான். எல்லாவற்றையும் விட விநோதமாக அவன் ஞாபகத்தில் தெளிவாகத் தங்கியிருந்தது நீண்ட வரிசையில் நின்றிருந்த விலையுயர்ந்த ஆடம்பரக் கார்களும் அவற்றின் ஹெட்லைட் வெளிச்சத்தில் சிறகடித்துக்கொண்டிருந்த பூச்சிகளும்தான். அப்புறம் யாருமே உதவிக்கு வராததும் ஞாபகத்தில் இருந்தது.

'வீழ்ந்துகொண்டிருக்கும் மனிதர்க'ளின் இடத்துக்கு அவனைக் கொண்டுவந்தது யோசித்து வகுக்கப்பட்ட திட்டமோ அல்லது தற்செயலோ அல்ல என்று அவனுக்குத் தெரியும். அவனை இங்கு அடித்து வந்து சேர்த்திருப்பது ஓர் அலை.

"நீ யாரை முட்டாளாக்க முயன்றுகொண்டிருக்கிறாய்?" அஞ்சும் அவனிடம் கேட்டாள்.

"கடவுளைத்தான். உன்னை அல்ல," என்றான்.

"கலிமாவை ஒப்பி," அஞ்சும் தானே அவரங்கசீப் ஆகிவிட்டதைப் போன்ற தொனியில் உத்தரவிட்டாள்.

"லா இலாஹா . . ." என்று ஆரம்பித்து, ஹஸ்ரத் ஸர்மத்தைப் போல அந்த இடத்திலேயே நிறுத்தினான். "அதற்குப் பிறகு தெரியாது. கற்றுக்கொண்டிருக்கிறேன்," என்றான்.

"அந்தப் பிணவறையில் வேலை செய்யும் மற்ற ஆட்களைப்போல நீயும் ஒரு *ச்சமார்* தான். அந்த சங்கீதா மேடம் என்ற *ஹராம்ஸாதி*யிடம் மட்டும் உன் பெயரைப் பொய்யாகச் சொல்லவில்லை, என்னிடமும் பொய் சொல்கிறாய். அது எதற்காக என்று எனக்குத் தெரியவில்லை. நீ முஸ்லிம், இந்து, ஆண், பெண், இந்த ஜாதி, அந்த ஜாதி, இல்லாவிட்டால் ஒட்டகத்தோட சூத்து . . . எதுவாக இருந்தாலும் அக்கறையில்லை. ஆனால்

எதற்காக சதாம் ஹுசைன் என்று பெயர் வைத்துக்கொண்டிருக்கிறாய்? அவன் ஒரு வேசிமகன், தெரியுமா?"

இந்துக்களில் 'தீண்டத்தகாதவர்கள்' என்று தாழ்த்தப்பட்டவர்களை இப்போது குறிப்பிடும் 'தலித்' என்ற சொல்லை அஞ்சும் பயன்படுத்தாமல் 'ச்சமார்' என்றே குறிப்பிட்டாள், எப்படி தன்னை 'ஹிஜ்ரா' என்ற சொல்லைத்தவிர வேறு எப்படியும் குறிப்பிட மறுப்பதைப் போலவே. அவளுக்கு 'ஹிஜ்ரா' என்றோ 'ச்சமார்' என்றோ சொல்வதில் எந்த அருவருப்பும் இருக்கவில்லை.

சற்று நேரம் அவர்கள் அருகருகே படுத்தபடி மௌனமாக இருந்தனர். திடீரென சதாமுக்கு இதுவரை அவன் யாரிடமும் சொல்லாத ஒரு கதையை – காவி நிறத்துப் பேசும்கிளிகளும் ஒரு செத்த பசுமாடும் என்ற கதையை – அஞ்சுமை நம்பிச் சொல்லலாம் என்று தோன்றிற்று. அவனுடைய கதையும் அதிர்ஷ்டத்தைப் பற்றிய கதைதான். கொலையாளி அளித்த அதிர்ஷ்டம் அல்ல; அதைப் போலவே வேறுவிதமான அதிர்ஷ்டம்.

அவள் சொல்வது உண்மைதான் என்றான். அவன் அவளிடம் *பொய்தான்* சொல்லியிருந்தான். ஆனால் அந்த சங்கீதா மேடம் *ஹராம்ஸாதி* நாயிடம் சொன்னது உண்மை. சதாம் ஹுசைன் என்பது அவனாக வைத்துக்கொண்டது. உண்மையான பெயர் அல்ல. அவனுடைய உண்மையான பெயர் தயாசந்த். ச்சமார் இனத்தில் – சக்கிலி – ஹரியானா மாநிலத்தைச் சேர்ந்த பாதுஷாபூர் என்ற, தில்லியிலிருந்து ஓரிரு மணிநேரப் பயணத் தொலைவில் இருக்கும் கிராமத்தில் பிறந்தவன்.

ஒருநாள் யாரோ ஒருவருடைய பண்ணையில் இறந்திருந்த பசுமாடு ஒன்றின் உடலை எடுத்துச்செல்லும்படித் தொலைபேசியில் அவர்களுக்குத் தகவல் வர, அவனும் அவனுடைய அப்பாவும் ஒரு டெம்போ வண்டியை வாடகைக்கு அமர்த்திக்கொண்டு பக்கத்தில் இருந்த அந்தக் கிராமத்துக்குச் சென்றனர்.

"எங்களுடைய ஆட்கள் செய்யும் வேலை இதுதான்," என்றான் சதாம். "பசுமாடுகள் இறந்துவிட்டால் உயர்சாதி விவசாயிகள் எங்களைக் கூப்பிட்டுச் செத்துப்போன மாட்டை எடுத்துப்போகச் சொல்வார்கள். அதை அவர்கள் 'தீட்டு' என்று தொடமாட்டார்கள்."

"ஆமாமாம், எனக்குத் தெரியும்," என்றாள் அஞ்சும். அவள் குரலின் தொனி சந்தேகத்துக்குரியவகையில் பாராட்டுவதைப்போல இருந்தது. "அவர்களில் சிலர் ரொம்பவும் ஆசாரமாக, சுத்தமாக இருப்பார்கள். வெங்காயம் பூண்டுகூடத் தொடமாட்டார்கள்."

அஞ்சுமின் இந்தக் குறுக்கீட்டைப் பொருட்படுத்தாமல் அவன் தொடர்ந்தான்:

"எனவே நாங்கள் சென்று மாடுகளின் உடல்களை எடுத்துவருவோம். தோலை உரித்துப் பதப்படுத்துவோம் . . . நான் சொல்வது 2002ஆம் வருடம் . . . அப்போது நான் பள்ளியில் படித்துக்கொண்டிருந்தேன். அந்தக் காலகட்டத்தில் என்னவெல்லாம் நடந்துகொண்டிருந்தது என்று என்னைவிட உனக்கு நன்றாகத் தெரியும் . . . உனக்கு பிப்ரவரியில்

நடந்தது, எனக்கு நவம்பரில். அன்று தசரா. செத்துப்போன பசுமாட்டை எடுத்துவருவதற்குப் போகும் வழியில் ஒரு ராம்லீலா மைதானத்தைக் கடந்துபோனோம்... கொடும்பாவி கொளுத்துவதற்காகப் பிரமாண்டமான அரக்கர்களின் உருவங்களைச் செய்து வைத்திருந்தார்கள். . . ராவணன், மேகநாதன், கும்பகர்ணன் . . . ஒவ்வொன்றும் மூன்று மாடி உயரத்துக்கு... ராத்திரி ஆனதும் அவற்றையெல்லாம் கொளுத்துவார்கள், உள்ளே திணித்து வைத்திருந்த பட்டாசுகள், வெடிகள் எல்லாம் வெடித்துச் சிதறும் . . .”

பழைய தில்லியில் வசிக்கும் எந்தவொரு முஸ்லிமுக்கும் தசரா என்ற இந்துப் பண்டிகையைப் பற்றிப் பாடம் எடுத்து விளக்கவேண்டி யிருக்காது. ஒவ்வொரு வருடமும் துர்க்மான் கேட்டுக்கு வெளியேயுள்ள ராம்லீலா மைதானத்தில் கொண்டாடப்படும் விழா அது. ஒவ்வொரு வருடமும் இலங்கையின் ‘அரக்க’ மன்னன் ராவணன், அவனுடைய தம்பி கும்பகர்ணன், அவனுடைய மகன் மேகநாதனுடைய கொடும்பாவிகள் உயரமாகிக் கொண்டே வந்தன. அவற்றிற்குள் திணித்துவைக்கப்படும் வெடிகளின் அளவுகளும் கூடிக்கொண்டேயிருந்தன. அயோத்தி மன்னனான ராமபிரான், இலங்கையில் நடந்த யுத்தத்தில் ராவணனை அழித்த கதைதான் ஒவ்வொரு வருடமும் கொண்டாடப்பட்டு வருகிற ‘ராம்லீலா’. இது தீமையைத் தர்மம் அழிப்பதைச் சொல்லும் கதை என்பது இந்துக்களின் நம்பிக்கை. இந்த விழாவுக்கு வருடாவருடம் நிதி ஆதரவு பெருகிக்கொண்டே வருவதால் மென்மேலும் விமரிசையாக, ஆடம்பர மாகக் கொண்டாடப்பட்டுவருகிறது. இதற்கிடையில் சில துடுக்கான வரலாற்று அறிஞர்கள் இந்த ராம்லீலா என்பது தொன்மக் கதையாக மாற்றப்பட்ட உண்மைச் சரித்திரம் என்று பேசத் தொடங்கியிருந்தனர். தீமையின் உருவாகச் சித்தரிக்கப்படும் அரக்கர்கள் என்பவர்கள் உண்மையில் கருத்த நிறமுடைய தொன்முதற்குடிகளான திராவிட மன்னர்கள் என்றும், அவர்களை அழித்த (அவர்களைத் ‘தீண்டத்தகாதவர்கள்’ என்றும் அவர்களையொத்த ஒடுக்கப்பட்ட இனத்தவர்களைப் புதிதாக ஆக்கிரமித்திருக்கும் அரசர்களுக்குச் சேவகம் புரிபவர்களாகவும் மாற்றிய) ‘கடவுளர்கள்’ உண்மையில் வந்தேறிகளான ஆரியர்கள் என்றும் அந்த அறிஞர்கள் வாதிடத் தொடங்கியிருந்தனர். இந்து மதத்தில் அரக்கர்கள் என்று கருதப்படும் ராவணன் உள்ளிட்ட கடவுளர்களை நாட்டார் வழிபாடுகளில் இந்த மக்கள் இன்றும் வழிபட்டுவருவதை அவர்கள் சுட்டிக்காட்டினர். இப்போது தலையெடுக்கத் தொடங்கியிருக்கும் புதிய மதக்கோட்பாடுகளின்படிச் சாதாரணமக்கள் அறிஞர்களாக இருக்கவேண்டிய அவசியம் இல்லை. இதை வெளிப்படையாகச் சொல்ல அவர்களால் முடியாவிட்டாலும் பேசும்கிளி நாஜிகளின் ஆதிக்கம் மென்மேலும் அதிகரித்துக்கொண்டேவரும் சூழலில், வேதநூல்களில் சொல்லப்பட்டுள்ளதோ இல்லையோ காவிநிறத்துப் பேசும்கிளிகளின் அகராதியில் தீய அரக்கர்கள் என்போர் பூர்வகுடிகள் மட்டுமல்ல; இந்துவாக இல்லாத அனைவருமேதான், ஷாஜஹானாபாத் வாசிகளும் இதில் அடக்கம்.

ராட்சதக் கொடும்பாவி உருவங்கள் கொளுத்தப்படும்போது எழுகின்ற வெடிச்சத்தங்கள் பழையநகரின் குறுகலான சந்துகளில் பயங்கரமாக எதிரொலிக்கும். இந்த வெடி முழக்கங்கள் சுமந்துவரும் சங்கேதக் குறியீடுகள் யாருக்கும் புரியாமல் இருப்பதில்லை.

ஒவ்வொரு வருடமும் தீயசக்தியை நல்லசக்தி அழித்ததற்கு அடுத்தநாள் காலையில், சிடுக்குத் தலையோடு திரிந்துகொண்டிருக்கும் முன்னாள் மருத்துவச்சியும், இந்நாள் நாடோடி மகாராணியுமான ஆலம் பாஜி அங்கிருக்கும் குப்பைகளைக் கிளறி வில்களையும் அம்புகளையும் சில நேரங்களில் ஒரு முழு கொடுவாள் மீசையையும், முறைத்துப்பார்க்கும் கண்ணையும், துண்டித்த கையையும், உடைவாளையும் சேகரித்து அவளது உரப்பையில் திணித்துக்கொண்டு திரும்புவாள்.

எனவே தசராவைப் பற்றி சதாம் விவரித்தபோது, அதில் பொதிந்திருக்கும் விரிவான, பல்வகையான அர்த்தங்களை அஞ்சும் புரிந்துகொண்டாள்.

“செத்துப்போன பசுமாடு இருக்கும் இடத்தைச் சுலபமாகக் கண்டு பிடித்துவிட்டோம்,” என்றான் சதாம். “அது எப்போதுமே மிகவும் சுலபமானது. முடைநாற்றம் அடிக்கும் திசையை நோக்கி நடந்துகொண்டே யிருந்தால் இடத்தைக் கண்டுபிடித்துவிடலாம். டெம்போவில் மாட்டின் உடலை ஏற்றிக்கொண்டு கிளம்பினோம். வழியில் தூலினா காவல் நிலையத்தில் வண்டியை நிறுத்தினோம், அந்தக் காவல்நிலைய அதிகாரிக்கு ‘மாமூல்’ தருவதற்காக. அவர் பெயர் ஷெராவத். அவருக்கு எவ்வளவு தர வேண்டும் என்பதெல்லாம் ஏற்கனவே தீர்மானிக்கப்பட்டவொன்று, ஒரு பசு மாட்டுக்கு இவ்வளவு என்று. ஆனால் அன்றைய தினம் அவர் அதிகமாகக் கேட்டார். அதுவும் மூன்று மடங்கு அதிகமாக. அதாவது அந்தப் பசுமாட்டுத் தோலை உரிப்பதற்கு ஆகும் தொகை. அந்த ஷெராவத்தை எங்களுக்கு நன்றாகத் தெரியும். அன்று அவருக்கு என்ன ஆயிற்றோ தெரியவில்லை – தசரா கொண்டாடுவதற்காக அன்றிரவு ஆல்கஹால் வாங்குவதற்குத் தேவைப்பட்டதோ, அல்லது ஏதாவது கடனைத் திருப்பித்தருவதற்காகப்பணம் வேண்டியிருந்ததோ எனக்குத் தெரிய வில்லை. ஒருவேளை அப்போதைய அரசியல் சூழ்நிலையின் தாக்கமாக இருக்கலாம். என அப்பாவும் அவருடைய நண்பர்களும் அவரிடம் கெஞ்சினார்கள், ஆனால் அவர் மசியவில்லை. அவருக்குத் தருமளவுக்குத் தம்மிடம் பணம் இல்லை என்று அவர்கள் சொன்னதும் அவருக்குக் கோபம் வந்தது. ‘பசு–வதை’ செய்ததாகக் குற்றம் சுமத்தி அவர்களைக் கைதுசெய்து லாக்–அப்பில் அடைத்தார். நான் வெளியே நின்றிருந்தேன். காவல் நிலையத்துக்குள் அவரைக் கூட்டிச்செல்லும்போது என் அப்பா பயப்பட்டதாகத் தெரியவில்லை, நானும் பயப்படவில்லை. அவர்கள் உள்ளே சென்று பேரம் பேசப் போகிறார்கள், ஒப்பந்தமான பிறகு வெளியே வந்துவிடுவார்கள் என்று நினைத்துக் காத்துக்கொண்டிருந்தேன். இரண்டு மணிநேரம் ஆனது. இரவு வாணவேடிக்கைக்காக மக்கள் சாரிசாரியாகச் சென்றுகொண்டிருந்தார்கள், சின்னப் பையன்கள் ராமர், லட்சுமணன், அனுமார்போல வேஷம் போட்டுக்கொண்டு, கையில் வில், அம்பு வைத்துக்கொண்டு, சில பையன்கள் முகத்தில் சிவப்பு பூசிக்கொண்டு, முதுகில் குரங்குபோல வால் செருகிக்கொண்டு, சிலர் அரக்கர்கள்போல கருப்பு பூசிக்கொண்டு . . . எல்லோரும் ராம்லீலாவில் கலந்துகொள்வதற்காகப் போய்க் கொண்டிருந்தார்கள். எங்கள் வண்டியைத் தாண்டிப் போகும்போது நாற்றத்தைச் சகிக்காமல் எல்லோருமே மூக்கைப் பொத்திக்கொண்டு

போனார்கள். சூரியன் மறைந்ததும் வெடிச்சத்தங்கள் கேட்கத் தொடங்கின. கொடும்பாவிகள் கொளுத்தப்படுகின்றன என்று தெரிந்தது. ஜனங்களின் உற்சாகக் கூச்சல் கேட்டபோது அதையெல்லாம் பார்க்கமுடியாமல் இங்கே நின்றிருக்கிறேனே என்று வருத்தமாக இருந்தது. சிறிது நேரம் கழித்து மக்கள் திரும்பிவரத் தொடங்கினர். என் அப்பாவும் அவருடைய நண்பர்களும் இன்னமும் வெளியே வரவில்லை. பிறகு, அது எப்படி நடந்தது என்று எனக்குத் தெரியவில்லை – போலீஸே வதந்தியைப் பரப்பியதா அல்லது யாருக்காவது தொலைபேசியில் தகவல் வந்ததா தெரியவில்லை. காவல்நிலையத்துக்கு எதிரே கூட்டம் சேரத்தொடங்கியது. 'பசுவைக் கொன்றவர்க'ளைத் தங்களிடம் ஒப்படைக்கும்படி அந்தக் கூட்டம் வெளியே கூச்சலிட்டது. டெம்போவில் இருந்த செத்த மாட்டின் வாடை அந்தப் பகுதியையே நாற அடித்துக்கொண்டிருந்தது, அவர்களுக்குத் தேவையான நிரூபணமாக இருந்தது. அந்தக் கூட்டம் சாலைப் போக்கு வரத்தை மறித்தது. எனக்கு என்ன செய்வது, எங்கே ஒளிந்துகொள்வது என்று புரியாமல் அந்தக் கூட்டத்தோடு கலந்து நின்றுகொண்டேன். சிலர் *ஜெய் ஸ்ரீராம்! வந்தே மாதரம்!* என்று கோஷமிடத்தொடங்கினார்கள். மற்றவர்களும் சேர்ந்துகொள்ள, அது வெறிக்கூச்சலாக மாறியது. சில ஆட்கள் காவல்நிலையத்துக்குள் புகுந்து என் அப்பாவையும் அவருடைய மூன்று நண்பர்களையும் வெளியே இழுத்து வந்தார்கள். அந்த ஆட்கள் அவர்களை முதலில் அடித்தனர். முதலில் முஷ்டியால். பிறகு செருப்புகளால். அப்புறம் யாரோ ஒருவன் கடப்பாரை ஒன்றை எடுத்துவந்தான். வேறு எவனோ ஒருவன் ஒரு கார்ஜேக்கைக் கொண்டுவந்தான். என்னால் சரியாகப் பார்க்க முடியவில்லை, ஆனால் முதல் அடிகள் விழுந்தபோது அவர்களுடைய அலறல்களைக் கேட்டேன் . . ."

சதாம், அஞ்சுமை நோக்கித் திரும்பினான்.

"அதைப்போன்ற சத்தத்தை அதற்குமுன் நான் கேட்டதில்லை . . . விநோதமான, பெரும் அலறல் சத்தம். கேட்பதற்கு மனுஷனுடைய சத்தத்தைப் போலவே இல்லை. ஆனால் கூட்டத்தின் வெறிக்கூச்சல் அந்த அலறலை அமுக்கிவிட்டது. நான் உனக்குச் சொல்லத் தேவையில்லை. உனக்குத் தெரியும் . . ." சதாமின் குரல் கிசுகிசுப்பாகக் குறைந்தது. "எல்லோரும் பார்த்துக்கொண்டிருந்தார்கள். ஒருவர்கூட அவர்களைத் தடுக்கவில்லை."

அந்தக் கூட்டம் தனது கடமையை நிறைவேற்றி முடித்ததும், ஏதோ ராணுவ அணிவகுப்பில் போல நின்றிருந்த எல்லா கார்களின் ஹெட்லைட்டுகளும் எப்படி ஒரே நேரத்தில் எரியத் தொடங்கின என்று அவன் விவரித்தான். மழைநீர்போலக் கட்டையாகத் தேங்கியிருந்த அவனுடைய அப்பாவின் ரத்தத்தில் அந்தக் கார் விளக்குகள் எப்படி பளீரென்று பிரதிபலித்தன என்று வர்ணித்தான். பக்ரீத் தினத்தன்று பழையதில்லியின் தெருக்களைப்போல அந்தச் சாலை அப்போது காணப்பட்டது என்றான்.

"என் அப்பாவைக் கொன்ற கும்பலில் நானும் இருந்தேன்," என்றான் சதாம்.

முனகும் சுவர்களையும் ரகசியப் பாதாள அறைகளையும் கொண்டிருந்த அஞ்சுமின் தனிமைக்கோட்டை அவளுக்குள் மீண்டும்

எழும்புவதைப்போல அச்சுறுத்தியது. சதாமுக்கும் அவளுக்கும் ஒருவரின் இதயத்துடிப்பு மற்றவருக்குக் கேட்கும் போலிருந்தது. அவளால் தன்னைச் சமாளித்துக்கொண்டு எதுவும் பேச முடியவில்லை. ஆறுதலாகக்கூட ஒன்றும் சொல்ல முடியவில்லை. ஆனால் அவள் கவனித்துக் கேட்டுக் கொண்டிருக்கிறாள் என்று சதாமுக்குத் தெரிந்தது. அவன் மீண்டும் பேசத் தொடங்குவதற்குச் சற்று நேரம் பிடித்தது.

"இது நடந்து சில மாதங்கள் கழித்து, ஏற்கனவே உடல் நலமில்லாத என் அம்மா இறந்துபோனார். என் மாமா, என் பாட்டியின் பாதுகாப்பில் நான் விடப்பட்டேன். பள்ளியிலிருந்து நின்றுவிட்டேன். மாமாவிடமிருந்து கொஞ்சம் பணம் திருடிக்கொண்டு தில்லி வந்தேன். அணிந்திருந்த உடையைத் தவிர வேறுஇல்லை. ஒரேயொரு குறிக்கோள் மட்டுமே இருந்தது – அந்த வேசிமகன் ஷெராவத்தைக் கொல்ல வேண்டும். என்றாவது ஒருநாள் கொல்வேன். தெருக்களில் தூங்கினேன், லாரி கிளீனராக வேலை பார்த்தேன், சில மாதங்களுக்குச் சாக்கடைகளைக்கூட அள்ளினேன். அப்புறம் என் கிராமத்தைச் சேர்ந்த நீரஜ் – அவன் இப்போது மாநகராட்சி அலுவலகத்தில் வேலை பார்க்கிறான் – நீ கூட அவனைப் பார்த்திருக்கிறாய் . . ."

"ஆமாம், உயரமாக, அழகாக இருப்பானே –"

"ஆம், அவனேதான். அவன் மாடலிங்கில் நுழைய முயற்சி செய்தான், முடியவில்லை . . . அதற்கும் தரகர் பயல்களுக்கு லஞ்சம் கொடுக்க வேண்டும். இப்போது அவன் மாநகராட்சியில் லாரி டிரைவராக இருக்கிறான் . . . அவன்தான் எனக்கு இந்தப் பிணவறையில் வேலை கிடைக்க உதவினான் . . . அங்கேதான் நாம் முதலில் சந்தித்தோம் இல்லையா . . . தில்லிக்கு வந்து சில வருடங்கள் கழித்து ஒரு டி.வி ஷோரூமைத் தாண்டிப் போகும்போது, அங்கே வெளியே தெரியும்படி வைத்திருந்த தொலைக்காட்சிப் பெட்டிகளில் இரவுச் செய்திகள் ஒளிபரப்பாகிக் கொண்டிருந்தன. அப்போதுதான் சதாம் ஹுசைனைத் தூக்கில் போடும் வீடியோவை முதன்முதலில் பார்த்தேன். அவனைப் பற்றி எதுவும் எனக்குத் தெரியாது; ஆனால் சாகும் தறுவாயிலும் அவனிடமிருந்த தைரியத்தையும் சுய கௌரவத்தையும் பார்த்து வியந்து போனேன். நான் முதன்முதலாக மொபைல் போன் வாங்கியபோது, கடைக்காரனிடம் அந்த வீடியோவை டவுன்லோட் செய்து தரச்சொன்னேன். அதைத் திரும்பத் திரும்பப் பார்த்தேன். அவனைப் போல இருக்க விரும்பினேன். முஸ்லிமாக மாறி அவன் பெயரை வைத்துக்கொள்ள முடிவெடுத்தேன். நான் செய்யவேண்டிய காரியத்துக்கும் அதற்கான பின்விளைவுகளை எதிர்கொள்வதற்கும் எனக்கு அது தைரியத்தைக் கொடுக்கும் என்று நம்பினேன்."

"சதாம் ஹுசைன் ஒரு வேசி மகன்," என்றாள் அஞ்சும். "ஏராளமானவர்களைக் கொன்றவன் அவன்."

"இருக்கலாம். ஆனால் தைரியமானவன் . . . இதைப் பார்."

சதாம் அவனது புதிய, நவீனமான ஸ்மார்ட்ஃபோனை எடுத்தான். அழகாக, பெரிய திரையுடன் இருந்தது. ஒரு காணொளிக் காட்சியைத் தேர்ந்தெடுத்து, வெளிச்சம் படாமல் இருக்க உள்ளங்கையைத் திரையைச் சுற்றிக்குவித்து அவளுக்குக் காட்டினான். அது ஒரு தொலைக்காட்சிப்

அருந்ததி ராய்

படத்துண்டு. ‘வாஸெலின் இன்டென்ஸிவ் கேர் மாய்ச்சரைஸிங் கிரீம்’ விளம்பரத்தோடு ஆரம்பித்தது. அழகான பெண் ஒருத்தி முழங்கைகளிலும் கணுக்கால்களிலும் கிரீமைத் தடவிக்கொண்டு புளகாங்கிதத்தோடு சிரித்தாள். அடுத்து வந்தது ஜம்மு & கஷ்மீர் சுற்றுலாத் துறையின் விளம்பரம் – பனி மூடிய நிலங்கள், குளிர்காப்புடைகளில் மகிழ்ச்சிகரமான மக்கள் ‘ஸ்லெட்ஜ்’களில் பனிநிலத்தில் அமர்ந்திருந்தனர். பின்னணிக் குரல் “ஜம்மு & கஷ்மீர். எங்கும் வெண்மை. எங்கும் இனிமை. எங்கும் புதுமை,” என்றது. பிறகு தொலைக்காட்சி அறிவிப்பாளர் ஆங்கிலத்தில் ஏதோ சொல்ல, இராக்கின் முன்னாள் அதிபர் சதாம் ஹுசைன் தோன்றினார். நேர்த்தியான தோற்றம். கருப்பும் வெள்ளையுமாகத் தாடி. கருப்பு ஓவர்கோட், வெள்ளைச் சட்டை. தூக்கில் ஏற்றுவோர் குழு தமது முகங்களைக் கூம்பிட்ட கருப்பு முகமூடிகளால் போர்த்திக்கொண்டு, அதில் சின்னச் சின்னதாக வெட்டப்பட்டிருந்த இரண்டு பிளவுகளின் ஊடாக அவரைக் கண்காணித்தபடியே தூக்குமேடைக்கு அழைத்துவந்தது. அவர்கள் அனைவரும் கூட்டாக ஏதோ முணுமுணுத்துக் கொண்டிருந்தது கேட்டது. அவர்களுக்கு மத்தியில் அவர் உயரமாகக் கம்பீரமாக நடந்துவந்தார். அவருடைய கைகள் முதுகுக்குப் பின்னால் கட்டப்பட்டிருந்தன. அவர்களின் ஒருவன் முன்வந்து அவருடைய கழுத்தைச் சுற்றி ஒரு கருப்புத் துண்டைக் கட்டினான். சொரசொரப்பான தூக்குக்கயிறு அவருடைய கழுத்துத் தோலை ரணமாக்கிவிடக்கூடாதென்பதற்காக அந்தத் துண்டு கட்டப்படுகிறது என்பதைப்போல ஏதோ அவரிடம் சாடையில் சொன்னான். அந்தத் துண்டைக் கட்டியதும் சதாம் ஹுசைன் மேலும் வசீகரமாகத் தெரிந்தார். நெட்டித்தள்ளிக்கொண்டிருந்த முகமூடி ஆட்கள் சூழ அவர் தூக்குமேடையில் ஏறினார். அவருடைய தலையைச் சுற்றித் தூக்குக்கயிறு இறக்கப்பட்டுக் கழுத்தில் இறுக்கப்பட்டது. அவர் தனது பிரார்த்தனைகளைச் சொன்னார். அவருடைய காலுக்கடியில் இருந்த பலகை திறக்கப்பட்டு உள்ளே விழுவதற்கு முன் அவருடைய முகத்தில் ஏளனம் தெரிந்தது. அந்தக் கொலைகாரர்களை இகழ்ச்சியோடு பார்த்தார்.

“இந்த வேசிமகனைப் போலத்தான் இருக்க விரும்புகிறேன்,” என்றான் சதாம். “நான் செய்து முடிக்க வேண்டிய கடமையை நிறைவேற்ற வேண்டும். அதற்காக நான் ஒரு விலை தரவேண்டுமென்றால், இதைப்போலத்தான் தரவேண்டுமென்று விரும்புகிறேன். . .”

அஞ்சுமுக்கு அந்தத் தூக்குத் தண்டனை வீடியோவைவிட சதாமின் கைப்பேசியில்தான் அதிக ஆர்வம் இருப்பதைப் போலிருந்தது. “இராக்கில் என் நண்பர் ஒருவர் இருக்கிறார்,” என்றாள். “குப்தாஜி, இராக்கிலிருந்து அவருடைய போட்டோக்களை அனுப்புகிறார்.” அவளது கைப்பேசியை வெளியே எடுத்து D.D. குப்தா அவளுக்கு வழக்கமாக அனுப்பும் படங்களை சதாமுக்குக் காட்டினாள் – குப்தாஜி பாக்தாத்தில் அவருடைய குடியிருப்பில், குப்தாஜியும் அவருடைய இராக்கியத் துணைவியும் ஒரு சுற்றுலாவில், அமெரிக்க ராணுவத்துக்காக இராக் முழுக்க குப்தாஜி கட்டியிருக்கும் அரண் சுவர்கள். இந்த அரண் சுவர்களில் சில புதிதாக இருந்தன. சிலவற்றில் துப்பாக்கிக் குண்டுகள் பாய்ந்த அடையாளங்களும் சுவர்க்கிறுக்கல்களும், ஒன்றில் யாரோ ஒருவன்

அமெரிக்க ராணுவ ஜெனரலின் பிரசித்திபெற்ற வாசகங்களைக் கிறுக்கியிருந்தான்: *கடமையை மறக்காதே, அடக்கத்துடன் நட, நீ சந்திக்கும் ஒவ்வொருவரையும் கொல்வதற்குத் திட்டம் ஒன்றை வகுத்துக்கொள்.*

அஞ்சுமுக்கு ஆங்கிலம் படிக்கத் தெரியாது. சதாம் கவனத்தோடு நிதானமாகப் படித்தால் புரிந்துகொள்வான். இம்முறை அவன் கவனிக்கவில்லை.

அஞ்சும் தேநீரைக் குடித்துமுடித்துவிட்டு, மல்லாந்து படுத்துக்கொண்டு முழங்கைகளைக் கண்களின்மேல் மடித்து மூடிக்கொண்டாள். தூங்கியதைப்போல இருந்தாலும் விழித்துக்கொண்டுதான் இருந்தாள்; கவலையில் இருந்தாள்.

சற்றுநேரம் கழித்து, விட்ட இடத்திலிருந்து உரையாடலைத் தொடர்வதுபோல, "ஒருவேளை உனக்குத் தெரியாவிட்டால் ஒன்று சொல்கிறேன்," என்று ஆரம்பித்தாள். உண்மையில் அவள் தலைக்குள் நிகழ்ந்துகொண்டிருந்த உரையாடலின் தொடர்ச்சிதான் அது. "முஸ்லிம்களான நாமும் மற்ற எல்லோரையும் போல அம்மாவை ஒப்பவர்கள்தான். ஏற்கனவே *பத்னாம் க்வாம்* என்று பெயர் பெற்ற இனம், நம்முடையது. 'கேடு கெட்ட இனம்' என்று சொல்லப்படும் நம்மிடம் இன்னும் ஒரு கொலைகாரன் சேர்ந்துகொண்டால் ஒன்றும் பழுதாகிவிடாது. இருந்தாலும் நேரம் பார்த்து, செயல்படு. அவசரத்தில் எதையும் செய்யாதே."

"மாட்டேன். ஆனால் அந்த ஷெராவத் செத்துத் தீர வேண்டும்."

சதாம் கண்ணாடியைக் கழற்றிவிட்டு, வெளிச்சம் கூச, கண்களை மூடிக்கொண்டான். அவனுடைய கைப்பேசியில் ஒரு பழைய இந்திப் பாடலை ஒலிக்கவிட்டு அதன் கூடவே ராகமில்லாமல் ஆனால் மிகவும் தன்னம்பிக்கையோடு பாடினான். பிரூ சாஸரில் மிச்சம் இருந்த ஆறிப்போன தேநீரைச் சத்தமாக உறிஞ்சிக் குடித்துவிட்டு, மூக்கில் தேயிலைத் துகள்கள் ஒட்டியிருக்கத் தவ்விச் சென்றது.

வெயில் அதிகரித்ததும் அவர்கள் கீழே இறங்கிச் சென்றனர். வீட்டுக்குள் இரண்டு விண்வெளி வீரர்களைப்போல, அவர்களின் ஃபியூஸியா விண்கலத்தின் வெளிச்சுவர்களும், அதன் பிஸ்டாசியோ கதவுகளும் மட்டுமே தடுப்பரண்களாக இருக்க, புவியீர்ப்புவிசையை எதிர்த்துக் காற்றில் மிதந்துகொண்டிருப்பது அவர்களிடம் தொடர்ந்தது.

அவர்களிடம் செயல்படுத்தத் திட்டங்கள் இல்லாமல் இல்லை.

அஞ்சும் இறந்துபோக விரும்பினாள்.

சதாம் கொலைசெய்ய விரும்பினான்.

பல மைல் தொலைவில், பதற்றம் மிகுந்த ஒரு காட்டில், குழந்தை ஒன்று பிறப்பதற்காகக் காத்திருந்தது. . . .

வதைக்கப்பட்ட நகரங்கள் மீது
எந்த மொழியில் மழை பொழிகிறது?

– பாப்லோ நெரூதா

3

பிறப்பிடம்

அது அமைதிக் காலம். அப்படித்தான் சொன்னார்கள்.

காலை முழுவதும் அனல் காற்று நகரின் குறுக்கே வேகமாக வீசிக்கொண்டிருந்தது. படைபடையாக மணற்துகள்களையும் சோடா பாட்டில் மூடிகளையும் துண்டுபீடிகளையும் வாரி எடுத்துக்கொண்டு கார் கண்ணாடிகள் மீதும், சைக்கிள் ஓட்டிகளின் கண்களிலும் வீசிற்று. காற்று அடங்கியதும், ஏற்கனவே உச்சியிலிருந்த சூரியன் புழுதியினூடாக மேலும் சூடான வெயிலை இறக்க, வெப்பம் உயர்ந்து தெருக்களில் பெல்லி டான்ஸரைப்போல மினுங்கியது. புழுதிக் காற்றுக்குப் பிறகு எப்போதும் வந்துவிடும் இடிமழைக்காக எல்லோரும் காத்திருக்க, மழை வரவேயில்லை. ஆற்றோரத்தில் நெருக்கமாகப் பரவியிருந்த குடிசைகள் தீப்பிடித்து எரியத் தொடங்கி, கண நேரத்தில் இரண்டாயிரம் குடிசைகளுக்கும் மேல் சாம்பலாகின.

இருந்தபோதிலும் கொன்றைப் பூக்கள் மலர்ந்தன. பிரகாசமான, பிடிவாதமான மஞ்சளில். ஒவ்வொரு சுட்டெரிக்கும் கோடைக்காலத்திலும் அவை தவறாமல் மலர்ந்து, சூடான பழுப்பு வானத்தை நோக்கி *fuck you* என்று கிசுகிசுக்கின்றன.

அவள் திடீரென்றுதான் தோன்றினாள். நடுநிசி கடந்து சற்றுநேரத்தில். தேவதைகள் யாரும் பாடவில்லை. ஞானவான்கள் யாரும் பரிசுகள் கொண்டுவரவில்லை. ஆனால் அவள் வருகைக்குக் கட்டியம் கூறும்படியாகக் கிழக்கே லட்சக்கணக்கான நட்சத்திரங்கள் எழுந்தன. ஒரு கணத்துக்கு முன்பு அவள் அந்த இடத்தில் இருக்கவில்லை. அடுத்த கணம் அந்த கான்கிரீட் நடைபாதையில், சிகரெட் பெட்டிகளின் வெள்ளிக் காகிதங்களும் பிளாஸ்டிக் பைகளும் காலியான 'அங்கிள் சிப்ஸ்' பொட்டலங்களும் குவிந்திருந்த குப்பைத் தொட்டிக்குள் இருந்தாள். நியான் விளக்கின் கொசுக்கள் சுற்றிக்கொண்டிருந்த வெளிச்சக் கம்பம் உண்டாக்கியிருந்த

ஒளித்திட்டில் அவள் கிடந்தாள். நிர்வாணமாக. அவள் சருமம் கருநீலத்தில், ஒரு ஸீல் குட்டியின் வழவழப்போடு இருந்தது. விழிகள் அகன்று விரிந்திருக்க அவள் விழித்திருந்தாள். அவ்வளவு சின்னக் குழந்தையாக இருந்தும் துளியும் சத்தமெழுப்பாமல் இருந்தாள். ஒருவேளை, கண்ணீருக்கு, குறிப்பாக அவளுடைய கண்ணீருக்கு, எந்தப்பலனும் இல்லை என்பதை அவள் வாழ்வின் இந்தச் சொற்ப மாதங்களில் கற்றுக்கொண்டிருக்கக்கூடும்.

நடைபாதை வேலியில் கட்டப்பட்டிருந்த ஒட்டி உலர்ந்த வெள்ளைக் குதிரையும், சொறி பிடித்த சிறிய நாயும் கான்கிரீட் நிறத்திலிருந்த பல்லியும் தூங்காமல் விழித்திருந்த உள்ளங்கையால் கோடிடப்பட்டிருந்த இரண்டு அணில்களும் உப்பலான முட்டைப்பையுடன் தனது இடுக்கமான கூட்டிலிருந்து எட்டிப்பார்க்கும் பெண் சிலந்தியும் அவளைக் கவனித்துக் கொண்டிருந்தன. அதைத்தவிர முழுமையான தனிமையில் அவள் இருப்பதைப் போலிருந்தது.

அவளைச் சுற்றி அந்நகரம் பல மைல்களுக்குப் படர்ந்திருந்தது. அந்த ஆயிரம் வருட சூனியக்காரி இந்த நேரத்திலும் ஆழ்ந்து உறங்காமல் அரைத்தூக்கத்தில் இருந்தாள். அவளது மெடூஸா* மண்டையிலிருந்து படமெடுத்து உயரும் சாம்பல்நிற மேம்பாலங்கள் மஞ்சள் சோடியம் மந்தாரத்தில் முடிச்சிட்டுக்கொண்டும் முடிச்சவிழ்ந்துகொண்டும் நெளிந்திருந்தன. வீடற்ற மனிதர்களின் தூங்கும் உடல்கள் அவர்களது உயர்ந்த, குறுகலான நடைபாதைகளின் நெடுகிலும் தலைமுதல் கால்வரை, தலைமுதல் கால்வரை, தலை முதல் கால்வரை வரிசையிட்டுக் கண்ணுக்கெட்டியவரை நெளிந்து நீண்டிருந்தன. அவளது தளர்வான வரைதோலின் சுருக்கங்களில் பழைய ரகசியங்கள் மடித்து வைக்கப்பட்டிருந்தன. ஒவ்வொரு சுருக்கமும் ஒரு தெரு. ஒவ்வொரு தெருவிலும் களியாட்டம். ஒவ்வொரு கீல்வாத மூட்டும் காதலும் பைத்தியக்காரத்தனமும் மு[illegible]ள்தனமும் சந்தோஷமும் சொல்லமுடியா கொடூரங்களும் கொண்ட கதைகளை நூற்றாண்டுகளாக நிகழ்த்திவரும் சிதிலமுற்ற திறந்தவெளி அரங்கம். ஆனால் இது அவளுடைய புத்துயிர்ப்பின் விடியலாக இருக்க வேண்டியிருந்தது. அவளது புதிய எஜமானர்கள் அவளுடைய கால்களின் முடிச்சிட்ட நாளப்புடைப்புகளை இறக்குமதி செய்யப்பட்ட மீன்வலை காலுறைகளுக்குள்ளும் அவளுடைய தளர்ந்த முலைக்காம்புகளை மெத்தென்ற பிராக்களுக்குள்ளும் அவளுடைய வலிக்கும் பாதங்களைக் குதியுயர்ந்த காலணிகளுக்குள்ளும் மறைத்து வைத்துக்கொள்ள விரும்பினர். தசைப்பிடிப்பில் இறுகிப்போன அவளுடைய வயதான இடுப்பை ஒடித்து நடனமாடவும், முகத்தை உயர்த்தி அவளது முகச்சுளிப்பின் விளிம்புகளைத் திசைமாற்றி, உறைந்த வெற்றுச் சிரிப்பு சிரிக்கவும் கட்டாயப்படுத்தினர். அந்தக் கோடையில்தான் அந்தக் கிழவி, ஒரு விபச்சாரியாக ஆக்கப்பட்டாள்.

அவள் உலகத்தின் அபிமான புதிய சூப்பர் பவரின் சூப்பர் தலைநகரமாவதற்கு இருந்தாள். *இந்தியா! இந்தியா!* இந்த மந்திரம் தொலைக்காட்சி நிகழ்ச்சிகளிலும் சங்கீதக் காணொளிகளிலும் அயல்நாட்டு நாளிதழ்களிலும் பத்திரிகைகளிலும் வர்த்தகக் கருத்தரங்கங்களிலும் ஆயுதச் சந்தைகளிலும்

---

* கிரேக்க புராணக்கதையில் பாம்புகளைத் தலைமுடிகளாகக் கொண்ட பூத அணங்கு

பொருளாதார விவாத மேடைகளிலும் சுற்றுச்சூழல் கூட்டங்களிலும் புத்தகச் சந்தைகளிலும் அழகுப் போட்டிகளிலும் ஓங்கி ஒலிக்கத் தொடங்கியிருந்தது. *இந்தியா! இந்தியா! இந்தியா!*

ஆங்கில நாளிதழ் ஒன்றும் (டன் கணக்கில் விற்றுக்கொண்டிருக்கும்) ஒரு புதிய சிவப்பழகு கிரீமும் விளம்பரதாரர்களாகச் சேர்ந்து நகரமெங்கும் வைத்திருந்த விளம்பரப் பதாகைகள் *'Our Time Is Now'* என்றன. கேமார்ட் வந்துகொண்டிருந்தது. வால்மார்ட்டும் ஸ்டார்பக்ஸும் வந்துகொண்டிருந்தன. பிரிட்டிஷ் ஏர்வேஸின் தொலைக்காட்சி விளம்பரத்தில் உலக மக்கள் (வெள்ளை, பழுப்பு, கருப்பு, மஞ்சள்) எல்லோரும் காயத்ரி மந்திரத்தை ஜபித்தார்கள்:

ஓம் பூர் புவஸ்ஸுவஹ
தத் ஸவிதுர் வரேண்யம்
பர்கோ தேவஸ்ய தீமஹி
தியோ யோ ந ப்ரசோதயாத்

புர்லோகம், புவர்லோகம், ஸ்வரலோகம் ஆகிய மூன்று உலகங்களையும் படைக்கக் காரணமான ஒளி பொருந்திய, வணக்கத்துக்குரியவரை நாங்கள் தியானிக்கிறோம். நாங்கள் மேலான உண்மையை உணர அந்தப் பரம்பொருள் எங்கள் அறிவை ஊக்குவிக்கட்டும்.

(நாமெல்லோரும் பிரிட்டிஷ் ஏர்வேஸில் பயணிப்போம்).

ஜெபத்தை முடித்ததும் அந்த உலக மக்கள் கைகளைக் கூப்பியவாறு தலைதாழ்த்தி வணங்கினார்கள். *நமஸ்தே* என்பதை அவர்கள் ஒவ்வொருவரும் தமக்குரிய உச்சரிப்பில் சொன்னார்கள். ஐந்து நட்சத்திர ஓட்டல்களில் அயல்நாட்டு விருந்தினர்களை மகாராஜா மீசையோடு தலைப்பாகை அணிந்த வாயிலோர்கள் வரவேற்றுப் புன்னகைப்பதைப்போலப் புன்னகை புரிந்தனர். இதன்மூலம், குறைந்தபட்சம் இந்த விளம்பரத்தில் மட்டுமாவது, சரித்திரம் தலைகீழாகப் புரட்டிப்போடப்பட்டது. (இப்போது தலைவணங்கியவர்கள் யார்? புன்னகை செய்துகொண்டிருந்தவர்கள் யார்? வேண்டுகோள் விடுப்பவர் யார்? யாரிடம் வேண்டுகோள் விடப்பட்டிருந்தது?) இந்தியாவின் அபிமான குடிமகன்கள் தமது தூக்கத்தில் புன்னகைத்தனர். *இந்தியா! இந்தியா!* கிரிக்கெட் போட்டிகளில் ரசிகர்களைப்போல அவர்கள் கனவுகளில் ஜபித்தனர். கொட்டுமேளங்கள் தாளகதியில் ஒலித்தன ...*இந்தியா! இந்தியா!* பெரும் எதிர்பார்ப்பில் ஆரவாரக் கூச்சலோடு உலகம் எழுந்து நின்றது. காடுகள் இருந்த இடங்களில் வானளாவிய கட்டடங்களும் தொழிற்சாலைகளும் முளைக்க, ஆறுகள் பாட்டில்களில் அடைக்கப்பட்டு சூப்பர் மார்க்கெட்களில் விற்கப்பட, மீன்கள் டின்களில் பதப்படுத்தப்பட, மலைகளில் கனிமங்கள் சுரண்டப்பட்டுப் பளபளக்கும் ஏவுகணைகளாக உருவாக்கப்பட்டன. கிறிஸ்துமஸ் மரங்களைப்போலப் பிரமாண்டமான அணைகள் நகரங்களை ஒளிரவைத்தன. எல்லோரும் மகிழ்ச்சியாக இருந்தனர்.

விளக்குகளுக்கும் விளம்பரங்களுக்கும் அப்பால் கிராமங்கள் காலியாக்கப்பட்டுக் கொண்டிருந்தன. நகரங்களிலும் இலட்சக்கணக்கான மக்கள் வெளியேற்றப்பட்டுக் கொண்டிருந்தனர். யாருக்கும் எங்கே என்று தெரியவில்லை.

“நகரங்களில் வசிக்குமளவுக்கு வசதி இல்லாதவர்கள் இங்கே வரக்கூடாது,” என்றார் உச்சநீதிமன்ற நீதிபதி ஒருவர். நகரங்களில் உள்ள ஏழைகளை உடனடியாக வெளியேற்றவும் உத்தரவிட்டார். “1870இல் சேரிகள் அகற்றப்படும்வரை பாரீஸ் நகரமும் சேறும் சகதியுமாகத்தான் இருந்தது,” என்றார், நகரத்தின் லெஃப்டினன்ட் கவர்னர் தனது உச்சி மண்டையிலிருந்த சொற்ப முடிக்கற்றையை வலமிருந்து இடமாக ஒதுக்கியபடியே. (மாலை வேளைகளில் அவர் வழக்கமாகச் செல்லும் கெல்ம்ஸ் ஃபோர்ட் கிளப் நீச்சல் குளத்தில் அவர் நீந்தும்போது அது அவர் கூடவே அந்த குளோரின் நீரில் நீந்தியபடி வரும்). “பாரீஸ் இப்போது எப்படி இருக்கிறது என்று பாருங்கள்.”

இவ்வாறாக உபரி மனிதர்கள் தடைசெய்யப்பட்டனர்.

வழக்கமான காவலர்களோடு பல அதிரடிப்படை அணிகளும் விநோதமான, வானத்து நீல நிற உருமறைப்புச் சீருடைகளில் (ஒருவேளை பறவைகளைக் குழப்புவதற்காக இருக்கலாம்) ஏழைகள் வசிக்கும் இடங்களில் நிறுத்தப்பட்டனர்.

சேரிகளிலும், புறம்போக்கு குடியிருப்புகளிலும், கட்டாயமாகக் குடியமர்த்தப்பட்ட காலனிகளிலும், ‘சட்டவிரோத’ காலனிகளிலும் குடியிருந்தவர்கள் போராடத் தொடங்கினர். அவர்கள் வீட்டுக்குச் செல்லும் பாதைகளைத் தோண்டி, பாறைகளையும் உடைந்த பொருட்களையும் போட்டு சாலைமறியலில் ஈடுபட்டனர். இளைஞர்களும் வயதானவர்களும் சிறுவர்களும் தாய்மார்களும் பாட்டிகளும் கையில் கம்புகளையும் கற்களையும் வைத்துக்கொண்டு அவர்களுடைய குடியிருப்புகளின் தலைவாயில் களில் காவலிருந்தனர். சற்றுத் தொலைவில் இறுதி நடவடிக்கைக்காகக் காவலர்களும் புல்டோஸர் எந்திரங்களும் வரிசையிட்டு நின்றிருந்த இடத்தில் சாக்குக் கட்டியில் யாரோ கிறுக்கியிருந்தார்கள்: *சர்க்கார் கி மா கி சூட்*. அரசாங்கத்தின் அம்மா கூதி.

“நாங்கள் எங்கே செல்வோம்?” உபரி மனிதர்கள் கேட்டனர். “நீங்கள் எங்களைக் கொன்றாலும் சரி, நாங்கள் இங்கிருந்து நகர மாட்டோம்,” என்றனர்.

அவ்வளவு அதிகமான பேரை ஒரேயடியாகக் கொல்வதும் முடியாத காரியமாக இருந்தது.

அதற்குப் பதிலாக அவர்களுடைய வீடுகள், அவர்களுடைய கதவுகள், ஜன்னல்கள், அவர்களுடைய தற்காலிகக் கூரைகள், அவர்களுடைய பானைகள், வாணலிகள், அவர்களுடைய தட்டுக்கள், அவர்களுடைய கரண்டிகள், அவர்களுடைய பள்ளி இறுதிச் சான்றிதழ்கள், அவர்களுடைய ரேஷன் கார்டுகள், அவர்களுடைய திருமணச் சான்றிதழ்கள், அவர்களுடைய குழந்தைகளின் பள்ளிகள், வாழ்நாள் முழுக்க அவர்கள் செய்துவந்த வேலைகள், அவர்களுடைய கண்களிலிருந்து வெளிப்பட்ட உணர்ச்சிகள் எல்லாவற்றையும் ஆஸ்திரேலியாவிலிருந்து இறக்குமதி செய்யப்பட்டிருந்த மஞ்சள்நிற புல்டோஸர்கள் இடித்து, நசுக்கி மண்ணோடு மண்ணாக்கின. (அந்த புல்டோஸர்கள் ‘டிட்ச் விட்ச்’ என்றழைக்கப்பட்டன. துப்புரவு சூனியக்காரி.) அதி நவீன இயந்திரங்களாக அவை இருந்தன. மொத்த

வரலாற்றையும் இடித்துத் தரைமட்டமாக்கிக் கட்டுமானப் பொருட்களாகக் குவித்துவிடும் வல்லமை பெற்றவை அவை.

இவ்வாறாக, அந்தப் புத்தாக்கக் கோடைப் பருவத்தில் அந்தக் கிழவி சுக்குநூறாகிப் போனாள்.

துடிப்பான போட்டியில் இறங்கியிருந்த தொலைக்காட்சி சேனல்கள் உடைந்துகொண்டிருக்கும் அந்த நகரத்தின் செய்திகளை 'பிரேக்கிங் நியூஸ்' என்று ஒளிபரப்பிக்கொண்டிருந்தன. இதில் தென்படும் எள்ளலை யாரும் சுட்டிக்காட்டுவதாக இல்லை. தொலைக்காட்சிகள் தம்முடைய பயிற்சியற்ற, ஆனால் அழகாகத் தோற்றமளிக்கும் இளம் செய்தியாளக்களை ஏராளமாகக் களத்தில் இறக்கிவிட, அவர்கள் நகரத்தில் தொற்று நோயைப்போல எங்கெங்கும் பரவி, ஏழை மக்களிடம் தமது அவசர அவசரமான, பொக்கான, வெற்றுக் கேள்விகளைக் கேட்கத் தொடங்கினர்; அவர்கள் ஏழைகளிடம், ஏழைகளாக இருப்பது எப்படி இருக்கிறது என்றும் பசியோடிருப்பவர்களிடம் பசியோடு இருப்பது எப்படி இருக்கிறது என்றும் வீடற்று இருப்பவர்களிடம் வீடற்று இருப்பது எப்படி என்றும் கேட்டார்கள். 'பாய் சாகிப், யே பதாயியே, ஆப் கோ கைஸா லக் ரஹா ஹை ..?' சொல்லுங்கள் சகோதரரே, இப்படி இருப்பது உங்களுக்கு எப்படி இருக்கிறது . . ? நம்பிக்கையிழப்பின் நேரடி ஒளிபரப்புக்காக விளம்பரதாரர்கள் கிடைப்பது தொலைக்காட்சி சேனல்களுக்குப் பிரச்சனையாகவே எப்போதும் இருக்கவில்லை. அவர்கள் எப்போதும் நம்பிக்கை இழக்கவேயில்லை.

நிபுணர்கள் தமக்கான சன்மானத்தைப் பெற்றுக்கொண்டு தம்முடைய நிபுணத்துவக் கருத்துக்களை வெளிப்படுத்தினார்கள்: முன்னேற்றத்துக்கான விலையை *யாராவது* கொடுத்துத்தானே ஆக வேண்டும், என்றார்கள் நிபுணத்துவத்தோடு.

பிச்சை தடைசெய்யப்பட்டது, ஆயிரக்கணக்கான பிச்சைக்காரர்கள் வளைக்கப்பட்டு, குழுக்களாகப் பிரித்து நகரைவிட்டு வெளியேற்றப்பட்டனர். பிறகு அவர்களைத் திரும்பக் கொண்டுவருவதற்கு அவர்களுடைய ஒப்பந்ததாரர்கள் பெரும் செலவு செய்யவேண்டியிருந்தது.

ஏழைகளுக்காகச் சேவைபுரியும் ஃபாதர் ஜான், கடந்த ஒரு வருடத்தில் காவல்துறை புள்ளிவிவரத்தின்படி கிட்டத்தட்ட மூவாயிரம் அடையாளம் தெரியாத சடலங்கள் (மனிதர்கள்) நகர வீதிகளில் கண்டெடுக்கப்பட்டிருப்பதாக ஒரு கடிதத்தை வெளியிட்டார். யாரும் பதிலளிக்கவில்லை.

ஆனால் உணவகங்களில் உணவுவகைகள் நிரம்பி வழிந்தன. புத்தகக்கடைகளில் புத்தகங்கள் நிரம்பி வழிந்தன. மனிதர்கள் (அதாவது மனிதர்களாகக் கணக்கில் எடுத்துக்கொள்ளப்பட வேண்டியவர்கள்) தங்களுக்கிடையில் பேசிக்கொண்டார்கள். "இப்போதெல்லாம் வெளிநாடுகளுக்குச் சென்று பொருட்களை வாங்கவேண்டியதில்லை. இறக்குமதிப் பொருட்கள் எல்லாமே இங்கு கிடைக்கிறது. பாருங்கள், பம்பாய்தான் நமது நியூயார்க், தில்லி நமது வாஷிங்டன், கஷ்மீர் நமது ஸ்விட்ஸர்லாந்து. பிரமாதம், *ஸாலா* ஃபென்டாஸ்டிக் *யார்.*"

சாலைகளில் நாள்முழுக்கப் போக்குவரத்து நெரிசல் மூச்சையடைக்க வைத்தது. உடைமையிழந்து, நகரின் பிளவுகளிலும் விரிசல்களிலும் வசிக்க ஆரம்பித்திருந்த புதிய இரவலர்கள் பளபளப்பான, குளிர்ப்பதன கார்களை மொய்த்துப் பல்வகைச் சாதனங்களையும் விற்றனர். தூசு துடைப்பான்கள், கைப்பேசி சார்ஜர்கள், ஜம்போ ஜெட் பொம்மைகள், வர்த்தக இதழ்கள், போலி மேலாண்மைப் புத்தகங்கள் ('கோடி ரூபாய் ஈட்டுவது எப்படி?' 'இளம் இந்தியா உண்மையில் விரும்புவது என்ன?') உணவக வழிகாட்டிகள், பிரெஞ்சு பிராவென்ஸின் பண்ணை வீடுகள் வண்ணப்படங்களோடு' உள் அலங்கார இதழ்கள், உடனடி ஆன்மீகத் தீர்வு கையேடுகள் ('உங்கள் மகிழ்ச்சிக்கு நீங்களே பொறுப்பு, உங்களுக்கு நீங்களே சிறந்த நண்பனாக இருப்பது எப்படி' . . .). சுதந்திர தினத்தன்று அவர்கள் பொம்மை இயந்திரத் துப்பாக்கிகளையும் 'மேரா பாரத் மஹான்' என்று எழுதப்பட்ட பீடங்களில் நிற்கும் குட்டி தேசியக் கொடிகளையும் விற்றார்கள். காரில் பயணிப்பவர்கள் கார் கண்ணாடிக்கு வெளியே தெரியும் அவர்கள் வாங்குவதற்கு உத்தேசித்திருக்கும் புதிய அபார்ட்மெண்ட்டுகளை மட்டுமே பார்த்தார்கள். அப்போதுதான் வாங்கிப் பொருத்தியிருந்த 'ஜக்கூஸி' குளியல் தொட்டிகளும் ரகசிய ஒப்பந்தத்தில் இன்னும் மை உலராதிருந்த கையெழுத்தும் மட்டுமே அவர்கள் மனக் கண்களில் இருந்தன. தியான வகுப்புகளுக்குச் செல்வதால் அவர்கள் அமைதியே உருவாக இருந்தனர். யோகாசனப் பயிற்சிகளின் காரணமாக அவர்கள் தகதகவென மின்னிக்கொண்டிருந்தனர்.

நகரிலிருந்து வெளியேற்றப்பட்டு, புறநகர் தொழிற்பேட்டைப் பகுதிகளில் 'மீள்–குடியமர்ப்பு' செய்யப்பட்டிருந்தவர்களின் வசிப்பிடங்கள் மாநகரக் கழிவுகளாலும், பல வண்ண பிளாஸ்டிக் குப்பைகளாலும் குவிக்கப்பட்டிருந்தன. காற்றில் ரசாயனமும் தண்ணீரில் விஷமும் கலந்திருந்தன. அடர் பச்சைநிறக் குளங்களிலிருந்து கொசுக் கூட்டம் எழும்பிவந்தன. அவர்களுக்கு வீடாக இருந்த இடிபாடுக் குவியல்களின் மீது சிட்டுக்குருவியைப்போலத் தொற்றிக்கொண்டு அமர்ந்திருந்த உபரி தாய்மார்கள் தத்தமது உபரிக் குழந்தைகளை பாட்டுப்பாடித் தூங்கவைத்துக் கொண்டிருந்தார்கள்.

சூட்டி ரஹூி பௌவா, பாக்கோல் அபைய்யா
நானி காம் ஸே அங்கா, ஸியத் அபைய்யா
மாமா ஸங்கே மாமி, நச்சைய்த் அபைய்யா
காரா ஸங்கே சாரா, லபைய்த் அபைய்யா

கண்ணுறங்கு, கண்ணே கண்ணுறங்கு
ராட்சசன் வருமுன்னே கண்ணுறங்கு
கண்ணுறங்கு, கண்ணே கண்ணுறங்கு
அம்மா ஊரிலிருந்து புத்தாடை வரும்முன்னே கண்ணுறங்கு
மாமனும் அத்தையும் உனைப்பார்க்க ஓடிவரும்முன்னே கண்ணுறங்கு
அவர்கள் கொலுசும் வளையல்களும் உனக்குக் கொண்டுவரும்முன்னே
கண்ணுறங்கு

உபரிக் குழந்தைகள் கண்ணுறங்கினார்கள், மஞ்சள் புல்டோஸர் கனவுகளோடு:

நகரின் நச்சுப்புகை மூட்டத்துக்கும் இயந்திர முனங்கொலிக்கும் மேலே இரவு அழகாகப் பரந்திருந்திருந்தது. நட்சத்திரக் காடாக வானம்.

ஜெட் விமானங்கள் சிணுங்கிக்கொண்டே மந்தமான எரிகற்கள்போல நகர்ந்தன. புகை மூட்டத்தில் மங்கலாகப் புதைந்திருந்த இந்திரா காந்தி சர்வதேச விமான நிலையத்தின் கட்டளைகளின்படி பத்து அடுக்கு (என்ற இடைப்பட்ட) உயரத்தில் சில விமானங்கள் தரையிறங்கக் காத்துக்கொண்டு சுற்றிக்கொண்டு இருந்தன.

O O O

கீழே பூமியில், ஜந்தர் மந்தரின் விளிம்பில், நம்முடைய குழந்தை பிரசன்னமாகியிருந்த அந்தப் பழைய வானாய்வகத்தைச் சுற்றி அந்த விடிகாலை நேரத்திலும் செயற்பாடுகள் சுறுசுறுப்பாக இருந்தன. கம்யூனிஸ்ட்டுகள், பிரிவினைவாதிகள், புரட்சியாளர்கள், கற்பனாவாதிகள், சோம்பேறிகள், கொக்கைய்ன் போதையாளர்கள், கிறுக்கர்கள், அனைத்து விதமான தன்னுரிமைத் தொழிலாளர்கள், ஞானவான்கள் எனப் புதிதாகப் பிறந்த குழந்தைக்குப் பரிசு வாங்கித்தர வசதியற்ற பலரும் அங்கே குழுமியிருந்தனர். இவ்வளவு காலமாக *அவர்களுக்கான* பிரதேசமாக, அந்த மாநகரில் அவர்கள் ஒன்று திரள்வதற்கு அனுமதிக்கப்பட்டிருந்த ஒரே பகுதியாக இருந்த அந்த இடத்திலிருந்து கடந்த பத்துநாட்களாக அவர்கள் எல்லோரும் ஓரங்கட்டப்பட்டு, விரட்டியடிக்கப்பட்டிருக்கிறார்கள் – இப்போது இங்கே புதிதாக அரங்கேற்றமாகியிருக்கும் இந்த விநோதக்கூத்தின் நிமித்தமாக. இருபதுக்கும் மேற்பட்ட தொலைக்காட்சிக் குழுவினர், மஞ்சள்நிற க்ரேன்களில் பொருத்தப்பட்ட காமிராக்களோடு இருபத்துநான்கு மணிநேரமும் அங்கே எழுந்தருளியிருக்கும் புதிய நட்சத்திரத்தின் மீது குவிந்திருந்தார்கள்: அந்த நட்சத்திரம் ஒரு கட்டை குட்டையான பழைய காந்தியவாதி. முன்னாள் படைவீரர். பிறகு கிராமிய – சமுதாய சேவகராக மாறியவர். ஊழலற்ற இந்தியா உருவாகவேண்டுமென்ற அவரது கனவை நிறைவேற்றுவதற்காகச் சாகும்வரை உண்ணாவிரதம் ஒன்றை அங்கு அவர் தொடங்கியிருந்தார். உடல் நலமில்லாத துறவியைப்போல மல்லாந்து படுத்திருந்தார். பின்னணித் திரையில் பாரதமாதாவின் உருவம் – இந்திய தேசவடிவத்தில் (பிரிவினைக்கு முந்தைய பிரிட்டிஷ் இந்தியா: பாகிஸ்தான், பங்களாதேஷுடன்) பற்பல கைகள் கொண்ட பெண்கடவுள். அந்த நட்சத்திரத்தின் ஒவ்வொரு பெருமூச்சும், சுற்றியிருப்பவர்களிடம் கிசுகிசுக்கும் ஒவ்வொரு கட்டளையும் இரவு முழுக்க நேரலையாக ஒளிபரப்பாகிக் கொண்டிருந்தது.

அந்தக் கிழவருக்கு ஏதோவொரு நோக்கம் இருந்தது. புத்துயிர்த்துக் கொண்டிருந்த அம்மாநகரின் கோடைக்காலம், ஊழல்கள் வெடிக்கும் கோடைக்காலமாகவும் இருந்தது – நிலக்கரி ஊழல், இரும்புத்தாது ஊழல், வீட்டுவசதி ஊழல், காப்பீட்டு ஊழல், பத்திரத்தாள் ஊழல், தொலைபேசி உரிம ஊழல், ஆயுத–வெடிமருந்து ஊழல், பெட்ரோல் பம்ப் ஊழல், போலியோ சொட்டுமருந்து ஊழல், மின்கட்டண ஊழல், பள்ளிப்புத்தக ஊழல், சாமியார்கள் ஊழல், வறட்சி நிவாரண ஊழல், கார் நம்பர் பிளேட் ஊழல், வாக்காளர் பட்டியல் ஊழல், அடையாள அட்டை ஊழல் – இந்த ஊழல்கள் மூலம் அரசியல்வாதிகளும் வியாபாரிகளும் வியாபாரி–அரசியல்வாதிகளும் அரசியல்வாதி–வியாபாரிகளும் கற்பனை செய்து பார்க்க முடியாத அளவுக்கு மக்கள் பணத்தைக் கொள்ளையடித்திருந்தனர்.

ஒரு நல்ல கனிவள நாடுநரைப்போல அக்கிழவர் செறிவான படுகை ஒன்றைத் தொட்டுவிட்டார். கடலளவு சேகரமாகியிருந்த பொதுமக்கள் கோபத்தைத் தூண்டிவிட்டதன் மூலம் அவருக்கே ஆச்சரியமளிக்கும் வகையில் ஒரே இரவில் அவர் வழிபாட்டு ஆளுமையாக மாறிவிட்டிருந்தார். அவர் கனவு காணும் ஊழலற்ற சமூகம் என்பது எல்லோரும், மிக மோசமான ஊழல்வாதி உட்பட எல்லோரும், சற்றுநேரத்துக்கு மேயக்கூடிய சந்தோஷப் புல்வெளி போலிருந்தது. ஒருவரோடு மற்றவர் எந்தத் தொடர்பும் இதுவரை வைத்திராதவர்கள் எல்லோரும் (இடதுசாரிகள், வலதுசாரிகள், எந்தச் சாரியிலும் இல்லாதவர்கள்) அவரைச் சூழ்ந்தனர். அவரது திடீர் வருகை, இதுவரை வரலாற்றையோ அரசியலையோ அறியாதிருந்த பொறுமையற்ற புதிய தலைமுறை இளைஞர்களுக்குப் பெரும் ஊக்கசக்தியாக அமைந்து ஏதோவோர் இலக்கைச் சுட்டிக்காட்டுவதாக இருந்தது. அவர்கள் ஜீன்ஸும் டி-சர்ட்டும் அணிந்து கித்தார் வாத்தியங்களோடு ஊழலுக்கெதிராக அவர்களே இயற்றிய பாடல்களுடன் வந்துகுவிந்தனர். அவர்களே சொந்தமாகப் பதாகைகளையும் தட்டிகளையும் எழுதிக்கொண்டு வந்தனர்: 'இத்துடன் போதும்!', 'ஊழலை ஒழிப்போம் – இப்போதே!' செயல்பாடுகளை ஒருங்கிணைக்க இளம் வழக்கறிஞர்கள், கணக்காளர்கள், கணினிப் பொறியாளர்கள் சேர்ந்து குழு ஒன்றை அமைத்தனர். அவர்கள் நிதி திரட்டினார்கள். மாபெரும் விதானம் அமைத்தார்கள். (பாரதமாதா உருவப்படங்கள், தேசியக் கொடிகள், காந்தி குல்லாய்கள், பதாகைகள் என) போராட்டச் சாதனங்களை வரவழைத்தார்கள். டிஜிட்டல் யுக ஊடகப் பிரச்சாரத்துக்கு ஏற்பாடு செய்தார்கள். கிழவர் உதிர்க்கும் சாமானியத்தனமான வெற்றலங்காரப் பிரயோகங்களும் கிராமிய முதுமொழிகளும் ட்விட்டரில் ட்ரெண்ட் ஆகி ஃபேஸ்புக்கை நிரப்பின. தொலைக்காட்சி காமிராக்களுக்கு அவரைக் காட்டி ஓயவில்லை. ஓய்வுபெற்ற அரசு அதிகாரிகளும் காவல்துறையினரும் ராணுவ அதிகாரிகளும் வந்து சேர்ந்துகொண்டனர். கூட்டம் அதிகரித்தது.

இந்தத் திடீர் நட்சத்திர வெளிச்சம் கிழவரைப் புல்லரிக்க வைத்தது. எல்லாவற்றையும் பற்றிப் பேசத் தொடங்கினார். கொஞ்சம் முரட்டுத்தனமாகவும் நடந்துகொண்டார். ஊழலைப் பற்றிப் பேசும்போது தீவிரம் போதவில்லை என்றும், அது தனது ஆளுமையின் முழுவீச்சையும் காட்டுவதாக இல்லையென்றும் உணரத்தொடங்கினார். அதற்காக தனது ஆதரவாளர்களிடம் தன்னுடைய உண்மையான சுயத்தை, அவரது உள்ளார்ந்த, நாட்டார் ஞானத்தைப் பகிர்ந்துகொள்வதே ஒரே தீர்வு என்று முடிவெடுத்தார். இப்படியாக அந்த சர்க்கஸ் தொடங்கியது. அவர் இந்தியாவின் இரண்டாவது சுதந்திரப் போராட்டத்தைத் தலைமையேற்று நடத்துவதாக அறிவித்தார். தனது பிரத்தியேகக் கிழட்டுக்குழந்தைக் குரலில் உணர்ச்சிகரமான உரைகளை நிகழ்த்தினார். அது என்னவோ இரண்டு பலூன்களை ஒன்றோடு ஒன்றாகச் சேர்த்துத் தேய்ப்பதைப்போல ஒலித்தாலும் அந்தக் குரல் தேசத்தின் ஆன்மாவைத் தொடுவதைப் போலிருந்தது. குழந்தைகளின் பிறந்தநாள் விழாக்களில் மந்திரவாதியைப் போல பலவிதமான வித்தைகளைச் செய்துகாட்டி, காற்றிலிருந்து பரிசுப் பொருட்களைக் கொய்து வழங்கிக்கொண்டிருந்தார். எல்லோருக்கும் தருவதற்கு அவரிடம் ஏதாவது ஒன்று இருந்தது. (ஏற்கனவே பாரதமாதா

உருவப்படத்தினால் உற்சாகமடைந்திருந்த) இந்து மதவெறியர்களை அவர்களது சர்ச்சைக்கிடமான போர்முழக்கம் ‘வந்தே மாதர’த்தை முழங்கிப் புல்லரிக்க வைத்தார். முஸ்லிம்கள் வருத்தமடைந்ததும், நிர்வாகக்குழு பம்பாயிலிருந்து ஒரு முஸ்லிம் திரைப்பட நடிகரை வரவழைத்து, முஸ்லிம் தொழுகை குல்லாயுடன் மேடையில் கிழவரின் பக்கத்தில் உட்காரவைத்து (அந்த நடிகர் இதற்குமுன் குல்லாய் அணிந்து யாரும் பார்த்ததில்லை) வேற்றுமையில் ஒற்றுமையைப் பறைசாற்றியது. சம்பிரதாயவாதிகளுக்காக அவர் காந்தியை மேற்கோள் காட்டினார். சாதியமைப்பு முறைதான் இந்தியாவுக்கான மீட்சி என்றார். “ஒவ்வொரு சாதியைச் சேர்ந்தவர்களும் அந்தச் சாதிக்கென ஒதுக்கப்பட்ட வேலையைச் செய்ய வேண்டும், ஆனால் எல்லா வேலைகளும் எல்லோராலும் மதிக்கப்பட வேண்டும்.” இதைக்கேட்டுத் தலித்துகள் கோபத்தில் வெடிக்க, ஒரு நகராட்சித் துப்புரவுப் பணியாளரின் மகளுக்குப் புதிதாக கவுன் அணிவித்துக் கிழவரின் பக்கத்தில் ஒரு தண்ணீர் பாட்டிலோடு உட்காரவைத்தார்கள். அவர் அவ்வப்போது அச்சிறுமியிடமிருந்து தண்ணீர் வாங்கிக் குடித்தார். தீவிர ஒழுக்கவாதிகளுக்காகக் கிழவரின் கோஷம் *‘திருடர்களின் கைகளை வெட்டித் துண்டாக்க வேண்டும்! பயங்கரவாதிகள் தூக்கிலிடப்பட வேண்டும்!’* என்பதாக இருந்தது. அனைத்து வகையான தேசியவாதிகளுக்காக “தூத் மாங்கோகே தோ கீர் தேங்கே! கஷ்மீர் மாங்கோகே தோ சிர் தேங்கே!” என்று கர்ஜித்தார். பாலைக் கேட்டால் திரட்டுப்பாலைத் தருவோம்! கஷ்மீரைக் கேட்டால் வெட்டிவிடுவோம்!

நேர்காணல்களின்போது அவர் ஈறு தெரிய ‘ஃபேரக்ஸ் பேபி’ சிரிப்போடு, தான் எவ்வாறு கிராமத்துக் கோயிலோடு சேர்ந்திருக்கும் தனது சிறிய அறையில் எளிமையான பிரம்மச்சாரி வாழ்க்கையை வாழ்ந்துவருகிறார், அது எவ்வளவு இன்பமான வாழ்க்கையாக இருக்கிறது என்றெல்லாம் விவரித்தார். காந்தீய வழியில் *ரதி சாதனா* – விந்து இறுக்கம் – பழகுவதால் உண்ணாநோன்பின் போதும் அவர் சக்தி இழக்காமல் இருப்பதாகச் சொன்னார். இதை நிரூபிக்க உண்ணாவிரதத்தின் மூன்றாம் நாளன்று, படுக்கையிலிருந்து எழுந்து வெள்ளைக் குர்தா, வேட்டியோடு மேடையைச் சுற்றி ஓடிக்காட்டினார். தளர்ந்து தொங்கும் புஜத்தை மடக்கிக் காட்டினார். மக்கள் சிரித்தார்கள், அழுதார்கள், தம்முடைய குழந்தைகளை அழைத்துவந்து அவரிடம் ஆசி பெற்றார்கள்.

தொலைக்காட்சி ஒளிபரப்புக்கு ஆதரவு அதீதமாக உயர்ந்தது. விளம்பரங்கள் குவிந்தன. இருபது வருடங்களுக்கும் முன் உலகெங்கும் உள்ள பிள்ளையார் சிலைகள் பால் குடித்ததாகச் சொல்லப்பட்ட அதிசய தினத்துக்குப் பிறகு இப்படிப்பட்ட உணர்ச்சிப்பெருக்கை யாரும் பார்க்கவில்லை.

இப்போது கிழவரின் உண்ணாவிரதப் போராட்டத்தின் ஒன்பதாவது நாள். விந்து வெளியேற்றப்படாமல் பத்திரமான சேகரிப்பில் இருந்தும்கூட அவர் வெகுவாகக் களைத்துப்போயிருந்தார். கிரியேட்டினைன் அளவு அதிகரித்திருக்கிறது, சிறுநீரகங்கள் செயலிழக்கத் தொடங்கிவிட்டன என்றெல்லாம் அன்று பிற்பகல் வதந்திகள் பரவத்தொடங்கின. பிரபலஸ்தர்கள் வரிசையில் வந்து படுக்கையில் இருக்கும் அவரோடு

புகைப்படம் எடுத்துக்கொண்டார்கள். அவர் கரத்தைப் பற்றி உயிர்த்தியாகம் செய்துவிட வேண்டாம் என்று (அப்படியெல்லாம் நடக்கப்போவதில்லை என்று நிச்சயமாகத் தெரிந்தபோதிலும்) அவரிடம் வற்புறுத்தினார்கள். மோசடிக் குற்றச்சாட்டுகளில் சிக்கி அம்பலப்பட்ட தொழிலதிபர்கள் அவரது இயக்கத்துக்கு நன்கொடை வழங்கி, அகிம்சா வழிமுறையில் அக்கிழவருக்கு இருக்கும் அசையாத கடப்பாட்டுக்குப் பாராட்டுத் தெரிவித்துச் சென்றனர். (கையை வெட்டுதல், தூக்கில் ஏற்றுதல், வயிற்றைக் கிழித்துக் குடலைப் பிடுங்குதல் போன்ற அவருடைய பரிந்துரைகள் நியாயமான எச்சரிக்கைகள் என்றே ஏற்றுக்கொள்ளப்பட்டன).

கிழவரின் ரசிகர்களில் சற்று வசதியானவர்கள், வாழ்க்கைத் தேவைகளில் பற்றாக்குறை இல்லாதவர்கள், ஆனால் எவ்வித அறச்சீற்றமோ, அட்ரினலின் பாய்ச்சலோ அனுபவிக்காதவர்கள் இந்த எதிர்ப்புக் கூட்டத்துக்கு கார்களிலும் மோட்டார் சைக்கிள்களிலும் தேசியக் கொடிகளை ஆட்டிக் கொண்டும், தேசபக்திப் பாடல்கள் பாடிக்கொண்டும் வந்தார்கள். இந்தியாவின் பொருளாதார மறுமலர்ச்சிக்கு வழிகோலியதாக நம்பப்பட்ட 'பொறியில் சிக்கிய முய'லின் அரசாங்கம் முடங்கி ஸ்தம்பித்திருந்தது.

O

அங்கிருந்து வெகுதூரத்திலிருந்த குஜராத்தில் குஜராத் கா லல்லா, இந்த கிழட்டுக்குழந்தையின் வருகை கடவுள் அளித்திருக்கும் வரம் என்பதைக் கண்டுகொண்டார். ஒரு வேட்டை மிருகத்தின் குறி பிசகாத உள்ளுணர் வோடு தில்லியை நோக்கிய தனது அணிவகுப்பைத் தொடங்கினார். கிழவரின் ஐந்தாம் நாள் உண்ணாவிரதம் தொடங்கியபோது லல்லா (உருவகமாகச் சொல்லவேண்டுமென்றால்) மாநகரின் தலைவாசலில் முகாமிட்டிருந்தார். அவரது வெறிகொண்ட தொண்டர் படையினர் ஜந்தர் மந்தருக்கு வந்து குவிந்தனர். பெரும் இரைச்சலோடு ஆர்ப்பாட்ட மாக அவருக்கு அவர்கள் அளித்த ஆதரவுக் கூச்சலில் அந்தக் கிழவர் ஸ்தம்பித்துப் போனார். அவர்கள் கொண்டுவந்திருந்த கொடிகள் மற்றவர்களுடையதைவிடப் பெரிதாக இருந்தன. அவர்கள் பாடிய பாடல்கள் மற்றவர்கள் பாடுவதைவிட உரக்க ஒலித்தன. அவர்களுக்கென்று அரங்குகள் அமைத்து அங்கு ஏழைகளுக்காக இலவச உணவு வழங்கினார்கள். (லல்லாவின் ஆதரவாளர்களான கோடீஸ்வர சாமியார்களிடமிருந்து அவர்களுக்கு நிதிஉதவி வெள்ளமாகக் கிடைத்திருந்தது). அவர்களுடைய அடையாளச் சின்னமான காவித் தலைப்பட்டியை அணியக் கூடாது, காவிக் கொடிகளை வைத்திருக்கக் கூடாது, தவறிப்போயும் குஜராத் நாயகனின் பெயரை உச்சரித்துவிடக் கூடாது என்றெல்லாம் அவர்களுக்குக் கடுமையான உத்தரவுகள் இடப்பட்டிருந்தன. அவர்கள் திட்டம் வெற்றியடைந்தது. சில நாட்களிலேயே அவர்கள் அந்தப் போராட்டத்தைத் தம் வயப்படுத்திக்கொண்டனர். கிழவரைப் பிரபலப்படுத்துவதற்காகக் கடுமையாகப் பணியாற்றிய இளைஞர்கள் என்ன நடக்கிறது என்று உணர்ந்துகொள்வதற்கும் முன்பாகவே ஓரங்கட்டப்பட்டுத் தூக்கியெறியப்பட்டனர். குதூகலக் களமாக ஆரம்பித்த அந்தக் கூடுகை சரிந்தது. யாருக்கும் எதுவும் புரியவில்லை. 'பொறியில் சிக்கிய முயல்' சுலபமான இரையானது. நாயகர் விரைவில் தில்லிக்குள்

பிரவேசிக்கப்போகிறார். அவருடைய தொண்டர்கள் அவருடைய உருவ முகமூடி அணிந்துகொண்டு *லல்லா! லல்லா! லல்லா!* என்று அவர் பெயரைக் கோஷமிட்டபடி அவரைத் தமது தோள்களில் சுமந்துவந்து அரியணையில் அமரவைக்கப் போகிறார்கள். எந்தத் திசையில் அவர் நோக்கினாலும் தன் முகங்களை மட்டுமே அவர் பார்க்கப்போகிறார். ஹிந்துஸ்தானின் புதிய மாமன்னர். அவர் ஒரு பெருங்கடல். அவர் ஆனந்தமானவர். மானிடக் கூட்டமே அவர்தான். ஆனால் இவையெல்லாம் ஒரு வருடம் கழித்து நடக்கவிருக்கிறது.

இப்போது ஜந்தர்மந்தரில் அவருடைய ஆதரவாளர்கள் அரசாங்கத்தின் ஊழல் குறித்துத் தொண்டை வறளக் கத்திக்கொண்டிருக்கிறார்கள். (*முர்தாபாத்! முர்தாபாத்!* ஒழிக! ஒழிக! ஒழிக! ஒழிக!) இரவானதும் வீட்டுக்குச் சென்று தொலைக்காட்சியில் தங்களைக் காட்டுவதைப் பார்க்கிறார்கள். காலையில் அவர்கள் திரும்பிவரும்வரை கிழவரும் அவரது 'உள்வட்ட' ஆதரவாளர்களும் ஆயிரக்கணக்கானோரை அடக்கக்கூடிய அப்பிரமாண்டமான வெண்ணிற விதானத்தின் கீழே கைவிடப்பட்டவர்கள்போலப் பரிதாபமாக அமர்ந்திருக்கிறார்கள்.

அந்த ஊழல் எதிர்ப்பு விதானத்துக்குப் பக்கத்திலேயே பரந்துவிரிந்த கிளைகளுடன் இருந்த புளியமரம் ஒன்றின் கீழே துப்புரவாக அமைக்கப்பட்டிருந்த இடத்தில் இன்னொரு பிரபலமான காந்தியச் செயற்பாட்டாளரான அந்தப் பெண்மணி தனது சாகும்வரை உண்ணாவிரதப் போராட்டத்தை நடத்திக்கொண்டிருந்தார். அவர் போராடிக்கொண்டிருந்தது வங்காளத்தில் ஒரு நிலக்கரிச் சுரங்கத்துக்காகவும், அனல் மின்நிலையத்துக்காகவும் ஆயிரக்கணக்கான விவசாயிகள், பழங்குடிகளின் நிலங்களைக் கையகப்படுத்தியிருக்கும் அரசை எதிர்த்து. அந்தப் பெண்மணியின் வாழ்க்கையில் அது பத்தொன்பதாவது காலவரையற்ற உண்ணாவிரதப் போராட்டம். அவர் என்னதான் அழகாகவும் நீளமான பின்னலோடும் இருந்தாலும் தொலைக்காட்சி காமிராக்களுக்கு அந்தக் கிழவரைவிட முக்கியமானவராக அந்தப் பெண்மணி இருக்கவில்லை. இதற்கான காரணம் ஒன்றும் மர்மமானதல்ல. பெரும்பாலான தொலைக்காட்சி சேனல்களின் உரிமையாளராகவும் மற்ற சேனல்களில் பெருமளவுக்கு விளம்பரங்கள் அளிப்பதாகவும் இருந்தது அந்த பெட்ரோ கெமிக்கல் நிறுவனம்தான். எனவே தொலைக்காட்சி விவாதங்களில் கலந்துகொண்ட விமரிசகர்கள் கோபம் கொப்புளிக்க அவருக்குக் கண்டனம் தெரிவித்தனர். ஏதோ 'அயல்நாட்டு சக்தி' அவருக்கு நிதியுதவி செய்வதாகக் குற்றம்சாட்டினர். அந்த விமரிசகர்கள், ஊடகவியலாளர்களில் கணிசமானோர் அந்த எண்ணெய் நிறுவனத்தின் உபகாரப்பட்டியலில் இருப்பவர்கள் என்பதால் தமக்கிடப்பட்ட பணியைச் சிறப்பாகவே செய்துகொண்டிருந்தனர். ஆனால் நடைபாதையில் அவரைச் சுற்றிக் குழுமியிருந்த எளிய மக்கள் அவரை நேசித்தனர். தலை நரைத்த விவசாயிகள் அவர் முகத்தருகே கொசு வராமல் விசிறினர். தடிமனான குடியானவப் பெண்கள் அவரைப் பாசத்துடன் பார்த்தபடிப் பாதங்களைப் பிடித்துவிட்டனர். புதிதாகக் களப்பணியில் இறங்கியிருக்கும்,தளர்வான ஹிப்பி உடையணிந்த இளைஞர்கள்—அவர்களில்

சிலர் ஐரோப்பாவிலிருந்தும் அமெரிக்காவிலிருந்தும் வந்துள்ள இளம் மாணவர்கள்—அவர் வெளியிட்டிருந்த துண்டுத்துண்டான அறிக்கைகளைத் தொகுத்து தமது மடிக்கணினிகளில் பதிவேற்றிக்கொண்டிருந்தனர். பல வருடங்களாகத் தமது உரிமைகளுக்காகப் போராடிக்கொண்டிருக்கும் விவசாயிகளிடம் பல்வேறு அறிவுஜீவிகளும் சமூக அக்கறை கொண்டிருந்தவர்களும் நடைபாதையில் அமர்ந்து அவர்களுக்கிருக்கும் உரிமைகளை விளக்கிக்கொண்டிருந்தனர். சமுதாயப் போராட்டங்கள் குறித்து (இந்த ஆய்வுக்கு இப்போதெல்லாம் பெரும் மவுசு) முனைவர் பட்ட ஆய்வுசெய்யும் வெளிநாட்டுப் பல்கலைக்கழக மாணவர்கள் விவசாயிகளிடம் விரிவான பேட்டிகள் எடுத்துக்கொண்டிருந்தனர். ஒழுங்கான கழிவறைகளும் சுத்திகரிக்கப்பட்ட குடிநீரும் இல்லாத கிராமங்களுக்கு விவசாயிகளைத் தேடிக்கொண்டு போவதற்குப் பதிலாக, அவர்கள் எல்லோரும் போராடுவதற்காகத் தலைநகரில் கூடியிருப்பது அந்த மாணவர்களுக்குப் பெரும் நிம்மதியாக இருந்தது.

சிவில் உடை அணிந்திருந்த, ஆனால் (பின்பக்கத்திலும் பக்க வாட்டிலும் ஒட்ட வெட்டப்பட்டிருந்த) ராணுவ ஹேர்கட்டோடும், ராணுவ சாக்ஸ், ஷூக்களோடும் (காக்கி சாக்ஸ், பழுப்பு பூட்ஸ்) இருந்த கட்டுமஸ்தான நபர்கள் ஒரு டஜன் பேர் கூட்டத்தோடு கலந்து, யார் என்ன பேசுகிறார்கள் என்று ஒட்டுக் கேட்டுக்கொண்டிருந்தார்கள். அவர்களில் சிலர் ஊடகவியலாளர்கள் போன்ற பாவனையில் சிறிய 'ஹேண்டி கேம்' காமிராவில் சிலருடைய உரையாடல்களைப் பதிவு செய்துகொண்டனர். அவர்களுடைய கவனம் குறிப்பாக அந்த இளம் வெளிநாட்டவர்கள்மீது இருந்தது (அவர்களில் பலருடைய விசாக்கள் பிறகு ரத்து செய்யப்பட்டன).

தொலைக்காட்சி விளக்குகள் வெப்பக்காற்றை மேலும் சூடாக்கிக் கொண்டிருந்தன. அந்த உக்கிரமான விளக்குகளின்மீது மோதித் தற்கொலை செய்துகொள்ளும் அந்துப்பூச்சிகளால் இரவுக்காற்றில் பூச்சி தீய்ந்த நெடி பரவியிருந்தது. நாள் முழுக்க வெயிலில் பிச்சையெடுத்து விட்டுக் களைத்திருந்த உடல் ஊனமுற்ற பதினைந்துபேர் அந்த வெளிச்சத் தீவுக்கு வெளியே இருட்டில் அரசாங்கம் வழங்கியிருந்த கைவிசை ரிக்ஷாக்களில் ஒடுங்கியிருந்தனர். நிலமிழந்த விவசாயிகளும் அவர்களுடைய புகழ்பெற்ற தலைவியும் அந்தப் பிச்சைக்காரர்கள் வழக்கமாகப் படுத்து உறங்கும் சவுகரியமான, நிழல் பாவிய நடைபாதைப் பரப்பை ஆக்கிரமித்திருந்தனர். அதனால் அந்தப் பிச்சைக்காரர்களின் ஒட்டுமொத்த ஆதரவும் அந்த பெட்ரோ கெமிக்கல் கம்பெனியின் பக்கமே இருந்தது. விவசாயிகள் போராட்டத்தைச் சீக்கிரம் முடித்துக்கொண்டு இடத்தைக் காலி செய்தால் போதும் என்று நினைத்தனர்.

அங்கிருந்து கொஞ்ச தூரத்தில் வெற்றுடம்போடு இருந்த ஒருவன் தன் உடம்பெங்கும் எலுமிச்சம் பழங்களை 'சூப்பர் க்ளூ' கோந்தில் ஒட்டவைத்துக் கொண்டு, பக்கத்தில் வைத்திருந்த அட்டைப்பெட்டியிலிருந்து கெட்டியான மாம்பழச் சாற்றினால் தயாரித்த குளிர்பானத்தைச் சத்தமாக உறிஞ்சிக் குடித்துக்கொண்டிருந்தான். எலுமிச்சம் பழங்களுக்கு விளம்பரம் செய்வதைப்போல உடம்பெங்கும் அவற்றை ஒட்டிக்கொண்டு

அவன் எதற்காக மாம்பழப் பானத்தைக் குடித்துக்கொண்டிருக்கிறான் என்று சிலர் கேட்டபோது பதிலளிக்க மறுத்தான். தொடர்ந்து யாராவது கேட்டால் மோசமான வார்த்தைகளில் திட்டத்தொடங்கினான். தன்னை 'நிகழ்த்துக் கலைஞன்' என்று அழைத்துக்கொண்ட இன்னொரு சுயேச்சையான ஆசாமி சற்றுச் தூரத்தில் கோட், சூட், டையும் 'இங்கிலீஷ் பவுலர்' தொப்பியும் அணிந்து கூட்டத்தின் நடுவே இலக்கின்றி வளைய வந்துகொண்டிருந்தான். தொலைவிலிருந்து பார்க்கும்போது அவனது கோட்டின் மீது 'சீக் கெபாப்'களின் டிசைன்கள் அச்சிடப்பட்டிருப்பதைப் போலத் தெரிந்தது. அருகில் சென்று பார்க்கும்போதுதான் அவை ஒரே அளவில் உருட்டி ஒட்டப்பட்டிருந்த சாணி உருண்டைகள் என்று தெரிந்தன. அவன் காலரில் செருகியிருந்த ரோஜா வாடிப்போய்க் கருத்திருந்தது. சட்டைப்பையில் வெள்ளை நிறத்தில் கைக்குட்டையை முக்கோணமாக மடித்துப் பாதி வெளியில் தெரிய வைத்திருந்தான். அவன் விடுக்கும் செய்தி என்ன எனக் கேட்டபோது அந்த எலுமிச்சை மனிதனைப்போலக் கோபப்படாமல் பொறுமையாக விளக்கினான். தன்னுடைய உடம்புதான் அவனது கருவியாம். 'நாகரிக' உலகம் என்று தன்னை அழைத்துக்கொள்ளும் இவ்வுலகம் மலம் என்பதின் மீதிருக்கும் அருவருப்பை ஒழித்து, மலம் என்பது பதனிடப் பட்ட உணவுப்பொருள்தான் என்று ஒப்புக்கொள்ள வேண்டும் என்பதே தனது விழைவு என்றான். மேலும் கழிவிலிருந்தே உணவுப் பொருளும் உருவாகிறது என்றான். மேலும் அருங்காட்சியகங்களிலிருந்து கலையை வெளியே கொண்டுவந்து 'மக்களிடம்' சேர்ப்பதே தனது கொள்கை என்று தெரிவித்தான்.

அந்த எலுமிச்சை மனிதனுக்கு அருகில் அஞ்சும், சதாம் ஹுசேன், உஸ்தாத் ஹமீத் உட்கார்ந்திருந்தனர் (அவர்களை அவன் சுத்தமாகப் பொருட்படுத்தவேயில்லை). அவர்களோடு மிகக் கவர்ச்சிகரமாகத் தோற்றமளித்த ஓர் இளம் ஹிஜ்ரா இஷ்ரத் அமர்ந்திருந்தாள். அவள் இந்தூரிலிருந்து ஜன்னத் விருந்தினர் இல்லத்துக்கு வந்திருந்த ஒரு புதிய விருந்தினர். இங்கு வருவது என்ற திட்டம் அஞ்சுமுடையதுதான் – 'ஏழைகளுக்கு உதவ வேண்டும்' என்பது அவளுடைய நெடுநாளைய விருப்பம் – தொலைக்காட்சி அலைவரிசைகள் எல்லாவற்றிலும் 'இரண்டாவது சுதந்திரப் போராட்டம்' என்று வர்ணித்துக்கொண்டிருந்ததை ஜந்தர் மந்தருக்கு அவர்கள் எல்லோரும் நேரில் சென்று பார்க்க வேண்டும் என்று அவள்தான் யோசனை சொன்னாள். சதாம் எடுத்த எடுப்பிலேயே அந்த யோசனையை நிராகரித்தான். "அவ்வளவு தூரம் சென்று தெரிந்துகொள்வதற்கு அங்கே எதுவுமில்லை. எல்லா மோசடிகளிலும் மிகப்பெரிய, அம்மாவை ஒத்த மோசடி அது," என்றான். ஆனால் அஞ்சும் பிடிவாதமாக இருந்தாள். சதாம் அவளைத் தனியாகப் போகவிடவில்லை. அதனால் அஞ்சும், சதாம் (வெயில் கண்ணாடியுடனே இருந்தான்) நிம்மோ கோரக்புரி என்று ஒரு சின்னக் கோஷ்டியாகக் கிளம்பினார்கள். அஞ்சுமைப் பார்ப்பதற்காக வந்த உஸ்தாத் ஹமீதும் அந்தக் குழுவில் வலுக்கட்டாயமாக இழுத்துக்கொள்ளப்பட்டார். இளம் இஷ்ரத்தும் சேர்ந்துகொண்டாள். கூட்டம் குறைவாக இருக்கும் என்பதால் இரவில் செல்லத் தீர்மானித்தனர். அஞ்சும் எளிமையாகவே உடுத்திக்கொண்டாள். மங்கலான பதான் சூட்களில் ஒன்றை அணிந்துகொண்டாலும்

ஹேர்–க்ளிப்–பையும் துப்பட்டாவையும் இலேசான உதட்டுச்சாயத்தையும் அவளால் தவிர்க்கமுடியவில்லை. இஷ்ரத் என்னவோ அவளுடைய கல்யாணத்துக்கு உடையணிந்துகொள்வதைப் போல இளஞ்சிவப்பில் ஜிகினா பதித்த குர்த்தாவும் பச்சைநிற பாட்டியாலா சல்வாரும் அணிந்திருந்தாள். யார் எது சொன்னாலும் கேட்காமல் பளிச்சென்று ரோஸ் நிறத்தில் உதட்டுச்சாயத்தைத் தீற்றிக்கொண்டு ஏராளமான நகைகளையும் அணிந்தபடி அந்த இரவைப் பிரகாசமாக்குவதற்குக் கிளம்பினாள். நிம்மோ அவளது காரில் அஞ்சும், இஷ்ரத், உஸ்தாம் ஹமீதை ஏற்றிக்கொண்டு செல்ல, சதாம் ஜந்தர் மந்தரில் அவர்களைச் சந்திப்பதாகச் சொல்லிவிட்டுப் பாயல் மீதேறிச் சென்றான். அங்கு சென்றடைந்ததும் குதிரையைச் சற்றுத் தூரத்தில் கம்பிவேலி ஒன்றில் கட்டிவிட்டு (அங்கிருந்த ஷூ–பாலீஷ் பையனிடம் குதிரையின் மீது ஒரு கண் வைத்திருக்கம்படியும், திரும்பி வரும்போது அவனுக்கு இரண்டு சாக்கோ பார் சாக்லெட்டுகளும் பத்து ரூபாயும் தருவதாகவும் வாக்களித்துவிட்டு) தன் நண்பர்களிடம் சென்றான். நிம்மோ கோரக்புரி அங்கு இருக்க விருப்பமின்றிப் பொறுமையில்லாமல் இருப்பதைப் பார்த்து, தனது கைப்பேசியில் இருந்த விலங்குகள் காணொளியை அவளிடம் காட்டி உற்சாகப்படுத்த முயன்றான். அவற்றில் சில தினமும் நகர்வலம் செல்லும்போது தெரு நாய்கள், பூனைகள், பசுமாடுகள் என அவனே படம் பிடித்தவை. மற்றவை அவனுடைய நண்பர்களிடமிருந்து வாட்ஸ்அப்பில் பெற்றவை: *இதோ பார், இவன் பெயர் சத்தா சாஹிப். குரைக்கவே தெரியாது இவனுக்கு, தினமும் சரியாக மாலை நான்கு மணிக்கு இந்தப் பூங்காவுக்கு வந்துவிடுவான், அவனுடைய சிநேகிதியுடன் விளையாடுவதற்கு. இந்தப் பசுமாட்டுக்குத் தக்காளிகள் என்றால் இஷ்டம். இதற்காகத் தினமும் கொஞ்சம் தக்காளி எடுத்துச்சென்று தருவேன். இதற்கு உடம்பெல்லாம் பயங்கர அரிப்பு வியாதி. இந்தச் சிங்கத்தைப் பார்த்தாயா? இரண்டு கால்களில் நின்றுகொண்டு இந்தப் பெண்ணுக்கு முத்தம் தருகிறது. ஆமாம், இது ஒரு பெண்தான். இவள் திரும்பும்போது நன்றாகத் தெரியும்* ... அவன் காட்டியவற்றில் ஆடுகளோ, மேற்கத்தியப் பெண்களின் ஃபேஷன்களோ இல்லாததால் நிம்மோ கோரக்புரி ஆர்வமிழந்து, போதுமென்று சொல்லிவிட்டு விலகிச்சென்றாள். ஆனால் அஞ்சுமுக்குச் சுற்றி நடப்பவை எல்லாமே சுவாரஸ்யமாக இருந்தன. கும்பல் கும்பலாக உட்கார்ந்து பதாகைகளுடன் அவர்கள் பேசிக்கொண்டிருப்பதைத் துண்டுத் துண்டாகக் கேட்டதிலேயே அவள் பெரிதும் உற்சாகமடைந்திருந்தாள். அவர்கள் அங்கேயே இருந்து இவை எல்லாவற்றையும் 'தெரிந்து' கொள்ள வேண்டும் என்று திட்டவட்டமாக அறிவித்தாள். அதனால், மற்ற நடைபாதை வாசிகளைப் போலவே அவர்களும் ஒரு சின்னக் கும்பலாக ஒன்றாக அமர்ந்தனர். அங்கிருந்து அஞ்சும் அவளுடைய முழு அதிகாரம் பெற்ற தூதர் – மேதகு சதாம் ஹூசேன் அவர்களை ஒவ்வொரு குழுவிடமும் சென்று, அவர்கள் எங்கிருந்து வந்திருக்கிறார்கள், எதற்காகப் போராடுகிறார்கள், அவர்களுடைய கோரிக்கைகள் என்ன என்ற விவரங்களைத் திரட்டிக்கொண்டுவர அனுப்பினாள். சதாமும் ஆணைக்குக் கீழ்ப்படிந்து அந்த அரசியல் காயலான் கடை மார்க்கெட்டின் ஒவ்வொரு ஸ்டாலுக்கும் சென்று விவரங்களைச் சேகரித்துக்கொண்டு அஞ்சுமிடம் வந்து தான் அறிந்துகொண்ட

செய்திகளைப் பகிர்ந்துகொண்டான். அவள் தரையில் சப்பணமிட்டு உட்கார்ந்து, முன்னால் சாய்ந்தபடி சதாமின் முகத்தைப் பார்க்காமல், அவன் எந்தக் குழுவைப் பற்றிச் சொல்கிறானோ அவர்கள் இருக்கும் பக்கம் திரும்பி, கண்கள் பளிச்சிட அவர்களைப் பார்த்தபடியே தலையை ஆட்டிக்கொண்டு, பாதிப் புன்னகையுடன் கவனமாகக் கேட்டுக் கொண்டிருந்தாள். உஸ்தாத் ஹமீதுக்கு சதாம் திரட்டிவந்த தகவல்களில் சற்றும் ஆர்வம் இருக்கவில்லை. ஆனால் அவருடைய தினசரி நடைமுறைக ளிலிருந்து விலகி இங்கு வந்திருப்பது பெரும் ஆசுவாசமாகத்தான் இருந்தது. அதனால் தனக்குள்ளாக எதையோ அடங்கிய குரலில் பாடியபடி அங்குமிங்கும் கவன சிரத்தையின்றிப் பார்த்துக்கொண்டிருந்தார். பொருத்த மில்லாமலும் எதிர்பார்த்த பலனின்றியும் உடையணிந்திருந்த இஷ்ரத் வெவ்வேறு பின்னணிகளில் பல்வேறு கோணங்களில் 'செல்ஃபி' படங்களை எடுத்தபடிப் பொழுதைக் கழித்துக்கொண்டிருந்தாள். அவளை யாரும் பெரிதாகக் கவனிக்கவில்லையென்றாலும் (அந்த 'கிழக்குழந்தை'க்கு முன்னால் அவள் கவர்ச்சி எடுபடவேயில்லை) தலைமை மையத்திலிருந்து வெகுதூரம் சென்றுவிடாமல் கவனமாக இருந்தாள். ஒரு கட்டத்தில் அவளும் உஸ்தாத் ஹமீதும் பள்ளிச் சிறுமிகள்போல அடக்கமுடியாமல் கெக்கலித்துச் சிரித்துக்கொண்டிருப்பதைப் பார்த்து அஞ்சும் அப்படி சிரிக்கும்படி என்ன வேடிக்கை நடந்தது என்று கேட்டாள். உஸ்தாத் ஹமீதின் பேரப்பிள்ளைகள் அவர்ளுடைய பாட்டியிடம் அவரை (அவளுடைய கணவரை) 'பிளடி ஃபக்கிங் பிட்ச்' என்று கூப்பிடுமாறு கற்றுத் தந்தார்களாம். ஆங்கிலத்தில் ஆசையாகக் கூப்பிடுவது என்று அதற்கு அர்த்தம் என்றும் அவளை நம்பவைத்தார்களாம்.

"அவளுக்கு அதன் அர்த்தமே தெரியாமல் அப்படி கூப்பிட்டுக் கொண்டிருந்தாள். ஆனால் அவள் அப்படி கூப்பிடும்போது ரொம்ப அழகாகவே இருந்தது," என்றார் உஸ்தாத் ஹமீத் உரக்கச் சிரித்தபடி. "பிளடி ஃபக்கிங் பிட்ச்! பேகம் அப்படித்தான் என்னைக் கூப்பிடுகிறாள் . . ."

"அப்படியென்றால் என்ன அர்த்தம்?" என்று அஞ்சும் கேட்டாள். ('பிட்ச்' என்ற ஆங்கிலச் சொல்லுக்கு அவளுக்கு அர்த்தம் தெரியும். ஆனால் 'பிளடி' 'ஃபக்கிங்' என்றால் என்னவென்று தெரியவில்லை). உஸ்தாத் ஹமீது விளக்குவதற்கும் முன் (அவருக்கே அது ஏதோ கெட்டவார்த்தை என்று தெரியுமே தவிர முழு அர்த்தம் தெரியாது) நீளமான தலைமுடியும் தாடியுமாகத் தொளதொளவென்று அழுக்கு உடையணிந்த ஒருவனும், அவனைப் போலவே கச்சலாக உடையணிந்த, தனது அபாரமான அடர்த்தியான கூந்தலைப் பின்னாமல் தளர்த்திவிட்டிருந்த ஒரு பெண்ணும் குறுக்கிட்டார்கள். அவர்கள் 'போராட்டமும் எதிர்ப்பும்' என்பது குறித்து ஒரு செய்திப்படம் எடுக்கிறார்களாம். அந்தப் படத்தில் போராடுபவர்களை 'மற்றோர் உலகம் சாத்தியம்' என்று சொல்லவைத்துப் படம் எடுத்துக்கொண்டிருக்கிறார்களாம். போராட்டக்காரர்கள் இந்த வாசகத்தை அவர்கள் விரும்பும் மொழியில் சொல்லலாம் என்றார்கள். உதாரணத்துக்கு ஆங்கிலத்தில் என்றால் 'அனதர் வேர்ல்ட் இஸ் பாஸிபிள்' என்றும் இந்தி அல்லது உருதுவில் என்றால் 'தூஸ்ரி துனியா மும்கின் ஹை' என்றும் சொல்லலாம். இதை விளக்கிவிட்டு அவர்கள் காமிராவை அஞ்சும்

எதிரே நிறுத்தி, அதன் லென்ஸை நேராகப் பார்த்துச் சொல்லும்படிக் கேட்டுக்கொண்டனர். அஞ்சுமின் அகராதியில் 'துனியா' என்றால் என்ன அர்த்தம் என்று அவர்களுக்குத் தெரியாது. அஞ்சும், அவர்கள் நோக்கத்தைச் சற்றும் உள்வாங்கிக் கொள்ளாமல் காமிராவை, உற்றுப் பார்த்தபடி 'ஹம் தூஸ்ரி துனியா ஸே ஆயே ஹை' என்றாள். நாங்கள் அங்கிருந்து வந்துவிட்டோம் . . . வேறு உலகத்திலிருந்து.

அந்த இளம் கலைஞர்களுக்கு அன்றிரவு முழுக்கச் செய்வதற்கு வேலை இருந்தது. ஒருவருக்கொருவர் எதுவும் பேசாமல் பார்வையைப் பகிர்ந்துகொண்டு, எதையும் விவரிக்கப் புகுந்தால் நேரமாகும் என்றுணர்ந்து அந்த இடத்தைவிட்டு நகர முடிவெடுத்தனர். அஞ்சுமுக்கு நன்றி சொல்லிவிட்டுச் சாலையைக் கடந்து எதிர் சாரியிலிருந்த நடைபாதையில் தனித்தனியாகப் பல்வேறு குழுவினரை நோக்கிச் சென்றனர்.

முதல் கூடாரத்தில் மொட்டையடிக்கப்பட்ட தலையோடு ஏழு பேர் இருந்தனர். வெள்ளை வேட்டி அணிந்திருந்த அவர்களுக்கு இந்தியாவில் அரசியலமைப்புச் சட்டத்தின்படி இருபத்திரண்டு மொழிகள் அங்கீகரிக்கப்பட்டும், நூற்றுக்கணக்கான அங்கீகரிக்கப் படாத மொழிகள் பேசப்பட்டும் வந்தாலும் இந்தியைத் தேசிய மொழியாக அறிவிக்க வேண்டும் என்பதுதான் கோரிக்கையாம். அதுவரை பேசாவிரதம் இருக்கப்போகிறார்களாம். அந்த மொட்டைகளில் மூன்றுபேர் தூங்கிக்கொண்டிருந்தனர். மற்ற நால்வரும் வாய்க்கு மேல் கட்டியிருந்த மருத்துவமனை முகமூடியைக் கீழிறக்கிவிட்டு (அதுதான் அவர்களுடைய 'மௌன விரத' கேடயம்) அகாலமாகத் தேநீர் அருந்திக்கொண்டிருந்தார்கள். அவர்கள் பேசா விரதத்தில் இருப்பதால் *Another World Is Possible* என்று எழுதப்பட்ட ஒரு சுவரொட்டியை அவர்களிடம் தந்து படம் எடுத்தார்கள். இந்தியைத் தேசிய மொழியாக்க வேண்டும் என்ற அவர்களுடைய பதாகையை, அந்தக் கோரிக்கை பிற்போக்குத்தனமானது என்று அவர்கள் இருவருக்கும் தோன்றியதால், காமிரா கோணத்தில் வராதவாறு பார்த்துக்கொண்டனர். ஆனால் மொட்டையடித்துக்கொண்டு போராடுபவர்களின் காட்சி தமது படத்துக்குச் சுவை கூட்டும் என்பதால் அவர்களைத் தவிர்க்கவும் முடியவில்லை.

அந்த மொட்டைத் தலையர்களுக்குப் பக்கத்திலேயே நடைபாதையின் கணிசமான பகுதியை ஆக்கிரமித்திருந்தது 1984ஆம் வருடம் போபால் யூனியன் கார்பைட் தொழிற்சாலையில் நடந்த விஷவாயுக் கசிவில் பாதிக்கப்பட்ட ஆயிரக்கணக்கானோரின் பிரதிநிதிகளாக வந்திருந்த ஐம்பது பேர் குழு. அவர்கள் இரண்டு வாரங்களாக நடைபாதையில் அமர்ந்திருக்கிறார்கள். அவர்களில் காலவரையற்ற உண்ணாவிரதத்தில் ஈடுபட்டிருந்த ஏழு பேரின் உடல்நிலை நாளுக்குநாள் சீரழிந்துகொண்டே வந்தது. உரிய இழப்பீடு கோரியபடி போபாலிலிருந்து தில்லிக்கு நூற்றுக்கணக்கான கிலோமீட்டர் தூரத்தைக் கொப்புளிக்கும் கோடை வெயிலில் கால்நடையாகக் கடந்துவந்திருக்கின்றனர். அவர்கள் கேட்பதெல்லாம் சுத்தமான குடிநீர், அவர்களுக்கும் விஷவாயுக் கசிவுக்குப் பிறகு உருச்சிதைந்து பிறந்த ஒரு தலைமுறைக்கும் உரிய மருத்துவச் சிகிச்சை. 'பொறியில் சிக்கியிருந்த முயல்'

அந்த போபால் மனிதர்களைச் சந்திக்க மறுத்துவிட்டார். தொலைக்காட்சிப் படக் குழுவினருக்கும் அவர்கள்மீது ஆர்வம் இல்லை: அவர்களுடைய போராட்டம் மிகப் பழையது. இப்போது செய்தியாக்குவதில் எந்தச் சுவாரஸ்யமும் இல்லை. அவர்கள் குழுமியிருந்த நடைபாதை வேலியில் உருக்குலைந்த குழந்தைகள், ஃபார்மால்டிஹைட் பாட்டில்களில் மிதக்கும் குறைப்பிரசவக் கருக்கள், விஷவாயுத் தாக்கத்தால் முடமாக்கப்பட்ட, குருடாக்கப்பட்டவர்களின் கோரமான படங்கள் மாட்டப்பட்டிருந்தன. (பக்கத்தில் இருந்த சர்ச்சிலிருந்து மின் இணைப்புப் பெறப்பட்ட) ஒரு சிறிய தொலைக்காட்சிப் பெட்டியில் ஒரு பழைய வீடியோ படம் திரும்பத்திரும்ப ஒளிபரப்பாகிக்கொண்டிருந்தது: விபத்து நடந்து சில நாட்கள் கழித்துத் தில்லி விமான நிலையத்தில் வந்திறங்கிய யூனியன் கார்பைட் நிறுவனத்தின் அமெரிக்கத் தலைவர் வாரென் ஆண்டர்ஸன் கூடியிருக்கும் பத்திரிகையாளர்களிடம் எகத்தாளமாகப் பேசுகிறார்: "நான் இப்போதுதான் வந்து இறங்கியிருக்கிறேன்," என்கிறார். பிறகு வெகுஅலட்சியமாக, "என்ன நடந்திருக்கிறது என்ற விவரங்கள் எதுவும் தெரியாது," என்கிறார், "ஹேய் . . ! நான் என்ன சொல்ல வேண்டும் என்று விரும்புகிறீர்கள்?" என்றபடித் தொலைகாட்சி கேமிராவுக்கு முன்னால் குனிந்து நேராகப் பார்த்து, கையசைத்து, "ஹாய் மாம்!" என்கிறார்.

இரவு முழுக்க அந்தத் தொலைக்காட்சியில் அவர் குரல் கேட்டுக் கொண்டே இருக்கிறது: 'ஹாய் மாம்! ஹாய் மாம்! ஹாய் மாம்! ஹாய் மாம்! ஹாய் மாம்!'

பற்பல ஆண்டுகளாகப் பயன்படுத்திச் சாயமிழந்த ஒரு பழைய பேனர் *வாரென் ஆண்டர்ஸன் ஒரு போர்க்குற்றவாளி* என்றது. ஒரு புதிய பேனர் *ஒஸாமா பின்லேடன் கொன்றவர்களைவிட அதிகமானவர்களைக் கொன்றவர் வாரென் ஆண்டர்ஸன்* என்றது.

போபால் நகரத்தினருக்குப் பக்கத்தில் தில்லி கபாடி– வாலாக்கள் (கழிவு – மறுசுழற்சி) சங்கமும், கழிவுநீர் சுத்திகரிப்பாளர் சங்கமும் இணைந்து நகரின் துப்புரவு மற்றும் கழிவுநீர் மேலாண்மையைத் தனியார் வசம் ஒப்படைக்கும் முடிவை எதிர்த்துப் போராடிக்கொண்டிருந்தனர். இந்தப் பணிக்காக ஏலத்தில் பங்கெடுத்து ஒப்பந்தம் பெற்றிருக்கும் கார்பரேட் நிறுவனத்திற்குத்தான் அனல் மின்நிலையம் அமைப்பதற்காக விவசாயிகளின் நிலங்கள் வழங்கப்பட்டுள்ளன. இந்த நிறுவனம்தான் அந்நகரின் மின் வழங்கலையும் குடிநீர் வழங்கலையும் நிர்வகித்து வந்தது. இப்போது நகரின் கழிவு மற்றும் குப்பை சுத்திகரிப்பையும் வாங்கிக்கொண்டிருக்கிறது.

கழிவு மறுசுழற்சியாளர்களும் துப்புரவுத் தொழிலாளர்களும் முகாமிட்டிருந்த இடத்துக்குப் பக்கத்தில் அந்த நடைபாதையின் மிகவும் நேர்த்தியான பகுதி இருந்தது. பளபளக்கும் கிரானைட் பதித்த இடத்தில் கண்ணாடிக் கதவுகளோடு ஒரு பொதுக் கழிப்பறை பிரகாசமாக ஜொலித்துக் கொண்டிருந்தது. கழிப்பறையின் விளக்குகள் பகலிலும் இரவிலும் தொடர்ந்து எரிந்துகொண்டிருந்தன. சிறுநீர் கழிக்க ஒரு ரூபாய், மலம் கழிக்க இரண்டு ரூபாய், குளிக்க மூன்று ரூபாய் கட்டணம். நடைபாதைவாசிகளில் பலருக்கும் இது கட்டுப்படி ஆகாதென்பதால் அந்தக் கழிப்பறைக்கு

அடுத்த சுவரிலேயே கழித்துக்கொண்டிருந்தனர். அதனால் கழிப்பறையின் உள்ளே மிகச் சுத்தமாக இருந்தாலும் அதற்கு வெளியே கடுமையான சிறுநீர் நெடி விரவியிருந்தது. ஆனால் அந்தக் கழிப்பறை நிர்வாகிகளுக்கு அது ஒன்றும் பிரச்சனையாக இருக்கவில்லை. கழிப்பறைக்கு வருவாய் வேறோரிடத்திலிருந்து வந்துகொண்டிருந்தது. கழிப்பறையின் வெளிப்புறச் சுவர், விளம்பரப் பலகைகள் வைக்கும் இடமாக மாறியிருந்தது. மிகப்பெரிய விளம்பரங்கள் வாரந்தோறும் மாறிக்கொண்டிருந்தன.

இந்த வாரம் ஹோண்டாவின் புத்தம்புதிய சொகுசுக் கார். அந்த விளம்பரப் பதாகைக்குத் தனியாக குலாபியா வெச்சானியா என்ற ஒருவனைக் காவலராக நியமித்திருந்தனர். அவன் அந்த விளம்பரப் பதாகைக்குப் பக்கத்தில் ஒரு நீலநிற பிளாஸ்டிக் ஷீட் தடுப்புக்கு அடியில் வசித்துவந்தான். அவனுடைய ஆரம்பகாலத் தங்கல்களோடு ஒப்பிட்டால் இது அவனுக்கு ஒரு படி உயர்வுதான். ஒரு வருடத்துக்கு முன் இந்தப் பெருநகரத்துக்கு அவன் வந்தபோது ஏதேதோ மிரட்டல்களாலும் தாக்குதல்களாலும் விரட்டப்பட்டு ஒரு மரத்தடியில் தங்கியிருந்தான். இப்போது அவனுக்கு ஒரு வேலையும், அது அவனுக்களித்த நிழலும் இருக்கிறது. அவன் பணியாற்றும் பாதுகாப்பு நிறுவனத்தின் பெயர் அழுக்குக் கறைபடிந்த அவனது நீலச் சட்டையின் தோள்கச்சையில் எம்பிராய்டரி செய்யப்பட்டிருந்தது: TSGS *Security*. (சங்கீதா மேடம் *ஹரம்ஸாதி* பெட்டை நாயின் SSGSன் போட்டி நிறுவனம்). அவனுடைய முக்கியமான கடமை விளம்பரப் பதாகையை யாரும் நாசம் செய்துவிடாமல் பாதுகாப்பது. குறிப்பாக யாரும் அதன்மீது சிறுநீர் கழித்துவிடாமல் பார்த்துக்கொள்வது. வாரத்துக்கு ஏழுநாட்கள், தினசரி பன்னிரண்டு மணிநேர வேலை. அன்றிரவு குலாபியா குடித்துவிட்டு தூங்கிவிட்ட நேரத்தில் எவனோ வந்து அந்த விளம்பரத்தின் மீது *இன்குலாப் ஜிந்தாபாத்!* என்று எழுதிவிட்டுப் போய்விட்டான். வெள்ளிநிற ஹோண்டா சிடியின் மீது ‘புரட்சி ஓங்குக!’ அதற்குக் கீழே யாரோ ஒருவன் கவிதை ஒன்றையும் எழுதியிருந்தான்.

ச்சீன் லி தும்னே கரீப் கி ரோஸி ரோட்டி
அவுர் லகா தியே ஹைறன் ஃபீஸ் கர்னே பே தாட்டி.

முதலில் ஏழை மக்களின் ரொட்டியைப் பறித்துக்கொண்டாய்
இப்போது அவர்கள் கழிவுக்கும் காசு வசூலிக்கிறாய்.

குலாபியா தன் வேலையைக் காலையில் இழந்துவிடுவான். அவனைப் போன்ற ஆயிரக்கணக்கானோர் அந்த வேலைக்காக வரிசையில் நிற்கப் போகிறார்கள். (அவர்களில் ஒருவராக அந்த வீதிக் கவிஞனும் இருக்கக்கூடும்.) ஆனால் இப்போதைக்கு குலாபியா ஆழ்ந்த தூக்கத்தில் இருந்தான். என்னென்ன கனவுகளோ அவனை மூழ்கடித்திருந்தன. அவன் கண்ட கனவில் அவனுக்குப் போதுமான அளவுக்குப் பணம் இருந்தது. கிராமத்தில் இருந்த அவன் குடும்பத்துக்கும் அவனால் கொஞ்சம் பணம் அனுப்ப முடிந்தது. அவனுடைய கனவில் அவனது கிராமம் இன்னமும் இருந்தது. அது ஏதோவோர் அணையின் நீர்த்தேக்கத்துக்கு அடியில் மூழ்கியிருக்கவில்லை. அவன் ஜன்னல்களின் ஊடாக மீன்கள் நீந்திச் செல்லவில்லை. இலவம் பஞ்சு மரக்கிளைகளை வெட்டிக்கொண்டு முதலைகள் செல்லவில்லை. வானத்தில் டீசலின் வானவில் மேகங்களைப் பரப்பியபடிச் சுற்றுலாப்

பயணிகள் அவனுடைய வயல்களின்மீது படகோட்டிச் செல்லவில்லை. அவனுடைய கனவில் அந்த அணைக்கட்டுப் பகுதியில் அவனுடைய சகோதரன் டூரிஸ்ட் கைடாக வேலை பார்த்துக்கொண்டு சுற்றுலாப் பயணிகளிடம் அந்த அணைக்கட்டினால் விளைந்திருக்கும் அபாரமான நற்பலன்களை எடுத்துக் கூறிக்கொண்டிருக்கவில்லை. அவர்களுக்குச் சொந்தமான நிலத்தில் இப்போது கட்டப்பட்டிருக்கும் அணைக்கட்டுப் பொறியாளரின் வீட்டில் அவனுடைய அம்மா வீட்டுவேலை செய்து கொண்டிருக்கவில்லை. அவளுக்குச் சொந்தமான மாமரத்திலிருந்தே அவள் மாம்பழங்களைத் திருடிக்கொண்டிருக்கவில்லை. மறுகுடியேற்றக் காலனியில் அவர்களுக்கு ஒதுக்கப்பட்ட தகரச் சுவர்களும், தகரக்கூரையும் (அதன் மேல் வெங்காயத்தை வைத்து வறுத்துவிடக்கூடிய அளவு சூடு இருக்கும்) கொண்ட தகரக் குடியிருப்பில் அவள் வசிக்கவேண்டியிருக்க வில்லை. குலாபியாவின் கனவில் அவனது நதி இன்னும் ஓடிக்கொண்டு, இன்னும் உயிரோடு இருந்தது. நிர்வாணச் சிறுவர்கள் இன்னமும் பாறைமேல் உட்கார்ந்து புல்லாங்குழல் வாசித்துக்கொண்டு, வெயில் அதிகமானால் தண்ணீரில் பாய்ந்து எருமைகளின் நடுவே நீந்திக்கொண்டு இருந்தார்கள். அவர்களுடைய கிராமத்தைச் சூழ்ந்திருக்கும் குன்றுகளில் படர்ந்திருக்கும் ஸால் காட்டுப் பகுதியில் சிறுத்தைப்புலிகளும் ஸாம்பர் மான்களும் தேனுண்ணும் கரடிகளும் இருந்தன. அங்குதான் அவனுடைய கிராமத்தார் விழா நாட்களில் கூடுவார்கள். மேளங்கள் இசைத்து, மது அருந்தி, நாள்முழுக்க நடனமாடிப் பொழுதைக் கழிப்பார்கள்.

அவனுடைய பழைய வாழ்க்கையிலிருந்து இப்போது மிச்சமிருப்பது ஞாபகங்களும் அவனது புல்லாங்குழலும் காது வளையங்களும் (வேலை நேரத்தில் அவற்றை அணிய அனுமதி இல்லை) மட்டுமே.

வெள்ளிநிற ஹோண்டா சிடியைப் பாதுகாக்கத் தவறிய பொறுப்பற்ற குலாபியா வெச்சானியாவைப் போலல்லாமல் கழிவறை 'பொறுப்பாளனான' ஜனக் லால் சர்மா தூங்காமல் கடுமையாக வேலை பார்த்துக்கொண்டிருந்தான். முனைகள் மடங்கிப் பழையதாகியிருந்த அவனது பணிப்பதிவேடு நாளதுவரை நிரப்பப்பட்டிருந்தது. கல்லாவில் இருந்த பணம் நாணயவாரியாக அடுக்கப்பட்டிருந்தது, சில்லறைகளுக்காகத் தனியே ஒரு சுருக்குப்பை வைத்திருந்தான். கூடுதல் வருமானத்துக்காகப் போராட்டக்காரர்கள், பத்திரிகையாளர்கள், தொலைக்காட்சி காமிராமேன்களின் கைப்பேசிகள், மடிக் கணினிகள், காமிரா பாட்டரிகளுக்குக் கழிவறையிலிருந்த மின் இணைப்பிலிருந்து மின்னேற்றம் செய்துகொள்ள அனுமதித்துவந்தான். குளிப்பதற்கும் மலம் கழிப்பதற்குமான கட்டணத் தொகையில் ஆறு மடங்கை (அதாவது ரூ 20 –) வசூலித்துக்கொண்டான். சில நேரங்களில் சிலரிடம் சிறுநீர் கட்டணத்தை வாங்கிக்கொண்டு மலம் கழிக்க அனுமதித்து, தொகையைக் கணக்கில் சேர்க்காமல் தனியாக எடுத்துக்கொண்டான். ஆரம்பத்தில் இந்த ஊழல் எதிர்ப்புப் போராளிகளிடம் சற்று எச்சரிக்கையாக இருக்கவேண்டியிருந்தது. (அவர்களை அடையாளம் கண்டுகொள்வது கடினமாக இருக்கவில்லை. மற்றவர்களை விட வசதியானவர்களாகவும் மற்றவர்களைவிட ஆக்ரோஷமானவர்களாகவும் இருப்பார்கள். நவீன மோஸ்தரில் ஜீன்ஸும்,

டி—சர்ட்டும் அணிந்திருந்தாலும் அவர்களில் பெரும்பாலோர் ‘ஃபேரக்ஸ் பேபி’ புன்னகையுள்ள அந்த கிழக்குழந்தையின் முகம் அச்சிட்ட காந்தி குல்லாய்களை அணிந்திருப்பார்கள்.) ஜனக் லால் சர்மா அவர்களிடம் சரியான கட்டணத்தை மட்டும் வாங்கிக்கொண்டு மறக்காமல் பதிவேட்டில் வரவும் வைத்துக்கொண்டான். ஆனால் இரண்டாவதாக வந்த புது அணியினர் முதலாமவர்களைவிட ஆக்ரோஷமானவர்களாக இருந்தனர். மற்றவர்களைவிட அதிகமாக அவர்களிடம் வசூலிப்பதாக இவனிடம் சண்டையிட்டனர். அப்புறம் அவர்களோடும் விவகாரம் சகஜமானது. கூடுதல் வருமானத்தை வைத்துக் கழிப்பறையைச் சுத்தம் செய்வதற்கு அவன் தனியாக ஆட்களை ஒப்பந்தம் செய்தான். அவனுடைய சாதிக்கும் பின்னணிக்கும் (அவன் ஒரு பிராமணன்) இதைப்போன்ற சுத்திகரிப்பு வேலைகள் நினைத்துப் பார்க்க முடியாதவை. அவன் இதற்காக நியமித்தது சுரேஷ் பால்மீகி என்ற ஒருவனை; பெரும்பாலான இந்துக்கள் வெளிப்படையாகவும், அரசாங்கம் மறைமுகமாகவும் அவனைத் துப்புரவுப் பணி செய்யும் ‘தோட்டி’ சாதியைச் சேர்ந்தவன் என்று வகைப்படுத்தி வைத்திருப்பதன் அடையாளம்தான் அவனுடைய அந்தப் பெயரும்! நாட்டில் நாளுக்கு நாள் எதிர்ப்புகள் அதிகரித்து, போராட்டக்காரர்கள் நடைபாதைகளில் முடிவின்றிக் குழுமத்தொடங்கி, தொலைக்காட்சிகளும் அவற்றை நாள்முழுக்க ஒளிபரப்பிவரும் சூழலில் சுரேஷ் பால்மீகிக்குக் கொடுத்த ஊதியம் போக ஜனக் லாலுக்கு ஒரு ‘குறைந்த வருமானப் பிரிவு’ குடியிருப்பு ஒன்றை மொத்தமாக விலைகொடுத்து வாங்குமளவுக்குப் பணம் சேர்ந்துவிட்டது.

அந்தக் கழிப்பறைக்கு எதிர்ப்பக்கம், தொலைக்காட்சி நிருபர்கள் இருந்த (கொள்கைரீதியாக மிகத்தொலைவில் அமைந்த) நடைபாதைப் பகுதி ‘எல்லைப்பிரதேசம்’ என்று அழைக்கப்பட்டது. மணிப்பூரி தேசியவாதிகள் ராணுவத்தின் சிறப்பு அதிகாரச் சட்டத்தைத் திரும்பப் பெறக்கோரி போராடிக்கொண்டிருந்தார்கள். இச்சட்டத்தின்படி ‘சந்தேகத்தின் பேரில்’ இந்திய ராணுவம் யாரை வேண்டுமானாலும் கொல்லலாம்; திபெத்திய அகதிகள் திபெத்துக்குச் சுதந்திரம் கோரினர்; இவ்விருவர் தவிர்த்து மூன்றாவதாக இருந்த அணியினர் மிகவும் வித்தியாசமானவர்கள் (மாபெரும் அபாயங்களை எதிர்நோக்கி இருந்தவர்களும்கூட). கஷ்மீர் விடுதலைப் போராட்டத்தில் ஆயிரக்கணக்கில் காணாமற்போனவர்களின் தாய்மார்கள் சங்கம். (அவர்கள் இருந்த இடத்தில் தூரத்துப் பின்னணியாக அந்த ‘ஹாய் மாம்! ஹாய் மாம்!’ கேட்டுக்கொண்டேயிருந்தது. ஆனால் இந்த அமானிடக்குரல் அந்தப் பெண்களின் செவிகளில் நுழைந்ததாகவே தெரியவில்லை. தம்மை ‘மோஜ்’ – கஷ்மீரி மொழியில் ‘அம்மா’ – என்றே நினைத்துக்கொண்டிருந்தார்கள். ‘மாம்’ என்றல்ல.)

நாட்டின் சூப்பர் தலைநகருக்கு அந்தச் சங்கத்தினர் வருவது இதுதான் முதல்முறை. அவர்கள் எல்லோருமே தாய்மார்கள் அல்லர்; மனைவிகள், சகோதரிகள், காணாமற்போனவர்களின் இளம் குழந்தைகள் சிலரும் வந்திருந்தனர். ஒவ்வொருவரும் காணாமற்போயிருக்கும் மகனின். சகோதரனின், கணவனின் படங்களை வைத்திருந்தனர். அவர்களுடைய பதாகை

கஷ்மீரின் கதை

இறந்தோர்: 68,000

காணாமற்போனோர்: 10,000

இது ஜனநாயகமா அல்லது பிணநாயகமா?

என்றது.

தவறிப்போயும் எந்தத் தொலைக்காட்சி கேமிராவும் இந்தப் பதாகையின் பக்கம் திரும்பவில்லை. இந்தியாவின் இரண்டாவது சுதந்திரப் போராட்டத்தில் ஈடுபட்டிருந்த பெரும்பாலோருக்குக் கஷ்மீருக்குச் சுதந்திரம் என்ற கருத்தே அடாத எண்ணம் என்று தோன்றியது. இந்தக் கஷ்மீரிப் பெண்களின் போராட்டம் துடுக்குத்தனமானது என்று அவர்கள் நினைத்தனர்.

அந்தத் தாய்மார்களில் சிலர், போபால் விஷவாயுத் தாக்குதலில் பாதிப்புற்ற சிலரைப்போலக் களைப்புற்றிருந்தனர். தம்முடைய துயரக்கதைகளை மற்ற நாடுகளில் நடந்த மற்றப் போர்களில் பாதிப்புற்றிருந்த மற்றவர்களோடு சேர்ந்து அவர்களும் சர்வதேசத் துயர்தீர்ப்பு சூப்பர் மார்க்கெட்டுகளின் எண்ணற்ற கூட்டங்களிலும் தீர்ப்பாயங்களிலும் முறையிட்டிருக்கின்றனர். அப்போதெல்லாம் எவ்வளவோ முறை எல்லோர் முன்னிலையிலும் கதறி அழுதிருக்கின்றனர். எதுவும் பலனளித்திருக்க வில்லை. அவர்கள் அனுபவித்துவந்த பயங்கரம் அதனைச் சுற்றிலும் உடைக்கமுடியாத, கடினமான கசப்பு மேலோட்டை ஒன்றை வளர்த்துக் கொண்டு விட்டது.

தில்லிக்கு வந்தது ஒரு மோசமான அனுபவமாக ஆகிவிட்டது. பிற்பகல் சாலையோரத்தில் நடந்த செய்தியாளர் கூட்டத்தில் அந்தப் பெண்கள் கிண்டல் செய்யப்பட்டனர், அச்சுறுத்தப்பட்டனர். பிறகு காவல்துறையினர் தலையிட்டு அந்தத் தாய்மார்களைச் சுற்றிப் பாதுகாப்பு வளையம் ஏற்படுத்த வேண்டியிருந்தது. 'குஜராத் கா லல்லா'வின் ஒற்றர் படைவீரர்கள் "முஸ்லிம் பயங்கரவாதிகள் மனித உரிமைக்குத் தகுதியற்றவர்கள்" என்று கோஷமிட்டனர். "நீங்கள் நடத்திய இனப்படுகொலைகளை நாங்கள் பார்த்திருக்கிறோம்! நீங்கள் புரிந்த இனச்சுத்திகரிப்பை நாங்கள் அனுபவித்திருக்கிறோம்! எங்கள் மக்கள் இருபது வருடங்களாக அகதிகள் முகாமில் வாழ்ந்துகொண்டிருக்கிறார்கள்!" என்று கூச்சலிட்டார்கள். காணாமற்போன, மரணமடைந்த கஷ்மீரிகளின் புகைப்படங்கள் மீது சிலர் காறித்துப்பினர். அவர்கள் 'இனப்படுகொலை' என்றும் 'இனச் சுத்திகரிப்பு' என்றும் குறிப்பிட்டது, 1990களில் கஷ்மீர் சுதந்திரப் போராட்டம் வன்முறையாக மாறிச் சில முஸ்லிம் பயங்கரவாதிகள் சிறுபான்மை இந்துக்களின்மீது கொலைவெறித் தாக்குதல் நடத்தியதையும், கஷ்மீர் பள்ளத்தாக்கிலிருந்து கஷ்மீரி பண்டிட்டுகள் கூட்டமாக வெளியேறியதையும் வைத்துத்தான். அச்சமயத்தில் பல நூற்றுக்கணக்கான இந்துக்கள் பயங்கரமாகப் படுகொலை செய்யப்பட்டனர். அவர்களுடைய பாதுகாப்புக்கு உத்திரவாதம் தரமுடியாது என்று அரசாங்கம் அறிவித்தது. அதன் பிறகு கிட்டத்தட்ட மொத்த கஷ்மீரி இந்து மக்கள்தொகையும்,

கிட்டத்தட்ட இரண்டு இலட்சம் பேர், பள்ளத்தாக்கிலிருந்து வெளியேறி ஜம்மு சமவெளிக்குக் குடிபெயர்ந்தனர். அவர்களில் பலரும் இன்னமும் ஜம்மு அகதிகள் முகாமில்தான் வசித்து வருகின்றனர். அன்று நடைபாதையில் கூச்சலிட்ட லல்லாவின் ஒற்றர்படை வீரர்களில் சிலர் கஷ்மீரில் வீட்டையும் குடும்பத்தையும் அவர்களுக்கென்று இருந்த எல்லாவற்றையும் இழந்திருந்தவர்கள்.

காறித்துப்பியவர்களைவிட அந்தத் தாய்மார்களை அதிகமாகப் புண்படவைத்தது மூன்று கல்லூரி மாணவிகள். மிக ஒல்லியாக, மிக அழகாக இருந்த அம்மூவரும் அன்று காலை கன்னாட் ப்ளேஸுக்கு ஷாப்பிங் வந்தவர்கள். கடந்து செல்லும்போது "ஓ வாவ்! கஷ்மீர்! *What Funnn* இப்போதெல்லாம் அங்கே சரியாகிவிட்டது இல்லை! யா! சுற்றுலா போவதற்குப் பயமில்லையாம். போகலாமா? பிரமாதமாக இருக்குமாம்!"

தாய்மார்கள் சங்கத்தினர் அன்றிரவை எப்படியாவது கழித்துவிட்டு, இனி எப்போதும் தில்லிக்குத் திரும்ப வரக்கூடாது என முடிவெடுத்தனர். சாலையில் படுத்து உறங்குவது அவர்களுக்குப் புதிய அனுபவம். அங்கே ஊரில் அவர்கள் எல்லோருக்கும் அழகான வீடும் சமையலறையும் தோட்டமும் இருந்தன. அன்றிரவு அவர்களுக்குச் சொற்பமாக ஏதோ சாப்பிடக் கிடைத்தது (அதுவும் புது அனுபவம்தான்). பதாகையைச் சுருட்டி வைத்துவிட்டு விடிவதற்காக, அவர்களுடைய அழகான, போரால் சீரழிக்கப்பட்ட பள்ளத்தாக்குக்குத் திரும்பச் செல்வதற்காகக் காத்திருந்தனர்.

காணாமற் போனவர்களின் தாய்மார்களுக்குப் பக்கத்தில்தான் நம்முடைய அமைதியான குழந்தை இருந்தது. அந்தக் குழந்தையே ராத்திரி நிறத்தில் இருந்ததால் அந்தத் தாய்மார்கள் கவனிப்பதற்குச சற்று நேரமாகியது. தெருவிளக்கு நிழல்களில் தெளிவான வரைகோடாக ஓர் இன்மை. இருபது வருடங்களுக்கு மேலாகத் தடுப்பு நடவடிக்கைகள், முற்றுகைகள் தேடுதல் வேட்டைகள், நள்ளிரவு கதவுத்தட்டல்கள் (ஆப்பரேஷன் டைகர், ஆப்பரேஷன் செர்பன்ட் டிஸ்ட்ரக்ஷன், ஆபரேஷன் கேட்ச் அண்டு கில்) என அந்தத் தாய்மார்களுக்கு இருட்டு பழகித்தான் இருந்தது. ஆனால் அவர்களுக்குப் பழக்கமாக இருந்த குழந்தைகள் வாதுமை நிறங்களும் ஆப்பிள் கன்னங்களும் கொண்டவை. இப்போது கண்டெடுக்கப்பட்ட இந்தக் குழந்தையை என்ன செய்வது என்று தாய்மார்களுக்குத் தெரியவில்லை.

அதுவும் ஒரு *கருப்புக்* குழந்தையை.

க்ரூஹூன் கால்

அதுவும் ஒரு கருப்புப் *பெண்ணை.*

க்ரூஹூன் கால் ஹிஷ்

அதுவும் குப்பையில் போடப்பட்டிருக்கும் ஒன்றை.

ஷிகாஸ் லாத்

பார்சல் ஒன்று கைமாறி மாறிச் செல்வதைப்போல நடைபாதையைச் சுற்றி முணுமுணுப்புகள் பரவின. கடைசியில் அந்தக் கேள்வி ஓர் அறிவிப்பாக குரல் உயர்ந்தது. 'பாய் பச்சா கிஸ்கா ஹை?' யாருடைய குழந்தை இது?

அமைதி.

அன்று பிற்பகலில் தாய் ஒருத்தி பூங்காவில் வாந்தி எடுத்துக்கொண்டிருந்ததை அவர்கள் பார்த்ததாக யாரோ ஒருவன் சொன்னான். வேறு யாரோ ஒருவன், "இல்லை, இல்லை, அது அவள் இல்லை," என்றான்.

யாரோ ஒருவன் அவள் ஒரு பிச்சைக்காரி என்றான். வேறு யாரோ ஒருவன் அவள் பாலியல் வன்கொடுமைக்கு ஆளானவள் என்றான் (எல்லா மொழிகளிலும் இதற்கொரு சொல் இருக்கிறது).

அன்று காலை அரசியல் கைதிகளை விடுவிப்பதற்காகக் கையெழுத்து இயக்கம் நடத்திக்கொண்டிருந்தவர்களோடு அந்தப் பெண் வந்ததாக யாரோ ஒருவன் சொன்னான். அந்த இயக்கம் மத்திய இந்தியாவில் கெரில்லா யுத்தத்தில் ஈடுபட்டிருக்கும் தடைசெய்யப்பட்ட மாவோயிஸ்ட் கட்சிக்கு ஆதரவானது என்றான் அவன். வேறு யாரோ ஒருவன், " இல்லை இல்லை, அது அவள் இல்லை. இவள் தனியாகத்தான் இருந்தாள். சில நாட்களாக இங்கேதான் இருந்தாள்," என்றான்.

யாரோ ஒருவன் அவள் அரசியல்வாதி ஒருவரின் முன்னாள் காதலி என்றும், கர்ப்பமடைந்ததும் அவளை அவர் விரட்டிவிட்டதாகவும் சொன்னான்.

'அரசியல்வாதிகள் எல்லோரும் வேசி மகன்களே' என்று அனைவரும் ஒப்புக்கொண்டனர். ஆனால் அது பிரச்சனைக்குத் தீர்வளிப்பதாக இல்லை.

இந்தக் குழந்தையை என்ன செய்வது?

O

ஒருவேளை தன்னை எல்லோரும் சுற்றிநின்று கவனிக்கிறார்கள் என்பதாலோ, அல்லது பயந்துவிட்டதாலோ, அந்த அமைதியான குழந்தை கடைசியில் அழத்தொடங்கியது. ஒரு பெண் முன்வந்து அதைத் தூக்கிக்கொண்டாள். (அதன் பிறகு, அவளைப்பற்றி மற்றவர்கள் சொன்னது: அவள் உயரமாக இருந்தாள், அவள் குள்ளமாக இருந்தாள், அவள் கருப்பாக இருந்தாள், அவள் வெள்ளையாக இருந்தாள், அவள் அழகாக இருந்தாள், அவள் அழகாக இல்லை, அவள் வயதானவள், அவள் இளம்பெண், அவளை இதற்கு முன் பார்த்ததில்லை, அவள் ஜந்தர் மந்தரில் அடிக்கடி தென்படுவாள்). அந்தக் குழந்தையின் இடுப்பில் கட்டியிருந்த கருப்புக் கயிற்றில் ஒரு காகிதத் துண்டு பலமுறை மடிக்கப்பட்டுச் சின்ன பொட்டலமாக மாட்டப்பட்டிருந்தது. அந்த (அழகான, அழகற்ற, உயரமான, குள்ளமான) பெண் அந்தக் காகிதத்தைப் பிரித்தெடுத்து யாரிடமோ தந்து படிக்கச் சொன்னாள். ஆங்கிலத்தில்

எழுதப்பட்டிருந்த வாசகம் குழப்பமின்றி நேராக அறிவித்தது: *I cannot look after this child. So I am leaving her here.* என்னால் இந்தக் குழந்தையை வளர்க்க முடியவில்லை. எனவே இங்கு விட்டுச் செல்கிறேன்.

கடைசியில், பல்வேறு கிசுகிசுப்பான ஆலோசனைகளுக்குப் பிறகு தயக்கத்தோடும் வருத்தத்தோடும், சற்றும் உடன்பாடின்றியும், அங்கிருந்தவர்கள் அக்குழந்தையைப் பற்றி முடிவெடுக்கவேண்டியது காவல்துறைதான் என்று தீர்மானித்தார்கள்.

சதாம் அவளைத் தடுப்பதற்கு முன், அஞ்சும் எழுந்து தன்னியல்பாக அங்கே நிறுவப்பட்டிருந்த 'குழந்தை நலக் குழு'வை நோக்கி வேகமாகச் சென்றாள். அங்கிருந்த பலரை விடவும் உயரமாக இருந்ததால் அவளைத் தொடர்ந்து செல்வது சிரமமாக இருக்கவில்லை. அந்தக் கூட்டத்தின் நடுவே அவள் புகுந்து செல்கையில், அவள் அணிந்திருந்த தளர்வான சல்வாரால் மறைந்திருந்த கொலுசின் மணிகள் 'ஜல் ஜல் ஜல்' என ஒலித்தன. அந்த 'ஜல் ஜல் ஜல்' ஒவ்வொன்றும் துப்பாக்கி வெடிப்பதைப்போல சதாமுக்குக் கேட்க, அவன் கலவரமடைந்தான். வியர்வையில் மினுங்கும் அஞ்சுமின் முகத்தின் கரிய முரட்டுச் சருமத்தில் மெலிதாக வளர்ந்திருந்த வெண்ணிற ரோமங்கள் நீலநிறத் தெருவிளக்கு வெளிச்சத்தில் ஒளிர்ந்தன. இரை தேடும் பறவையின் அலகைப்போலக் கீழே வளைந்திருந்த அவளுடைய மகத்தான நாசியில் பதிந்திருந்த மூக்குத்தி பளிச்சிட்டது. அவளிடமிருந்த ஏதோவொன்று கட்டவிழ்ந்திருந்தது. ஏதோவொன்று கட்டுப்பாட்டை இழந்திருந்தாலும் இலக்கில் நிச்சயம் கொண்டிருந்தது – விலக்க முடியாத விதியைப்போல.

“போலீஸா? நாம் இந்தக் குழந்தையை போலீஸிடம் கொடுக்கப் போகிறோமா?” அஞ்சும் தனது இரட்டைக் குரலில், தனித்தனியாக, ஆனாலும் இணைந்து, ஒன்று கரகரப்பாகவும், ஒன்று ஆழமாகவும் தெளிவாகவும் கேட்டாள். அவளது வெண் தந்தம் வெற்றிலைக்காவி படிந்த உடைந்த பற்களுக்கிடையே பளிச்சிட்டது.

அவள் உபயோகித்த 'நாம்' ஒற்றுமை கோரி அரவணைத்தது. எதிர்பார்த்ததைப் போலவே உடனடியான வசவுகளையும் பெற்றுத்தந்தது.

கூட்டத்திலிருந்த ஒரு கிண்டல்காரன், “ஏன்? இந்தப் பெண்குழந்தையை எடுத்துச்சென்று என்ன செய்யப்போகிறாய்?” என்று கேட்டான், “உன்னைப் போல இதை ஒன்றும் மாற்றிவிட முடியாது, தெரியும் இல்லையா? நவீன தொழில்நுட்பத்தில் என்னென்னவோ செய்யலாம், ஆனால் இதைச் செய்ய முடியாது...” ஹிஜ்ராக்கள் ஆண்குழந்தைகளைக் கடத்திச் சென்று காயடித்துவிடுவதாகப் பரவலாக நம்பப்படுவதை வைத்து, அவன் பேசிக்கொண்டிருந்தான். அவனது கேலிப்பேச்சு ஒரு சுற்று வெட்கங்கெட்ட சிரிப்பலையை உண்டாக்கியது.

அவன் பேச்சில் இருந்த ஆபாசம் அஞ்சுமைப் பின்வாங்க வைக்கவில்லை. அவள் தீர்க்கத்தோடு பேசினாள். வயிற்றுப் பசியைப் போன்ற கூர்மையுடனும் அவசரத்துடனும்.

“கடவுள் கொடுத்த பரிசு இவள். என்னிடம் இவளைக் கொடுத்து விடுங்கள். இவளுக்கு வேண்டிய அன்பை என்னால் தரமுடியும். போலீஸிடம் ஒப்படைத்தால் இவளை ஏதாவது அரசாங்க அனாதை இல்லத்தில் போட்டுவிடுவார்கள். இவள் அங்கேயே இறந்துபோவாள்.”

சில நேரங்களில் யாராவது ஒருவரின் தெளிவு ஒரு குழப்பக் கூட்டத்தைக் கதிகலங்கவைத்துவிடும். இம்முறை அஞ்சும் அதனைச் செய்தாள். அவள் என்ன சொல்லிக்கொண்டிருந்தாளோ அதைப் புரிந்துகொள்ள முடிந்தவர்களுக்கு அவளுடைய உருதுவின் நேர்த்தி சற்று அச்சத்தை உண்டாக்கியது. அவள் எப்படிப்பட்ட வர்க்கத்திலிருந்து வந்திருக்கக் கூடும் என்று ஊகித்திருந்தவர்களுக்கு அது மிகப்பெரிய முரணாகத் தெரிந்தது.

“இந்தக் குழந்தையின் அம்மா, என்னைப் போலவே இந்த இடம் நீதிக்கான போராட்டம் நடக்கும், தீயவர்களுக்கு எதிராக நல்லவர்கள் போரிடும் இன்றைய ‘கர்பலா’ என்று நம்பி அவள் குழந்தையை இங்கே விட்டுச் சென்றிருக்கலாம். ‘இவர்களெல்லாம் போராளிகள், உலகத்திலேயே உயர்ந்தவர்கள், இவர்களில் யாராவது ஒருவர் என்னால் வளர்க்க முடியாத குழந்தையை எடுத்து வளர்ப்பார்கள்’ என்று அவள் நினைத்திருப்பாள். ஆனால் நீங்கள் *போலீசைக்* கூப்பிட வேண்டும் என்கிறீர்கள்?” அவள் கடுமையான கோபத்தில் இருந்தாலும் ஆறடி உயரத்தில் அகன்ற வலிமையான தோள்களோடு காணப்பட்டாலும் அவளுடைய பேச்சும் நடத்தையும் 1930களின் பரத்தையர்போல மிகையான குழைவுடனும் அபரிமிதமான கையசைவுகளோடும் இருந்தன.

சதாம் ஹூசேன் கைகலப்புக்குத் தயாரானான். இஷ்ராத்தும் உஸ்தாத் ஹமீதும் சேர்ந்துகொண்டனர்.

“இந்த ஹிஜ்ராக்கள் இங்கே உட்கார்வதற்கு யார் அனுமதி தந்தது? இங்கே நடக்கும் எந்தப் போராட்டத்தில் இவர்கள் சேர்ந்திருக்கிறார்கள்?”

திரு அகர்வால் ஒல்லியாக, செப்பனிடப்பட்ட மீசையோடு, சஃபாரி சட்டையும் டெரிகாட்டன் பேண்ட்டும், ‘நான் ஊழலுக்கு எதிரானவன். நீங்கள்?’ என்று அச்சிட்ட காந்தி குல்லாயும் அணிந்த நடுத்தர வயதினர். அரசு அதிகாரியின் மிடுக்கான அதிகாரத் தோரணை அவரிடம் இருந்தது. கொஞ்ச காலத்துக்கு முன்புவரை அவரும் அதிகாரியாக இருந்தவர்தான். பெரும்பாலும் வருவாய்த் துறையில்தான் அவரது பணிக்காலத்தைக் கழித்திருந்தார். திடீரென்று ஒருநாள் அவரைச் சுற்றிப் பரவியிருந்த ஊழல், நிர்வாகத்தில் ஊடுருவியிருந்த அழுகல் இவற்றைச் சகிக்க முடியாமல் ‘நாட்டுக்குச் சேவை’ செய்வதற்காக அரசுப்பணியை ராஜினாமா செய்துவிட்டார். அதன் பிறகு சில வருடங்களுக்கு நல்லகாரியங்கள், சமூகச் சேவை என்று சில சில்லறை வேலைகள் செய்துகொண்டிருந்தார். ஆனால் இப்போது அந்தக் கட்டை குட்டை காந்தியவாதியின் பிரதான தளபதியாகச் சேர்ந்துவிட்ட பிறகு, அவருடைய புகழ் உச்சத்துக்கு ஏறி, செய்தித்தாள்களில் அவருடைய படங்கள் தினசரி வரத் தொடங்கிவிட்டன. உண்மையான அதிகாரம் அவரிடம்தான் இருப்பதாகவும், அந்தக் கிழவர் வெறும் கவர்ச்சிச் சின்னம் மட்டுமே என்றும் பலரும் (சரியாகவே) நம்பினர். அந்தக்கிழவர் வெறும் கையாள். அவருக்கு அளிக்கப்பட்ட பணி ஒதுக்கீட்டு வரம்பைத்

தாண்டி இப்போது தன்னை முன்னிருத்திக்கொண்டிருக்கிறார் என்று அரசல் புரசலாக ஒரு பேச்சு உலவிக் கொண்டிருந்தது. ஆனால் எல்லா அரசியல் கட்சி உள்வட்டங்களிலும் சில விஷயங்கள் கிசுகிசுக்கப்பட்டு வந்தன. அந்தக் கிழவர் இந்த அளவுக்குத் தன்னை முன்னிருத்திப் போராட்டத்தை நடத்த யாரோ பின்னாலிருந்து முடுக்கிவிட்டிருப்பதாகப் பேசிக்கொண்டார்கள். சாத்தியமே இல்லாத இலக்கை நோக்கி அத்தகைய போராட்டத்தை ஆரம்பித்துவிட்டாலும், அந்தக் கிழவருக்கு வீணான தற்பெருமை அதிகம் என்பதால் பாதியில் பின்வாங்கிவிட மாட்டார் என்று அவரை இயக்குபவர்களுக்குத் தெரியும். தொலைக்காட்சியில் நேரடியாக ஒளிபரப்பாகிக் கொண்டிருக்கும்போதே எல்லோர் முன்னிலையிலும் உண்ணாவிரதத்தில் கிழவர் இறந்துவிட்டால் அந்த இயக்கத்துக்கு 'தியாகி' ஒருவர் கிடைத்துவிடுவார்; அது திரு அகர்வாலின் அரசியல் தொடக்கத்துக்குப் பலமான அஸ்திவாரமாக அமைந்துவிடும் என்று வதந்திகள் உலவின. மிகவும் குரூரமான, மிகவும் பொய்யான வதந்திதான் அது. அந்த இயக்கத்துக்குப் பின்னால் இருந்ததே திரு அகர்வால்தான். ஆனால் அவருக்கேகூட அந்தக் கிழட்டுக் காந்தியவாதி உண்டாக்கியிருக்கும் எழுச்சி அலை நம்பமுடியாத ஆச்சரியமாகவே இருந்தது. அந்த எழுச்சி அலையில் அவரும் புகழேணியில் ஏறிக்கொண்டுதான் இருந்தார்; தற்கொலை நாடகம் எதையும் திட்டமிட்டுக்கொண்டிருக்கவில்லை. அடுத்த சில மாதங்களில் கூடுதல் பளுவாகிவிட்டிருந்த அவரது கவர்ச்சிச் சின்னத்தைக் கழற்றி எறிந்துவிட்டு மைய அரசியல் நீரோட்டத்தில் ஐக்கியமாகி முழுநேர அரசியல்வாதியாக மாறப்போகிறார். அவர் ஒரு காலத்தில் வெறுத்து ஒதுக்கியிருந்த விஷயங்களில் ஒன்று முழுநேர அரசியல்வாதி எனும் கருவூலப் பொக்கிஷத்தைக் கைக்கொள்வது. குஜராத் கா லல்லாவுக்குப் பலம்வாய்ந்த எதிரியாகவும் ஆகப்போவதை அவர் முன்பு நினைத்துப் பார்த்ததில்லை.

திரு அகர்வாலிடம் இருந்த விசேஷமான அனுகூலம், அவரது விசேஷமற்ற தோற்றம். பெரும்பாலோரைப்போல இருந்தார். அவர் உடையணிந்திருக்கும் விதம், பேசும் விதம், சிந்திக்கும் விதம் எல்லாமே நேர்த்தியாக, கச்சிதமாக இருந்தன. கணீரென்ற குரல். ஆனால் பேசுவது சகஜமான, யதார்த்தமான தொனியில் இருந்தது. ஒலிபெருக்கியின் முன்பு நிற்கும்போது தவிர. அப்போது அவர் முற்றிலுமாக மாறிப்போவார். கோபத்தோடு, ஏறக்குறைய பயங்கர நேர்மைச் சூறாவளியாகக் கட்டுப்படுத்த முடியாத அளவுக்கு வெடிப்பார். குழந்தை விஷயத்தில் தலையிடுவதன் மூலம் (கஷ்மீரி தாய்மார்களும் எச்சில் துப்பும் படையினரும் போல) ஊடக வெளிச்சம் 'உண்மையான பிரச்சனை'யிலிருந்து விலகி அந்தப் பக்கம் சென்றுவிடாமல் மடைமாற்றிவிடலாம் என்று நினைத்தார். "இது நமது இரண்டாவது சுதந்திரப் போராட்டம். ஒரு மாபெரும் புரட்சி நம் நாட்டில் வெடிப்பதற்குக் காத்திருக்கிறது," தன்னைச் சுற்றி வேகமாக அதிகரித்துவரும் கூட்டத்தைப் பார்த்து வரப்போகும் பயங்கரத்தை எச்சரிப்பதைப்போல சொன்னார். "ஆயிரக்கணக்கானோர் இங்கே கூடியிருப்பது ஊழல் அரசியல்வாதிகள் நம்முடைய வாழ்க்கையை நரகமாக்கியிருப்பதன் காரணமாக. ஊழல் என்ற பிரச்சனையை நாம் தீர்த்துவிட்டால் நமது தேசத்தைப் புதிய உயரங்களுக்கு,

உலகின் தலைசிறந்த இடத்துக்கு நம்மால் எடுத்துச் சென்றுவிட முடியும். இது தீவிரமான அரசியலுக்கான இடம். சர்க்கஸ் வித்தை காட்டுகிற இடமல்ல," அவர் அஞ்சுமை நேராகப் பார்க்காமல், ஆனால் அவளிடம் கேட்டார்: "இங்கே வருவதற்குக் காவல்துறை அனுமதி பெற்றிருக்கிறாயா? இங்கே இருப்பதற்குக் காவல்துறையின் அனுமதி ஒவ்வொருவரிடமும் இருக்க வேண்டும்." அவள் அவருக்கெதிரே நெடிதுயர்ந்து இருந்தாள். அவள் கண்களைப் பார்த்துப் பேசுவதை அவர் தவிர்ப்பதால் அவருடைய பார்வை அவளுடைய மார்பகங்களின்மீது பதிந்திருந்தது.

திரு அகர்வால் தன்னைச் சுற்றியிருக்கும் சூழலின் தன்மையை, அதன் வெப்பத்தைக் கவனிக்கத் தவறியிருந்தார். அவரைச் சூழ்ந்திருந்தவர்கள் முழுமனதோடு அவரை ஆதரிப்பவர்களாக இல்லை. அவரது 'சுதந்திரப் போராட்டம்' எல்லா ஊடகக் கவனத்தையும் தன்பால் ஈர்த்துக்கொண்டு மற்றவர்களுடைய பிரச்சனைகள் எல்லாவற்றையும் பின்னுக்குத் தள்ளிவிட்டதாகப் பலருக்கும் அதிருப்தி இருந்தது. ஆனால் அந்தக் கூட்டத்தின் மனநிலை குறித்தெல்லாம் அஞ்சுமுக்கு எதுவும் மனதில் பதியவில்லை. அவர்களுடைய கவலைகளைப் பற்றி அவளுக்கு எந்த அக்கறையும் இருக்கவில்லை. அவளுக்குள் ஏதோவொன்று தீப்பற்றிக்கொண்டு திடமான துணிச்சலை நிரப்பியிருந்தது.

"போலீஸ் அனுமதியா?" வெறும் இரண்டே இரண்டு சொற்கள் இவ்வளவு ஏளனத்தோடு இதற்குமுன் உச்சரிக்கப்பட்டிருக்காது. "இது ஒரு *குழந்தை*. உங்கள் அப்பாவின் சொத்தில் அத்துமீறி நுழைந்த வஸ்து அல்ல. *நீங்கள்* வேண்டுமானால் காவல்துறையிடம் விண்ணப்பம் செய்து கொள்ளுங்கள் சாஹிப். நாங்கள் குறுக்குவழியில் சென்று கடவுளிடம் நேராக விண்ணப்பித்துக்கொள்கிறோம்." அவள் 'கடவுள்' என்ற சொல்லைக் குறிப்பிடுவதற்கு 'அல்லாஹ் மியான்' என்று சொல்லாமல் 'குதா' என்ற பொதுப்படையான சொல்லைப் பயன்படுத்தியது சதாமுக்கு நிம்மதியாக இருந்தது. சண்டை தொடங்குவதற்கு முன் மனதுக்குள் கடவுளிடம் நன்றி சொல்லிக்கொள்வதற்குக் கொஞ்சம் நேரமும் அவனுக்குக் கிடைத்தது.

இரண்டு துருப்புகளும் நேருக்கு நேராக நின்றனர்.

அஞ்சுமும் அக்கவுன்டன்ட்டும்.

என்னவொரு எதிர்ப்பு அது!

விநோதமாக அந்த இருவருமே அன்றிரவு நடைபாதைக்கு வந்ததே அவர்களுடைய கடந்தகாலத்திலிருந்தும் அதுவரை அவர்களுடைய வாழ்க்கையைக் கட்டுப்படுத்தி வந்த எல்லாவற்றிலிருந்தும் தப்பிப்பதற்காகவே. ஆனாலும் யுத்தத்திற்கு ஆயுதங்கள் தரித்துக்கொள்வதற்காக, அவர்கள் எதிலிருந்து தப்பிக்க நினைத்தார்களோ, எது அவர்களுக்கு இவ்வளவு காலமாகப் பழக்கமாகி இருந்ததோ இதுவரை அவர்கள் என்னவாக இருந்தார்களோ அந்த இடத்துக்கே அவர்கள் பின்னடைய வேண்டியிருந்தது.

அவர் ஒரு கணக்காளரின் மனதுக்குள் சிக்கியிருந்த புரட்சிக்காரர். அவள் ஓர் ஆணின் உடலுக்குள் சிக்கியிருந்த பெண். அவர், வரவு செலவுக் கணக்கு ஒத்திசைவாகாத உலகத்தின்மீது சீற்றம் கொண்டிருப்பவர். அவள்,

தனது சுரப்பிகள், தனது அங்கங்கள், தனது சருமம், தனது கூந்தலின் நயம், தனது தோள்களின் அகலம், தனது குரலின் ஒலிவண்ணம்மீது சீற்றம் கொண்டிருப்பவள். அவர், அழுகிக்கொண்டிருக்கும் அமைப்பு ஒன்றில் நேர்மையான வருவாய்க் கொள்கையை அமலாக்குவதற்காகப் போராடிக்கொண்டிருப்பவர். அவள் வானத்து நட்சத்திரங்களைப் பறித்து, நயமாக அரைத்து, கஷாயமாக்கிக் குடித்து, அது அவளுக்கு வழங்கக்கூடிய செழிப்பான மார்பகங்கள், இடுப்பு, நடக்கும்போது அப்படியும் இப்படியுமாக ஊஞ்சலாடும் நீண்ட அடர்த்தியான பின்னல், இவை எல்லாவற்றையும் விட, தில்லியின் வசைச்சொற்கள் தொகுப்பில் அதிகமும் இடம்பெறுகிற *மா கி சூத்* – அம்மாவின் யோனி – இவற்றுக்காக ஏங்குபவள். அவர், வரி ஏய்ப்புகளையும், லஞ்ச லாவண்யங்களையும், கள்ளப் பேரங்களையும் புலனாய்வு செய்துகொண்டிருந்தவர். அவள், சோம்பலான காலைகளிலும் பின்னிரவுகளிலும் அவள் மிகவும் நேசிக்கும் பண்டைய கவிஞர்களான காலிப் மீர், ஜாவுக்கின் ஆவிகள் வந்திறங்கி, தமது கவிதைகளைப் பாடி, குடித்து, விவாதித்து, சூதாடிக் களிக்கும் பழைய மயானத்தில் ஒரு மரத்தைப்போலப் பல ஆண்டுகள் வாழ்ந்துவந்தவள். அவர், படிவங்களை நிரப்பி, எல்லாக் கட்டங்களையும் நிரப்பியவர். அவள், எந்தக் கட்டத்தை நிரப்புவது, எந்த வரிசையில் நிற்பது, எந்தப் பொதுக் கழிப்பிடத்துக்குள் (ஆண்கள் / பெண்கள்? *Kings / Queens? Lords / Ladies? Sirs / Hers?*) நுழைவது என்று ஒருபோதும் அறிந்திராதவள். அவர், தான் எப்போதுமே சரியென்று நினைப்பவர். அவள், தான் எப்போதுமே, எல்லாமே தப்பு என்று நினைப்பவள். அவர், தனது நிச்சயத்தன்மைகளால் குறுக்கப்பட்டவர். அவள், தனது இருபொருண்மையால் பெரிதாக்கப்பட்டவள். அவர் தனக்கு வேண்டுமெனக் கேட்டது ஒரு சட்டத்தை. அவள் தனக்கு வேண்டுமெனக் கேட்டது ஒரு குழந்தையை.

அவர்களைக் கூட்டம் சுற்றி வளைத்தது. கோபத்துடன், ஆர்வத்துடன், சண்டைக்காரர்களின் பலத்தை மதிப்பிட்டபடி, யார் வெல்லப் போகிறார்கள் என்ற விவாதத்துடன். அதற்கெல்லாம் அவசியமே இல்லை. இடுப்பை இறுக்கிப்பிடிக்கும் உடையணிந்த எந்தக் காந்தியக் கணக்காளரால், ஒரு அனுபவம் வாய்ந்த பழைய தில்லி ஹிஜ்ராவுக்கெதிரே ஒண்டிக்கு ஒண்டி நிற்க முடியும்?

அஞ்சும் மிகவும் கீழே குனிந்து, திரு அகர்வாலை முத்தமிடும் தூரத்திற்கு முகத்தைக் கொண்டுவந்தாள்.

"ஏ ஹை! ஏன் ரொம்பக் கோபமாக இருக்கீங்க, அன்பே? என் முகத்தைப் பார்க்க முடியாதா?"

சதாம் ஹுசேன் முஷ்டியை இறுக்கினான். இஷ்ரத் அவனை அடக்கினாள். ஆழமாக மூச்சை இழுத்துக்கொண்டு அவள் போர்க்களத்துக்குள் பிரவேசித்தாள். இஷ்ரத் உள்ளே நுழைந்த முறை ஹிஜ்ராக்கள் மட்டுமே பயிற்சியெடுத்துப் பழகிய முறை. சக ஹிஜ்ராக்களைப் பாதுகாப்பதற்காக அவர்கள் பிரயோகிக்கும், அவர்கள் மட்டுமே அறிந்த – ஒரே சமயத்தில் போரை அறிவித்தபடியே அமைதியை முன்னெடுக்கும் பிரத்தியேக முறை. சிலமணிநேரங்களுக்கு முன் அபத்தமாகத் தெரிந்த அவள்

அணிந்திருந்த உடை இப்போது அவள் செய்யப்போகும் காரியத்துக்குக் கச்சிதமாகப் பொருந்தியிருந்தது. அவள் கைவிரல்களை விரித்துக்கொண்டு ஹிஜ்ராக்களுக்கான கைத்தட்டல்களைத் தொடங்கினாள். இடுப்பை ஆபாசமாக ஆட்டியபடியே,துப்பட்டாவைச் சுழற்றிக்கொண்டு நடனமாடத் தொடங்கினாள். அவளது அருவருப்பான பாலியல் சைகைகளும் சேட்டைகளும் தன் வாழ்நாளில் இதுவரை ஒரேயொருமுறை கூடத் தெருச்சண்டையில் ஈடுபட்டிருக்காத திரு அகர்வாலைக் கூனிக்குறுக வைத்தன. அவரது வெள்ளைச் சட்டையின் கக்கப் பகுதிகளில் வியர்வையின் ஈரம் பரவியது.

இஷ்ரத் *உம்ராவ் ஜான்* என்ற திரைப்படத்தில் வரும் பாடல் ஒன்றோடு தொடங்கினாள். ரேகாவின் அழகான நடனத்தால் காலத்தால் அழியாத பாடலாகிவிட்டிருந்த அது கூட்டத்தினருக்குப் பரிச்சயமான பாடலாகவே இருக்கும் என்று அவள் அறிந்திருந்தாள்.

> *தில் சீஸ் க்யா ஹை, ஆப் மேரி ஜான் லீஜியே*
> எதற்காக என் இதயம் மட்டும், என் மொத்த வாழ்வையும்
> எடுத்துக்கொள்.

யாரோ அவளை நடைபாதையிலிருந்து வெளியே தள்ளுவதற்கு முயன்றனர். அவள் நகர்ந்து, காலியாக இருந்த அகலமான சாலைக்கு நடுவில் பாதசாரிகள் கடக்கும் வரிக்குதிரை பகுதிக்கு வந்து தெரு விளக்குகளின் அமோகமான வெளிச்ச உபயத்தில் சந்தோஷமாகப் பாடி ஆடத் தொடங்கினாள். சாலையின் எதிர்ச்சாரியிலிருந்து யாரோ ஒருவன் கஞ்சிராவில் சத்தமாகத் தாளம்போடத் தொடங்கினான். ஜனங்களும் சேர்ந்து பாட ஆரம்பித்தனர். அவள் நினைத்தது சரி. எல்லோருக்கும் அந்தப் பாட்டு தெரிந்திருந்தது:

> *பஸ் ஏக் பார் மேரா கஹா மான் லீயே*
> இந்த ஒருமுறை மட்டும், என் அன்பே, என் ஆசையை நிறைவேற்று

அந்த அவையணங்கின் பாடல், குறிப்பாக அந்த ஒரு வரி, அன்றைய தினம் ஜந்தர் மந்தரில் இருந்த கிட்டத்தட்ட எல்லோருடைய பொதுகீதமாகவும் இருக்கக் கூடும். அங்கே அவர்கள் அனைவரும் இருந்ததே யாரோ ஒருவர் அவர்களுக்காக அக்கறை கொள்வார், யாரோ ஒருவர் கேட்டுக்கொண்டிருக்கிறார் என்ற நம்பிக்கையில்தான். அந்த யாரோ ஒருவர் அவர்களுடைய கோரிக்கையை நிறைவேற்றப் போகிறார்.

O

சண்டை வெடித்தது. யாரோ ஆபாசமாக ஏதோ சொல்லியிருக்கக் கூடும். சதாம் ஹுசேன் அவனை அடித்திருக்கக்கூடும். என்ன நடந்தது என்று சரியாகத் தெரியவில்லை.

நடைபாதையில் தூக்கத்திலிருந்து உலுக்கி எழுப்பப்பட்ட பணி நேரப் போலீஸ்காரர்கள் தங்களுக்குக் கைக்கெட்டும் தூரத்தில் இருந்த எல்லோரையும் லத்தியால் அடித்து விரட்டினர். காவல்துறை ரோந்து ஜீப்புகள் (எப்போதும் உங்களுடன் உங்களுக்காக) பளிச்சிடும் விளக்குகள்

சுழல வந்துசேர்ந்தன. கூடவே தில்லி போலீஸின் சிறப்பு வசைக் கூச்சலும்: மாதர் சோத் பெஹென் சோத் மா கி சூத் பெஹென் கா லவ்டா*.

தொலைக்காட்சி காமிராக்கள் சூழ்ந்தன. தனது பத்தொன்பதாவது உண்ணாவிரதத்தில் இருந்த சமூகப் போராளி தனக்கு இருக்கும் வாய்ப்பை உணர்ந்தார். கூட்டத்துக்குள் புகுந்து, காமிராக்கள் பக்கம் திரும்பி, தனது பிரத்தியேக அடையாளமான முஷ்டியை மடக்கி உயர்த்தி, சரியான அரசியல் மதிநுட்பத்தோடு, தனது மக்களுக்காக அந்தத் தடியடியை எதிர்கொண்டார்.

லாத்தி கோலி காயெங்கே!
தடியடிகளையும் துப்பாக்கிக் குண்டுகளையும் கடப்போம்!

அவருடைய மக்கள் பதிலுரைத்தனர்:

அண்டோலன் சாலாயெங்கே!
எங்கள் போராட்டத்தில் நாங்கள் ஜெயிப்போம்!

நிலைமையைக் கட்டுக்குள் கொண்டுவருவதற்கு அதிக நேரம் பிடிக்க வில்லை. கைது செய்யப்பட்டு போலீஸ் வண்டிகளில் ஏற்றப்பட்டவர்களில் திரு அகர்வால், அஞ்சும், நடுநடுங்கிக்கொண்டிருந்த உஸ்தாத் ஹமீது, சாணியுருண்டை கோட் அணிந்த நடமாடும் கலைக்கூடம் ஆகியோர் இருந்தனர். (எலுமிச்சை மனிதன் நழுவிச் சென்றுவிட்டான்). அடுத்த நாள் காலை அவர்கள் அனைவரும் குற்றப்பதிவு செய்யப்படாமல் விடுதலை செய்யப்பட்டனர்.

இந்தக் கலவரம் எப்படி ஆரம்பித்தது என்ற யோசனை யாருக்கோ உதிக்க ஆரம்பித்தபோது, அந்தக் குழந்தை அங்கே இல்லை.

---

* அம்மாவை ஓப்பவன், அக்காவை ஓப்பவன், உங்கம்மா கூதி, உங்க அக்கா பூலு.

அருந்ததி ராய்

4

டாக்டர் ஆஸாத் பார்தியா

குழந்தையைக் கடைசியாகப் பார்த்தவன் டாக்டர் ஆஸாத் பார்தியா. அவனுடைய சொந்தக் கணக்கின்படி தனது உண்ணாவிரதத்தின் பதினோரு வருடங்கள், மூன்று மாதங்கள், பதினேழு நாட்களை அன்று அவன் முடித்திருந்தான். டாக்டர் பார்தியா மிகவும் ஒல்லியாக, கிட்டத்தட்ட வெறும் இரண்டு பரிமாணங்களில் மட்டுமே, இருந்தான். நெற்றிப்பொட்டு குழிவாக இருந்தது. வெயிலில் கறுத்த சருமம் அவனுடைய கன்ன எலும்புகளின் மீதும், தண்டுபோல நீண்டிருந்த கழுத்தில் துருத்திக்கொண்டிருந்த எலும்புகள்மீதும் ஒடுங்கி ஒட்டி யிருந்தது. ஆழமான இருட்டுக் குழிகளிலிருந்து கூர்மையான, பரபரப்பான கண்கள் உலகை வெறித்துக்கொண்டிருந்தன. ஒரு கை, தோளிலிருந்து மணிக்கட்டுவரை அழுக்கான சாந்துக்கட்டுப் போடப்பட்டுக் கழுத்தைச் சுற்றித் தூக்குத் துணியில் கட்டப்பட்டிருந்தது. அணிந்திருந்த கோடிட்ட சட்டையின் எலும்பு முறிந்திருந்த கைப்பகுதியின் அரைக்கை, தோற்கடிக்கப்பட்ட தேசத்தின் ஆதரவற்ற கொடியைப்போல தளர்ந்து தொங்கிக்கொண்டிருந்தது. மங்கலான, கீறல் விழுந்த பிளாஸ்டிக் ஷீட்டால் மூடப்பட்டிருந்த ஒரு பழைய கார்ட்போர்டுக்குப் பின்னால் அவன் உட்கார்ந்திருந்தான். அதில் இவ்வாறாக எழுதியிருந்தது:

என் முழுப்பெயர்:

டாக்டர் ஆஸாத்பார்தியா (மொழிபெயர்ப்பு: சுதந்திர இந்தியன்)

எனது வீட்டு முகவரி:

டாக்டர் ஆஸாத் பார்தியா
லக்கி சராய் இரயில் நிலையம் அருகில்
லக்கி சராய் பஸ்தி
கோக்கர்
பீஹார்

எனது தற்போதைய முகவரி:

டாக்டர் ஆஸாத் பார்தியா
ஜந்தர் மந்தர்
புது தில்லி.

எனது தகுதிகள்:

எம்ஏ ஹிந்தி, எம்ஏ உருது (முதல் வகுப்பு முதல்) பிஏ வரலாறு, பிஎட், பஞ்சாபியில் அடிப்படை தொடக்கக்கல்வி, எம்ஏ பஞ்சாபி ABF *(Appeared But Failed)*, பி.எச்டி (நிலுவை), தில்லி பல்கலைக்கழகம் (ஒப்பீட்டு மதங்களும் பவுத்தமும்), விரிவுரையாளர், இன்டர் கல்லூரி, காஸியாபாத், ஆராய்ச்சியாளர், ஜவஹர்லால் நேரு பல்கலைக்கழகம், புதுதில்லி, நிறுவிய உறுப்பினர் *விஸ்வ சமாஜ்வாதி ஸ்தாபனா* (உலக மக்கள் அமைப்பு) மற்றும் இந்திய சோஷலிஸ்ட் ஜனநாயக கட்சி (விலை உயர்வுக்கு எதிராக).

கீழ்க்காணும் பிரச்சனைகளுக்காக நான் உண்ணாவிரதம் மேற்கொண்டுள்ளேன்:

முதலாளித்துவ சாம்ராஜ்யம், அமெரிக்க முதலாளித்துவம், இந்திய அமெரிக்க அரசுப் பயங்கரவாதம் / எல்லாவிதமான அணு ஆயுதங்கள், குற்றங்கள், மோசமான கல்வி அமைப்பு / ஊழல் / வன்முறை / சுற்றுச்சூழல் சீரழிவு போன்ற எல்லா தீயவைகளையும் நான் எதிர்க்கிறேன். வேலையின்மைக்கும் நான் எதிரானவன். மேலும் ஒட்டுமொத்த பூர்ஷ்வா வர்க்கத்தையும் துடைப்பழிப்பதற்காக உண்ணாவிரதம் மேற்கொண்டுள்ளேன். ஒவ்வொரு நாளும் உலகத்தின் ஏழை மக்களை, தொழிலாளிகளை, உழவர்களை, பழங்குடிகளை, தலித்துகளை, நிராதரவாகத் தவிக்கவிடப்பட்டுள்ள பெண்களை, ஆண்களை, குழந்தைகளை, மாற்றுத்திறனாளிகளை அக்கறையுடன் நினைத்து வாழ்ந்துகொண்டிருக்கிறேன்.

அவனுக்குப் பக்கத்தில் நேராக நிமிர்த்திவைக்கப்பட்டிருந்த *‘ஜேசீஸ் ஸாரி பேலஸ்’* துணிக்கடையின் மஞ்சள்நிற பிளாஸ்டிக் பையில் இந்தியிலும் ஆங்கிலத்திலும் தட்டச்சு செய்யப்பட்டும், கையால் எழுதப் பட்டும் நிறைய காகிதங்கள் இருந்தன. சிறுவெளியீடு என்றோ அல்லது ஏதோவோர் உரையின் அச்சு வடிவம் என்றோ சொல்லக்கூடியதைப் போன்ற ஆவணத்தின் பிரதிகள் காற்றில் பறக்காமலிருக்கச் சிறு கற்களை மேலே வைத்து விற்பனைக்காக நடைபாதையில் பரப்பி வைக்கப் பட்டிருந்தன. அவை சாதாரண மக்களுக்காக அடக்கவிலையிலும், மாணவர்களுக்காகத் தள்ளுபடியிலும் விற்பனை செய்யப்படுவதாக டாக்டர் ஆஸாத் பார்தியா சொன்னான்.

‘செய்தியும் கருத்தும்’ (அண்மைப்படுத்தியது)

என் பெற்றோர் எனக்கு வைத்த இயற்பெயர் இந்தர் ஓய். குமார். டாக்டர் ஆஸாத் பார்தியா என்பது நானே சூட்டிக்கொண்ட பெயர். இது நீதிமன்றத்தில் அக்டோபர் 13ஆம் தேதி 1997ஆம் வருடம் ஆங்கில மொழிபெயர்ப்புடன் – அதாவது சுதந்திர / விடுதலை பெற்ற இந்தியன் –

பதிவு செய்யப்பட்டிருக்கிறது. பிரமாணப் பத்திரம் இணைக்கப்பட்டுள்ளது. இது அசல் பிரதி அல்ல; பாட்டியாலா ஹவுஸ் மாஜிஸ்ட்ரேட் அவர்களால் சான்றொப்பம் அளிக்கப்பட்டுள்ளது.

இந்தப் பெயரை நீங்கள் என் பெயராக ஏற்றுக்கொண்டீர்களென்றால், ஆஸாத் பார்தியா ஒருவன் இருப்பதற்கான இடம் இது அல்ல – இங்கே பொது நடைபாதையில் இருக்கும் பொது சிறைச்சாலையில், பாருங்கள், சிறைக்கம்பிகள்கூட இங்கே இருக்கின்றன – என்று நீங்கள் கருதுவதற்கான உரிமையும் உண்டு. ஓர் உண்மையான ஆஸாத் பார்தியா ஒரு நவீன வீட்டில், காரோடும் கம்ப்யூட்டரோடும் இருக்கக்கூடிய நவீன மனிதனாக இருக்க வேண்டும்; அல்லது அந்த உயரமான கட்டடத்தில், அந்த ஐந்து – நட்சத்திர ஹோட்டலில், வசிக்க வேண்டுமென்று நீங்கள் நினைக்கலாம். அதன் பெயர் ஹோட்டல் மெரிடியன். அதன் பன்னிரண்டாவது தளத்தை உற்றுப்பார்த்தால் குளிரூட்டப்பட்ட அந்த அறை தெரியும். உணவறை, குளியலறை உள்ளடக்கிய சொகுசு அறை அது. அமெரிக்க ஜனாதிபதி இந்தியா வந்தபோது அவருடன் வந்த ஐந்து நாய்களும் அந்த அறையில்தான் தங்கவைக்கப்பட்டன. சொல்லப்போனால் அவற்றை நாய்கள் என்று நாம் அழைக்கக் கூடாது. அவை அமெரிக்க ராணுவத்தில் அதிகாரிகளாகப் பணியாற்றுகின்றன. கார்போரல் என்ற பதவியில். மறைத்துவைக்கப்பட்டிருக்கும் வெடிகுண்டுகளை இவை மோப்பம் பிடித்தே கண்டுபிடித்துவிடுமாம். உணவு மேசையில் கத்திகள், முட்கரண்டிகளைக் கையாண்டபடி சாப்பிடக் கூடியவைகளாம் அவை. சிலர் சொல்கிறார்கள். லிஃப்டிலிருந்து அவை வெளியே வரும்போது ஹோட்டல் மேலாளர் அவற்றிற்கு சல்யூட் அடிக்க வேண்டுமாம். இந்தத் தகவல்களெல்லாம் உண்மையா பொய்யா என்று எனக்கு உறுதியாகத் தெரியாது, என்னால் உறுதிசெய்துகொள்ள இயலவில்லை. இந்த நாய்கள் ராஜ்காட்டில் உள்ள காந்தி நினைவிடத்துக்குச் சென்றன என்ற செய்தியைக் கேட்டிருக்கிறீர்கள்தானே? அது உறுதியான தகவல்தான். செய்தித்தாளிலேயே வந்தது. ஆனால் அதைப்பற்றி எனக்கொன்றும் அக்கறை இல்லை. நான் காந்தியைப் போற்றுபவன் அல்லன். அவர் ஒரு பிற்போக்காளர். அந்த நாய்களின் வருகையைப் பற்றி அவர் மகிழ்ச்சியடைய வேண்டும். அவரது நினைவிடத்துக்கு அடிக்கடி வந்து மலர் அஞ்சலி செலுத்துகின்ற உலகக் கொலைகாரர்களைவிட அவை மேலானவையே.

அமெரிக்க நாய்கள் எல்லாம் ஐந்து நட்சத்திர ஹோட்டலில் இருக்கும்போது ஏன் இந்த டாக்டர் ஆஸாத் பார்தியா நடைபாதையில் இருக்க வேண்டும்? இந்தக் கேள்விதான் உங்கள் மனதில் உடனடியாகத் தோன்றும்.

ஏனென்றால் நான் ஒரு புரட்சியாளன் என்பதே அதற்கான பதில். பதினோரு வருடங்களுக்கு மேலாக நான் உண்ணாவிரதத்தில் இருக்கிறேன். இப்போது பன்னிரண்டாவது வருடம் நடக்கிறது. எப்படி பன்னிரண்டு வருடங்களாக உண்ணாவிரதத்தில் இருக்கும் ஒரு மனிதனால் பிழைத்திருக்க முடியும்? இதற்குப் பதில் என்னவென்றால் உண்ணாமல் உயிர்வாழ்வதற்கு அறிவியல் முறை ஒன்றைக் கண்டுபிடித்திருக்கிறேன். 48 அல்லது 58 மணிநேரத்துக்கு ஒருமுறை மட்டும் ஒரே முறை (மிகவும் எளிய, சைவ) உணவு உண்கிறேன். அது

எனது தேவைக்கு அதிகமாக இருக்கிறது. உங்களுக்குத் தோன்றலாம், எப்படி எந்த வேலையோ வருமானமோ இல்லாத இந்த ஆஸாத் பார்தியாவுக்கு 48 அல்லது 58 மணிநேரங்களுக்கொருமுறை உணவு கிடைத்துவிடுகிறது என்று? உங்களுக்கு ஒன்று சொல்கிறேன். தன்னிடம் ஒன்றுமே இல்லாவிட்டாலும்கூட யாராவது ஒருவர் தினமும் என்னிடம் எதையாவது தந்துவிட்டுப் போவார்கள். ஒருநாள்கூடத் தவறியதில்லை. நான் விரும்பினால் பேசாமல் இங்கேயே உட்கார்ந்துகொண்டு மைசூர் மகாராஜா அளவுக்குக் குண்டாகியிருக்க முடியும். கடவுளே. அது மிகவும் எளிது. ஆனால் என் எடை நாற்பத்திரண்டு கிலோ. நான் உண்பது உயிரோடு இருப்பதற்கு மட்டுமே. நான் உயிரோடு இருப்பது போராடுவதற்கு மட்டுமே.

என்னால் இயன்றவரை உண்மையை மட்டுமே பேசுவேன் என்பதால், என் பெயரில் உள்ள டாக்டர் பட்டம் உண்மையில் நிலுவையில் உள்ளது என்பதைச் சொல்ல வேண்டும். என் பிஎச்டியைப் போல. இந்தப் பட்டத்தை முன்கூட்டியே பயன்படுத்துவதற்குக் காரணம், மக்கள் நான் சொல்வதைக் கேட்க வேண்டும், நம்ப வேண்டும் என்பதற்காகவே. நமது அரசியல் நிலவரத்தில் எந்தவொரு அவசரத் தேவையும் இருந்திராவிட்டால் நான் இப்படி செய்யமாட்டேன். ஏனென்றால் நுட்பமாகப் பார்த்தால் இது நேர்மையற்ற செயல். ஆனால் சில நேரங்களில் அரசியலில், விஷத்தை விஷத்தால் மட்டுமே முறிக்க வேண்டியிருக்கிறது.

இங்கே ஜந்தர் மந்தரில் பதினோரு வருடங்களாக உட்கார்ந்திருக்கிறேன். கான்ஸ்டிடியூஷன் கிளப்பிலோ காந்தி பீஸ் பவுண்டேஷனிலோ எனக்கு ஆர்வம் இருக்கும் விஷயங்களில் கருத்தரங்கமோ கூட்டமோ நடக்கும் சமயங்களில் மட்டும் இந்த இடத்தைவிட்டுச் செல்கிறேன். மற்றபடி நான் நிரந்தரமாக இருப்பது இங்கேயேதான். இந்தியாவின் எல்லா மூலைமுடுக்குகளிலிருந்தும் மக்கள் தம்முடைய கனவுகளோடும் கோரிக்கைகளோடும் இங்கு வருகின்றனர். செவிசாய்க்கத்தான் யாருமில்லை. ஒருவரும் அவர்கள் கூறுவதைக் கேட்பதில்லை. காவல் துறையினர் அவர்களை அடித்து விரட்டுகிறார்கள். அரசாங்கங்கள் அவர்களைப் பொருட்படுத்துவதில்லை. இந்த ஏழை ஜனங்களால் இங்கேயே இருக்கவும் முடிவதில்லை. அவர்களில் பெரும்பாலோர் கிராமங்களிலிருந்தும் சேரிகளிலிருந்தும் வருபவர்கள். பிழைத்திருப்பதற்கு அவர்களும் ஏதாவது பொருளீட்ட வேண்டியிருக்கிறது. அவர்களுடைய நிலங்களுக்கு மண்குடிசைகளுக்கு அல்லது அவர்களுடைய நிலச்சுவான்தார்களிடம், கடன் கொடுத்தவர்களிடம், அவர்களுடைய பசுக்களிடம், எருதுகளிடம் திரும்ப வேண்டியிருக்கிறது. பசுக்களும் எருதுகளும் மனிதர்களைவிட விலைமதிப்பானவை. ஆனால் இந்த மனிதர்களின் சார்பாக நான் இங்கேயே தங்கியிருக்கிறேன். அவர்களுடைய முன்னேற்றதுக்காக, அவர்களுடைய கோரிக்கைகள் ஏற்றுக்கொள்ளப்பட வேண்டும் என்பதற்காக, அவர்களுடைய கனவுகள் ஈடேற வேண்டுமென்பதற்காக, என்றாவது ஒருநாள் அவர்களுக்கான அரசாங்கம் அவர்களுக்குக் கிடைக்கும் என்ற நம்பிக்கைக்காக நான் உண்ணாவிரதம் இருக்கிறேன்.

நான் என்ன ஜாதி? அதுதானே உங்கள் கேள்வி? இத்தகைய மாபெரும் அரசியல் கொள்கைகளை வைத்திருக்கும் நான் எந்த ஜாதியைச்

சேர்ந்தவனாக இருப்பேன்? இயேசுவும் கௌதம புத்தரும் என்ன ஜாதி? மார்க்ஸ் என்ன ஜாதி? இறைத்தூதர் முகம்மது என்ன ஜாதி? இந்துக்களிடம் மட்டும்தான் இந்த ஜாதி இருக்கிறது. இந்த ஏற்றத்தாழ்வு அவர்களுடைய மறைநூல்களிலேயே சொல்லப்படுகிறது. இந்து மதத்தைத் தவிர எல்லா மதங்களையும் சேர்ந்தவன் நான். ஓர் ஆஸாத் பார்தியாவாக இதை என்னால் வெளிப்படையாகச் சொல்ல முடியும்: இந்த ஏற்றத்தாழ்வு என்ற ஒரே காரணத்துக்காகவே இந்த நாட்டின் பெரும்பாலோர் சார்ந்திருக்கும் மத நம்பிக்கையை நான் துறந்திருக்கிறேன். இதனால் என் குடும்பத்தினர் என்னிடம் பேசுவதில்லை. உலகத்தரம் வாய்ந்த பிராமணனாகிய அமெரிக்க ஜனாதிபதியாக நான் இருந்தாலும், ஏழை மக்களுக்காக இங்கே உண்ணாவிரதம் இருந்திருப்பேன். எனக்கு டாலர்கள் தேவையில்லை. முதலாளித்துவம் என்பது விஷம் கலந்த தேன். மக்கள் தேனீக்களைப் போல அதை நோக்கி ஈர்க்கப்படுகிறார்கள். நான் அந்தக் கூட்டத்தில் சேரமாட்டேன். இந்தக் காரணத்துக்காகவே நான் இருபத்து நான்கு மணிநேரக் கண்காணிப்புக்கு உட்படுத்தப்பட்டிருக்கிறேன். அமெரிக்க அரசின் ரிமோட் கன்ட்ரோல் எலெக்ட்ரானிக் கண்காணிப்பு இருபத்துநான்கு மணிநேரமும் என்மீது இருக்கிறது. பின்னால் திரும்பிப்பாருங்கள். கண்சிமிட்டிக்கொண்டிருக்கும் சிவப்பு விளக்கு தெரிகிறது இல்லையா? அதுதான் அவர்களது காமிரா பேட்டரி லைட். அவர்களுடைய காமிராவை அந்தப் போக்குவரத்துக் கட்டுப்பாட்டு விளக்குக் கம்பத்திலும் பொருத்தியிருக்கிறார்கள். அவர்களுடைய காமிராக்களின் கட்டுப்பாட்டு அறை மெரிடியன் ஹோட்டலில், அந்த நாய்களின் அறையில் இருக்கிறது. நாய்கள் இன்னமும் இருக்கின்றன. அவை அமெரிக்காவுக்குத் திரும்பிச் செல்லவேயில்லை. அவற்றின் வீசாக்கள் காலவரையறையின்றி நீட்டிப்பு செய்யப்பட்டுள்ளன. இப்போதெல்லாம் அமெரிக்க ஜனாதிபதிகள் இந்தியாவுக்கு அடிக்கடி வருவதால் அவர்களுடைய நாய்களை நிரந்தரமாக இங்கேயே இருக்கும்படி விட்டுவைத்துவிட்டார்கள். இரவு நேரங்களில் விளக்குகள் ஏற்றப்பட்டதும் அவை அந்த ஜன்னல் திண்ணைகளில் உட்கார்ந்திருக்கும். அவற்றின் நிழல்களை, அவற்றின் வரைகோடுகளை இங்கிருந்து பார்க்கமுடியும். என்னுடைய தூரப்பார்வை மிகவும் நன்றாக இருக்கிறது. அது மென்மேலும் கூர்மையாகிக்கொண்டே வருகிறது. ஒவ்வொரு நாளும் தூரப்பொருட்கள் மேலும் மேலும் துல்லியமாகத் தெரிந்துகொண்டே இருக்கின்றன. புஷ், ஹிட்லர், ஸ்டாலின், மாவோ, சௌசெஸ்கோ ஆகியோர் உலகில் உள்ள எல்லா நல்ல அரசாங்கங்களையும் அழிப்பதற்காகச் சதித்திட்டம் தீட்டும் நூறு அங்கத்தினர்கள் கொண்ட குழுவின் உறுப்பினர்கள். எல்லா அமெரிக்க ஜனாதிபதிகளும் உறுப்பினர்கள், இந்தப் புதியவர் உட்பட.

சென்றவாரம் ஒரு வெள்ளைநிற கார், மாருதி ஜென் DL2CP4362 என் மீது மோதியது. அமெரிக்கர்களின் நிதி உதவியில் நடக்கும் ஓர் இந்தியத் தொலைக்காட்சி நிறுவனத்தின் கார் அது. இரும்புத் தடுப்பை உடைத்துக்கொண்டு வந்து என்மீது மோதியது. நடைபாதைத் தடுப்பு வேலியின் அந்தப் பகுதி உடைந்து இருப்பதை இப்போதும் நீங்கள் பார்க்கலாம். நான் தூங்கிக்கொண்டிருந்தேன். ஆனாலும் எச்சரிக்கையோடு இருந்தேன். கமாண்டோ வீரனைப்போல ஒரு பக்கமாக உருண்டு தப்பித்தேன். கொலைமுயற்சியிலிருந்து தப்பித்தாலும் என் கை நசுங்கிவிட்டது. இப்போது அது பழுதுபார்க்கப்பட்டு வருகிறது.

மற்ற உறுப்புகள் தப்பிவிட்டன. காரோட்டி தப்பியோட முயன்றான். மக்கள் அவனைத் தடுத்து, என்னை ராம் மனோகர் லோஹியா மருத்துவமனைக்கு அழைத்துச்செல்ல வைத்தார்கள். காரில் இரண்டுபேர் ஏறிக்கொண்டு மருத்துவமனையை அடையும்வரை அவனை அடித்துக்கொண்டே வந்தார்கள். அரசு மருத்துவர்கள் என்னை மிக நன்றாகக் கவனித்துக்கொண்டார்கள். காலையில் நான் திரும்பி வந்ததும், அன்று இரவு இங்கிருந்த எல்லாப் போராளிகளும் எனக்கு சமோசா, இனிப்பு, லஸ்ஸி வாங்கிக் கொடுத்தனர். என் கையில் போட்டிருந்த சாந்துக்கட்டின் மீது அவர்கள் எல்லோரும் கையெழுத்தோ அல்லது கைரேகையோ பதிவிட்டனர். இதோ பார்த்தீர்களா, இது ஹஸாரிபாக்கில் ஈஸ்ட் பாரெஜ் நிலக்கரிச் சுரங்கத்தால் இடம்பெயர்க்கப்பட்ட சந்தால் பழங்குடிகள். இது போபாலிலிருந்து நடந்தே வந்திருக்கும் யூனியன் கார்பைடு விஷவாயு நோயாளிகள். மூன்று வாரங்கள் பிடித்தன, அவர்கள் கால்நடையாக இங்கே வந்துசேர்வதற்கு. அந்த விஷவாயு கம்பெனிக்கு இப்போது புதுப்பெயர். டௌ கெமிக்கல்ஸ். ஆனால் அவர்களால் நாசமாக்கப்பட்ட இந்த ஏழை மக்களால் புதிய நுரையீரல்கள், புதிய கண்களை வாங்க முடியுமா? பல வருடங்களுக்கு முன்பு விஷமாக்கப்பட்ட அதே பழைய உறுப்புகளை வைத்துத்தான் காலம் தள்ள வேண்டும். யாருக்கு அக்கறை? மெரிடியன் ஹோட்டல் ஜன்னல் திண்ணையில் அந்த நாய்கள் உட்கார்ந்துகொண்டு நாம் சாவதைப் பார்த்துக்கொண்டிருக்கின்றன. இது தேவி சிங் சூர்யவம்சியின் கையெழுத்து. இவரும் என்னைப்போலவே எந்த அணியிலும் சேராதவர். தனது தொலைபேசி எண்ணையும் தந்திருக்கிறார் பாருங்கள். இவர் ஊழலுக்கெதிராகவும், நாட்டை ஏமாற்றிக்கொண்டிருக்கும் அரசியல்வாதிகளுக்கெதிராகவும் போராடிக்கொண்டிருக்கிறார். அவருடைய மற்ற கோரிக்கைகளைப் பற்றி எனக்குத் தெரியாது. நீங்கள் அவரையே தொலைபேசியில் தொடர்புகொண்டு கேட்கலாம். அவர் நாசிக்கில் இருக்கும் தன் மகளைப் பார்ப்பதற்காகச் சென்றிருக்கிறார். அடுத்தவாரம் திரும்பிவிடுவார். அவருக்கு 87 வயதாகிறது. இருந்தாலும் அவருக்குத் தேசத்தின் மீதுதான் முதல் அக்கறை. இது ரிக்‌ஷா யூனியன் ராஷ்ட்ரவாடி ஜனதா திபாஹியா சாலக் சங். இந்தக் கைநாட்டு, மத்தியப் பிரதேசம் பேடுல்லைச் சேர்ந்த ஃபூல்பாட்டியினுடையது. அவள் மிக நல்ல பெண்மணி. BSNL நிறுவனத்தில் தினக்கூலியாக வேலை பார்த்து வந்தாள். ஒரு தொலைபேசிக் கம்பம் அவள்மீது விழுந்துவிட்டது. இடது காலை அகற்றிவிட்டார்கள். BSNL அறுவைச் சிகிச்சைக்காக ஐம்பதாயிரம் ரூபாய் தந்தார்கள். ஆனால் அவள் இப்போது ஒற்றைக் காலோடு எப்படி வேலை செய்வாள்? அவள் ஒரு விதவை. அவள் சாப்பாட்டுக்கு வழி என்ன? யார் அவளுக்கு உணவிடுவார்கள்? அவளுடைய மகனால் அவளைக் கவனித்துக்கொள்ளமுடியாமல், இங்கே சத்யாகிரஹம் செய்து, உட்கார்ந்த இடத்தில் பார்க்கும்படி ஒரு வேலை வாங்கிக்கொள் என்று அனுப்பிவிட்டான். மூன்று மாதங்களாக இங்கேதான் இருக்கிறாள். அவளைப் பார்ப்பதற்கு யாரும் வருவதில்லை. யாரும் வரப்போவதுமில்லை. இங்கேயே கிடந்து சாகப்போகிறாள்.

ஆங்கிலத்தில் போடப்பட்டிருக்கும் இந்தக் கையெழுத்தைப் பார்த்தீர்களா? இது எஸ். திலோத்தமா. அடிக்கடி இங்கே வந்துசெல்வாள். பல வருடங்களாக அவளைப் பார்த்துக்கொண்டிருக்கிறேன். சிலமுறை பகல் நேரங்களில் வருவாள். சிலமுறை பின்னிரவு அல்லது விடியற்காலை

நேரங்களில் வருவாள். எப்போதுமே தனியாகத்தான் வருவாள். அவளுக்குக் குறிப்பிட்ட காலநேரம் எதுவும் கிடையாது. மிக அழகான கையெழுத்து, மிகவும் நல்ல பெண்மணியும்கூட.

இவர்கள் லத்தூர் பூகம்பத்தில் பாதிக்கப்பட்டவர்கள். இவர்களுக்கு ஒதுக்கப்பட்ட நிவாரணத்தொகை, ஊழல் கலெக்டர்களாலும் தாசில்தார் களாலும் கொள்ளையடிக்கப்பட்டுவிட்டது. மூன்று கோடிரூபாய் ஒதுக்கப்பட்டதில் வெறும் மூன்று லட்சம் ரூபாய் மட்டுமே மக்களுக்குச் சென்றது. மூன்று சதவீதம். மிச்சத்தொகையை வழியில் இருந்த கரப்பான் பூச்சிகள் சாப்பிட்டுவிட்டன. இவர்கள் 1999 முதல் இங்கே உட்கார்ந்திருக்கிறார்கள். உங்களுக்கு இந்தி படிக்கத் தெரியுமா? இவர்கள் என்ன எழுதியிருக்கிறார்கள் என்று பாருங்கள்: *பாரத் மேம் கதே, கித் அவுர் சூவார் ராஜ் கர்தேன் ஹைன்:* இதற்குப் பொருள் இந்தியா கழுதைகளாலும் பிணந்தின்னிக் கழுகுகளாலும் பன்றிகளாலும் ஆளப்படுகிறது.

இது என்மீது நிகழ்த்தப்பட்ட இரண்டாவது கொலை முயற்சி. சென்ற வருடம் ஏப்ரல் 8ஆம் தேதி ஹோண்டா சிடி DL 8C X 4850 என்மீது மோதியது. அங்கே கழிப்பறைக்கு மேலே விளம்பரத்தில் இருக்கிறதே அதே மாடல் கார். ஆனால் என்மீது மோதிய கார் கருஞ்சிவப்பு. சில்வர் அல்ல. அமெரிக்க ஏஜெண்ட் ஒருவன் ஓட்டிவந்தான். *ஹிந்துஸ்தான் டைம்ஸ்* நாளிதழில் பெருநகருக்கான தனிப்பகுதி HT *City*யில் ஜூலை 17ஆம் தேதி செய்தி வந்தது. என் வலது கால் மூன்று இடங்களில் முறிந்தது. இப்போதும் நடப்பதற்குச் சிரமப்படுகிறேன். விந்தி விந்தித்தான் நடக்கிறேன். சிலர் கிண்டல் செய்கிறார்கள், நான் ஃபூல்பாட்டியைக் கல்யாணம் செய்துகொள்ள வேண்டுமாம். அப்புறம் எங்கள் இருவருக்கும் சேர்த்து ஒரு நல்ல இடது காலும் ஒரு நல்ல வலது காலும் கிடைத்துவிடுமாம். அதைக்கேட்டு அவர்களோடு நானும் சிரிக்கிறேன், அது எனக்கு வேடிக்கையாகத் தெரியாவிட்டாலும். ஆனாலும் சில நேரங்களில் சிரிக்க வேண்டியது அவசியம். எனக்குத் திருமணம் என்ற பிணைப்பில் நம்பிக்கை இல்லை. பெண்களை அடிமைப்படுத்துவதற்காகக் கண்டுபிடிக்கப்பட்டது அது. எனக்கு ஒருமுறை திருமணம் நடந்திருக்கிறது, என் மனைவி என் சகோதரனுடன் ஓடிப்போய்விட்டாள். என் மகனை அவர்கள் இப்போது அவர்களுடைய மகன் என்கிறார்கள். அவன் என்னை 'அங்கிள்' என்று கூப்பிடுகிறான். அவர்களை நான் பார்ப்பதில்லை. அவர்கள் ஓடிப்போன பிறகு நான் இங்கு வந்தேன்.

சில வேளைகளில் நான் சாலையைக் கடந்து அந்தப்பக்கத்தில் இருக்கும் போபால்வாசிகளோடு சேர்ந்து உண்ணாவிரதம் இருப்பேன். இந்தப் பக்கத்தில் வெப்பம் மிக அதிகமாக இருக்கிறது.

உங்களுக்கு இந்த இடம், ஜந்தர் மந்தர் என்னவாக இருந்தது தெரியுமா? பழங்காலத்தில் இது ஒரு சூரிய நிழற்கடிகை, ஏதோவொரு மகாராஜா 1724இல் கட்டியது. அவர் பெயரை மறந்துவிட்டேன். வெளிநாட்டவர்கள் இப்போதும் இங்கு சுற்றுலா கைடுகளோடு வந்து பார்க்கிறார்கள். அவர்கள் எங்களைக் கடந்துதான் செல்கிறார்கள், ஆனால் அவர்கள் எங்களைப் பார்ப்பதில்லை. சாலையோரத்தில், ஒரு மேம்பட்ட உலகிற்காக இந்த ஜனநாயக மிருகக்காட்சிச் சாலையில் நாங்கள் போராடிக்கொண்டிருப்பது

அவர்கள் பார்வையில் படுவதேயில்லை. வெளிநாட்டவர்கள் அவர்கள் பார்க்க விரும்புவதை மட்டுமே பார்ப்பார்கள். முன்பெல்லாம் பாம்பாட்டிகளையும் சாதுக்களையும். இப்போது சூப்பர்பவர் விஷயங்களை, *பஜார் ராஜ்* போல. கூண்டில் அடைக்கப்பட்ட விலங்குகளைப்போல நாங்கள் இங்கே உட்கார்ந்திருக்கிறோம். அரசாங்கம் இந்த இரும்புத் தடுப்பு வேலியின் வழியாக நம்பிக்கை என்ற எதற்கும் பயனற்ற சின்னஞ்சிறு துண்டுகளை உணவாக வீசியெறிகிறது. உயிர் வாழ்வதற்குப் போதாது, எனினும் ஒரேயடியாகச் செத்துப்போவதிலிருந்து எங்களைத் தடுத்துவைத்திருக்கிறது. அவர்களுடைய செய்தியாளர்களை எங்களிடம் அனுப்புகிறார்கள். எங்கள் கதைகளை அவர்களிடம் சொல்கிறோம். அது சற்று நேரத்திற்கு எங்கள் பாரங்களைக் குறைக்கிறது. இப்படித்தான் அவர்கள் எங்களைக் கட்டுப்படுத்தி வருகிறார்கள். நகரத்தின் மற்ற இடங்களில் குற்றவியல் நடைமுறைச்சட்டத்தின் 144வது பிரிவு அமலில் இருக்கிறது.

அவர்கள் கட்டியிருக்கும் இந்தப் புதிய கழிப்பறையைப் பார்த்தீர்கள்தானே? அது எங்களுக்காக கட்டியது என்கிறார்கள். ஆண்களுக்கும் பெண்களுக்கும் தனித்தனியாக இருக்கிறது. உள்ளே செல்வதற்குக் கட்டணம் செலுத்த வேண்டும். அந்த மிகப்பெரிய கண்ணாடிகளில் எங்களைப் பார்க்கும்போது எங்களுக்கே பயமாக இருக்கிறது.

உறுதிமொழி

மேலே குறிப்பிட்ட அனைத்துத் தகவல்களும் நானறிந்தவரையில் உண்மையானவையே என்றும், எந்த விவரமும் மறைக்கப்படவில்லை என்றும் இதன் மூலம் உறுதியளிக்கிறேன்.

O O O

காணாமற்போன அந்தக் குழந்தைக்கு அன்றிரவு நடைபாதையில் மூன்று தாய்மார்கள் இருந்ததையும், அந்த மூவரையும் ஒளியினாலான கயிறுகள் ஒன்றாகக் கட்டிவைத்திருந்ததையும் நடைபாதையில் அவன் அமர்ந்திருந்த வாகான இடத்திலிருந்து டாக்டர் ஆஸாத் பார்தியா பார்த்திருந்தான்.

ஜந்தர் மந்தரில் எது நடந்தாலும் அது அவனுக்குத் தெரிந்திருக்கும் என்று போலீஸுக்குத் தெரிந்திருந்ததால் அவன்மீது விசாரணைக்காகப் பாய்ந்தனர். அவனைச் சற்று இலேசாக அறைந்தனர் – பலமாக அல்ல, பழக்க தோஷம் காரணமாக. ஆனால் அவனிடமிருந்து இதைத்தவிர வேறு எதையும் பெற முடியவில்லை.

மர் கயீ புல்புல் கஃபாஸ் மேய்ன்
கே கயீ ஸய்யாத் ஸே
ஆப்னி சுனேரி காந்த் மேய்ன்
து தூன்ஸ் லே ஃபஸல் – ஏ – பஹார்.

கூண்டில் இறந்தது அச்சிறுபறவை
பூட்டி வைத்தவனுக்குச் சொன்னது இச்சொல்லை
வசந்தத்தின் வெகுமதியை எடுத்துக்கொள்
உன் தங்கமுலாம் குதத்துக்குள் செருகிக்கொள்.

காவலர்கள் அவனை (வழக்கம்போல) எட்டி உதைத்தனர். அவன் வைத்திருந்த 'செய்தியும் கருத்தும்' பிரதிகளையும் 'ஜேஸீஸ் ஸாரி பேலஸ்' பையையும் அதற்குள்ளிருந்த காகிதங்களையும் பறிமுதல் செய்தனர்.

அவர்கள் சென்றதும் டாக்டர் ஆஸாத் பார்தியா ஒரு கணத்தையும் வீணாக்கவில்லை. ஆரம்பத்திலிருந்து எல்லா ஆவணங்களையும் சேகரிக்கும் பணியில் இறங்கினான்.

காவல்துறையினருக்குச் சந்தேகத்துக்குரியவர் என்று யாரும் இல்லாததால் (டாக்டர் ஆஸாத் பார்தியாவின் 'செய்தியும் கருத்தும்' வெளியீட்டின் பதிப்பாளர் எஸ். திலோத்தமாவின் பெயரும் முகவரியும் பிற்பாடுதான் காவல்துறையின் கவனத்துக்கு வந்தன), கீழ்க்காணும் பிரிவுகளின் கீழ் வழக்கு ஒன்றைப் பதிவுசெய்துகொண்டனர். பிரிவு 361 (சட்டபூர்வ பாதுகாவலரிடமிருந்து கடத்திச் சென்றது), பிரிவு 362 (ஓரிடத்திலிருந்து கடத்திச் செல்லுதல், வற்புறுத்தி அழைத்துச் செல்லல், வலுக்கட்டாயமாக இழுத்துச் செல்லல், ஏமாற்றிக் கூட்டிச்செல்லல்), பிரிவு 365 (முறைகேடாக அடைத்து வைத்தல்) பிரிவு 366 A (18 வயது நிரம்பாத மைனர் பெண்ணிடம் நிகழ்த்தும் குற்றம்) பிரிவு 367 (கடுமையான சித்திரவதைக்குள்ளாக்குவதற்காக, அடிமையாக்கிக்கொள்வதற்காக அல்லது இயற்கைக்கு மாறான வல்லுறவு கொள்வதற்காகக் கடத்திச் செல்லுதல்) பிரிவு 369 (பத்து வயதுக்குட்பட்ட குழந்தையிடமிருந்து திருடுவதற்காகக் கடத்திச் செல்லுதல்).

இந்தக் குற்றங்கள் எல்லாமே முதல் நிலை மாஜிஸ்ட்ரேட்டின் வரம்புக்குட்பட்ட, பிணை வழங்கக்கூடிய, விசாரணைக்கு எடுத்துக் கொள்ளக்கூடியவை. ஏழு ஆண்டுகளுக்கு மிகாத சிறைத்தண்டனைக் குரியவை இவை.

அம்மாநகரில் அந்த வருடத்தில் அதுவரை இதேபோன்று ஆயிரத்து நூற்று நாற்பத்தாறு வழக்குகள் காவல்துறையால் பதிவு செய்யப்பட்டிருந்தன; அதாவது மே மாதம்வரை.

5

மந்தகதித் துரத்தல்

குதிரை ஒன்றின் குளம்பொலிகள் காலியான தெருவில் எதிரொலித்துக்கொண்டிருந்தன.

அந்த மெலிந்த பெண்குதிரை பாயல், துர்க்கனவுபோல நகரத்தின் அது வரக்கூடாத பகுதி ஒன்றில் தாளமெழுப்பியபடிச் சென்றுகொண்டிருந்தது.

அதன் முதுகில் தங்கக் குஞ்சங்கள் கொண்ட செந்நிறச் சேணத்தின் மீது இருவர் அமர்ந்திருந்தனர்: சதாம் ஹுசேனும் இஷ்ரத் என்ற பேரழகியும். நகரத்தில் அவர்கள் பிரவேசிக்கக் கூடாத பகுதி அது. அதற்கான எந்த அறிவிப்பும் அங்கில்லை. எனினும் அங்கிருந்தவை எல்லாமே அதைத்தான் அறிவித்தன. எந்தவொரு முட்டாளாலும் அதைப் படிக்க முடியும்: அந்த அமைதி, அந்தச் சாலைகளின் அகலம், அந்த மரங்களின் உயரம், மனிதர்களற்ற நடைபாதைகள், நேர்த்தியாகக் கத்தரிக்கப்பட்ட புதர் வேலிகள், ஆட்சியாளர்கள் வசிக்கும் வெண்ணிற பங்களாக்கள். அந்த உயரமான தெரு விளக்குகளிலிருந்து வழியும் மஞ்சள் ஒளியைக்கூட ஒன்றுதிரட்டி விற்றுக் காசாக்கி விடலாம் போல – உருகிய தங்கப் பொழிவு.

சதாம் ஹுசேன் கருப்புக் கண்ணாடியை எடுத்து அணிந்துகொண்டான். ராத்திரி நேரத்தில் வெயில் கண்ணாடி அணிந்துகொள்வது அபத்தமாக இருக்கிறது என்றாள் இஷ்ரத்.

“இதை இரவு என்றா சொல்கிறாய்?” சதாம் கேட்டான். அவன் வெயில் கண்ணாடி அணிந்துகொள்வது அழகுக்காக அல்ல என்று விளக்கினான். தெரு விளக்குகளின் வெளிச்சம் அவன் கண்களைக் கூசச் செய்கிறது என்றான். அவனுடைய கண்களின் கதையைப் பிறகு சொல்வதாகச் சொன்னான்.

ஈக்கள் எதுவும் மொய்க்காவிட்டாலும், பாயல் தன் செவிகளைப் பின்புறமாக மடித்து, பிடரியை சிலிர்த்துக் கொண்டது. தன்னுடைய வரம்புமீறலை அது அறிந்திருந்தது. ஆனால் நகரத்தின் இப்பகுதி அதற்குப் பிடித்திருந்தது.

சுவாசிப்பதற்கு நிறைய காற்று இருந்தது. அனுமதித்திருந்தால் நான்கு கால் பாய்ச்சலில் ஓடியிருக்கும். ஆனால் அவர்கள் கடிவாளத்தைத் தளர்த்தப் போவதில்லை.

அவர்கள் ஈடுபட்டிருந்தது ஒரு மந்தகதியான துரத்தலில். அவர்களுடைய நோக்கம் சில பயணிகளோடு முன்னால் சென்றுகொண்டிருந்த ஆட்டோ ரிக்ஷாவைப் பின்தொடர்வது.

வழியெங்கும் சிற்பங்களும் நீரூற்றுகளும் மலர்ப்படுக்கைகளும் நிறைந்திருக்கும் பகுதியாக அது இருந்தது. விஸ்தாரமான வட்டச்சுற்றுச் சாலைகளிலிருந்து கிளைத்துச் சென்ற பாதைகளில் நாவல், வேம்பு, குருக்கத்தி, மருத மரங்கள் வரிசையிட்டிருந்தன. வழிதவறிய குழந்தையைப்போல அவர்கள் அந்த ஆட்டோவிலிருந்து சீரான இடைவெளியில் தத்தித்தத்திப் பின்தொடர்ந்துகொண்டிருந்தனர்.

ஒரு வட்டச் சுற்றுச் சாலையைக் கடக்கும்போது, “அங்கே பார், அவர்களுடைய கார்களுக்குக் கூட தோட்டங்கள் இருக்கின்றன,” என்றாள் இஷ்ரத்.

அந்த இரவின் இருட்டில் சதாம் ரசித்து, உரக்கச் சிரித்தான்.

“அவர்களுடைய நாய்களுக்காக கார்கள் வைத்திருப்பார்கள், கார்களுக்காகத் தோட்டங்கள் வைத்திருப்பார்கள்,” என்றான்.

எங்கிருந்து என்று தெரியாமல் திடீரென கருப்பு மெர்ஸிடிஸ் ஒன்று கருப்பேறிய புல்லட் ப்ரூஃப் கண்ணாடிகளோடு எதிரே தோன்றி, பாம்பைப்போலச் சீறிக்கொண்டு அவர்களைக் கடந்து மறைந்தது.

சோலை நகரைத் தாண்டியதும், துரத்தப்படுபவர்களும் துரத்துபவர்களும் கரடுமுரடான மேம்பாலம் ஒன்றை வந்தடைந்தனர். (வண்டிகளுக்குத்தான் கரடுமுரடு; குதிரைகளுக்கல்ல.) நடுவில் வரிசையாக நின்றிருந்த விளக்குகளைப் பார்க்கும்போது உயரமான கம்பங்களின் மேல் சிறகுகளை விரித்தபடி அமர்ந்திருக்கும் இயந்திரத் தேவதூதர்களைப் போலிருந்தன. ஆட்டோ ரிக்ஷா முக்கிமுனகி மேடேறி, பின் சரிந்து, பார்வையிலிருந்து மறைந்தது. தொடர்ச்சி அறுபடாதிருக்க, பாயல் சந்தோஷமாகப் பரபரப்பின்றி வேகத்தைக் கூட்டியது. தேவதூதர்களின் அணிவகுப்பைப் பார்வையிடும் ஒரு மெலிந்த யூனிகார்ன்.

மேம்பாலத்தைத் தாண்டியதும் நகரம் நம்பிக்கை தளர்ந்து காணப்பட்டது.

அந்த மெதுவான துரத்தல் நோய்மை நிறைந்த இரண்டு மருத்துவமனைகளை ஊர்ந்து கடந்தது. நோயாளிகளும் அவர்களுடைய குடும்பங்களும் நிரம்பி வெளியே வழிந்து, சாலையில் முகாமிட்டிருந்தனர். சிலர் தற்காலிகப் படுக்கைகளிலும் சக்கர நாற்காலிகளிலும் இருந்தனர். மருத்துவமனை கவுன்களில் இருந்த சிலருக்குக் கட்டுப் போடப்பட்டிருக்க, சிலருக்கு ரத்த நாளிக்குள் மருந்து ஏறிக்கொண்டிருந்தது. கீமோதெரபியால் முடி கொட்டிப்போயிருந்த குழந்தைகள் மருத்துவமனை முகமூடிகளோடு, வெற்றுப்பார்வை பார்த்துக்கொண்டு, பெற்றோர்களோடு ஒட்டிக்

கொண்டிருந்தனர். இரவு முழுவதும் திறந்திருக்கும் மருந்துக் கடைகளில் கூட்டம் சூழ்ந்திருந்தது. இங்கு மருந்து வாங்குவதே ஒருவித இந்திய ரூலட் சூதாட்டம்தான் (வாங்கும் மருந்துகளில் அசலும் போலியும் 60:40 விகிதம்). சாலையிலேயே வெங்காயம் நறுக்கி, தெருப்புழுதியோடு சேர்த்து உருளைக்கிழங்கை வேகவைத்துச் சிறிய மண்ணெண்ணெய் அடுப்புகளில் சமையல் செய்துகொண்டிருந்தனர். சாலையோர மரங்களுக்கான காப்பு வேலியிலும் நடைபாதைத் தடுப்புகளிலும் துவைத்த துணிகளைக் காயவைத்திருந்தனர். (சதாம் ஹூசேன் இவையெல்லாவற்றையும் கவனமாக மனதில் பதித்துக்கொண்டான் – தொழில்முறைக் காரணங்களுக்காக.) குச்சி போன்ற கைகால்களுடன் வதங்கிப்போயிருந்த வேட்டியணிந்த கிராமத்து ஜனங்கள் வட்டமாகக் குந்தி அமர்ந்திருந்தனர். காயமுற்ற பறவையைப்போலத் திரங்கிய நிலையில், பிரிண்டட் சேலையும், மிகப்பெரிய கருப்புக் கண்ணாடியும் அணிந்திருந்த கிழவி நடுவில் உட்கார்ந்திருந்தாள். கண்ணாடியின் விளிம்புகளில் பஞ்சை வைத்து பிளாஸ்திரி ஒட்டியிருக்க, அவள் வாயிலிருந்து தெர்மா மீட்டர், சிகரெட்டைப்போலத் துருத்திக் கொண்டிருந்தது. அவர்களைக் கடந்துசென்ற வெண்புரவியையும் அதன்மீது பயணித்துக்கொண்டிருந்தவர்களையும் ஒருவரும் ஏறெடுத்தும் பார்க்கவில்லை.

மற்றொரு மேம்பாலம்.

இம்முறை மந்தகதித் துரத்தல் கோஷ்டி மேம்பாலத்துக்கு அடியில் சென்றது. அந்த இடம் முழுக்கத் தூங்கிக்கொண்டிருப்பவர்களால் நிறைந்திருந்தது. வழுக்கைத் தலையும், புதர்போல அடர்ந்த தாடியுமாக வெற்றுடம்போடு இருந்த ஒருவன் ரோஸ் பவுடரைத் தலை முழுக்க அப்பிக்கொண்டு, கற்பனையான தபலாவை வெறும் காற்றில் உஸ்தாத் ஜாகீர் உசேனைப்போல வாசித்துக்கொண்டிருந்தான்.

அவனைத் தாண்டிச் செல்லும்போது, இஷ்ரத் அவனை நோக்கி, “த த தீம் திர கிட தீம்!” என்று கத்தினாள். பதிலுக்கு அவன் புன்னகைத்து, உற்சாகத்துடன் சிக்கலான தாளகதியோடு காற்றில் வாசித்துக்காட்டினான்.

அடைக்கப்பட்ட அங்காடி. நள்ளிரவு முட்டை பரோட்டா கடை. ஒரு சீக்கிய குருத்வாரா. இன்னொரு அங்காடி. வரிசையாக கார் மெக்கானிக் கடைகள். அவற்றுக்கு வெளியே தூங்குகின்ற கார் கிரீஸ் படிந்த மனிதர்களும் நாய்களும்.

ஆட்டோ ஒரு குடியிருப்புக் காலனிக்குள் திரும்பியது. பிறகு இடது வலது இடது வலது இடது பக்கம் திரும்பல்கள். ஒரு சந்து, வழியெங்கும் கட்டுமானப் பொருட்கள் அடுக்கப்பட்டிருந்தன. எல்லா வீடுகளும் மூன்று, நான்கு அடுக்குமாடி வீடுகள்.

மங்கலான லேவண்டர் நீல இரும்பு கேட் கொண்ட வீட்டின் முன் ஆட்டோ நின்றது. பாயல் சில வீடுகளுக்கு முன்னதாகவே நிழலில் ஒடுங்கி நின்றது. மெலிதாக மூக்கை உறிஞ்சியது. வெளிறிய ஆவியுருவில் ஒரு பிசாசுக் குதிரை. சேணத்திலிருந்த தங்கக் குஞ்சங்கள் சொற்ப வெளிச்சத்தில் மினுங்கின.

ஆட்டோவிலிருந்து ஒரு பெண் வெளிப்பட்டாள். பணம் கொடுத்துவிட்டு வீட்டுக்குள் சென்றாள். ஆட்டோ கிளம்பிச் சென்றதும், சதாம் ஹூசேனும் பேரழகி இஷ்ரத்தும் லேவண்டர் கேட்டை நெருங்கினர். நிலைகொள்ளாத திமில்களோடு இரண்டு கருப்பு எருதுகள் சோம்பலாக வெளியே நின்றிருந்தன.

இரண்டாவது தளத்தின் சன்னலில் விளக்கெரிந்தது.

“வீட்டு எண்ணை எழுதிக்கொள்” என்றாள் இஷ்ரத். அதற்கு அவசியமில்லை என்றான் சதாம். நான் சென்ற இடங்களை ஒரு போதும் மறப்பதில்லை, தூக்கத்தில்கூடக் கண்டுபிடித்துவிடுவேன் என்றான்.

அவள் அவனை நிமிண்டினாள், “*வாஹ்*! வாட் எ மேன்!”

அவன் அவள் மார்பை அழுத்தினான். அவள் அவன் கையைத் தட்டிவிட்டாள். “வேண்டாம். அதிக விலை கொண்டவை. இன்னமும் தவணை கட்டிக்கொண்டிருக்கிறேன்.”

இரண்டாம் தளத்தின் வெளிச்சச் சதுரத்தில் அந்தப் பெண்ணின் நிழல் உருவம் தோன்றியது. கீழே குனிந்து பார்த்தாள். ஒரு வெள்ளைக் குதிரையில் இரண்டுபேர். அவர்களும் நிமிர்ந்து அவளைப் பார்த்தனர்.

அந்தப் பார்வைப் பரிமாறலை அங்கீகரிப்பதைப்போல (அழகான, அழகற்ற, உயரமான, குள்ளமான) அந்தப்பெண் தலையை முன்னால் குனிந்து, அவள் கைகளில் ஏந்தியிருந்த திருட்டுப்பொருளை முகத்துக்குக் கொண்டுவந்து முத்தமிட்டாள். அவர்களை நோக்கிக் கையசைத்தாள். அவர்களும் பதிலுக்குக் கையசைத்தனர். அவர்களை அந்த ஜந்தர்மந்தர் கலவரக் கோஷ்டியில் பார்த்த ஞாபகத்தில் அடையாளம் கண்டுகொண்டாள். சதாம் குதிரையிலிருந்து கீழிறங்கி, ஒரு சிறிய வெள்ளைச் சதுரத்தை – அவனது விசிட்டிங் கார்டு: ஜன்னத் கெஸ்ட் ஹவுஸ் அண்டு ஃபியூனரல் சர்வீஸஸ் – எடுத்துக்காட்டினான். *எஸ். திலோத்தமா. இரண்டாம் தளம்* என்று எழுதியிருந்த தகர அஞ்சல் பெட்டியில் அதைப் போட்டான்.

வழியெங்கும் சிணுங்கிக்கொண்டே வந்த குழந்தை கடைசியில் தூங்கிவிட்டது. எலும்பு துருத்திக்கொண்டிருந்த தோளில் குட்டியான இதயத்துடிப்புகளும் கருப்புவெல்வெட் கன்னமும் கொண்டிருந்த அந்த ஜீவன் அவள் தோளில் சாய்ந்திருந்தது. குழந்தையைக் கையில் தாலாட்டிக் கொண்டே அந்தக் குதிரையும் அதன் பயணிகளும் திரும்பிச்சென்று மறைவதைப் பார்த்துக்கொண்டிருந்தாள்.

இந்தளவுக்குச் சந்தோஷமாக இதற்குமுன் எப்போது இருந்தோம் என்று அவளுக்கு ஞாபகமில்லை. அந்தக் குழந்தை அவளுடையது என்பதால் அல்ல, அவளுடையது இல்லை என்பதால்.

6

பிற்காலத்துக்கான சில கேள்விகள்

அந்த ஸீல் குட்டி பெரியவளாகி, (உதாரணத்துக்கு) ஒரு ஐஸ்கிரீம் வண்டியைச் சுற்றிக்கொளுத்தும் மதியப் பொழுதொன்றில் நின்றுகொண்டிருக்கும்போது, ஒரு ஆரஞ்சு பார் ஐஸுக்காகப் பள்ளிச்சிறுமிகளோடு போட்டி போட்டுக்கொண்டிருக்கும்போது அவள் பிறந்த அன்று அந்தக் காட்டின் காற்றில் பரவியிருந்த மாஹுவா பழத்தின் வாசனை திடீரென்று அவளுக்குத் தோன்றுமா? காட்டில் அவள் கிடத்தப்பட்டிருந்தபோது உலர்ந்த இலைகள் உறுத்தியது அவள் உடம்புக்கு ஞாபகம் வருமா? அல்லது சேஃப்டி கேட்சை நீக்கிவிட்டு அவள் நெற்றியில் அவளுடைய அம்மா பதித்த துப்பாக்கிக் குழலின் சூடான உலோகத் தொடுகை அவள் நினைவுக்கு வருமா?

அல்லது அவளது கடந்தகாலம் என்றென்றைக்குமாக அழிக்கப்பட்டிருக்குமா?

மரணம் பறந்து வருகிறது, சமவெளிகளிலிருந்து –
மெலிந்த உயரதிகாரி போல

                              ஆகா ஷாஹித் அலி

7

வீட்டு உரிமையாளர்

நல்ல குளிர். எப்போதும்போலப் பனிக்காலத்தின் ஒரு மந்தமான, அழுக்கான தினம். இரண்டு நாட்களுக்கு முன்பு பேருந்து நிறுத்தத்திலும் உணவகத்திலும் பல்பொருள் அங்காடியின் வாகன நிறுத்த அடித்தளத்திலும் ஒரே நேரத்தில் நிகழ்ந்த வெடிகுண்டுத் தாக்குதல்களால் ஏற்பட்ட அதிர்ச்சியிலிருந்து நகரம் இன்னும் மீண்டெழவில்லை. ஐந்துபேர் பலியாகியிருந்தனர். மேலும் ஏராளமானோருக்குப் படுகாயம். சாதாரண மனிதர்களைவிட நமது தொலைக்காட்சிச் செய்தி அறிவிப்பாளர்களுக்கு இந்த அதிர்ச்சியிலிருந்து வெளியேவரக் கொஞ்சநாட்கள் ஆகும் போலிருக்கிறது. என்னைப் பொறுத்தவரை குண்டுவெடிப்புகள் எனக்குள் பலவிதமான உணர்ச்சிகளை எழுப்புபவை. ஆனால் அவற்றில் ஒன்றாக அதிர்ச்சி என்பது இப்போதெல்லாம் இருப்பதில்லை என்பதுதான் சோகம்.

அடுக்குமாடியின் இரண்டாம்தள மொட்டை மாடியிலுள்ள இச்சிறு குடியிருப்பில் நின்றுகொண்டிருக்கிறேன். வேப்ப மரங்கள் இலைகளை உதிர்த்துவிட்டிருக்கின்றன; வழக்கமாகத் தென்படும் கழுத்தில் சிவப்பு வளையமிட்ட கிளிகள் கதகதப்பான (பத்திரமான) வேறேதோ இடத்துக்குப் போய்விட்டனபோல. சன்னல் கண்ணாடிகளில் பனிப்படலம் மூடியிருந்தது. இறவாணத்திலிருந்த வளைகளில் அவற்றின் கழிவுகளுக்கிடையில் நீலப்புறாக்கள் கும்பல்கும்பலாக ஒடுங்கியிருந்தன. இப்போது மதியவேளைதான். கிட்டத்தட்ட உணவு நேரம் நெருங்கிவிட்டது. ஆனாலும் அறை விளக்குகளைப் போடவேண்டியிருக்கிறது. அறையில் சிவப்பு சிமெண்ட் தரை போட்ட எனது சோதனை முயற்சி தோல்வியடைந்திருப்பதைக் கவனித்தேன். தென்னிந்தியாவின் அழகு மிளிரும் பழங்கால வீடுகளில் இருப்பதைப்போல ஆழமான சிவப்பில் வழவழப்பாக மின்னும் சிவப்புத் தரையை இங்கு அமைக்க வேண்டும் என்று ஆசைப்பட்டேன். ஆனால் நாளாக ஆக, கோடை வெப்பத்தில் சிமெண்ட்டிலிருந்த சிவப்பு நிறச் சாயம் போய்விட, குளிர்காலத்தில் தரை சுருங்கி வெடிப்புகள் தரைமுழுக்கப் பரவிவிட்டன. இந்தக் குடியிருப்பே தூசு மண்டி, பாழடைந்து

இருக்கிறது. அவசர அவசரமாகக் கைவிடப்பட்ட இந்த இடம் அதன் ஸ்தம்பித்த அமைதியில் ஒரு திரைப்படத்தின் உறைந்த காட்சிபோலத் தெரிகிறது. இங்கே இதுவரை நடந்த எல்லாமும், இனி நடக்கப் போகிற எல்லாமும் அவற்றின் முழு வடிவில் தொடர்காட்சிகளாக எங்கோ இந்த இடத்தில் ஒளிந்திருக்கின்றன. இங்கே வசித்திருந்தவரின் இன்மை மிகவும் உண்மையாக, மிகவும் தொட்டுணரக் கூடியதாக, கிட்டத்தட்ட உண்மை இருப்பாகவே இருப்பதை என்னால் உணரமுடிகிறது.

கீழே தெருவிலிருந்து வரும் ஒலிகள் அடங்கியிருந்தன. தில்லியின் பிரசித்திபெற்ற அழுக்குக் காற்றின் உபயத்தில் மின்விசிறி இறக்கைகளின் விளிம்புகளில் கரி படிந்திருந்தன. என் நுரையீரலின் அதிர்ஷ்டம், நான் இங்கே வெறுமனே எட்டிப்பார்ப்பதற்காகவே வந்திருக்கிறேன். அப்படித்தான் நம்பிக்கொண்டிருக்கிறேன். எனக்குக் கட்டாய விடுப்புக் கொடுத்து வீட்டுக்கு அனுப்பிவிட்டார்கள். என் உடல்நலத்துக்குப் பிரச்சனை எதுவும் இல்லையென்றாலும், கண்ணாடியில் பார்க்கும்போது என்சருமம் பொலிவிழந்து, தலைமுடி கணிசமாகக் கொட்டிவிட்டிருப்பது தெரிகிறது. மண்டைத்தோல் அதற்கிடையில் பளபளக்கிறது (ஆம், பளபளக்கிறது). புருவங்களில் கிட்டத்தட்ட எதுவும் மிச்சமில்லை. இது கவலையின் அறிகுறி என்கிறார்கள். குடி, கவலைக்குரியதுதான், ஒப்புக்கொள்கிறேன். என் மனைவி, மேலதிகாரி, இருவருடைய பொறுமையையும் அளவுக்கு மீறிச் சோதித்திருக்கிறேன், இப்போது என்னை முற்றிலுமாக மீட்டெடுத்துக் கொள்வதென உறுதிபூண்டிருக்கிறேன். குடிபோதை மீட்பு மையம் ஒன்றில் சேர்வதற்குப் பதிவுசெய்திருக்கிறேன். ஆறு வாரங்கள். தொலைபேசி கிடையாது, இணையம் கிடையாது, வெளியுலகத் தொடர்பு எதுவும் இருக்காது. இன்று சேர வேண்டும், ஆனால் திங்கட்கிழமைதான் போகப்போகிறேன்.

காபூலுக்குத் திரும்பச் செல்ல வேண்டும் என்பதுதான் என் ஏக்கம். அந்த நகரத்தில்தான் அநேகமாக நான் உயிரிழப்பேன் வழக்கமான, சாகசமற்ற ஏதோ ஒரு முறையில். அநேகமாக என் தூதரிடம் கோப்பு ஒன்றை ஒப்படைக்கும்போது. டமால். அவ்வளவுதான். நான் மிச்சமெதுவுமின்றித் துடைத்து அழிக்கப்படுவேன். இதற்கு முன் இரண்டுமுறை எங்களைத் தாக்க முயன்றிருக்கிறார்கள். இரண்டுமுறையும் அதிர்ஷ்டம் எங்கள் பக்கத்தில் இருந்தது. இரண்டாவது தாக்குதலுக்குப் பிறகு பாஷ்டோ மொழியில் அநாமதேயக் கடிதம் ஒன்று எங்களுக்கு வந்தது. (அந்த மொழி எனக்கு நன்றாகப் படிக்கவும் பேசவும் வரும்). *நுன் ஸமோங்க் பாத் கிஸ்மதி வா. கோ யாத் லாரா சே மோங்க் ஸிர்ஃப் யா வார் பா கிஸ்மத் கட்டா கவோ. த பா டா ஹமேஷா தபாரா குஷ் கிஸ்மதா வே.* இதன் (தோராயமான) மொழிபெயர்ப்பு: இன்று எங்களுக்கு அதிர்ஷ்டம் இல்லை. ஆனால் நினைவில் கொள்ளுங்கள், ஒரேயொரு முறை எங்களுக்கு அதிர்ஷ்டம் துணையிருந்தால் போதுமானது. உங்களுக்கு ஒவ்வொருமுறையும் அதிர்ஷ்டம் துணையிருக்க வேண்டும்.

இந்த வாசகங்கள் எனக்குள் ஏதோ மணியடித்தன. அவற்றை கூகிள் செய்து பார்த்தேன் (இப்போது இது ஒரு வினைச்சொல்லாகி விட்டது, இல்லையா?) 1984இல் பிரைட்டன் நகரில் கிராண்ட் ஹோட்டலில் நிகழ்ந்த வெடிகுண்டுத் தாக்குதலில் மார்கரெட் தாட்சர் மயிரிழையில்

தப்பியபோது IRA வெளியிட்ட அறிக்கையின் கிட்டத்தட்ட சொல்லுக்குச் சொல்லான மொழிபெயர்ப்பு. இது இன்னொரு வகையான உலகமயமாக்கல். இது சர்வதேசப் பயங்கரவாதிகளின் மொழி என்று நினைக்கிறேன்.

காபூல் நகரில் ஒவ்வொரு தினமும் எதிராளியை அறிவால் வெல்லும் போர்தான். எனக்கு மிகவும் பிடித்தமான சாகசமும் அதுதான்.

பணியில் மீண்டும் சேர்வதற்கு உடற்தகுதிச் சான்று பெறுவதற்காகக் காத்திருந்த நேரத்தில், வாடகைக்கு விட்டிருந்த என் வீடு எப்படி இருக்கிறது, குடியிருப்பவர்கள் எப்படி இருக்கிறார்கள் என்று பார்ப்பதற்கு வந்தேன். பதினைந்து வருடங்களுக்கும் முன் வாங்கிய வீடு. ஏறக்குறைய அதை இடித்துப் புதிதாகவே கட்டியிருந்தேன். சும்மா பார்த்துவிட்டுப் போகலாம் என்றுதான் வந்தேன். இங்கு வரும்போது பிரதான வாயிலைத் தவிர்த்துச் சாலையின் கடைசிவரை சென்று திரும்பிப் பின்னால் சுற்றிக்கொண்டு வந்து வீட்டுவரிசைகளுக்குப் பின்னால் செல்லும் சேவைத் தடம் வழியாகப் பின்வாசலூடே நுழைவதுதான் என் வழக்கமாக இருந்தது.

ஒரு காலத்தில் அமைதியான அழகான தெரு இது. இப்போது எங்கு பார்த்தாலும் கட்டுமான வேலைகள். இரும்புக் கம்பிகள், கற்கள், மணற்குவியல்கள்; கார்கள் நிறுத்துவதற்காக இருந்த சொற்ப இடத்திலும் இவைதான் கொட்டப்பட்டிருக்கின்றன. திறந்திருந்த இரண்டு பாதாளச் சாக்கடைப் புழைகளிலிருந்து வீசுகின்ற துர்நாற்றம், விலைமதிப்பு ஏறிக்கொண்டே செல்கின்ற இந்தப் பகுதிக்குப் பொருத்தமாக இல்லை. இங்கிருந்த பெரும்பாலான பழைய வீடுகள் இடித்துத் தள்ளப்பட்டு, புதிய புரமோட்டர்களின் அடுக்குக் குடியிருப்புகள் முளைத்து வருகின்றன. சிலவற்றிற்குத் தரைத்தளம் வாகன நிறுத்தத்துக்காக விடப்பட்டு, அடித்தூண்கள்மீது தளங்கள் உயர்ந்திருந்தன. கார் பைத்தியம் பிடித்திருக்கும் இந்நகரத்துக்கு இது நல்ல யோசனைதான், ஆனாலும் எனக்கென்னவோ வருத்தமாக இருக்கிறது. காரணம் தெரியவில்லை. ஒருவேளை அமைதியான கடந்த காலத்துக்கான ஏக்கமோ என்னவோ.

புழுதிபடிந்த சிறுவர் கும்பல் ஒன்று விளையாட்டாக அழைப்பு மணிகளை அடித்துவிட்டுச் சிரித்துக்கொண்டே சிதறி ஓடியது. அவர்களில் சில சிறுவர்கள் சின்னக் குழந்தைகளை இடுப்பில் தூக்கிக்கொண்டிருந்தார்கள். புதிய கட்டடங்களுக்காகத் தோண்டப்பட்டிருந்த பள்ளங்களில் அவர்களுடைய ஒட்டி உலர்ந்த பெற்றோர்கள் சிமெண்ட்டையும் செங்கற்களையும் வைத்துச் சுவர் எழுப்பிக்கொண்டிருக்க, இந்தக் காட்சியைப் புராதன எகிப்தில் ஏதோவொரு ஃபேரோவின் பிரமிட்டைக் கட்டிக் கொண்டிருந்த காட்சி என்று சொன்னால் நம்பிவிடலாம். செங்கல் மூட்டைகளைப் பொதி சுமந்தபடிக் கருணைகொண்ட கண்களோடு குட்டிக் கழுதை ஒன்று என்னைக் கடந்து சென்றது. குண்டுவெடிப்புகளுக்குப் பிறகு கடைத்தெருவில் காவல்துறை சாவடிகளிலிருந்து இந்தியிலும் ஆங்கிலத்திலும் அறிவித்துக்கொண்டிருந்த எச்சரிக்கைகள் இங்கே மெலிதாகவே கேட்கின்றன: "அடையாளம் தெரியாத பொருட்கள், சந்தேகத்துக்கிடமான மனிதர்களைக் கண்டால் தயவுசெய்து அருகிலுள்ள காவல்நிலையத்தில் உடனே தெரிவியுங்கள் . . ."

சில மாதங்களுக்கு முன் நான் இங்கு வந்திருந்தபோதே, இந்தத் தெருவில் நிறுத்தப்பட்டுள்ள கார்களின் எண்ணிக்கை அதிகரித்துவிட்டிருந்ததைக் கவனித்தேன். பெரும்பாலானவை மிகப்பெரிய சொகுசுக் கார்கள். பக்கத்து வீட்டுத் திருமதி மெஹ்ராவின் புதிய காரோட்டி கண்களுக்கு மட்டும் இடைவெளி விட்டு, பழுப்புநிற மஃப்ளரைத் தலையில் சுற்றிக் கொண்டு ஒரு புத்தம்புதிய கிரீம் வண்ண டொயோட்டா கரோலாவை எருமைமாட்டை ஓட்டிக்கொண்டு போவதைப்போல வளைந்துநெளித்து ஓட்டிச்சென்றான். கார் பானட்டில் சின்னதாகக் காவி நிறத்தில் 'ஓம்' வரைந்திருந்தது. போன வருடம் வரை திருமதி மெஹ்ரா அவளுடைய முதல் மாடி பால்கனியிலிருந்தே வீட்டுக்குப்பைகளைத் தெருவில் வீசியெறிந்து கொண்டிருந்தாள். டொயோட்டா வந்த பிறகு சுற்றுப்புறச் சுகாதார அறிவு அவளுக்கு மேம்பட்டிருக்குமாவென்று யோசித்தேன்.

பெரும்பாலான அடுக்ககங்களின் இரண்டாவது, மூன்றாவது தளங்கள் மிக நேர்த்தியாக, கண்ணாடிச் சுவர்களோடு கட்டப்பட்டிருப்பதைப் பார்க்க முடிகிறது.

என் வீட்டின் பின்வாசலுக்கு எதிரேயிருக்கும் சிமெண்ட் விளக்குக் கம்பத்தில் முன்பெல்லாம் எருமை மாடுகள் கட்டப்பட்டிருக்கும். திருமதி மெஹ்ராவும் அவளுடைய கோமாதா வழிபாட்டுக் குழுவினரும் அவற்றுக்குத் தீனி போட்டு சிசுருஷை செய்துகொண்டிருப்பார்கள். இப்போது அவற்றைக் காணோம். நடைப்பயிற்சிக்குச் சென்றுள்ளனவோ என்னவோ.

சிகரெட் புகைத்தபடி இரண்டு இளம்பெண்கள், நேர்த்தியான பனிக்காலக் கோட் அணிந்து, குதியுயர்ந்த செருப்புகளில் சீரான லயத்தில் ஒலியெழுப்பியபடிக் கடந்துசென்றனர். இருவரும் பார்ப்பதற்கு, ஃபோன் செய்து கூப்பிட்டு உங்கள் பண்ணைவீட்டு விருந்துக்குக் கூட்டிச்செல்லும் ரஷ்யா அல்லது உக்ரைன் நாட்டு விலைமகள்களைப் போலிருந்தனர். சென்ற வாரம் மெஹ்ராலியில் என் பழைய நண்பன் பாபி சிங், கல்யாணம் செய்துகொள்ளப் போவதற்காக ஏற்பாடு செய்த விருந்தில் இவர்களைப் போன்ற சிலரைப் பார்த்தேன். அவர்களில் ஒருத்தி தட்டு நிறைய டாகோஸ்களை வைத்துக்கொண்டு (உண்மையில் அது ஒரு சாஸ்.) அங்குமிங்கும் சுற்றிக்கொண்டிருந்தாள். கிட்டத்தட்ட திறந்த மார்போடு இருந்தாள். சாப்பிட்ட ஹம்மாஸ்ஸை மார்பு முழுக்க ஈஷிக்கொண் டிருந்தாள். பார்க்கச் சகிக்கவில்லையென்றாலும் மற்ற விருந்தினர்கள் எல்லோரும் ரசிப்பதாகத் தெரிந்தது. அந்தப் பெண்ணைப் பார்த்தாலும் அனைத்துக்கும் உடன்பட்டுச் சந்தோஷமாகத் திரிகிறாற்போலத்தான் இருந்தது – ஒருவேளை இது அவளுடைய வேலையின் ஒரு பகுதிபோல; நிச்சயமாகச் சொல்ல முடியாது.

முதலாளிகள் கழித்துக்கட்டிய விலையுயர்ந்த பழைய உடைகளை அணிந்துகொண்டு வேலைக்காரர்கள் தம்மைவிட மேலாக உடையணிவிக்கப் பட்ட நாய்களைக் கூட்டிச்சென்றுகொண்டிருந்தனர். லாப்ரடார்கள், ஜெர்மன் ஷெப்பர்டுகள், டாபர்மன்கள், பீகிள்கள், டாஷண்டுகள், காக்கர் ஸ்பேனியல்கள் *Superman* என்றும் *Woof!* என்றும் அச்சிட்ட கம்பளிக் கோட்டுகள் அணிந்து சென்றுகொண்டிருந்தன. சில தெருநாய்கள்கூட

கோட்டு அணிந்து தமது வம்சாவளி மரபுச் சுவடுகளைக் காட்டிக் கொண்டிருந்தன. ஏதோ ரகசியத் தொடர்பு இருக்கும்போல. ஹா! ஹா!

இரண்டுபேர் – ஒருவர் வெள்ளையர், மற்றவர் இந்தியர் – கைகளைக் கோத்துக்கொண்டு கடந்துசெல்கின்றனர். அவர்களுடைய நல்ல செழிப்பான கருப்பு லாப்ரடார் *No 7 Manchester United* என்று எழுதப்பட்ட சிவப்பு – நீல ஜெர்ஸியை அணிந்திருக்கிறது. கருணை உள்ளம்கொண்ட சாமியார் ஒருவர் பிரசாதம் கொடுத்துக்கொண்டே செல்வதைப்போல அது கடந்து செல்லும் கார்களின் டயர்களிலெல்லாம் கொஞ்சம் கொஞ்சமாகச் சிறுநீர் கழித்தபடியே செல்கிறது.

மான்கள் பூங்காவையொட்டியுள்ள நகராட்சித் தொடக்கப் பள்ளியின் தகர வாசற்கதவு புதிது. அதில் மிகவும் கோரமாக வரையப்பட்டிருக்கும் படத்தில் ஒரு மகிழ்ச்சியான அம்மாவின் கையில் இருக்கும் ஒரு மகிழ்ச்சியான குழந்தைக்கு, வெள்ளையுடை, வெள்ளைக் காலுறை அணிந்த ஒரு மகிழ்ச்சியான செவிலி போலியோ தடுப்பூசி போடுகிறாள். அவள் வைத்திருக்கும் ஊசி ஏறக்குறைய கிரிக்கெட் மட்டை அளவுக்கு இருக்கிறது. வகுப்பறைகளிலிருந்து குழந்தைகளின் கத்தல்கள் கேட்கின்றன. *பா பா பிளாக் ஷீப்*. குரல்கள் *உல்லும் ஃபுல்லும்* வரும்போது உச்சஸ்தாயியில் கீச்சிடுகின்றன.

காபூலுடன் அல்லது ஆப்கானிஸ்தானில் உள்ள வேறெந்த ஊருடனும், அல்லது பாகிஸ்தான் அல்லது நமது அண்டை நாடுகள் எவற்றுடனும் (ஸ்ரீலங்கா, பங்களாதேஷ், பர்மா, இரான், இராக், சிரியா – கடவுளே!) இந்த குப்பை மண்டிய குறுகலான சந்தை ஒப்பிடும்போது, இது என்னதான் சுவாரஸ்யமற்ற மந்தப் பிரதேசமாக, ஆபாசங்கள் மண்டிய இடமாக, துரதிர்ஷ்டவசமான ஆனால் சகித்துக்கொள்ளக்கூடிய ஏற்றத்தாழ்வுகள் நிறைந்த சமூகமாக இருந்தாலும், இதன் கழுதைகளையும், இந்த ஊரின் சில்லறைக் குரூரங்களையும் மீறி, இது ஒரு சின்னச் சொர்க்கம்தான். இங்கு கடைத்தெருக்களில் உணவுப் பொருட்களையும் பூக்களையும் துணிமணிகளையும் மொபைல் போன்களையும்தான் விற்கிறார்கள். கையெறி குண்டுகளையோ இயந்திரத் துப்பாக்கிகளையோ விற்பதில்லை. சிறுவர்களுக்கு அழைப்புமணியை அடித்துவிட்டு ஓடுவதுதான் விளையாட்டாக இருக்கிறது, அவர்களைத் தற்கொலைப் படையினராக யாரும் பயன்படுத்துவதில்லை. இங்கே நமக்கான பிரச்சனைகளோ மோசமான தருணங்களோ இல்லாமல் இல்லை, நிறையவே இருக்கின்றன. ஆனால் அவையெல்லாம் வெறும் பிறழ்ச்சிகள் மட்டுமே.

இந்த மகத்தான தேசத்தைப் பற்றி எப்போதும் குறைசொல்லிக் கொண்டிருக்கும் புலம்பல் அறிவுஜீவிகளையும் தொழில்முறை எதிர்ப்பாளர்களையும் நினைக்கும்போது எனக்குக் கோபம் பீறிட்டு வருகிறது. இவர்கள் இவ்வாறு எதிர்த்துப் பேசமுடிகிறதென்றால் அதற்கான சுதந்திரம் இங்கு வழங்கப்பட்டிருப்பதால்தான். இவர்களுக்கு இத்தகைய அனுமதி வழங்கப்பட்டிருப்பதற்குக் காரணம், எவ்வளவுதான் குறைபாடுகள் இருந்தாலும் நாம் ஓர் உண்மையான ஜனநாயக நாடு என்பதுதான். இதையெல்லாம் பொதுவில் அடிக்கடி பிரகடனப்படுத்திக் கொண்டிருக்குமளவுக்கு நான் நுண்ணுணர்வற்றவன் அல்ல என்றாலும்,

இந்திய அரசின் ஊழியனாக இருப்பதில் எனக்கு மகத்தான பெருமிதம் இருக்கிறது என்பதென்னவோ உண்மைதான்.

எதிர்பார்த்ததைப் போலவே பின் கதவு திறந்திருந்தது (தரைத்தளத்தில் குடியிருப்பவர்கள் இதற்கு ஊதா நிறத்தில் பெயிண்ட் அடித்திருந்தார்கள்.) நான் படியேறி நேராக இரண்டாவது தளத்துக்குச் சென்றேன். கதவு பூட்டியிருந்தது. என்னுள் எழுந்த ஏமாற்றம் என்னை நிலைகுலைய வைப்பதாக இருந்தது. தாழ்வாரம் வெறிச்சோடியிருந்தது. கதவுக்கு வெளியே கடிதங்களும் பழைய செய்தித்தாள்களும் குவிந்திருந்தன. படிந்திருந்த தூசுப்படலத்தில் நாய் ஒன்றின் பாதச் சுவடுகளைக் கவனித்தேன்.

கீழே இறங்கி வரும்போது, ஏதோ வீடியோ தயாரிப்பு கம்பெனி நடத்திக்கொண்டிருந்த தரைத்தளக் குடித்தனக்காரரின் வாளிப்பான அழகான மனைவி சமையலறையிலிருந்து வெளியே வந்து என்னை நிறுத்தினாள். உள்ளே வந்து தேநீர் அருந்திவிட்டுச் செல்ல அழைத்தாள். (என் மனைவியும் நானும் தில்லியில் பணியமர்த்தப்பட்டிருந்தபோது இங்குதான் குடியிருந்தோம்.)

என் பக்கம் திரும்பி, “என் பெயர் அங்கிதா,” என்றபடி என்னை வீட்டுக்குள் அழைத்துச்சென்றாள். ரசாயனப் பொருட்களால் சுருட்டை நீக்கி நேராக்கப்பட்ட அவளுடைய நீண்ட ஈரமான கூந்தலில் பொன்நிறத் தீற்றுகள் தென்பட்டன. ஷாம்பூவின் நறுமணம் என்னைச் சூழ்ந்தது. செவிகளில் வைரங்கள் மினுங்க, புசுபுசுவென்று வெள்ளை நிறத்தில் ஸ்வெட்டர் அணிந்திருந்தாள். இறுக்கமான நீலநிற ஜீன்ஸின் – அதை ‘ஜெக்கிங்ஸ்’ என்று சொல்ல வேண்டும் என்பார்கள் என் மகள்கள் – பின் பாக்கெட் அவளது தாராளமான பிருஷ்டங்களில் விரிந்திருக்க, பிளவுண்ட நாவுகளுடன் சீன டிராகன்கள் எம்பிராய்டரி செய்யப்பட்டிருந்தன. என் அம்மா இவளைப் பார்த்திருந்தால் இந்த உடைகளை அங்கீகரித்திருக்கா விட்டாலும், இவளுடைய வாளிப்பை ரசித்திருப்பாள். *தேக்தே பேஷ் ரோலி போலி* (நல்லா கொழுக்மொழுக்கென்று இருக்கிறாள்) என்று சொல்லியிருப்பாள். பாவம், தனது மணவாழ்க்கை முழுவதையும் தில்லியிலேயே கழித்த என் அம்மாவுக்குத் தன்னுடைய இளம்பிராயத்துக் கல்கத்தா ஞாபகங்கள் வந்திருக்கும்.

அந்தச் சொல் என் மண்டைக்குள் எரிச்சலூட்டும்படி ரீங்கரிக்கத் தொடங்கியது. ரோலிபோலி ரோலி போலி ரோலி போலி.

அறையின் சுவர்களில் நான்கில் மூன்று தர்ப்பூசணியின் இளஞ்சிவப்பு நிறத்தில் பெயிண்ட் அடிக்கப்பட்டிருந்தன. உணவு மேசை உள்ளிட்ட தர்ப்பூசணியின் மேற்தோலைப்போலப் புள்ளிப்புள்ளியாகப் பச்சை படர்ந்திருந்த எல்லா அறைகலன்களும் நெளிந்தும் சுருங்கியும் – *அவலத்தோடு* என்பதுதான் சரியான சொல்லாக இருக்க முடியும் – இருந்தன. கதவும் சன்னல் சட்டங்களும் கருப்பில் (விதைகள், என்று நினைக்கிறேன்) இருந்தன. உள் அலங்காரங்களை இவர்கள் விருப்பத்துக்கு விட்டது தப்பு என்று தோன்றிற்று. சோபாவின் இரு ஓரங்களிலும் நானும் அங்கிதாவும் ஒருவரையொருவர் பார்த்தபடி அமர்ந்திருந்தோம். (இது என்னுடைய பழைய சோபாதான், இப்போது புதிதாகப் பஞ்சடைத்து மேலுறையை மாற்றியிருக்கிறார்கள்). ஒரு கட்டத்தில், நாங்கள்

இருவரும் முட்டிகளைப் பிடித்துக்கொண்டு தரையிலிருந்து கால்களைத் தூக்கிக்கொள்ள வேண்டியிருந்தது. அந்த வீட்டு வேலைக்காரப் பெண் எங்களுக்கடியில் சின்ன வாத்தைப்போல முட்டிபோட்டுக்கொண்டு சென்றாள். கொஞ்சநேரம் கழித்து இந்த இடத்தைச் சுத்தம் செய்யும்படி அவளிடம் இந்த ரோலிபோலி சொல்லக்கூடாதா? நம் ஆட்களெல்லாம் அடிப்படை நாகரிக நடத்தை முறைகளை எப்போதுதான் கற்றுக்கொள்ளப் போகிறார்கள்?

இந்தப் பெண் ஜார்கண்ட் அல்லது சட்டீஸ்கரைச் சேர்ந்த கோண்ட், இல்லாவிட்டால் சந்தால் இனத்தைச் சேர்ந்தவள் என்று பளிச்சென்று தெரிகிறது; அல்லது ஒரிஸாவில் உள்ள பழங்குடி இனத்தைச் சேர்ந்தவளாக இருக்கலாம். பார்ப்பதற்குப் பதினான்கு, பதினைந்து வயதுச் சிறுமியைப் போல இருந்தாள். நான் உட்கார்ந்திருந்த இடத்திலிருந்து பார்க்கும் போது அவளுடைய குர்தாவின் இடைவெளியில் ஒரு சின்ன வெள்ளிச் சிலுவை அவளுடைய சின்ன மார்பகங்களுக்கிடையில் பொதிந்திருப்பது தெரிந்தது. கிறித்துவ மிஷனரிக் கும்பல்களின் மீது சகிக்கமுடியாத அருவருப்புக் கொண்டிருந்த என் அப்பா அவளைப் பார்த்திருந்தால் 'ஹலேலூயா' என்று கூப்பிட்டிருப்பார். மிகவும் நுண்ணறிவு வாய்ந்த நாகரிகமான மனிதர்தானென்றாலும் அவரிடம் இத்தகைய பிற்போக்குத்தனங்கள் சில உண்டு.

வர்ணம் தீற்றியிருந்த கூந்தல் வழிய தனது ராட்சதத் தர்ப்பூசணி அரியணையில் அமர்ந்திருந்த ரோலிபோலி என்னிடம் உற்சாகத்துடன் மாடியில் நடந்த விஷயங்களைக் கிசுகிசுப்பான குரலில் விவரித்தாள். "அவளைப் பார்த்தால் சாதாரணப் பெண்ணாகத் தெரியவில்லை," என்பதைத் திரும்பத்திரும்பச் சொன்னாள். ஒருவேளை அவள் தொடர்பின்றி எதையெதையோ பேசினதாலோ, அவள் பேசுவதைக் கேட்க எனக்குப் பிடிக்கவில்லை என்பதாலோ எனக்குள் பதற்றம் அதிகரித்தது. ஏதோவொரு குழந்தையைப் பற்றியும் போலீஸ் பற்றியும், ("போலீஸ் வந்து கதவைத் தட்டியதும் எனக்குத் தூக்கிவாரிப்போட்டுச்சு.") இந்த வீட்டுக்கும், இந்த இடத்துக்கும் கெட்ட பெயரை ஏற்படுத்திவிட்டதைப் பற்றியும் ஏதோ சொன்னாள். எல்லாமே விஷமத்தனமாகவும் மிகைப்படுத்தலாகவும் தோன்றியது. அவளுக்கு நன்றிசொல்லிவிட்டுக் கிளம்பும்போது, அவளுடைய கணவர் சுற்றுலாத் துறைக்காகத் தயாரித்த கஷ்மீர் தால் ஏரியைப் பற்றிய டிவிடி ஒன்றைப் பரிசாக என் கையில் திணித்தாள்.

இதற்கு ஒன்றிரண்டு மணிநேரம் கழித்து இப்போது இங்கே இருக்கிறேன். கடைத்தெருவிலிருந்து பூட்டு பழுதுபார்ப்பவனைக் கூப்பிட்டு வந்து மாற்றுச் சாவி செய்துகொள்ள வேண்டும். அதாவது கதவை உடைத்துக் கொண்டு உள்ளே செல்ல வேண்டும். இரண்டாம் தளத்தில் குடியிருந்தவர் வெளியேறிவிட்டதாகத் தெரிகிறது. 'வெளியேறிவிட்டார்' என்ற சொல்லே, ரோலிபோலி சொல்வதை வைத்துப் பார்த்தால் ஓர் இடக்கரடக்கல்தான். அப்படிப்பார்த்தால் 'குடியிருந்தவர்' என்பதும் இடக்கரடக்கல்தான். இல்லை, நாங்கள் ஒன்றும் காதலர்களாக இருந்தவர்கள் அல்லர். எந்தவொரு கட்டத்திலும் அதைப்போன்றதொரு உறவுக்கு அவள் சாதகமாக இருப்பதாக அவளிடமிருந்து சமிக்ஞை வந்ததில்லை. அவள் முன்வந்திருந்தாலும், அந்த உறவு எப்படி முன்னேறியிருக்கும் என்று என்னால் ஊகிக்க முடியவில்லை.

ஏனென்றால் என் வாழ்நாள் முழுக்க, அதாவது அத்தனை வருடங்களுக்கு முன் அவளைக் கல்லூரியில் முதன்முறையாகப் பார்த்ததிலிருந்து, அவளைச் சுற்றியேதான் என்னைக் கட்டமைத்து வந்திருக்கிறேன். அவளைச் சுற்றி என்று சொல்ல முடியாவிட்டாலும், அவள் மீதான எனது காதல் நினைவுகளைச் சுற்றி. அவளுக்கு அது தெரியாது. யாருக்கும் தெரியாது, ஒரு வேளை மூன்று பேருக்கு மட்டும் தெரிந்திருக்கலாம். அவளைக் காதலித்த மூன்றுபேர்: நாகா, மூஸா, நான்.

காதல் என்ற சொல்லை உத்தேசமாகவே பயன்படுத்துகிறேன். அந்த மூட்டமான உணர்வை, எங்கள் மூவரையும் அவளோடு இணைத்துப் பிறகு ஒருவரோடொருவர் நெருக்கமாக இணையவைத்த அந்தச் சிக்கலான உணர்ச்சிக் குழப்பங்களைத் துல்லியமாக வர்ணிக்குமளவுக்கு எனக்கு சொற்தேர்ச்சி இல்லை.

அவளை முதல்முறை நான் பார்த்தது முப்பது வருடங்களுக்கும் முன், 1984இல் (தில்லியில் வசிக்கும் யாரால் 1984ஐ மறக்கமுடியும்?) *'Norman, Is That You?'* என்ற எங்கள் கல்லூரி நாடகத்துக்காக ஒத்திகை பார்த்துக் கொண்டிருந்தபோது. அதில் நான் நடித்துக்கொண்டிருந்தேன். இரண்டு மாதங்கள் ஒத்திகை பார்த்தும் எங்களால் நாடகத்தை அரங்கேற்றவே முடியாமற் போயிற்று. அதற்கு ஒரு வாரத்துக்கு முன்பு திருமதி *G* – இந்திரா காந்தி – அவருடைய சீக்கிய மெய்க்காப்பாளர்களால் சுட்டுக் கொல்லப்பட்டிருந்தார்.

படுகொலை நடந்து சில நாட்களுக்கு அவருடைய தொண்டர்களும் குண்டர்களும் தலைமையேற்கத் தில்லியில் ஆயிரக்கணக்கான சீக்கியர்கள் வெறிபிடித்த கும்பல்களால் கொல்லப்பட்டனர். சீக்கியர்கள் வாழ்கின்ற வீடுகள், கடைகள், சீக்கிய ஓட்டுநர்கள், அவர்களுடைய டாக்ஸி நிறுத்தங்கள் தீயிட்டுக் கொளுத்தப்பட்டன. நகரெங்கும் பற்றி எரிகிற நெருப்புகளிலிருந்து கரும்புகை இறகுகள் வானேறின. ஒரு பிரகாசமான, அழகான தினத்தில் வயதான சீக்கியர் ஒருவரைக் கும்பல் ஒன்று அடித்துக் கொல்வதை நான் பயணித்துக்கொண்டிருந்த பேருந்தின் சன்னல் இருக்கையிலிருந்து பார்த்தேன். முதலில் அவர்கள் அவருடைய தலைப்பாகையைப் பிடுங்கி எறிந்தனர். அவருடைய தாடியைப் பிடித்து இழுத்துப் பிடுங்கினர். பிறகு தென் ஆப்பிரிக்கப் பாணியில் எரியும் டயர் ஒன்றை அவருடைய கழுத்தில் மாலையிட்டனர். சுற்றி நின்றிருந்த மக்கள் சந்தோஷமாகக் கத்தி உற்சாகப்படுத்திக்கொண்டிருந்தனர். வீட்டுக்கு விரைந்து வந்து, நான் பார்த்த காட்சியின் அதிர்ச்சி என்னைத் தாக்குவதற்காகக் காத்திருந்தேன். விநோதமாக அது நிகழவேயில்லை. சலனமற்றிருந்த எனது மனநிலை மட்டுமே என்னை அதிர்ச்சிக்குள்ளாக்குவதாக இருந்தது. பார்த்த காட்சியின் அபத்தமும் பயனின்மையும் அருவருப்படையச் செய்வதாக இருந்தனவேயொழிய நான் அதிர்ச்சியடைந்திருக்கவில்லை. நான் வளர்ந்த நகரமான இதன் கோரமான வரலாறு எனக்குப் பரிச்சயமாகியிருந்ததும் இதற்குக் காரணமாக இருக்கலாம். இந்தியாவில் உள்ள எல்லோருக்கும் பரிச்சயமான பேய் அது. எப்போதும் எல்லோராலும் தீர்க்கமாக உணரப்பட்டுவரும் இருப்பு அதனுடையது. இப்போது அது திடீரென ஆழத்திலிருந்து சீறிக்கொண்டு மேலெழுந்து வந்து அதன் வழக்கமான

கோரத்தாண்டவத்தை ஆடிக்கொண்டிருக்கிறது. பசி தீர்ந்ததும் அதன் தரையடிக் குகைக்குள் புகுந்துகொண்டுவிடும். குகை வாசல்மீது கதவுபோல இயல்புநிலை கவிந்து மூடிக்கொள்ள அமைதி திரும்பிவிடும். வெறி பிடித்திருந்த கொலைகாரர்கள் தம்முடைய நச்சுப்பற்களை உள்ளிழுத்துக் கொண்டு தமது தினசரி வழமைகளுக்கு – குமாஸ்தாக்களாக, தையற்காரர்களாக, குழாய் பழுதுபார்ப்பவர்களாக, தச்சர்களாக, கடைக்காரர்களாக – திரும்பிவிடுவார்கள். வாழ்க்கை முன்பைப் போலவே சகஜமாக நகரத் தொடங்கிவிடும். நாங்கள் வாழ்கின்ற உலகின் இப்பகுதியின் இயல்பு நிலை என்பது வேகவைத்த முட்டையைப்போல: மழுங்கலான வெளிப் புறத்துக்குள் அதிர்ச்சிகரமானதொரு வன்முறை இதயம் ஒளிந்திருக்கிறது. அந்த வன்முறை, இதற்கு முன்னர் அதை நிறைவேற்றிய செயல்வீரர்கள், வருங்காலத்தில் அது எடுக்கக்கூடிய பல்வேறு உருமாற்றங்கள், எம்மைப் போன்ற சிக்கலான பல்வகைப்பட்ட மக்கள் இனி எவ்வகையில் தொடர்ந்து உடனொத்து வாழ்வது, ஒருவரையொருவர் சகித்துக்கொண்டிருப்பது, அவ்வப்போது ஒருவரையொருவர் கொன்றுவிடுவது என்பவற்றுக்கு அது வகுக்கும் விதிமுறைகள் குறித்த கவலைதான் எங்களிடம் நிரந்தரமாக இருக்கிறது. மையம் சிதறாமல் தாக்குப்பிடிக்கும்வரை நாங்கள் நிம்மதியாக இருப்போம். ஆபத்துத் தருணங்களில் ஒரு தொலைநோக்குப் பார்வையோடு செயல்படுவதற்கு இது உதவுகிறது.

எங்கள் நாடக அரங்கேற்றத்தை ஒரு மாதம் ஒத்திவைத்துவிட்டுப் பதற்றம் தணியக் காத்திருந்தோம். ஆனால் டிசம்பர் ஆரம்பத்தில் இதைவிடப் பயங்கரமான சம்பவம் நடந்தது. போபால் நகரில் உள்ள யூனியன் கார்பைடு பூச்சிமருந்துத் தொழிற்சாலையிலிருந்து நச்சுவாயு வெளிப்பட்டு ஆயிரக்கணக்கானோர் கொல்லப்பட்டனர். கண்களும் நுரையீரல்களும் எரிய, அந்த நச்சுவாயுப் படலத்திலிருந்து தப்பியோடுபவர்களின் கதைகள் செய்தித்தாள்களில் நிறைந்திருந்தன. இந்த விபத்தின் பாதிப்பும் பயங்கரமும் கிட்டத்தட்ட விவிலியத் தன்மை கொண்டதாக இருந்தன. இறந்தவர்கள், கடுமையாகப் பாதிக்கப்பட்டவர்கள், இறந்துகொண்டிருப்பவர்கள், நிரந்தரமாகப் பார்வை பறிபோனவர்கள், காமிராவை நோக்கி வெற்றாகத் திறந்திருக்கும் அவர்களின் குருட்டு விழிகள் எனப் பத்திரிகைகளில் படங்கள் அனுதினமும் வெளிவந்துகொண்டிருந்தன. எங்கள் நாடக முயற்சிக்குக் கடவுள் அனுசரணையாக இருக்கவில்லை என்பதைக் கடைசியில் உணர்ந்தோம். Norman–ஐ இந்தச் சந்தர்ப்பத்தில் மேடையேற்றுவது பொருத்தமாக இருக்காது என்று மொத்தத் திட்டத்தையே கைவிட்டோம். இப்படியொரு பழகிப்போன சொற்றொடரை நான் பயன்படுத்துவதற்கு நீங்கள் மன்னிக்க வேண்டும் – ஒருவேளை இதுதான் வாழ்க்கைபோல. பெரும்பாலான நேரங்களில் இப்படித்தான். ரொம்பவும் முனைப்போடு ஒரு காரியம் செய்வதற்கு ஒத்திகை பார்த்துக்கொண்டிருந்தால் அது கடைசியில் நடக்காமலே போய்விடுகிறது. Norman நாடகத்தைப் பொறுத்த வரை அந்த அரங்கேற்றம் எங்களுக்குத் தேவைப்பட்டது, எங்கள் எதிர்கால வாழ்க்கையை அது மாற்றக்கூடும் என்பதற்காக அல்ல. ஒத்திகைகளே அந்தக் காரியத்தைத் தேவைக்கு அதிகமாகச் செய்து முடித்திருந்தன.

நாடகத்தின் இயக்குநர் டேவிட் க்வார்டர்மெய்ன் லீட்ஸிலிருந்து தில்லிக்குக் குடிபெயர்ந்த ஓர் இளம் ஆங்கிலேயன். ஒல்லியான, விளையாட்டு

வீரனைப்போன்ற உடலமைப்பு. அசரவைக்கும்படியான அழகன் என்பதையும் சேர்த்துச் சொல்ல வேண்டும். பொன்னிறத் தலைமுடி தோள்களில் புரள, அவனுடைய கண்கள் பீட்டர் ஓ டூலுடையதைப்போல அசாதாரணமான நீலமணிக் கற்கள் எனக் கூர்மையாக ஜொலிக்கும். பெரும்பாலான நேரம் போதையிலேயே இருந்தான். ஒளிவுமறைவற்ற தன்பாலுணர்ச்சியன், ஆனாலும் உரையாடல்களில் வெளிக்காட்டிக் கொள்ளமாட்டான். மாநிறத்தில் அழகான சின்னப் பையன்கள் வரிசையாக – ஏராளமானோர் – அவன் இருந்த டிஃபன்ஸ் காலனி அறைக்கு வந்துபோவார்கள். புத்தகங்கள் வரிசையாக அடுக்கப்பட்டிருக்கும். அந்தப் பையன்கள் அவனுடைய கட்டிலிலோ ஆடும் நாற்காலியிலோ உட்கார்ந்து பத்திரிகைகளைப் புரட்டிக்கொண்டிருப்பார்கள். ஒருத்தனுக்கும் படிக்கத் தெரியாது. (பாட்டாளி மக்கள்மீது அவனுக்கு விசேஷ ஆர்வம்.) இதைப்போல நாங்கள் வேறெங்கும் பார்த்ததில்லை. அவனது இரட்டை அறைக் குடியிருப்புக்கு நாடகப் பிரதி வாசிப்புக்காக நாங்கள் கூடியிருந்த சமயத்தில் அவனிடம் அமைதியாக, திறமையாக வீட்டுவேலை செய்துகொண்டிருந்த அந்தப் பெண் அவனுடைய குளியலறையில் அவளின் மூன்றாவது குழந்தையைப் பிரசவித்தாள். எங்கள் எல்லோருக்கும் டேவிட் க்வார்டர்மெய்னின் துணிச்சலான பாலியற் சாகசங்கள், அவனது புத்தகச் சேகரிப்பு, அவனுடைய உள்ளொடுங்கிய மனோபாவம், அவனுடைய முணுமுணுப்புகள், திடீர்திடீரென எங்களுக்குப் புரியாத வகையில் மௌனித்துவிடுதல் ஆகியவைமீது மிகப்பெரிய பிரமிப்பு இருந்தது. உண்மையான கலைஞனுக்கு இருக்க வேண்டிய அடிப்படைக் குணாம்சங்கள் இவையென்று நம்பினோம். நாடகத்துறையில் எங்கள் வாழ்க்கையை அர்ப்பணித்துக்கொள்ளும் கற்பனையில் அதற்கான தயாரிப்பாக அவனுடைய பாவனைகளை எங்களில் சிலர் ஓய்வுநேரங்களில் முயன்று பார்த்தோம். என் வகுப்பில் இருந்த நாகா, நாகராஜ் ஹரிஹரன், நார்மன் வேடத்தை ஏற்றிருந்தான். எனக்கு அவனுடைய காதலன், கார்ஸன் ஹோபாாட வேடம் தரப்பட்டிருந்தது. (ஆரம்ப ஒத்திகைகளில் ஒரேயடியாகச் சொதப்பிக்கொண்டிருந்தோம். உண்மையில் நாங்கள் ஒன்றும் ஹோமோசெக்ஸுவல்கள் அல்லர் என்று மற்றவர்களுக்கு உணர்த்துவதற்காக அபத்தமாக நடந்துகொண்டிருந்தோம்.) நாங்கள் இருவருமே அப்போது தில்லிப் பல்கலைக்கழகத்தில் சரித்திரத்தில் முதுகலை இறுதி ஆண்டில் இருந்தோம். எங்கள் இருவரின் அப்பாக்களும் நண்பர்கள் என்பதால் (அவனுடைய அப்பா வெளியுறவுத் துறையில் இருந்தார். என் அப்பா ஒரு மூத்த இதய அறுவைச் சிகிச்சை நிபுணர்) நாகாவும் நானும் பள்ளியிலிருந்து பல்கலைக்கழகம்வரை ஒன்றாகவே பயின்றுவந்தோம். இதைப்போன்ற பெரும்பாலான மாணவர்களைப்போல, நாங்கள் ஒருபோதும் நெருங்கிய நண்பர்களாக இருந்ததில்லை. ஒருவரையொருவர் பிடிக்காது என்றல்ல, ஆனால் எங்களுக்கிடையே கொஞ்சம் உரசல் எப்போதுமே இருந்தது.

திலோ அப்போது கட்டட வடிவமைப்புக் கல்லூரியில் மூன்றாம் வருட மாணவியாக அரங்க அமைப்பு, ஒளியமைப்புத் துறையில் இருந்தாள். தன்னைத் திலோத்தமா என்று அறிமுகப்படுத்திக்கொண்டாள். அவளைப் பார்த்த கணத்தில் என்னில் ஒரு பகுதி உடம்பிலிருந்து விலகிச்சென்று

அவளைச் சுற்றிப் போர்த்திக்கொண்டது. அந்தப் போர்வை இப்போதுவரை அங்கேயே இருக்கிறது.

அவளிடமிருந்த எது என்னை இப்படி நிராயுதபாணியாக்கி, அனுசரணையும் அக்கறையுமுள்ளவனாக, கொஞ்சம் அதீத ஆர்வம் காட்டுபவனாக, என் இயல்புக்கு மாறாக என்னை மாற்றிவிட்டது என்பதை ஒருபோதும் அறிந்துகொள்ள முடியவில்லை. கல்லூரியில் இருந்த வெளுத்த, ஊட்டமான மற்ற எந்தப் பெண்ணையும்போல அவள் இருக்கவில்லை. அவளுடைய நிறம் பிரெஞ்சுக்காரர்கள் சொல்வதைப் போன்ற *Café au lait* – பாலோடு சேர்ந்த காபி – நிறம் (ஆனால் பாலின் பங்கு மிகக் குறைவு). பெரும்பாலான இந்தியர்கள் அவளை எடுத்த எடுப்பிலேயே அழகற்றவள் என்று தகுதிநீக்கம் செய்துவிடக்கூடும். என்மீது, என் ஆன்மாவின் மீது, ஒரு முத்திரை அல்லது ஓர் இலச்சினைபோலப் பல ஆண்டுகளாகப் பதிந்திருக்கும் ஒருத்தியைத் துல்லியமாக வர்ணிப்ப தென்பது கடினம். ஆனாலும் உத்தேசமான தூரிகைத் தீற்றலில் அவளைச் சித்தரிக்க முடியுமாவென்று பார்க்கிறேன். அவளுக்குச் சின்ன, ஒட்டிய முகம்; நேரான மூக்கு; உணர்ச்சிவசப்படும் நாசித் துவாரங்கள்; நீண்ட அடர்ந்த கூந்தல் சுருட்டையாகக் கோரை முடியா என்று கண்டுபிடிக்க முடியாதவாறு சிக்கலும் சிடுக்குமாக வாரப்படாமல் இருக்கும். அதைப் பார்க்கும்போது, உள்ளே சின்னதாகப் பறவைகள் கூடு கட்டியிருக்குமோவென்று தோன்றும். ஷாம்பூ விளம்பரங்களில் ‘உபயோகிப்பதற்கு முன்பு – உபயோகித்த பின்பு’ வரிசையில் ‘முன்பு’ பகுதியில் வருபவளைப்போல இருப்பாள். சில நேரங்களில் பின்னலாகப் பின்னி விட்டிருப்பாள். சில நேரங்களில் அவளுடைய நீண்ட கழுத்துக்குப் பின்னால் ஒழுங்கில்லாமல் கொண்டையாக முடிந்து மஞ்சள் நிறத்தில் பென்சில் ஒன்றை அதில் குத்திவைத்திருப்பாள். மெலிதாகக்கூட ஒப்பனை செய்துகொள்ளமாட்டாள். மற்றப் பெண்கள் அழகாகக் காட்டிக்கொள்வதற்காகத் தலைமுடியில், கண்களில், உதடுகளில் செய்துகொள்ளும் அலங்கார வித்தைகள் எதையும் அவள் முயன்றதில்லை. அவள் உயரமானவள் அல்லள், ஆனால் ஒல்லியாக வெடவெடவென்று இருப்பாள். அவள் நிற்கும் விதமே அலாதி. எடை முழுதும் குதிகாலில் தாங்கியிருக்க, தோள்களை விறைத்துக்கொண்டு, கிட்டத்தட்ட ஆண்மைத்தனமாக (ஆனால் அப்படி இருக்கமாட்டாள்) தோன்றுவாள். அவளை முதன்முதலாகச் சந்தித்த அன்று வெள்ளைக் காட்டன் பைஜாமாவும், ஒரு அசிங்கமான – வேண்டுமென்றே திட்டமிட்ட அசிங்கத்தனம் அது – அளவுக்கு அதிகமான ஆண்கள் அணியும் பிரிண்டட் சட்டையும் அணிந்திருந்தாள். அந்தச் சட்டை அவளுடையதாகத் தெரியவில்லை. (நான் நினைத்தது தவறு என்று பிறகு தெரிந்தது: நாங்கள் நன்றாகப் பழக ஆரம்பித்துச் சில வாரங்கள் கழித்து அந்தச் சட்டை அவளுடையதுதான் என்று சொன்னாள். ஜம்மா மஸ்ஜித்துக்கு வெளியே பழைய துணிமணிகள் சந்தையில் அதை ஒரு ரூபாய்க்கு வாங்கியதாகச் சொன்னாள். நாகா – அவன் வழக்கப்படி – அங்கு விற்கப்படும் உடைகள் எல்லாமே ரயில் விபத்துகளில் இறந்தவர்களின் உடல்களிலிருந்து எடுக்கப்பட்டவை என்று நிச்சயமாகத் தனக்குத் தெரியும் என்றான். அவள் அமைதியாக, அவற்றில் ரத்தக் கறைகள் இல்லாதவரை தனக்குப்

பிரச்சனை இல்லை என்று சொன்னாள்.) அவளுடைய நீளமான, மைக்கறை படிந்த நடுவிரலில் அகலமான வெள்ளி மோதிரமும், கால் கட்டைவிரலில் வெள்ளி வளையமும் மட்டுமே அவள் அணிந்திருந்த ஆபரணங்கள். கணேஷ் பீடிதான் புகைப்பாள். அதை ஒண்சிவப்பு நிறத்திலிருந்த டன்ஹில் சிகரெட் பாக்கெட்டில் வைத்திருப்பாள். அதிலிருந்து அந்தப் பீடியை எடுத்துப் பக்கத்தில் இருப்பவர்களிடம் நீட்டும்போது, அவர்கள் ஏதோ இறக்குமதி செய்யப்பட்ட வெளிநாட்டு சிகரெட்டை எதிர்பார்த்து, பீடியைப் பார்த்த அதிர்ச்சியில் திடுக்கிடுவதையும், சங்கடத்துடன் மறுப்பதையும் சலனமற்ற பார்வையுடன் ஏற்றுக்கொள்வாள். இது பலமுறை நடந்ததைப் பார்த்திருக்கிறேன். அவளுடைய முகபாவம் எப்போதும் உணர்ச்சியற்றே இருந்திருக்கிறது – லேசான புன்னகையோ கிண்டலோ வெளிப்பட்டதில்லை. வேண்டுமென்றே விளையாடுகிறாளா அல்லது அவள் இயல்பே அதுதானா என்று என்னால் ஒருபோதும் சொல்ல முடிந்ததில்லை. மற்றவர்களைத் திருப்திப்படுத்தும்படி நடந்துகொள்வதோ, தனது செய்கைகளால் மற்றவர்களைச் சங்கடப்படுத்தாமல் இருப்பதோ அவள் இயல்பிலேயே இல்லை. எளிதில் புண்படக்கூடியவர்கள் அவளுடைய நடத்தையை ஆணவம் என்றே நினைத்துக்கொள்வார்கள். அவளைப் பொறுத்தவரை இந்தக் கட்டுப்பாடற்ற இயல்பு அவள் தனியாகவே வாழ்ந்துவருவதால் ஏற்பட்டவொன்று. அவள் அணிந்திருக்கும் சாதாரண எளிமையான கண்ணாடிக்குப் பின்னால் பூனையைப் போன்ற சற்றே சாய்வான கண்களில் ஒரு வெட்டியானின் அசட்டையான மர்மம் தெரியும். அவளைப் பார்க்கும்போது எப்படியோ வார் அவிழ்ந்த விலங்குதான் ஞாபகத்துக்கு வரும். எங்களோடு நடந்து வரும்போதுகூட ஏதோ நாங்களெல்லாம் யாராலோ கூட்டிச்செல்லப்படும் செல்லப் பிராணிகள் போலவும், அவளை அவளே கூட்டிச் செல்வதைப் போலவும் இருக்கும். நாங்கள் வம்பு ஏதும் செய்யாமல், எங்கள் உரிமையாளர் சொற்களுக்கு அடங்கி ஒழுங்காக நடந்துகொள்வதைச் சற்றுத்தூரத்திலிருந்து கொஞ்சம் அசிரத்தையாக அவள் கவனித்துக்கொண்டிருப்பதைபோல இருப்பாள்.

அவளைப் பற்றிக் கூடுதலாக அறிந்துகொள்ள எவ்வளவோ முயன்றிருக்கிறேன்; அவள் எதையுமே சொன்னதில்லை. அவளுடைய குடும்பப் பெயர் என்னவென்று நான் ஒருமுறை கேட்டபோது தன் பெயர் எஸ். திலோத்தமா என்றாள். எஸ் என்பது எதைக் குறிப்பது என்று கேட்டதற்கு "எஸ் என்பது எஸ்ஸைக் குறிப்பது" என்று பதிலளித்தாள். அவளுடைய சொந்த ஊர் எது, அவளுடைய அப்பா என்ன வேலை பார்க்கிறார் என்று எப்படி சுற்றிவளைத்துக் கேட்டாலும் பதில் சொல்லாமல் நழுவிவந்தாள். அப்போதெல்லாம் அவளுக்கு இந்தி அவ்வளவாகத் தெரியாது. அவள் தென்னிந்தியாவிலிருந்துதான் வந்திருக்கக்கூடும் என்று ஊகித்தேன். அவளுடைய ஆங்கில உச்சரிப்பு ஆச்சரியகரமாக எந்தப் பிராந்திய அடையாளத்துடனும் இருக்காது. சில நேரங்களில் மட்டும் Z ஐ S என்று மென்மையாக்கிச் சொல்வாள். உதாரணத்துக்கு 'ஜிப்' என்பதை 'ஸிப்' என்பாள். அவள் கேரளாவாகத்தான் இருக்க வேண்டும் என்று ஊகித்தேன்.

நான் நினைத்தது சரியென்று பிறகு தெரிந்தது. மற்ற விஷயங்களைப் பொறுத்தவரை – அவள் ஒன்றும் அவற்றுக்கெல்லாம் பதில் சொல்லாமல் நழுவவில்லையென்று தெரிந்தது – அத்தகைய சாதாரணமான, கல்லூரி

மாணவத்தனமான கேள்விகளுக்கு அவளிடம் உண்மையிலேயே பதில்கள் இருக்கவில்லை: நீ எங்கிருந்து வருகிறாய்? உன் அப்பா என்னவாக இருக்கிறார்? இத்யாதி, இத்யாதி. அதன்பிறகு பேச்சுவாக்கில் சில விஷயங்களைத் தெரிந்துகொண்டேன். அவள் அம்மா கணவனைப் பிரிந்தவள் என்று தெரிந்தது. அவளை விட்டுக் கணவன் போய்விட்டானோ, அல்லது அவள் கணவனிடமிருந்து வந்துவிட்டாளோ, அல்லது அவன் இறந்துவிட்டானோ – எல்லாமே மர்மமாக இருந்தது. அவளைப் பற்றி யாராலும் சரியாகக் கணிக்க முடியவில்லை. அவள் தத்தெடுக்கப்பட்டவள் என்று வதந்திகள் சுற்றிக்கொண்டிருந்தன; தத்தெடுக்கப்பட்டவள் அல்லள் என்றும் வதந்திகள் இருந்தன. அதன் பிறகு கல்லூரியில் எங்களுக்கு ஜூனியராக இருந்த மாமென் பி. மாமென் – திலோவின் ஊர்க்காரன் – சரியான வம்பன் – என்பவனிடமிருந்து அந்த இரண்டு வதந்திகளுமே உண்மைதான் என்று தெரிந்துகொண்டேன். அவளுடைய அம்மா, உண்மையான அம்மாதான். ஆனால் அவள் முதலில் திலோவை அனாதை விடுதியில் போட்டுவிட்டுச் சென்றுவிட்டாளாம். பிறகு அவளே திரும்பி வந்து தத்தெடுத்துக் கொண்டாளாம். அவர்கள் வசித்துவந்த அந்தச் சிற்றூரில் திலோவின் அம்மா சம்பந்தப்பட்ட ஒரு காதல் விவகாரம் அப்போது பெரிதாக வெடித்திருக்கிறது. அவன் ஒரு ‘தீண்டத்தகாத’ சாதியைச் சேர்ந்தவனாம். (மாமென் பி. மாமென் குரலைத் தாழ்த்தி ‘பறையன்’ என்று கிசுகிசுத்தான், உரக்கச் சொன்னால் தீட்டாகிவிடும் என்பதைப்போல). அவனைப் போன்றவர்களையெல்லாம் இந்தியாவில் உள்ள உயர் சாதிக்காரர்கள் – இந்த விவகாரத்தில் கேரளாவில் சிரியன் கிறித்துவர்கள் – சேர்த்துக்கொள்ளவே மாட்டார்கள். இதைப் போன்ற காதல் விவகாரங்கள் சமூகத்தால் ஏற்றுக்கொள்ளப்படாமல் இருப்பதே மரபு. திலோவின் அம்மாவை, குழந்தை பிறக்கும்வரை வேறெங்கோ தங்கவைத்துவிட்டு, குழந்தை பிறந்ததும் அதை ஒரு கிறித்துவ அநாதை விடுதியில் போட்டுவிட்டார்களாம். சில மாதங்கள் கழித்து திலோவின் அம்மா அந்த அநாதை விடுதிக்குத் திரும்பிவந்து அவள் பெற்றெடுத்த குழந்தையை அவளே தத்தெடுத்துக்கொண்டாளாம். அவளுடைய குடும்பம் அவளை ஏற்றுக்கொள்ளவில்லையாம். பிறகு அவள் திருமணமே செய்து கொள்ளாமல், வருவாய்க்காக ஒரு சிறிய மழலையர் பள்ளியை ஆரம்பித்து நடத்தி வந்தாளாம். அது காலப்போக்கில் ஒரு புகழ்பெற்ற உயர்நிலைப் பள்ளியாக வளர்ந்துவிட்டிருக்கிறதாம். ஆனால் அவள்தான் உண்மையான தாய் என்பதை இதுவரை வெளிப்படையாக ஒப்புக்கொண்டதில்லையாம். இவ்வளவுதான் அவளைப்பற்றி நான் தெரிந்துகொண்டது.

திலோத்தமா விடுமுறைக்ளில் வீட்டுக்குச் சென்றதேயில்லை. அதற்கான காரணத்தையும் சொன்னதில்லை. அவளைப் பார்ப்பதற்காக யாரும் வந்ததுமில்லை. கல்லூரிக் கட்டணம் செலுத்துவதற்காகக் கட்டட வடிவமைப்பாளர்களின் அலுவலகங்களில் கல்லூரி நேரத்துக்குப் பிறகும், வார இறுதிகளிலும், விடுமுறை நாட்களிலும் வரைஞராக வேலை பார்த்து வந்தாள். அவள் கல்லூரி விடுதியில் தங்கவில்லை – அது அவளுக்குக் கட்டுப்படி ஆகாதென்றாள். பக்கத்தில் ஒரு பாழடைந்த கட்டடத்தின் மதிற்சுவரையொட்டியிருந்த சேரியில் ஒரு குடிசையில் அவள் தங்கியிருந்தாள். எங்கள் யாரையும் தான் தங்கியிருந்த இடத்துக்கு அவள் அழைத்ததில்லை.

Norman நாடக ஒத்திகைகள் நடக்கும்போது நாகா நாகா என்று அவனைக் கூப்பிட்டுக்கொண்டிருப்பாள், ஆனால் என்னை மட்டும் ‘கார்ஸன் ஹோபார்ட்’ என்றுதான் அழைப்பாள். ஆகவே சரித்திர மாணவர்களாகிய நாகாவும் நானும் கடந்த காலம், குடும்பம், சமூகம், உற்றார், உறவினர், வீடு என்று எதுவும் இல்லாத ஒரு பெண்ணின் மீது மையலுற்று அலைந்துகொண்டிருந்தோம். அந்த நாட்களில் நாகாவுக்கு வேறு யாரை விடவும் தன் மீதுதான் அதிகமான மயக்கம் இருந்தது. திலோவைப் பார்த்தவுடனேயே, காரின் முகப்பு விளக்கைப் போடுவதைப்போலத் தனது (கணிசமான) கவர்ச்சிக் கணையை அவளை நோக்கி வீசுவான். அவள் அதையெல்லாம் கண்டுகொண்டதேயில்லை. இந்தப் புறக்கணிப்பு அவனுக்குப் பழக்கமில்லாதவொன்று.

மூஸாவுக்கும் – மூஸா யெஸ்வி – திலோவுக்கும் இடையே என்ன மாதிரியான உறவு இருந்தது என்று எனக்கு எப்போதுமே புரிந்ததில்லை. அவர்கள் ஒன்றாக இருக்கும்போது எதுவும் பேசிக்கொள்ளவோ, பிறர் கவனத்தை ஈர்க்கும்படி நடந்துகொள்ளவோ மாட்டார்கள். சில நேரங்களில் அவர்களைச் சேர்த்துப் பார்க்கும்போது காதலர்களைப் போலல்லாமல் உடன்பிறந்தவர்களைப் போலவே இருக்கும். இருவருமே கட்டட வடிவமைப்பியல் கல்லூரியில் வகுப்புத்தோழர்கள்; இருவருமே அசாதாரணத் திறமைகொண்ட ஓவியர்கள். அவர்கள் வரைந்த சில சித்திரங்களைப் பார்த்திருக்கிறேன். திலோ கரித்துண்டிலும் கிரேயான் களிலும் உருவச்சித்திரங்களை வரைந்திருந்தாள். தில்லியின் புராதனப் பகுதிகளான துக்ளகாபாத், பெரோஸ் ஷா கோட்லா, புராணா கிலா ஆகிய இடங்களை மூஸா நீர் வண்ண ஓவியங்களாகவும், குதிரைகளில் உடற்பாகங்களை – தலை, கண், அலைபாயும் பிடரி, தாவிச்செல்லும் குளம்புகள் – பென்சில் சித்திரங்களாகவும் வரைந்திருந்தான். இவற்றைப் புகைப்படங்களைப் பார்த்து வரைந்தானா அல்லது சித்திரப்புத்தகங்களைப் பார்த்து நகலெடுத்தானா அல்லது கஷ்மீரில் அவனுடைய வீட்டில் குதிரைகள் வளர்க்கிறார்களா என்று கேட்டேன். அவற்றைத் தன் கனவில் கண்டதாகச் சொன்னான். அது என்னை ஸ்தம்பிக்க வைத்தது. கலை குறித்து எனக்கு அதிகம் தெரிந்திருப்பதாகப் பாசாங்கு செய்யமாட்டேன், ஆனால் ஒரு பாமரனாக என்னுடைய பார்வையில் இந்தச் சித்திரங்கள் – அவனுடையதும் திலோவினுடையதும் – தனித்துவமான உன்னதப் படைப்புகளாகத் தெரிந்தன. அவர்கள் இருவருடைய கையெழுத்தும் ஒன்றுபோலவே – இயல்பான ஓட்டத்தில் சாய்வான எழுத்தோவியப் பாணியில் – கணினிமயமாக்கப்படுவதற்கு முன் கட்டட வடிவமைப்புக் கல்லூரிகளில் பயிற்றுவிக்கிற கையெழுத்தில் இருந்தது நினைவில் இருக்கிறது.

மூஸாவை நான் நன்றாக அறிந்திருந்ததாகச் சொல்ல முடியாது. அவன் அமைதியான, பாரம்பரியமாக உடையணிந்த ஓர் இளைஞன். திலோவின் உயரம்தான் இருப்பான். ஆனால் இறுக்கமான உடற்கட்டு. அவனது பேசாமடந்தைத் தனத்துக்குக் காரணம் அவனுடைய ஆங்கிலம் சரளமாக இல்லாததாக இருக்கலாம். அவன் பேசும்போது கஷ்மீரிய உச்சரிப்பு தூக்கலாக இருக்கும். நண்பர்களோடு சேர்ந்து இருக்கும்போதுகூடத் தன்மீது எந்த கவனத்தையும் ஈர்த்துக்கொள்ளாமல் இருப்பது அவனுடைய

விசேஷக் குணம். இத்தனைக்கும், அவன் கஷ்மீர இளைஞர்கள் பலரைப்போலவும் மிகவும் அழகான தோற்றம் கொண்டவன். உயரமாக இல்லாவிட்டாலும் விரிந்த தோள்கள். அவனது கச்சிதமான உடலமைப்பில் ஒரு கட்டுமஸ்த்துத் தன்மை ஒளிந்திருக்கும். கன்னங்கரேலென்ற கேசத்தை ஒட்ட வெட்டியிருப்பான். அடர் பழுப்பும் பச்சையும் கலந்த கண்கள். எப்போதும் சுத்தமாகச் சவரம் செய்திருப்பான். அவனுடைய வழவழப்பான வெள்ளை வெளேரென்ற சருமம் திலோவின் நிறத்துக்கு நேரெதிராக இருக்கும். அவனைப் பற்றி இரண்டு விஷயங்கள் எனக்குத் தெளிவாக நினைவில் இருக்கின்றன: பாதி உடைந்த முன்பல் (அபூர்வமாக அவன் சிரிக்கும்போது இந்த உடைந்த பல் அவன் முகத்தை ரொம்பவும் சின்னப் பையனுடையதைப் போலக் காட்டும்). ஆச்சரியமளிக்கும் அவனுடைய கைகள் – அவை ஓர் ஓவியனுக்கான கரங்களாக இருக்காது – அவை ஒரு விவசாயியின் கைகள். பெரிதாக, வலுவாக, தடிமனான விரல்களுடன்.

மூஸாவிடம் ஒரு மென்மை, நிதானம் இருக்கும். அதை நான் மிகவும் நேசித்தேன். இந்தக் குணாம்சம்தான் பிற்காலத்தில் நடக்கப்போகிற பயங்கரங்களோடு ஒருங்கிணைந்திருக்கக்கூடும் என்று தோன்றுகிறது. திலோவின்மீது எனக்கு இருந்த ஈர்ப்பை அவன் அறிந்திருந்தான் என்றே நினைக்கிறேன். ஆனால் அதனால் அவன் பாதிக்கப்பட்டவனாகவோ, என்னை அவன் முந்திவிட்டதாகவோ காட்டிக்கொண்டதேயில்லை. இது அவனுடைய மகத்தான பெருந்தன்மையைக் காட்டியதாகவே எனக்குத் தோன்றியிருக்கிறது. ஆனால் நாகாவுடனான அவனுடைய உறவு அந்த அளவுக்குச் சமநிலையில் இருந்ததாகச் சொல்லமுடியாது. அதற்குக் காரணம் நாகாதானே தவிர மூஸா அல்ல. நாகாவுக்கு மூஸாவோடு இருக்கும்போது ஒருவித அபத்திர உணர்வும் நயமின்மையும் வந்துவிடும்.

அவர்கள் இருவருக்குமிடையே காணப்பட்ட வேறுபாடுகள் குறிப்பிடத் தக்கவை. மூஸா (உண்மையில் அப்படிப்பட்டவனோ இல்லையோ) ஸ்திரமான, நம்பக்கூடிய, வலுவான ஆளுமையாக இருந்தானென்றால், நாகா பரபரப்பான துடுக்கான கவர்ச்சிப் பாத்திரம். அவனோடு இருந்தால் இலகுவாக இருக்கமுடியாது. ஒரு அறையில் இருந்தால் அங்கிருப்பவர்கள் கவனம் மொத்தத்தையும் தன்மீது இழுத்துக்கொள்ளாமல் அவனால் இருக்கமுடியாது. அவன் மகாபெரிய பந்தாப் பேர்வழி; எப்போதும் ஆரவாரத்துடன் கிண்டலடித்துக்கொண்டு அவ்வப்போது மற்றவர்களை மிரட்டிக்கொண்டு இருப்பவன். எல்லோர் முன்னிலையிலும் மற்றவர்களை இரக்கமின்றிப் பட்டவர்த்தனமாக மூக்கை உடைக்கிறாற்போல நக்கல் செய்வான். பார்ப்பதற்கு மிகவும் அழகானவன். ஒல்லியாகச் சிறுவனைப்போலத் தோற்றமளிப்பான். நல்ல கிரிக்கெட் ஆட்டக்காரன் (ஆஃப் ஸ்பின்னர்). கட்டுக்கடங்காமல் கலைந்து வழியும் தலைமுடியும், கண்ணாடியுமாக அலட்டிக்கொள்ளாத ஓர் அறிவுஜீவியான விளையாட்டு வீரனைப்போல இருப்பான். ஆனால் அவன் தோற்றத்தை விடவும் அவனுடைய ரௌடித்தனமே பெண்களைக் கவர்வதாக இருந்தது. அவர்கள் கிறக்கத்துடன் அவன் பின்னால் சுற்றியபடியே, அவன் உதிர்க்கும் ஒவ்வொரு வார்த்தைக்கும், வேடிக்கையாக இல்லாவிட்டாலும் அவனுடைய ஜோக்குகளுக்கும் இளித்துக்கொண்டிருந்தார்கள். அவனுடைய

பெண் நண்பர்களின் பெயர்களை நினைவுபடுத்திச் சொல்வது கடினம். எல்லா நல்ல நடிகர்களுக்கும் இருப்பதைப் போன்ற பச்சோந்தித் தன்மை அவனிடமும் உண்டு. அவனுடைய உருத்தோற்றத்தை ஒரு குறிப்பிட்ட தருணத்தில் அவன் என்னவாக இருக்க முடிவெடுத்தானோ அதற்கேற்றபடி, மேலெழுந்தவாரியாக அல்லாமல் நிஜமாகவே தன்னை மாற்றிக் காட்டிக்கொள்ளும் திறமை அவனுக்கு இருந்தது. எங்களுடைய இளவயதில் இதெல்லாம் மிகவும் கிளர்ச்சியூட்டுவதாகவும் நல்ல பொழுதுபோக்காகவும் இருந்தன. நாகா எடுக்கப்போகும் புதிய அவதாரம் என்னவாக இருக்கப் போகிறது என்று எல்லோரும் ஆவலாகக் காத்திருந்தோம். ஆனால் காலம் செல்லச்செல்ல, இது மிகவும் பொள்ளலாகவும் சலிப்பூட்டுவதாகவும் தோன்றத் தொடங்கிவிட்டது.

கட்டட வடிவமைப்பியல் கல்லூரியில் பட்டம்பெற்று வெளியே வந்தபிறகு மூஸாவும் திலோவும் ஒருவரைவிட்டு ஒருவர் பிரிந்து சென்றுவிட்டதைப் போலிருந்தது. அவன் கஷ்மீருக்குத் திரும்பிவிட்டான். அவள் ஒரு கட்டட வடிவமைப்பு நிறுவனத்தில் ஜூனியர் ஆர்க்கிடெக்டாக வேலையில் சேர்ந்தாள். அந்த அலுவலகத்தில் அவளுடைய முக்கியமான பொறுப்பு மற்றவர்கள் செய்யும் தவறுகளுக்கு அவள் பொறுப்பேற்றுக் கொள்வதுதான் என்று என்னிடம் பேசும்போது சொன்னாள். அவளுக்கு வழங்கப்பட்ட சொற்ப ஊதியத்தின் உபயத்தால் அவள் வசித்துவந்த சேரியிலிருந்து ஹஸ்ரத் நிஜாமுதீன் அவுலியா தர்காவுக்கு அருகிலிருந்த கலகலத்துப்போயிருந்த ஓர் அறைக்குத் தன்னை உயர்த்திக்கொண்டாள். அவளை அங்கு சிலமுறை சந்தித்தேன்.

அங்கு கடைசியாகச் சென்றிருந்தபோது மீர்ஸா காலிப் கல்லறைக் கருகில் அமர்ந்து பேசிக்கொண்டிருந்தோம். சுற்றிலும் பீடி, சிகரெட் துண்டுகள். முடவர்கள், தொழுநோயாளிகள், நாடோடிகள், கிறுக்குப் பிடித்தவர்கள் என இந்தியாவின் ஆலயப்பகுதிகள் எல்லாவற்றிலும் காணப்படுவதைப்போல அங்கும் சூழ்ந்திருந்தனர். அப்போது திடமான, மட்டமான தேநீரை நாங்கள் அருந்தியது ஞாபகத்தில் இருக்கிறது.

“நம்முடைய மகத்தான கவிஞரின் நினைவை இப்படித்தான் நாம் போற்றிவருகிறோம்” என்றேன், சற்றுப் போலித்தனமாக. அந்தக் காலத்தில் காலிப்பின் கவிதைகள் பற்றி எனக்கு எதுவுமே தெரியாது. (இப்போது தெரியும். தெரிந்தாக வேண்டிய கட்டாயம். தொழில்முறைத் தேவைகளுக்காக காலிப்பின் கவிதைகளைத் தெரிந்துவைத்திருக்கிறேன். துணைக் கண்டத்தின் முஸ்லிம்களின் இதயங்களைத் தேர்ந்தெடுத்த உருதுக்கவிதைகளின் வரிகளைப்போலக் குளிர்விப்பவை வேறு எவையும் இல்லை என்று இப்போது புரிந்திருக்கிறது.)

“ஒரு வேளை இப்படி இருப்பதுதான் அவருக்கு மகிழ்ச்சியளிக்கிறதோ என்னவோ,” என்றாள் திலோ.

பிச்சைக்காரர்கள் வரிசையிட்டிருந்த பாதை வழியே நடந்து, வியாழக்கிழமை இரவுகளில் நடைபெறும் கவ்வாலி நிகழ்ச்சிக்காகத் தர்காவை அடைந்தோம். அது நான் கேட்டவற்றிலேயே மிகச்சிறந்த கவ்வாலி கச்சேரியென்று சொல்ல முடியாது, ஆனாலும் வெளிநாட்டுப்

பயணிகள் கண்களை மூடிப் பேரின்பத்தில் திளைத்தபடி தலையாட்டிக் கொண்டிருந்தனர்.

கடைசிப் பாட்டு முடிந்து, பாடகர்கள் தமது அரதப்பழசான வாத்தியங்களை உறையிலிட்டுக் கொண்டபின் அங்கிருந்து வெளியேறி அந்தக் காலனிக்குப் பின்னால் சென்ற இருட்டுச் சாலையில் நுழைந்தோம். சாலையையொட்டிச் சென்ற மழைநீர்க் கால்வாய், சாக்கடையைப் போல நாற்றமடித்தது. நெட்டுக்குத்தாக உயர்ந்த குறுகலான படிகளில் ஏறி அவளுடைய அறைக்கு வந்தோம். மொட்டை மாடியில் யாரோ – அந்த வீட்டின் சொந்தக்காரராக இருக்கலாம் – கழித்துக் கட்டியிருந்த அறைகலன்கள் வெய்யிலில் வெளுத்திருந்தன. உடைந்த நாற்காலி ஒன்றின் கீழிருந்த பிரம்பு நாற்காலிக்குப் பின்னால் ஒளிந்திருந்த பெண்பூனை ஒன்றைப் பார்த்து அங்கே சுற்றிக்கொண்டிருந்த இஞ்சி நிறத்து ஆண் பூனை வேட்கையுடன் அப்போது ஊளையிட்டுக்கொண்டிருந்தது, இன்றுவரை தெளிவாக என் ஞாபகத்தில் பதிந்திருப்பதற்குக் காரணம் அந்த ஆண் பூனை என்னை நினைவுபடுத்தியதால் இருக்கலாம்.

அறை மிகச்சிறியதாக இருந்தது. அதை ஓர் அறை என்று சொல்வதைவிட ஸ்டோர்ரூம் என்று சொல்லாம். ஒரு நாடாக் கட்டில், தண்ணீருக்காக மண்பானை ஒன்று, துணிகளும் சில புத்தகங்களும் வைத்திருந்த அட்டைப்பெட்டி, இவற்றைத் தவிர அந்த அறையில் வேறு பொருட்கள் இல்லை. செங்கற்களின்மீது பழைய ஜீப்பின் காற்றுத்தடுப்பை வைத்து அதன்மேல் வைத்திருந்த மின் அடுப்பு வளையம் சமையலறை என்பதைக் காட்டியது. ஒரு சுவர் முழுக்கத் திறமையாக, நிஜ அளவைவிடப் பெரியதாக வண்ணக்கோலில் வரையப்பட்டிருந்த பன்னிற, ஊதா – நீலச் சேவல் தனது மஞ்சள் விழிகளால் எங்களை உற்று நோக்கியது. நிஜவாழ்க்கையில் யாரும் இல்லாததால் தன்னைக் கவனித்துக்கொள்ள இந்தச் சுவரோவியப் பெற்றோரை திலோ உருவாக்கிவைத்திருந்ததைப் போலிருந்தது.

சேவலின் கோபப் பார்வையிலிருந்து தப்பித்து நாங்கள் மொட்டை மாடிக்கு நகர்ந்தபோது நிம்மதியாக இருந்தது. இருவரும் கொஞ்சம் ஹஷிஷ் புகைத்தோம். கொசுக்கள் கடித்துப்பிடுங்கின. ஒன்றுமில்லாததற்கு வாய்விட்டுச் சிரித்தோம். கைப்பிடிச் சுவர்மீது காலை மடித்துக்கொண்டு திலோ உட்கார்ந்து வெளியே இருட்டை வேடிக்கை பார்த்தாள். மூளி நிலா அடிவானிலிருந்து உயர்ந்தது. அந்த அந்நியக் கோளின் அற்புத அழகுக்கு முரணாகக் கீழே திறந்தவெளிச் சாக்கடையிலிருந்து இவ்வுலகத் துர்நாற்றத்தின் நெடி எழும்பிவந்தது. திடீரென்று கீழே தெருவிலிருந்து பறந்துவந்த கல் ஒன்று திலோவை மயிரிழையில் உரசிக்கொண்டு சென்றது. அவள் துள்ளிக் கொண்டு கீழே குதித்தாள். ஆனால் பெரிதாக அலட்டிக்கொள்ளவில்லை.

“சினிமா முடிந்துபோகின்ற ஜனங்கள். கடைசி ஆட்டம் முடிந்து விட்டிருக்கும்போல.”

கீழே எட்டிப்பார்த்தேன். ஆட்களின் சலசலப்புக் கேட்டதேயொழிய இருட்டில் யாரும் கண்ணுக்குத் தெரியவில்லை. நான் சற்று நிலை குலைந்திருந்தேன் என்பதை ஒப்புக்கொள்ள வேண்டும். அவளுடைய பாதுகாப்புககாக என்ன முன்னெச்சரிக்கைகள் எடுத்திருப்பதாக அவளிடம்

கேட்டேன். அபத்தமான கேள்விதான். அவள் அமைதியாக, அக்கம் பக்கத்தில் இருப்பவர்களெல்லாம் அவளைப் பிரபலமான ஒரு போதை மருந்து வியாபாரியிடம் வேலை பார்ப்பதாக நினைத்துக்கொண்டிருக்கிறார்கள் என்றாள். அதுவே அவளுக்குப் பாதுகாப்பாக இருப்பதாக எல்லோரும் நினைப்பதாகச் சொன்னாள்.

தயக்கத்தை உதறிவிட்டு அவளிடம் மூஸாவைப் பற்றி, அவன் எங்கே இருக்கிறான், இப்போதும் அவர்கள் ஒன்றாக இருக்கிறார்களா, இருவரும் திருமணம் செய்துகொள்ளும் திட்டம் இருக்கிறதா என்று கேட்டுவிட்டேன். “நான் யாரையும் கல்யாணம் செய்துகொள்ளப் போவதில்லை,” என்றாள். ஏன் அப்படிச் சொல்கிறாள் என்று கேட்டதும், அவள் சுதந்திரமாக, எவ்விதப் பொறுப்புமின்றி, யாருக்கும் தெரியாமல், எந்தக் காரணத்துக்காகவுமல்லாமல் செத்துப்போவதே தன்னுடைய விருப்பம் என்றாள்.

அன்றிரவு வீடு திரும்பியதும் என் வாழ்க்கையையும் அவளுடைய வாழ்க்கையையும் எட்டமுடியாதபடிப் பிரித்திருக்கும் இடைவெளியை நினைத்துக்கொண்டே தூக்கத்தில் ஆழ்ந்தேன். நான் பிறந்த வீட்டில்தான் அப்போதும் வசித்துவந்தேன். அடுத்த அறையில் என் பெற்றோர்கள் தூங்கிக்கொண்டிருந்தார்கள். சுற்றிலும் இருந்த எல்லாப் பொருட்களும்—தரைவிரிப்புகள், அலமாரிகள், வரவேற்பறை நாற்காலிகள், ஜாமினி ராயின் ஓவியங்கள், வங்காளத்திலும் ஆங்கிலத்திலும் தாகூரின் முதற்பதிப்பு நூல்கள், என் அப்பாவின் மலையேற்றப் பயிற்சி நூல்கள் (அது அவருக்கு ஒரு பொழுதுபோக்கு; அவர் மலையேற்ற வீரர் அல்லர்), குடும்பப் புகைப்பட ஆல்பங்கள், எங்களுடைய குளிர்கால உடைகளை வைத்திருக்கும் இரும்புப்பெட்டிகள், சிறுவயதிலிருந்து நான் படுத்துறங்கும் கட்டில்—இவையெல்லாம் காவல் வீரர்களைப் போலப் பல வருடங்களாக என்னைக் கண்காணித்து வந்திருக்கின்றன. எனது வாலிபப் பருவம் கண்முன்னே விரிந்திருக்கிறதென்றாலும், அந்த வாழ்க்கை கட்டப்படவேண்டிய அஸ்திவாரம் மாற்றமுடியாததாக, அசைத்துப்பார்க்க இயலாததாகத் தோன்றியது. ஆனால் திலோ, கொந்தளிக்கும் கடலில் காகிதக்கப்பலைப் போல இருந்தாள். முற்றிலும் தனியானவளாக. எவ்வளவுதான் கொடுமைகளுக்குள்ளாக்கப்பட்டு வந்தாலும், இந்நாட்டின் ஏழை மக்களுக்குக்கூடக் குடும்பம் என்றவொன்று இருக்கிறது. இவள் எப்படி வாழப்போகிறாள்? அவளுடைய படகு கவிழ்ந்து மூழ்குவதற்கு இன்னும் எவ்வளவு காலம் மிச்சமிருக்கிறது?

செயலகத்தில் பணி சேர்ந்து, பயிற்சிக்காகச் சென்றதற்குப் பிறகு அவளுடனான தொடர்பு விட்டுப்போனது.

அடுத்தமுறை நான் அவளைப் பார்த்தது அவளுடைய திருமணத்தில்.

அத்தனை வருடங்கள் கழித்து அவளும் மூஸாவும் எப்படி மீண்டும் ஒன்றானார்கள், ஸ்ரீநகரில் அந்தப் படகு வீட்டில் அவனோடு அவள் எப்படி இருக்க நேரிட்டது என்றெல்லாம் எனக்குத் தெரியவில்லை.

அவனைப் பற்றி நினைக்கும்போதெல்லாம், எப்படி அவனையும் அவனைப்போன்ற இன்றைய கஷ்மீர இளைஞர்களையும் அந்த முட்டாள்தனமான மாயை – கஷ்மீர் 'சுதந்திரம்' அடைந்துவிடும் – மதி மயங்க வைத்து, சாத்தியமேயில்லாத மார்க்கத்தில் செலுத்தி அவர்களை வீழ்த்தியிருக்கிறது என்று வியப்பாக இருக்கும். என்னால் புரிந்துகொள்ளவே முடிந்ததில்லை. யாருமே அனுபவித்திருக்கக்கூடாத அளவுக்குத் துயரங்கள் அவனுக்கு நேர்ந்திருக்கின்றன என்பது உண்மைதான்–ஆனால் கஷ்மீர் அப்போது ஒரு யுத்தப் பிரதேசம். நான் எனது நெஞ்சின்மீது கை வைத்துச் சத்தியமாகச் சொல்வேன், எவ்வளவுதான் வெறியேற்றும் சம்பவங்கள் நடந்திருந்தாலும், அவன் செய்த காரியத்தைச் செய்ய கனவிலும் துணியமாட்டேன்.

ஆனால் அவனும் நானில்லை, நானும் அவனில்லையே. அவன் செய்தது அவனுக்கு. அதற்கான விலையையும் அவன் கொடுத்துவிட்டான். வினை விதைத்தவன் வினை அறுப்பான்.

மூஸா இறந்த சில வாரங்களுக்குள் திலோ நாகாவைக் கல்யாணம் செய்துகொண்டாள்.

O

என்னைப் பொறுத்தவரை – எங்கள் குழுவிலேயே மிகச் சாதாரணமான நான்–அவளைப் பெருமித உணர்வில்லாமல்தான் காதலித்தேன்; நம்பிக்கையும் இல்லாமல். நம்பிக்கை இல்லாததற்குக் காரணம், அவள் தப்பித்தவறி என் காதலை ஏற்றுக்கொண்டுவிட்டாலும், என் பெற்றோர்கள், என்னுடைய பிராமணப் பெற்றோர்கள் – அவளை ஒருகாலும் ஏற்றுக் கொள்ளமாட்டார்கள். பாரம்பரியமோ, சார்ந்திருக்க ஏதோவொரு ஜாதியோ இல்லாத ஒருத்தியைக் குடும்பத்துக்குள் சேர்த்துக்கொள்ளவே மாட்டார்கள். நான் பிடிவாதமாக, என் விருப்பத்தை விட்டுக்கொடுக்காமல் போராடியிருந்தால், நிலைமை கட்டுக்கடங்காமல் போயிருக்கும். அதை என்னால் சமாளித்திருக்கவே முடியாது. சாகச சம்பவங்களே இல்லாத உப்புச்சப்பற்ற வாழ்க்கைகளில்கூட, நமக்கான யுத்தங்களை நாம் தேர்ந்தெடுத்துக் கொள்ளவேண்டியிருக்கிறது. ஆனால் இது எனக்கான யுத்தம் அல்ல.

இப்போது, இவ்வளவு வருடங்கள் கழிந்துவிட்டன. என் பெற்றோர்கள் இருவரும் காலமாகிவிட்டனர். எல்லோரும் சொல்வதைப்போல 'குடும்பஸ்தன்' ஆகிவிட்டேன். நானும் என் மனைவியும் பரஸ்பரம் ஒருவரையொருவர் சகித்துக்கொண்டு எங்கள் குழந்தைகளுக்குச் செல்லம் கொடுத்து வளர்த்துவருகிறோம். சித்ரா – சித்ரூபா – என் மனைவி (ஆம், பிராமண மனைவி) வெளியுறவுத் துறையில் பணியாற்றுகிறாள். இப்போது ப்ராக் நகரில் இருக்கிறாள். எங்களுடைய மகள்கள் ராபியா, அனியாவுக்கு வயது முறையே பதினேழு, பதினைந்து. இருவரும் அவர்களுடைய அம்மாவோடு இருக்கிறார்கள். அங்கே ஒரு பிரெஞ்சுப் பள்ளியில் சேர்ந்திருக்கிறார்கள். ராபியாவுக்கு ஆங்கில இலக்கியம் படிக்க விருப்பம். அனியா மனித உரிமைச் சட்டங்கள் படித்து அத்துறையில் பணியாற்ற வேண்டுமென்று தீர்மானமாக இருக்கிறாள். இது மரபுவழிப்படாத

தேர்வுதான். இதில் அவளுக்கு இருக்கும் உறுதி, மற்ற விருப்பப்பாடங்களைக் கவனிக்கக்கூட மறுப்பது எல்லாம் கொஞ்சம் விநோதமாக இருக்கிறது. அதுவும் இவ்வளவு சின்னப் பெண்ணுக்கு. முதலில் நானும் சஞ்சலம் அடைந்தேன். இது ஒருவேளை தன்னுடைய தந்தைக்கு எதிராக மகள் நடத்தும் பதின்வயது எதிர்ப்பின் மென்மையான வடிவமோ என்று. ஆனால் அது அல்ல விஷயம் என்று தெரிந்துவிட்டது. கடந்த சுமார் பத்துவருடங்களாக மனித உரிமை என்ற களம் மிகவும் மதிப்புமிக்கதாக, அதிகம் பொருளீட்டும் வாய்ப்புகள் மிக்கதாக மாறிவிட்டிருக்கிறது. அதனால் நானும் அவளை ஊக்கப்படுத்தத் தொடங்கினேன். எப்படியிருந்தாலும் இறுதி முடிவு எடுப்பதற்கு இன்னும் சில ஆண்டுகள் இருக்கின்றன. என்ன நடக்கிறது என்று பார்ப்போம். இரண்டு பெண்களுமே நன்றாகப் படிப்பார்கள். இருவரும் பல்கலைக்கழகத்தில் சேரும்போது, அந்த நாட்டிலேயே எனக்கும் சித்ராவுக்கும் பணியிட மாறுதல் தருவதாக உறுதியளித்திருக்கிறார்கள்.

என் குடும்பத்தை வருத்தமடையச் செய்யும்படியோ பாதிக்கும்படியோ எதையும் செய்வேன் என்று எப்போதும் நினைத்ததேயில்லை. ஆனால் திலோ என் வாழ்க்கைக்குள் திரும்ப நுழைந்தபோது, அந்தச் சட்டபூர்வ உறவுகள், அந்த வீறார்ந்த அறக்கோட்பாடுகள் எல்லாம் சத்திழந்து தேய்ந்து, சற்று அபத்தமாகக்கூட மாறிவிட்டன. ஆனால் அதற்குள் என் கவலைகள், பதற்றங்கள் எல்லாமே அர்த்தமற்றதாக ஆகிவிட்டிருந்தன – அவள் எனது தயக்கங்களையோ அசௌகரியங்களையோ கவனித்ததாகவே தெரியவில்லை.

அவளுக்குத் தேவையாக இருந்த நேரத்தில் இந்த அறைகளை வாடகைக்குத் தரும்போது, எதிர்கால அத்துமீறல்களுக்காகச் சாமர்த்திய மாகவும், பெரிதாக முனைப்புக் காட்டாத பாவனையிலும் காய்நகர்த்திக் கொண்டிருக்கிறேன் என்று எனக்கு நானே சொல்லிக்கொண்டேன். 'அத்துமீறல்கள்' என்று நான் சொல்வதற்குக் காரணம், அவளை நான் எந்தவிதத்திலோ குழப்பமான, ஆனால் மூலாதாரமான வகையில் ஏமாற்றியிருக்கிறேன் என்றே எப்போதும் நினைத்து வந்திருக்கிறேன். அவள் இப்படியெல்லாம் அதைப் பார்ப்பதாகத் தெரியவில்லை – ஆனால் அவளும் அப்படிப்பட்ட பெண் இல்லைதானே.

நாகாவுடன் அவளுக்குத் திருமணமானதற்குப் பிறகு அவளை ஒருசில முறைதான் பார்த்தேன். தில்லியில் நடந்த அவர்களுடைய திருமணம் என் ஞாபகங்களில் சுட்டெரிந்துகொண்டிருந்தது. மனவேதனை, காதல் ஏமாற்றம் போன்ற வெளிப்படையான காரணங்களினால் அல்ல. உண்மையில் அவையெல்லாம் பொருட்டே அல்ல. அந்நேரத்தில் நான் ஓரளவுக்கு மகிழ்ச்சியான சூழலில்தான் இருந்தேன். எனக்குத் திருமணமாகி இரண்டு வருடங்கள்கூட ஆகியிருக்கவில்லை. ஆழமான அன்பு என்றில்லாவிட்டாலும் எனக்கும் என் மனைவிக்கும் இடையே உண்மையான பிரியம்போல ஏதோவொன்று மெலிதாக இருந்தது. இப்போது எனக்கும் சித்ராவுக்கும் இடையே நிலவும் பரஸ்பர நம்பிக்கையற்ற நொய்ம்மை அப்போது உருவாகியிருக்கவில்லை.

திலோவைத் திருமணம் செய்துகொள்வதற்குள் நாகா ஒரு திமிர் பிடித்த, எதிர்வாதம் பேசும் மாணவன் என்ற அவதாரத்திலிருந்து, எந்த வேலையிலும் யாரும் அவனை வைத்திருக்க முடியாத தீவிர இடதுசாரி அறிவுஜீவியாக உருவெடுத்து, பின் அதிலிருந்து பாலஸ்தீனக் கோரிக்கைக்காகப் போராடும் உணர்ச்சிகர ஆதரவாளனாகி (அப்போது அவனுடைய நாயகனாக ஜார்ஜ் ஹபாஷ் இருந்தார்), பின் வெகுஜனப் பத்திரிகையாளன் என்ற அடையாளத்துக்கு வந்துவிட்டிருந்தான். குரல் உயர்ந்த கடும் கோட்பாட்டாளர்கள் பலரைப்போல அவனும் தீவிர அரசியற் கருதுகோள் வட்டத்தில் ஒரு முழுச்சுற்று வந்துவிட்டிருந்தான். மாறாமல் இருந்தது அவன் குரலின் டெஸிபல் அளவு. இப்போது எங்கள் உளவுத்துறைக்கு நாகா – அந்தச் சொல்லை அவன் விரும்பாவிட்டாலும் – ஓர் ஒற்றனும் கூட. அவன் பணியாற்றும் நாளிதழில் உயர் பதவியில் இருக்கும் அவன் எங்களுக்கு மதிப்புமிக்க சொத்து.

இருட் பிரதேசங்களுக்குள்—நீங்கள் வேண்டுமானால் அதை அவ்வாறு வர்ணிக்கலாம்; நான் மாட்டேன் – அவன் பிரவேசிக்க வேண்டிய கட்டாயம் எங்களுக்கிடையே ஏற்பட்டிருந்த ஒரு வழக்கமான கொடுக்கல் வாங்கல் நடைமுறையினால் உண்டானது. அவன் அப்போது பஞ்சாப் செய்திகளுக்குப் பொறுப்பாக இருந்தான். கிளர்ச்சிச் சம்பவங்கள் கிட்டத் தட்ட ஒடுக்கப்பட்டிருந்த நேரம். ஆனால் நாகா பழைய குப்பைகளைக் கிளறிக்கொண்டிருந்தான். 'பொதுமக்கள் தீர்ப்பாயம்' என்பது போன்ற கேலிக்கூத்தான அமைப்புகளுக்குத் தீனி போடுகிறாற்போலப் புலனாய்வுச் செய்திகளை வெளியிட்டு அடங்கத் தொடங்கியிருந்த நெருப்பில் எண்ணெய் வார்த்துக்கொண்டிருந்தான். அதன் காரணமாக காவல்துறை, துணை ராணுவத்தின் மீதெல்லாம் 'பொதுமக்களின் குற்றப்பத்திரிகை' என்று கோமாளித்தனமாகப் புகார்ப் பட்டியல்கள் வரத்தொடங்கின. சாதாரண அமைதிக் காலங்களில் பயன்படுத்தும் அளவுகோல்களை வைத்து இரக்கமற்ற பயங்கரவாதிகளுடன் யுத்தத்தில் ஈடுபட்டிருக்கும் அரசு நிர்வாகத்தின்மீது குற்றம் சுமத்தக்கூடாது. ஆனால் கைத்தட்டல் ஓசைகளை நிரந்தரமாகச் செவிகளில் ஒலிக்கவிட்டுக்கொண்டு தனது செய்திக்கட்டுரைகளை எழுதும் ஒரு புலனாய்வுப் பத்திரிகையாளனிடம் இதையெல்லாம் யார் சொல்லிப் புரியவைப்பது? இந்தப் பாணியிலான நாடகீயக் கலகப்பணியிலிருந்து அவ்வப்போது சிறிய விடுப்பு எடுத்துக்கொண்டு சுற்றுலா சென்றுவரும் பழக்கம் கொண்ட நாகா, அந்தமுறை கோவா சென்றபோது, அவனுக்கே உரித்தான இயல்பின்படி ஓர் இளம் ஆஸ்திரேலிய ஹிப்பிப் பெண்ணைக் கண்டவுடன் காதல் கொண்டு, உடனடியாகக் கல்யாணமும் செய்துகொண்டு வந்துவிட்டான். அவள் பெயர் லிண்டி என்று நினைக்கிறேன். (ஒருவேளை அவள் பெயர் ஷார்லெட்டோ? உறுதியாக நினைவில் இல்லை. பரவாயில்லை. லிண்டி என்றே இருக்கட்டும்) அவர்களுக்கு மணமான ஒரு வருடத்துக்குள் போதை மருந்து விற்றதற்காக லிண்டி கோவாவில் கைது செய்யப்பட்டாள். பல வருடங்கள் அவள் சிறையில் கழித்திருக்க வேண்டும். நாகா கதிகலங்கிப் போனான். அவனுடைய அப்பா நல்ல செல்வாக்குள்ள மனிதர். நிச்சயமாக உதவியிருப்பார். ஆனால் நாகா அவரிடம் செல்லவில்லை. அவனுடைய அப்பாவுக்கு நடுவயது தாண்டியபிறகு பிறந்தவன் அவன். நாகாவுக்கும் அவருக்கும் எப்போதுமே சுமுக உறவு இருந்ததில்லை, அவருக்கு இந்த

விஷயம் தெரியக்கூடாது என்று நினைத்தான். என்னை அழைத்து உதவி கேட்டான். நான் சில காரியங்கள் செய்தேன். பஞ்சாப் டைரக்டர் ஜெனரல் ஆஃப் போலீஸ் கோவா டிஜிபியிடம் பேசினார். லிண்டி காவலிலிருந்து வெளியே வந்தாள். அவள் மீதான குற்றச்சாட்டுகள் ரத்து செய்யப்பட்டன. சிறையிலிருந்து வெளிவந்ததும் பெர்த் நகருக்கு முதல் விமானம் பிடித்து ஆஸ்திரேலியா திரும்பினாள். சில மாதங்கள் கழித்து நாகாவும் அவளும் சட்டபூர்வமாக மணவிலக்குப் பெற்றனர். நாகா பஞ்சாபில் அவனுடைய பணியைத் தொடர்ந்தான். ஆனால் இப்போது மிகவும் அடக்கவொடுக்கமானவனாக மாறியிருந்தான் என்பதைச் சொல்லத் தேவையில்லை.

ஏதாவது சின்ன விஷயத்துக்காகப் பத்திரிகையாளர் ஒருவரின் உதவி எங்களுக்குத் தேவைப்படுகிறது என்றால், உதாரணத்துக்கு இந்த மனித உரிமைப் போராளிகள் எதற்காவது சத்தம் போட்டுக்கொண்டிருந்தால் – பெரும்பாலும் அவர்களிடம் இருக்கும் தகவல்கள் தப்பாகவே இருக்கும் – நாகாவை அழைப்பேன். அவன் உதவுவான். இப்படித்தான் போய்க் கொண்டிருந்தது. ஒரு கூட்டணி உருவானது.

எங்களிடமிருந்து பெறும் தகவல்களால் நாகா படிப்படியாக அவனுடைய சகாக்களை முந்திக்கொண்டு முன்னேறிக்கொண்டிருந்தான். இது ஒரு மகத்தான முரண்நகைதான் – இன்னொரு விதமான போதை மருந்து வேட்டை. இம்முறை நாங்கள்தான் போதைமருந்து விற்றவர்கள், அவன் எங்களிடம் சிக்கிய போதை அடிமை. அடுத்த சில வருடங்களிலேயே அவன் ஒரு நட்சத்திரச் செய்தியாளனாக வளர்ந்து, ஊடக மண்டலத்தில் பாதுகாப்பு விவகாரங்கள் குறித்த நிபுணராக அறியப்பட்டு விவாதங்களுக்கு அழைக்கப்பட்டு வந்தான். உளவுத்துறையுடன் அவனுக்கு இருந்த உறவு ஒரு தற்காலிக ஏற்பாடு என்பதைத்தாண்டி – ஒரு ராத்திரிப் பந்தமாக இல்லாமல் திருமணமாக – முன்னேறிக்கொண்டிருக்கிறது என்று உணர்ந்தபோது, நான் இதிலிருந்து ஒதுங்கிக்கொள்வதுதான் விவேகம் என்று நினைத்தேன். என் அலுவலக சகா ஆர்.சி. சர்மா – ராம் சந்திர சர்மா – பொறுப்பேற்றுக் கொண்டார். அவனும் அவரோடு இணக்கமாகிவிட்டான். இரண்டு பேருக்கும் ஒரேவிதமான குரூரமான நகைச்சுவை உணர்வு, ராக் அண்ட் ரோல், ப்ளூஸ் போன்றவற்றில் ஈடுபாடு. நாகாவைப் பற்றி ஒன்றுமட்டும் சொல்லியாக வேண்டும். இந்தப் பரஸ்பர ஒத்துழைப்பு விவகாரங்களில் ஒரே ஒரு ரூபாய்கூடக் கைமாறியதில்லை. அப்போதும் இப்போதும் இந்த விஷயத்தில் அவன் மிகமிக நேர்மையாளன். ஏற்றுக்கொண்டிருக்கும் கொள்கைக்கேற்ப வாழ வேண்டும் என்பதுதான் அவனது தொழில்முறை நேர்மை என்பதால் கொள்கைகளை அடிக்கடி மாற்றிக்கொண்டிருந்தான். இப்போது எங்கள்மீது எங்களுக்கு இருப்பதைவிட அவன் வைத்திருக்கும் நம்பிக்கை பெரியது. இதில் நகைமுரண் என்னவென்றால் பள்ளி நாட்களில் இவன்தான் என்னை 'முதலாளித்துவ ஓடுகாலி நாய்' என்று வெறுப்பேற்றி வந்தவன். அப்போது எங்களில் பெரும்பாலோர் ஆர்ச்சி காமிக்ஸ் படித்துக்கொண்டிருந்தவர்கள்.

இடதுசாரிகளின் நெருப்புப்பொறி பறக்கும் மொழியை எங்கிருந்து, யாரிடமிருந்து நாகா கற்றுக்கொண்டான் என்று தெரியவில்லை.

கம்யூனிஸ்ட்டாக இருந்த அவனுடைய உறவினர் ஒருவரிடமிருந்து இருக்கலாம். அது அவரோ – அல்லது – அவளோ, யாராக இருந்தாலும் அவர் நல்ல ஆசிரியராகத்தான் இருந்திருக்க வேண்டும். கற்றுக் கொண்டதை நாகா பிரமாதமாகக் கையாண்டு வந்தான். இந்தத் திறமை அவனை இடைவிடாது விவாத நிகழ்ச்சிகளுக்குச் செலுத்திக்கொண் டிருந்தது. பள்ளி நாட்களில் நானும் அவனும் ஒரு விவாதப் போட்டியில் கலந்துகொண்டோம். அப்போது எங்களுக்குப் பதின்மூன்று, பதினான்கு வயதிருக்கலாம். தலைப்பு 'கடவுள் இருக்கிறாரா?' நான் ஆதரவாகவும் நாகா எதிராகவும் பேசவிருந்தோம். நான் முதலில் பேசினேன். பிறகு நாகா தீப்பிழம்பாக உரையாற்றினான். அவனுடைய ஒல்லி உடம்பைச் சாட்டைக் கயிற்றைப்போல விறைத்துக்கொண்டு முழங்கியபோது, அவன் குரல் அவ்வப்போது கடும் சினமேறி நடுங்கியது. மெய்ம்மறந்து போயிருந்த வகுப்புத்தோழர்கள் அவனது பட்டவர்த்தனமான தெய்வநிந்தனையைச் சுறுசுறுப்பாகக் குறிப்பெடுத்துக்கொண்டிருந்தார்கள்: "நம்மிடையே இருக்கும் பொய்யான முப்பத்துமூன்று கோடி தெய்வச்சிலைகளும், ராமன் என்றும் கிருஷ்ணன் என்றும் நாம் அழைக்கும் சுயநலக் கடவுள் களும் நமது பசியிலிருந்தும் நோய்களிலிருந்தும் ஏழ்மையிலிருந்தும் காப்பாற்றப்போவதில்லை. குரங்குகள்மீதும் யானைத் தலை கொண்ட பொய்யுருக்கள்மீதும் நாம் வைத்திருக்கும் மடத்தனமான நம்பிக்கை பட்டினியால் வாடும் நம் மக்கள் கூட்டத்துக்குச் சோறு போடாது..." எனக்கு வாய்ப்பே இல்லாமல் செய்துவிட்டான். என்னுடைய உரையைக் கடவுள் பக்தியுள்ள வயதான மாமி ஒருவர் எழுதிக்கொடுத்ததைப்போல நாகாவின் பேச்சு ஆக்கிவிட்டது. என் உரையின் போதாமை எனக்குத் தெளிவாக ஞாபகத்தில் பதிந்திருந்தாலும் நான் உண்மையில் என்ன பேசினேன் என்று சுத்தமாக நினைவில் இல்லாதது விநோதம்தான். இது நடந்து சில மாதங்கள் கழித்துக் கண்ணாடியின் முன் நின்று நாகாவின் அவச்சொற்களை ரகசியக்குரலில் பேசிப் பார்த்துக்கொண்டிருந்தேன்: "குரங்குகள்மீதும் யானைத் தலை கொண்ட பொய்யுருக்கள்மீதும் நாம் வைத்திருக்கும் மடத்தனமான நம்பிக்கை பட்டினியால் வாடும் நம் மக்கள் கூட்டத்துக்குச் சோறுபோடாது ..." எனது எச்சிற்தெறிப்புகள் கண்ணாடிப் பிம்பத்தின் மீது மழைச்சாரல் அடித்தன.

நாகாவின் மற்றோர் அபாரமான நிகழ்ச்சி சில வருடங்கள் கழித்துக் கல்லூரி வருடாந்திரக் கலாச்சார விழாவில் நடைபெற்றது. கோடைவிடுமுறையில் தன் நண்பர்கள் இருவரோடு பஸ்தார் சென்று அப்போதுதான் திரும்பியிருந்தான். அங்கே காட்டில் முகாம் அமைத்துப் பழங்குடி மக்கள் வசிக்கும் கிராமங்களுக்கெல்லாம் சென்றுவந்ததாகச் சொன்னான். அன்று நீண்ட தலைமுடி அணிந்து, வெறும் காலோடு, மெல்லிய துணியைக் கோவணமாகக் கட்டிக்கொண்டு வெறும் உடம்போடு தள்ளாடியபடி மேடையில் தோன்றினான். கையில் ஒரு வில்லோடு, தோளில் அம்பறாத்தூணியையும் மாட்டியிருந்தான். எதையோ வாயில் போட்டுக் கரகரவென்று மென்று காட்டினான். அது வறுக்கப்பட்ட கரையான் பூச்சிகள் என்று அறிவித்தான். கூட்டத்தில் இருந்த பெண்கள் முகத்தை அஷ்டகோணலாக்கி, வாந்தி வருவதைப்போல அருவருப்புக் காட்டினர். அவர்களில் பெரும்பாலோர் அவனைக் கல்யாணம் செய்துகொள்ளவும்

அப்போதே விருப்பம் தெரிவித்தனர். கையில் வைத்திருந்த அந்தப் 'பலகார'த்தின் மிச்சத்தையும் வாயிலிட்டு மென்றுவிழுங்கிய பிறகு ஒலிபெருக்கியின் முன் நின்று ரோலிங் ஸ்டோன்ஸின் '*Sympathy for the Devil*' பாடலைப் பாடத் தொடங்கினான். பின்னணி வாத்திய இசையை வாயிலேயே சத்தமெழுப்பியபடி, கற்பனைக் கித்தாரைக் காற்றில் வாசித்துக் கொண்டு உற்சாகமாகப் பாடினான். அவன் ஒரு நல்ல, ஒருவேளை அற்புத மான பாடகனாகக்கூட இருக்கலாம். ஆனால் அவன் நடத்திய நிகழ்ச்சி எனக்கு மிகவும் அருவருப்பாக இருந்தது. அந்தப் பழங்குடி மக்களையும் மிக் ஜாகரையும் ஒருசேர அவமானப்படுத்தியிருப்பதாக நினைத்தேன். மிக் ஜாகரை அந்நாட்களில் கடவுள் ஸ்தானத்தில் வைத்திருந்தேன். (பள்ளியில் கடவுளுக்கு ஆதரவாக நான் பேசியபோது மிக் ஜாகரைப் பற்றியும் நான் சொல்லியிருக்க வேண்டும், அப்போது தோன்றாமல் போய்விட்டது). அவனிடம் நேரடியாகவே என் கருத்தைச் சொல்லிவிட்டேன். நாகா பெருங்குரலெடுத்துச் சிரித்து, அவனுடைய நிகழ்ச்சி பழங்குடிகளுக்கும் ஜாகருக்கும் மரியாதைதான் செலுத்தியது என்றான்.

முன்பொரு காலத்தில் வேறொரு நாட்டில் ஸ்வஸ்திகா அலை வீசியதைப்போல இன்று நாடுமுழுக்க இந்து தேசியவாதத்தின் காவி அலை தலையெடுக்கத் தொடங்கியிருக்கும் சூழலில், நாகா தனது 'மடத்தனமான கடவுள் நம்பிக்கை' உரையைப் பள்ளிவிழாவில் நிகழ்த்தியிருந்தானென்றால், பள்ளி நிர்வாகத்தால் இல்லாவிட்டாலும் சில பெற்றோர்களின் எதிர்ப்பு காரணமாகப் பள்ளியைவிட்டு நீக்கப்பட்டிருப்பான். இன்றைய சூழலில் வெறுமனே பள்ளியிலிருந்து நீக்கப்படுவதென்பது பெரிய அதிர்ஷ்டம்தான். இதைவிடச் சாதாரணமான காரணங்களுக்கெல்லாம் மனிதர்கள் இன்று வெட்டிக்கொல்லப்படுகிறார்கள். எங்கள் உளவுத்துறை சகாக்களுக்கேகூட மதநம்பிக்கைக்கும் தேசபக்திக்கும் இடையேயுள்ள வித்தியாசத்தைப் பார்க்கத் தெரியாமல் இருக்கிறது. அவர்கள் விரும்புவது ஒருவகையான ஹிந்து பாகிஸ்தான் என்று தோன்றுகிறது. அவர்களில் பெரும்பாலோர் பழைமைவாதங்களில் ஊறிய, ஒதுக்கமான பிராமணர்கள். அணிந்திருக்கும் சஃபாரி சூட்களுக்குள்ளே பூணூலை ஒளித்து வைத்திருப்பவர்கள். அவர்களுடைய சைவ மண்டையோட்டுக்குள்ளே குடுமிகள் தொங்கிக்கொண்டிருக்கும். அவர்கள் என்னைச் சகித்துக் கொண்டிருப்பதற்கு ஒரே காரணம் நானும் அவர்களைப்போல 'இருமுறை பிறந்தவன்' என்பதால்தான் (உண்மையில் என்னுடைய ஜாதியின் பெயர் பைத்யா. ஆனால் எங்களைப் பிராமணர்களாகத்தான் கருதிக்கொள்வோம்.) இருந்தாலும் என்னுடைய அபிப்பிராயங்களை எனக்குள்ளே வைத்துக்கொள்வேன். ஆனால் நாகா இப்போதெல்லாம் ஒரு புதிய கோட்பாட்டாளனாகிவிட்டான். மெல்லிழைவாக நிகழ்த்திக் கொண்ட மாற்றம். அவனது பழைய பணிவிணக்கமற்ற தன்மை எவ்விதச் சுவடுமின்றி மறைந்துவிட்டிருந்தது. அவனுடைய இப்புதிய அவதாரத்தில் 'ட்வீட் பிளேஸர்'கள் அணிந்து சுருட்டு பிடித்துக்கொண்டிருக்கிறான். அவனைப் பார்த்துப் பல வருடங்களாகிவிட்டன. ஆனால் அதீதமாக உணர்ச்சிவசப்பட்டு உச்சஸ்தாயியில் துடிக்கின்ற இந்தத் தொலைக்காட்சி விவாத நிகழ்ச்சிகளில் அவனைத் தேசியப் பாதுகாப்பு நிபுணர் என்ற அடையாளத்தோடு அடிக்கடி பார்க்கிறேன். வேறிடத்திலிருந்து

கேட்பதைப்போலக் குரல்மாற்றிப் பேசும் ஒரு 'வென்ட்ரிலோக்விஸ்ட்'டின் புத்திசாலிக் கைப்பாவையாகத் தான் மாறிவிட்டிருப்பதை நாகா உணர்ந்திருப்பதாகவே தெரியவில்லை. மற்றவர் விருப்பத்துக்கேற்றபடி அவன் ஆட்டுவிக்கப்படுவதைப் பார்க்கும்போது சிலநேரங்களில் வருத்த மாக இருக்கும். எப்போதும் தனது தாடி மீசையை மாற்றிக்கொண்டே இருப்பவன் அவன். சில நேரங்களில் பிரெஞ்சுக் குறுந்தாடி, சில நேரங்களில் க்ரீம் தடவி ஸால்வடார் டாலியைப்போல முறுக்கிவிட்ட மீசை, சில நேரங்களில் ஸ்டைலான ஒரு வாரத் தாடி, சில நேரங்களில் மழுங்கச் சவரம் செய்யப்பட்ட முகம். ஒரு நிரந்தர முக அமைப்பில் இருக்க மாட்டான். ஒரு பிடிவாதமான சுயமோகியான அவன் இந்த நிலையற்ற முகத்தோற்றத்தோடு இருப்பதுதான் தனித்துவம் என்று நினைக்கிறான்போல. எனக்கு அப்படித்தான் தோன்றுகிறது.

இரண்டு வருடங்களில் இருமுறை அவனுடைய நாளிதழாசிரிய ருடன் அவனுக்குப் பிரச்சனை. ஒவ்வொரு முறையும் உணர்ச்சி வேகத்தில் அவன் ராஜினாமா செய்துவிட, நாளிதழ் முதலாளிகளுடன் எங்கள் உளவுத்துறை தலையிட்டு (ரகசியமாகத்தான்) அவர்களுக்கிடையே ஏற்பட்டிருந்த பூசலைத் தீர்க்க வேண்டியிருந்தது. அதுவும் இரண்டாவது முறை அவனுக்கு அடித்தது பேரதிருஷ்டம். வேலையில் மீண்டும் அமர்த்தப்பட்டதுமில்லாமல் ஊதிய உயர்வும் வழங்கப்பட்டது.

மழலையர் பள்ளி, பிறகு உயர்நிலைப்பள்ளி, அப்புறம் பல்கலைக்கழகம் என்று நாங்கள் இருவரும் ஒன்றாகவே படித்து வந்ததுமல்லாமல் ஒரு நாடகத்தில் தன்பாலினக் காதலர்களாகவும் நடித்தது போதாதென்று நான் உளவுத்துறையின் துணை நிலையத் தலைமை அலுவலராக ஸ்ரீநகரில் பணியேற்றபோது நாகாவும் அவனது நாளிதழின் கஷ்மீர் செய்தியாளனாக வந்துசேர்ந்தான். அவனது அலுவலகம் கஷ்மீரில் இல்லாவிட்டாலும் ஒரு மாதத்தில் பெரும்பாலான நாட்களை அங்குதான் கழித்துவந்தான். நிருபர்கள் வழக்கமாகத் தங்கியிருக்கும் ஆஹுரஸ் ஹோட்டலில் அவனுக்கென்று நிரந்தர அறை ஒதுக்கப்பட்டிருந்தது. அந்த நேரத்தில் அவனுக்கும் எங்கள் துறைக்கும் இடையேயிருந்த தொடர்பு வலுப்பட்டிருந்தாலும், இப்போது இருப்பதைப்போல அவ்வளவு வெளிப்படையாக உருவாகியிருக்கவில்லை. அதைப்போல இருந்தது எங்கள் இருவருக்குமே சௌகரியமாக இருந்தது. எது எப்படியிருப்பினும் அவனுடைய வாசகர்களின் பார்வையில் அவன் துணிச்சலான பத்திரிகையாளன்; இந்திய அரசு நிகழ்த்துவதாகச் சொல்லப்படும் 'குற்றங்களை'த் தயங்காமல் வெளிப்படுத்துபவன். அவனும் தன்னைப்பற்றி இப்படியானதொரு நம்பிக்கையைத்தான் கொண்டிருந்தான் என்று நினைக்கிறேன்.

ஸ்ரீநகரிலிருந்து சுமார் இருபதுகிலோமீட்டர் தள்ளி தாச்சிகாம் தேசியப் பூங்காவிலிருந்த வனத்துறையின் விருந்தினர் மாளிகையில் கவர்னரின் ஹாட்லைனுக்கு அந்த அழைப்பு வந்தபோது நள்ளிரவு கடந்து விட்டிருக்கக்கூடும். மேதகு ஆளுநரின் பரிவாரத்தில் அப்போது நானும் இடம்பெற்றிருந்தேன் (பிரச்சனைகள் உச்சத்தில் இருந்த காலம் அது,

மக்களால் தேர்ந்தெடுக்கப்பட்டிருந்த அரசு டிஸ்மிஸ் செய்யப்பட்டிருந்தது. அது 1996. ஆளுநர் ஆட்சி மாநிலத்தில் ஆறாவது ஆண்டாகத் தொடர்ந்து கொண்டிருந்த நேரம்).

இந்திய ராணுவத்தின் முன்னாள் தலைவரான மேதகு ஆளுநர், எப்போதெல்லாம் முடியுமோ அப்போதெல்லாம் நகரின் ரத்தச்சிதறல்களி லிருந்து தப்பி இங்கு ஓய்வெடுக்க வந்துவிடுவார். பெரும்பாலும் வார இறுதிகளில் தாச்சிகாம்மின் பெருக்கெடுத்தோடும் காட்டாற்றின் கரையோரமாக அவருடைய குடும்பத்தினர், நண்பர்களோடு உலாவருவார். அவர்களோடு வந்த குழந்தைகள் ஒவ்வொருவரைச் சுற்றிலும் பாதுகாப்பு வீரர்கள் அரணமைத்துச் செலுத்திச் செல்ல, குழந்தைகள் கற்பனையான தீவிரவாதிகளைக் காற்றில் சுட்டு வீழ்த்தியபடியே (அவர்கள் செத்து விழும்போது 'அல்லா – ஹூ – அக்பர்' என்று கத்துவார்கள்) நீண்ட வால்களைக் கொண்ட மார்மட் அணில்களை அவற்றின் பொந்துகளுக்கு விரட்டுவார்கள். மதிய நேரமானதும் எல்லோரும் வட்டமாக உட்கார்ந்து 'பிக்னிக் லஞ்ச்' சாப்பிடுவார்கள். ஆனால் இரவு உணவு மட்டும் விருந்தினர் மாளிகையின் பின்னறையில் நடக்கும் – அரிசிச் சோறும், அருகில் உள்ள மீன் பண்ணையிலிருந்து கொண்டுவரப்பட்ட மீன் வறுவலும். அந்த மீன் பண்ணையின் குளங்களில் மீன்கள் நிறைந்திருக்கும். வெறுமனே கையை நீரில் அமிழ்த்தி – ரத்தத்தை உறையவைக்கும் குளிரை உங்களால் சமாளிக்க முடியுமென்றால் – உங்களுக்குப் பிடித்தமான பல வண்ண மீன்களைப் பிடித்து எடுத்துக்கொள்ளலாம்.

அது இலையுதிர் காலம். இப்பருவத்தில் இமாலய வனங்கள் மூச்சை நிறுத்தும்படியான, பிரமிப்பூட்டும் அழகுடன் இருக்கும். சினார் மரங்களின் நிறங்கள் மாறத் தொடங்கியிருந்தன. புல்வெளிகள் தாமிரத் தங்கமாகியிருந்தன. உங்களுக்கு அதிர்ஷ்டம் இருந்தால் கருங்கரடியோ சிறுத்தைப்புலியோ அல்லது தாச்சிகாம்மின் பிரசித்திபெற்ற ஹங்குல்லோ என்ற யாரேனும் கண்ணில்படும். (நாகா, கஷ்மீரில் முன்பு முதலமைச்சராக இருந்த மிகவும் திமிர்பிடித்த ஒரு அரசியல்வாதியை *'Well-hung ghoul'* என்று குறிப்பிடுவான். கெட்டிக்காரத்தனமான அந்தக் கிண்டலை நிறையபேர் புரிந்துகொள்ளவில்லை.) இந்த நாட்களில்தான் நான் ஒரு பறவை நேசனாக மாறத் தொடங்கியிருந்தேன். பறவைக் கவனிப்பு என்ற ஆர்வம் இன்றுவரை தொடர்ந்துவருகிறது. ஹிமாலயப் பெருங்கழுகான கிரிஃபானுக்கும் தாடிக்கழுகுக்கும் உள்ள வித்தியாசம் எனக்குத் தெரியும். உடம்பில் கோடிட்ட பாடும் பறவை, ஆரஞ்சுநிற புல்ஃபிஞ்ச், டைட்லரின் பாடும் பறவை, கஷ்மீரின் ஃப்ளை கேட்சர் பறவை – இது அப்போதே அருகிவரும் உயிரினமாக இருந்தது, இப்போது நிச்சயம் அழிந்துவிட்டிருக்கும் – இவையெல்லாவற்றையும் என்னால் பார்த்தவுடனே அடையாளம் காணமுடியும். தாச்சிகாம்மில் இருக்கும்போது உண்டாகும் பெரும் தொல்லை என்பது, உங்கள் மனோதிடம் குலைந்து விடுவதுதான். உங்களைச் சுற்றியுள்ள எல்லாமே எவ்வளவு அற்பமானவை என்று இந்த இடம் உணரவைத்துவிடும். கஷ்மீர் என்பது உண்மையில் இந்த ஜீவராசிகளுக்கு மட்டுமே சொந்தமானது என்று உங்களுக்குத் தோன்ற ஆரம்பித்துவிடும். இந்த நிலப்பகுதிக்காக போராடிக்கொண்டிருக்கும் கஷ்மீரிகள், இந்தியர்கள், பாகிஸ்தானியர்கள், சீனர்கள் (அவர்களுக்கும் இங்கே ஒரு துண்டு நிலம்

இருக்கிறதாம் – பழைய ஜம்மு கஷ்மீர் சாம்ராஜ்யத்தின் அக்ஸாய் சின் பகுதி), அல்லது பஹாரியர்கள், குஜ்ஜார்கள், டோக்ராக்கள், பாஷ்டூன்கள், ஷின் இனத்தவர், லடாக்கியர்கள், பால்டி இனத்தவர், கில்கிட் இனத்தவர், புரிகி இனத்தவர், வாக்கியர்கள், யாஷ்குன்வாசிகள், திபெத்தியர்கள், மங்கோலியர்கள், தாத்தாரியர்கள், மோன், கோவார்கள் – இவர்களில் யாரும், எந்த இனத்தவரும், படைவீரர்களும் இந்த உண்மையான தெய்வீக அழகு நிலத்தைத் தமக்கு மட்டுமே உரியதென்று சொந்தம் கொண்டாட முடியாது. ஒருமுறை மிகவும் உணர்ச்சிவசப்பட்ட நிலையில் இதை இம்ரான் என்ற இளம் காவல்துறை அதிகாரியிடம் அப்படியே சொல்லியும் விட்டேன். அவன் எங்களுக்காக மிகச் சிறப்பான முறையில் உளவுப்பணிகள் செய்துவருபவன். அவன் நேராக என்னைப் பார்த்து, "நீங்கள் சொல்வது உண்மையிலேயே ஒரு மகத்தான கருத்து, ஐயா. உங்களைப் போலவே விலங்குகள்மீது எனக்கும் ஆர்வம் உண்டு. இந்தியா முழுக்க நான் பயணம் செய்யும்போது இதைப்போலவே எனக்கும் தோன்றும் – இந்தியா என்பது பஞ்சாபிகள், பிஹாரிகள், குஜராத்திகள், மதராஸிகள், முஸ்லிம்கள், சீக்கியர்கள், ஹிந்துக்கள், கிறித்துவர்கள் என யாருக்கும் சொந்தமானது அல்ல, உண்மையில் இந்த அழகான ஜீவராசிகளான மயில்களுக்கும் யானைகளுக்கும் புலிகளுக்கும் கரடிகளுக்குமே சொந்தமானது என்று நினைப்பேன்," என்றான்.

அவன் பேச்சில் இருந்த பணிவு அதீதமாக இருந்தது. அவன் என்ன சொல்லவருகிறான் என்பது புரிந்தது. உங்கள் தரப்பில் இருப்பதாக நினைத்துக்கொண்டிருப்பவர்களைக்கூட நீங்கள் முழுதாக நம்பமுடியாது – இன்னும் நம்பமுடியாமல்தான் இருக்கிறது. பாழாய்ப்போன *போலீஸ்காரர்களைக்கூட.*

நெடிதுயர்ந்து நிற்கும் இந்த இமயமலைச் சிகரங்களில் பனிப்பொழிவு ஆரம்பித்துவிட்டிருந்தது. ஆனாலும் எல்லை வழிகள் பயணம் செய்யக் கூடியவையாகவே இருந்தன. எளிதில் ஏமாற்றி வசப்படுத்திவிட்ட கஷ்மீரி இளைஞர்களும், கொலைவெறி பிடித்த பாகிஸ்தானியர்கள், ஆப்கானிஸ்தானியர்கள், சில சூடான் நாட்டைச் சேர்ந்தவர்கள் அடங்கிய சிறிய போராட்டக்குழுவினரும் – கிட்டத்தட்ட முப்பது பயங்கரவாதக் குழுக்கள் இருக்கலாம் (முதலில் நூற்றுக்குமேல் இருந்தன) – எல்லைக் கட்டுப்பாட்டுக் கோட்டை ஒட்டிப் பயணம் செய்வதை அபாயகரமான தாக்கிக்கொண்டிருக்கின்றன. அவர்களும் கொத்துக்கொத்தாகச் செத்து விழுந்துகொண்டிருக்கிறார்கள். மரணமடைந்து கொண்டிருக்கிறார்கள் என்ற வாசகம் இந்த உயிர்ப் பலிகளை முழுசாக வர்ணித்துவிடாது. *Apocalypse Now* படத்தில் வரும் அந்த மகத்தான வசனம் என்ன? "எதற்கும் தயங்காமல், முழு பாரபட்சத்தோடு அழித்தொழியுங்கள்," எல்லைக் கட்டுப்பாட்டுக் கோட்டில் இருக்கும் எங்கள் ராணுவ வீரர்களுக்கு வழங்கப்பட்டுள்ள உத்தரவும் கிட்டத்தட்ட இதுதான்.

வேறு என்ன இருக்க முடியும்? "உங்கள் அம்மாவைத் துணைக்குக் கூப்பிட்டுக்கொள்ளுங்கள்" என்றா?

உயிரோடு எல்லையைக் கடந்துவந்த தீவிரவாதிகள் கஷ்மீர் பள்ளத்தாக்கில் அதிகபட்சமாக இரண்டு அல்லது மூன்று ஆண்டுகளைத்

தாண்டி உயிர் பிழைத்திருப்பதில்லை. பாதுகாப்புப் படையினரால் கைது செய்யப்படாமல், கொல்லப்படாமல் தப்பித்தாலும்கூட, அவர்களுக்குள் ஒருவரையொருவர் வெட்டிச் சாய்த்துக்கொள்வார்கள். அந்த வழிக்குத்தான் அவர்களை நாங்கள் செலுத்திவருகிறோம். பெரும்பாலும் எங்களுடைய உதவி அவர்களுக்குத் தேவைப்படுவதில்லை – இப்போதும்கூட. தீவிர இறை நம்பிக்கையாளர்களான அவர்கள் கையில் துப்பாக்கிகள், தொழுகை மணி, இவற்றுடன் 'நம்மை நாமே அழித்துக்கொள்வதற்கான கையேடு' சகிதம்தான் இங்கே நுழைகிறார்கள்.

நேற்று பாகிஸ்தானைச் சேர்ந்த நண்பன் ஒருவன் இந்தத் துணுக்கை அனுப்பியிருந்தான் – இப்போது கைபேசிகளில் பிரபலமாக உலா வந்து கொண்டிருக்கிறது. நீங்களும் பார்த்திருக்கலாம்.

ஒருவன் பாலத்தின் மேல் நின்றுகொண்டு குதிக்கத் தயாராக இருப்பதைப் பார்த்தேன்.

"குதிக்காதே" என்றேன்.

அவன் "என்னை யாருமே நேசிக்கவில்லை" என்றான்.

"கடவுள் உன்னை நேசிக்கிறார், உனக்குக் கடவுள் நம்பிக்கை இருக்கிறதல்லவா?" என்றேன்.

"ஆம்" என்றான் அவன்.

"நீ முஸ்லிமா அல்லது பிற மதத்தவனா?" என்றேன்.

அவன் "முஸ்லிம்" என்றான்.

"ஷியாவா, சன்னியா?" என்றேன்.

"சன்னி" என்றான்.

"நானும்தான்!" என்றேன். "டியோபந்தியா, பரேல்வியா?"

"பரேல்வி" என்றான்.

"நானும்தான்!" என்றேன். "டன்ஸீஹியா, டஃப்கீரியா?"

"டன்ஸீஹி" என்றான்.

"நானும்தான்!" என்றேன். "டன்ஸீஹி ஆஸ்மாதியா, டன்ஸீஹி

ஃபர்ஹாதியா?"

"டன்ஸீஹி ஃபர்ஹாதி," என்றான்.

"நானும்தான்! ட்ன்ஸீஹி ஃபர்ஹாதி ஜாமியா உல் உலூம்

ஆஜ்மீரா அல்லது டன்ஸீஹி ஃபர்ஹாதி ஜாமியா உல்

நூர் மேவாத்தா?" என்றேன்.

"டன்ஸீஹி ஃபர்ஹாதி ஜாமியா உல்நூர் மேவாத்தா."

என்றான்.

"செத்துப் போ காஃபீரே," என்று பாலத்திலிருந்து

தள்ளிவிட்டேன்.

நல்லவேளையாக இவர்களில் சிலருக்கு இன்னமும் நகைச்சுவை உணர்வு மிச்சமிருக்கிறது.

O

ஜிஹாத் என்ற, இங்கே ஊறிப்போயிருக்கும் மடத்தனம் பாகிஸ்தானி லிருந்தும் ஆப்கானிஸ்தானிலிருந்தும் கசிந்துவந்த ஒன்று. இன்றிலிருந்து இருபத்தைந்து ஆண்டுகள் கழித்து, கஷ்மீரில் குறைந்தது எட்டு அல்லது ஒன்பது 'உண்மையான' இஸ்லாமியப் பாடபேதங்கள் போராடிக் கொண்டிருக்கும் என்று நினைக்கிறேன். அது எங்களுக்கு நிச்சயம் சாதகமாகவே இருக்கும். இந்தக் குழுக்கள் ஒவ்வொன்றுக்கும் தனித்தனி யான முல்லாக்களும் மௌலானாக்களும் உண்டு. இவர்களில் மிகவும் உக்கிரமான பிரிவினர் – தேசியவாதம் என்ற கருத்தாக்கத்துக்கு எதிராகவும், மகத்தான இஸ்லாமிய உம்மாஹ்வுக்கு ஆதரவாகவும் பிரச்சாரம் செய்பவர்கள் – உண்மையில் எங்களுடைய கைக்கூலிகளாக இருப்பவர்கள். இவர்களில் ஒருவர் சமீபத்தில் அவருடைய மசூதிக்கு வெளியே ஒரு சைக்கிள் வெடிகுண்டு வெடித்து உடல்சிதறி மாண்டார். அவருடைய இடத்துக்கு இன்னொருவர் எங்களுக்குச் சீக்கிரமே கிடைத்துவிடுவார், அதில் சிரமமே இருக்காது. பாகிஸ்தானைப் போலவும் ஆப்கானிஸ்தானைப் போலவும் கஷ்மீர் சுயஅழிப்பில் ஈடுபடாமல் இருப்பதற்குக் காரணம் கஷ்மீரிகளின் பகட்டு பூர்ஷ்வா முதலாளித்துவம்தான். எவ்வளவுதான் மதநம்பிக்கையுடையவர்களாக இருந்தாலும் கஷ்மீரிகள் எப்போதுமே மிகச்சிறந்த வியாபாரிகள். எல்லா வியாபாரிகளுக்கும், ஏதாவதொரு விதத்தில், பழைய நிலைமை திரும்புவதற்கான அக்கறை – நடைமுறை நிலைமையில் அவர்களுக்கு ஒரு பங்கு – இருந்தே தீரும். இந்த 'நடைமுறை நிலைமை' என்பதைத்தான் நாங்கள் 'அமைதி திரும்புவதற்கான செயல்முறை' என்கிறோம். இதனால் விளையக்கூடிய வணிக வாய்ப்புகள் அமைதி நிலைமையைவிடப் பெரிதானவை.

எல்லை கடந்துவருபவர்கள் எல்லோரும் இளைஞர்கள். பதின் வயதில் அல்லது ஆரம்ப இருபதுகளில் இருப்பவர்கள். ஒரு தலைமுறை மொத்தமுமே தற்கொலை படையாக மாறியிருந்தது. எல்லை தாண்டிப் பிரவேசிப்பவர்களின் எண்ணிக்கை 96ஆம் வருட வாக்கில் கணிசமாகக் குறைந்திருந்தது. ஆனால் எங்களால் முற்றிலுமாகத் தடுத்து நிறுத்தியிருக்க முடியவில்லை. சில எல்லைப் பாதுகாப்பு ராணுவமுகாம்களில் உள்ள எங்களுடைய ராணுவவீரர்களைப்பற்றி உளவுத்துறை அளித்திருந்த விரும்பத்தகாத தகவல்களை அப்போது விசாரணை செய்துகொண் டிருந்தோம். ராணுவபயம் இல்லாத 'பத்திரமான வழிகள்' குறித்துச் சில வீரர்கள் அவர்களுக்குத் தகவல் தந்துவிடுகிறார்களாம். அவர்கள் கடந்து செல்லும்போது ராணுவத்தினர் கண்டுகொள்ளாமல் ஒதுங்கியிருக்க, அந்த மலைப்பகுதிகளைத் தமது உள்ளங்கை ரேகைகளைப்போல அறிந்துவைத்திருக்கும் குஜ்ஜார் இன ஆடுமேய்ப்பர்கள், சரக்குகள் சகிதம் வரும் அவர்களுக்கு வழிகாட்டுகிறார்களாம். 'பத்திரமான போக்குவரத்து' என்பது வர்த்தகத்தில் ஒரு பகுதி. சரக்குகளில் டீசல், ஆல்கஹால்,

துப்பாக்கிக் குண்டுகள், கையெறிக் குண்டுகள், ராணுவ ரேஷன் பொருட்கள், முள்வேலிகள், மரக்கட்டைகள் போன்றவை அடக்கம். காடுகள் மொத்தமாக அழிந்துகொண்டிருந்தன. ராணுவ முகாம்களுக்குள்ளேயே மரப் பட்டறைகள் அமைக்கப்பட்டிருந்தன. கஷ்மீரித் தொழிலாளிகளும் கஷ்மீரித் தச்சர்களும் வலுக்கட்டாயமாகப் பணியில் ஈடுபடுத்தப்பட்டிருந்தனர். ஒவ்வொரு நாளும் ஜம்முவிலிருந்து கஷ்மீருக்கு அன்றாடத் தேவைப்பொருட்களை ஏற்றிவரும் ராணுவ வண்டிகள் திரும்பிச் செல்லும்போது வால்நட் மரங்களில் செய்யப்பட்ட அறைகலன்களை நிரப்பிக் கொண்டு சென்றன. அலங்காரமாகச் சொல்லவேண்டியிருந்தால் மிகச்சிறந்த படைக்கலன்களைக் கொண்டிருக்கும் ராணுவம் என்று சொல்ல முடியாவிட்டாலும் மிகச்சிறந்த அறைகலன்களைக் கொண்டிருக்கும் ராணுவம் நம்முடையது என்று நான் சொல்வேன். ஆனால் வெற்றிநடை போட்டுக்கொண்டிருக்கும் ஒரு ராணுவத்திடம் யாரால் குறுக்கிட முடியும்?

தாச்சிகாகம்மைச் சுற்றியிருந்த மலைப்பிரதேசங்கள் ஒப்பீட்டளவில் அமைதியானவையாகவே இருந்தன. அங்கே நிரந்தரமாக அமைக்கப் பட்டிருந்த துணைராணுவ முகாம்களோடு, மேதகு ஆளுநர் வரும்போ தெல்லாம், விசேஷ ரோந்துப்படையினர் ஒருநாள் முன்னதாக வந்து, ஆளுநரின் பாதுகாப்பு வாகனங்கள் வரும் வழியைச் சோதனை செய்வார்கள். கண்ணிவெடிகளைக் கண்டுபிடிக்கும் நவீன சாதனங்கள் பொருத்தப்பட்ட ராணுவ வாகனங்களும் சோதனையில் ஈடுபடும். பூங்கா உள்ளூர் மக்களுக்கு நிரந்தரமாக மூடப்பட்டிருந்தது. விருந்தினர் மாளிகையின் பாதுகாப்புக்காக நூற்றுக்கும் அதிகமான வீரர்கள் கூரையில் அமைக்கப்பட்டிருந்த கண்காணிப்புக் கோபுரங்களிலும், சுற்றி யுள்ள வனப்பகுதியில் ஒரு கிலோமீட்டர் வரையிலும் நிறுத்தப்படுவார்கள். எங்கள் தலைவருக்குக் கொஞ்சம் மீன்களைப் பிடித்துப் பரிமாறுவதற்காக நாங்கள் எந்த அளவுக்கு உழைக்கவேண்டியிருக்கிறதென்று இந்தியாவில் உள்ள பலருக்குத் தெரிந்திருக்காது.

அன்றிரவு வெகுநேரத்துக்கு மேதகு ஆளுநரிடம் அளிக்க வேண்டிய அறிக்கையைத் தயாரித்துக்கொண்டிருந்தேன். எனது பழைய சோனி பிளேயர் குறைந்த ஒலியில் பாடிக்கொண்டிருந்தது. ரசூலன் பாய் 'யாஹின் தையான் மோடியா ஹிராயி கேலி ராமா' என்ற சைதியை மெல்லிசைப் பாடல் பாடிக்கொண்டிருந்தார். இந்துஸ்தானி பாடகிகளில் கேஸர் பாய்தான் சந்தேகத்துக்கிடமின்றி மிகச் சிறந்தவர்; ஆனால் ரசூலனுக்கு மிகவும் கிளர்ச்சியூட்டும் குரல். பாலிவுட் பாடல்கள் பலகாலமாக நமது ஒட்டுமொத்தக் கற்பனையில் ஆதிக்கம் செலுத்திவந்திருப்பதைப் போன்ற உச்சஸ்தாயியில், பரிசுத்த பாவனையில், எப்போதும் நிரந்தர யௌவனக் குரலில் பாடுபவரல்லர். அவருக்கு ஆழமான, கரகரப்பான, ஆண்மைத்தனமான குரல். (இந்துஸ்தானி செவ்வியல் இசையில் விற்பன்னரான என் அப்பா ரசூலன் பாடுவதை அபசாரம் என்பார். எனக்கும் அவருக்குமிடையே தீர்க்க முடியாமலிருந்த வேறுபாடுகளில் இதுவும் ஒன்று.) புணர்ச்சி வேகத்தில் நொறுங்கிவிட்ட முத்துப்பரல்களைப் பற்றியும் அவை பள்ளியறையின் தரையில் விழுந்து சிதறுவதைப் பற்றியும் அவர் பாடும்போது அந்த அறுந்த முத்துமாலையை அந்தக்குரலில் என்னால்

பார்க்க முடியும். (ஆம், ஒரு முஸ்லிம் அவையணங்கு, ஓர் இந்துக் கடவுளை மயக்கி எழுப்பும்படியாகப் பாட முடிந்த காலமும் முன்பு இருந்தது).

அன்று காலை நகரத்தில் மோசமான சம்பவங்கள் நிகழ்ந்தன. இன்னும் சில மாதங்களில் தேர்தல்கள் நடைபெறும் என அரசு அறிவித்திருந்தது. ஒன்பது வருடங்களில் முதல்முறையாக நடைபெறப் போகும் தேர்தல். பயங்கரவாதிகள் இத்தேர்தலைப் புறக்கணிப்பதாக அறிவித்திருந்தனர். எங்கள் தரப்பிலிருந்து கடுமையாக உழைத்து மக்களை இணங்கச் செய்தாலொழிய வாக்களிக்க யாரும் வெளியே வரப்போவதில்லையென்று நிச்சயமாகத் தெரிந்தது (இப்போதைய நிலைமையே வேறு; வாக்காளர் வரிசைகளைக் கட்டுப்படுத்துவதே பெரும் பிரச்சனையாக இருக்கிறது). அபத்தமாக எதையாவது எழுதித் தொலைப்பதெற்கென்றே 'புலானாய்வு' ஊடகங்கள் குவிந்துவிடும்; நாங்கள்தான் எச்சரிக்கையுடன் இருக்க வேண்டும். அப்போது நாங்கள் பூரண நம்பிக்கை வைத்திருந்த அமைப்பான இக்வான் – உல் – முஸ்லிமூன் (முஸ்லிம் உடன்பிறப்பாளர்) கிளர்ச்சிகளை அடக்குவதில் பெயர்பெற்றிருந்த குழு. இதில் இருந்தவர்கள் எல்லோரும் முன்னாள் பயங்கரவாதிகள். ஒட்டுமொத்தமாக எல்லோரும் சரணடைந்து, எங்களுக்கு உதவுவதற்காக உருவாக்கப்பட்ட ஒரு சந்தர்ப்பவாதக் கோஷ்டி. நாட்கள் செல்லச் செல்ல, கோஷ்டி மோதலால் சிதறுண்டு எங்களிடம் சரணடைகின்ற மற்ற பயங்கரவாதக் குழுக்களைச் சேர்ந்தவர்களும் இந்த அமைப்பில் சேர்க்கப்பட்டனர் (இந்தவகையான சரணாகதியைக் கஷ்மீரிகள் 'சிலிண்டர்' என்று அழைப்பார்கள்). அவர்களை ஒன்றுதிரட்டி, ஆயுதங்கள் அளித்து, களத்தில் நுழைப்போம். இந்த இக்வானிகள் முரடர்கள், பெரும்பாலும் வழிப்பறி, களவுகளில் ஈடுபடுபவர்கள். பயங்கரவாதக் குழுக்களில் இணைந்தால் கிடைக்கக்கூடிய ஆதாயங்களுக்காகச் சேர்ந்து, பின் உயிர்ப்பயம் காரணமாக 'சிலிண்டர்' ஆகிவிடுபவர்கள். உள்ளூர் உளவுத்தகவல்கள் பெறுவதற்கு இவர்களை விட்டால் எங்களுக்கு வேறு வழி இருப்பதில்லை. நமது ராணுவத்தினரின் அதிகார எல்லையைத் தாண்டிய சில நடவடிக்கைகளுக்கு இவர்களைப் பயன்படுத்திக் கொள்வோம். இவர்கள் செய்யும் காரியங்களின் மூலத்தை யாராலும் கண்டுபிடிக்க முடியாது என்பதுதான் இதில் இருக்கும் முக்கிய அம்சம். ஆரம்பத்தில் எங்களுக்குக் கிடைத்த விலைமதிப்பற்ற பொக்கிஷமாக இருந்தவர்கள், போகப்போக எங்களால் கட்டுப்படுத்த முடியாத அளவுக்கு நடக்க ஆரம்பித்தனர். இவர்களில் மிகக்கொடூரமான சைத்தான் ஒருவன் உண்டு. உள்ளூரில் அவனை 'பப்பா' என்று அழைப்பார்கள். ஒரு காலத்தில் ஏதோவொரு தொழிற்சாலையில் வாட்ச்மேனாக இருந்தவன். இக்வானாகப் பணியேற்றதிலிருந்து அவன் கொன்றுகுவித்தவர்களின் எண்ணிக்கை ஏராளமானது (கடைசி நிலவரப்படி அந்த எண்ணிக்கை நூற்று மூன்று என நினைக்கிறேன்). அவன் நிகழ்த்திய பயங்கரங்கள் முதலில் எங்களுக்குச் சாதகமான விளைவுகளை ஏற்படுத்திவந்தன. ஆனால் 96ஆம் ஆண்டுக்குப் பிறகு அவனுடைய செயல்கள் எல்லைமீறத் தொடங்கிவிட்டதால் அவனை இழுத்துப்பிடித்து அடக்கிவைக்க யோசித்துக்கொண்டிருந்தோம். (அவன் இப்போது சிறையில் இருக்கிறான்.) அந்த வருடம் மார்ச் மாதம், எங்களிடமிருந்து எந்த உத்தரவும் இல்லாமல் பிரபலமான உருது நாளிதழின்

ஆசிரியரைக் கொலை செய்துவிட்டான். அது ஒரு பொறுப்பற்ற நாளிதழ் என்றுதான் சொல்வேன். (பொறுப்பில்லாத, தீவிர இந்திய எதிர்ப்பு நாளிதழ்கள் இங்கு சில உண்டு. கொல்லப்பட்டவர்களின் எண்ணிக்கையை அதிகப்படுத்திச் சொல்வது, உண்மைத் தகவல்களை மாற்றி எழுதுவது என்று செயல்படும் இவற்றால் எங்களுக்குச் சில உபயோகங்களும் உண்டு – இவை எல்லா உள்ளூர் ஊடகங்களையும் பொதுப்பார்வைக்குத் தம்மைப் போலவே ஆக்கிவிடுவதால் எல்லாப் பத்திரிகைகளையும் ஒட்டுமொத்த மாகப் பொய்ப் பிரச்சாரம் செய்பவை என்று வெளியுலகுக்குச் சொல்வது எங்களுக்கு எளிதாக இருக்கிறது. உண்மையைச் சொல்ல வேண்டுமென்றால் இந்த நாளிதழ்கள் சிலவற்றுக்கு நாங்கள் நிதியுதவியும் செய்திருக்கிறோம்.) இந்த 'பப்பா' மே மாதம் புல்வாமாவில் உள்ள ஒரு பொது மயானத்தைத் தனது பூர்வீகச் சொத்து என்று சுற்றிவளைத்துவிட்டான். எல்லைப்புறக் கிராமம் ஒன்றில் எல்லோராலும் மதிக்கப்பட்ட பள்ளி ஆசிரியரைக் கொன்று, அவருடைய உடலைக் கண்ணிவெடிகள் புதைத்துவைத்திருந்த அபாயகரமான மைதானத்தில் வீசியெறிந்துவிட்டான். எனவே யாராலும் அங்கு நெருங்கவும் முடியாமல், இறுதிச்சடங்குகள் செய்யவும் முடியாமல் தமது பிரியத்துக்குரிய ஆசிரியரின் கொல்லப்பட்ட உடலை வல்லூறுகளும் பருந்துகளும் கொத்தித் தின்றுகொண்டிருந்ததை அவருடைய மாணவர்கள் இயலாமையோடு வெறித்துப் பார்த்துக்கொண்டிருந்தனர்.

பப்பாவின் சாகச லீலைகளால் உந்தப்பட்டு, மற்ற இக்வானிகளும் அவனைப் போலவே நடக்கத் தொடங்கினர்.

அன்று காலை அவர்கள் கும்பலாக ஸ்ரீநகரின் மத்தியப் பகுதியில் இருந்த பாதுகாப்புச் சாவடிக்குச் சென்றிருக்கின்றனர். அங்கு ஒரு வயதான கஷ்மீரி தம்பதியை மிரட்டிப் பணப்பையைக் கேட்டு மிரட்டியிருக்கின்றனர். அந்த வயதானவர் மறுத்ததால், அவரை அவர்கள் வலுக்கட்டாயமாக இழுத்து வண்டியில் அடைத்துக்கொண்டு வேகமாக ஓட்டிச்செல்ல, சுற்றி யிருந்த மக்கள் விரட்டிச் சென்றிருக்கின்றனர். எல்லைப் பாதுகாப்புப் படையினரோடு இக்வானிகளும் ஒன்றாகச் சேர்ந்து தங்கியிருக்கும் முகாமுக்குள் அவர்கள் வண்டி நுழைவதற்கு முன் அந்தப் பெரியவரை ஜிப்ஸியிலிருந்து வெளியே தள்ளிவிட்டிருக்கின்றனர். முகாமுக்குள் நுழைந்துவிட்ட பிறகு – அதை நான் எப்படிச் சொல்வது – அவர்கள் முற்றிலுமாகக் கட்டுப்பாட்டை இழந்து, வெளியே கூடியிருக்கும் மக்கள் மீது கையெறிக் குண்டை வீசியிருக்கின்றனர், இயந்திரத் துப்பாக்கியால் சரமாரியாகச் சுட்டதில் இளைஞன் ஒருவன் இறந்துபோனான். ஒரு டஜனுக்கும் மேற்பட்டவர்கள் காயமடைந்தனர், அதில் பாதிக்கும் மேற்பட்டோர் படுகாயமடைந்திருந்தனர். அதன்பிறகு அந்த இக்வானிகள் காவல்நிலையத்துக்குச் சென்று போலீஸை மிரட்டிப் புகார் பதிவு செய்யாமல் தடுத்தனர். அன்று பிற்பகல் அந்த இளைஞனின் சவ ஊர்வலத்தில் புகுந்து சவப்பெட்டியைக் கடத்திக்கொண்டு மறைந்தனர். கொல்லப்பட்ட உடலே இல்லாதபோது கொலைக்குற்றம் எப்படி பதிவு செய்யப்படும்? அன்று மாலையே பொதுமக்கள் கூட்டம் பெருகிக் கலவரம் வெடித்தது. மூன்று காவல்நிலையங்கள் கொளுத்தப்பட்டன. பாதுகாப்புப் படையினர் துப்பாக்கிச்சூடு நடத்தியதில் பதினான்குபேர் இறந்தனர். ஊரடங்குச் சட்டம் பெருநகரங்களான ஸ்ரீநகரிலும் சோபூர், பாரமுல்லாவிலும் அமல்படுத்தப்பட்டது.

தொலைபேசி மணி அடிப்பதையும், மேதகு ஆளுநரின் முகாம் செயலர் அதை எடுத்துப் பேசுவதையும் கேட்டவுடன், முதலில் எனக்குத் தோன்றிய எண்ணம், நிலைமை கட்டுக்கடங்காமல் சென்றுவிட்டதால் உரிய உத்தரவுகள் வழங்கச் சொல்லிக் கேட்கிறார்கள் என்றுதான். ஆனால் அதுவல்ல எனத் தெரிந்தது.

தொலைபேசியில் அழைத்தவர் ஷிராஸ் திரையரங்கில் செயல்பட்டு வரும் கூட்டு விசாரணை மையத்திலிருந்து பேசுவதாகச் சொன்னார்.

இதைக் கேட்டு, செயல்பட்டுக்கொண்டிருந்த திரையரங்கை நாங்கள் ஏதோ விசாரணை மையமாக மாற்றிவிட்டதாக நினைத்துக்கொள்ள வேண்டாம். ஷிராஸ் திரையரங்கம் பல ஆண்டுகளுக்கு முன்பாகவே 'அல்லாஹ் டைகர்ஸ்' என்ற அமைப்பினால் மூடப்பட்டுவிட்டது. திரையரங்குகள், மதுக்கடைகள், மதுவிடுதிகள் எல்லாமும் இஸ்லாமுக்கு எதிரானவை, 'இந்தியாவின் கலாச்சார ஆக்கிரமிப்பின் வாகனங்கள்' என்று இந்த அமைப்பு அறிவித்து அவற்றை வலுக்கட்டாயமாக மூடச் செய்தது. இந்த அறிவிப்பை வெளியிட்டது ஏர் மார்ஷல் நூர் கான். இந்த அமைப்பினர் நகரமெங்கும் மிரட்டல் சுவரொட்டிகளை ஒட்டினார்கள். மதுவிடுதிகளில் வெடிகுண்டுகளை வைத்தார்கள். மேற்சொன்ன ஏர் மார்ஷலைக் கடைசியில் கைதுசெய்தபோதுதான், அவன் ஓரளவே எழுதப்படிக்கத் தெரிந்திருந்த, ஏதோவொரு மூலையிலிருந்த மலைக் கிராமத்தைச் சேர்ந்த விவசாயி என்று தெரிந்தது. அவன் இதுவரை ஒரேயொரு விமானத்தைக்கூட அருகில் சென்று பார்த்தவனில்லை. அவனை விசாரணை செய்த குழுவில் நானும் இருந்தேன். (அது நான் ஸ்ரீநகரில் பணியமர்த்தப்படுவதற்கு முன்பு.) விசாரணை அதிகாரிகளில் நான்தான் ஜூனியர். அவனை விசாரணை செய்தபோது, சிறையிலிருந்த வேறுசில மூத்த பயங்கரவாதிகளையும் எப்படியாவது மனமாற்றம் அடையச் செய்யலாமென்ற நோக்கத்துடன் சந்தித்துப் பேசினோம். இந்த நூர் கான் நாங்கள் கேட்ட கேள்விகள் எல்லாவற்றிற்கும் பதிலாக ஒரு மாபெரும் ஊர்வலத்தில் கோஷமிடுவதைப்போல உரத்த குரலில் கோஷமெழுப்பினான்: *ஜிஸ் கஷ்மீர் கோ கூன் ஸே ஸீஞ்ச்சா, வோஹ் கஷ்மீர் ஹமாரா ஹை!* கஷ்மீரை எங்கள் ரத்தத்தை இறைத்து வளமாக்கியிருக்கிறோம், இந்தக் கஷ்மீர் எங்களுக்குச் சொந்தமானது! 'அல்லா டைகர்ஸ்'களுக்கு இன்னொரு பிரசித்திபெற்ற கோஷம் இருந்தது. அதையும் அவன் எழுப்பினான்: லா ஷரகேயா வா லா காராபேயா, இஸ்லாமியா, இஸ்லாமியா! இதை உத்தேசமாக மொழிபெயர்த்தால்: 'கிழக்கோ, மேற்கோ, இஸ்லாம்தான் முதன்மையானது!

இந்த 'ஏர் மார்ஷல்' ஒரு தைரியசாலிதான். அவனுடைய தெளிவான உணர்வுகள், எளிமையான மனம் இவற்றுக்காக அவன்மீது எனக்குச் சற்றுப் பொறாமைகூட இருந்தது. அவனைக் கடுந்தண்டனைக் கொட்டடியில் அடைத்து வைத்திருந்தபோதும் தான் செய்ததெல்லாம் சரியென்று சொல்பவனாகவே இருந்தான். நீண்டகாலச் சிறைவாசத்துக்குப் பிறகு இப்போது வெளியே வந்திருக்கிறான். அவனையும், அவனைப் போன்றவர்களையும் இப்போதும் கண்காணித்துக்கொண்டுதான் வருகிறோம். இப்போதெல்லாம் குற்றச்செயல்களில் ஈடுபடுவதில்லை போலத்தான் தெரிகிறது. ஸ்ரீநகர் மாவட்ட நீதிமன்றத்துக்கு வெளியே

உட்கார்ந்து ஸ்டாம்புகள் விற்று ஜீவனம் நடத்திவருகிறான். அவனுக்கு இப்போது சற்றுப் புத்திசுவாதீனம் தப்பிவிட்டதாக யாரோ சொன்னார்கள். உறுதியாகத் தெரியவில்லை. கடுந்தண்டனைக் கொட்டடி என்பது மிகப் பயங்கரமான இடம்தான்.

தொலைபேசியில் அழைத்தவர் தன் பெயர் மேஜர் அம்ரிக் சிங் என்று சொல்வதாக முகாம் செயலர் குறிப்பிட்டார். மேலும் அந்த நபர் என்னிடம் பேசவிரும்புவதாகவும், என் பதவியைச் சொல்லிக் குறிப்பிடாமல் என் பெயரை – பிப்லப் தாஸ்குப்தா, துணை நிலையத் தலைவர், இந்தியா பிராவோ (உளவுத்துறைக்குக் கஷ்மீரில் அலைவரிசைக் குறியீடு) என்று சொன்னதாகவும் குறிப்பிட்டார்.

அவனை எனக்குத் தெரியும், தனிப்பட்ட முறையில் அல்ல – அவனை நேராகப் பார்த்ததுகூட இல்லை – அவனைப்பற்றி நிறையவே கேள்விப்பட்டிருக்கிறேன். அவனை அம்ரிக் சிங் 'ஸ்பாட்டர்' என்பார்கள் – புதரில் ஒளிந்திருக்கும் பாம்பைச் சரியாகக் கண்டுபிடித்துவிடும் திறமை கொண்டவன் என்பதால் அந்தப் பெயர். அதாவது பொதுமக்களிடையே ஒன்றாகக் கலந்திருக்கும் பயங்கரவாதிகளைக் கண்டுபிடிப்பவன். (இச்சம்பவம் நடந்து பல வருடங்கள் கழித்து, தற்போது அவனுடைய பெயர் மிகவும் புகழ் பெற்றிருக்கிறது. அதுவும் அவனது மரணத்துக்குப் பிறகு. சமீபத்தில் அவன் தற்கொலை செய்துகொண்டான் – அவன் மனைவியும் அவர்களுடைய மூன்று மகன்களையும் சுட்டுவிட்டுத் தன் தலையிலும் துப்பாக்கியை அழுத்திச் சுட்டுக்கொண்டான். அவனுக்காக நான் வருத்தப்படுவதாகச் சொல்லமாட்டேன். ஆனால் அவனுடைய மனைவியும் பிள்ளைகளும் பரிதாபத்துக்குரியவர்கள்.) கூடையில் நல்ல பழங்களுக்கு இடையே இருக்கும் சொத்தைப் பழம். இந்த மேஜர் அம்ரிக் சிங் – இல்லை, சொற்றொடரை மாற்றிச் சொல்கிறேன் – அவன் ஒரு அழுகிய பழம். அதுவும் அந்த நள்ளிரவில் தொலைபேசியில் அவன் பேசிய காலகட்டத்தில் மிகமோசமாகக் கெட்டு அழுகிப்போயிருந்த நிலவரத்துக்குப் பிரதான காரணகர்த்தாவாக அவன் இருந்தான். ஸ்ரீநகருக்கு நான் வந்து இரண்டு மாதங்கள் கழித்து, அதாவது 1995ஆம் வருடம் ஜனவரியில், பிரசித்திபெற்ற, மனித உரிமைச் செயற்பாட்டாளரான ஜலீப் காத்ரியை ஒரு சோதனைச்சாவடியில் வைத்துக் கைது செய்தான்; எங்களுடைய உத்தரவின் பேரில்தான். காத்ரி உண்மையில் ஒரு சள்ளை பிடித்த ஆசாமி. யாருக்கும் கட்டுப்படாத முரட்டு ஜென்மம். நாசூக்கு என்பதையே அறியாதவன். கைதான அன்றிரவு அவன் தில்லியிலிருந்து ஆஸ்லோவில் நடைபெறும் ஒரு சர்வதேச மனித உரிமைக் கருத்தரங்கில் கலந்துகொள்ளச் செல்வதற்கு இருந்தான். அவனைக் கைது செய்ததே அந்த அபத்தக் கூத்தில் அவன் பங்கெடுக்கக் கூடாது என்பதற்காகத்தான். அம்ரிக் சிங், காத்ரியைக் கைது செய்தபோது காத்ரியின் மனைவியும் உடன் இருந்திருக்கிறாள். வழக்கம்போல அந்தக் கைது நடவடிக்கை அதிகாரப்பூர்வமாகக் காவல்துறையில் பதிவுசெய்யப்படவில்லை. ஆனால் அவனைக் கைதுசெய்து 'கடத்தி'ச் சென்றது பெரும் எதிர்ப்பைக் கிளப்பிவிட்டது. நாங்கள் எதிர்பார்த்ததைவிட அதிகமான கண்டனக்

கூக்குரல்கள். எனவே சில நாட்கள் கழித்து அவனை விடுவிப்பதே விவேகமானது என்று முடிவெடுத்தோம். ஆனால் அவன் மாயமாக மறைந்து போயிருந்தான். எங்கு தேடியும் கிடைக்கவில்லை. பதற்றம் மேலும் மேலும் அதிகரித்துக்கொண்டே சென்றது. சமாதான முயற்சியாக ஒரு தேடுதல் குழுவை அமைத்தோம். சில நாட்கள் கழித்து ஜீலம் நதியில் அடித்துவந்த ஒரு சாக்குப் பைக்குள் ஜலீப் காத்ரியின் உடல் இருந்தது. மிகக் கொடூரமான நிலைமையில் – மண்டை நசுக்கப்பட்டு, கண்கள் வெளியே பிதுங்கியிருக்க ... வழக்கமான கஷ்மீர் சாதனை அளவுகளை விடவும் இது கொஞ்சம் அதிகம்தான். பொதுமக்களின் கோபம் கட்டுக்கடங்காமல் வெடித்தது. எனவே உள்ளூர் காவல்துறைக்கு வழக்குப் பதிவு செய்துகொள்ள அனுமதி வழங்கப்பட்டது. இந்த விவகாரத்தை முழுமையாக ஆய்வு செய்ய உயர்மட்டக்குழு ஒன்று அமைக்கப்பட்டது. காத்ரியைக் கடத்திச்சென்றதை நேரில் பார்த்தவர்கள், காத்ரியை அம்ரிக் சிங் கைது செய்து ராணுவ முகாம் ஒன்றில் காவலில் வைத்திருந்ததைப் பார்த்தவர்கள், அவர்கள் இருவருக்கும் தகராறு ஏற்பட்டுக் கைகலப்பு நடந்ததையும் அதனால் அம்ரிக் சிங்கிற்குக் கோபம் தலைக்கேறி வெறியோடு தாக்கியதையும் பார்த்தவர்கள் என நேரடிச் சாட்சிகள் வரத் தொடங்கின. இந்தச் சாட்சிகள் எழுத்துப் பூர்வமாகவும் வாக்குமூலம் அளித்தது கஷ்மீர் இதற்குமுன் அதிகம் கண்டிராதது. அம்ரிக் சிங்கின் சகாக்கள் – பெரும்பாலும் இக்வானிகள் – அப்ரூவராக மாறி நீதிமன்றத்தில் அவனுக்கெதிராகச் சாட்சி சொல்வதற்கு முன்வந்தனர். ஆனால் மேற்கண்டவர்கள் எல்லோரும் ஒருவர் பின் ஒருவராக அடுத்து வந்த நாட்களில் பிணமாகக் கண்டெடுக்கப்பட்டனர். வயல்களுக்கு நடுவில், காடுகளில், சாலையோரத்தில் . . . அவன் அத்தனை பேரையும், ஒருவர் விடாமல், கொன்றழித்துவிட்டான். ராணுவமும் நிர்வாகமும் அவன்மீது நேரடியாக நடவடிக்கை எடுக்க முடியாத நிலையில், ஏதோ செயல்படுவ தாகக் காட்டிக்கொள்ள வேண்டிய நிர்ப்பந்தத்தில் இருந்தது. அவன் எல்லா விஷயங்களையும் அறிந்துவைத்திருப்பவன். அவன்மீது கைவைத்தால், ஒரு பெருங்கூட்டத்தையே அவனோடு சேர்த்து இழுத்துக்கொண்டுதான் மூழ்கி மடிவான். அவனை மடக்கிவைத்திருந்தோம், அவ்வளவுதான். பயங்கரமானவன். அவனை நாட்டிலிருந்து வெளியே அனுப்பி, ஏதோவொரு தேசத்தில் அடைக்கலம் புக வைக்க வேண்டும். அதுதான் கடைசியில் நடந்தது. ஆனால் அதை உடனடியாகச் செய்துமுடிக்க இயலவில்லை. அதுவும் அவன்மீது மொத்த ஊடக வெளிச்சம் குவிந்திருக்கும் நிலையில் கொந்தளிப்பு சற்று அடங்குவதற்காகக் காத்திருந்தோம். முதல் கட்டமாக அவனைக் களப்பணியிலிருந்து விடுவித்து அலுவலகத்தில் இருக்கைப் பணிக்கு மாற்றினோம்.ஷிராஸ் கூட்டு விசாரணை மையத்தில்.தொல்லைகள் சற்று அடங்குமென்று நினைத்தோம்; அப்படித்தான் நம்பினோம்.

அந்தப் பயல்தான் அப்போது என்னைக் கூப்பிட்டிருந்தான். அவனோடு பேசுவதற்கு நான் ஒன்றும் ஏங்கிக்கொண்டிருக்கவில்லை. அவனைப் போன்றவொரு நச்சுக்கிருமியைத் தொற்றுத்தடைக் காப்பகத்தில்தான் அடைத்துவைத்திருக்க வேண்டும்.

தொலைபேசியை எடுத்ததும் அவன் படு உற்சாகமாகப் பேசத் தொடங்கினான். படுவேகமாக அவன் பேசிக்கொண்டே சென்றபோது

சற்றுநேரம் கழித்துத்தான் அவன் பஞ்சாபியில் பேசாமல் ஆங்கிலத்தில் பேசிக்கொண்டிருக்கிறான் என்பது உறைத்தது. 'A – ரக' பயங்கரவாதியான கமாண்டர் குல்ரெஸ் என்ற கொடூரமான ஹிஸ்புல் – முஜாஹிதீன் கமாண்டர் ஒருவனைப் படகுவீடு ஒன்றில் தீவிரமான தேடுதல் வேட்டை நடத்தியபோது பிடித்திருப்பதாகச் சொன்னான்.

இது கஷ்மீர். பிரிவினைவாதிகள் கோஷங்களை எழுப்பிப் பேசிக் கொண்டிருக்கும்போது எங்கள் ஆட்கள் பத்திரிகையாளர் சந்திப்புகளில் பயன்படுத்தும் அடைமொழி வாக்கியங்களே வேறுவகையானவை: நாங்கள் முற்றுகையிட்டு நடத்தும் தேடுதல் வேட்டைகள் எல்லாமே 'தீவிரமானவை', எங்களிடம் பிடிபட்டவர்கள் எல்லோருமே 'பயங்கரமானவர்கள்', அவர்களில் யாருமே 'A – ரக'த்தினருக்குக் கீழே இருக்கமாட்டார்கள், அவர்களிடமிருந்து கைப்பற்றிய பொருட்கள் எல்லாமே 'பயங்கரமான போர் ஆயுதங்கள்', இதில் ஆச்சரியப்படுவதற்கு ஒன்றுமில்லை. இந்த அடைமொழிகள் ஒவ்வொன்றுக்கும் உரிய வெகுமதி – ரொக்கப்பரிசோ, அவர்களுடைய பணிப்பதிவேட்டில் பாராட்டு இலச்சினையோ, வீரதீரச் செயல்களுக்கான பதக்கமோ, பதவி உயர்வோ உண்டு. அதனால், அவன் குறிப்பிட்ட வாசகங்கள் எதுவும் என் இதயத்துடிப்பை ஏன் அதிகரித்துவிடவில்லை என்பதை நீங்கள் புரிந்துகொள்ளலாம்.

அந்தப் பயங்கரவாதி தப்பிச்செல்ல முயன்றபோது கொல்லப்பட்ட தாகக் கூறினான். இதுவும் என்னை அதிகம் சலனப்படுத்தவில்லை. அது நல்ல தினமோ, கெட்ட தினமோ – அதாவது உங்கள் அபிப்பிராயத்தில் – அனுதினமும் பலமுறை நடந்தேறுகிற விஷயம்தான் இதுவும். இப்படியிருக்க இந்த அர்த்தராத்திரியில் ஏதோ வழக்கத்துக்கு மாறான செய்தியைச் சொல்வதைப்போல என்னை எதற்கு அழைக்க வேண்டும்? மேலும் இவ்வளவு உற்சாகத்துடன் என்னுடைய துறைக்கு, எனக்குத் தகவல் சொல்ல வேண்டிய அவசியம் என்ன?

கமாண்டர் குல்ரெஸ்ஸுடன் ஒரு 'லேடீஸ்'ஸும் பிடிபட்டிருப்பதாகச் சொன்னான். ஆனால் அவள் ஒரு கஷ்மீரி இல்லையாம்.

இது அசாதாரணமான செய்தி. உண்மையில் இதுவரை கேள்விப்பட்டிராதது.

அந்த 'லேடீஸை' அஸிஸ்டன்ட் கமிஷனர் பிங்கியின் வசம் விசாரணைக்கு ஒப்படைத்திருக்கிறானாம்.

எங்கள் எல்லோருக்கும் அஸிஸ்டன்ட் கமிஷனர் பிங்கி ஸோதியைத் தெரியும். கோதுமை நிறத்தில் இருப்பாள். நீண்ட கருங்கூந்தலைப் பின்னி, தொப்பிக்கு அடியில் சுருட்டிவைத்திருப்பாள். அவளுடைய இரட்டைச் சகோதரன் பல்பீர் சிங் ஸோதி மூத்த காவல்துறை அதிகாரியாக இருந்தான். ஸோபூரில் அதிகாலை ஓட்டப்பயிற்சியில் இருந்தபோது பயங்கரவாதிகளால் சுட்டுக்கொல்லப்பட்டான். (என்னதான் மூத்த காவல் அதிகாரியாக, தன்னம்பிக்கை உடையவனாக இருந்தாலும் பாதுகாப்பில்லாமல் உடற்பயிற்சிக்காகச் சென்றது முட்டாள்தனமானது; உள்ளூர் மக்கள் தன்னை மிகவும் 'நேசிப்பதாக' நினைத்து ஏமாந்து போயிருக்கிறான்.) உதவி

காவல் ஆணையர் பிங்கிக்கு CRPF – மத்திய காவல் ஆயுதப்படை–இல் கருணை அடிப்படையில் – அவளுடைய சகோதரனின் மறைவுக்கான இழப்பீடாக – வேலை வழங்கப்பட்டது. அதன் பிறகு அவளைச் சீருடை இல்லாமல் யாருமே பார்த்ததில்லை. பார்ப்பதற்கு ஸ்தம்பிக்கவைக்கும் பேரழகியாக இருந்தாலும் அவள் ஒரு மிருகத்தனமான விசாரணை அதிகாரி. அவளுக்குள் புதைந்திருக்கும் மகத்தான வெறியைத் தீர்த்துக்கொள்வதற்காக விசாரணைகளில் அத்துமீறி நடந்துகொள்வாள். அம்ரிக் அளவுக்கு என்று அவளைச் சொல்ல முடியாது – ஆனாலும் அவளிடம் விசாரணைக்குச் சிக்கும் கஷ்மீரிகளைக் கடவுள்தான் காப்பாற்ற வேண்டும். அவளிடம் சிக்காதவர்களில் பலரும் அவளுக்குக் காதல் கடிதங்கள் எழுதுபவர்களாக, அவளைத் திருமணம் செய்துகொள்ள விரும்புகிறவர்களாக இருந்தனர். அத்தகைய விஷக் கவர்ச்சி உதவி ஆணையர் பிங்கியிடம் இருந்தது.

அவர்கள் கைதுசெய்திருக்கும் 'லேடீஸ்', தன் பெயரைச் சொல்ல மறுப்பதாக அவன் சொன்னான். பிடிபட்டிருக்கும் 'லேடீஸ்' கஷ்மீரி அல்ல என்பதால் உதவி ஆணையர் பிங்கி தன் கைவரிசையை முழுசாகக் காட்டாமல் அடக்கி வாசிக்கிறாள் என்று தோன்றியது. இல்லாவிட்டால் 'லேடீஸோ' 'ஜென்ட்ஸோ' அவளிடம் விசாரணையில் வாயைத் திறக்காமல் இருக்கவே முடியாது. இது இவ்வாறிருக்க, நான் பொறுமை இழந்து கொண்டிருந்தேன். இந்த விஷயத்துக்கும் எனக்கும் என்ன தொடர்பு என்பதை என்னால் ஊகிக்க முடியவில்லை.

அம்ரிக் சிங் கடைசியாக விஷயத்துக்கு வந்தான்: விசாரணையின்போது *என்னுடைய* பெயர் தலைகாட்டியிருக்கிறது. அந்தப் பெண் எனக்கு ஒரு தகவலை அனுப்பச் சொல்லியிருக்கிறாள். அந்தத் தகவலை அவனால் புரிந்துகொள்ளமுடியவில்லை என்றான். ஆனால் அது எனக்குப் புரியும் என்று அவள் சொல்லியிருக்கிறாள். அவன் அதைப் படித்தான். படித்தான் என்பதைவிட எழுத்துக்கூட்டிச் சொன்னான். சத்தமாக. தொலைபேசியில்.

கா–ர்–ஸ–ன் ஹோ–பா–ர்–ட்

சிதறிக் கிடக்கும் முத்துப்பரல்களை இன்னமும் தேடிக்கொண்டிருக்கும் ரசூலனின் குரல் என் தலைக்குள் ஆக்கிரமித்தது: *கஹான் வேகா தூந்தூன் ரே? தூந்தத் பாவ்ரா கேலி ராமா . . .*

கார்ஸன் ஹோபர்ட் என்பது ஏதோ பயங்கரவாதத் தாக்குலுக்காகவோ அல்லது ஆயுதங்கள் வந்துசேர்ந்ததற்காகவோ ஒப்புதல் தரும் ரகசியக் குறியீடுபோல அவனுக்குத் தோன்றியிருக்க வேண்டும். தொலைபேசியின் மறுமுறையிலிருந்த அந்த வெறிபிடித்த மிருகம் என்னுடைய விளக்கத்துக்காகக் காத்திருந்தான். எப்படித் தொடங்குவது என்று என்னால் யோசிக்க முடியவில்லை.

இந்த கமாண்டர் குல்ரெஸ் என்பவனுக்கும் மூஸாவுக்கும் ஏதேனும் தொடர்பு இருக்குமோ? அல்லது அவன் மூஸாதானா? ஸ்ரீநகருக்கு நான் வந்ததற்குப் பிறகு அவனோடு தொடர்புகொள்ளப்

பலமுறை முயன்றிருக்கிறேன். அவனுக்கும் அவன் குடும்பத்துக்கும் நிகழ்ந்தவற்றுக்காக அனுதாபங்களைத் தெரிவிக்க விரும்பினேன். அவனைத் தொடர்புகொள்ளவே முடியவில்லை அந்த நாட்களில் அதற்கு ஒரேயொரு அர்த்தம்தான். அவன் தலைமறைவாக இருக்கிறான் என்பதுதான் அது.

வேறு யாரோடு திலோ இப்போது இருந்திருக்கிறாள்? அவள் கண்ணெதிரே இவர்கள் மூஸாவைக் கொன்றிருப்பார்களோ? கடவுளே.

அம்ரிக் சிங்கிடம் எந்த உணர்ச்சியையும் காட்டாமல், முடிந்த அளவு சுருக்கமாக, நான் மீண்டும் அழைப்பதாகச் சொல்லித் துண்டித்தேன்.

எனக்கு முதலில் தோன்றிய எண்ணம், நான் காதலித்த இந்தப் பெண்ணிடம் இப்போது கூடியமட்டும் பாதுகாப்பான இடைவெளியை வைத்துக் கொள்ள வேண்டும் என்பதுவே. அப்படிச் செய்வது கோழைத்தனமோ? அப்படி இருந்தாலும், நான் பாரபட்சமின்றி நடந்துகொள்கிறேன் என்றுதான் அர்த்தமாகும்.

இப்போது அவளிடம் செல்வதும் சாத்தியமில்லை. நட்டநடு இரவில் நட்டநடுக் காட்டில் இருக்கிறேன். இங்கிருந்து வெளியே செல்ல வேண்டுமென்றால் சைரன்கள், அலாரங்கள், குறைந்தது நான்கு ஜீப்புகள், ஒரு கவச வண்டி இத்தனையும் வேண்டும். குறைந்தபட்சம் பதினாறு வீரர்களை உடன் அழைத்துச்செல்ல வேண்டும். அதுதான் குறைந்தபட்ச அதிகார வரம்பு. இதைப்போன்ற ஆரவாரங்கள் எந்தவிதத்திலும் திலோவுக்கு உதவப் போவதில்லை. எனக்கும் உதவப்போவதில்லை. மேலும் மேதகு ஆளுநரின் பாதுகாப்பைச் சற்றுக் குறைப்பதாகவும் ஆகிவிடும். அது நினைத்துப் பார்க்க முடியாத பயங்கர விளைவுகளை ஏற்படுத்திவிடக்கூடும். என்னை வெளியே இழுத்து வருவதற்காக விரிக்கப்பட்ட வலையாகவும் இது இருக்கக் கூடும். மூஸாவுக்கு கார்ஸன் ஹோபார்ட்டைப் பற்றித் தெரியும்தானே. இது எல்லாமே கற்பனைப்பீதிதான். ஆனால் அந்த நாட்களில் எச்சரிக்கைக்கும் கற்பனைப்பீதிக்கும் இடையே பெரிய இடைவெளி ஒன்றும் இருக்கவில்லை.

எனக்கு வேறு வழி இருக்கவில்லை. எனவே ஆதூஸ் ஓட்டலுக்கு போன் செய்து நாகாவை அழைத்தேன். அதிர்ஷ்டவசமாக அவன் அப்போது அங்கு இருந்தான். ஷிராஸுக்கு உடனே செல்ல உடன்பட்டான். ரொம்பவும் கவலையோடும் அக்கறையோடும் அவன் கேட்கக்கேட்க எனக்கு எரிச்சல் அதிகரித்துக்கொண்டே வந்தது. நான் அவனுக்களிக்கும் இந்த வாய்ப்பை இரு கரங்களால் சேர்த்தணைத்துக்கொண்டு, அவனுக்கே உரித்தான வகையில் தனது பிரத்தியேகக் கடமைபோலக் காட்டிக்கொள்ளத் தொடங்கினான். அவனது அதீத ஆர்வம் ஒரேநேரத்தில் எனக்கு நம்பிக்கையூட்டுவதாகவும் கோபத்தை உண்டாக்குவதாகவும் இருந்தது.

அம்ரிக் சிங்கை அழைத்து, நாகராஜ் ஹரிஹரன் என்ற பத்திரிகையாளர் அங்கே வருவார் என்று சொன்னேன். அவர் நம்முடைய ஆள். அந்தப் பெண்மீது எந்தச் சந்தேகமும் இல்லையென்றால் அவளை உடனே விடுவித்து நாகராஜிடம் ஒப்படைக்க வேண்டும் என்றேன்.

சில மணிநேரங்கள் கழித்து நாகா அழைத்தான். திலோ அவனுடைய ஆதூஸ் விடுதி அறைக்குப் பக்கத்து அறையில் இருப்பதாகச் சொன்னான். அவளை உடனடியாகத் தில்லிக்குக் காலை விமானத்தில் ஏற்றிவிடச் சொன்னேன்.

"அவள் ஒன்றும் சரக்கு மூட்டையல்ல, தாஸ்–கூஸ்," என்றான். "அவள் இந்தக் கமாண்டர் குல்ரேஸின் இறுதிச் சடங்கில் கலந்துகொள்ளப் போகிறாளாம். சனியன் பிடித்த அந்தக் கமாண்டர் எவனோ தெரியவில்லை."

தாஸ்–கூஸ். கல்லூரி நாட்களுக்குப்பிறகு இப்போதுதான் என்னை இப்படி அழைக்கிறான். கல்லூரியில், அவனுடைய தீவிரப்புரட்சி நாட்களில் (என்ன காரணத்தாலோ ஒரு ஜெர்மானிய உச்சரிப்பில்) 'பிப்லப் தாஸ்–கூஸ்–டா' என்று என்னைக் கிண்டலாகக் கூப்பிடுவான். பிப்லப் தாஸ்குப்தா என்ற என் பெயருக்கு அவன் வைத்த வடிவம். புரட்சிகர வாத்து அண்ணன்.

'பிப்லப்' என்று அப்பாவழிப் பாட்டனாரின் பெயரை எனக்கு வைத்த என் பெற்றோர்களை எப்போதுமே மன்னித்ததில்லை. காலம் மாறிவிட்டது. நான் பிறந்தபோது பிரிட்டிஷார் இந்தியாவை விட்டுப் போய்விட்டிருந்தனர். சுதந்திர நாடாக இருந்தோம். அப்படியிருக்கையில் ஒரு குழந்தைக்குப் 'புரட்சி' என்று யாராவது பெயர் வைப்பார்களா? இப்படியொரு பெயரை வைத்துக்கொண்டு ஒருவன் எப்படி வாழமுடியும்? ஒரு கட்டத்தில் என் பெயரை சித்தார்த்தா, கௌதம் என்பது போன்ற சாதுவான பெயராகச் சட்டப்பூர்வமாக மாற்றிக்கொள்ளலாமா என்று யோசித்தேன். அப்படி மாற்றிக்கொண்டிருந்தால், அந்த விஷயம் நாகாவைப் போன்ற நண்பர்களுக்கு நிச்சயம் தெரிந்து போகும். அதன்பிறகு அது பூனையின் வாலில் கட்டப்பட்ட தகரக்குவளைபோல எனக்குப் பின்னால் எப்போதும் கடகடத்துக்கொண்டே வரத்தொடங்கிவிடும். எனவே பிப்லப் – ஆகிய நான் இந்திய அரசு என்று அழைக்கப்படும் ஒரு நிர்வாக அமைப்பின் ரகசிய மையம் ஒன்றின் உள்ளறை ஒன்றில் பெயரை மாற்றிக்கொள்ளாமல் பணியாற்றி வருவதன் கதை இதுதான்.

"அது மூஸாவா?" என்று நாகாவிடம் கேட்டேன்

"அவள் சொல்ல மறுக்கிறாள். வேறு யாராக இருக்கப்போகிறது?"

திங்கட்கிழமையன்று வார இறுதிப் பலி எண்ணிக்கை பத்தொன்பதாக உயர்ந்திருந்தது; துப்பாக்கிச் சூட்டில் இறந்த பதினான்கு போராட்டக்காரர்கள், இக்வானிகள் சுட்டுக்கொன்ற இளைஞன், மூஸா என்றோ அல்லது கமாண்டர் குல்ரேஸ் என்றோ அல்லது வேறு எதுவாகவோ தன்னை அழைத்துக்கொண்டவன், காந்தர்பாலில் நடந்த துப்பாக்கிச் சூட்டில் இறந்த மூன்று பயங்கரவாதிகள் என இந்தப் பத்தொன்பது சவப் பெட்டிகளையும் (இதில் ஒன்று காலியாக இருந்தது – அது களவாடப்பட்ட இளைஞனின் உடலுக்கானது) சுமந்து செல்வதற்கு ஆயிரக்கணக்கில் மக்கள் கூடி, தியாகிகள் மயானத்துக்குத் தமது தோள்களில் சுமந்து சென்றனர்.

ஆளுநரின் அலுவலகத்திலிருந்து வந்த தொலைபேசி அழைப்பில் மறுநாள்வரை நகரத்துக்குத் திரும்பிவர முயல வேண்டாம் என்று அறிவுறுத்தப்பட்டது. பிற்பகலில் என் செயலாளர் அழைத்தார்:

"சார் ஸுன் லிஜியே, இதைத் தயவுசெய்து கேளுங்கள், சார்..."

பறவைகளின் கானங்களும் தெள்ளுப்பூச்சிகளின் கரகரப்பொலிகளும் சூழ தாச்சிகாம் வனத்துறை விருந்தினர் மாளிகையின் தாழ்வாரத்தில் அமர்ந்திருந்த எனக்குத் தொலைபேசியில் பல்லாயிரக்கணக்கான குரல்கள் ஒன்றிணைந்து சுதந்திரத்துக்காக எழுப்பும் கோஷங்கள் அலையலையாக உயர்ந்து செவியில் அதிர்ந்தன: ஆஸாதி! ஆஸாதி! ஆஸாதி! திரும்பத் திரும்பத் திரும்ப. தொலைபேசியில் கேட்பதற்கே கதிகலங்க வைத்தது. சிறைக் கொட்டடியில் அந்த ஏர் மார்ஷல் எழுப்பிய கோஷங்களைப்போல இது இல்லை. மொத்த நகரமுமே ஒரு ஜோடி நுரையீரல்கள் மூலமாக சுவாசிப்பதைப் போல, அடித்தொண்டையிலிருந்து எழுப்பிவரும் செவிகளைத் துளைக்கும் ஓலத்தைப்போல. நாடு முழுக்க இதுவரை எத்தனையோ போராட்டங்களைப் பார்த்திருக்கிறேன், எவ்வளவோ கோஷங்களைக் கேட்டிருக்கிறேன். ஆனால் இது வித்தியாசமாக இருந்தது. இது கஷ்மீரின் மந்திர கோஷம். இது வெறும் அரசியல் கோரிக்கை மட்டுமல்ல. அதற்கும் மேலானவொன்று. இது ஒரு தேசியகீதம், ஒரு பாசுரம், ஒரு பிரார்த்தனை. இதில் இருந்த – இருக்கின்ற – முரண்நகைச்சுவை என்னவென்றால், நான்கு கஷ்மீரிகளை ஓர் அறையில் அமர்த்தி அவர்களிடம் 'ஆஸாதி' என்று அவர்கள் சொல்வதற்குச் சரியான அர்த்தம் என்ன, கொள்கைரீதியான, நிலவமைப்பு ரீதியான உருவரை என்னவென்று விளக்கச் சொல்லிக்கேட்டால், அவர்கள் ஒவ்வொருவருக்கிடையிலும் விவாதம், தகராறு முற்றி ஒருவர் கழுத்தை மற்றவர் வெட்டிக்கொள்வார்களாக இருக்கும். ஆனால் அவர்களுடைய பிரச்சனை குழப்பம் அல்ல. உண்மையில் அதுவல்ல. நவீன நில அரசியல் மொழிக்கு வெளியே உருவாகியிருக்கும் ஒரு பயங்கரத் தெளிவு என்று அதைச் சொல்லலாம். இந்த மோதலில் எல்லா பக்கங்களிலும் இருக்கும் முக்கியப் பாத்திரங்கள் எல்லோருமே, குறிப்பாக நாங்கள், இந்த விரிசலை எங்களுடைய சுயநலத்துக்காக இரக்கமின்றி வளர்த்துச் சுரண்டிப் பிழைத்துவந்திருக்கிறோம். இதுதான் ஒரு பரிபூரண யுத்தத்தை இங்கே உருவாக்கிவைத்திருக்கிறது. ஒருபோதும் வெல்லவோ தோற்கவோ முடியாத யுத்தம். முடிவு காணமுடியாத ஒரு யுத்தம்.

அன்று காலை தொலைபேசியில் கேட்ட அந்தக் கோஷம், செறிவூட்டி வடிகட்டியெடுத்த வெறிப் பிரவாகம். அதீத உணர்வெழுச்சிகள் எப்போதும் குருட்டுத்தனமாகவும், பயனற்றதாகவுமே இருக்கும். (அதிர்ஷ்டவசமாகச் சீக்கிரமே முடிவுக்கு வந்துவிடுகிற) இத்தகைய சம்பவங்கள் அவற்றின் உச்சத்தை எட்டும்போது அடைந்துவிடுகிற வலிமை சரித்திரங்களும் புவியியலும் கட்டியெழுப்பியுள்ள பிரம்மாண்ட மாளிகைகளை இடித்துத் தள்ளிவிடும். இந்த அளவுக்கு எங்களை அடிவயிற்றிலிருந்து வெறுக்கிற மனிதர்களை அடக்கி ஆளப்போவதாக நினைத்துக்கொண்டு கஷ்மீரில் என்ன செய்துகொண்டிருக்கிறோம் என்று எங்களில் திடமனது கொண்ட பலருக்கும், கணநேரத்துக்காவது தோன்றிவிடும்.

'தியாகிகளின் இறுதிச்சடங்குகள்' எங்களுக்கு எப்போதுமே அதீத எச்சரிக்கையைக் கோரும் விளையாட்டாக இருப்பவை. காவல்துறைக்கும் பாதுகாப்புப் படைக்கும் கவனமாக இருக்கும்படி உத்தரவு வந்திருக்கும். ஆனால் நாங்கள் கூட்டத்தினர் பார்வையில் படாமல் மறைந்து இருக்க

வேண்டும். இதுபோன்ற சந்தர்ப்பங்களில் உணர்ச்சிவேகம் கட்டுக்கடங் காமல் உயர்ந்திருக்கும். ஒரு சின்ன உரசல்கூடத் தவிர்க்க முடியாமல் மற்றொரு படுகொலைக்கு இட்டுச் சென்றுவிடலாம். இதற்குமுன் எங்களுக்கு நேர்ந்த மோசமான அனுபவங்கள் மூலமாக இதை நாங்கள் அறிந்திருந்தோம். உள்ளே பொங்கிக்கொண்டிருக்கும் கோபத்தை வெறுமனே கோஷமிட்டுக் கத்தித் தீர்த்துக்கொள்வதுதான் பாதுகாப்பானது என்று நாங்கள் அறிந்திருப்பதால் இந்த முழக்கங்களைத் தடுத்து நிறுத்துவதில்லை. இதையும் செய்யவிடாமல் தடுத்து நிறுத்தினால், அந்தக் கோபம் பல்கிப்பெருகி, கட்டுப்படுத்த முடியாத அளவுக்கு வெறியாக மாறிப் பெரும் கலவரமாக வெடித்துவிடும். கால்நூற்றாண்டுக்கு மேலாகத் தொடர்ந்துவரும் இந்தக் கஷ்மீர் பிரச்சனையில் எங்களுடைய இந்த அணுகுமுறை பலனளித்து வந்திருக்கிறது. கஷ்மீரிகள் துக்கத்தோடு கூடுவார்கள், அழுவார்கள், தொண்டை கிழியக் கத்திக் கோஷம் எழுப்புவார்கள்; ஆனால் கடைசியில் எல்லாம் வடிந்து, அமைதியாக வீட்டுக்குத் திரும்பிவிடுவார்கள். நாளாக ஆக, இத்தனை வருடங்களில் இது ஒரு வழக்கமாக, வரிசைக்கிரமமாக நடந்தேறும் ஒரு சடங்காக, பிரச்சனையற்ற ஒரு சம்பிரதாயமாக மாறிவிட, அவர்கள் தம்மைத்தாமே நம்பாமல் அவமதித்துக்கொள்ளவும் அவர்களுடைய திடீர் எழுச்சிகளையும் சுலபமாகச் சரணடைந்துவிடும் பழக்கங்களையும் வெறுத்து முடங்கிப்போகவும் தொடங்கினர். இது நாங்கள் திட்டமிடாத எங்களுக்குச் சாதகமாக மாறிவிட்ட திருப்பம்.

ஆனாலும், ஐந்து லட்சம், சிலமுறை பத்து லட்சம் மக்களை ஏதோவொரு காரணத்துக்காகத் தெருவில் இறங்கிப் போராட அனுமதிப்ப தென்பது எந்தச் சூழ்நிலையிலும் அதுவும் அரசுக்கெதிரான கிளர்ச்சியாக இருக்கும் பட்சத்தில் ஓர் அபாயகரமான முடிவுதான்.

அடுத்தநாள் காலை, சாலைகள் அனைத்தும் பாதுகாப்பு வளையத்துக்குள் கொண்டுவரப்பட்டதும் நகரத்துக்குத் திரும்பினோம். ஆதூஸுக்கு நேராகச் சென்றபோது திலோவும் நாகாவும் வெளியே சென்றிருப்பது தெரிந்தது. நாகா ஸ்ரீநகருக்கு உடனடியாகத் திரும்பி வரவில்லை. அவன் விடுமுறையில் சென்றிருப்பதாகச் சொன்னார்கள்.

சில வாரங்கள் கழித்து அவர்களுடைய திருமணத்துக்கான அழைப்பிதழ் வந்தது. நானும் சென்றேன். எப்படிப் போகாமல் இருக்க முடியும்? இந்த ஏளனப் போலிக்கு நான்தான் காரணம் என்று தோன்றியது. அவளிடம் நேர்மையாக இருக்கக்கூடியவன் அல்லன் என்று தெரிந்தும் அவனுடைய வலைக்குள் அவளைச் செலுத்தியது என்னுடைய மகத்தான முட்டாள்தனம். அவளுடைய வருங்காலக் கணவனுக்கும் உளவுத்துறைக்கும் இடையே இருக்கும் ரகசிய உறவைப்பற்றி யாரும் அவளுக்குச் சொல்லி யிருக்க மாட்டார்கள் என்றே நினைத்தேன். அவளைத் திருமணம் செய்துகொள்பவன் ஒரு புரட்சிகரப் பத்திரிகையாளன், நீதிக்குக் குரல் கொடுப்பவன், அவள் காதலித்த ஒரு மனிதனைக் கொன்ற அரசமைப்புக்குச் சவாலாக இருப்பவன் என்று அவள் நினைத்திருக்கக்கூடும். இந்த வஞ்சனை என் கோபத்தைக் கிளறியது. ஆனால் அவளுடைய இந்த நினைப்பைக் கலைத்து நம்பிக்கையைக் குலைக்க என்னால் இயலாது.

திருமண வரவேற்பு நாகாவின் பெற்றோர்களுக்கு ‘டிப்ளமேடிக் என்க்ளேவ்’ என்ற உயர் அதிகாரிகளுக்கு ஒதுக்கப்பட்ட பகுதியிலிருந்த ‘ஆர்ட் டெகோ’ பாணியிலான மிகப்பெரிய வீட்டின் முகப்புப் புல்வெளியில் பிரகாசமான ஒளிவிளக்குகளின் உபயத்தில் நடந்தது. இப்போது எல்லா இடங்களிலும் பிரபலமாகக் காணப்படும் ஆர்ப்பாட்டமான கொண்டாட்டங்களோடு நடத்தப்படும் ஆடம்பர நிகழ்ச்சிகளைப் போலல்லாமல், அது சிறிய அளவில் நேர்த்தியாக ஒழுங்கு செய்யப்பட்ட நிகழ்வாக இருந்தது. எல்லா இடங்களிலும் வெண்ணிற மலர்கள், லில்லிப் பூக்கள், ரோஜாக்கள், சரம் சரமாகக் கோத்துத் தொங்கவிடப்பட்ட மல்லிகை மலர்கள் என நாகாவின் தாயும் அக்காவும் மிகுந்த அழகுணர்வோடு அலங்கரித்திருந்தனர். ஆனால் அவர்கள் இருவருமே சந்தோஷமாக இருப்பதாகத் தெரிய வில்லை. வெளிப்பார்வைக்குச் சந்தோஷமாக இருப்பதாகக்கூடக் காட்டிக்கொள்ளாமல் இறுக்கமாகவே இருந்தனர். நடைவழியிலும் மலர்ப்பாத்திகளிலும் மண்விளக்குகள் வரிசையாக அமைக்கப்பட்டிருந்தன. மரக்கிளைகளிலிருந்து ஜப்பானிய விளக்குகள் தொங்க, சிறிய அலங்கார மணிவிளக்குச் சரங்கள் மரங்களினூடே கோக்கப்பட்டிருந்தன. சேவகர்கள் பித்தளைப் பொத்தான்களோடு கூடிய பணிச் சீருடையும் சிவப்பும் பொன்நிறமும் கலந்த இடைக்கச்சைகளும் கஞ்சியில் வெளுத்த விறைப்பான வெண்ணிற டர்பன்களும் அணிந்து, உணவும் பானங்களும் கொண்ட தட்டுகளை ஏந்தி உலாவிக்கொண்டிருந்தனர். சென்ட் மணமும் சிகரெட் புகை மணமும் சேர்ந்திருந்த சடைமுடி நாய்கள் விருந்தினரிடையே செல்லமாக மெல்லிய குரலில் குரைத்தபடி, இயந்திரத் தரைத் துடைப்பான்கள்போல வளையவந்துகொண்டிருந்தன.

பார்மரிலிருந்து வரவழைக்கப்பட்டிருந்த இசைக்கலைஞர்கள் வெள்ளை வேட்டியும் குர்த்தாவும், பிரகாசமான நிறங்களில் டர்பன்களும் அணிந்து வெள்ளைத்துணிகள் விரித்த மேடையில் அவர்களின் பாடல்களால் கேட்போர் எல்லோரையும் ராஜஸ்தான் பாலைவனத்துக்கே அழைத்துச் சென்றுகொண்டிருந்தனர். இதைப்போன்ற திருமண நிகழ்ச்சியில் முஸ்லிம் நாட்டுப்புற இசைக்கலைஞர்கள் பொருத்தமற்ற தேர்வுதான். ஆனால் என் நண்பன் நாகா ஒரு பல்திறப்பட்ட ரசிகன். அவன் ராஜஸ்தான் சென்ற போது பாலைவனத்தில் இவர்களைச் சந்தித்திருக்கிறான். அபாரமாகப் பாடினார்கள். அவர்களின் முரட்டுத்தனமான, பாசாங்கற்ற, மயங்கவைக்கும் இசை நகரத்தின் மேல் கவிந்திருக்கும் வானத்தைப் பிளந்து நட்சத்திரத் தூசுகளை உதறித் தள்ளியது. அவர்களில் மகத்தான பாடகனாக இருந்த பங்கர் கான், மாரிக்காலத்தின் வருகையைப் பற்றிப் பாடினான். மழைக்காக ஏங்கித் தவிக்கும் பாலைநிலத்தின் வேதனையை அவனுடைய பாதிப் பெண் குரலில் கட்டுக்கடங்காமல் உச்சஸ்தாயிக்குச் சென்று தலைவனுக்காக ஏங்கிக் காத்திருக்கும் தலைவியின் பாடலாக மாற்றினான். திலோவின் திருமணம் குறித்த என் ஞாபகங்கள் எல்லாமே அந்தப் பாடலோடு ஒன்று கலந்துதான் நினைவுக்கு வருகின்றன.

திலோவைக் கடைசியாகப் பார்த்துப் பத்து வருடங்களுக்கும் மேலிருக்கும். அவள் வீட்டு மொட்டை மாடியில் அவளோடு சேர்ந்து கஞ்சா புகைத்தபடிப் பேசிக்கொண்டிருந்ததற்குப் பிறகு இப்போதுதான் பார்க்கிறேன். என்

ஞாபகத்தில் இருந்ததைவிட இளைத்திருந்தாள். கழுத்துக்கு அடியில் எலும்புகள் துருத்திக்கொண்டிருந்தன. அவள் அணிந்திருந்த வெங்காயச் சருகுச்சேலை சூரிய அஸ்தமன நிறத்தில் இருந்தது. அவள் தலையில் முக்காடிட்டிருந்தாலும் அந்த சன்னமான துணியின் ஊடே அவள் தலையின் வழவழப்பான வடிவம் தெரிந்தது. அவள் மொட்டையடிக்கப்பட்டிருந்தாள். கிட்டத்தட்ட மழிக்கப்பட்டுச் சற்றே வளர்ந்திருந்த குறுமயிர்ப்படலம் ஊதா நிறத்தில் இருந்தது. எனக்கு முதலில் தோன்றிய எண்ணம் அவள் கடுமையாக நோய்வாய்ப்பட்டிருந்து, கீமோ தெரபியோ அல்லது வேறு ஏதோ பயங்கரச் சிகிச்சையின் காரணமாக அவள் முடியை இழந்திருக்க வேண்டும் என்பதுதான். ஆனால் அவளுடைய அடர்ந்த புருவங்களும் செழிப்பான கண் இமைகளும் அந்தச் சந்தேகத்தைத் தகர்த்தன. அவளைப் பார்ப்பதற்கும் நோய்வாய்ப்பட்டிருப்பதாகவோ பலவீனப்பட்டிருப்ப தாகவோ தெரியவில்லை. அவள் முகம் வெற்றாக இருந்தது. ஒப்பனைகள் ஏதுமில்லை. கண் மை இல்லை, பொட்டு இல்லை, கைகளிலும் பாதங்களிலும் மருதாணிப் பூச்சலங்காரங்கள் இல்லை. அவளைப் பார்ப்பதற்குச் சேடிப்பெண்ணைப் போல, மணப்பெண் அலங்காரம் செய்துகொண்டு வரும்வரை தற்காலிகமாக அவளிடத்தில் நிற்கவைக்கப் பட்டிருப்பவளைப்போலத் தோன்றினாள். அவளை வர்ணிப்பதற்கு *'தனித்திருப்பவள்'* என்ற சொல்லைத்தான் நான் பயன்படுத்துவது வழக்கம். இப்போது அவளுடைய திருமணத்தின்போதே மிகவும் ஒதுக்கமாக, யாரும் அண்டமுடியாதபடிக்கு மனிதவாடையற்ற பிரதேசத்தில் இருப்பவளைப்போலத் தோன்றினாள். அவளிடம் முன்பிருந்த எதிலும் கவனமற்ற பாவம் மட்டும் போய்விட்டிருந்தது.

மேடையேறி அவளிடம் சென்றேன். என்னை நேராகப் பார்த்தாள். ஆனால் வேறு யாரோ அவள் கண்களின் வழியாகப் பார்ப்பதைப்போல உணர்ந்தேன். நான் அவளிடம் எதிர்பார்த்தது கோபத்தை. ஆனால் அவளிடம் இருந்தது வெறுமை. அது என் கற்பனையாகக்கூட இருக்கலாம், என் பார்வையை அவள் எதிர்நோக்கியபோது அவளிடம் ஓர் அதிர்வு தென்பட்டது. அவளுக்கு எவ்வளவு அழகான வாய் என்று ஒன்பதாயிரமாவது முறையாக எனக்குத் தோன்றியது. அது அசைந்த விதம் என்னை ஸ்தம்பிக்க வைத்தது. அது பெரும் முயற்சியுடன் அசைந்து சொற்களை உருவாக்கி, அவற்றோடு ஒரு குரலை ஒட்டவைக்க முயன்றதை என்னால் கவனிக்க முடிந்தது:

“இது வெறும் ஹேர்கட்தான்.”

இந்த ஹேர்கட் – மொட்டை – உதவி கமிஷனர் பிங்கி ஸோதியின் கைங்கர்யமாகத்தான் இருக்கும். அவளுடைய சகோதரனைக் கொன்ற எதிரிக் கும்பலில் ஒருவனுக்குக் காதலியாக இருப்பது அந்தப் போலீஸ்காரி யின் பார்வையில் ராஜதுரோகம். அதற்கான சிகிச்சை இதுதான். பிங்கி ஸோதியின் முறைகள் எப்போதுமே குழப்பமற்றவை.

நாகா இவ்வளவு குழப்பத்தோடும் கவலையோடும் இருப்பதை இதற்குமுன் நான் பார்த்ததில்லை. அன்றிரவு நிகழ்ச்சி முழுவதும் திலோவின் கைகளை விடாமல் பற்றிக்கொண்டிருந்தான். அவர்கள் இருவருக்குமிடையில் மூஸாவின் ஆவி செருகப்பட்டிருந்தது. அவனை என்னால் கிட்டத்தட்ட

பார்க்க முடிந்தது – குள்ளமாக, கச்சிதமான உடலமைப்போடு, அந்தப் பாதி உடைந்த முன்பல் சிரிப்பும், அமைதியான தோற்றமுமாக. அந்த மூவருக்கும் அப்போது ஒன்றாகத் திருமணம் நடப்பதைப் போலிருந்தது.

கடைசியில் அப்படித்தான் நடந்திருக்கிறது.

நாகாவின் அம்மா வசீகரமான பெண்மணிகள் சூழ்ந்திருக்க நடுவே கம்பீரமாக இருந்தாள். அவளுடைய வாசனைத் திரவியத்தின் மணம் புல்வெளியைத் தாண்டிப் பரவியிருந்தது. மீரா ஆன்ட்டி ராஜவம்சத்தைச் சேர்ந்தவள். மத்தியப் பிரதேசத்தைச் சேர்ந்த ஒரு குட்டி சமஸ்தானம். பதின்வயதிலேயே விதவையாகிவிட்டாள். அவளை மணந்திருந்த இளவரசனுக்குக் கடுமையான நுரையீரல் புற்றுநோய். திருமணமான மூன்றாவது மாதமே இறந்துபோய்விட்டான். அவளை வைத்துக்கொண்டு என்ன செய்வதென்று புரியாமல், அவளுடைய பெற்றோர் இங்கிலாந்தில் உள்ள உயர்குடிப் பெண்களைச் சமூக, கலாச்சார நடவடிக்கைகளுக்குப் பயிற்றுவிக்கும் ‘ஃபினிஷிங் ஸ்கூலில்’ சேர்த்தனர். அப்போது நாகாவின் அப்பாவை லண்டனில் நடந்த ஒரு விருந்தில் சந்தித்தாள். ஆட்சியுரிமை இல்லாத ஓர் அரசியாக இருப்பதைவிடக் கனிவான வெளியுறவுத்துறை அலுவலர் ஒருவருக்கு மனைவியாக இருப்பது மேலானது என்று அவள் முடிவெடுத்துவிட்டாள். அற்புதமாக விருந்தோம்புவாள் – வளமான பிரிட்டிஷ் உச்சரிப்பைக் கொண்டிருக்கும் ஒரு நவீன இந்திய மகாராணி. அந்த உச்சரிப்பு இளவயதில் தனிப்பயிற்சி ஆசிரியையிடமிருந்து கற்றுக்கொண்டு, இங்கிலாந்தின் ஃபினிஷிங் ஸ்கூலில் முழுமையாக்கப்பட்டது. அவள் ஷிஃபான் புடவைகளும் முத்துப்பரல்களும் அணிந்திருப்பாள். ராஜபுத்திர அரசிகளின் வழக்கப்படி முந்தானையால் தலையில் முக்காடிட்டிருப்பாள். இப்போது அவளுடைய புதிய மருமகளின் அதிர்ச்சியளிக்கும் தோலின் நிறம் அவளுக்கு உண்டாக்கும் வேதனையை வெளிக்காட்டிக் கொள்ளாமல் விருந்தினர்களைக் கவனித்துக்கொண்டிருந்தாள். அவளே வெண்சலவைக்கல்லின் நிறத்தில் இருந்தாள். அவளுடைய கணவன், தமிழனாக இருந்தாலும் பிராமணன். அவளைவிடச் சற்றே நிறம் குறைந்திருப்பார். அவளைக் கடந்து செல்லும்போது அவளுடைய பேத்தி, மகளின் மகள், அவளிடம் கேட்பது காதில் விழுந்தது:

“பாட்டி, அவள் ஒரு ‘நிகரா’?”

“அதெல்லாம் இல்லை, கண்ணே. தப்பாகப் பேசக்கூடாது டார்லிங், இப்போதெல்லாம் ‘நிகர்’ போன்ற சொற்களை யாரும் பேசுவதில்லை. அது கெட்ட வார்த்தை. அதற்கு பதிலா ‘நீக்ரோ’ என்றுதான் சொல்ல வேண்டும்.”

“நீக்ரோ.”

“இப்போதுதான் நீ நல்லப பெண்.”

மீரா ஆன்ட்டி சமாளித்துக்கொண்டு, தன் தோழிகள் பக்கம் திரும்பித் திடமாகப் புன்னகைத்து, தன் வீட்டின் புதிய உறுப்பினரைப்பற்றிச் சற்றுப் புகழ்ந்து பேசினாள்: “ஆனால் அவளுக்கு அழகான கழுத்து, இல்லையா?” தோழிகள் உற்சாகத்துடன் உடன்பட்டார்கள்.

“ஆனால் பாட்டி, அவளைப் பார்த்தால் வேலைக்காரி மாதிரி இருக்கிறதே?”

அந்தச் சின்னப்பெண் வாயடக்கப்பட்டு, ஒரு வேலைக்காரன் வசம் ஒப்படைக்கப்பட்டு, அந்த இடத்தைவிட்டு அகற்றப்பட்டாள்.

மற்ற விருந்தினர்கள், நாகாவின் பழைய நண்பர்கள் – நண்பர்கள் என்பதைவிடத் தொண்டர்கள் – புல்வெளியில் ஒன்றாகக் குழுமியிருந்தனர். அவர்களில் யாருமே திலோவை இதற்குமுன் பார்த்ததில்லை. நாகாவின் பிரத்தியேகக் குரூர நகைச்சுவைப் பேச்சில் தயாராகியிருந்தவர்கள் அவர்கள். அவனுடைய பாணியிலேயே அரட்டையடித்துக் கொண்டிருந்தனர். ஒருவன் கோப்பையை உயர்த்தினான்:

“கரிபால்டிக்காக” (அது அபிஷேக். சாக்கடைக் குழாய்களைத் தருவித்து விற்பனை செய்யும் அவனுடைய அப்பாவின் நிறுவனத்தில் வேலை செய்பவன்).

அவர்கள் உரக்கச் சிரித்தனர். ஆண்பிள்ளைகள் சிரிக்கும் ஆண்பிள்ளைச் சிரிப்பு.

“அவளோடு பேசிப்பார்த்தாயா? பேசவே மாட்டேன் என்கிறாள்.”

“புன்னகை செய்து பார்த்தாயா? சிரிக்கக்கூட மாட்டேன் என்கிறாள்.”

“இவன் எங்கேயிருந்து இவளைப் பிடித்துவந்திருக்கிறான்?”

O

எனது கடைசிக் கோப்பையை முடித்துவிட்டு வாசலை நோக்கி நகர்ந்தபோது நாகாவின் அப்பா ‘அம்பாஸிடர்’ ஷிவஷங்கர் ஹரிஹரன் “பாபா” என்று என்னைக் கூப்பிட்டார்.

வேறு யுகத்தைச் சேர்ந்தவர் அவர். அவர் என்னை ‘பாபா’ என்று உச்சரித்தவிதம் ஆங்கிலேயர்கள் ‘பார்பர்’ என்று சொல்வதற்கு நெருக்கமாக இருந்தது. (அவருடைய பெயரையே ‘ஷிவர் என்றுதான் உச்சரிப்பார்.) தான் ஒரு பாலியோல் ஆசாமி என்பதை வாய்ப்புக் கிடைக்கும்போதெல்லாம் மற்றவர்களுக்கு உணர்த்திக்கொண்டிருப்பார்.

“அங்கிள் ஷிவா, ஸார்.”

பெரிய அதிகாரத்தில் இருந்தவர்களுக்கு, பணி ஓய்வு என்பது பெரும்பாலும் இலகுவாக இருப்பதில்லை. திடீரென்று வயதாகி விட்டிருப்பதைப் போலத் தெரிந்தார். மிகச் சீரான முத்துப்போன்ற பொய்ப் பற்களுக்கிடையே சுருட்டைக் கடித்திருந்தார். வெளிறிய நெற்றியில் நரம்புகள் புடைத்திருந்தன. சட்டைக் காலருக்குப் பொருந்தாமல் கழுத்து இளைத்திருந்தது. கண் புரை வளையங்கள் கருவிழிகளைச் சுற்றியிருந்தன. இதற்குமுன் என்னிடம் காட்டியிராத பிரியத்துடன் என் கைகளைப் பற்றிக் குலுக்கினார். அவருக்கு மெல்லிய, வலுவிழந்த குரல்.

“என்ன ஓடிக்கொண்டிருக்கிறாய்? இந்த மகிழ்ச்சியான தருணத்தில் எங்களோடு முழுநேரமும் சேர்ந்து இருக்கமாட்டாயா?”

அவருடைய மகனின் சமீபத்தைய அசட்டுக் காரியத்தைப்பற்றி அவர் உதிர்த்த ஒரே வாக்கியம் இது மட்டும்தான்.

“எங்கே உன் அழகான மனைவி? இப்போது எங்கே பணியாற்றுகிறாய்?”

அவரிடம் சொன்னதும் உடனே அவருடைய முகம் இறுகியது. அவரிடம் ஏற்பட்ட இந்தத் திடீர் மாற்றம் அச்சுறுத்துவதாக இருந்தது.

“அவர்கள் எல்லோரையும் அடக்கி ஒடுக்க வேண்டும், பார்பர். துணிச்சலாகச் செயல்படுங்கள்.”

கஷ்மீர் இப்படி நம்மை மாற்றியிருக்கிறது.

அதன்பிறகு அவர்கள் வாழ்க்கையிலிருந்து தொடர்பு அறுந்தது. அன்றிலிருந்து இப்போதுவரை நடுவில் ஒரேயொருமுறை, யதேச்சையாக, அவளைச் சந்தித்தேன். R.C. சர்மா மற்றும் இன்னொரு அலுவலக சகாவுடன் லோதி கார்டன்ஸில், எரிச்சலூட்டும் அலுவலகப் பிரச்சனைகளைப் பற்றி பேசியபடி நடந்துகொண்டிருந்தபோது தூரத்தில் அவளைப் பார்த்தேன். ட்ராக் சூட்டில் முழுவேகத்தில் ஓடிக்கொண்டிருந்தாள். கூடவே ஒரு நாயும் ஓடிவந்து கொண்டிருந்தது. அந்த நாய் அவளுடையதா அல்லது லோதி கார்டனின் தெரு நாய்களில் ஒன்று அவளோடு சேர்ந்து ஓடிவர முடிவெடுத்திருக்கிறதா என்று அவ்வளவு தூரத்திலிருந்து கணிக்க முடியவில்லை. அவளும் எங்களைப் பார்த்துவிட்டாள் என்று தெரிந்தது. வேகத்தைக் குறைத்து நடைக்கு வந்தாள். அருகில் நெருங்கியதும், அவள் வியர்வையில் தொப்பலாக நனைந்திருந்தது தெரிந்தது. இன்னமும் மூச்சிரைத்துக்கொண்டிருந்தாள். எனக்கு என்ன ஆனது என்று தெரியவில்லை. R.C. உடன் இருக்கும்போது அவளைச் சந்திக்க நேர்ந்த சங்கடமா அல்லது அவள் பக்கத்தில் நெருங்கினாலே எனக்கு வந்து விடுகிற குழப்பமா என்று புரியவில்லை. அது எதுவாக இருந்தாலும், அது மிகவும் மடத்தனமாக என்னைப் பேசவைத்துவிட்டது – என் அலுவலகச் சகா யாரோ ஒருவரின் மனைவியை யதேச்சையாகச் சந்திக்கும்போது, விளையாட்டாக காக்டெய்ல் விருந்துகளில் அரட்டையடிக்கும் தொனியில் கேட்பதுபோல திலோவிடம் கேட்டுவிட்டேன்;

“ஹலோ! எங்கே உன் புருஷன்?”

இந்தச் சொற்கள் என் வாயிலிருந்து தன்னிச்சையாக வந்துவிட்டதை உணர்ந்ததும் என்னை நானே வெட்டிக் கொன்றுவிடலாம்போலத் தோன்றியது.

அவள் கையில் பிடித்திருந்த நாய் வாரை விடுவித்தாள் (அந்த நாய் அவளுடையதுதான்). “புருஷனா? ஓ . . . அவர் சில சமயங்களில் என்னை நானே கூட்டிக்கொண்டு தனியாக வெளியே செல்வதற்கு அனுமதித்து விடுவார்.”

அவள் சொன்ன பதில் கொடூரமாக இருந்தாலும் அப்படியும் இல்லை, அவள் அதைப் புன்னகைத்தபடியே சொன்னாள். அவளுக்கே உரிய புன்னகை.

நான்கு வருடங்களுக்கு முன், திடீரென்று அவளிடமிருந்து தொலைபேசி அழைப்பு வந்தது. நாளிதழில் இரண்டாவது தளத்திலிருந்த ஓர் அபார்ட்மெண்ட் வாடகைக்கு இருப்பதாக விளம்பரம் கொடுத்திருக்கும் பிப்லப் தாஸ்குப்தா நான்தானா என்று கேட்டாள் (இப்படிப்பட்ட அபத்தமான பெயரில் நிறையபேர் உலகில் இருக்கிறோம்). நானேதான் என்றேன். அவள் ஒரு சுயாதீன விளம்பர வடிவமைப்பாளராகவும், கணினி வரைகலை நிபுணராகவும் பணியாற்றுவதாகச் சொன்னாள். அதற்காக அவளுக்கு ஓர் அலுவலகம் தேவைப்படுவதாகவும், வாடகை எவ்வளவு இருந்தாலும் தரமுடியுமென்றும் சொன்னாள். என் மட்டற்ற மகிழ்ச்சியைத் தெரிவித்தேன். இரண்டுநாட்கள் கழித்து வாசல்மணி அடிக்க, அவள்தான். சற்று வயதாகியிருந்தாள், எனினும் சில ஆதாரமான விதங்களில் மாற்றமின்றி எப்போதும்போலத் தனித்துவமாகவே இருந்தாள். ஊதா நிறத்தில் புடவையும், கருப்புவெள்ளைக் கட்டமிட்ட பிளவுஸும் – உண்மையில் அது ஓர் ஆண்பிள்ளைச் சட்டைதான், காலரும், முழங்கை வரை பாதி மடித்துவிடப்பட்ட முழுக்கைச் சட்டையும் – அணிந்திருந்தாள். தலை முற்றிலும் வெளுத்திருந்தது. தலைமயிர் முள்முள்ளாகச் சிலிர்த்து நிற்குமளவுக்கு ஒட்ட முடிவெட்டியிருந்தாள். அவளுடைய வயதுக்கு மிகவும் இளமையாகவோ அல்லது மிகவும் வயதானவளாகவோ தெரிந்தாள். எதுவென்று என்னால் முடிவெடுக்க முடியவில்லை.

அந்த நேரத்தில் நான் பாதுகாப்பு அமைச்சகத் துறைக்கு மாற்றுப் பணியமர்த்தப்பட்டிருந்தேன். (இப்போது தர்ப்பூசணி குடியிருக்கும்) தரைத்தளத்தில் வசித்துவந்தேன். அது ஒரு சனிக்கிழமை. சித்ராவும் பெண்களும் வெளியே சென்றிருந்தனர். நான் வீட்டில் தனியாக இருந்தேன்.

உள்ளுணர்வு அவளோடு சம்பிரதாயமாக நடந்துகொள்ளச் சொன்னது. நட்பாகவோ, கடந்த காலத்தை நினைவூட்டியோ பழக வேண்டாம் என்று எச்சரித்ததால் அவளிடம் எதுவும் பேசாமல் நேராக மாடிக்குக் கூட்டிச்சென்றேன். அவளுக்கான இரண்டு அறைகளையும் – ஒரு சின்ன படுக்கையறை, ஒரு பெரிய வசிப்பறை – காட்டினேன். அவள் தங்கியிருந்த நிஜாமுதீன் ஸ்டோர்ரூமைவிட இது எவ்வளவோ மேலானதுதான், ஆனால் அவள் பல வருடங்கள் தங்கியிருந்த நாகாவின் ‘டிப்ளமேடிக் என்க்ளேவ்’ மாளிகையோடு ஒப்பிட முடியாதுதான். அவள் அறைகளைச் சரிவர ஒழுங்காகப் பார்ப்பதற்கு முன்பாகவே, எந்த அளவுக்கு முடியுமோ அவ்வளவு சீக்கிரம் குடிவந்துவிடுவதாகச் சொன்னாள்.

காலியான அறைகளுக்குள்ளே நடந்து பார்த்தாள். வெளிப்புறச் சன்னலில் உட்கார்ந்து கீழே தெருவைப் பார்த்தாள். அவள் பார்த்த காட்சியின் பரவசம் முகத்தில் பிரதிபலிக்க, நானும் எட்டிப்பார்த்தேன். ஒரே காட்சியை நாங்கள் இருவரும் பார்த்தாலும் ஒரே விஷயங்களை நாங்கள் பார்ப்பதாகத் தோன்றவில்லை.

உரையாடுவதற்கு எந்த முயற்சியும் எடுக்காமல் அந்த மௌனத்தில் இதமாக உணர்வதைப்போல இருந்தாள். இன்னமும் வலது கையின் நடுவிரலில் அதே எளிமையான வெள்ளி மோதிரத்தை அணிந்திருந்தாள். அவள் தனக்குள்ளே ஏதோ உரையாடிக்கொண்டிருப்பதைப் போலத் தெரிந்தது. அவள் சட்டென்று நடைமுறை விவகாரத்துக்கு வந்தாள்.

“உனக்குக் காசோலையாகத் தந்துவிடவா? டெபாசிட் போல ஏதாவது?”

எனக்கு ஒன்றும் அவசரமில்லை என்றேன். சில நாட்கள் கழித்து நானே ஒரு ஒப்பந்தப் படிவம் தயாரித்துக் கொண்டுவருகிறேன் என்றேன்.

அவள் இங்கே புகைப்பிடிக்கலாமா என்று கேட்டாள். “தாராளமாக, இது உன் இடம், உன் விருப்பப்படி இருக்கலாம்,” என்றேன். அவள் ஒரு சிகரெட்டை எடுத்து உதட்டில் பொருத்திக்கொண்டு, தீக்குச்சியைப் பற்றவைத்து, ஆண்களைப்போலத் தீச்சுடரை உள்ளங்கையால் குவித்துப் பாதுகாத்து, சிகரெட்டுக்குக் கொண்டு சென்றாள்.

“பீடியை விட்டுவிட்டாயா?” என்றேன்.

அவள் புன்னகை அறைக்கு வெளிச்சம் கூட்டியது.

அவள் சிகரெட் பிடித்து முடிக்கும்வரை, அறைகளிலும் குளியலறையிலும் இருந்த விளக்குகள், மின்விசிறிகள், தண்ணீர்க் குழாய்களைச் சரிபார்த்து முடித்தேன். அவள் கிளம்புவதற்காக எழுந்தாள். ஏதோ எங்களுக்கிடையே நடந்த உரையாடலின் பாதியிலிருந்து தொடர்வதைப்போல, “ஏராளமான தரவுகள் இருக்கின்றன, ஆனால் யாருமே எதையும் தெரிந்துகொள்ள விரும்புவதில்லை. என்ன சொல்கிறாய்?”

அவள் என்ன சொல்கிறாள் என்று எனக்குப் புரியவில்லை. கிளம்பிச் சென்றுவிட்டாள். அவளது இன்மை, அந்த இடம் முழுவதையும் நிரப்பியது. இப்போது போலவே.

இரண்டொரு நாட்கள் கழித்துக் குடிபுகுந்தாள். வீட்டுப் பொருட்கள் என்று கிட்டத்தட்ட எதுவுமே அவளிடம் இல்லை.

அந்தச் சமயத்தில் அவள் நாகாவை விட்டுப் பிரிந்துவிட்டதையோ, என் வீட்டு மாடியில் வேலைகளைக் கவனிக்க மட்டுமல்ல, வசிப்பதற்காகத்தான் வாடகைக்கு எடுத்திருக்கிறாள் என்பதையோ என்னிடம் சொல்லவில்லை. ஒவ்வொரு மாதமும் முதல் தேதியன்று என் வங்கிக் கணக்கில் வாடகை தவறாமல் செலுத்தப்பட்டு வந்தது.

என் வாழ்க்கைக்குள் நுழைந்த அவள் வருகை, மாடியில் அவள் வசித்து வந்தது எல்லாமே எனக்குள் எதையோ திறந்துவிட்டன.

இவையெல்லாவற்றையும் இறந்தகால வினைவடிவத்தில் குறிப்பிடுவது கவலையளிக்கிறது.

அந்த அறையை மேலோட்டமாகச் சுற்றிப்பார்த்தாலே ஏதோ அபாயகரமான சூழலில் இருப்பதைப்போன்ற உணர்வு ஏற்படுகிறது. தகவல் பலகைகளில் குத்தப்பட்டிருக்கும் புகைப்படங்கள் (ஒவ்வொன்றுக்கும் எண்கள் இடப்பட்டு, தலைப்பிடப்பட்டிருந்தன), தரையில் நேர்த்தியான கோபுரங்களாக அடுக்கப்பட்டிருக்கும் ஆவணங்கள், விவரக் குறிப்புகள் ஒட்டப்பட்டிருக்கும் அட்டைப்பெட்டிகளில் என்னென்னவோ காகித அடுக்குகள், கோப்புப் பெட்டிகள், புத்தகத் தட்டடுக்குகளிலும்,

அலமாரிகளிலும், கதவுகளிலும் நினைவூட்டலுக்கும் அடையாளத்துக்கும் ஒட்டப்பட்டிருக்கும் மஞ்சள் சீட்டுகள். இவற்றில் எதன் மீதும் கையை வைக்கக்கூடாது என்ற எச்சரிக்கை பார்த்த மாத்திரத்தில் உண்டாகியது. ஏதோ நிச்சயமான அபாயம் இந்த இடத்தில் பொதிந்திருக்கிறது. நாகாவிடம் பேசிப்பார்க்கலாமா அல்லது நேராக போலீசுக்குச் சொல்லிவிடலாமா? என்னால் அந்த அளவுக்கு இறங்கிச் செய்துவிடமுடியுமா? ஒருவேளை இந்த ரகசியங்களை அவள் என்னிடம் பகிர்ந்துகொள்ளக்கூடும். அந்த நெருக்கத்துக்கான அழைப்பை, அந்தரங்கப் பகிர்தலுக்கான வாய்ப்பை நான் கட்டாயமாகத் தவிர்த்தாக வேண்டுமா, தவிர்க்கலாமா, என்னால்தான் முடியுமா?

அறையின் கடைசியில் இரண்டு உலோகச் சட்டங்கள்மீது நீண்ட கனமான மரப்பலகை அமைத்து ஒரு மேஜையாக்கப்பட்டிருந்தது. அதன்மேல் காகிதங்களும், பழைய வீடியோ டேப்புகளும், டிவிடி அடுக்குகளும் குவிந்திருந்தன. தகவல் பலகைகளில் குத்தப்பட்டிருந்த புகைப்படங்களுடன் குறிப்புகளும், மாதிரிப்படங்களும் இருந்தன. ஒரு தட்டம் நிறைய லேபிள்களும், விசிட்டிங் கார்டுகளும், தகவல் குறிப்பேடுகளும், லெட்டர்ஹெட்களும் ஒரு பழைய டெஸ்க்டாப் கணினிக்குப் பக்கத்தில் குவிந்திருந்தன. வரைகலை நிபுணராக அவள் பணியாற்றியதற்கு (கடவுளே, *பணியாற்றுவதற்கு*, என்று சொல்லும்படி இருக்கட்டும்!) சாட்சியாகவும், இந்த அறையில் காணப்படும் விஷயங்களில் பிரச்சனையற்றதாகவும் இருப்பது இவை மட்டுமே என்று நினைத்தேன். அங்கிருந்த பிரிண்ட் அவுட்களில் ஷாம்பூ விளம்பரம் ஒன்றின் வாசகங்கள் பல்வேறு வடிவங்களில், பல்வேறு எழுத்துருக்களில் காணப்பட்டன:

Naturelle Ultra Doux Nourishing Conditioner
With Walnut Oil and Peach Leaf

Naturelle Ultra has combined the nourishing
and relaxing virtues of walnut oil and the soothing
qualities of peach leaf in rich detangling cream
that melts instantly in your hair

Results: Very easy to comb. Your hair
regains its irreristalle softness, without
heaviness. Deeply nourished, your hair
is perfectly flowing and smooth.

A DEIGHTFUL EXPERIENCE.

எல்லாப் பிரதிகளிலும் ‘டிலைட்ஃபுல்’லில் ‘எல்’ விடுபட்டிருந்தது. அவளுக்கும் வயதாகி வருவதன் சான்று எழுத்துப்பிழையான ஷாம்பூ விளம்பர லேபிள்கள்.

மிக வேகமாக மறைந்துவரும் தலைமுடிக்கு என்ன ஷாம்பூ?

கணினிக்குச் சற்று உயரே சுவரில் இரண்டு சிறிய புகைப்படங்கள் சட்டமிட்டு மாட்டப்பட்டிருந்தன. ஒன்றில் நான்கு அல்லது ஐந்து வருடக் குழந்தை ஒன்றின் படம். அந்தப் பெண் குழந்தையின் கண்கள் மூடியிருக்க, உடம்பு சவத் துணியால் போர்த்தப்பட்டிருந்தது. அதன் நெற்றியிலிருந்த

காயத்தின்மீது கட்டியிருந்த வெள்ளைத் துணியில் ரோஜா வடிவத்தில் ரத்தக்கறை இருந்தது. பனி மூடியிருந்த தரையின்மீது அந்தக் குழந்தை கிடத்தப்பட்டிருந்தாள். அவள் தலையை இரண்டு கைகள் பின்னாலிருந்து சற்றே உயர்த்தித் தூக்கிப் பிடித்திருந்தன. புகைப்படத்தின் உச்சியில் பனிக் காலணிகள் அணிந்த கால்களின் வரிசை. அது மூஸாவின் குழந்தையாக இருக்கலாம் என்று தோன்றியது. சட்டமிட்டுச் சுவரில் மாட்டுவதற்கு என்னவொரு விநோதமான புகைப்படம்.

மற்றொரு புகைப்படம் அந்த அளவுக்கு அவலமாக இல்லை. இது ஒரு படகுவீட்டின் முகப்பில் எடுக்கப்பட்டிருந்தது. சின்னதாக, அலங்கோலமாக இருந்த படகுவீடு. அந்த ஏரியில் சில ஷிகாரா படகுகள் இறைந்திருப்பதையும், பின்னணியில் மலைத்தொடர்கள் விரிந்திருப்பதையும் பார்க்க முடிந்தது. அந்தப் படத்தில் இருந்தவன் அசாதாரணமான அளவில் குள்ளமாக இருந்தான். தாடிவைத்த இளைஞன். கந்தலான, பழுப்புநிறக் கஷ்மீரி ஃபிரான் கோட்டு அணிந்திருந்தான். அவனுடைய பெரிய தலை உடம்பின் அளவுக்குப் பொருந்தாமல் இருந்தது. இரண்டு காதுகளின் பின்னாலும் சின்னச்சின்னக் காட்டுப்பூக்களைக் கொத்தாகச் செருகிவைத்திருந்தான். கோணல்மாணலாக இருந்த பல்வரிசையைக் காட்டியபடிப் பச்சைக் கண்கள் மின்னச் சிரித்துக்கொண்டிருந்தான். அவனிடம் காணப்பட்ட பாதுகாப்பற்ற தன்மையும், கவலையற்ற சிரிப்பும் குழந்தையைப்போலக் காட்டின. நீட்டப்பட்டிருந்த அவனுடைய இரண்டு கைகளிலும் இரண்டு சின்னப் பூனைக்குட்டிகள். ஒன்று புகைச் சாம்பல் நிறத்தில் கருப்புத் திட்டுக்களோடும், மற்றது உடல் முழுக்கப் புள்ளிகளோடும் கண்ணைச் சுற்றிக் கருப்பு வளையத்தோடும் இருந்தன. அவற்றைப் புகைப்படக்காரரிடம் தொட்டுப்பார்க்கவோ, தடவிக் கொடுக்கவோ தருவதைப்போல நீட்டிக்கொண்டிருந்தான். அவனுடைய கனத்த விரல்களுக்கிடையில் பொதிந்திருந்த பூனைக்குட்டிகளின் ஈரக் கண்கள் எச்சரிக்கையோடும் சந்தேகத்தோடும் உற்றுப் பார்த்துக் கொண்டிருந்தன.

யாரிவன்? தெரியவில்லை

மேஜையிலிருந்த கோப்புகளின் குவியலிலிருந்து ஒரு கனமான பச்சைநிறக் கட்டை எடுத்து, ஏதோவொரு பக்கத்தைத் திறந்தேன். இரண்டு புகைப்படங்கள் அந்தப் பக்கத்தில் ஒட்டப்பட்டிருந்தன. முதல் படத்தில் ஆறு, ஏழு அடி உயர இளஞ்சிவப்பு மதிற்சுவரின் இரும்பு வாயிற்கதவுக்கு முன்னால் படுவேகமாக ஒருவன் சைக்கிளில் கடந்துசென்றுகொண் டிருந்தான். அவன் பிம்பம் புகைப்படத்தில் குவிமையமாகாமல் கலைந்திருந்தது. அக்கட்டடம் ஆண்களுக்கான பொதுக்கழிப்பிடம் போலத் தெரிந்தது. நெரிசலான பகுதியில் அமைந்திருந்த கட்டடம் அது. பால்கனியோடு இரண்டுமாடிக் கட்டடங்களும், ஒற்றை மாடிக் கட்டடங்களும் தெரிந்தன. அந்தச் சுவரில் 'ராக்ஸி நகலக'த்தின் விளம்பரம் பெரிய பச்சை எழுத்துக்களில் எழுதப்பட்டிருந்தது. இரண்டாவது புகைப்படம் அந்தக் கழிப்பிடத்தின் உள்ளே எடுக்கப்பட்டிருந்தது. அழுக்கான இளஞ்சிவப்புச் சுவரில் ஈரம் ஊறிப் பாசிப் படலங்கள் விரவியிருக்க, துருவேறிய குழாய்கள் குறுக்கும் நெடுக்குமாகப் பதியப்பட்டிருந்தன. கறை படிந்த வெள்ளைநிற 'ஸிங்க்' சுவரோரம் இருந்தது. கான்கிரீட் தரையில்

மூடப்படாத மூன்று சாக்கடைப் புழைகளுக்குப் பக்கத்தில் மாபெரும் வாணலியின் மூடிகள்போல கைப்பிடி வைத்த இரும்பு மூடிகள் இருந்தன. ஒரு பக்கச் சுவரில் பழைய, உடைந்த சன்னல் சட்டமும் மரப்பலகையும். நான் பார்த்ததிலேயே மிகவும் அசாதாரணமான புகைப்படங்கள் இவைதாம். இவற்றை யார் எடுத்திருப்பார்கள்? இதைப்போன்ற படங்களை யாராவது எடுப்பார்களா? மேலும் இந்தப் படங்களை இவ்வளவு கவனத்தோடு யாராவது கோப்பில் சேர்த்துவைத்திருப்பார்களா?

அடுத்த பக்கம் இதற்கு விளக்கம் அளிக்கிறது.

கஃபூரின் கதை

இந்த இடத்துக்குப் பெயர் நவாப் பஜார். அந்தப் பொதுக்கழிப்பிடத்தைப் பார்க்கிறீர்கள் அல்லவா? 'ராக்ஸி நகலகம்' என்று எழுதியிருக்கிறதே? அங்குதான் அது நடந்தது. அது 2004ஆம் வருடம். ஏப்ரல் மாதமாக இருக்கலாம்; குளிரோடு பலமாக மழை பெய்துகொண்டிருந்தது. நாங்கள் ரஃபீக் டெய்லர் கடைக்குப் பக்கத்தில் இருந்த என் நண்பனின் கடை 'நியூ எலக்ட்ரானிக்ஸ்' இல் உட்கார்ந்து தேநீர் அருந்திக்கொண்டிருந்தோம். தாரிக்கும் நானும். இரவு எட்டுமணி இருக்கும். திடீரென்று வண்டிகள் கிறீச்சிட்டு பிரேக் போட்டு நிறுத்துகிற சத்தம் கேட்டது. எதிர்சாரியில் நான்கைந்து வண்டிகள் அந்த பொதுக்கழிப்பிடத்தைச் சுற்றி வளைத்து நின்றன. அவை STF வண்டிகள். STF என்றால் தெரியும்தானே? ஸ்பெஷல் டாஸ்க் ஃபோர்ஸ் – சிறப்பு ராணுவப் படை. எட்டு ராணுவ வீரர்கள் அங்கிருந்து எங்களை நோக்கி வந்தார்கள். துப்பாக்கிகளை நீட்டி எங்களை அவர்களோடு வரச் சொல்லி உத்தரவிட்டார்கள். சாலையைக் கடந்தோம். கழிப்பறையை அடைந்ததும் அவர்கள் எங்களை உள்ளே சென்று தேடச் சொன்னார்கள். ஆப்கானிஸ்தானியப் பயங்கரவாதி ஒருவன் தப்பித்துவிட்டதாகவும், அவன் அந்தக் கழிப்பறைக்குள் ஒளிந்திருப்பதாகவும் சொன்னார்கள். எங்களைக் கழிப்பறைக்குள் சென்று அவனைச் சரணடையச் சொல்லுமாறு உத்தரவிட்டார்கள். எங்களுக்கு உள்ளே செல்லப் பயமாக இருந்தது. அந்த முஹாஜிரிடம் துப்பாக்கி இருக்குமென்று நினைத்தோம். STF வீரர்கள் எங்கள் தலையில் துப்பாக்கிகளைப் பதித்தார்கள். உள்ளே சென்றோம். கும்மிருட்டாக இருந்தது. எதுவுமே கண்ணுக்குப் புலப்படவில்லை. யாரும் இருப்பதாகத் தோன்றவில்லை. வெளியே வந்து யாரும் உள்ளே இல்லை என்றோம், அவர்கள் மீண்டும் எங்களை உள்ளே போகச் சொன்னார்கள். ஒரு டார்ச் லைட்டைத் தந்தார்கள். அவ்வளவு பெரிய டார்ச் லைட்டை நாங்கள் அதற்குமுன் பார்த்ததேயில்லை. வீரர்களில் ஒருவர் அதை எப்படி இயக்குவது என்று சுவிட்சைப் போட்டு, அணைத்து, போட்டு, அணைத்து, போட்டு, அணைத்துக் காட்டினார். மற்றொரு வீரர் எங்களை விடாமல் முறைத்துப்பார்த்துக்கொண்டே அவர் வைத்திருந்த துப்பாக்கியின் காப்புத் தாழை விலக்கி, மாட்டி, விலக்கி, மாட்டி, விலக்கி, மாட்டி, விலக்கி, மாட்டியபடி இருந்தார். அவர்கள் அந்த டார்ச் விளக்கோடு கழிப்பறைக்குள் எங்களைச் செலுத்தினார்கள். உள்ளே சுற்றுமுற்றும் வெளிச்சம் அடித்துத் தேடினோம். உரக்கக் கூப்பிட்டோம். யாரும் பதில் தரவில்லை. தொப்பலாக நனைந்திருந்தோம்.

STF வீரர்கள் பக்கத்துக் கட்டடத்தில் தாக்கு நிலையமைத்துத் தயாராக நின்றுகொண்டனர். இருவர் முதல் தளத்தின் பால்கனியில் இருந்தனர். அவர்கள் அங்கிருந்து, எங்களிடம் யாரோ சாக்கடைக்குள் ஒளிந்திருப்ப தாகச் சொன்னார்கள். எப்படி இருக்க முடியும்? இவ்வளவு இருட்டில் அவ்வளவு தூரத்திலிருந்து எப்படி அவர்களுக்குத் தெரியும்? டார்ச் விளக்கின் வெளிச்சத்தை அந்த மூன்று சாக்கடைத் துவாரங்கள்மீது திருப்பினேன். ஒரு மனிதனின் தலை தெரிந்தது. என்னைப் பயம் ஆட்கொண்டது. அவனிடம் துப்பாக்கி இருக்குமோவென்று ஓரமாக ஒதுங்கினேன். வீரர்கள் அவனை வெளியே வரும்படி என்னைச் சொல்லச் சொன்னார்கள். எனக்குப் பின்னால் நின்றிருந்த தாரிக், “அவர்கள் படம் எடுக்கிறார்கள். அவர்கள் சொல்வதைச் செய்” என்று கிசுகிசுத்தான். அவன் ‘படம்’ என்று சொன்னது உண்மையான ‘படம்’ எடுத்தல் என்ற அர்த்தத்தில் அல்ல. அவர்கள் ஏதோ ஒரு காட்சியைப் பொய்யாக நடத்திக் காட்டுகிறார்கள் என்ற அர்த்தத்தில் சொன்னான்.

சாக்கடைத் துவாரத்தில் இருந்த அவனை வெளியே வரச்சொன்னேன். அவன் பதில் அளிக்கவில்லை. அவன் ஆப்கன் அல்லன், ஒரு கஷ்மீரிதான் என்று என்னால் சொல்லமுடியும். அவன் வெறுமனே வெறித்துப் பார்த்தான். அவனால் பேச முடியவில்லை. STF டார்ச் விளக்கோடு அங்கேயே நின்றிருந்தோம். இன்னமும் மழை பெய்துகொண்டிருந்தது. சாக்கடைத் துவாரத்திலிருந்து எழுந்த துர்நாற்றம் தாங்கமுடியாமல் இருந்தது. சுமார் ஒன்றரை மணிநேரம் கடந்தது. எங்களுக்குள் பேசிக் கொள்ளக்கூட தைரியம் இல்லை. அந்த டார்ச்சை விட்டுவிட்டுப் போட்டு அணைத்துக்கொண்டிருந்தோம். அந்த மனிதனின் தலை பக்கவாட்டில் சரிந்தது. இறந்துவிட்டான். மலத்தில் புதைந்து.

STF வீரர்கள் எங்களிடம் கடப்பாரையையும் மண்வெட்டியையும் கொடுத்தார்கள். அந்தச் சாக்கடைத் துவாரத்தின் கான்கிரீட் வரம்பை இடித்து அவனை வெளியே இழுக்க வேண்டும். நாங்கள் எல்லோருமே தொப்பலாக நனைந்து, நடுங்கிக்கொண்டு, நாற்றமடித்துக் கொண்டிருந்தோம். அந்த உடலை வெளியே இழுத்து வந்தபோதுதான் அவனுடைய கால்கள் இரண்டும் ஒரு பெரிய பாறைக்கல்லோடு சேர்த்துக் கட்டப்பட்டிருந்ததைப் பார்த்தோம்.

அந்த STF ‘பட’த்தில் அதற்கும்முன் நடந்த சம்பவங்களைப் பற்றி பிறகுதான் அறிந்துகொண்டோம்.

முதலில் அவர்களில் சிலர் அமைதியாக ஒரு காரில் வந்திருக்கிறார்கள். அவனைக் கட்டி அந்தச் சாக்கடைத் துவாரத்துக்குள் அடைத்திருக்கிறார்கள். அவன் ஏற்கனவே கடுமையாகச் சித்திரவதைக்குள்ளாக்கப்பட்டு இறக்கும் தறுவாயில் இருந்திருக்கிறான். அவர்கள் அங்கே வந்தபோது கழிவறையில் ஓர் இளைஞன் இருந்திருக்கிறான். அவனைக் கைது செய்து கூட்டிச் சென்றுவிட்டிருக்கிறார்கள் – ஒருவேளை அவன் எங்களைப் போலல்லாமல் அவர்களுக்கு உடன்படாமல் இருந்திருக்கலாம். பிறகு அவர்கள் வண்டிகளில் வந்து அதன் பிறகான நாடகத்தை அரங்கேற்றியிருக்கிறார்கள். அதில்தான் எங்களுக்கும் பாத்திரங்கள் இருந்திருக்கின்றன.

அவர்களுடைய அதிகாரி எங்களை ஒரு காகிதத்தில் கையொப்பமிடச் சொன்னார். நாங்கள் கையெழுத்திட மறுத்திருந்தால் அவர்கள் எங்களைக் கொன்றிருப்பார்கள். ஒரு பயங்கர ஆப்கன் தீவிரவாதியை STF வீரர்கள் துரத்திக்கொண்டு வந்தபோது, அவன் நவாப் பஜாரில் இருக்கும் ஒரு பொதுக் கழிப்பிடத்தில் ஒளிந்துகொள்ள, அவர்களுக்கிடையே நடந்த துப்பாக்கிச் சூட்டில் அவன் கொல்லப்பட்டதை நேரில் பார்த்த சாட்சிகளாக நாங்கள் கையெழுத்திட்டோம். அதுதான் செய்திகளில் வந்தது.

அவர்களால் கொல்லப்பட்டவன் பந்திபோராவைச் சேர்ந்த தொழிலாளி. அவர்கள் கழிவறைக்குள் நுழைந்தபோது உள்ளேயிருந்த ஓர் இளைஞனைக் கைதுசெய்ததற்குக் காரணம் அவன் அசந்தர்ப்பமான நேரத்தில் அங்கே சிறுநீர் கழித்துக்கொண்டிருந்தது. அதன்பிறகு அவனைக் காணவில்லை.

தாரிக்குக்கும் எனக்கும் மனசாட்சி உறுத்துகிறது, அதில் பொய்களும் துரோகமும் பதிந்திருப்பதால்.

ஒன்றரை மணிநேரம் எங்களை வெறித்துப் பார்த்துக்கொண்டிருந்த அந்தக் கண்கள் – அவை எங்களை மன்னிக்கும் கண்கள், புரிந்துகொண்டிருந்த கண்கள். கஷ்மீரிகளாகிய நாங்கள் ஒருவரையொருவர் புரிந்துகொள்வதற்காக இப்போதெல்லாம் ஒருவரோடு ஒருவர் பேசிக்கொள்ளும் தேவை ஏற்படுவதில்லை.

ஒருவருக்கொருவர் கொடூரமான விஷயங்களைச் செய்துகொள்கிறோம். எங்களைக் காயப்படுத்திக்கொண்டு, துரோகம் இழைத்துக்கொண்டு, ஒருவரையொருவர் சாகடித்துக்கொள்கிறோம். ஆனால் நாங்கள் பரஸ்பரம் ஒருவரையொருவர் புரிந்துகொள்கிறோம்.

o o o

மோசமான கதை. உண்மையில் பயங்கரமாகத்தான் இருக்கிறது. அதாவது இது உண்மையாக இருக்கும்பட்சத்தில். இப்படிப்பட்ட விஷயங்களை எப்படி உறுதி செய்துகொள்வது? மக்கள் நம்பகமானவர்கள் அல்லர். எப்போதுமே மிகைப்படுத்துவார்கள். குறிப்பாகக் கஷ்மீரிகள். அதற்குப் பிறகு அவர்களுடைய மிகைப்படுத்தல்களை அவையெல்லாம் ஏதோ இறைவனின் சத்தியவாக்கு என்று அவர்களே நம்பத் தொடங்கிவிடுவார்கள். இந்த அர்த்தமற்ற சமாச்சாரங்களையெல்லாம் எதற்காக திலோத்தமா மேடம் சேகரித்து வைத்துக்கொண்டிருக்கிறார், இவற்றை வைத்து என்ன செய்துகொண்டிருக்கிறார் என்று என்னால் ஊகிக்க முடியவில்லை. அவள் ஷாம்பூ விளம்பரங்களோடு நிறுத்திக்கொள்ள வேண்டும். ஆனாலும் இதுவொன்றும் ஒருவழிப்பாதை அல்ல. இதன் மறுபக்கத்திலும் கைவசம் பயங்கரங்கள் உண்டு. இந்தப் பயங்கரவாதிகளில் சிலர் வெறிபிடித்தவர்கள். இந்த இரு தரப்பினரில் ஒருவரைத் தேர்ந்தெடுக்க வேண்டியிருந்தால், தயக்கமேயில்லாமல் இந்து அடிப்படைவாதியைத் தேர்ந்தெடுப்பேன், முஸ்லிமை அல்ல. கஷ்மீரில் நாங்கள் சில கொடூரமான செயல்களைச் செய்திருக்கிறோம் – செய்கிறோம் – உண்மைதான், ஆனால் . . . கிழக்குப் பாகிஸ்தானில் பாகிஸ்தானிய ராணுவம் செய்ததை விடவா? அதுதான் உண்மையான இனப்படுகொலை. சந்தேகமற்ற சத்தியம். பங்களாதேஷை

இந்திய ராணுவம் விடுவித்தபோது கஷ்மீரப் பெருமக்கள் அதை 'டாக்காவின் *வீழ்ச்சி'* என்றனர் – இப்போதும் அப்படியே சொல்லிவருகின்றனர். மற்றவர் வேதனையைக் கண்ணெடுத்தும் பார்ப்பவர்கள் அல்லர் அவர்கள். ஆனால் எல்லோரும் அப்படித்தானே இருக்கிறார்கள்? பாகிஸ்தானால் நசுக்கப்பட்டுவரும் பலுசிஸ்தானியர்கள், கஷ்மீரிகளைப் பற்றிக் கவலைப்படுவதில்லை. நாம் விடுதலை செய்த பங்களாதேஷிகள் இந்துக்களை வேட்டையாடி வருகின்றனர். ஸ்டாலினின் குலாக் முகாம்களை 'புரட்சியின் போதான அத்தியாவசிய நடவடிக்கை' என இப்போதும் சில கம்யூனிஸ்ட் பெருந்தலைகள் சொல்லிக்கொண்டிருக்கின்றன. அமெரிக்கர்கள் இப்போது வியட்நாமியர்களுக்கு மனித உரிமைகள் குறித்துப் பாடம் எடுத்துக்கொண்டிருக்கிறார்கள். நம்மிடம் இப்போது இருப்பது ஒரு சிறப்பினப் பிரச்சனை. நம்மில் யாருமே இதில் விதிவிலக்கானவர்கள் அல்லர். அப்புறம், இப்போதெல்லாம் இன்னொரு விவகாரம் பெரிய வியாபாரமாகிவிட்டிருக்கிறது. மக்கள் – சில சமூங்களை, சாதிகளை, இனங்களைச் சேர்ந்தவர்கள் – தமது சோக வரலாறுகளை, தமது அவலங்களை வெற்றிக்கோப்பைகளைப் போல, சரக்கு மூட்டைகளைப் போல எல்லா இடங்களிலும் தூக்கித்திரிந்துகொண்டிருக்கிறார்கள், சந்தையில் விற்பதற்கும் வாங்குவதற்கும். இந்த விஷயத்தில் என்னைப் பற்றிச் சொல்ல வேண்டுமென்றால், துரதிர்ஷ்டவசமாக, விற்பதற்கு என்னிடம் சரக்கு ஏதுமில்லை. நான் அவலங்கள் தீண்டாத மனிதன். உயர்சாதிக்காரன். உயர்வர்க்கத்தைச் சேர்ந்த ஆதிக்கவாதி. எந்தக் கோணத்திலிருந்து பார்த்தாலும்.

எவ்வளவு சந்தோஷமான விஷயம்.

சரி, இங்கே வேறு என்னவெல்லாம் இருக்கின்றன?

மேஜைமீது ஒரு அட்டைப்பெட்டி திறந்திருந்தது. பழைய ஹியூலெட்–பாக்கர்ட் பிரிண்டர் கார்ட்ரிட்ஜ் வந்த அட்டைப்பெட்டி. அதில் இருந்தவை முந்தைய கோப்பைப்போல மோசமான விஷயங்களாக இல்லாமல், நல்ல விஷயங்களாகத்தான் தெரிந்தன. சற்று ஆசுவாசமடைந்தேன் – இரண்டு மஞ்சள்நிறப் புகைப்பட உறைகள். ஒன்றில் 'Otter Pics', என்றும், மற்றதில் 'Otter kills' என்றும் எழுதப்பட்டிருந்தன. Otters. நீர்நாய்கள். இது நல்ல விஷயம்தான். அவளுக்கு நீர்நாய்கள்மீது ஆர்வம் இருக்கும் என்று எனக்குத் தெரியாது. இப்போது அவள் – அதை எப்படிச் சொல்வது – சற்றுக் குறைந்த அபாயகரமானவளாகத் தெரிந்தாள். கொஞ்சம் கற்பனை செய்து பார்த்தேன்: அவள் கடற்கரை ஓரமாக, அல்லது ஆற்றங்கரையில், காற்றில் கேசம் அலைபாய, நிதானமாக, யார் துணையுமின்றி, தனியாக . . . நீர்நாய்களைத் தேடிக்கொண்டு நிதானமாக நடந்துசெல்கிறாள் . . . என் மனம் மகிழ்ச்சியில் நிறைந்தது. எனக்கும் நீர்நாய்கள் பிடிக்கும். அவைதான் என் அபிமான உயிரினம் என்றே நினைக்கிறேன். ஒருமுறை குடும்பத்தோடு விடுமுறையில் கனடா நாட்டின் மேற்குக் கரையோரமாக ஒரு பசிபிக் சொகுசுப் படகில் ஒரு வாரம் கழித்திருக்கிறேன். அப்போது என்னதான் காற்று பலமாக வீசிக்கொண்டிருந்தாலும், கடல் அபாயகரமாகப் பொங்கிக்கொண்டிருந்தாலும், இந்தக் குட்டி ராஸ்கல்களான நீர்நாய்கள் எதைப்பற்றியும் அச்சப்படாமல், கடலின் மேற்பரப்பில் அலட்சியமாக

மல்லாந்து மிதந்தபடி இருந்தன, ஏதோ காலைச் செய்தித்தாள்களைப் படித்துக்கொண்டிருப்பதைப் போல.

அந்த உறைகளில் ஒன்றைப் பிரித்துப் புகைப்படங்களை வெளியே எடுத்தேன்.

அவற்றில் எதுவும் நீர்நாய்களின் படம் அல்ல.

நான் இதை ஊகித்திருக்க வேண்டும். என்னை ஏதோ குறும்பு விளையாட்டில் சிக்கவைத்துப் பரிகாசம் செய்யப்படுவதைப் போல உணர்ந்தேன்.

முதலில் இருந்த படம் ஸ்ரீநகரில் தால்கேட்டைச் சுற்றியுள்ள நடைப் பயிற்சிப் பாதையில் எடுக்கப்பட்டிருந்தது. ஃபிளாக் ஜாக்கெட் அணிந்த கரிய நிறம் கொண்ட சீக்கிய ராணுவ வீரன் ஒருவன் இடுப்பில் துப்பாக்கியைப் பிடித்தபடி நின்றிருந்தான். ஒரு காலை கீழேயிருந்த இளைஞன் ஒருவனின் சடலத்தின் மீது வைத்திருந்தான். வெற்றி கொண்ட வீரனைப் போல. அந்த உடல் கிடந்த விதத்திலிருந்து அந்த இளைஞன் முழுசாக இறந்துவிட்டிருப்பது தெளிவாகத் தெரிந்தது. ஏரியைச் சுற்றி ஓர் அடி உயரத்துக்குக் கட்டப்பட்டிருந்த விளிம்புச் சுவர்மீது அவனது தலை உயர்த்தி வைக்கப்பட்டு, மீதி உடம்பு கீழே மடிந்து, கால்கள் சரிந்திருந்தன. ஒரு கால் செங்கோணத்தில் மடங்கியிருந்தது. அவன் அரைக் கால்சட்டையும், மண்ணின் நிற போலோ சட்டையும் அணிந்திருந்தான். அவன் தொண்டையில் சுடப்பட்டிருந்தான். ரத்தம் அதிகமாக இல்லை. பின்னணியில் படகுவீடுகளின் மங்கலான நிழல் வடிவங்கள் தெரிந்தன. அந்த ராணுவ வீரனின் தலை மட்டும் ஊதாநிற மார்க்கரால் வட்டமிடப்பட்டிருந்தது. இறந்தவனின் உடைகளையும் ராணுவ வீரனின் ஆயுதத்தையும் வைத்துப் பார்க்கும்போது அது மிகவும் பழைய புகைப்படம் என்று தெரிந்தது. மற்றப் புகைப்படங்கள் இந்தளவுக்குக் கொடூரமாக இருக்கவில்லை. அவற்றில் ராணுவ வீரர்கள் குழுவாகக் கடைவீதிகளிலும் சோதனைச் சாவடிகளிலும் நெடுஞ்சாலைகளிலும் வண்டிகளை நிறுத்திச் சோதனையிட்டுக்கொண்டிருந்தனர். இந்தப் படங்கள் எல்லாவற்றிலும் ஏதோவொரு ராணுவ வீரனை மட்டும் தேர்ந்தெடுத்து அதே ஊதா நிற மார்க்கரால் வட்டமிடப்பட்டிருந்தது. அவர்களுக்கிடையே வெளிப்படையாக எந்த ஒற்றுமையும் புலப்படவில்லை. சிலர் சுத்தமாகச் சவரம் செய்த முகத்தோடு இருந்தனர். சிலர் சீக்கியர்கள், சிலர் முஸ்லிம்கள் என்று நன்றாகவே தெரிந்தது. ஒரு படத்தைத்தவிர மற்ற எல்லாமே கஷ்மீரில் எடுக்கப்பட்டவை. அந்த மற்றதில் பாலைவனம் போன்ற ஓர் இடத்தில் மணல் மூட்டைகள் சுற்றி அடுக்கப்பட்ட காப்பறையில் நீலநிறப் பிளாஸ்டிக் நாற்காலியில் ஒரு ராணுவ வீரன் சலிப்பான தோற்றத்தில் அமர்ந்திருந்தான். ஹெல்மட்டை மடியில் வைத்திருந்தான். கொசு விரட்டிக் கருவியைப் பிடித்துக்கொண்டு எங்கோ தூரப்பார்வை பார்த்துக்கொண்டிருந்தான். அவனுடைய கண்களில் ஏதோ வித்தியாசமாக இருந்தது. ஒருவித வெற்றுத்தன்மை. உணர்ச்சியற்ற அந்தக் கண்கள் கவனத்தை ஈர்ப்பதாக இருந்தன. அவனுடைய தலையைச் சுற்றியும் அந்த நீலநிற வட்டம்.

யார் இவர்கள்?

பிறகு, அந்தப் புகைப்படங்களை மேசையில் பரப்பிவைத்துப் பார்த்ததும் உண்மை புலப்பட்டது – அவை எல்லாமே ஒரே ராணுவவீரனின் படங்கள்தான். ஒவ்வொரு படத்திலும் அவன் ஒவ்வொரு ஜாடையில் இருந்தான். ஆனால் அந்தக் கண்களைத் தவிர. அவை காட்டிக்கொடுத்தன. சரியான உருமாற்றக்காரனாக இருப்பான்போல. ஒருவேளை எங்களுடைய துணை – உளவுப்படை ஆட்களில் ஒருவனாக இருக்கலாம். எதற்காக அவன் தலையைச் சுற்றி ஊதாநிறச் சுருக்குக் கயிறுகள்?

அந்த அட்டைப் பெட்டிக்குள் '*Otter*' என்று எழுதப்பட்ட ஒரு கோப்பு இருந்தது. அதில் முதலில் இருந்த ஆவணம் யாரோ ஒருவருடைய தன் விவரக் குறிப்பைப் போல இருந்தது. கடித முகப்பு ரால்ஃப் எம். பாவார், LCSW, *Licensed Clinical Social Worker* என்றது. அதற்குக் கீழே அவருடைய கல்வித் தகுதி பற்றிய நீண்ட பட்டியல். ஒரேயொரு சொல் மட்டும் அதிலிருந்து வெளியே குதித்து என்னைத் தாக்கியது *க்ளோவிஸ்*. ரால்ஃப் பாவாரின் தெரு முகவரி: கிழக்கு புல்லார்ட் அவென்யூ, க்ளோவிஸ், கலிபோர்னியா.

க்ளோவிஸ்ஸில்தான் அம்ரிக் சிங் குடும்பத்தோடு துப்பாக்கியால் சுட்டுத் தற்கொலை செய்துகொண்டான். புறநகரில் இருந்த ஒரு சிறிய குடியிருப்புப் பகுதி வீட்டில், இப்போது எனக்கு அனைத்தும் விளங்கியது. 'ஸ்பாட்டர்', 'ஆட்டர்', அதேதான். புகைப்படங்களில் இருப்பவன் அம்ரிக் சிங் 'ஸ்பாட்டர்', பொதுமக்களிடையே கலந்து இருக்கும் பயங்கரவாதிகளைக் கண்டுபிடித்துத் தீர்த்துக் கட்டுபவன். அவனைக் கஷ்மீரில் வைத்து நேருக்கு நேராக நான் சந்தித்ததேயில்லை. இளம் வயதில் அவன் எப்படி இருந்திருப்பான் என்று எனக்குத் தெரியாது (அதெல்லாம் கூகுள் தினங்களுக்கு முந்தைய காலம்). அவனது தற்கொலைக்குப்பிறகு வெளிவந்த புகைப்படத்தில் இருந்த வயதான, கட்டை குட்டையான, மீசை தாடியற்ற தோற்றத்தில் திக்குத் தெரியாத குழப்பத்தில் இருப்பவனைப் போல இருந்தவனுக்கும் இந்தப் புகைப்படங்களில் இருப்பவனுக்கும் கிட்டத்தட்ட எந்த ஒற்றுமையும் தென்படவில்லை.

எனக்குள் ரத்தம் இல்லாமல் வேறு ஏதோ ரசாயனத் திரவம் பாய்வதைப்போல எனது நாளங்கள் உணர்ந்தன. இந்த ஆவணங்களெல்லாம் இவளுக்கு எங்கிருந்து கிடைத்தன? மேலும் *எதற்காக?* இவற்றால் இவளுக்கு என்ன உபயோகம்? இப்போது இவற்றுக்கெல்லாம் என்ன அவசியம்? ஏதாவது சூனியம் வைத்துப் பழிவாங்கும் கதையா?

கோப்பின் முதல் சில பக்கங்களில் ஒருவிதக் கேள்வித்தொகுப்பு மட்டுமே இருந்தது – வழக்கமாக உளவியல் பகுப்பாய்வுக்காகக் கேட்கப்படும் அபத்தக் கேள்விகள்: *அந்தச் சம்பவத்தைப்பற்றி உங்களுக்கு வேதனை உண்டாக்கும்படியான கனவுகள் வந்ததுண்டா? சோகமான அல்லது அன்பான உணர்வுகள் உங்களுக்கு ஏற்படாமல் இருந்த சந்தர்ப்பங்கள் உண்டா? உங்களுக்கு நீண்ட ஆயுள் இருக்குமென்றும், உங்கள் குறிக்கோள்கள் அனைத்தும் நிறைவேறும் என்றும் உங்களால் கற்பனை செய்ய முடியாமல் இருப்பதுண்டா?* இதைப் போன்ற கேள்விகள். இந்தக் கேள்விப்பட்டியலோடு கையால் எழுதப்பட்ட இரண்டு வாக்குமூலங்கள், அம்ரிக் சிங்கும் அவனுடைய மனைவியும் கையெழுத்திட்டவை (அவளுடையது நீண்டதாகவும், அவனுடையது மிகச் சுருக்கமாகவும்).

அதனுடன் அமெரிக்காவில் புகலிடம் வேண்டி இருவரும் கையொப்பமிட்ட தடிமனான, அழகாக நிரப்பப்பட்ட விண்ணப்பப்படிவங்கள்.

நான் இப்போது உட்கார வேண்டும். குடித்தே ஆகவேண்டும். என்னிடம் ஒரு பாட்டில் கார்து இருக்கிறது. காபுல்லிலிருந்து திரும்பி வரும்போது அதை நான் சுங்கவரி செலுத்த வேண்டாத கடையில் வாங்கியிருக்கக் கூடாது. அதை என்னுடனே எடுத்து வந்திருக்கவும் கூடாது. அதுவும் சித்ராவிடம் இனிக் குடிக்கமாட்டேன் என்று சத்தியம் செய்ததற்குப் பிறகும் அப்படிச் செய்திருக்கக் கூடாது. ஒரு பெக் கூட. ஒரேயொரு துளி கூட. நான் தொடவே கூடாது. அதுவும் என் வேலையே போகும் அபாயத்தில் இருக்கும் இந்நேரத்தில். அதுவும் என் அலுவலகத் தலைவர் அவர் வழக்கமாகப் பயன்படுத்தும் சொற்றொடரை – ‘ஒழுங்காக இரு, இல்லாவிட்டால் ஒழிந்து போ’ – பயன்படுத்தி எனக்குக் கடைசி வாய்ப்பைக் கொடுத்திருக்கும்போது.

கொஞ்சம் ஐஸ் துண்டுகள் இருந்தால் நன்றாக இருக்கும், ஆனால் சுத்தமாக இல்லை. ஃபிரிட்ஜின் ஃபிரீஸர் முழுக்க பனிப்பாளமாக டீஃபிராஸ்ட் செய்ய வேண்டிய நிலையில் இருக்கிறது. ஃபிரிட்ஜ் காலியாக இருக்கிறது, ஆனால் சமையலறையில் பழங்கள் பெட்டிபெட்டியாக அடுக்கப்பட்டிருக்கின்றன. ஒருவேளை அவள் பழங்கள் மட்டும் சாப்பிட்ட – சாப்பிடுகிற – நவீன ‘நச்சு நீக்க உணவுமுறை’யில் இருப்பவளாக இருக்கலாம். ஒருவேளை அதற்காகத்தான் அவள் வெளியே சென்றிருக்கவும் கூடும். யோகா நல மையம் போல ஏதாவது ஓரிடத்துக்கு.

அப்படி இல்லாமலும் இருக்கக்கூடும்.

முதலில் கார்துவைக் குடித்துத் தீர்க்க வேண்டும். குளிர் அதிகமாக இருக்கிறது. முதலில் இந்தப் பாழாய்ப்போன புறாக்கள் சன்னல் அடிக்கட்டையில் காதல் விளையாட்டில் ஈடுபட்டிருப்பதை நிறுத்தித் தொலைக்க வேண்டும். இவை ஏன் நிறுத்தித் தொலைப்பதில்லை?

நாள்: ஏப்ரல் 16, 2012

பார்வை: லவ்லீன் சிங் (எ) கவுர் மற்றும் அம்ரிக் சிங்

இது, அம்ரிக் சிங் மற்றும் அவருடைய மனைவி லவ்லீன் சிங் (எ) கவுர் ஆகியோர் தமது நாடான இந்தியாவில் அடக்குமுறைக்கும், பலாத்காரத்துக்கும், காவல்துறை ஊழலுக்கும், அச்சுறுத்தலுக்கும், பணப்பறிப்புக்கும் ஆளாகி, அதீதமான மனக்குலைவுக்கு ஆட்பட்டிருப்பதாக முறையிட்டிருப்பதால், அவர்கள் நிலையை உறுதிசெய்வதற்காக உளவியல் – சமூக அளவீட்டுச் சோதனைகள் மேற்கொள்வதற்கான கோரிக்கை ஆகும். அவர்களுக்குத் தமது அரசாங்கத்தால் சித்திரவதைக்குள்ளாக்கப்படுவோம் என்றோ அல்லது கொல்லப்படுவோம் என்றோ ‘சந்தேகத்துக்கிடமில்லாத அச்சம்’ உண்மையிலேயே இருக்கிறதா? அம்ரிக் சிங் இந்தியாவுக்குத் திரும்பினால் அங்கே சித்திரவதைக்குள்ளாக்கப்படுவார் அல்லது கொல்லப்படுவார் என்று அச்சம் தெரிவித்து இந்நாட்டில் புகலிடம் கோருகின்றனர். அவர்களை நேர்காணல் செய்யும்போது

கீழ்க்காணும் மருத்துவப் பரிசோதனைகள் மேற்கொண்டேன். *Trauma Symptom Inventory - 2* (TSI - 2), *Mental Status Check List, Post - Traumatic Stress Disorder* (PTSD) *Screening Interview* மற்றும் ஒரு *Davidson Trauma Scale*. இருவருடனும் இரண்டுமணிநேரத்துக்கு மேற்கொண்ட நேர்காணல்கள் மூலமாக, நடைபெற்ற சம்பவங்கள், அவர்கள் கஷ்மீரில் சந்தித்த அனுபவங்கள் குறித்த விரிவான வாக்குமூலங்கள் பெறப்பட்டன.

பின்னணி:

அம்ரிக் சிங் தம்பதிகள் க்ளோவிஸ், கலிபோர்னியாவில் வசிக்கிறார்கள். லவ்லீன் சிங் (எ) கவுர் கஷ்மீரில் (இந்தியா) 1972ஆம் வருடம், நவம்பர் 19ஆம் தேதி பிறந்தார். அம்ரிக் சிங் 1964ஆம் வருடம், ஜூன் 9ஆம் தேதி சண்டிகரில் (இந்தியா) பிறந்தார். இவர்களுக்கு மூன்று பிள்ளைகள். கடைசிப் பிள்ளை பிறந்தது யு.எஸ்.ஸில். கணவனும் மனைவியும் தம்முடைய இரண்டு குழந்தைகளோடு இந்தியாவிலிருந்து தப்பி கனடாவுக்கு வந்தனர். பிறகு கால்நடையாகப் பயணம் செய்து யு.எஸ்.க்கு 2005ஆம் வருடம் அக்டோபர் 1ஆம் தேதி வந்தனர். இவர்கள் முதலில் பிளெய்ன், வாஷிங்டனை அடைந்து, பின்னர் க்ளோவிஸ், கலிபோர்னியாவில் குடியேறி வசித்துவருகின்றனர். இங்கு திரு அம்ரிக் சிங் லாரி ஓட்டுநராகப் பணிபுரிகிறார். லவ்லீன் சிங் கவுர் இல்லத் தலைவி. இவர்கள் தமது குடும்பத்தின் பாதுகாப்பு குறித்துத் தொடர்ந்து அச்சத்தில் இருந்துவருகின்றனர்.

லவ்லீன் வாக்குமூலம்:

இந்த வாக்குமூலம் லவ்லீனிடம் நடத்திய நேர்காணலின் அடிப்படையில் தொகுக்கப்பட்ட பொழிப்புரை.

என் கணவர் அம்ரிக் சிங் ஒரு ராணுவ மேஜராக ஸ்ரீநகர், கஷ்மீரில் பணியாற்றி வந்தார். அவர் அங்கு பணியாற்றி வந்தபோது நான் அவரோடு ராணுவ முகாமில் வசிக்கவில்லை. ஸ்ரீநகரில் ஜவஹர் நகர் பகுதியில் ஒரு வீட்டின் இரண்டாம் தளத்தில் வாடகைக்கு நானும் என் மகனும் தங்கியிருந்தோம். அந்தக் காலனியில் பெரும்பாலும் சீக்கியக் குடும்பங்களும் வெகுசில முஸ்லிம்களுமே வசித்துவந்தார்கள். 1995ஆம் வருடம் ஜலீப் காத்ரி என்ற மனித உரிமை வழக்கறிஞர் ஒருவர் கடத்தப்பட்டுக் கொல்லப்பட்டார். ஆனால் உள்ளூர் காவல்துறை அந்தக் கொலையை என் கணவர்தான் புரிந்தார் என்று குற்றம் சாட்டியது. முஸ்லிம்கள் அவரை இந்தக் கொலைக் குற்றத்தில் மாட்டவைக்க முயல்கிறார்கள் என்று எங்களுக்குப் புரிந்தது. என் கணவர் லஞ்சம் வாங்கமாட்டார். அவருக்கு முஸ்லிம் பயங்கரவாதிகளைப் பிடிக்காது. அவர் ஒரு கௌவரமான மனிதர். அவர் எப்போதுமே சொல்வார்: “நான் எனது தேசத்தை ஏமாற்றமாட்டேன். லஞ்சம் கொடுத்து என்னை விலைக்கு வாங்க முடியாது.”

என் தோழி மன்பிரீத் அந்தச் சமயத்தில் ஸ்ரீநகரில் பத்திரிகையாள ராக இருந்தாள். அவள் என் கணவரை மாட்டவைக்க முயன்று

கொண்டிருப்பவர்கள் யார், ஜலீப் காத்ரியைக் கொன்றது யார் என்று கண்டுபிடித்துவிட்டாள். அவளும் என் தாயும் காவல்நிலையத்துக்குச் சென்று அத்தகவல்களைத் தெரிவித்தனர். அவள் ஒரு பெண் என்பதாலும், குற்றம் சுமத்தப்பட்டவரின் உறவினர் என்பதாலும் காவல்துறையினர் அவள் சொல்வதைக் காது கொடுத்துக் கேட்க வில்லை. அதற்குக் காரணம் ஜம்மு கஷ்மீர் காவல்துறையில் இருப்பவர்கள் பெரும்பாலும் கஷ்மீரி முஸ்லிம்களே. அங்கிருந்த ஒரு பெரிய காவல் அதிகாரி, "நான் நினைத்தால் உங்கள் இருவரையும் இங்கேயே உயிரோடு கொளுத்திவிடுவேன். அப்படிப்பட்ட அதிகாரம் எனக்கு இருக்கிறது," என்றார்.

ஒரு வருடம் கழித்து, ஜவஹர் நகர் காலனியில் என் கணவர் இல்லாமல் தனியாக வசிக்கும் என் வீட்டைக் காவல்துறையினர் சூழ்ந்துகொண்டு தேடுதல் வேட்டை நடத்தினர். என் வீட்டுக் கதவை உடைத்துகொண்டு உள்ளே வந்தனர். என் தலைமுடியைப் பிடித்து இரண்டாவது மாடியிலிருந்து முதல்மாடிக்கு இழுத்துவந்தனர். ஒரு காவலர் என் மகனைப் பிடித்துச் சென்றார். அவர்கள் என் நகைகள் எல்லாவற்றையும் திருடிக்கொண்டனர். என்னை விடாமல் அடித்து உதைத்தனர். "எங்கள் தலைவரைக் கொன்ற அம்ரிக் சிங்கின் குடும்பம்தானே நீங்கள்," என்றார்கள். பின்னர் எங்களைக் காவல்நிலையத்துக்குக் கூட்டிச்சென்றார்கள். அங்கே என்னை ஒரு மரப்பலகையில் கட்டிவைத்து எட்டி உதைத்தார்கள், அறைந்தார்கள், அடித்தார்கள். ரப்பர் கட்டையால் என் தலையில் அடித்தார்கள். "உன்னை அடித்து உதைத்துக் கைகால்களைச் செயலிழக்கச் செய்துவிடுவோம். ஆயுசுக்கும் நீ பைத்தியமாக, முடமாகத்தான் இருக்க வேண்டும்," என்றனர். இரும்புக் காலணி அணிந்திருந்த காவலர் ஒருவர் என்னை எட்டி உதைத்து, என் மார்பையும் வயிற்றையும் மிதித்து நசுக்கினார். என் கால்களை உருட்டுக்கட்டையால் அடித்தார்கள். என் உடம்பிலும் விரல்களிலும் பிசுபிசுப்பாக எதையோ தடவித் திரும்பத்திரும்ப மின் அதிர்ச்சி கொடுத்தார்கள். என் கணவரைப் பற்றிப் பொய்யாக வாக்குமூலம் கொடுக்கச் சொன்னார்கள். என்னை அங்கேயே இரண்டு நாட்கள் வைத்திருந்தார்கள். என் மகனை வேறோர் அறையில் அடைத்து வைத்திருந்தார்கள். பொய்யாக வாக்குமூலம் கொடுத்தால்தான் என் மகனை என்னிடம் திரும்ப ஒப்படைப்போம் என்றார்கள். கடைசியாக என்னை விட்டுவிட்டார்கள். என் மகனையும் பார்த்தேன். இருவருமே கதறி அழுதோம். அவனருகே என்னால் போகக்கூட முடியவில்லை. என் பாதங்கள் அடிபட்டு ரணமாக இருந்தன. ஒரு ரிக்ஷாக்காரன் எங்களை அவன் வண்டியில் ஏற்றிக்கொண்டு என் அம்மாவின் வீட்டில் சேர்த்தான்.

எந்தவொரு மருத்துவரும் எனக்குச் சிகிச்சையளிக்க உடன்பட வில்லை. முஸ்லிம் பயங்கரவாதிகள் அவர்களைக் கொன்று விடுவார்கள் என்று பயந்தார்கள். நானும் என் கணவரும் தொடர்ந்து கண்காணிக்கப்பட்டு வந்தோம். பெரும் மன உலைச்சலோடு நாட்களைக் கடத்தினோம்.

ஜம்முவில் மூன்று வருடங்கள் வசித்தபிறகு, கஷ்மீரை விட்டு வெளியேறினோம். 2003ஆம் வருடம் எங்கள் நாட்டை விட்டு வெளியேறிக் கனடா வந்தோம். அங்கே புகலிடம் கோரி மனுச் செய்தோம். மறுத்துவிட்டார்கள். இதயமில்லாமல் நடந்து கொண்டார்கள். எங்களுக்கு உதவி தேவையாக இருந்தது. எங்களிடமிருந்த எல்லா ஆவணங்களையும் காட்டினோம். ஆனாலும் மறுத்தார்கள். 2005 அக்டோபரில் சியாட்டில் வந்தோம். என் கணவருக்கு லாரி ஓட்டுநராக வேலை கிடைத்தது. 2006இல் கலிபோர்னியாவில் க்ளோவிஸ் நகருக்குக் குடிபெயர்ந்தோம். எங்களுக்குப் பாதுகாப்பு இல்லை. நாங்கள் வெளியே எங்குமே செல்வதில்லை. மகிழ்ச்சியாக வாழவே முடியவில்லை. வெளியே சென்றால் உயிரோடு திரும்புவோமா என்று எங்களுக்குத் தெரியவில்லை. எல்லா நேரமும் எங்களைப் பயங்கரவாதிகள் கண்காணித்துக்கொண்டே இருப்பதை உணர்கிறோம். எந்தச் சத்தம் கேட்டாலும் நான் சாகப்போகிறேன் என்று தோன்றுகிறது. உரத்த சத்தம் கேட்டால் குலை நடுங்கிப் போகிறேன். சென்ற வருடம் 2011இல், என் கணவர் எங்கள் பிள்ளைகளிடம் உரத்த குரலில் புத்தி புகட்டிக்கொண்டிருந்தார். அதைக் கேட்டு அவர்கள் எங்களைக் கொல்வதற்கு வந்துவிட்டதாக நினைத்துக்கொண்டேன். 911ஐ அழைப்பதற்குத் தொலைபேசியை நோக்கி ஓடினேன். ஓடும்போது தலை, மார்பு, கால்களில் மோசமாக அடிபட்டுக்கொண்டேன். குழந்தைகளை வெறுமனே உரத்த குரலில் புத்தி சொல்லிக் கொண்டிருந்ததை, யாரோ என்னைக் கொல்லப்போகிறார்கள், நான் சாகப் போகிறேன் என்று நினைத்துவிட்டேன். பைத்தியக்காரி போல என் இதயம் படுவேகமாக அடித்துக்கொண்டது. ஏதாவது கத்தல் சத்தம் கேட்டாலோ, உரத்த சத்தம் கேட்டாலோ நான் மிகையாகப் பயந்துவிடுவேன். எங்கள் குழந்தைகளுக்கு அவர் வெறுமனே உரத்த குரலில் புத்தி புகட்டிக்கொண்டிருந்ததற்கு நான் போலீசைக் கூப்பிட்டுவிட்டேன். அவர்களிடம் என்ன சொன்னேன் என்று தெரியவில்லை. அவர்கள் என் கணவரைக் கைது செய்துவிட்டார்கள். பிறகு பிணையில் விடுவித்தார்கள். என்ன நடந்தது என்று இன்னமும் தெளிவாக என் நினைவில் இல்லை. செய்தித்தாள்களில் இதைப்பற்றிச் செய்தி வந்தது. என் கணவரைப் பற்றி, அவர் கஷ்மீரில் பணியாற்றியதைப்பற்றிக் குறிப்பிட்டிருந்தார்கள். என் கணவரின் புகைப்படமும் எங்கள் வீடு, அதில் வசிக்கும் எங்கள் அனைவரின் படங்களையும் வெளியிட்டிருந்தார்கள். அந்தச் செய்தி இணையத்திலும் வந்தது. அதனால் இந்தச் செய்தி கஷ்மீரையும் அடைந்துவிட்டது. முஸ்லிம் பயங்கரவாதிகள் என் கணவரைத் திரும்ப அனுப்பும்படி மீண்டும் கேட்கத்தொடங்கிவிட்டனர். சில நாட்கள் கழித்துப் பத்திரிகையாளர் ஒருவர் எங்களை அழைத்து, இந்தியாவில் உள்ள ஒரு பத்திரிகையைச் சேர்ந்த ஒருவர் எங்களைத் தேடிக்கொண்டிருப்பதாகச் சொன்னார். ஆனால் அவர் குறிப்பிட்டவர் அவர் அல்லர் என்று எங்களுக்குத் தெரிந்துவிட்டது. அந்த ஆள் எங்கள் வீட்டைக் கடந்து காரில் சென்றதைப் பார்த்தேன். அந்த ஆளைப் பலமுறை பார்த்துவிட்டேன். என் கணவரிடம் இந்த

இடத்தைவிட்டு நாம் உடனே கிளம்பிச் சென்றுவிட வேண்டும் என்றேன். அவர், "இங்கிருந்து கிளம்புவதற்கு நம்மிடம் பணம் இல்லை. நான் ஓடவிரும்பவில்லை. வாழ விரும்புகிறேன்," என்றார். அந்த ஆள் எப்போதும் அங்கேயே சுற்றிக்கொண்டிருக்கிறான். வேறு சிலரும் இருக்கிறார்கள். எல்லோருமே முஸ்லிம் பயங்கரவாதிகள். எனக்கு எப்போதும் பயமாவே இருக்கிறது. சன்னல் திரைகளை எப்போதுமே மூடிவைத்துவிட்டு, அதன் பின்னாலிருந்து வெளியே பார்த்துக்கொண்டிருக்கிறேன். தெருவில் நின்றுகொண்டு எங்கள் வீட்டையே முறைத்துப் பார்த்துக்கொண்டிருக்கிறார்கள். இப்போது எல்லா இடங்களையும் பூட்டி வைத்திருக்கிறேன். இதற்கு முன்னர், என் வீட்டிலேயே சின்னதாக அழகு நிலையம் ஒன்றை நடத்திக் கொண்டிருந்தேன். புருவங்களைச் செப்பனிடுவது, கால்களுக்கு மெழுகிடுவது எனப் பெண்களுக்கு ஒப்பனை செய்துவந்தேன். இப்போது வீட்டுக்குள் அந்நியர்களை அனுமதிப்பது அபாயகர மானது என்பதால் எல்லாவற்றையும் நிறுத்தி மூடிவிட்டேன்.

பதினேழு வருடங்கள் கடந்துவிட்டன. இப்போதும் அந்த வழக்கறிஞர் நினைவுநாளைக் கஷ்மீரி முஸ்லிம்கள் கொண்டாடி வருகின்றனர். நாளிதழ்களிலும் இணையத்திலும் என் கணவரைத்தான் இன்னமும் குற்றம்சாட்டி வருகின்றனர். என் குழந்தைகள் பயப்படுகின்றனர். "அம்மா, எப்போது நாம் நிம்மதியாக, சந்தோஷமாக வாழ்வோம்?" என்று கேட்கின்றனர். நானும் அவர்களிடம், "அதற்குத்தான் முயன்று வருகிறேன், ஆனால் அது என் கையில் இல்லையே," என்று சொல்லி வருகிறேன்.

o o o

தொலைபேசியை நோக்கி ஓடும்போது கால்களிலும் தலையிலும் நெஞ்சிலும் அடிபட்டுக்கொண்டாளாம். பெரிய வீரச்செயல்தான். அதுசரி, அவளுடைய கணவன் என்ன செய்ததால் அவள் காவல்துறையிடம் அளித்த புகாரைத் திரும்பப் பெற்றுக்கொண்டாள்? ஒருவேளை அந்தப் புகாரைத் திரும்பப் பெற்றிருக்காவிட்டால், அவளும் அவளுடைய குழந்தைகளும் இப்போது உயிரோடு இருந்திருப்பார்கள். வாக்குமூலத்தில் இந்த இடம் எனக்கு மிகவும் பிடித்திருந்தது: எல்லா இடத்தையும் விட்டுவிட்டு ஜவஹர் நகரில் வந்து உள்ளூர் காவலர்கள் சோதனை செய்தார்களாம், பணியில் இருக்கும் ஒரு ராணுவ மேஜரின் மனைவியைக் கைதுசெய்து சித்திரவதை செய்தார்களாம். அபாரம். கஷ்மீரில் இந்தக் கதையைச் சொன்னால் மட்டமான நகைச்சுவை என்று எள்ளி நகையாடுவார்கள். 'மருத்துவர்கள் சிகிச்சையளிக்கப் பயந்து விலகியது' மற்றொரு சுவையான பகுதி. உண்மையைப்போலவே எவ்வளவு தத்ரூபமாக உருவாக்கப்பட்ட கதை. அவள் அத்தனை விரிவாக நுட்பமாக வர்ணிக்கும் சித்திரவதைச் சம்பவங்கள் எல்லாமே இவளுடைய கணவன் இவளிடத்தில் பிரயோகித்த முறைகளாகத்தான் இருக்குமென்று நினைக்கிறேன். 'உரத்த குரலில் குழந்தைகளுக்குப் புத்தி புகட்டிக்கொண்டிருந்தார்' என்ற வாசகம் ஒரே பத்தியில் மூன்றுமுறை திரும்பத்திரும்ப வருவது எனக்குக் கிலியை ஏற்படுத்துவதாக இருக்கிறது.

அம்ரிக் சிங்கின் வாக்குமூலம் ராணுவத்தனமாக இருந்தது. சுருக்கமாகவும் துல்லியமாகவும்:

> *நான் இந்திய ராணுவத்தில் தனிப்பொறுப்பு அளிக்கப்பட்ட அதிகாரியாகப் பணியாற்றினேன். கிளர்ச்சிகளைக் கட்டுப் படுத்தும் பணியிலும், அமைதியை நிலைநாட்டும் பொறுப்பிலும் பல்வேறு இடங்களில், இந்தியாவிலும் வெளிநாட்டிலுமாகப், பணியமர்த்தப்பட்டிருக்கிறேன். 1995ஆம் வருடம் கஷ்மீரில் நான் பணியமர்த்தப்பட்டபோது அங்கு 1990 முதலே மோசமான கிளர்ச்சிகள் தொடர்ந்து நடைபெற்றுக்கொண்டிருந்த சூழல் இருந்தது. 1995ஆம் வருடம், மனித உரிமைப் போராளி ஒருவர் அங்கு கடத்தப்பட்டுக் கொல்லப்பட்டார். அவர் ஒரு தடைசெய்யப்பட்ட பயங்கரவாதக் குழுவைச் சேர்ந்தவர் என்பதைப் பின்னர் அறிந்துகொண்டேன். கஷ்மீர் காவல்துறையும் இந்திய அரசும் அந்தக் கொலைப்பழியை என்மீது சுமத்தி வருகின்றன. நான் பலி ஆடாக ஆக்கப்பட்டிருக்கிறேன் (வாக்குமூலத்தில் escape goat என்று சொல்லியிருக்கிறான்). எனக்கு இந்தியாவைவிட்டுக் குடும்பத்தோடு தப்பியோடுவதைத் தவிர வேறு வழி இருக்கவில்லை. நான் திரும்பிச் சென்றால், நீதிமன்றத்தில் உண்மையைச் சொல்லி விடுவேன் என்று இந்திய அரசுக்குத் தெரியும். அதை அவர்கள் விரும்பமாட்டார்கள். என்னை அடித்து, உதைத்து, மின்அதிர்ச்சி யளித்து, தண்ணீருக்குள் முக்கியெடுத்து, சாப்பாடு தராமல், தூங்க விடாமல் சித்திரவதை செய்வார்கள் அல்லது சாகடித்துவிடுவார்கள் அல்லது என்னைக் காணாமலாக்கிவிடுவார்கள்.*

விண்ணப்பப் படிவங்கள் கையால் எழுதப்பட்டிருந்தன. அம்ரிக் சிங்கின் கையெழுத்து நேர்த்தியாக, கிட்டத்தட்ட பெண்மை மிளிர இருந்தது. கையொப்பமும் பெண்மைத்தனமாகவே இருந்தது. சற்றுத் துணுக்குறவைக்கும்படியான கையெழுத்து. ஒருவிதமான அணுக்கத்தன்மை அதில் தெரிந்தது.

இந்த இரண்டுபேரும் நல்ல திறமைசாலிகள். எப்படி காய் நகர்த்துவது என்று நன்றாகத் தெரிந்திருக்கிறது. பாவம் அந்த ரால்ஃப் பாவார், LCSW. இவர்கள் சொல்லியிருக்கும் கதையை உண்மையென்றே நினைத்திருப்பார். உண்மையான கதைதான். ஆனால் கதையின் பாத்திரங்கள்தான் இடம்மாறி யிருக்கின்றன என்று அவருக்கு எப்படித் தெரிந்திருக்கும்? அதனால்தான் இப்படிப்பட்ட வேடிக்கையான முடிவுக்கு அவர் வந்திருக்கிறார்:

> **ஆய்வு முடிவுகள்:**
>
> *மேலே வழங்கப்பட்டிருக்கும் ஆதாரக் குறிப்புகளின் அடிப்படையில், திருமதி லவ்லீன் சிங்கும் திரு அம்ரிக் சிங்கும் Post - Traumatic Stress Disorder எனப்படும் 'பாதிப்புக்குப் பிந்தைய மன இறுக்க நோய்' காரணமாகப் பாதிக்கப்பட்டிருப்பது தெளிவாகத் தெரிகிறது. இந்த மன இறுக்கத்தின் அளவு இவர்கள் அனுபவித்த மோசமான சித்திரவதை, காலவரையற்ற சிறையடைப்பு, குடும்பத்திலிருந்து*

பிரிவு போன்றவற்றால் அதிகமாகியிருப்பது ஆய்வில் புலப்படுகிறது. இந்தியாவுக்குத் திரும்பினால் இச்சம்பவங்கள் மீண்டும் நிகழக்கூடும் எனப் பெரிதும் அஞ்சுகின்றனர். இவரைப் பழிவாங்குவதற்காகப் பலரும் வெளியே அலைந்துகொண்டிருப்பதும், இணையத்தில் பல்வேறு தளங்களில் வெறுப்பைப் பரப்பிக்கொண்டிருப்பதும் ஐயத்துக்கிடமில்லாத உண்மைகளே.

இவற்றைக் கருத்தில்கொண்டு, அம்ரிக் சிங் தம்பதிகளுக்கும் அவர்களுடைய குடும்பத்தினருக்கும் ஐக்கிய அமெரிக்க நாட்டில் பாதுகாப்பும் புகலிடமும் வழங்கலாம் என்றும் அதன்மூலம் இவர்கள் தமக்குச் சாத்தியமான இயல்பான வாழ்க்கையை வாழ முடியும் என்றும் நம்பிக்கைகொண்டு பரிந்துரை செய்கிறேன்.

இப்படியாக அம்ரிக் சிங் தம்பதிகள் கிட்டத்தட்ட தங்கள் நோக்கத்தை நிறைவேற்றிக்கொண்டார்கள் என்று தெரிகிறது. யு.எஸ்.ஸின் குடிமக்களாகச் சட்டபூர்வமாக அங்கீகரிக்கப்படுவதற்குச் சில மாதங்கள் முன்பாக அம்ரிக் சிங் தன்னையும் சுட்டுக்கொண்டு, மொத்தக் குடும்பத்தையும் சுட்டுக் கொன்றுவிட்டிருக்கிறான்.

என்ன அபத்தம் அது?

அது தற்கொலைதானா, வேறு ஏதாவதா?

மனைவி வாக்குமூலத்தில் குறிப்பிட்டிருக்கும் அவர்கள் வீட்டை காரில் கடந்துபோகும்போது கண்காணிக்கும் மனிதன் யார்? அவனுடன் இருக்கும் மற்றவர்கள் யார்?

இந்தக் கேள்விகளுக்கெல்லாம் இப்போது ஏதாவது அவசியம் இருக்கிறதா?

எனக்கு இல்லை.

இந்திய அரசுக்கும் இல்லை.

நிச்சயமாக கலிபோர்னியா காவல்துறைக்கும் இல்லை. அவர்களுக்கு வேறு எவ்வளவோ கவலைகள்.

அந்த மனைவியும் குழந்தைகளும்தான் பரிதாபமானவர்கள்.

என் வீட்டில் வாடகைக்கு இருக்கும் மேடம் எஸ். திலோத்தமா அவர்கள் எதற்காக இந்த ஆவணங்களை வைத்திருக்கிறாள்?

இப்போது எங்கேதான் போய்த்தொலைந்திருக்கிறாள்?

எனது தொலைபேசி ஒலிக்கிறது. இந்த எண் யாருக்கும் தெரியாது. வெளிஉலகைப் பொறுத்தவரை நான் மறுவாழ்வு முகாமில் இருக்கிறேன். அல்லது வேறு வார்த்தைகளில் சொன்னால் 'மேற்படிப்புக்கான விடுப்பில்' சென்றிருக்கிறேன். இப்போது இந்த எண்ணுக்குக் குறுந்தகவல் அனுப்புவது யார்? ஓ . . . தைரோகேர்.

அன்புள்ள வாடிக்கையாளரே, நாங்கள் நடத்தும் மருத்துவ முகாமில் தங்களைக் கலந்துகொள்ள அழைக்கிறோம்.

Vit D+B12, Sugar, Lipid, LFT, KFT, Thyroid, Iron, CBC, Urine test ரூ 1800/– மட்டும்.

அன்புள்ள தைரோகேர், இதைவிட நான் செத்துவிடலாம் என்று நினைக்கிறேன்.

கால்வாசி பாட்டிலை ஏற்கனவே குடித்துவிட்டிருந்தேன். தடைவிதிக்கப் பட்டிருந்த மதியத் தூக்கத்துக்கான நேரம் இது. வேலையில் இருப்பவர்கள் மதியம் தூங்கக்கூடாது. இந்த கார்துவைப் படுக்கையறைக்கு எடுத்துப் போகக்கூடாது. ஆனால் எடுத்துச் சென்றாக வேண்டும். இது வற்புறுத்துகிறது.

படுக்கையே இல்லை. தரையில் வெறும் பாய்தான் இருக்கிறது. புத்தகங்கள், நோட்டுப்புத்தகங்கள், அகராதிகள் ஒழுங்காக ஒன்றின்மேல் ஒன்றாகக் கோபுரங்களாக அடுக்கிவைக்கப்பட்டிருக்கின்றன.

நின்றவாக்கில் இருக்கும் உயரமான ஸ்டாண்டர்ட் விளக்கைப் போடுகிறேன். அந்த விளக்கின் அகலமான நிழல் மறைப்பில் ஒரு வண்ணக்காகிதம் ஒட்டப்பட்டிருக்கிறது. நினைவூட்டல் குறிப்பா? தனக்கான தகவலா?

'அவர்களுடைய மரணதண்டனையைப் பொறுத்தவரை, அதைப் பற்றி உங்களிடம் நான் சொல்லத்தான் வேண்டுமா? ஜூரிகளிட மிருந்து தனக்கு விதிக்கப்பட்ட மரண தண்டனையைக் கேட்டபோது அவன் ரீனிஷ் உச்சரிப்பில் மெதுவாக முனகிய 'அதையெல்லாம் ஏற்கனவே கடந்துவிட்டேன்' என்பதே அவர்கள் எல்லோருக்கும் உரித்தானதாக இருக்கும்'

ழான் ஜெனே

பி.கு. இந்த வெளிச்ச மறைப்பு ஏதோவொரு விலங்கின் தோலில் செய்யப்பட்டிருக்கிறது. கவனமாகப் பார்த்தீர்களென்றால் இதிலிருந்து ரோமங்கள் முளைத்திருப்பது தெரியும்.

நன்றி.

இந்த அறை ஏதோ ஒருவிதச் சிக்கல் தீர்த்தலைக் கண்டிருக்கிறது. மனிதன் ஒருவனின் சிக்கல் தீர்த்தலைக் காண்பது பயங்கரமானதாகத்தான் இருக்கக்கூடும். ஆனால் இந்த மனிதனா? இந்த அறையில் ஒரு அபாய விளிம்பு இருக்கிறது. குற்றம் நடந்த இடத்தில் விரவியிருக்கும் துப்பாக்கி வெடித்த மெலிதான கார நெடியைப்போல.

நான் ஜெனேவைப் படித்ததில்லை. படித்திருக்க வேண்டுமோ? நீங்கள்?

கார்து ஒரு நல்ல விஸ்கி, பயங்கர விலை. இதை மரியாதையோடு குடிக்க வேண்டும். நான் ஏற்கனவே கொஞ்சம் '*woozy*'யாகி விட்டேன். என் நண்பன் கோலக் '*woozy*' என்பான். ஒரிஸாவில் '*w*'வை விட்டுவிடுவார்கள்.

ο ο ο

கும்மிருட்டாக இருந்தது.

கனவில் கோபுரமாக அடுக்கப்பட்டிருந்த வாணலி மூடிகளும் திறந்திருந்த சாக்கடைத் துவாரங்களில் அடைக்கப்பட்டிருந்த விநோதமான பொருட்களும் – பெரும்பாலும் கோப்புகள், மூஸாவின் குதிரைச் சித்திரங்கள் – வந்தன. அப்புறம் எலும்புகளைப் போலிருந்த உலர்ந்த பனிக்கட்டித் துண்டுகள்.

விஸ்கியை யார் காலி செய்தது?

என் காரிலிருந்த வோட்காவையும் பியர் கூடையையும் இங்கே அபார்ட்மென்ட்டுக்கு யார் எடுத்து வந்தது?

யார் பகலை இரவாக்கியிருப்பது?

எவ்வளவு பகல்கள் எவ்வளவு இரவுகள் கடந்திருக்கின்றன?

வாசலில் யார்? யாரோ பூட்டைத் திறப்பது கேட்கிறது.

அவளா?

இல்லை. அவள் இல்லை.

இரண்டுபேர், மூன்று குரல்களுடன். விநோதம். அவர்கள் உள்ளே வந்து, தங்களுக்குச் சொந்தமான இடத்தைப்போல விளக்கைப் போடுகிறார்கள். இப்போது நன்றாக ஒருவரையொருவர் பார்க்கிறோம். கருப்புக் கண்ணாடி அணிந்த இளைஞனும் ஒரு வயதானவனும். வயதான பெண்மணி. ஆண். பெண் – ஆண். ஏதோவொன்று. பதான் சூட்டும், மலிவான பிளாஸ்டிக்கிலான நீர்புகாத கோட்டும் அணிந்த ஒருவிதக் கிறுக்கைப்போலக் காணப்படுவது ஆணா, பெண்ணா? மிக உயரம். சிவப்பான வாயும், பிரகாசமாகப் பளிச்சிடும் பற்களும். ஒருவேளை இன்னமும் கனவு கண்டுகொண்டிருக்கிறேன் போல. என் உணர்வுகள் ஒரே நேரத்தில் கூர்மையாகத் தீட்டப்பட்டும், மழுங்கியும் இருந்தன. சுற்றிலும் பாட்டில்கள் உருண்டிருந்தன. எங்கள் கால்களைச் சுற்றிலும், மேஜை நாற்காலிக்கு அடியிலும், திறந்திருந்த சாக்கடைத் துவாரங்களிலும்.

எங்களிடையே அதிகம் பேசிக்கொள்வதற்கு ஏதும் இல்லை என்பதாலும், நான் தள்ளாடிக்கொண்டிருந்ததாலும் – சோள வயலில் சோளக்கதிரைப்போல நான் ஆடிக்கொண்டிருந்ததை என்னால் உணர முடிந்தது – படுக்கையறைக்குச் சென்று படுத்தேன். இங்கே நான் செய்வதற்கு வேறு என்ன இருக்கிறது?

அவர்கள் என்னைப் பின்தொடர்ந்து வருகிறார்கள். இது கனவாக இருந்தாலும் அவர்கள் செய்கை அசாதாரணமாக இருந்தது. இது கனவேதானா. அந்தப் பெண் – ஆண் என்னிடம் இரண்டு குரல்களைப்போல ஒலிக்கும் குரலில் பேசுகிறாள். மிக அழகான உருதுவில் பேசுகிறாள். அவளுடைய பெயர் அஞ்சும் என்கிறாள். திலோத்தமாவின் சிநேகிதி என்கிறாள். இப்போது திலோத்தமா அவளோடுதான் வசிப்பதாகச் சொல்கிறாள். அவளும் அவளுடைய நண்பன் சதாம் ஹுசேனும் திலோவுக்கு அந்த அலமாரியில் உள்ள சில பொருட்கள் தேவைப்படுவதால்

இங்கே வந்திருப்பதாகச் சொல்கிறாள். நானும் திலோவின் நண்பன்தான் என்கிறேன். அவர்களுக்கு என்ன வேண்டுமோ, போய் எடுத்துக்கொள்ளலாம் என்கிறேன். அந்த இளைஞன் சாவி ஒன்றை எடுத்து அந்த அலமாரியைத் திறக்கிறான்.

அதிலிருந்து கும்பலாகப் பலூன்கள் வெளியே விழுந்து மிதக்கின்றன.

அந்த இளைஞன் ஒரு கோணிப்பையில் அவற்றை அடைக்கிறான். ரப்பர் வாத்து, குழந்தைகளின் காற்றடைத்த குளியல் தொட்டி, ஒரு பெரிய, துணி அடைத்த வரிக்குதிரை, சில போர்வைகள், புத்தகங்கள், கம்பளி உடைகள். எல்லாவற்றையும் கட்டிமுடித்துவிட்டு நான் பொறுமையாகக் காத்திருந்ததற்கு நன்றி தெரிவிக்கிறார்கள். திலோவிடம் ஏதாவது தகவல் தெரிவிக்க வேண்டுமா என்கிறார்கள். ஆம் என்கிறேன்.

அவளுடைய நோட்டுப் புத்தகத்திலிருந்து ஒரு பக்கத்தைக் கிழித்தெடுத்து **கார்ஸன் ஹோபர்ட்** என்று எழுதுகிறேன். நான் உத்தேசித்ததைவிட எழுத்துக்கள் பெரியதாக வந்துவிடுகின்றன. ஏதோ ஒரு வகையான பிரகடனம் போல. அந்தக் குறிப்பை அவர்களிடம் தருகிறேன்.

அவர்கள் வெளியேறுகின்றனர்.

சன்னலுக்குச் சென்று அவர்கள் கட்டடத்தை விட்டு வெளியே செல்வதைக் கவனிக்கிறேன். அவர்களில் ஒருவர் – அந்த வயதானவர் – ஆட்டோ ரிக்‌ஷாவில் ஏறிக்கொள்ள, மற்றவன், அதை எப்படிச் சொல்ல, என் பிள்ளைகள்மீது சத்தியம் வைத்துச் சொல்வேன், ஒரு குதிரை மீதேறிச் செல்கிறான். அந்த வெள்ளைப் புரவியின் முதுகில் மூட்டை நிறையத் துணியடைத்த பொம்மைகள். அவற்றோடு இரண்டு கிறுக்கு ஜென்மங்கள். பனிமூட்டத்தின் ஊடே நுழைந்து மறையும் வெண்புரவி.

என் மனம் கலைந்திருக்கிறது. நான் காணும் மாயத்தோற்றங்கள் உண்மையிலேயே பரிதாபத்துக்குரியவை. அவை உண்மையாகவும் இருக்கின்றன. என்னால் உணர முடிகிறது. கடைசியாக எப்போது சாப்பிட்டேன் என்று நினைவில் இல்லை. என் தொலைபேசி எங்கே? இப்போது நேரம் என்ன? இது பகலா இரவா?

திரும்பி அறையைப் பார்க்கிறேன். பலூன்கள் கைப்பேசியின் ஸ்க்ரீன் சேவரில் போல மிதந்துகொண்டிருக்கின்றன. அலமாரியின் கதவுகள் திறந்திருக்கின்றன. அந்தக் கதவின் உட்புறத்தில் ஏதோ அளவுக்குறிகள் இடப்பட்டிருப்பதைப்போலத் தெரிகிறது. நான் நின்றிருக்கும் இடத்திலிருந்து பார்க்கும்போது, ஏதோ அட்டவணைபோலத் தெரிகிறது . . . வளரும் குழந்தைகளின் உயரத்தை அவ்வப்போது பெற்றோர்கள் குறித்து வைப்பதைப் போல – நாங்களும் அனியாவும் ரபியாவும் வளரும்போது அவர்களை நிற்க வைத்து உயரத்தைக் குறித்துவைத்திருக்கிறோம். இவள் எந்தக் குழந்தையின் உயரத்தைக் குறித்துவைக்கிறாள் என்று வியக்கிறேன். அருகில் சென்று பார்க்கும்போது அதுவல்ல என்று தெரிகிறது. இந்த இடத்தில் குடும்பம், பாசம் சார்ந்த சம்பிரதாய விஷயங்கள் இருக்கலாமென்று எவ்வளவு எளிதாக அதற்குள் கற்பனை செய்துவிட்டேன்?

இது ஒருவகையான அகராதி. அரைகுறையாக, ஒழுங்கற்ற கையெழுத்தில் வெவ்வேறு நிறங்களில், இன்னும் எழுதி முடித்துவிடாத குறிப்புகள்:

Kashmiri-English Alphabet

A: Azadi/army/Allah/America/Attack/AK-47/Ammunition/Ambush/Aatankwadi/ Armed Forces Special Powers Act/ Area Domination/Al Badr/Al Mansoorian/ Al Jehad/Afghan/ Amarnath Yatra

B: BSF/body/blast/bullet/battalion/barbed wire/brust (burst) border cross/booby trap/bunker/byte/begaar (forced labour)

C: Cross-border/Crossfire/camp/civilian/curfew/Crackdown/ Cordon-and-Search/ CRPF/Checkpost/Counter-. insurgency/Ceasefire/Counter-Intelligence/Catch and Kill/Custodial Killing/Compensation/Cylinder (surrender)/ Concertina wire/Collaborator

D: Disappeared/Defence Spokesman/Double Cross/Double Agent/Disturbed Areas Act/Dead body

E: Encounter/EJK (extrajudicial killing)/Ex Gratia/Embedded journalists/ Elections/enforced disappearance

F: Funerals/Fidayeen/Foreign Militant/FIR (First Information Report)/Fake Encounter

G: Grenade Blast/Gunbattle/G Branch (General branch-BSF intelligence)/ Graveyard/Gun culture

H: HM (Hizb-ul-Mujahideen)/HRV (human rights violations)/HRA (human rights activist)/Hartal/Harkat-ul- Mujahideen/Honeymoon/Half-widows/ Half-orphans/ Human shields/Healing Touch/Hideout

I: Interrogation/India/Intelligence/Insurgent/ Informer/I-card/ISI/intercepts/ Ikhwan/Information Warfare/IB/Indefinite Curfew

J: Jail/Jamaat/JKP/JIC (Joint Interrogation Centre)/JKLF (Jammu & Kashmir Liberation Front)/jihad/jannat/ jahannum/Jamiat ul Mujahideen/Jaish-e-Mohammed

K: Kills/Kashmir/Kashmiriyat/Kalashnikov (see also AK) Kilo Force/Kafir

L: Lashkar-e-Taiba/LMG/Launcher/Love letter/Lahore/ Landmine

M: Mujahideen/Military/Mintree/Media/Mines/MPV (mine proof vehicle)/ Militant (also Milton, Mike)/Muslim Mujahideen/Mistaken Identity/Martyrs/ Mukhbir (Informer) Misfire (Accidental death)/Muskaan (army orphanage)/ Massacre/Mout/Moj

N: NGO/New Delhi/Nizam-e-Mustapha/Nabad (see also Ikhwan)/Night Patrolling/ NTR (Nothing To Report)/nail parade/normalcy

O: Occupation/Ops/OGW (overground worker)/overground/ official version/ Operation Tiger/Operation Sadbhavana

P: Pakistan/PSA (Public Security Act)/POTA (Prevention of Terrorism Act)/ Picked Up/Prima Facie/Peace/Police/Papa I, Papa II (interrogation centres)/ Psyops (psychological warfare) Pandits/Press Conference/Peace Process/ Paramilitary/PTSD (Post-Traumatic Stress Disorder)/Paar/press release

Q: Quran/Questioning

R: RR (Rashtriya Rifles)/Regular Army/rape/rigging/Road Opening Patrol/RDX/RAW/Renegades/RPG (rocket propelled grenade)/razor wire/referendum

S: Separatists/Surveillance/Spy/SOG/STF/Suspected/ Shaheed/Shohadda (martyrs)/Sources/Security/Sadbhavana (Goodwill/Surrender (aka cylinder)/SRO 43 (Special Relief Order-1 lakh)

T: Third Degree/Torture/Terrorist/tip-off/tourism/TADA (Terrorist and Disruptive Activities Act)/threats/target/task force

U: Unidentified gunmen/unidentified body/Ultras/ underground

V: violence/Victor Force/Village Defence Committee/Version (local/official/police/army)/victory

W: Warnings/wireless/waza/wazwaan

X: X gratia

Y: Yatra (Amarnath)

Z: Zulm (oppression)/Z plus Security

மூஸாவும் இல்லை, பின் யார் இந்தக் குப்பைகளை அவள் தலைக்குள் அடைத்துக்கொண்டிருப்பது?

எதற்காக இந்தப் பழங்கதைகளில் அவள் இன்னமும் உழன்று கொண்டிருக்கிறாள்?

எல்லோரும் கடந்து சென்றுவிட்டிருக்கின்றனர்.

அவளும் சென்றுவிட்டதாகத்தான் நினைக்கிறேன்.

அவள் படுக்கையில் நான் படுத்துக்கிடக்கிறேன.

என் தலை என்னைக் கொன்றுகொண்டிருக்கிறது.

அறை முழுக்கப் பலூன்கள்.

அவள் சம்பந்தப்படும்போதெல்லாம் நான் ஏன் எப்படிக் குழப்பத்தில் சிக்கிக்கொள்கிறேன்?

ஒரு பக்கத்தைக் கிழித்தெடுத்த நோட்டுப் புத்தகத்தைப் பிரித்துப் பார்க்கிறேன். முதல் பக்கத்தில் இப்படி எழுதியிருக்கிறது.

அன்புள்ள டாக்டர்,

இதை எழுதும்போது என் தலைக்கு மேல் தேவதைகள் மிதக்கின்றனர், கோழிக்கூண்டுக்கு அடியில் இருக்கும் வீச்சம்போல அவர்களுடைய சிறகுகள் நாற்றமடிக்கின்றன என்பதை அவர்களிடம் எப்படிச் சொல்வேன்?

உண்மையைச் சொல்லப்போனால் காபூல் விவகாரங்கள் இவற்றைவிட மிகவும் எளிமையானவையாக இருந்தன.

மேலும், அவள் ஏற்கனவே நான்கைந்து முறை இறந்திருந்ததால், அவளது மரணத்தைவிட அதிகத் தீவிரம் கொண்ட நாடகம் ஒன்று நிகழ அந்தக் குடியிருப்பு எஞ்சி இருந்தது.

– ழீன் ஜெனே

8

குடியிருப்பவள்

உடல் முழுக்கப் புள்ளிகளாக இருந்த அந்த ஆந்தைக் குஞ்சு தெரு விளக்கின்மீது உட்கார்ந்தபடி, ஒரு ஜப்பானிய வியாபாரியின் நாகரிகத்தோடு நேர்த்தியாகக் குனிந்து நிமிர்ந்தது. பொருட்கள் ஏதுமற்ற அச்சிறிய அறையின் சன்னல் வழியே கட்டிலில் இருந்த விநோதமான, வெற்றுப் பெண்ணை எதுவும் மறைக்காமல் அங்கிருந்து அதனால் பார்க்க முடிந்தது. அவளாலும் அந்த ஆந்தையை அறையிலிருந்து தெளிவாகப் பார்க்க முடிந்தது. சில இரவுகளில் அவளும் அதைப் பார்த்து குனிந்து நிமிர்ந்து, மோஷி, மோஷி என்பாள். அவளுக்குத் தெரிந்த ஒரே ஜப்பானியச் சொல்.

அறைக்குள் இருந்தாலும் அந்தச் சுவர்களிலிருந்து ஈவிரக்கமற்றக் கடும் வெப்பம் பரவிக்கொண்டிருந்தது. மெதுவாகச் சுற்றிக்கொண்டிருந்த மின்விசிறி அதன் இறக்கை களால் உஷ்ணக் காற்றை உலைவித்து, கங்குக்கரியான தூசுப் படலத்தை மடிப்பு மடிப்பாகக் கீழிறக்கிக்கொண்டிருந்தது.

அந்த அறையில் இதற்கு முன் ஏதோ கொண்டாட்டம் நிகழ்ந்ததன் அறிகுறிகள் இருந்தன. சன்னல் கம்பிகளில் கட்டப்பட்டிருந்த பலூன்கள் வெப்பத்தில் தளர்ந்து ஒன்றை யொன்று உரசிக்கொண்டிருந்தன. அறையின் நடுவிலிருந்த வர்ணமடித்த குள்ளமான ஸ்டூலில் பளிச்சென்ற நிறத்தில் ஸ்ட்ராபெர்ரி ஐசிங்கும், சர்க்கரைப் பூக்களும் அலங்கரித்த கேக்கில் செருகிவைத்திருந்த மெழுகுவத்தியின் திரி தீய்ந்திருந்தது. பக்கத்தில் ஒரு தீப்பெட்டியும் சில எரிந்த தீக்குச்சிகளும் இருந்தன. கேக்கின் மீது 'ஹேப்பி பர்த்டே மிஸ் ஜெபீன்' என்று எழுதியிருந்தது. ஏற்கனவே வெட்டப்பட்டு, ஒரு சின்ன விள்ளல் சாப்பிடப்பட்டிருந்த அந்த கேக்கின் ஐசிங் உருகி அடியில் சரிகைத்தாள் ஒட்டியிருந்த கார்ட்போர்டு மீது வழிந்திருந்தது. தம்மைவிட அளவில் பெரிதான கேக் துணுக்குகளைச் சுமந்துகொண்டு எறும்புகள் வரிசையில் ஊர்ந்துகொண்டிருந்தன. கறுப்பு எறும்புகளும் இளஞ்சிவப்புத் துணுக்குகளும்.

பிறந்த நாளையும் ஞானஸ்நானத்தையும் ஒரே நேரத்தில் கொண்டாடிய அந்தக் குழந்தை ஆழ்ந்த உறக்கத்தில் இருந்தது.

அந்தக் குழந்தையின் கடத்தல்காரி எஸ். திலோத்தமா தூங்காமல் ஆழ்ந்த யோசனையில் இருந்தாள். அந்தக் குழந்தையின் தலைமுடி வளர்வதை அவளால் கேட்க முடிந்தது. ஏதோ நொறுங்கிவிழுவதைப் போன்ற, எரிந்து உதிர்வதைப் போன்ற, மெல்லொலி. கரி. முறுகலாக வாட்டிய அடை. எரியும் பல்பின் சூட்டில் பொசுங்கிய அந்துப் பூச்சி. மனிதர்கள் இறந்த பிறகும்கூட அவர்களின் முடியும் நகங்களும் வளர்ந்துகொண்டிருக்கும் என்று எங்கோ படித்தது அவள் ஞாபகத்திற்கு வந்தது. நட்சத்திரங்கள் இறந்து பல ஆண்டுகள் கழித்தும் அவற்றின் ஒளி அண்டவெளியில் பயணித்துப் பூமியை அடைவதைப்போல. வாழ்கின்ற பூமியை மனிதர்கள் சூறையாடிச் சாகடித்த பின்பும் நொப்பும் நுரையுமாகக் கிளர்ந்து உயிர் இருப்பதைப் போலப் பாவனை காட்டும் நகரங்களைப்போல.

அவள் இரவு நேர நகரத்தை, இரவு நேர நகரங்களை நினைத்துப் பார்த்தாள். தேவையற்றவையென ஒதுக்கப்பட்டு வானிலிருந்து உதிர்ந்த பழைய நட்சத்திர மண்டலங்களைப் பூமியில் பாதைகளிலும் நெடிதுயர்ந்த கட்டடங்களிலும் திரும்பப் பொருத்திவைத்த வெளிச்ச அலங்காரங்கள். நிமிர்ந்து நேராக நடக்கக் கற்றுக்கொண்ட வண்டுகளால் ஆக்கிரமிக்கப்பட்ட நகரங்கள்.

அச்சுறுத்தும்படியான தோற்றமும் கூரான மீசையும் கொண்டிருந்த அந்தத் தத்துவ அறிஞரான வண்டு, புத்தகம் ஒன்றிலிருந்து உரக்க வாசித்தபடி வகுப்பெடுத்துக் கொண்டிருந்தார். அவருடைய ஞானம் செறிந்த வண்டு உதடுகளிலிருந்து உதிரும் ஒவ்வொரு சொல்லையும் ஆர்வமிக்க இளம் வண்டுகள் சிரமத்துடன் கிரகித்துக்கொண்டிருந்தனர். "'இரக்கம் என்பது ஒழுக்கவியலின் மையமாக ஆகக்கூடுமென்றால், துயரம் என்பது தொற்றாகப் பரவி, மகிழ்ச்சியென்பது சந்தேகத்துக்கு இலக்காகிவிடும்', என்றார் நீட்ஷே." இளவண்டுகள் தத்தமது சிறிய குறிப்பேடுகளில் வேகமாகக் கீறிக்கொண்டனர். "இரக்கம் என்பது தலையாய வண்டுப்பண்பாக இருக்க வேண்டும் என்றார் ஷோபன்ஹீர். இவர்களுக்கு வெகுகாலத்துக்கு முன்பே சாக்ரடீஸ் ஓர் அதிமுக்கிய வினாவை எழுப்பியிருந்தார்: நான் எதற்காக அறநெறியொழுக வேண்டும்?"

முதலாம் வண்டுலகப் பெரும்போரில் ஒரு காலை இழந்திருந்த இப்பேராசிரியர் கைத்தடி வைத்திருந்தார். மீதமிருந்த ஐந்தும் (கால்கள்) நல்ல நிலையில் இருந்தன. அவரது வகுப்புச் சுவரில் வண்ணத் தெளிப்பான் மூலம் இவ்வாறு எழுதப்பட்டிருந்தது.

தீய வண்டுகள் எப்போதும் தகுதி பெறும்

ஏற்கனவே கூட்டமாக இருந்த வகுப்பறைக்குள் மற்ற ஜீவராசிகள் கூட்டமும் நுழைந்தது.

மனிதத் தோலினால் ஆன கைப்பையுடன் முதலை

நல்ல நோக்கங்கள் கொண்டிருந்த வெட்டுக்கிளி

உண்ணாவிரதத்தில் இருக்கும் மீன்

கொடியுடன் நரி

கொள்கை அறிவிப்புடன் புழு

புதிய பழைமைவாதத் தவளைப்பல்லி(newt) ஒன்று

புனித உருவான உடும்பு ஒன்று

கம்யூனிசப் பசு ஒன்று

மாற்றுவகை கொண்ட ஆந்தை ஒன்று

தொலைக்காட்சிப் பல்லி ஒன்று. வணக்கம், உங்களை

வரவேற்கிறோம். நீங்கள் பார்த்துக்கொண்டிருப்பது

ஒன்பது மணிப் பல்லிச் செய்திகள். பல்லித் தீவைப்

பனிப்புயல் தாக்கியது.

அந்தக் குழந்தை ஏதோ ஒன்றின் ஆரம்பமாக இருந்தது. அந்தக் கடத்தல்காரிக்கு இதுமட்டும் தெரிந்திருந்தது. அவளுடைய எலும்புகள் இச்செய்தியை அந்த இரவில் (சம்பவம் நடந்த இரவு, தொடர்புடைய அந்த இரவு, முன் குறிப்பிட்ட அந்த இரவு என எல்லாமே இனி வரப்போகும் இடங்களில் வெறுமனே 'அந்த இரவு' என்றுதான் குறிப்பிடப்படும்) அவளிடம் கிசுகிசுத்தது. அவளுடைய எலும்புகள் உண்மையில் நம்பக்கூடிய தெரிவிப்பாளர்கள். அந்தக் குழந்தை 'திரும்பிவந்த மிஸ் ஜெபீன்.' திரும்பி வந்தது என்றால் அவளுக்கல்ல, (முதலாம் மிஸ் ஜெபீன் அவளுடையதாக எப்போதுமே இருக்கவில்லை) உலகுக்குத் திரும்பிவந்தது. இரண்டாம் மிஸ் ஜெபீன் பெரியவளாக வளர்ந்ததும் கணக்குகளை நேர்செய்து முடிக்கப்போகிறாள். மிஸ் ஜெபீன் திசைதிருப்பப்போகிறாள்.

தீய வண்டுலகுக்கு இன்னமும் நம்பிக்கை மிச்சமிருந்தது.

சந்தோஷப் பிரதேசம் வீழ்ந்துவிட்டிருக்கலாம், ஆனால் மிஸ் ஜெபீன் வந்துவிட்டாள்.

O O O

தன்னைவிட்டுப்பிரிவதற்கான ஒரேயொரு நல்ல காரணத்தைச் சொல்லுமாறு நாகா திலோவைக் கேட்டான். அவன் அவளை நேசிக்கவில்லையா? அக்கறையோடு இல்லையா? பரந்த மனப்பான்மையோடு இல்லையா? அவளைப் புரிந்துகொண்டு நடக்கவில்லையா? இப்போது எதற்காக இந்த முடிவு? அதுவும் இத்தனை வருடங்கள் கழித்து? பதினான்கு வருடங்களில் எவரும் எதிலிருந்தும் மீண்டு கடந்துவிட முடியுமே. அதாவது அவர்களுக்கு அதிலிருந்து மீண்டுவருவதற்குள் மனம் இருக்கும் பட்சத்தில். இதைவிட மோசமான அனுபவங்கள் எவ்வளவோ பேருக்கு நடந்திருக்கிறதே.

"ஓ *அதுவா*", என்றாள். "அதையெல்லாம் வெகுகாலத்துக்கு முன்பே கடந்துபோய்விட்டேன். இப்போது சந்தோஷமாக, இணக்கமாகவே இருக்கிறேன். கஷ்மீர் மக்களைப்போல, என் தேசத்தை நேசிக்கக் கற்றுக் கொண்டிருக்கிறேன். அடுத்த தேர்தலில் நான் வாக்களிப்பதற்குக்கூட வாய்ப்பிருக்கிறது."

அவன் அந்த விஷயத்தை மேலும் தொடராமல் தவிர்த்தான். ஆனால் ஒரு மனநல மருத்துவரைப் பார்ப்பதைக் குறித்து அவள் யோசிக்கலாம் என்றான்.

யோசித்தவுடன் அவளுக்குத் தொண்டை வலித்தது. மனநல மருத்துவரைப் பார்ப்பதைக் குறித்து யோசிக்காமல் இருக்க அது ஒரு நல்ல காரணமாக அமைந்தது.

நாகா இப்போதுட்வீட் கோட் அணியத் தொடங்கியிருந்தான். சுருட்டு புகைக்கத் தொடங்கியிருந்தான். அவனுடைய அப்பாவைப் போலவே. அவன் அம்மாவைப் போலவே வேலைக்காரர்களிடம் அதிகாரத் தோரணையில் பேசத்தொடங்கியிருந்தான். கரையான் எறும்புகளைக் கொறிப்பது, காதியில் அரையாடை உடுத்துவது, ரோலிங் ஸ்டோன்ஸ் எல்லாம் கடந்துபோன வாழ்க்கையின் மறந்துபோன கிளர்ச்சிக் கனவுகளாகியிருந்தன.

நாகாவின் அம்மா அவர்களுடைய மிகப்பெரிய வீட்டின் தரைத் தளத்தில் தனியாக வாழ்ந்துவந்தாள் (அவனுடைய அப்பா, அம்பாஸிடர் ஷிவசங்கர் ஹரிஹரன் காலமாகிவிட்டார்). திலோ போவதாக இருந்தால் போகட்டும் என்று நாகாவிடம் அறிவுரைத்தாள். "அவளால் தனியாகச் சமாளிக்க முடியாது. திரும்ப ஏற்றுக்கொள்ளும்படி உன்னிடம் வந்து கெஞ்சப் போகிறாள், பாரேன்," என்றாள். நாகாவுக்கு அப்படித் தோன்ற வில்லை. திலோவால் சமாளிக்க முடியும். அப்படியே முடியாவிட்டாலும் நிச்சயமாகக் கெஞ்சமாட்டாள். அவளாலோ, அவனாலோ கட்டுப்படுத்த முடியாத ஓர் அலையில் அவள் அடித்துச்செல்லப்படுவதாக அவனுக்குத் தோன்றியது. அவளது அமைதியற்ற தன்மையும், பாதுகாப்பற்ற நகர வீதிகளில் தன்னைக் கட்டுப்படுத்திக் கொள்ள முடியாமல் இலக்கின்றி அலைந்துகொண்டிருக்கும் அவள் இயல்பும் மனநலம் குலைந்திருப்பதன் ஆரம்ப அறிகுறிகளா அல்லது அழிவை நோக்கி இட்டுச்செல்லும் தீவிர மனத் தெளிவா என்று அவனால் சொல்ல முடியவில்லை. அல்லது இவை இரண்டும் ஒன்றேதானா?

அவளிடம் திடீரென்று ஏற்பட்டிருந்த அமைதியின்மைக்குக் காரணம் அவளுடைய தாயின் மரணமாகத்தான் இருக்கும் என்று நினைத்தான், அதுவே சற்று விநோதம்தான். ஏனென்றால் அவர்களுக்கிடையே அப்படியொன்றும் பாசப்பிணைப்பு இருந்திருக்கவில்லை. ஆனால் அவளுடைய தாய் மரணமடைவதற்கும் முன் கடைசி இரண்டு வாரங்கள் திலோ அந்த மருத்துவமனையில் அவளுக்குப் பக்கத்திலேயே இருந்தாள். அதைத் தவிர கடந்த பல வருடங்களில் அவளுடைய தாயைச் சென்று பார்த்தது ஒருசில முறைகளே இருக்கும்.

நாகா நினைத்தது ஒரு விதத்தில் சரி, மற்றொரு விதத்தில் தவறு. அவளுடைய தாயின் மரணம் (அவள் 2009ஆம் வருடம் குளிர்ப் பருவத்தில் இறந்தாள்) திலோவை ஒரு சிறையிலிருந்து விடுவித்திருந்தது. அவளோ அல்லது வேறு எவரோ உணர்ந்திராத சிறை. அதுவாகத் தன்னைத் திறந்துகொண்டு, ஒரு பிரத்தியேகமான, தனிநிலையான சுதந்திரத்தை

அளித்துவிட்டுச் சென்றிருக்கிறது. அவளது பருவ வயதில் தனக்கும் அவளுடைய தாய்க்கும் – அவளுடைய நிஜ செவிலித்தாய் – இடையே ஓர் இடைவெளியை உண்டாக்கிக்கொண்டு தன்னைச் சுருக்கிக்கொண்டிருந்தாள். இப்போது அதற்கு அவசியமில்லாமற் போனதும், உறைந்து போயிருந்த ஏதோவொன்று உருகி, பரிச்சயமில்லாத வேறு ஏதோவொன்று அதன் இடத்தை நிரப்பத் தொடங்கியது.

திலோவை வசியப்படுத்த நாகா மேற்கொண்ட முயற்சிகள் திட்டமிட்டபடி நடக்கவில்லை. அவளை மற்றப் பெண்களைப்போல எளிதாக வீழ்த்திவிடலாம் என்று நம்பியிருந்தான். அவனது ஆணவம் கலந்த அறிவையும், தவிர்க்க முடியாத கவர்ச்சியையும் கண்டு அவளும் மனதைப் பறிகொடுத்துவிடுவாள் என்ற அவனது நம்பிக்கை பொய்த்துப் போனது. ஆனால் திலோ அவனுக்குள் புகுந்து வியாபித்தாள். அவன் எண்ணங்களை விட்டுவிலகாத, கிட்டத்தட்ட ஒரு போதையாக மாறிப் போனாள். போதை என்றாலே அது தனக்கான நினைவூட்டல் குறிப்புகளைச் சிலவற்றில் வைத்திருக்கும் – நேசம் கொண்டவரின் சருமத்தில், வாசனையில், அவர்களின் விரல்களின் நீளத்தில். திலோவின் விஷயத்தில் அவள் சாய்வான கண்களில், அவள் வாயின் வடிவத்தில், அவள் உதடுகளின் ஒத்திசைவைச் சற்றே பாதிக்கிற, கிட்டத்தட்ட கண்ணுக்குப் புலப்படாத அந்த வடுவில், அவளுடைய எரிச்சலை அவள் கண்களுக்கு முன்பாகவே சற்று விரிந்து காட்டிவிடுகிற நாசித்துவாரங்களில் அது இருந்தது. அவள் தனது தோள்களை வைத்திருக்கும் விதத்தில். கழிவறையில் முழு நிர்வாணமாக அமர்ந்து சிகரெட் பிடிப்பதில். பல வருட மணவாழ்க்கையோ, இப்போது அவள் ஒன்றும் இளமையோடு இல்லை என்ற நிதர்சனமோ – வேறு எப்படியோ பாசாங்கு செய்துகொள்ள இதில் ஒன்றும் இல்லை – அவன் நினைப்பை மாற்றவில்லை. அதற்கு இவையெல்லாவற்றையும்விட வேறு பல காரணங்களும் இருந்தன. (அவனுடைய அம்மா எப்போதுமே தயக்கமின்றிச் சுட்டிக்காட்டுவதைப் போல, அவளுக்கென்று என்ன 'பொருள் மதிப்பு' இருக்கிறது என்ற கேள்வியை மீறி அவளிடமிருந்த) அந்தத் திமிர். அவள் வாழ்ந்துவந்த விதம். அவளுக்கென்றிருந்த ஒரு பிரத்தியேக தேசத்தில் அவள் மட்டும் வசித்துவந்த தனித்தன்மை. யாருக்கும் 'வீசா' வழங்காத, அயல்நாட்டுத் தூதரகங்கள் எதுவும் இல்லாத ஒரு தேசம்.

உண்மையில் அது எப்போதுமே நட்பு நாடாக இருந்ததில்லை. பிரச்சனைகள் எழாத நல்ல காலகட்டத்திலும்கூட. ஆனால் 'ஷிராஸ் சினிமா'வில் நிகழ்ந்த விபரீதங்களுக்குப் பிறகு அதன் எல்லைகள் அடைக்கப்பட்டு, கிட்டத்தட்ட முழுமையான தனிப்படுத்த ஆட்சிமுறை நடக்கத் தொடங்கிவிட்டது. நாகா திலோவை மணந்துகொண்டதற்குக் காரணம், அவனால் அவளை உண்மையில் நெருங்கவே முடியவில்லை என்பதால். அவனால் அவளை நெருங்கவே முடியாததால்தான் தன்னை விட்டு அவள் செல்வதையும் அவனால் ஏற்றுக்கொள்ள முடியவில்லை. (இது வேறொரு கேள்வியையும் எழுப்புகிறது. திலோ எதனால் நாகாவை மணந்துகொண்டாள்? பெருந்தன்மை மிக்க ஒருவர், அவளுக்கு ஒரு நிழல் தேவைப்பட்டது என்பார். அந்த அளவுக்குப் பெருந்தன்மை இல்லாத ஒருவர், அவள் தலைமறைவாக இருக்கவேண்டியிருந்தது என்பார்.)

அந்தக் கதையில் அவனது பங்கு சிறியதாகவே இருந்தாலும், நாகாவின் மனதில் ஷிராஸுக்கு 'முன்', ஷிராஸுக்குப் 'பின்' என்பது சில நேரங்களில் கி.மு., கி.பி., வின் நுட்பக் குறிப்பீட்டை அடைந்துவிடுகிறது.

O O O

தாச்சிகாமிலிருந்து பிப்லப் தாஸ்–கூஸ்–தா நள்ளிரவைத் தாண்டிய நேரத்தில் தொலைபேசியில் அழைத்த பிறகு, நாகா உடனடியாகச் செயல்பட்டான்: அடுத்த சில மணிநேரங்களில் பல்வேறு இடங்களுக்கு ரகசியமாகத் தொடர்புகொண்டு, ஆதூரஸிலிருந்து ஷிராஸ் செல்வதற்கான போதிய ஏற்பாடுகளைச் செய்துகொண்டான். ஊரடங்குச் சட்டம் அறிவிக்கப்பட்டிருந்தது. ஸ்ரீநகர் முற்றிலுமாக அடைக்கப்பட்டுவிட்டது. கடந்த வார இறுதியில் கொல்லப்பட்டிருந்தவர்களுக்கான இறுதி ஊர்வலம் அடுத்த நாள் காலை அந்த வீதிகளை நிரப்பப்போகிறது. கண்டவுடன் சுட உத்தரவும் போடப்பட்டிருந்தது. இரவு நேரத்தில் நகருக்குள் பயணம் செய்வது அநேகமாகச் சாத்தியமற்ற காரியம். ஒரு வண்டியையும், ஊரடங்கு அனுமதிச் சீட்டையும், சோதனைச் சாவடித் தவிர்ப்புச் சீட்டையும், ஷிராஸுக்கு நுழைவுச் சீட்டையும் நாகா ஏற்பாடு செய்து பெற்றுக்கொள்வதற்குள் கிட்டத்தட்ட விடிந்துவிட்டது.

அந்த முன்னாள் திரையரங்கில் ஒரு காலத்தில் டிக்கெட் கவுண்ட்டராக இருந்த இடத்துக்கருகில் இப்போது அமைக்கப்பட்டிருந்த காவல் சாவடியில் ஆர்டர்லி ஒருவன் இவனுக்காகக் காத்திருந்தான். மேஜர் சாஹிப்(அம்ரிக் சிங்) கிளம்பிவிட்டதாகவும், அவருடைய உதவியாளர் அவனை அவரது அலுவலகத்தில் சந்திப்பாரென்றும் தெரிவித்துவிட்டு, நாகாவை அக்கட்டடத்தின் பின்பக்கமாக அழைத்துச்சென்று, அவசரகாலப் படிக்கட்டுகள் வழியாக முதல் தளத்தில் தற்காலிகமாக அமைக்கப்பட்டிருந்த பாதி இருட்டு அறை ஒன்றுக்குள் அனுப்பினான். 'சாஹிப்' இன்னும் ஒரு நிமிடத்தில் வந்துவிடுவார் என்று அவனை உட்காரச் சொன்னான். நாகா அந்த அறைக்குள் நுழைந்தபோது அங்கிருந்த நாற்காலியில் நீண்ட அங்கியும், பலக்ளாவா என்ற கம்பளித் தலை மூடியும் அணிந்து, கதவுக்கு முதுகைக் காட்டியபடித் திரும்பி உட்கார்ந்திருந்த உருவம் திலோ என்பதை அறிந்திருக்கவில்லை. அவன் அவளைப் பார்த்தே பலகாலமாகி விட்டிருந்தது. அவள் திரும்பியபோது அவள் பார்வையைவிட அவனை அதிகமாக நிலைகுலையவைத்தது அவள் சிரிக்க முயன்று ஹலோ சொன்னதுதான். அவள் தகர்ந்துபோயிருப்பதன் அறிகுறி அது என்று அவனுக்கு உடனே புரிந்தது. அவள் அல்ல இது. புன்னகைத்து ஹலோ சொல்கிற பெண்ணாக ஒருபோதும் இருந்ததில்லை அவள். அவளுடைய நீண்டகால நண்பர்களுக்குத் தெரியும், அவள் உங்களைப் பார்த்துப் புன்னகைத்து ஹலோ சொல்லாமல் இருப்பது நெருக்கத்தின் மழுங்கலான அடையாளம் என்று. அவள் தலையை மூடும்படியாக பலக்ளாவா அணிந்திருந்ததால் 'ஹேர்கட்' என்று பிற்பாடு வர்ணிக்கப்பட்ட மொட்டைத்தலை அப்போது வெளியில் தெரியவில்லை. தென்னிந்தியர்கள் குளிருக்காக இப்படி மிகையாக எதையாவது தலையைச்சுற்றி அணிந்துகொள்வார்கள் என்றுதான் நாகாவும் முதலில் நினைத்துக் கொண்டான். (அவன் எப்போதுமே தென்னிந்தியர்களைப் பற்றியும்,

அவர்கள் அணியும் குரங்கு குல்லாக்கள் பற்றியும் கைவசம் நிறைய ஜோக்குகள் வைத்திருப்பது வழக்கம், அவனே பாதி–தென்னிந்தியன் என்பதால் யாரையும் புண்படுத்திவிடுவோமோ என்ற சங்கோஜமின்றி ஏற்ற இறக்கங்களோடு அந்த ஜோக்குகளை உதிர்ப்பான்.) திலோ அவனைப் பார்த்ததும் எழுந்து, கதவை நோக்கி வேகமாக வந்தாள்.

“நீயா! கார்ஸன் வருவான் என்று–”

“அவன்தான் கூப்பிட்டுச் சொன்னான். அவன் தாச்சிகாமில் கவர்னரோடு இருக்கிறான். நான் நல்லவேளையாக ஊரில் இருந்தேன். உனக்கு ஒன்றும் பிரச்சனை இல்லையே? மூஸா? அது . . .?”

அவள் தோளைச்சுற்றி அணைத்தான். உடம்புக்குள் ஏதோவொரு மோட்டார் ஓடுவதைப்போல அதிர்ந்துகொண்டிருந்தாள், நடுங்கிக் கொண்டிருக்கவில்லை. அவள் வாயின் ஓரத்தில் ஒரு துடிப்பு தெரிந்தது.

“நாம் இப்போது போகலாமா? கிளம்பலாம்தானே?”

நாகா பதிலளிப்பதற்கு முன், ஷிராஸ் சினிமா JICயின் டெபுடி கமாண்டெண்ட், அஷ்ஃபக் மீர், வலுவான கொலோன் நறுமணத்தைச் சுமந்தபடி உள்ளே வந்தார். நாகா, திலோவின் தோள்களிலிருந்து அவசரமாகக் கையை விலக்கிக்கொண்டான். ஒரு பெண்ணின் தோளை அணைத்துக் கொண்டிருந்தது ஒழுங்கீனமான செயலாகத் தெரிந்திருக்குமோவென்ற குற்றவுணர்வு அவனுக்கு ஏற்பட்டது. (கஷ்மீரில் அந்த நாட்களில் குற்றவுணர்வையும் குற்றமின்மையையும் ஏற்படுத்துபவற்றுக்கிடையே உள்ள வேறுபாடுகள் அவ்வளவு எளிதில் புலப்படுபவையாக இருக்கவில்லை.)

அஷ்பக் மீர் திடுக்கிடவைக்கும்படியாகக் குள்ளமாகவும், திடுக்கிட வைக்கும்படியாக வலுவான தோற்றமும், திடுக்கிடவைக்கும் படியாகப் பொதுவான கஷ்மீரிகளைவிட அதிக வெள்ளை நிறமும் கொண்டிருந்தார். அவருடைய செவிகளும் நாசித்துவாரங்களும் சிப்பியின் இளஞ்சிவப்பில் இருந்தன. கிட்டத்தட்ட உலோகப் பளபளப்பில் இருந்தார். அவருடைய காக்கிக் காற்சட்டை தகடாக இஸ்திரி செய்யப்பட்டு, பழுப்புக் காலணிகள் பாலீஷில் மின்ன, இடுப்பு பெல்ட்டின் கொக்கிகள் பளிச்சிட நேர்த்தியாகத் தோற்றமளித்தார். தலைமுடி ஜெல் உபயத்தில் பின்னோக்கிப் படிய வாரப்பட்டு அவரது வழவழப்பான நெற்றி துலங்கியது. பார்ப்பதற்கு அல்பேனியரைப் போலவோ, பால்கன் நாடுகளைச் சேர்ந்த இளம் ராணுவ அதிகாரி போலவோ இருந்தாலும், அவர் பேசுவது ஒரு முதிய கஷ்மீரப் படகு வீட்டுக்காரர் தனது வாடிக்கையாளரிடம் முகமன் கூறி வரவேற்றுப் பேசும் கஷ்மீர விருந்தோன்மைத் தன்மையைக் கொண்டிருந்தது.

“வர வேண்டும், ஐயா! வர வேண்டும்! வர வேண்டும்! இதை நான் சொல்லியே ஆக வேண்டும், நான் உங்களுடைய மிகப்பெரிய விசிறி, ஐயா! எங்களைப் போன்றவர்களைச் சரியான பாதையில் நடக்கவைப்பதற்கு உங்களைப் போன்றவர்கள் நிச்சயம் தேவை!” சிறுவனைப் போன்றிருந்த அவருடைய மலர்ந்த முகத்தில் முழுவதுமாகப் பரவிய அந்தப் புன்னகை பதக்கமாக மின்னியது. உண்மையாகவே பரவசத்தில் இருப்பவரைப் போல அவருடைய இளநீலக் கண்கள் வியப்பில் பிரகாசித்தன. நாகாவின் கையை இரு கைகளாலும் சேர்த்து வெகுநேரத்துக்கு அழுத்திப் பிடித்துக்

கொண்டிருந்தார். பின்பு அவருக்கான இருக்கைக்குச் சென்று அமர்ந்து கொண்டு, எதிரிலிருந்த நாற்காலியில் அவனை உட்காரச் சொல்லிச் சைகை காட்டினார். "நான் வருவதற்குச் சற்றுத் தாமதமாகிவிட்டது, மன்னிக்க வேண்டும். இரவு முழுக்க வெளியில் இருந்தேன். நகரத்தில் பதற்றம் நிலவுகிறது. நீங்கள் கேள்விப்பட்டிருப்பீர்கள். எதிர்ப்புகள், துப்பாக்கிச் சூடுகள், உயிர்ப்பலிகள், இறுதி ஊர்வலங்கள் ... நமது வழக்கமான ஸ்ரீநகர் ஸ்பெஷல், இப்போதுதான் திரும்பிவந்தேன். என்னுடைய CO சார் என்னை இங்கே வந்து மே'ம் அவர்களை உங்களிடம் ஒப்படைக்க வேண்டும் என்று சொன்னார்."

அவர் அவளை 'மே'ம்' என்று குறிப்பிட்டாலும், அந்த இடத்தில் திலோ இல்லவே இல்லாதது போலத்தான் நடந்துகொண்டிருந்தார். (அதனால் திலோவும் அந்த இடத்தில் தான் இல்லாதது போலவே நடந்து கொண்டிருந்தாள்.) அவளைப் பற்றிப் பேசும்போதுகூட அவளை நோக்கிப் பார்வையைத் திருப்பவில்லை. இது மரியாதைக்கான அடையாளமா, அவமரியாதைக்கான அடையாளமா அல்லது உள்ளூர் மரபா என்று தெளிவாகத் தெரியவில்லை.

அந்த அறையில் அன்றைய தினம் நடந்தவை எதுவும் அதிகம் புரிந்து கொள்ளக்கூடியதாக இருக்கவில்லை. அஷ்ஃபக் மீரின் நடவடிக்கை – அவருடைய நடத்தை, அவர் உள்ளே பிரவேசித்த விதம் – எல்லாமே கவனத்தோடு ஒத்திகைசெய்யப்பட்டவையாக இருக்க வேண்டும்; அல்லது அவர்களின் வழக்கமான நடவடிக்கைகளைச் சமயத்துக்குத் தகுந்தாற் போலச் சற்று மாற்றி நடந்துகொண்டதாக இருக்க வேண்டும். தெளிவற்றதாக இல்லாமலிருந்த ஒரே விஷயம் அவர் சிரித்துக்கொண்டே ஆர்ப்பாட்டமாக விருந்தோம்பியதற்குப் பின்னாலிருந்த அச்சுறுத்தல். 'மே'ம்' – அவர்களை சாரின் கையிலேயே ஒப்படைப்போம், ஆனால் சாரும், 'மே'மும் அஷ்ஃபக் மீர் அனுமதித்ததற்குப் பிறகுதான் இங்கிருந்து கிளம்ப முடியும். ஆனால் அவர், தனக்கிடப்பட்ட கட்டளையை ஓர் எளிய அன்பான ஏவலர் மிகவும் கனிவோடு நிறைவேற்றுவதைப்போலச் செயல்படுத்திக்கொண்டிருந்தார். உண்மையில் என்ன நடந்தது என்பதையோ, JIC யில் திலோ என்ன செய்துகொண்டிருந்தாள் என்பதையோ, அவள் எதற்காக 'ஒப்படைக்கப்பட வேண்டும்' என்பதையோ அவர் கொஞ்சமும் அறிந்திருக்காதவர்போலவே தன்னைக் காட்டிக் கொண்டிருந்தார்.

ஏதோ மிக மோசமாக நடந்திருக்கிறது என்பதை, வேறெதுவும் இல்லாவிட்டாலும், அந்த அறையில் நிலவிய (நடுங்கிக்கொண்டிருந்த) சூழலை வைத்தே ஊகிக்க முடிந்தது. ஆனால் அந்தச் செயலைச் செய்தது எது அல்லது யார் என்பதோ, யாருக்கு எதிராக அது செய்யப்பட்டது என்பதோ தெளிவாகத் தெரியவில்லை.

அஷ்ஃபக் மீர் அழைப்புமணியடித்து, விருந்தினர்களிடம் கேட்காமலேயே, தேநீரும் பிஸ்கட்டுகளும் கொண்டுவரும்படி உத்தரவிட்டார். அவை பரிமாறப்படும் நேரத்தில் நாகா அறையின் சுவரில் சட்டமிட்டு மாட்டப்பட்டிருந்த போஸ்டரின் வாசகங்களைக் கவனிப்பதை ஓரக்கண்ணால் அவரும் கவனித்துக்கொண்டிருந்தார்.

எங்களுக்கே உரித்தானவை
நாங்கள் பின்பற்றும் சட்டங்கள்
உக்கிரம் கொண்டவர் நாங்கள்
எந்த ரூபத்திலும் வந்து கொல்வோம்
எழுச்சிகளை அடக்குவோம்
சூறாவளிகளுடன் விளையாடுவோம்
உங்கள் உலகம் சரிதான்
சீருடை மாந்தர் நாங்கள்

"நாங்களே எழுதிய கவிதை..." அஷ்ஃபக் மீர் தலையைப் பின்னால் சாய்த்து வெடித்துச் சிரித்தார்

பரிமாறப்பட்ட தேநீரோ, வழங்கப்பட்ட நடத்தை விதிகளோ, அவரைத் தொணதொணக்க வைத்திருந்தது. அவருக்கெதிரே இருந்த விருந்தினர்களின் அமைதியின்மையை (அவர்களின் மௌனத்தையும்) பொருட்படுத்தாமல் அவருடைய கல்லூரித் தினங்கள், அவருடைய அரசியல், அவருடைய பணி என்று உற்சாகமாகப் பேசிக்கொண்டே இருந்தார். அவர் மாணவர் தலைவராக இருந்தாராம். அவரது தலைமுறையைச் சேர்ந்த பெரும்பாலான இளைஞர்களைப் போலவே அவரும் தீவிரமான பிரிவினைவாதியாக இருந்தாராம். 1990களின் தொடக்கத்தில் நிகழ்ந்த உயிர்ச்சேதங்கள், அவருடைய மைத்துனனையும் நெருக்கமான நண்பர்கள் ஐந்துபேரையும் இழந்தது போன்றவற்றிற்குப் பிறகு அவருக்கு ஞானம் பிறந்ததாம். ஆஸாதிக்காக நடத்தப்படும் கஷ்மீர் போராட்டம் அதன் திசையைத் தொலைத்துவிட்டது என்றும், 'சட்டத்தின் ஆட்சி' இல்லாமல் எதையும் சாதிக்க முடியாது என்றும் அவருக்கு இப்போது புரிந்துவிட்டதாம். ஆகவே அவர் ஜம்மு கஷ்மீர் காவல்துறையில் சேர்ந்து இப்போது SOG (Special Operation Group) சிறப்பு நடவடிக்கைக் குழுவில் இணைக்கப்பட்டிருக்கிறார். ஒரு பிஸ்கட்டைக் கட்டை விரலுக்கும் ஆட்காட்டி விரலுக்கும் இடையே பிடித்து உயர்த்தியபடி ஹபீப் ஜலீபின் கவிதை ஒன்றைச் சொல்லிக்காட்டினார். இந்தக் கவிதை அவர் மனம் மாறிய நேரத்தில் 'தானாக' அவரிடம் வந்து சேர்ந்ததாம்:

மொஹப்பத் கோலியான் சே போ ரஹே ஹோ
வதான் கா செஹரா கூன் சே தோ ரஹே ஹோ
குமான் தும் கோ கே ராஸ்தா கட் ரஹா ஹை
யக்கீன் முஜ்கோ கே மன்ஸில் கோ ரஹே ஹோ

அன்புக்குப் பதிலாகக் குண்டுகளை விதைக்கிறீர்கள்
நம் தாய்நாட்டைக் குருதியால் கழுவுகிறீர்கள்
அனைவரையும் வழிநடத்துவதாக நினைக்கிறீர்கள்
ஆனால் திசை தொலைத்து நிற்கிறீர்கள்

அவர்களுடைய எதிர்வினைக்காகக் காத்திருக்காமல், அவருடைய சொற்பொழிவுத் தொனியிலிருந்து சதிகாரத் தொனிக்கு மாறினார்:

"சரி ஆஸாதிக்குப் பிறகு? யாராவது அதைப்பற்றி யோசித்தார்களா? பெரும்பான்மை இனத்தவர் சிறுபான்மையினரை என்ன செய்வார்கள்? கஷ்மீர் பண்டிட்டுகள் ஏற்கனவே வெளியேறிவிட்டார்கள். முஸ்லிம் களாகிய நாங்கள் மட்டுமே எஞ்சியிருக்கிறோம். நாங்கள் ஒருவருக்கொருவர் என்ன செய்துகொள்வோம் தெரியுமா? ஸலாஃபிகள், பரேல்விகளை என்ன

செய்வார்கள்? ஷியாக்களை, சன்னிகள் என்ன செய்வார்கள்? ஒரு இந்துவைக் கொல்வதைவிட ஒரு ஷியாவைக் கொன்றால், அவர்கள் நிச்சயமாக ஜன்னத்துக்குச் செல்வார்கள் என்று சொல்லிக்கொண்டிருக்கிறார்கள். லடாக் பவுத்தர்களுக்கு என்ன ஆகும்? ஜம்மு இந்துக்களுக்கு? ஜே & கே வெறும் கஷ்மீர் மட்டும் அல்ல. இது ஜம்முவும் கஷ்மீரும் லடாக்கும். பிரிவினைவாதிகள் யாராவது இதை யோசித்துப் பார்த்தார்களா? இதற்கான விடை, நான் சொல்கிறேன், 'கூடவே கூடாது'."

அஷ்ஃபக் மீர் சொல்வதை நாகா ஒப்புக்கொண்டான். பெருங்குழப்ப நிலையிருந்து மெதுவாகச் சமாளித்து மேலெழத் தொடங்கியிருக்கும் ஆட்சி நிர்வாகம் எப்படிக் கவனத்துடன் இத்தகைய சுய சந்தேக விதைகளைத் தூவி வந்திருக்கிறது என்பது அவனுக்கு நன்றாகவே தெரியும். அஃப்ஷக் மீர் பேசுவதைக் கேட்பதென்பது பருவநிலை மாற்றத்தையும், பயிர்கள் முதிர்வதையும் கவனிப்பதைப் போலிருந்தது. அது நாகாவுக்குக் கணநேர மனவெழுச்சியைத் தூண்டி, எல்லாம் அறிந்த சர்வக்ஞனான கடவுளைப்போல உணரவைத்தது. அந்தச் சந்திப்பு சீக்கிரம் முடியாமல் நீடித்துவிடும்படி எதையும் செய்துவிடக்கூடாதென்று அவன் பேசாமல் அமைதி காத்தான். மேசைக்குப் பின்னாலிருந்த வெண்ணிறத் தகவல் பலகையில் பச்சைநிற மேஜிக் மார்க்கர் பேனாவால் 'தேடப்படும் அதிபயங்கரவாதிகள்' பட்டியல் – சுமார் இருபத்தைந்து பெயர்கள் – இருந்தது. தலையைத் திருப்பி அதைக் கவனத்துடன் படிப்பதைப்போலப் பாவனை செய்தான். பாதிக்கு மேற்பட்ட பெயர்களுக்குப் பக்கத்தில் (மரணம்) (மரணம்) (மரணம்).

"அவர்கள் எல்லோரும் பாகிஸ்தானியர்களும் ஆப்கானிஸ்தானியர்களும்," என்றார் அஷ்ஃபக் மீர் தலையைத் திருப்பாமல். நாகாவின் மேல் வைத்திருந்த பார்வையை எடுக்கவில்லை. "எல்லை கடந்து இங்கே வந்ததற்குப் பிறகு ஆறுமாதங்களுக்கும் மேல் அவர்கள் உயிரோடு இருப்பதில்லை. வருட இறுதிக்குள் அவர்கள் எல்லோருமே அழிக்கப்பட்டுவிடுவார்கள். ஆனால் கஷ்மீர் பையன்களை நாங்கள் கொல்வதில்லை. ஒருபோதும் கொல்லமாட்டோம். அவர்கள் மிகக் கொடூரமான பயங்கரவாதிகளாக இருந்தாலொழிய."

அந்த அப்பட்டமான பொய் எதிர்த்துக் கேள்வி கேட்கப்படாமல் அங்கேயே காற்றில் மிதந்துகொண்டிருந்தது. அதன் நோக்கமே அதுதான் – சூழலைப் பரிசோதிப்பது.

அஷ்ஃபக் மீர் நாகாவை அந்த வியப்புற்ற, இமைக்காத விழிகளால் தொடர்ந்து பார்த்தபடியே தேநீரை உறிஞ்சிக்கொண்டிருந்தார். திடீரென்று – அல்லது அவ்வளவு ஒன்றும் திடீரென்று இல்லாமல் – அவருக்கு ஓர் எண்ணம் தோன்றியது. "பயங்கரவாதி ஒருவனைப் பார்க்கிறீர்களா? காயமடைந்த ஒருவன் இப்போது என்னுடைய காவலில் இருக்கிறான். கஷ்மீரி. அவனை இங்கே அழைத்துவரச் சொல்லவா?"

அவர் மீண்டும் மணியை அடித்தார். அடுத்த நொடியே ஒருவன் வந்து, அவருடைய உத்தரவைப் பெற்றும் சென்றான், ஏதோ தேநீருடன் சேர்த்துக் கூடுதலாக பிஸ்கட் எடுத்துவர ஆர்டர் செய்ததைப்போல.

அஷ்ஃபக் மீர் குறும்பாகப் புன்னகைத்தார். "தயவு செய்து என் பாஸிடம் சொல்லிவிடாதீர்கள். அவர் திட்டுவார். இதைப்போன்ற விஷயங்களுக்கு இங்கே அனுமதி கிடையாது. ஆனால் உங்களுக்கும், 'மேம்'க்கும் இது சுவாரஸ்யமாக இருக்கும்."

புதிய பிஸ்கட்டுகளைக் கொண்டுவரும் நேரத்தில் அவர் மேஜை யிலிருந்த காகிதக் கட்டுகளைப் பிரித்து வேகவேகமாகக் கையெழுத்திட்டுக் கொண்டிருந்தார். கையெழுத்திடும் தோரணையில் ஒரு வெற்றி மிதப்பு தெரிந்தது. காகிதத்தில் பேனாவின் கீறல் ஒலி அமைதியைக் கூட்டிக் காட்டியது. அறையின் மூலையில் இருந்த நாற்காலியிலிருந்து திலோ எழுந்து நின்றாள். ஜன்னலுக்கு நகர்ந்து வெளியே பார்வையைச் செலுத்தினாள். வாகனங்கள் நிறுத்துமிடம் முழுக்க ராணுவ லாரிகள். அவளுக்கு அஷ்ஃபக் மீர் நடத்தும் நிகழ்ச்சியில் பார்வையாளராக இருக்க விருப்பமில்லை. அவள் நாற்காலியிலிருந்து எழுந்து ஜன்னலுக்குச் சென்று வெளியே வேடிக்கை பார்ப்பது ஒருவித எதிர்ப்பு. சிறைக்காவலருக்கு எதிராக ஒரு கைதியுடன் சேர்ந்துநிற்கும் ஒத்துணர்வு. ஒரு கைதியைக் கைதியாகவும், ஒரு சிறைக்காவலரைச் சிறைக்காவலராகவும் ஆக்கியிருக்கும் காரணங்களைப் பற்றிப் பொருட்படுத்தாத ஒத்துணர்வு.

அறையில் தனது இருப்பை, இன்மையாக்க முயன்று கொண்டிருந்தவ ளிடமிருந்து இப்போது அந்த இருப்பற்ற வடிவம் சூடேறி, இளகி வழிந்துகொண்டிருப்பதை அறையிலிருந்த அவ்விரண்டு ஆண்களும் வெவ்வேறு விதங்களில் கூர்மையாக உணர்ந்தனர்.

சில நிமிடங்கள் கழித்துப் பருமனான போலீஸ்காரர் ஒருவர், ஒரு மெலிந்த பையனை இரு கைகளாலும் தூக்கிக்கொண்டு உள்ளே வந்தார். அந்தப் பையனின் ஒரு காலில் தொடைவரை பேன்ட் சுருட்டிவிடப்பட்டிருந்தது. கெண்டைக்கால் சதை ஒட்டிப்போயிருக்க, கணுக்காலிலிருந்து முட்டிவரை எலும்பு முறிவுக்காகச் சிம்பு வைத்துக் கட்டுப் போடப்பட்டிருந்தது. அவன் கையில் மாவுக்கட்டும், கழுத்தில் பேண்டேஜும் இருந்தன. அவன் முகத்தில் வலியின் வேதனை இருந்தாலும், அந்தக் காவலர் அவனைத் தரையில் கிடத்தும்போது வலியில் முகம் சுளிக்கவில்லை.

வலியை வெளிக்காட்டிக் கொள்ளக்கூடாது என்பது அவன் தனக்குத்தானே ஏற்படுத்திக்கொண்ட தீர்மானம். ஒரு பரிபூரணமான, ஆதரவற்ற தோல்வியின் பிடியில் இருக்கும்போது அவன் வலிந்து உருவாக்கிக் கொண்ட விலகித் தனித்திருக்கும் எதிர்ப்பு. அதில் ஒரு கம்பீரம் இருந்தது. ஆனால் அதை யாரும் கவனிக்கத்தான் இல்லை. அவன் அசையாமல் கிடந்தான். அடிபட்ட பறவைபோல. பாதி அமர்ந்த, பாதி சாய்ந்த நிலையில் ஒரு கையை மட்டும் ஊன்றிக்கொண்டு, சன்னமாக மூச்சிரைக்க, தனக்குள்ளே பார்வையை வெறித்தபடி இருந்த அவனுடைய முகபாவம் எதையும் வெளிப்படுத்துவதாக இல்லை. அவன் இருந்த சூழலைப்பற்றியும், அறையிலிருந்தவர்கள் பற்றியும் எந்த ஆர்வமும் இல்லாமலிருந்தான்.

அறையில் இருப்பவர்களுக்கு முதுகைக் காட்டியபடித் திரும்பி நின்றிருந்த திலோவும் அதற்கு ஈடான விலகிய எதிர்ப்பில் அவனைப்பற்றி எந்த ஆர்வமும் காட்டாதிருந்தாள்.

அஷ்ஃபக் மீர் அவரது கவிதையைப் படித்த அதே சொற்பொழிவுத் தொனியில் அங்கு நிலவியிருந்த இறுக்கத்தை உடைத்தார். இப்போது அவர் பேசியதும் ஒருவகையில் சொற்பொழிவாகத்தான் இருந்தது:

“ஒரு ‘மில்டனின்’ அவர் ‘மில்டன்’ என்றது *militant* – பயங்கரவாதி – என்பதன் மரூஉ. சராசரி வயது பதினேழிலிருந்து இருபதுக்குள்தான் இருக்கும்,” என்று தொடங்கினார். “அவனுக்கு மூளைச்சலவை செய்து, நச்சு எண்ணங்களைப் போதித்து, கையில் ஒரு துப்பாக்கியும் கொடுத்து அனுப்பியிருப்பார்கள். அவர்களில் பெரும்பாலோர் ஏழ்மையான, கீழ்சாதியைச் சேர்ந்த பையன்களாகத்தான் இருப்பார்கள் – ஆம் – முஸ்லிம்களான எங்களிடமும் சாதி வேறுபாடு உண்டு என்று உங்களுக்குத் தெரியும்தானே. தங்களுக்கு என்ன தேவை என்பதையே அறியாமல் இருப்பவர்கள் அவர்கள். இந்தியா ரத்தம் சிந்த வேண்டும் என்பதற்காகவே பாகிஸ்தானால் பயன்படுத்தப்படுபவர்கள். அவர்களுடைய இந்தக் கொள்கையை நாங்கள் ‘குத்தி ரத்தம் பார்க்கும் உத்தி’ என்போம். இந்தப் பையனின் பெயர் அய்ஜாஸ். புல்வாமா அருகே ஆப்பிள் தோட்டத்தில் நாங்கள் மேற்கொண்ட ஒரு தாக்குதல் நடவடிக்கையில் இவனைப் பிடித்தோம். நீங்கள் இவனோடு பேசலாம். என்ன கேள்வி வேண்டுமானாலும் கேளுங்கள். இவன் புதிதாக ஆரம்பித்திருக்கும் லக்ஷர்–இ–தைபா என்ற இயக்கத்தில் இருந்தான். இவனுடைய கமாண்டர் அபு ஹம்ஸா, ஒரு பாகிஸ்தானி, அவனை இப்போது செயலிழக்கவைத்துவிட்டோம்.”

இந்த விளையாட்டு நாகாவுக்குப் புரிந்தது. கஷ்மீரின் விசேஷமான செலாவணியில் அவனிடம் ஒரு பேரம் முன்வைக்கப்படுகிறது. இப்போது புதிதாகக் கிளம்பியுள்ள ஒரு பயங்கர இயக்கத்தைச் சேர்ந்தவன் பிடிபட்டிருக்கிறான். உளவுத்துறைத் தகவல்களின்படி இவன் அந்த பயங்கர இயக்கத்தின் கொடூரச் செயல்களில் பங்கெடுத்திருப்பவன். அவனை ஒரு பேட்டி எடுத்து இப்போது வெளியிட்டால், அது இரவு நடந்த சமபவங்களுக்கு – திலோத்தமாவுக்கு என்ன நிகழ்ந்ததோ, என்னென்ன பயங்கரங்களை அவள் காண நேர்ந்ததோ – ஈடுகட்டுவதுபோல அமையும் என்பது இவர்களின் கணக்கு.

அஷ்ஃபக் மீர் அவருடைய வேட்டைப் பொருளிடம் நெருங்கி, காது கேட்காதவர்களிடம் பேசுகின்ற தொனியில் அவனிடம் கஷ்மீரி மொழியில் பேசினார்.

“*Yi chui* நாகராஜ ஹரிஹரன் சாஹிப். இந்தியாவிலிருந்து வந்திருக்கும் புகழ்பெற்ற பத்திகையாளர்.” (ராஜதுரோகம் என்பது கஷ்மீரில் ஓர் ஒட்டுவாரொட்டி – சிலநேரங்களில் விசுவாசிகளின் சொற்தேர்விலும் கூடத் தன்னிச்சையாக உள்ளே நுழைந்துவிடும்.) “இவர் எங்களுக்கெதிராக, வெளிப்படையாகவே எழுதுகிறார், இருந்தாலும் இவரை நாங்கள் மதிக்கிறோம், பாராட்டுகிறோம். ஜனநாயகம் என்பதற்கு இதுதான் அர்த்தம். ஒருநாள் உங்களுக்கும் இதெல்லாம் எவ்வளவு அழகான விஷயம் என்பது புரியும்.” இதன்பிறகு நாகாவை நோக்கித் திரும்பி ஆங்கிலத்தில் பேசத் தொடங்கினார் (அந்தப் பையனுக்கு ஆங்கிலம் புரியும், ஆனால் பேச வராது). “இங்கே வந்த பிறகு, எங்களை நன்றாகப் புரிந்துகொண்ட பிறகு, இந்தப் பையனுக்கு அவனுடைய தவறுகள் புரிந்துவிட்டன. இப்போது

எங்களை அவனுடைய குடும்பமாகப் பார்க்கிறான். அவனுடைய கடந்தகாலத்தைக் கைதுறந்துவிட்டான், அவனுக்குத் துர்ப்போதனை செய்தவர்களையும், அவனுடைய சகாக்களையும் கைவிட்டுவிட்டான். தன்னை அவர்களிடமிருந்து பாதுகாப்பதற்காக இரண்டு வருடங்களாவது காவலில் வைத்திருக்கும்படிக் கேட்கிறான். இவனுடைய பெற்றோர்களை இங்குவந்து பார்ப்பதற்கு அனுமதித்திருக்கிறோம். இன்னும் சிலநாட்களில் இவனைச் சிறைச்சாலைக்கு, நீதிமன்றக் காவலுக்கு, மாற்றிவிடுவோம். இவனைப்போல நிறையப் பையன்கள் எங்களுக்காக வேலை செய்யத் தயாராக இருக்கிறார்கள். நீங்கள் இவனோடு பேசலாம் – எதை வேண்டுமானாலும் கேளுங்கள். பிரச்சனையில்லை. இவன் சொல்வான்."

நாகா எதுவும் சொல்லவில்லை. திலோ சன்னலுக்கருகிலேயே இருந்தாள். வெளியே கடுங்குளிராக இருந்தது. காற்று டீசல் வாசனையோடு கடகடத்தது. கையில் குழந்தையை வைத்திருந்த ஓர் இளம்பெண்ணை ராணுவ வீரர்கள் லாரிகளுக்கும் நின்றிருக்கும் ராணுவ வீரர்களுக்கும் இடையில் புகுந்து அழைத்துச்செல்வதைப் பார்த்தாள். அவள் எதையோ திரும்பித் திரும்பிப் பார்த்துக்கொண்டேயிருந்தாள். பிரதான சாலையிலிருந்து அந்தச் சித்திரவதைக் கூடத்தைப் பிரித்துவைத்திருக்கும் இரும்பு முள் வேலியிலிருந்து உள்ளடங்கியிருந்த ஷிராஸின் உயரமான இரும்பு வாசலுக்கு வெளியே அவளை அந்த ராணுவவீரர்கள் அனுப்பிவிட்டுத் திரும்பினர். அவர்கள் விட்டுச்சென்ற இடத்திலேயே அந்தப் பெண் அசையாமல் நின்றிருந்தாள். ஒரு சிறிய, நம்பிக்கையிழந்த, பீதியுற்றிருந்த உருவம். எங்கும் தொடராத குறுக்குப்பாதை ஒன்றில் உறைந்திருக்கும் போக்குவரத்துத் தீவு.

ஒரு கணம் அந்த அறையிலிருந்த நிசப்தத்தில் சங்கடம் கூடியது.

"ஓ, அப்படியா, எனக்குப் புரிகிறது . . . நீங்கள் அவனோடு தனியாகப் பேச விரும்புகிறீர்கள்? நான் வெளியே போய்விடவா? ஒன்றும் சிக்கல் இல்லை. நான் போய்விடுகிறேன்." அஷ்ஃபக் மீர் மணியடித்தார். எட்டிப் பார்த்த ஆர்டர்லியிடம், "நான் வெளியே செல்கிறேன்," என்றதும் அவன் முகம் வியப்பில் மாறியது. "நாங்கள் வெளியே செல்கிறோம், வெளியறையில் இருக்கிறோம்."

வெளியே செல்வதற்குத் தனக்குத்தானே உத்தரவிட்டபடிக் கதவை மூடிக்கொண்டு அவர் வெளியேறுவதைச் சற்றுத்திரும்பி திலோ கவனித்தாள். கதவுக்கும் தரைக்கும் இடையிலிருந்த இடைவெளியில் அவரது பழுப்பு நிற ஷூக்கள் வெளிச்சத்தை மறைத்தபடி அடைத்துக்கொண்டிருப்பது அவளுக்குத் தெரிந்தது. அடுத்த சில நொடிகளுக்குள் ஒரு நீலநிறப் பிளாஸ்டிக் நாற்காலியைத் தூக்கிவந்த ஆள் ஒருவனோடு மீண்டும் உள்ளே வந்தார். தரையில் இருந்த அப்பையனுக்கெதிரே அந்த நாற்காலி போடப்பட்டது.

"தயவுசெய்து உட்காருங்கள் சார். இவன் பேசுவான். கவலைப்படாதீர்கள், இவன் உங்களைத் தாக்கமாட்டான். நான் இப்போது செல்கிறேன், ஓகே? நீங்கள் இவனோடு அந்தரங்கமாக உரையாடலாம்."

கதவை மூடிக்கொண்டு சென்றவர், உடனே உள்ளே வந்தார்.

“இவன் பெயரைச் சொல்ல மறந்துவிட்டேன். அய்ஜாஸ். இவனிடம் எது வேண்டுமானாலும் கேளுங்கள்” அவர் அய்ஜாஸைப் பார்த்தார். குரலின் தொனி கண்டிப்பானதாக மாறியது. “அவர் கேட்பதெற்கெல்லாம் பதில் சொல்ல வேண்டும். உருது பிரச்சனை இல்லை. நீ உருதுவில் பேசலாம்.”

அவன் நிமிர்ந்து பாராமல், “ஜி, சார்,” என்றான்.

“இவன் ஒரு கஷ்மீரி. நானும் ஒரு கஷ்மீரி. நாங்கள் சகோதரர்கள் – எங்களைப் பார்த்தாலே தெரியுமே! ஓகே. நான் கிளம்புகிறேன்.”

அஷ்ஃபக் மீர் மீண்டும் அறையைவிட்டுச் சென்றார். மீண்டும் அவரது காலணிகள் கதவுக்கு வெளியே அங்குமிங்கும் நடைபயின்று கொண்டிருந்தன

நாகா அந்த நாற்காலியைப் புறக்கணித்து, அந்தப் பையனுக்கெதிரே தரையில் சப்பணமிட்டு உட்கார்ந்தான். “உனக்கு ஏதாவது சொல்ல விருப்பமா?” என்று கேட்டான். “சொல்லவேண்டுமென்று கட்டாயம் இல்லை. இஷ்டமிருந்தால் சொல். நீ சொல்வதை நான் பதிவு செய்துகொள்வதும் கொள்ளாததும் உன் விருப்பம்.”

நாகாவின் பார்வையை அய்ஜாஸ் சற்று நேரம் நேராக எதிர் கொண்டான். அவனைக் காட்டிக்கொடுப்பவன் என்று வர்ணித்து இழிவுபடுத்தியதில் அவனுடைய உடல்வலி பின்னுக்குத் தள்ளப்பட்டிருந்தது. அவனுக்கு நாகா யாரென்று தெரியும். அவனுடைய முகத்தை இதற்குமுன் பார்த்திருக்காவிட்டாலும், அவனுடைய பெயர் போராளிகள் வட்டத்தில் நன்கு அறியப்பட்டிருந்தது. அவர்களுடன் ஒத்த சிந்தனையுள்ளவன் என்று சொல்லமுடியாவிட்டாலும், அச்சமின்றி எழுதக்கூடிய பத்திரிகையாளன் என்ற கருத்து இருந்தது. அவனைப் போன்றவர்களைச் சில போராளிகள் வேடிக்கையாக ‘மனிதாபிமான வலதுசாரி’ என்பார்கள். ராணுவம், போராளிகள் என்ற இருதரப்பிலும் நிகழ்த்தப்படும் வன்முறைகள், அத்துமீறல்களை வெளிப்படையாகவும் நேர்மையாகவும், ஆனால் சமமாகப் பாவித்தும் எழுதுபவர்கள். (நாகாவின் அரசியல் நகர்வு இன்னும் தெளிவான வடிவத்திற்கு வந்தடையவில்லை; அவனுடைய அடுத்த இலக்குக் குறித்து அவனுக்கும் தெளிவு ஏற்பட்டிருக்கவில்லை.) அய்ஜாஸுக்குத் தான் செய்ய வேண்டியதைப் பற்றி முடிவெடுக்க இன்னும் சில நொடிகளே இருக்கின்றன என்று புரிந்தது. கால்பந்தின் பெனால்டி ஷூட் அவுட்டில் ஒரு கோல் கீப்பரைப்போல இந்தப் பக்கமோ, அந்தப் பக்கமோ அவன் பாய்ந்தாக வேண்டும். அவன் இளைஞன் – அவன் அபாயம் நிறைந்த வழியைத் தேர்ந்தெடுத்தான். கஷ்மீரியத் தொனியிலிருந்த உருதுவில் நிதானமாகத் தெளிவாகப் பேசத் தொடங்கினான். அவனது தோற்றத்துக்கும் அவனது சொற்களுக்கும் இடையிலிருந்த முரண்பாடு, அவன் சொன்னவற்றில் இருந்த அதிர்ச்சிக்கு இணையாக இருந்தது

“நீங்கள் யாரென்று எனக்குத் தெரியும் சார். போராடும் மக்களுக்கு, சுதந்திரத்துக்காகவும் சுயகௌரவத்துக்காகவும் போராடும் மக்களுக்கு நாகராஜ் ஹரிஹரன் ஒரு நேர்மையான, உறுதியான பத்திரிகையாளர் என்று தெரியும். என்னைப்பற்றி நீங்கள் எழுதுவதாக இருந்தால் உண்மையாக

எழுத வேண்டும். அவர் – அஷ்ஃபக் சாஹிப் – சொன்ன உண்மையை அல்ல. இவர்கள் என்னைச் சித்திரவதை செய்தார்கள், இவர்கள் எனக்கு எலெக்ட்ரிக் ஷாக் கொடுத்தார்கள், வெற்றுக் காகிதத்தில் என்னைக் கையெழுத்துப் போடவைத்தார்கள். இங்கே எல்லோருக்கும் இவர்கள் இதைத்தான் செய்கிறார்கள். அந்தக் காகிதத்தில் அதன்பிறகு என்ன எழுதிக்கொண்டார்கள் என்று எனக்குத் தெரியாது. நான் சொன்னதாக என்னென்ன எழுதினார்களோ தெரியாது. உண்மை என்னவென்றால் நான் யாரையும் காட்டிக்கொடுக்கவில்லை. உண்மையில், என் பெற்றோர்களைவிட எனக்கு ஜிஹாத்தில் பயிற்சியளித்தவர்களை மேலாக மதிக்கிறேன். அவர்களோடு இணைந்துகொள்ள என்னை அவர்கள் கட்டாயப்படுத்தவேயில்லை. நான்தான் அவர்களைத் தேடிச் சென்றேன்."

திலோ திரும்பினாள்.

"நான் தங்க்மார்க்கில் ஒரு அரசுப்பள்ளியில் பன்னிரண்டாம் வகுப்பில் இருந்தேன். அவர்கள் என்னைச் சேர்த்துக்கொள்வதற்கு முழுசாக ஒரு வருடமானது. அவர்களுக்கு – லஷ்கர் – என்மீது சந்தேகம் இருந்தது. ஏனென்றால் என் குடும்பத்தில் யாரும் கொல்லப்படவோ சித்திரவதைப்படுத்தப்படவோ இல்லை, யாரையும் காணாமற்போக வைக்கவில்லை. நான் ஆஸாதிக்காகவும் இஸ்லாமுக்காகவும் சேர விரும்பினேன். என்னை அவர்கள் நம்புவதற்கு, என்னைப்பற்றி விசாரித்து, நான் ராணுவ ஏஜெண்ட்டா, நான் போராளியாகிவிட்டால் என் குடும்பத்தைக் காப்பாற்ற வேறு யாராவது இருக்கிறார்களா, அல்லது நான் ஒருவன்தான் சம்பாதிக்கக்கூடியவனா என்றெல்லாம் சோதித்துச் சேர்த்துக்கொள்வதற்கு ஒரு வருடம் எடுத்துக்கொண்டார்கள். அவர்கள் இதிலெல்லாம் மிகவும் கவனமாக இருப்பார்கள்."

நான்கு காவலர்கள் தட்டுகளில் ஆம்லெட்டுகள், ரொட்டி, கபாப்புகள், வெங்காயச் சீவல்கள், கேரட் துண்டுகள், மேலும் சில தேநீர்க் கோப்பைகளுடன் கதவை நெட்டித்தள்ளிக்கொண்டு வேகமாக உள்ளே வந்தனர். அஷ்ஃபக் மீர் குதிரை ரதத்தை ஓட்டிவருதைப்போல அவர்களுக்குப் பின்னால் ஆர்ப்பாட்டமாக வந்தார். அவரே உணவுத்தட்டு களில் பரிமாறினார். மிக நேர்த்தியாக கேரட் துண்டுகளைத் தட்டின் விளிம்பில் வைத்து, வெங்காயங்களை உள்ளே வைத்து, ஏதோ ராணுவ அணிவகுப்பு வரிசையை அமைப்பதுபோல அலங்கரித்தார். அறையில் அமைதி கவிழ்ந்தது. இரண்டே இரண்டு தட்டுகள் மட்டுமே இருந்தன. அய்ஜாஸ் தனது பார்வையை மீண்டும் தரைக்குத் தாழ்த்திக்கொண்டான். திலோ சன்னலுக்குத் திரும்பிக்கொண்டாள். லாரிகள் வந்தன, சென்றன. அந்தப் பெண் இன்னமும் சாலையின் நடுவில் நின்றுகொண்டிருந்தாள். வானம் இளஞ்சிவப்புச் சுடராகக் கொழுந்துவிட்டு எரிந்துகொண்டிருந்தது. தொலைவிலிருந்த மலைகள் வேற்றுலகைச் சேர்ந்தவை போன்ற மர்ம அழகுடன் பொலிந்தன. ஆனால் சுற்றுலாத்துறைக்கு இது இன்னுமொரு மோசமான வருடம்தான்.

"சாப்பிடுங்கள். எடுத்துக்கொள்ளுங்கள். உங்களுக்கு கபாப் பிடிக்குமா? இப்போது சாப்பிடுகிறீர்களா, பிறகா? ப்ளீஸ் . . . பேசிக்கொண்டிருங்கள். பிரச்சனை ஏதும் இல்லை. சரி, நான் கிளம்புகிறேன்." கடந்த பத்துநிமிடங்களில்

நான்காவது முறையாக அஷ்ஃபக் மீர் அறையை விட்டு வெளியேறிக் கதவுக்கு வெளியே நின்றுகொண்டார்.

அய்ஜாஸ் தன்னைப்பற்றிச் சொன்னதில் நாகா மகிழ்ந்திருந்தான். அதுவும் திலோவுக்கெதிரில் சொன்னது கூடுதல் சந்தோஷத்தை அளித்தது. தனது பிரதாபங்களை இன்னும் கொஞ்சம் காட்டிக்கொண்டான்.

"நீ எல்லை தாண்டிப் போயிருக்கிறாயா? பாகிஸ்தானில் பயிற்சி எடுத்திருக்கிறாயா?" அஷ்ஃபக் மீரின் காதில் விழும் தூரத்தில் இல்லை என்பதை உறுதி செய்துகொண்டு அய்ஜாஸிடம் கேட்டான்.

"இல்லை, நான் இங்குதான் பயிற்சி பெற்றேன். கஷ்மீரில். இங்கே எல்லா வசதிகளும் இருக்கின்றன. பயிற்சிக் கூடங்கள், ஆயுதங்கள்... எங்களுக்குத் தேவையான வெடிப்பொருட்களை ராணுவத்திடமிருந்து வாங்கிக்கொள்கிறோம். இருபது ரூபாய்க்கு ஒரு புல்லட், தொள்ளாயிரம் ரூபாய்க்கு ..."

"ராணுவத்திடமிருந்தா?"

"ஆம். அவர்களுக்கு இங்கே போர் முடிவுக்கு வருவதில் விருப்பமில்லை. அவர்களுக்குக் கஷ்மீரை விட்டுப் போவதில் விருப்பமில்லை. இங்கே நிலவும் சூழல் அவர்களுக்கு மிகவும் உகந்ததாக இருக்கிறது. கஷ்மீர் இளைஞர்களின் உடல்களை வைத்து எல்லாத் தரப்பிலும் பணம் சம்பாதித்துக்கொண்டிருக்கிறார்கள். இங்கே நடந்த பல கையெறி குண்டுத் தாக்குதல்களும் படுகொலைகளும் அவர்களால் நடத்தப்பட்டவை."

"நீ ஒரு கஷ்மீரி. எதற்காக ஹிஜிப்பையோ ஜேகேஎல்எஃப்பையோ விடுத்து லஷ்கரிடம் சென்றாய்?"

"காரணம் என்னவென்றால், ஹிஜிப்கூட சில குறிப்பிட்ட கஷ்மீரின் அரசியல் தலைவர்கள்மீது மதிப்பு வைத்திருந்ததுதான். லஷ்கர் இந்தத் தலைவர்கள் யார்மீதும் மதிப்பு வைத்திருக்கவில்லை. எனக்கும் எந்தத் தலைவர் மீதும் மதிப்பு இல்லை. அவர்கள் எங்களை ஏமாற்றியிருக்கிறார்கள், துரோகம் இழைத்திருக்கிறார்கள். கஷ்மீரிகளின் பிணங்களை வைத்து அவர்களுடைய அரசியலை வளர்த்துக்கொண்டிருக்கிறார்கள். அவர்களிடம் எந்தத் திட்டமும் இல்லை. நான் லஷ்கரில் சேர்ந்ததற்குக் காரணம், என் உயிரைக் கொடுப்பதற்காகத்தான். நான் செத்துப்போயிருக்க வேண்டும். என்னை உயிரோடு பிடிப்பார்கள் என்று நினைக்கவேயில்லை."

"முதலில் – நீ சாவதற்கு முன்னால் – யாரையாவது கொல்லப் போகிறாயா?"

அய்ஜாஸ், நாகாவின் கண்களுக்குள் உற்றுப் பார்த்தான்

"ஆம். என் மக்களைக் கொன்றவர்களை நான் கொல்லப்போகிறேன். அது தப்பா? நீங்கள் அப்படியே எழுதிக்கொள்ளலாம்."

அஷ்ஃபக் மீர் வாய்கொள்ளாமல் புன்னகைத்தபடி உள்ளே நுழைந்தார். ஆனால் அவருடைய கண்கள் சிரிக்காமல் ஒவ்வொருவர்மீதும் பதிந்து,

அவர்களுக்கிடையே என்ன பரிமாறப்பட்டிருக்கும் என்ற யோசனையோடு விலகின.

"போதுமா? சந்தோஷமா? இவன் ஒத்துழைத்தானா? அச்சில் வெளிவருவதற்கும் முன் அவன் உங்களிடம் சொன்ன தகவல்களை என்னிடம் சரிபார்த்துக்கொள்ளலாம். என்ன இருந்தாலும் இவன் ஒரு பயங்கரவாதி, இல்லையா. என் பயங்கரவாதிச் சகோதரன்."

மீண்டும் ஒருமுறை அவர் சதித்தனமாகப் புன்னகைத்துச் சந்தோஷத்துடன் மணியடித்தார். அந்தப் பருமனான காவலர் வந்து, அய்ஜாஸை அள்ளித் தூக்கிக்கொண்டு வெளியேறினார்.

அந்த மிகப்பெரிய தட்டில் வைக்கப்பட்டிருந்த நொறுக்குத் தீனிகள் எடுத்துச்செல்லப்பட்டன. நாகாவும் திலோவும் கிளம்புவதற்கு இன்முகத்தோடு (ஆனால் மௌனமாக) அனுமதி வழங்கப்பட்டது. தட்டில் இருந்த உணவுப்பொருட்களில் ஒன்றுகூடத் தீண்டப்படாமல், ராணுவ அணிவகுப்பு கலைக்கப்படாமல் இருந்தது.

ஆதூரஸுக்கு அவர்களை ஏற்றிச்சென்ற அந்தக் கவச வண்டியான 'ஜிப்சி'யின் சன்னல்கள் அனைத்தும் அடைக்கப்பட்டிருக்க, பின்னிருக்கையில் அமர்ந்திருந்த நாகா, திலோவின் கையை எடுத்துத் தன்பால் வைத்துக் கொண்டான். திலோவும் அவன் கையைப் பற்றிக்கொண்டாள். இந்தத் தற்காலிகப் பரிவுப் பரிமாற்றம் நிகழ்ந்துகொண்டிருந்த சூழலைப் பற்றிய பிரக்ஞையுடன்தான் அவன் இருந்தான். அவளுடைய சருமத்துக்கு அடியிலிருந்த நடுக்கத்தை, ஓடிக்கொண்டிருந்த மோட்டார் இயந்திரத்தை அவனால் உணர முடிந்தது. இருந்தாலும், உலகத்தில் இருக்கும் பெண்கள் எல்லோரையும்விட இந்தப் பெண்ணின் கையை ஏந்திக்கொண்டிருப்பது வர்ணிக்கமுடியாத அளவுக்கு அவனை மகிழ்ச்சிக்குள்ளாக்கியது.

அந்த ஜீப்பின் உள்ளே இருந்த நெடி திணறவைப்பதாக இருந்தது– துருப்பிடித்த இரும்பு, வெடிமருந்து, ஹேர் ஆயில், பயம், நம்பிக்கைத் துரோகம் எல்லாம் கலந்த ஒரு கதம்பமான வாசனை. வழக்கமாக இந்த வண்டியில் பயணம் செல்பவர்கள் 'பூனைகள்' என்றழைக்கப்படும் மாறுவேட ஒற்றர்கள். தேடுதல் வேட்டையின்போது சுற்றிவளைக்கப் பட்டிருக்கும் பகுதியில் உள்ள வளர்ந்த ஆண்கள் அனைவரையும் வரிசை யாக அந்த ஜிப்சி வண்டிக்கு முன்னால் அணிவகுத்துச் செல்லவைப்பார்கள். அந்தக் கவச வண்டி கஷ்மீர் பள்ளத்தாக்கில் எங்கெங்கும் நீக்கமற நிறைந்திருக்கும் ஒரு பயங்கரச்சின்னம். அந்த இரும்புக் கூண்டுக்குள் மறைந்திருக்கும் 'பூனை' அந்த அணிவரிசையை நோட்டமிடுவான். எந்தவொருவனையாவது பார்த்தவுடன் அவன் தலையசைத்தாலோ, கண்சிமிட்டிக் காட்டினாலோ, அந்த ஆளை வரிசையிலிருந்து பிரித்தெடுத்துத் தனியே கொண்டுசெல்வார்கள். பிறகு அவன் சித்திரவதைக்குள்ளாக்கப் படுவான், 'காணாமற்போய்விடுவான்', அல்லது பிணமாகக் கிடப்பான். நாகாவுக்கு இதெல்லாமும் தெரியும், ஆனாலும் இது எதுவுமே அவனுடைய பரவச மனநிலையைக் குலைப்பதாக இருக்கவில்லை.

பெருமகிழ்வின் பேரவை

கோபித்திருந்த நகரம் முழுவிழிப்பில் இருந்தாலும் தூங்குவதுபோல நடித்துக்கொண்டிருந்தது. காலியான தெருக்களும் மூடப்பட்ட அங்காடிகளும் கடைகளும் பூட்டியிருந்த வீடுகளும் ஜீப்பின் சாளரப்பிளவுக்கு வெளியே விரைந்து மறைந்தன. இந்தச் சல்லடைச் சன்னல்களை உள்ளூர்வாசிகள் 'மரணச் சன்னல்கள்' என்பார்கள், இவற்றின் வழியே வழக்கமாக ராணுவவீரர்களின் துப்பாக்கிகள் நீட்டிக்கொண்டிருக்கும், அல்லது 'பூனை'களின் கண்கள் பார்த்துக்கொண்டிருக்கும் என்பதால். தெருநாய்கள் கரடிக்குட்டிகளைப் போலத் தலையைக் குனிந்தபடி, வரப்போகும் குளிர்காலத்துக்காகத் தோலைச் சுருக்கிக்கொண்டு அலைந்துகொண்டிருந்தன. துப்பாக்கி விசையில் விரல்பதித்து அதீத எச்சரிக்கையோடு சுற்றிக்கொண்டிருந்த ராணுவ வீரர்களைத் தவிர மனிதர் எவரும் கண்ணில் படவில்லை. அடுத்த நாள் மதியம் ஊரடங்கு உத்தரவு விலக்கப்பட்டுச் சிலமணி நேரங்களுக்கு நகரத்தை மீட்டெடுத்துக் கொள்ள மக்களுக்கு அனுமதி வழங்கப்படப்போகிறது. அவர்களும் தமது வீடுகளிலிருந்து வெளிப்போந்து, ஆயிரக்கணக்கில் மயானத்தை நோக்கித் துக்கத்துடனும் கோபத்துடனும் செல்லப் போகின்றனர். அவர்களிடமிருந்து வரவழைக்கப்படும் துக்கமும் கோபமும்கூட ராணுவ மேலாண்மையின் யுத்த தந்திரங்களில் ஒன்று என்று அவர்களுக்குத் தெரியாது.

திலோ ஏதாவது பேசுவாள் என்று நாகா காத்திருந்தான். அவள் எதுவும் பேசவில்லை. அவன் பேச முற்பட்டபோது, அவள் குறுக்கிட்டு, "ப்ளீஸ் . . . நாம் . . . எதுவும் பேசாமல் . . . வர முடியுமா?"

"அதற்கில்லை . . . கார்ஸன் சொன்னான், அவர்கள் யாரோ ஒருவனை கமாண்டர் குல்ரெஸ் என்று கொன்றுவிட்டதாக . . . அவர்கள் நினைக்கிறார்கள், அப்படி நினைப்பது யாரென்று எனக்குத் தெரியவில்லை... கார்ஸன் நினைக்கிறான் ... அல்லது அவனிடம் அவர்கள் அப்படி சொல்லியிருக்கலாம் . . . அது மூஸா என்று. அது அவனா? அது மட்டும்தான் தெரிய வேண்டும். அதை மட்டும் சொல்."

ஒரு கணம் அவள் பதிலேதும் அளிக்கவில்லை. பிறகு திரும்பி அவனை நேராகப் பார்த்தாள். உடைந்த கண்ணாடியாக இருந்தன அவள் விழிகள்.

"அப்படிச் சொல்லச் சாத்தியமில்லை."

அவன் பஞ்சாப் கலவரங்களின்போது செய்தி சேகரிக்கையில் விசாரணை மையங்களிலிருந்து வெளியே கொண்டுவரப்படும் உடல்களைப் பார்த்திருக்கிறான். எனவே அவள் சொன்னது அவனது சந்தேகத்தை உறுதிசெய்வதாக நினைத்துக்கொண்டான். அப்படி நிகழ்ந்திருந்தால் அந்த வேதனையிலிருந்து அவள் சமாளித்து வெளியே வருவதற்குச் சில காலமாகும். அதுவரை அவன் காத்திருக்கத் தயாராக இருந்தான். அவனுக்கு நடந்த விஷயங்கள் அனைத்தும் தெரிந்திருப்பதாக நினைத்தான். அதாவது அவனுக்கு உண்மையில் தேவைப்படுகிற அளவுக்கு. திலோவின் தற்போதைய வேதனை தனக்கு உன்னதமான மகிழ்ச்சியை அளிப்பதற்காகத் தன்னைத்தானே மன்னித்துக்கொண்டான்.

நாகாவின் கேள்விக்குத் திலோ அளித்த பதில் ஒன்றும் அப்பட்டமான பொய் அல்ல. ஆனால் நிச்சயமாக உண்மையும் அல்ல. உண்மை

என்னவென்றால், அவள் பார்த்தபோது அந்த உடல் இருந்த நிலையை வைத்துச் சொல்வதென்றால், அது யாரென்று அவளுக்குத் தெரியாமல் இருந்திருக்குமென்றால், உறுதிப்படுத்தச் சாத்தியம் இல்லைதான். ஆனால் அது யாரென்று அவளுக்குத் தெரியும். அது மூஸா இல்லையென்று மிக நன்றாகவே தெரியும்.

அந்த உண்மையற்ற, அல்லது பாதி உண்மையான, அல்லது பத்தில் ஒரு பங்கு உண்மையான (அல்லது உண்மையின் எந்த வீதத்தைக் கொண்டிருந்தாலும்) விஷயத்துக்குப் பிறகு, தடுப்புகள் ஏற்படுத்தப் பட்டன: அயல்நாட்டுத் தூதரகங்கள் எதுவுமில்லாத நாட்டின் எல்லைப் பகுதிஅடைக்கப்பட்டது. ஷிராஸ் சம்பவங்கள் முடிந்துபோன விஷயமாக மூடிவைக்கப்பட்டது.

அவர்கள் தில்லிக்குத் திரும்பியதும், திலோ அவளது நிஜாமுதீன் பாஸ்தியில் இருந்த – நாகாவின் அபிப்பிராயத்தில் – அந்த 'ஸ்டோர் ரூமில்' தனியாக வசிக்கும் நிலையில் இல்லையென்பதால் அவனுடைய பெற்றோர்களின் வீட்டு மொட்டைமாடியில் இருந்த அவனுடைய சிறிய அறையில் தங்கிக்கொள்ளுமாறு அழைத்தான். அவளுடைய 'ஹேர்கட்டை' கடைசியில் ஒருவழியாகப் பார்த்தபோது அது அவளுக்கு மிகவும் பொருத்தமாக இருப்பதாகவும், அதைச் செய்தவர் யாராக இருந்தாலும் அவர் ஒரு சிகையலங்கார நிபுணராக வேண்டும் என்றும் சொன்னான். அது அவளைப் புன்னகைக்க வைத்தது.

சில வாரங்கள் கழித்து அவள் தன்னைத் திருமணம் செய்துகொள்வாளா என்று கேட்டான். அவள் ஒப்புக்கொண்டது அவனுக்குப் பெருமகிழ்ச்சி யளித்தது. விரைவிலேயே, அவனுடைய பெற்றோர்களின் அதிர்ச்சிக்கும், அதிருப்திக்கும் இடையில், அந்தத் திருமணம் நிச்சயிக்கப்பட்டது. 1996ஆம் ஆண்டு கிறிஸ்துமஸ் தினத்தன்று அவர்கள் திருமணம் நடந்தது.

திலோவுக்குத் தலைமறைவுதான் தேவைப்பட்டிருந்ததென்றால், இதைவிட நல்ல தேர்வு இருந்திருக்க முடியாது. அயல்நாட்டுத் தூதர் ஷிவஷங்கர் ஹரிஹரனின் மருமகள். இருக்கவேண்டிய முகவரி: வெளியுறவு அதிகாரிகள் குடியிருப்பு.

அந்த வாழ்க்கையைப் பதினான்கு வருடங்களுக்கு அவள் இழுத்துப் பிடித்துக்கொண்டிருந்தாள். அதன்பிறகு திடீரென்று அவளால் முடியாமற் போயிற்று. அது எதனால் ஏற்பட்டதென்பதற்குப் பல விளக்கங்கள் கைவசம் இருந்தன. அவற்றில் முதன்மையானது களைப்பு. அவள் இருக்கக்கூடாததொரு முகவரியில், அவளுக்கான வாழ்க்கையாக இல்லாத ஒரு வாழ்க்கையை வாழ்ந்துகொண்டிருப்பது அவளுக்குச் சோர்வை அளித்தது. விநோதமாக, அந்த விலகல் ஆரம்பித்த காலத்தில் அவள் வேறெப்போதையும் விட நாகாவின் மேல் அதிகமான பிரியத்தோடு இருந்தாள். அவள் களைப்புற்றிருந்தது அவளால்தான். அவளுக்கென்றிருந்த ரகசிய உலகங்களை ரகசியமாக வைத்திருக்கும் திறமையை அவள் இழந்துவிட்டிருந்தாள் – புத்திசுவாதீனத்தோடு இருப்பதற்கான ஆதார அம்சமே இந்தத் திறமைதான் என்று பலராலும் கருதப்படுகிறது. சந்திப்

போக்குவரத்து விளக்குகளை நம்பி அவள் தலைக்குள்ளிருந்த போக்குவரத்து ஸ்தம்பித்து நின்றுவிட்டதைப் போலிருந்தது. அதன் விளைவு ஓயாத இரைச்சலும், சில மோசமான விபத்துகளும், கடைசியில் போக்குவரத்து அடைப்பும்.

இப்போது திரும்பிப் பார்க்கும்போது நாகாவுக்கு, தன் உள் மனதில் ஒரு பயம் இருந்துகொண்டே வந்தது புரிகிறது. திலோ அவன் வாழ்க்கையில், பாலைவனத்தைக் கடந்து செல்லும் ஒட்டகத்தைப்போல, வெறுமனே கடந்து சென்றுகொண்டிருக்கிறாள் என்ற பயம். என்றாவது ஒருநாள் அவனைவிட்டுச் சென்றுவிடத்தான் போகிறாள் என்ற பயம்.

ஆனாலும் அது உண்மையிலேயே நடந்தபோது, அதை நம்புவதற்கு அவனுக்குக் கொஞ்சக் காலம் பிடித்தது.

நாகாவின் பழைய நண்பனும் அலுவலகச் சகாவுமான R.C.க்கு உளவுத்துறையில் பணியாற்றுவதாலும், விசாரணை அறிக்கைகளைப் படிப்பதாலும் எந்தவொரு போதகரைவிடவும், கவிஞனைவிடவும், மனோதத்துவ நிபுணரைவிடவும் மனிதர்களின் மன இயல்பை மிகச்சரியாகப் புரிந்துகொள்ளும் திறமை வளர்ந்துவிடுகிறது என்ற திடமான நம்பிக்கை இருந்தது.

“அவளுக்கு வேண்டியது என்னவென்று சொல்லட்டுமா, இதைச் சொல்வதற்காக மன்னித்துக்கொள், கன்னங்களில் பளார் பளார் என்று செமத்தியாக இரண்டு அறை கொடு. உன்னுடைய இந்த நவீன அணுகுமுறையெல்லாம் சரிப்படாது. கடைசியில் பார்த்தால் நாமெல்லோருமே விலங்குகள்தான். நம்முடைய இ–ட–ம் என்ன என்பதை நாம் காட்டியே ஆக வேண்டும். இதை ஆரம்பத்திலேயே கொஞ்சம் தெளிவாக்கிவிட்டால் சம்மந்தப்பட்ட ‘பார்ட்டிகள்’ எல்லோருக்கும் அது உபயோகமாக இருக்கும். அவளுக்கும் நீ செய்கிற உதவியாக அது இருக்கும். அதை அவளே ஒருநாள் உணர்ந்து நன்றி சொல்வாள். நான் சொல்வதை நம்பு, என் அனுபவத்திலிருந்து சொல்கிறேன்.” R.C. அவ்வப்போது குரலைத் தாழ்த்தி, பாதி வாக்கியத்தில் நிறுத்தி, ஒட்டுக்கேட்டுக் கொண்டிருக்கும் யாருக்கோ சொல்வது தெரியக்கூடாதென்பதற்காகச் சில சொற்களின் எழுத்துக்களைத் தனித்தனியாக உச்சரித்துப் பேசினான். மக்களைக் குறிப்பிட்டுப் பேசும்போது எப்போதுமே ‘பார்ட்டிகள்’ என்பான். அறிவுரைகளையோ அல்லது அவனுடைய அபிப்பிராயங்களையோ சொல்வதற்குமுன் ‘கடைசியில் பார்த்தால்’ என்று ஆரம்பிப்பதும் யாரையாவது இழிவுபடுத்திப் பேசுவதென்றால் ‘நல்ல மரியாதையோடுதான் சொல்லிக்கொள்கிறேன்’ என்று அவன் ஆரம்பிப்பதும் அவனது பிரத்தியேக வழக்கம்.

திலோ கருத்தரிக்க மறுத்ததை அவன் அனுமதித்ததற்காக R.C. நாகாவைக் கண்டித்தான். குழந்தைகள்தாம் திருமண பந்தத்தை உடையாமல் காப்பாற்றும் வல்லமை கொண்டவை. வேறு எதற்கும் அந்தச் சக்தி கிடையாது என்றான். R.C. பார்ப்பதற்கு ஒல்லியாக, குள்ளமாக, மென்மையாக, சற்று பெண்மை கொண்டவனாக, பாதி நரைத்த மீசையும் தாடியுமாக இருப்பான்.

அவனுடைய மனைவியும் குள்ளமாக, ஒல்லியாக, மென்மையாக இருப்பாள். மாலிக்யூலர் பயாலஜி படிக்கும் அவர்களுடைய மகளும் அதேபோல அளவில் சிறியதாக மெல்லியல்பு கொண்டவளாக இருப்பாள். அவர்களைப் பார்க்கும்போது சிறிய, மென்மையான பொம்மைகளாலான ஓர் உதாரண குடும்பம் என்று தோன்றும். அப்படிப்பட்டவனிடமிருந்து இப்படியொரு முரட்டுத்தனமான அறிவுரையைக் கேட்டுப் பல வருடங்களாக அவனை அறிந்திருந்த நாகாவுக்கு அதிர்ச்சியாக இருந்தது. வைக்கவேண்டிய இடத்தில் வைப்பதற்காக திருமதி R.C. அவர்களுக்கு எவ்வளவு முறை செமத்தியான அறைகள் தேவைப்பட்டிருக்கும் என்று நாகா யோசிக்கத் தொடங்கினான். வெளித்தோற்றத்தில் திருமதி R.C. மிகவும் சாதுவாக, வீடு நிறைய வைக்கப்பட்டிருக்கும் பரிசுப் பொருட்களையும், அவள் சேகரிப்பில் குவிந்திருக்கும் ரசனையற்ற நகைகள், விலை மதிப்புள்ள கஷ்மீர் போர்வைகளையும் வைத்துக்கொண்டு திருப்தியாகக் குடும்பத்தை நடத்தி வருபவள் போலத்தான் தெரிவாள். ஆனால் அவ்வப்போது கண்டித்து அடக்க வேண்டிய, கன்னத்தில் அறைந்து ஒடுக்கவேண்டிய, கோபவெறிகளை உள்ளடக்கி வைத்திருக்கும் எரிமலையாக அவள் இருப்பாள் என்பதைக் கற்பனை செய்ய அவனுக்குச் சிரமமாக இருந்தது.

R.C.க்கு *'Blues'* பிடிக்கும். நாகாவுக்காக ஒரு பாடலைப் பாடினான். பில்லி ஹாலிடேஸின் *'No Good Man.'*

I'm the one who gets
The run-around
I oughta hate him
Ang yet
I love him so
For I require
Love that's made of fire

'I oughta hate him' என்று R.C. பாடும்போது *'All the hittin'* என்று கேட்டது.

"பெண்கள்," என்றான். "எல்லா பெண்களும் ஒரே மாதிரிதான். விதிவிலக்குகளே கிடையாது. புரிகிறதா?"

நாகாவுக்குத் திலோ எப்போதுமே பில்லி ஹாலிடேவையே ஞாபகப்படுத்திக் கொண்டிருந்தாள். பெண் என்ற முறையில் அல்ல, அந்தக் குரலால். ஒரு குரலை, ஓர் ஒலியை வைத்து மனவெழுச்சியை உண்டாக்க ஒருவரால் இயலுமென்றால், திலோ, பில்லி ஹாலிடேயின் குரலால் நாகாவைக் கிளர்ந்தெழ வைத்துக்கொண்டிருந்தாள். அவளிடம் அதேபோன்று துவண்டு இளகும், இதயத்தை நிறுத்தும், எதிர்பாராத்தன்மை இருந்தது. தன் கருத்தை வலியுறுத்துவதற்காக R.C. பில்லி ஹாலிடேவை உதாரணம் காட்டி நாகாவிடம் பேசியது என்ன விளைவை ஏற்படுத்தப்போகிறது என்பதை அவன் அறிருந்திருக்கவில்லை.

ஒருநாள் காலை, நாகா அவன் மனைவியை அடித்துவிட்டான். அவனிடம் என்னதான் குறைகள் இருந்தாலும், நாகா வன்முறையாளன்

அல்லன். மிகவும் மென்மையானவன்தான். அந்த அடியும்கூடச் சொல்லிக் கொள்ளும்படியாக வேகமானதாக இல்லை. அதை இருவருமே உணர்ந்தார்கள். ஆனால் அவளை அவன் அடித்ததென்னவோ உண்மை. அடித்தவுடனே அவளைக் கட்டிப்பிடித்து அழுதான். "போய்விடாதே. தயவுசெய்து போய்விடாதே."

அன்று திலோ வாசலில் நின்றுகொண்டு அவன் தன் அலுவலகக் காரில், அவனுடைய அலுவலக ஓட்டுநர் ஓட்டிச்செல்ல, செல்வதைப் பார்த்துக்கொண்டிருந்தாள். அவன் காரின் பின்னிருக்கையில் வழி முழுக்க அழுதுகொண்டே சென்றதை அவளால் பார்க்க முடியவில்லை. சாதாரண மாக நாகா அழுபவன் அல்லன். (அன்றிரவு ஒரு தொலைக்காட்சியின் முக்கியமான விவாத நிகழ்ச்சியில் தேசிய பாதுகாப்புக் குறித்துப் பேசும் போது அவனிடம் முகவாட்டமோ இறுக்கமோ வெளியே தெரியவில்லை. மனித உரிமைச் செயல்பாட்டாளரான பெண்மணி ஒருவர் புதிய இந்தியா பாஸிஸத்தை நோக்கிச் சரிந்துகொண்டிருக்கிறது என்று பேசியபோது அவன் குறுக்கிட்டு அளித்த பதில்களில் கூர்மையான கிண்டலும் எதிர்ப்பும் இருந்தன. நாகாவின் பொருட்செறிவார்ந்த பதில்கள் அந்த அரங்கில் கவனத்துடன் தேர்ந்தெடுத்து அழைக்கப்பட்டிருந்த நேர்த்தியாக உடையணிந்த மாணவர்களும், ஆர்வமிக்க இளம் தொழிலாளகளும் கொண்ட பார்வையாளர்களிடையே அடங்கிய நகைப்பொலிகளை எழுப்பின. மற்றொரு விருந்தினராக மிகப்பெரிய மீசையோடும், சட்டை முழுக்கப் பதக்கங்களோடும் வந்திருந்த ஓய்வுபெற்ற, வயதான ராணுவ ஜெனரல் நாகாவின் பதிலடிகளை உற்சாகமாகச் சிரித்துக் கைத்தட்டி வரவேற்றார். அவர் வழக்கமாகப் பல்வேறு தொலைக்காட்சி நிகழ்ச்சிகளிலும் தள்ளாடி நடந்துவந்து கலந்துகொள்வார். விவாதங்களில் குறுக்கிட்டு விஷத்தையும் மடத்தனத்தையும் கக்குவார்.)

திலோ ஒரு பேருந்தைப் பிடித்து நகரின் விளிம்புக்குச் சென்றாள். மைல் கணக்கில் கொட்டப்பட்டிருநத நகரின் குப்பைக் குவியல்களுக்கிடையில் நடந்துசென்றாள். பளிச்சிடும் பல்வேறு நிறங்களில் பிளாஸ்டிக் பைகளில் கட்டப்பட்டு வீசப்பட்டிருந்த குப்பைப் பொட்டலங்களைக் கந்தல் துணிச்சிறுவர் கூட்டம் ஒன்று பிரித்து ஆராய்ந்துகொண்டிருந்தது. அந்தச் சிறுவர்களோடும் பன்றிகளோடும் நாய்க்கூட்டங்களோடும் கழிவுகளோடு போட்டிப் போட்டுக்கொண்டு வட்டமடித்துக் கொண்டிருந்த அண்டங்காக்கைகளாலும் பருந்துகளாலும் வானம் இருண்டிருந்தது. தூரத்தில் குப்பை லாரிகள் குப்பை மலைகளுக்கிடையே வளைந்துவளைந்து முன்னேறிக்கொண்டிருந்தன. பாதி சரிந்த குப்பைச் சிகரங்கள் எந்த அளவுக்குக் கழிவுகள் உள்ளே குவிந்திருக்கின்றன என்பதைக் காட்டின.

மற்றொரு பேருந்தைப் பிடித்து ஆற்றோரத்துக்குச் சென்றாள். பாலம் ஒன்றின்மீது நின்று கீழே மெதுவாக ஊர்ந்துகொண்டிருந்த அடர்த்தியான அழுக்கு நதியைப் பார்த்துக்கொண்டிருந்தாள். பழைய மினரல் வாட்டர் பாட்டில்களையும் ஜெர்ரி கேன்களையும் வைத்துக் கட்டப்பட்ட பரிசலை ஓட்டிக்கொண்டு ஒருவன் சென்றுகொண்டிருந்தான். எருமைமாடுகள் சந்தோஷமாக அந்தக் கன்னங்கரேலென்ற தண்ணீரில் மூழ்கியெழுந்தன. தொழிற்சாலைகளின் கழிவுநீரில் விளைந்த பச்சைப்பசேல்

தர்ப்பூசணிகளையும், மெல்லியதாகச் சீவப்பட்டு அழகாக அடுக்கப்பட்ட வெள்ளரிப் பிஞ்சுகளையும் நடைபாதையில் விற்றுக்கொண்டிருந்தனர்.

மூன்றாவது பேருந்தில் ஒருமணிநேரம் பயணித்து மிருகக்காட்சி சாலையில் இறங்கினாள். ஒரு விஸ்தாரமான காலிக் கூண்டில் தனியாக அடைக்கப்பட்டிருந்த போர்னியோவிலிருந்து வந்த வாலில்லாக் கிப்பன் குரங்குக்குட்டியை வெகுநேரம் பார்த்துக்கொண்டிருந்தாள். கூண்டுக்குள்ளிருந்த உயரமான மரத்தை, தன் உயிரைக் காப்பாற்றிக் கொள்வதைப்போல இறுக்கமாகக் கட்டிப்பிடித்துக் கொண்டு இருந்தது. பார்வையாளர்கள் அதன் கவனத்தைக் கவர்வதற்காக வீசியெறிந்த பொருட்கள் மரத்தினடியில் இறைந்திருந்தன. அந்த கிப்பன் குரங்குக் கூண்டுக்கு வெளியே கிப்பன் குரங்கு வடிவத்திலேயே ஒரு குப்பைக் கூடை இருந்தது. நீர்யானைக் கூண்டுக்கு வெளியிலும் நீர்யானை வடிவத்தில் குப்பைக்கூடை. அந்த சிமெண்ட் நீர்யானையின் பெரிதாகத் திறந்திருந்த வாயில் குப்பைக்கூளங்கள் திணிக்கப்பட்டிருந்தன. நிஜமான நீர்யானை, கழிசடைகள் நுரைத்த குட்டையில் புரண்டுகொண்டிருந்தது. அதன் வழவழப்பான, உப்பிப் பெருத்த வயிற்றின் அடிப்பாகம் ஈரமான டயர் நிறத்தில் பளபளக்க, இளஞ்சிவப்பு நிறத்தில் சதை மடிப்பான இமைகளுக்கடியில் அதன் சிறிய கண்கள் நீர்மட்டத்துக்கு மேலே விழிப்புடன் இருந்தன. பிளாஸ்டிக் பாட்டில்களும் காலி சிகரெட் பாக்கெட்டுகளும் அதைச் சுற்றி மிதந்துகொண்டிருந்தன. கண்ணைப் பறிக்கும் நிறத்தில் கவுனும், கண்களைச் சுற்றி அப்பிய மையுமாக இருந்த ஒரு சின்னப் பெண்ணை அவளுடைய தகப்பன் தூக்கிக் குளத்தின் மதிலுக்கும் மேல் குனியவைத்து, நீர்யானையைக் காட்டி ‘க்ரோக்கோடைல்’ என்று சொல்லிக் கொடுக்க, அந்தக் குட்டிப் பெண்ணும் அழகான மழலையில் ‘கோக்கோடை’ என்றது. இரைச்சலாகக் கத்திக்கொண்டிருந்த இளைஞர் கூட்டம் ஒன்று, ரேஸர் பிளேடுகளைக் குளத்தின் சிமெண்ட் தடுப்பைத் தாண்டிக் குளத்துக்குள் வீசியெறிந்துகொண்டிருந்தனர். கையிருப்பிலிருந்த பிளேடுத் துண்டுகள் தீர்ந்ததும் திலோவை அணுகி, அவர்களைப் புகைப்படம் எடுத்துத் தரமுடியுமா என்று கேட்டனர். எல்லா விரல்களிலும் மோதிரங்களும், மணிக்கட்டில் சாயம்போன சிவப்புக் கயிறும் அணிந்திருந்த அவர்களில் ஒருவன் தனது போனில் படமெடுக்க அமைத்து, அவளிடம் தந்துவிட்டு நண்பர்களோடு சேர்ந்துகொள்ள ஓடினான். அவனுடைய தோழர்களின் தோள்களின்மீது கைகளைப் போட்டுக்கொண்டு இரண்டு விரல்களால் வெற்றிச் சின்னம் காட்டினான். திலோ போனைத் திரும்பக் கொடுக்கும்போது, அடைபட்டுக் கிடக்கும் நீர்யானைக்குப் பிளேடுகளை உணவாகத் தருகின்ற அவர்களுடைய தைரியத்தைப் பாராட்டினாள். அந்த நிந்தனை அவர்களுக்கு உறைப்பதற்குச் சற்று நேரமாகியது. அது உள்ளே தைத்ததற்குப் பிறகு, அவர்கள் அவளை அந்த மிருகக்காட்சி சாலை முழுக்கப் பின்தொடர்ந்து, தில்லியின் கானாப் பாடல் ராகத்தில் “ஓயே! ஹேப்ஷீ மேடம்!” என்று கத்தியபடி வந்துகொண்டிருந்தனர். ஹே! நிகர் மேடம்! அவள் நிறத்தை மட்டும் வைத்து அவளை அவர்கள் அப்படிக் கிண்டல் செய்ததாகச் சொல்ல முடியாது. அவளுடைய நிறம் இந்தியாவில் ஒன்றும் அவ்வளவு அசாதாரணமானதல்ல. ஆனால் அவள் உடுத்தியிருந்த விதத்தையும் தோற்றத்தையும் வைத்தே ‘ஹேப்ஷீ’ என்கிறார்கள். கருப்பர்களை

இந்தியில் இகழ்வாகக் குறிப்பிடும் சொல். அதற்கு வேலைக்காரி என்றோ, கூலித் தொழிலாளி என்றோ அர்த்தமல்ல.

பாம்புகளுக்கான கூண்டுகள் எல்லாவற்றிலும் இந்திய மலைப்பாம்புகள் மட்டுமே இருந்தன. பாம்பு மோசடி. 'சாம்பர்' மான்களுக்கான கூண்டில் பசுமாடுகள் இருந்தன. மான் மோசடி. சைபீரியப் புலிகளுக்கான வேலியடைப்புக்குள் கட்டுமானப் பெண் தொழிலாளிகள் சிமெண்ட் மூட்டைகளைச் சுமந்துகொண்டு போய்க்கொண்டிருந்தனர். சைபீரியப்புலி மோசடி. பறவைகளுக்கான கூண்டில் இருந்தவையெல்லாமே நாம் சாதாரணமாக மரங்களில் பார்க்கக்கூடிய பறவையினங்கள். பறவை மோசடி. கந்தக மஞ்சள் கொண்டை கொண்ட காக்கடூ கிளியின் கூண்டுக்கெதிரே திலோ நின்றுகொண்டிருந்தபோது அந்த இளைஞர் களில் ஒருவன் வேண்டுமென்றே பக்கத்தில் வந்து நின்றுகொண்டு அந்தக் கிளியைப் பார்த்து ஒரு பிரபலமான இந்திப் பாடலின் ராகத்தில் தனது சொந்த வரிகளைச் சேர்த்துப் பாடினான்:

துனியா கதம் ஹோ ஜாயேகி
சுதாயி கதம் நஹி ஹோகி

உலகம் கூட முடிந்துவிடும்
நம் கலவி ஒருபோதும் முடியாது.

இது இரட்டை அவமதிப்பாக இருந்தது. காரணம் அந்தப் பையனின் வயது திலோவில் பாதிதான் இருக்கும்.

இளஞ்சிவப்பு நாரைகளின் கூண்டுக்கெதிரே நின்றிருந்தபோது அவளுக்கு போனில் மெசேஜ் வந்தது:

காஸியாபாத் NH 24 சாலையில் இயற்கை வீடுகள்.

1 BHK 15 இலட்சம்

2 BHK 18 இலட்சம்

3 BHK 31 இலட்சம்

முன்பதிவு ரூ 35000 – முதல்

தள்ளுபடிக்கு அழைக்கவும் 91–103–957–9–8

புழுதி நிறத்திலிருந்த நிகராகுவா ஜாகுவார் என்ற சிறுத்தைப் புலி அதன் கூண்டின் விளிம்பில் முகவாயைப் பதித்தபடி அசையாமல் இருந்தது. பல மணிநேரமாக. அதீதமான அலட்சிய பாவத்துடன். ஒருவேளை பல வருடங்களாக இப்படியே இருந்துவருகிறதுபோல.

திலோ அதைப் போலவே உணர்ந்தாள். புழுதி படிந்து, வயதாகி, அதீத அலட்சியத்துடன்.

ஒருவேளை *அவள்*தான் அதுவோ.

ஒருவேளை, என்றாவது ஒருநாள் விலைமதிப்புமிக்க சொகுசு கார் ஒன்றுக்கு அவளுடைய பெயர் சூட்டப்படலாம்.

o o o

அவள் அந்த வீட்டைவிட்டு வெளியேறியபோது, அதிகமான பொருட்களை எடுத்துச்செல்லவில்லை. ஆரம்பத்தில் நாகாவுக்கு, ஏன் அவளுக்கும்கூட வீட்டை விட்டு உண்மையிலேயே வெளியேறிவிட்டாள் என்று தெளிவாகத் தெரிந்திருக்கவில்லை. அவனிடம் அலுவலகம் ஒன்றுக்காக ஓர் இடத்தை வாடகைக்கு எடுத்திருப்பதாகச் சொன்னாள். எந்த இடத்தில் என்பதைச் சொல்லவில்லை. (கார்ஸன் ஹோபார்ட்டும் அவனிடம் சொல்லவில்லை) அடுத்த சில மாதங்களுக்கு அவள் வருவதும் போவதுமாக இருந்தாள். நாட்கள் செல்லச்செல்ல வருவதைவிடப் போவது அதிகமாகியிருந்தது. பின் படிப்படியாக வீட்டுக்கு வருவதைக் குறைத்து, நிறுத்திவிட்டாள்.

நாகா புதிதாக கல்யாணமாகாதவனைப்போல வாழத் தொடங்கி னான். வேலையில் மூழ்கினான். வரிசையாகச் சில ரகசியக்காதல் தொடர்புகளும் ஏற்பட்டன. தொலைக்காட்சியில் அடிக்கடி வருவதால், பத்திரிகைகளும் செய்தித்தாள்களும் சொல்வதைப்போல அவன் ஒரு ‘பிரபலம்’ ஆகிவிட்டிருந்தான், தொலைக்காட்சியில் தோன்றுவதுதான் அவன் தொழில் என்றே மக்கள் நினைக்குமளவுக்கு. உணவகங்களிலும் விமானநிலையங்களிலும் அந்நியர்கள் அவ்வப்போது அணுகி ஆட்டோகிராப் கேட்டனர். அவர்களில் பலருக்கு அவன் யாரென்பதோ, அவன் உண்மையில் என்ன செய்கிறான் என்பதோ, ஏன் அவன் முகம் பரிச்சயமாக இருக்கிறது என்பதோ தெரியாது. இதைப்பற்றியெல்லாம் கவலைப்படவோ மறுக்கவோ அவனுக்குச் சலிப்பாக இருந்தது. அவன் வயதொத்த மற்றவர்களைப் போலல்லாமல் அவன் இன்னும் ஒல்லியாக, தலை நிறைய முடியோடு இருந்தான். அவன் ஒரு ‘வெற்றிகரமான’ ஆண் என்ற அடையாளம் அவனுக்குப் பல ரகங்களில் பெண்களை வழங்கியது. சிலர் மணமாகாதவர்களாக, அவனைவிட மிகவும் வயது குறைந்தவர்களாக, சிலர் அவன் வயதில் அல்லது வயதில் கூடியவர்களாக, திருமணமானவர்களாக, விதவிதமான அனுபவங்களைத் தேடுபவர்களாக அல்லது மணமுறிவு பெற்று இரண்டாவது வாய்ப்பைத் தேடுபவர்களாக இருந்தனர். அவர்களில் முன்னணியில் இருந்தவள் ஒரு மெல்லிய, நளினமான விதவை. முப்பதுகளின் மத்தியில் இருந்தாள். பால் வெண்மையில் நிறமும் பளபளக்கும் கூந்தலுமாக இருந்த அவள் ஒரு சிறிய சமஸ்தானத்தைச் சேர்ந்த குட்டி அரச பரம்பரையில் வந்த பெண். நாகாவைவிட அவன் அம்மாவுக்கு அவளை மிகவும் பிடித்துப் போயிற்று. தன்னுடைய இளவயதுப் பிம்பமாக அவளைப் பார்த்தாள். அந்தச் சீமாட்டியையும் அவளுடைய செல்ல சிஹுவாஹுவா நாயான பிரின்ஸ் சார்லஸையும் தன் வீட்டின் தரைத்தளத்தில் தன்னுடனேயே வீட்டுக்கு வந்திருக்கும் விருந்தாளியாகத் தங்கும்படி அழைத்தாள். அங்கிருந்து இருவரும் கூட்டாக முயன்று சிகரத்தைக் கைப்பற்றிவிடலாம் என்ற திட்டம்.

அவனுடன் நட்பு தொடங்கிய சிலமாதங்கள் கழித்து, அந்த இளவரசி நாகாவை ‘ஜான்’ – அன்பே – என்று அழைக்கத் தொடங்கினாள். வீட்டில் இருந்த வேலைக்காரர்களிடம் தன்னை ராஜபுத்திர அரச வழக்கப்படி ‘பைய்

ஸா’ என்று அழைக்க வேண்டும் என்று கற்றுத் தந்தாள். அவள் குடும்பத்தின் அரச பரம்பரை உணவுவகைகளுக்கான ரகசியச் சமையல் குறிப்புகளை வைத்து நாகாவுக்குச் சமைத்துக் கொடுத்தாள். புதிய திரைச்சீலைகள், எம்பிராய்டரி செய்த குஷன்கள், அழகான தரைக்கம்பளங்கள் வாங்கினாள். பார்ப்பதற்கே அதிர்ச்சியுண்டாக்கும் வகையில் கவனிப்பாரற்றுக் கிடந்த அந்த அபார்ட்மெண்ட்டுக்கு அவள் ஓர் இனிமையான, உற்சாகமிக்க, பெண்மையைக் கொண்டுவந்தாள். நாகாவின் காயமுற்றிருந்த கௌரவத்துக்கு அவளுடைய அக்கறை ஒரு மருந்தாக இருந்தது. அவளுடைய பிரியத்தின் அளவுக்கு அவனால் திருப்பி வழங்கமுடியாவிட்டாலும் அவளது காதலைக் களைப்புற்ற இசைவுடன் பெற்றுக்கொண்டான். தன்மீது பிரியம்கொண்ட ஒருவரால் மட்டுமீறிக் கொஞ்சப்படுவது என்றால் என்னவென்பதையே கிட்டத்தட்ட அவன் மறந்திருந்தான். பொதுவாக நாய்க்குட்டிகள் மீதே தப்பெண்ணம் கொண்டிருந்தவனுக்கு பிரின்ஸ் சார்லஸ்மீது விரைவிலேயே அளவற்ற பிடிப்பு ஏற்பட்டுவிட்டது. அருகிலிருந்த பூங்காவுக்கு அதைத் தவறாமல் கூட்டிச்சென்றான். அதற்காக ஆன்லைனில் அவன் வாங்கியிருந்த, சின்னத் தட்டு அளவிலிருந்த ஃப்பிரிஸ்பீயை வீசியெறிந்தால் அது துள்ளிக் குதித்தபடி ஓடி, அதன் உயரத்துக்கு வளர்ந்திருந்த புற்கள், செடிகளுக் கிடையில் விழுந்திருக்கும் அதனைக் கவ்வியெடுத்துக்கொண்டு அவனிடம் ஓடிவரும். நாகா அவன் நண்பர்களுக்குச் சிலமுறை அளித்த விருந்துகளை இளவரசி தலைமையேற்று நடத்தினாள். R.C. அவளைப் பார்த்து மயங்கிப்போனான். நாகாவிடம், அவள் கருத்தரிக்கும் வயது வரம்பைத் தாண்டுவதற்குள் அவன் அவளைத் திருமணம் செய்துகொண்டாக வேண்டும் என்று வலியுறுத்தினான்.

R.C.யின் பயங்கர அறிவுரையைக் கேட்டு மிகவும் கவலையும் குழப்பமும் அடைந்த நாகா, இளவரசியிடம் முயன்று பார்க்கச் சம்மதமாவென்று கேட்டான். அவள் அவனை நெருங்கி, அவனுடைய ஒழுங்கற்ற புருவங்களை மென்மையாக, கட்டை விரலுக்கும் சுட்டு விரலுக்கும் நடுவில்வைத்து நீவி விட்டாள். அதைவிட அவளுக்கு மகிழ்ச்சியளிப்பது ஏதுமில்லையென்றாள். ஆனால் அவனோடு அவள் சேர்ந்து வாழத் தொடங்குவதற்கும் முன்னால், அந்த வீட்டில் இன்னமும் சுற்றிக்கொண்டிருக்கும் திலோவின் ஆவியை அங்கிருந்து விரட்டியாக வேண்டுமென்றாள். நாகாவின் அனுமதி பெற்று, முழு சிவந்த மிளகாய்களை எண்ணெய்யில்லாமல் அப்படியே வறுத்து, அந்த சூடான தாமிரப் பாத்திரத்தைக் கண்களை இறுக்க மூடிக்கொண்டு, இருமியபடி ஒவ்வோர் அறைக்கும் எடுத்துச்சென்று அந்தக் காரப்புகையைப் பரப்பினாள். மிளகாய்களின் புகை அடங்கியதும் பூஜை செய்து, அவற்றை ஒரு பானையிலிட்டுத் தோட்டத்தில் புதைத்தாள். நாகாவின் மணிக்கட்டில் சிவப்புக் கயிறு ஒன்றைக் கட்டினாள். ஒவ்வோர் அறையிலும் விலை மதிப்புள்ள, வாசனை மெழுகுவத்திகளை ஏற்றி அவை தீரும்வரை எரியவிட்டாள். பன்னிரண்டு பெரிய அட்டைப்பெட்டிகளில் திலோவின் எல்லாப் பொருட்களையும் போட்டு நிரப்பி அடித்தளத்துக்கு எடுத்துச் சென்று வைத்துவிட்டு வந்தாள். திலோவின் அலமாரியைக் காலிசெய்த போதுதான் (திலோவின் வாசனை கூச்சமில்லாமல் அங்கு நிறைந்திருந்தது) திலோவின் அம்மா கொச்சி லேக்வியூ மருத்துவமனையில் சிகிச்சை எடுத்துக் கொண்ட மருத்துவ ஆவணக் கோப்பு நாகாவின் பார்வையில் பட்டது.

அவனும் திலோவும் கணவன் மனைவியாக வாழ்ந்த வருடங்களில் ஒரேயொரு முறைகூட திலோவின் அம்மாவை நாகா பார்த்ததில்லை. திலோ அவளைப்பற்றி ஒருபோதும் பேசியதுமில்லை. ஆனால் நாகாவுக்கு தாய்க்கும் மகளுக்கும் இடையிலிருந்த உறவைப்பற்றி மேலோட்டமாகத் தெரியும். அவளுடைய பெயர் மரியம் ஐப். பழைமைவாதத்தில் ஊறிய ஒரு சிரியன் கிறிஸ்துவக் குடும்பத்தில் பிறந்தவள். வாழ்ந்துகெட்டிருந்த குடும்பம். அந்தக் குடும்பத்தில் இரண்டு தலைமுறைகளைச் சேர்ந்தவர்கள் – அவள் அப்பாவும், அவள் சகோதரனும் – ஆக்ஸ்ஃபோர்டில் படித்துப் பட்டம் பெற்றவர்கள். அவளே உதகமண்டலத்தில் ஒரு கான்வெண்ட் பள்ளியில் படித்துவிட்டு, சென்னையிலிருந்த ஒரு கிறித்துவக் கல்லூரியில் படித்தவள். அதன்பிறகு அவளுடைய அப்பாவின் உடல்நிலை மோசமானதால் கேரளாவில் சொந்த ஊருக்குத் திரும்பவேண்டியிருந்தது. அங்கிருந்த ஒரு பள்ளியில் அவள் ஆங்கில ஆசிரியராகப் பணிபுரிந்தாள் என்றும், அதன்பிறகு அவளே சொந்தமாக ஒரு பள்ளியைத் தொடங்கி, அதன் புதுமையான கல்வி கற்பித்தல் முறைகளால் புகழ்பெற்று மிகவும் பிரசித்தி பெற்ற உயர்நிலைப் பள்ளியாக அது வளர்ந்துவிட்டது என்றும் நாகா கேள்விப்பட்டிருந்தான். தில்லிக்கு வருவதற்கும்முன் திலோ படித்தது அந்தப் பள்ளியில்தான். திலோவின் அம்மாவைப் பற்றி வெளிவந்திருந்த சில நாளிதழ் செய்திகளை அவன் படித்திருக்கிறான். அவை எவற்றிலும் திலோவின் பெயர் குறிப்பிடப்பட்டதில்லை. அவளுக்குத் தத்தெடுத்த ஒரு பெண் உண்டு என்றும், அவள் தில்லியில் வசிக்கிறாள் என்றும் மட்டுமே அந்தச் செய்திகளில் வந்திருக்கிறது. ஒருமுறை R.C. அவளைப் பற்றி வெளிவந்திருந்த எல்லா நாளிதழ் நறுக்குகளையும் ஒரு கோப்பாகத் தொகுத்துத் தந்தான். (R.C.யின் வேலையே எல்லோரைப் பற்றியுமான எல்லா விஷயங்களையும் தெரிந்துகொள்வதும், பின் எல்லோரிடமும் அவனுக்கு எல்லோரைப் பற்றியுமான எல்லா விஷயங்களும் தெரியும் என்றும் காட்டிக்கொள்வதும்.) “உன்னுடைய வளர்ப்பு மாமியார் பார்ப்பதற்கு அட்டகாசமாக இருக்கிறாள்,” என்றான். அந்தச் செய்திகள் அவள் வாழ்வின் பல்வேறு கட்டங்களைப் படம்பிடித்துக் காட்டுவனவாக இருந்தன – சில அவள் நடத்தும் பள்ளி, அதன் கற்பித்தல் முறைகள், பள்ளியின் அழகான வளாகம் இவற்றை விவரித்தன; சில செய்திகள் அவள் சமூக, சூழலியல் தளங்களில் நடத்திய போராட்டங்கள், அவள் பெற்ற விருதுகள் ஆகியவற்றைப் பேசின. இளம் வயதில் அவள் சந்தித்த கடுமையான பிரச்சனைகளைச் சமாளித்து ஒரு முன்னுதாரண ஆளுமையாக உயர்ந்திருக்கும் மகத்தான கதையை, பெரு நகரங்களுக்கு அவள் இடம்பெயராமல், பழைமைவாதத்தில் ஊறியிருக்கும் தனது சிற்றூரிலேயே போராடி, வெற்றிகண்டு சாதித்திருப்பதை வர்ணித்தன. அவளுக்குத் தொல்லை கொடுத்துக்கொண்டிருந்த ஆண்களின் சதி, சூழ்ச்சிகளைச் சமாளித்து, இறுதியில் அவளுக்கு எதிராகச் செயல்பட்டுக் கொண்டிருந்தவர்களின் மதிப்பையும் பாராட்டுகளையும் பெற்று,இளைய தலைமுறைப் பெண்களுக்கு அவர்களின் கனவுகளையும் லட்சியங்களையும் அடைவதற்கு அவள் எப்படி முன்னுதாரணமாகத் திகழ்ந்துவருகிறாள் என்பதையும் விவரித்தன.

திலோவை அறிந்தவர்கள் எவருக்கும், அந்தக் கட்டுரைகளின் புகைப்படங்களில் இருப்பவளுக்குப் பிறந்தவள்தான், தத்தெடுக்கப்

பட்டவளாக இருக்க முடியாது என்று மிக நிச்சயமாகத் தெரிந்துவிடும். நிறம் சம்பந்தமேயில்லாமல் இருந்தாலும், முக அமைப்பு அச்சு அசலாக இருந்தது.

இந்த நாளிதழ்களின் செய்திகளிலிருந்து அவன் அறிந்துகொண்ட அரைகுறைத் தகவல்களை வைத்து, ஒரு மிகப்பெரிய புதிரான விஷயம் இவற்றில் விடுபட்டுப் போயிருப்பதாக நாகாவுக்குத் தோன்றியது. காவியத் தன்மை கொண்ட ஒரு மகோந்தா பைத்தியக்காரத்தனம், ஒரு இலக்கிய அம்சம். பத்திரிகைத்தனம் அல்லாத வேறு ஏதோ ஒன்று. திலோவிடம் அவன் ஒருபோதும் சொன்னதில்லையென்றாலும், அவளுடைய அம்மாவிடம் திலோ நடந்துகொள்ளும் விதம் எதற்காகவோ அவளைத் தண்டிப்பதுபோல இருப்பதாக, நியாயமற்றிருப்பதாக நாகாவுக்குத் தோன்றும். திலோ அவளுக்குப் பிறந்த குழந்தை என்பதும், அதை வெளிப்படையாக அவளால் அங்கீகரிக்க முடியவில்லை என்பதும் உண்மையாகவே இருந்தாலும்கூட, பழைய மரபில் சூழ்ந்திருக்கும் ஒரு சாதியில் பிறந்த ஓர் இளம்பெண், தனக்கென்று ஒரு சுதந்திரமான வாழ்க்கையைத் தேர்ந்தெடுத்துக் கொள்வதற்கும், திருமணப் பந்தத்திற்கு வெளியே ஈன்றெடுத்த தன் குழந்தையைத் தத்தெடுத்ததாகக் காட்டிக்கொண்டு, அதை ஒரு இரக்கச் செயலாக வெளிக்காட்டி வேஷம் போட்டுக் கொண்டு, அந்தக் குழந்தையைத் தன்னுடனே வைத்து வளர்த்துவருவதற்காக வேறொருவரைத் திருமணம் செய்துகொள்வதையே தவிர்த்துவிட்டதற்கும் அளவற்ற தைரியமும் அன்பும் இருக்க வேண்டும் என்பதும் அதற்குச் சமமான உண்மைதான் என்று அவன் நினைத்தான்.

எல்லாச் செய்தித்தாள்களிலும் திலோவைப் பற்றி வருகிற பத்தி மட்டும் ஒன்றுபோலவே இருப்பதை நாகா கவனித்தான். “சிஸ்டர் ஸ்கொலாஸ்டிகா என்னை அழைத்து, மவுண்ட் கார்மல் அனாதை ஆசிரமத்திற்கு வெளியே கூலிப்பெண் ஒருத்தி பச்சிளம் குழந்தை ஒன்றைக் கூடையில் வைத்து விட்டுப் போய்விட்டிருக்கிறாள் என்றாள். அந்தக் குழநதையை என்னால் தத்தெடுத்துக்கொள்ள முடியுமா என்று கேட்டாள். என் குடும்பம் இதைக் கடுமையாக எதிர்த்தது. ஆனால் அந்தக் குழந்தையை நான் தத்தெடுத்துக் கொண்டால் அதற்கு ஒரு புதிய வாழ்க்கையைத் தரமுடியும் என்று நினைத்தேன். அந்தக் குழந்தை கன்னங்கரேலென்று, கரித்துண்டுபோல இருந்தது. மிகவும் குட்டியாக இருந்தது, என் உள்ளங்கையிலேயே அடங்கி விடும் அளவில். அதனால் அந்தக் குழந்தைக்கு திலோத்தமா என்று பெயரிட்டேன். சமஸ்கிருதத்தில் அதற்கு ‘எள் விதை’ என்று அர்த்தம்.”

திலோவை இது ஆழமாகக் காயப்படுத்தியிருக்கும்தான். ஆனால் இதை அவளுடைய அம்மாவின் கோணத்திலிருந்து திலோ பார்க்க வேண்டும் என்று நாகா நினைத்தான். திலோவை மீட்டெடுக்க வேண்டு மென்றால், சொந்தமாக்கிக் கொள்ளவேண்டுமென்றால், நேசிக்க வேண்டுமென்றால், முதலில் அந்தக் குழந்தையிடமிருந்து தன்னை விலக்கி அந்நியப்படுத்திக் கொள்ள வேண்டும். திலோவின் அம்மா அப்படித்தான் நடந்துகொண்டிருக்கிறாள் என்று நாகா நினைத்தான்.

திலோவின் தனித்தன்மைக்கு, அவளது கிறுக்குத்தனத்துக்கு, அசாதாரண நடவடிக்கைகளுக்குக் காரணம் – அவற்றை அவள் இயல்பு

என்றோ, வளர்த்துக்கொண்டதென்றோ கருதினாலும் – அவளுடைய அம்மாதான் என்று நாகா நம்பினான். ஆனால் இவையெதுவுமே நேரடியாகவோ, மறைமுகமாகவோ அவர்களிடையே இணக்கத்தை ஏற்படுத்தியதாகத் தெரியவில்லை.

அதனால்தான், அவள் அம்மாவிடமிருந்து இத்தனை வருடங்கள் பிரிந்து தனியாக வாழ்ந்திருந்த திலோ, அவள் உடல்நலமின்றிக் கொச்சி மருத்துவமனையில் சேர்க்கப்பட்டிருக்கிறாள் என்ற தகவல் கிடைத்ததும் உடனே அவளைக் கவனித்துக்கொள்வதற்காகச் சென்றது அவனுக்குப் புரியவேயில்லை. (இந்த விஷயத்தைப் பற்றிப் பேசுவதற்கு அவள் எப்போதுமே ஆர்வம் காட்டியதில்லையென்றாலும்) திலோ அவள் அம்மாவைக் கவனித்துக்கொள்ளச் சென்றதற்கு ஏதோ சில ரகசியத் தகவல்களை, அவளைப் பற்றியோ, அவளுடைய உண்மையான தகப்பன் யார் என்பதைப் பற்றியோ, மரணப்படுக்கையில் உயிரைவிடுவதற்குமுன் அவள் அம்மா சொல்லிவிடுவாள் என்ற நம்பிக்கையாகக்கூட இருக்கலாம் என்று நாகா கற்பனைசெய்துகொண்டான். அவன் நினைத்தது உண்மைதான். ஆனால் அதற்குத்தான் கொஞ்சம் தாமதமாகும்படி ஆகிவிட்டது.

O O O

திலோ கொச்சிக்குப் போய்ச் சேர்ந்தபோது, மோசமடைந்துகொண்டே யிருந்த அம்மாவின் நுரையீரல்களால் அவளுடைய ரத்தத்தில் கரியமில வாயு அதிகமாகிவிட்டிருந்தது. அதனால் அவளுடைய மூளையில் வீக்கம் ஏற்பட்டுக் கடுமையாகச் சமநிலை தவறியிருந்தது. அதனுடன் அவளுக்கு அளிக்கப்பட்ட மருந்துகளும், தீவிர சிகிச்சைப் பிரிவில் அவளைத் தொடர்ந்து வைத்திருந்ததும் சேர்ந்துகொண்டு ஒருவித மனநோய்க்குத் தள்ளியிருந்தது. இத்தகைய பாதிப்பு, குறிப்பாக மிகவும் சக்திவாய்ந்த, மனத்திடமும் தன்னுறுதியும் மிக்கவர்களிடம் ஏற்படுவதற்கு வாய்ப்புகள் அதிகம் என்று மருத்துவர்கள் சொன்னார்கள். மேலும், முன்பு அடிமைகளைப்போல அவர்களால் நடத்தப்பட்டவர்களின் தயவில் இருக்க நேர்கிற இயலாமை அவர்களை வெகுவாகப் பாதிக்கும் என்றனர். அவளுடைய அர்த்தமற்ற கோபமும் குழப்பங்களும் அவளுடைய விசுவாசமான வயதான வேலைக்காரர்கள்மீது மட்டுமின்றி, அவளைக் கவனித்துக்கொள்வதற்காக அவளது பள்ளியிலிருந்து சுழற்சிமுறையில் வந்துகொண்டிருந்த ஆசிரியர்கள்மீதும் பாய்ந்தன. அவர்கள் மருத்துவமனையின் தாழ்வாரத்திலேயே பழியாகக் கிடந்து, சில மணிநேரங் களுக்கு ஒருமுறை அவர்களுடைய பிரியத்துக்குரிய அம்மாச்சியைத் தீவிர சிகிச்சை அலகில் ஒருசில நிமிடங்களுக்குப் பார்த்துவிட்டுச் சென்று கொண்டிருந்தனர்.

திலோ வந்த அன்று, அவளுடைய அம்மாவின் முகம் பிரகாச மடைந்தது.

அவளை வரவேற்று உபசரிப்பதைப்போல, “எந்நேரமும் சொறிந்து கொண்டே இருக்கிறேன்,” என்றாள். “அரிப்பெடுப்பது நல்லது என்று அவன் சொல்கிறான், ஆனால் என்னால் தாங்கிக்கொள்ளவே முடியவில்லை. அதனால் அரிப்பு மருந்து எடுத்துக்கொண்டேன். நீ எப்படி இருக்கிறாய்?”

கரு ஊதா நிறத்திலிருந்த அவளுடைய கைகளைத் திலோ பிடித்துக் கொண்டாள். ஒரு கையில் நாளத்துக்குள் செலுத்தப்பட்ட ஊசி மருந்து இறங்கிக்கொண்டிருந்தது. அதை திலோவிடம் காட்டி, டாக்டர்கள் இரத்தக் குழாயைத் தேடித்தேடி ஊசி குத்தி எப்படி ஆகிவிட்டிருக்கிறது பார் என்றாள். கையிலிருந்த பெரும்பாலான ரத்தநாளங்கள் தொடர்ந்த ஊசி குத்தல்களில் நாசமாகி அங்கங்கே ரத்தக்கட்டியாக உறைந்து, ஏற்கனவே ஊதா நிறத்திலிருந்த சருமத்துக்கடியில் கரு ஊதாநிற வலைப்பின்னலாகப் பரவியிருந்தன.

"Then will he strip his sleeve and show his scars and say, 'These wounds had I on Crispin's day'. ஞாபகம் இருக்கிறதா? நான் உனக்குச் சொல்லித் தந்திருக்கிறேன்."

"ஆம்"

"அடுத்த வரி என்ன?"

"Old man forget. Yet all shall be forgot. But he'll remember with advantages what feats he did that day."

திலோ தனக்கு ஞாபகம் இருப்பதை மறந்துபோயிருந்தாள். ஷேக்ஸ்பியர் அவளுடைய ஞாபகத்துக்கு மனப்பாட வரிகளாக அல்ல, ஓர் இசையைப்போல, ஒரு பழைய ராகத்தைப்போலத் திரும்ப வந்தார். அவளுடைய அம்மாவின் நிலையைப் பார்த்து அதிர்ந்துபோயிருந்தாள். ஆனால் திலோவை அடையாளம் கண்டுகொண்டு பேசியதில் மருத்துவர்கள் மிகவும் மகிழ்ந்து, அது குறிப்பிடத்தகுந்த முன்னேற்றம் என்றனர். அன்று அவளைத் தீவிர சிகிச்சை அலகிலிருந்து தனி அறைக்கு மாற்றினர். அந்த அறையின் சன்னல் வழியே உப்புநீர்க் காயலும், அதன் நீர்ப்பரப்பின் மீது குனிந்திருந்த தென்னைகளும், வீசிக்கொண்டிருந்த மழைக்காற்றில் சிற்றலைகள் உருவாகி நகர்ந்துகொண்டிருப்பதும் தெரிந்தது.

அந்த முன்னேற்றம் நீடிக்கவில்லை, அடுத்துவந்த நாட்களில் அந்த மூதாட்டிக்குப் பிரக்ஞை போவதும் வருவதுமாக இருந்தது. சில நேரங்களில் அவளால் திலோவையே அடையாளம் கண்டுகொள்ள முடியவில்லை. அவளுக்கு வந்திருந்த நோய், ஒவ்வொரு நாளும் எதிர்பார்க்க முடியாத புது திருப்பங்களைக் கொண்டுவந்தது. புதிய கிறுக்குத்தனங்களும் அர்த்தமற்ற யோசனைகளும் அவளைப் பீடித்தன. மருத்துவமனை ஊழியர்களும் மருத்துவர்களும் நர்ஸுகளும் உதவியாளர்களும் அவள் செய்வதையெல்லாம் பொறுத்துக்கொண்டு கரிசனத்தோடுதான் நடந்து கொண்டார்கள். அவர்களும் அவளை அம்மச்சி என்றே அழைத்தார்கள். எரிச்சலோ வெறுப்போ காட்டாமல் அவளை ஈரத்துண்டால் துடைத்து, குளிப்பாட்டி, நாப்கின்களை மாற்றித் தலைவாரிவிட்டனர். சொல்லப் போனால், அவள் எந்த அளவுக்குத் தொந்தரவு கொடுத்தாளோ, அந்த அளவுக்கு அவள்மீது அக்கறை செலுத்திக் கவனித்துக்கொண்டனர்

திலோ வந்து சில நாட்கள் கழிந்ததும், அவளுடைய அம்மாவிடம் ஒரு விநோதமான மாற்றம் ஏற்பட்டது. அவள் திடீரென்று சாதியைப் பற்றி விசாரிப்பவளாகிவிட்டாள். அவளை வந்து கவனிப்பவர்கள் ஒவ்வொருவருடைய சாதி, அந்த சாதியின் உட்பிரிவு, உட்பிரிவின்

உட்பிரிவு என்று துருவித்துருவி விசாரித்துக்கொண்டிருந்தாள். அவர்களில் யாராவது வெறுமனே 'சிரியன் கிறிஸ்டியன்' என்று சொல்லிவிட்டால், அது அவளுக்குப் போதாது. அவர்கள் மார்த்தோமாவா, யாக்கோபாவா, சர்ச் ஆஃப் சவுத் இண்டியாவா, க்னானாயாவா என்று கேட்பாள். அவர்கள் 'இந்து' என்று சொன்னால், அதேபோல சாதியைப் பற்றி விசாரிப்பாள். அவர்கள் 'ஈழவர்' என்றால், உடனே தீயரா அல்லது சேகவரா என்பாள். 'தாழ்த்தப்பட்டவர்' என்றால், அவர்கள் பறையரா, புலையரா, பரவனா, உள்ளாடனா என்று அவளுக்குத் தெரிந்தாக வேண்டும். அவர்கள் தேங்காய் பறிக்கும் சாதியைச் சேர்ந்தவர்களா? அல்லது அவர்களுடைய முன்னோர்கள் பிணம் தூக்கிகளா, மலம் அள்ளுபவர்களா, வண்ணார சாதியா, எலி பிடிப்பவர்களா? இப்படியெல்லாம் தோண்டித் துருவிக் கேட்டுத் தெரிந்துகொண்ட பிறகுதான் அவர்கள் தன்னைத் தொட்டுக் கவனித்துக்கொள்ள அனுமதிப்பாள். அவர்கள் சிரியன் கிறிஸ்துவர்களாக இருந்தால், அவர்களுடைய குடும்பப் பெயர் என்ன? யாருடைய மைத்துனன், எந்த மருமகளுடைய தமக்கை மகளைக் கல்யாணம் செய்திருக்கிறான்? யாருடைய பாட்டனார் எந்த முப்பாட்டனாரின் சகோதரி மகளைக் கல்யாணம் கட்டியவர்?

திலோவின் முகத்தில் தென்பட்ட பாவத்தைக் கவனித்து அந்தச் செவிலியர்கள் சிரித்தபடி "COPD" என்றார்கள். "கவலைப்படாதீர்கள். எப்போதுமே இதுபோலத்தான் நடக்கும்." அவள் நிமிர்ந்து பார்த்தாள். *Chronic Obstructive Pulmonary Disease*. இந்த நோய் வந்தால், சாதுவான பாட்டிகள்கூட விபச்சார விடுதித்தலைவி போலவும், பாதிரியார்கள் குடிகாரர்களைப் போலவும் நடந்துகொள்வார்கள் என்று திலோவிடம் அந்தச் செவிலியர்கள் சொன்னார்கள். இவர்கள் சொல்வது எதையும் தனிப்பட்ட முறையில் எடுத்துக்கொள்ளக் கூடாது என்றார்கள். இந்தச் செவிலியர்கள் எல்லோருமே அற்புதமான பெண்களாக இருந்தார்கள். கச்சிதமாக எல்லா வேலைகளையும் செய்துவந்தார்கள். இவர்கள் எல்லோருமே வளைகுடா நாடுகளில் கிடைக்கப்போகிற வேலைக்காகக் காத்துக்கொண்டிருப்பவர்கள். அல்லது இங்கிலாந்திலோ, அமெரிக்காவிலோ. அந்த நாடுகளில் வேலைகிடைத்துப் பணியாற்றிக்கொண்டிருக்கும் உயர்தர மலையாள நர்ஸ்களின் குழுவில் சேர்ந்துகொள்வதுதான் லட்சியம். அதுவரை லேக்வியூ மருத்துவமனையில் நோயாளிகளுக்கிடையில் நோய் தணிக்கும் பட்டாம்பூச்சிகளைப்போல வளைய வந்துகொண்டிருப்பார்கள். திலோவுடன் நட்பாகி அவர்களுடைய தொலைபேசி எண்களையும் மின்னஞ்சல் முகவரிகளையும் பகிர்ந்துகொண்டார்கள். இது நடந்து பல வருடங்கள் கழித்தும் வாட்ஸ்அப் கிறிஸ்துமஸ் வாழ்த்துகளும், வருடம் முழுக்க மலையாள நர்ஸ்கள் ஜோக்குகளும் அவர்களிடமிருந்து அவளுக்கு வந்துகொண்டிருந்தன.

அவளது நோய் தீவிரமடையத் தொடங்கியதும் அம்மூதாட்டி மேலும் பதற்றமடையத் தொடங்கிச் சமாளிக்க முடியாதபடிக்கு ஆகிப்போனாள். தூக்கம் வராமல் ராத்திரி முழுக்கக் கொட்டக்கொட்ட விழித்திருந்தாள். கண்மணிகள் விரிந்து, பார்வையில் ஏதோ கிலி தெரிய, பக்கத்தில் யார் இருந்தாலும் அவர்களோடு, அல்லது தனக்குத்தானே வாய் ஓயாமல் என்னென்னவோ பேசிக்கொண்டிருந்தாள். ஏதோ அயர்ந்துவிடாமல்

விழிப்போடு இருந்தால் சாவு அண்டாது என்று அவள் நினைத்திருந்தாள் போல. தொடர்ந்து பேசிக்கொண்டே இருந்தாள். சில நேரங்களில் வெறி பிடித்தவள்போல. சில நேரங்களில் இனிமையாக, சுவாரஸ்யமாக. பழைய பாடல்கள், பிரார்த்தனைக் கீதங்கள், கிறிஸ்துமஸ் பாடல்கள், ஓணம் படகுப் போட்டிப் பாடல்கள் என்று துண்டுத்துண்டாகப் பாடினாள். அப்பழுக்கற்ற கான்வென்ட் ஆங்கில உச்சரிப்பில் ஷேக்ஸ்பியரை ஒப்பித்தாள். காரணமின்றித் திடீரென கோபம் வந்து சுற்றியிருப்பவர்கள் எல்லோரையும் மிகக்கேவலமான சாக்கடை மொழியில் சரமாரியாகத் திட்டினாள். உயர்குடியில் பிறந்து அவ்வளவு நாசூக்காக வளர்ந்த ஒரு பெண்மணிக்கு இப்படிப்பட்ட மலையாளக் கொச்சைகளும் வசைச் சொற்களும் எப்படி (எங்கிருந்து) கிடைத்திருக்கும் என்று எல்லோருக்கும் ஆச்சரியமாக இருந்தது. நாட்கள் செல்லச்செல்ல அவள் மென்மேலும் ஆக்ரோஷமாகிக்கொண்டே வந்தாள். நம்பமுடியாதபடிக்குத் திடீரெனப் பசி அவளுக்கு அதிகமாகி, பரோலில் வெளியேவந்த சிறைக்கைதியைப் போல வேகவைத்த முட்டைகளையும் அன்னாசி பாஸ்ட்ரிகளையும் அவசர அவசரமாக விழுங்கினாள். அவள் வயதுக்குப் பொருந்தாத அதீதமான சூப்பர் வுமன் பலம் வந்துவிட்டதைப் போலிருந்தது. செவிலியர் களோடும் மருத்துவர்களோடும் ஓயாமல் சண்டையிட்டாள், கையில் குத்தப்பட்டிருந்த ஊசிகளையும் ட்யூபுகளையும் பிடுங்கியெறிந்தாள். அவள் இருக்கும் நிலையில் நுரையீரல்களின் செயல்பாட்டைப் பாதிக்கும் என்பதால் அவளுக்கு மயக்க மருந்தும் செலுத்த முடியவில்லை. கடைசியில் அவளைத் திரும்பவும் தீவிரசிகிச்சைப் பிரிவுக்கு மாற்றினார்கள்.

இதனால் அவளுக்கு மேலும் வெறியேறி மனநோய் கடுமையானது. கண்களில் திருட்டுத்தனம் குடியேறி ஒரு அடிபட்டதன்மை தெரிந்தது. அங்கிருந்து தப்பிச்செல்ல, விடாமல் முயன்றாள். ஏதேதோ திட்டங்கள் வகுத்தாள். செவிலியர்களுக்கும் உதவியாளர்களுக்கும் லஞ்சம் கொடுத்தாள். ஓர் இளம் மருத்துவரிடம், அவள் அங்கிருந்து தப்பிச்செல்வதற்கு உதவினால் அவளுடைய பள்ளியையும் அதன் மைதானத்தையும் அவன் பெயருக்கு எழுதித்தந்துவிடுவதாக வாக்களித்தாள். இரண்டுமுறை மருத்துவமனை கவுனோடு தாழ்வாரம் வரை வந்துவிட்டாள் அதற்குப் பிறகு அவளை இடைவிடாமல் கண்காணிப்பதற்குத் தனியாக இரண்டு செவிலியர்களை அமர்த்தினர். சில நேரங்களில் அவளைக் கட்டிலோடு சேர்த்து அழுத்திப் பிடித்துக்கொள்ளவும் வேண்டியிருந்தது. இவ்வாறாக அவளைச் சுற்றி இருப்பவர்கள் அனைவரும் களைத்துப்போனபிறகு, வேறு வழியில்லாமல் அவளைக் கட்டிலோடு சேர்த்துக் கட்டிப்போடுவது என்று மருத்துவமனை முடிவெடுத்தது. அதற்காக, திலோவிடம் சில படிவங்களைக் கொடுத்து, அதற்கு அனுமதித்துக் கையெழுத்திட்டுத் தருமாறு கேட்டுக் கொண்டனர். திலோ அவர்களிடம் அவளைச் சாந்தப்படுத்தக் கடைசியாக ஒரு வாய்ப்புத் தருமாறு கேட்டுக்கொண்டாள். மருத்துவர்கள் கொஞ்சம் தயக்கத்தோடு அதற்கு ஒப்புக்கொண்டனர்.

கடைசியாக மருத்துவமனையிலிருந்து திலோ, நாகாவை அழைத்துப் பேசியபோது, தீவிரசிகிச்சைப் பிரிவில் அவளை அம்மாவுக்குப் பக்கத்தில் இருக்க சிறப்பு அனுமதி அளித்திருப்பதாகச் சொன்னாள். அவள் தன் அம்மாவைச் சாந்தப்படுத்துவதற்குக் கடைசியில் ஒரு

வழியை அவள் கண்டுபிடித்திருப்பதாகவும் சொன்னாள். அவள் குரலில் மெலிதான சிரிப்பும், கொஞ்சம் பிரியமும் இருப்பதைக் கவனித்தான். ஓர் எளிமையான, செயல்படுத்த முடிகிற தீர்வை அவள் கண்டுபிடித்திருப்பதாகச் சொன்னாள். அவள் அம்மாவின் கட்டிலுக்குப் பக்கத்தில் நாற்காலியில் உட்கார்ந்துகொண்டு, அவள் இடைவிடாமல் பேசுகிற அனைத்தையும் ஒரு நோட்டுப்புத்தகத்தில் எழுதிக்கொள்கிறாளாம். சில நேரங்களில் அவை கடிதங்களாகவும் இருக்கும். அன்புள்ள பெற்றோருக்கு . . . *காற்புள்ளி. . . அடுத்தவரி... உங்கள் பிள்ளையைப் பற்றி என் கவனத்துக்குக் கொண்டு வரப்பட்ட. . . அன்புள்ள பெற்றோருக்கு அடுத்ததாகக் காற்புள்ளி இட்டாயா?* பெரும்பாலும் தெளிவற்ற உளறல்கள். ஆனாலும் இதுபோல அவள் 'டிக்டேட்' செய்ய, ஒருவர் அவற்றைக் குறிப்பெடுத்துக்கொள்வது அவள் அம்மாவுக்கு இன்னமும் தலைமைப் பொறுப்பில்தான் இருக்கிறோம், இன்னமும் அதிகாரம் செலுத்தும் நிலையில்தான் இருக்கிறோம் என்ற ஆசுவாசத்தை அளிக்கிறதுபோல என்றாள் திலோ. இதனால் அவள் வெகுவாகச் சாந்தமடைந்திருப்பதாகவும் சொன்னாள்.

திலோ சொல்வது எதுவும் நாகாவுக்குப் புரியாததால், அவளே சற்றுப் பிதற்றுவதைப்போலத்தான் தெரிகிறது என்றான். அவள் சிரித்து, அந்தக் குறிப்புகளை அவனிடம் காட்டினால் புரிந்துகொள்வான் என்றாள். தீவிர சிகிச்சைப் பிரிவில் மரணப்படுக்கையில் மனப்பிரமையில் அல்லாடிக் கொண்டிருந்த தாயிடம் ஸ்டெனோகிராபர் போன்ற பாவனையில் அவள் பதற்றங்களைத் தணித்து ஆற்றுப்படுத்தும் உன்னதப்பண்பு இவளிடம் இத்தனை நாளாய் வெளித்தெரியாமல் ஒளிந்திருந்ததாவென்று அவனுக்கு அப்போது ஆச்சரியமாக இருந்தது இப்போதும் அவன் ஞாபகத்தில் இருந்தது.

ஆனால் அந்த லேக்வியூ மருத்துவமனையில் நல்லவிதமாக இது முடிவுக்கு வரவில்லை. அவள் தாயின் இறுதிச்சடங்கை முடித்துவிட்டுத் திலோ திரும்பிவந்தபோது வழக்கத்தைவிட மேலும் மெலிந்து, கடுகடுப்பாகவும், மேலும் அதிகமாக மௌனித்தும் காணப்பட்டாள். அவளுடைய அம்மாவின் முடிவைப்பற்றிக் கேட்டபோது மிகச்சுருக்கமாக, உணர்ச்சியற்று விவரித்தாள். தில்லிக்கு அவள் திரும்பிவந்த சில வாரங்கள் கழித்து அவளது இலக்கற்ற அலைதல் தொடங்கியது.

நாகா அந்தக் குறிப்புகளைப் பார்க்கவேயில்லை.

ooo

அன்று காலை திலோவின் அலமாரியிலிருந்த மருத்துவமனைக் கோப்பை அவன் எவ்வித நோக்கமுமின்றிப் புரட்டிப் பார்த்துக்கொண்டிருந்தபோது அக்குறிப்புகளில் சில அவன் கண்ணில் பட்டன. நோட்டுப்புத்தகத்திலிருந்து கிழித்தெடுத்த கோடிட்ட தாள்களில் திலோவின் கையெழுத்தில் இருந்தன. மருத்துவமனை பில்கள், மருந்துச் சீட்டுகள், ஆக்ஸிஜன் செறிவு நிலை அட்டவணைகள், இரத்தப் பரிசோதனை முடிவுகளோடு அவை மடித்துவைக்கப்பட்டிருந்தன. அவற்றைப் படிக்கும்போதுதான் அவன் மணந்துகொண்ட பெண்ணைப்பற்றி அவன் எவ்வளவு குறைவாக அறிந்து வைத்திருக்கிறான் என்று நாகாவுக்கு விளங்கியது. இனி அவளைப்பற்றித் தெரிந்துகொள்வதும்கூட எவ்வளவு குறைவாக இருக்கப்போகிறது என்பதும்:

9.7.2009

அந்தத் தொட்டிச் செடிகளைக் கவனமாகப் பார்த்துக்கொள். கீழே விழுந்துவிடலாம்.

அந்த மடிப்பு – தரை விரிப்பில் இருக்கும் அந்தச் சுருக்கம் – அதையும் நானேதான் சரியாக்க வேண்டும்.

இப்படி ஒரு வேலை செய்துவிட்டு வந்திருக்கிறாய், உன்னை என்ன சொல்ல, மேடம் அம்பாஸிடர் மாஸ்டர் பில்டர் பறையர் மகளே?

அதோ நீலநிறத்தில் உடையணிந்து, மலம் அள்ளிக்கொண்டிருக் கிறார்களே, அவர்கள் உனக்கு உறவா?

எனக்கென்னவோ இந்த பவுலோஸ், ஆர்கிட்டுகளைக் கவனிப்பதாகத் தெரியவில்லை. அவற்றை அவன் சாகடித்துக்கொண்டிருக்கிறான். இது பறையன்களிடம் இருக்கும் பிரச்சனை போல.

பிஜு அல்லது ரெஜுவிடம் இந்தப் பொறுப்பை எடுத்துக்கொள்ளச் சொல்.

ராத்திரி நேரங்களில் நாய்கள் குரைப்பதைக் கேட்கிறாயா? சர்க்கரை வியாதிக்காரர்களின் கால்களை இவர்கள் வெட்டி எறிகிறார்களே, அவற்றை எடுத்துக்கொண்டு ஓடுவதற்காக இந்த நாய்கள் வருகின்றன. மனுஷர்களின் கைகால்களைக் கவ்விக்கொண்டு ஊளையிட்டுக் கொண்டே ஓடுவதை என்னால் கேட்கமுடிகிறது. இதையெல்லாம் யாரும் தடுப்பதேயில்லை.

இவையெல்லாம் உங்கள் நாய்களா? ஆணா பெண்ணா? பார்ப்பதற்கு அழகாக இருக்கின்றன.

எனக்கு நல்ல தரமான ஜுஜுப் மிட்டாய் வாங்கிவந்து தரமுடியுமா?

நீல உடை ஆசாமிகள் இங்கே நம்மைச்சுற்றி வளையவந்து கொண்டிருப்பதை நிறுத்த வேண்டும்.

நாம் மிகவும் எச்சரிக்கையோடு இருக்க வேண்டும். நீயும் நானும். உனக்குத் தெரியுமல்லவா?

இவர்கள் என் கண்ணீரைச் சேகரித்துச் சோதித்துப் பார்த்தார்கள். உப்பும் தண்ணீரும் சரியான அளவில் இருக்கிறதாம். என் கண்கள் உலர்ந்திருக்கின்றன. கண்ணீர் வருவதற்கு கண்களைக் கழுவி, சார்டைன் மீன்களைச் சாப்பிட வேண்டும். சார்டன்களில் கண்ணீர் நிறைய உண்டு.

கட்டம் போட்ட உடையில் இருக்கும் இந்தப் பெண் அதிர்ஷ்டக்காரி. லாட்டரி வாங்கினால் கொழிப்பாள்.

நாம் போகலாம்.

ரெஜுவிடம் காரை எடுத்துவரச் சொல். என்னால் முடியவில்லை. விருப்பமும் இல்லை.

ஹலோ! உன்னைப் பார்த்ததில் ரொம்ப சந்தோஷம்! இது என் பேத்தி. இவளைக் கட்டுப்படுத்தவே முடியாது. இந்த இடத்தைச் சுத்தம் செய்யச் சொல்.

ரெஜு வந்ததும் காரை எடுத்துக்கொண்டு ஓடலாம். அந்த பெட்பேனை எடுத்துக்கொள். சுத்தமாக்கிவிட்டு எடுத்து வா.

நீ இங்கே வா. சத்தமெழுப்பாமல் ரகசியமாகக் கூப்பிடு. நான் ஒரு இக்கட்டில் மாட்டிக்கொண்டிருக்கிறேன். உனக்கும் ஏதாவது இக்கட்டா?

நாம் இந்த பெட்பேனில் உட்காரலாம். சீக்கிரம் வா.

நான் ஒரு ஜானி வாக்கர் எடுத்துக்கொள்கிறேன். நமக்குமேலே அவன் இருக்கிறானா?

நான் இரண்டு போர்வைகளை எடுத்துக்கொள்கிறேன். கால்களுக்கு என்ன செய்வது?

அங்கே குதிரை இருக்குமா?

எனக்கும் பட்டாம்பூச்சிகளுக்கும் இடையே ஒரு மகாபெரிய யுத்தம் தொடங்கிவிட்டது.

பிரின்ஸி, நைஸி, நண்பர்களோடு நீ உடனே கிளம்புகிறாயா? பித்தளை ஜாடி, வயலின், தையல் துணிகளை எடுத்துக்கொள். மற்றக் கழிவுகள், கருப்புக்கண்ணாடியை எல்லாம் விட்டுவிடு. உடைந்த நாற்காலிகளெல்லாம் வேண்டாம், இதெல்லாம் இங்கேயே சுற்றிக்கொண்டிருக்கும். வரும், போகும்.

கட்டம் போட்ட உடையணிந்த பெண் உன் மலத்தை எடுத்துப் போவாள். அவளுடைய அப்பன் வந்து குப்பைக்கூளங்களை எடுத்துப்போவான். அவன் வரும்போது நீ இருக்க வேண்டாம். நாம் இருவருமே வெளியே போய்விடலாம்.

இந்த திரைச்சீலைகளை விலக்கிப் பார்த்தால் பெரிய ஜனக் கூட்டம் தெரிகிறதா? என்னால் உணர முடிகிறது. நிச்சயமாக ஒரு வாடை அடிக்கிறது. கூட்டத்தின் வாடை. கொஞ்சம் அழுகின வாடை, கடலைப் போல.

உன்னுடைய கவிதைகள், திட்டங்கள் எல்லாவற்றையும் ஆலிஸ்குட்டியிடம் கொடுத்துவிட்டுப் போ. அருவருப்பூட்டும்படி அசிங்கமாக இருப்பாள். அவளுடைய போட்டோ ஒன்று எனக்கு வேண்டும், பார்த்துச் சிரிப்பதற்கு. அவ்வளவு மோசமானவள் நான்.

பிஷப் என்னைச் சவப்பெட்டியில் வைத்துப் பார்க்க விரும்பு கிறார். அது எனது ஈமச்சடங்குக்காக என்பதால் ஆறுதலாக இருக்கிறது. நான் நினைத்ததேயில்லை, இப்படி எனக்கு ஆகுமென்று. வெயிலடிக்கிறதா, மழை பெய்கிறதா, இருட்டாக இருக்கிறதா இது இரவா, பகலா? யாராவது தயவுசெய்து சொல்லுங்களேன்.

இப்போது **தூக்கம்**

இந்தக் குதிரைகளை வெளியே கூட்டிச்செல்லுங்கள்.

இந்தப் பெண்ணைக் கூட்டிவைத்துக்கொண்டு அவளுக்காக எல்லாவற்றையும் செய்வது அற்பத்தனமாக இருக்கிறது

எழுந்திரு!!!

நான் போகிறேன். உன்னால் முடிந்ததைச் செய்துகொள். செமத்தியாக அடி கிடைக்கும் உனக்கு.

நீதான் திலோத்தமா ஐப் என்று தைரியமாக நிமிர்ந்து சொல்கிறாய், வெட்கமாக இல்லையா, நீ ஒன்றும் அல்ல. நான் உன்னிடம் என்னைப் பற்றியோ உன்னைப் பற்றியோ சொல்லவே மாட்டேன்.

நான் இங்கே நின்றுகொண்டு, "இதைச் செய், அதைச் செய்", என்று சொல்வேன். நீ செய்தாக வேண்டும். நாளையிலிருந்து உனக்குச் சம்பளம் கிடையாது. இதை எழுதிக்கொண்டாயா? ஒவ்வொரு முறையும் உனக்கு அபராதம் விதிப்பேன்.

போய் எல்லோரிடமும் சொல், "இது மிஸ் மரியம் ஐப், என் அம்மா. இவளுக்கு நூற்றைம்பது வயதாகிறது," என்று சொல்.

அவர்களிடம் எல்லாக் குதிரைகளுக்கும் மருந்து இருக்கிறதா?

மனிதர்கள் கொட்டாவி விடும்போது அவர்களைப் பார்ப்பதற்குக் குதிரைகள் போலிருப்பதை நீ கவனித்திருக்கிறாயா?

உன் பற்களை வெறியோடு பாதுகாத்து வா. யாரும் அவற்றைப் பிடுங்குவதற்கு அனுமதிக்காதே.

சில நேரங்களில் அவர்கள் உனக்குத் தள்ளுபடிச் சலுகை வழங்கு வார்கள். அது முட்டாள்தனமானது.

எல்லாவற்றையும் சரிபார்த்துக்கொள். நாம் கிளம்பலாம்.

அப்புறம் அந்த ஹன்னா. அவளுக்கு நான் கடன்பட்டிருக்கிறேன். சிறுநீர் இறக்கும் கத்தீட்டர் குழாயோடு எல்லாக் குழந்தைகளையும் தாண்டி நான் ஓடவேண்டியிருந்தது.

ஏகப்பட்ட கத்தீட்டர்கள். திருமதி ஐப் பாடம் கற்றுக்கொள்கிறாள் என்று எல்லோருக்கும் சந்தோஷம். ஆனால் அவளிடம் இந்தப் பெண் நல்லவிதமாகவே நடந்துகொண்டாள். என் கத்தீட்டரை நீ அகற்றவில்லை. அவள் அகற்றினாள். அவள் ஒரு அசல் பறைச்சி. பறைச்சியாக எப்படி இருப்பது என்பதை நீ மறந்துவிட்டிருக்கிறாய்.

யாரோ வந்தார்கள், அப்புறம் யாரோ, யாரோ, யார் யாரோ.

எல்லாவற்றையும் விட பெரிய அதிர்ச்சி என்னவென்றால், நீ உன்னுடைய சட்டதிட்டங்களை எல்லோருக்கும் கொடுத்துக்கொண் டிருக்கிறாய். ஆனால் அவர்கள் எல்லோரும் எனக்குக் கீழ்படிந்து நடக்க வேண்டுமென்று நான் எதிர்பார்க்கிறேன்

அருந்ததி ராய்

ஆனால் அதிகாரத்தை வைத்திருப்பது நான்தான். அதிகாரம் செலுத்துவதிலிருந்து வெளியே வருவது மிகமிகக் கடினமானது. அதை நீயே கண்டுகொள்வாய். நமது சமூகத்திலேயே அன்னம்மாதான் இருப்பதிலேயே அமைதியான ஜென்மம்.

ஷெர்லக் ஹோம்ஸாகவும் ஷெர்லக் ஹோம்ஸாகவும் நடிக்கும் அன்னம்மா யார்? இரண்டு வேடங்களையும் நேர்த்தியாகச் செய்கிறாள். என்னிடம் தலைமை ஆசிரியையாக இருந்தாள். மிக அழகாக இறந்துபோனாள். அவள் வீட்டுக்குப் போனதும் எனக்கு இருமலைக் கொண்டுவந்துவிட்டாள்.

ஹலோ டாக்டர். இவள் என் மகள். பள்ளிக்கு அனுப்பாமல் வீட்டிலேயே படிக்கவைத்தோம். ரொம்பவும் துஷ்டத்தனம். இன்று ஓட்டப்பந்தயத்தில் அவளைச் சகிக்கவே முடியவில்லை. நானும் ரொம்பவும் சகிக்க முடியாதவள்தான். எல்லோருக்கும் அடி கொடுத்தோம்.

கேலிக்குரிய விஷயங்களையே என் வாழ்நாள் முழுக்கச் செய்து வந்திருக்கிறேன். ஒரு குழந்தையை உண்டாக்கினேன். அவளை.

அழுக்கு உடையோடும் அழுக்குக் கத்தீட்டரோடும் இருக்கும் அந்தப் பையன். அழுக்கு நதியில் நான் மணிக்கணக்காக உட்கார்ந்திருந்தேன்.

என்னைச் சுற்றிலும் அலிகள் சூழ்ந்திருப்பதாக உணர்கிறேன். அப்படித்தானா?

சங்கீதம்... என்ன ஆயிற்று அதற்கு? இப்போதெல்லாம் அதை ஞாபகத்துக்குக் கொண்டுவரவே முடிவதில்லை.

இதை உற்றுக்கேள்... இது ஆக்ஸிஜன். சாவை நோக்கிக் குமிழிட்டுக் கொண்டிருக்கிறது. ஆக்ஸிஜன் எனக்குக் குறைந்துகொண்டே வருகிறது. குறைந்துகொண்டே வருகிறதோ கூடிக்கொண்டே வருகிறதோ, எதைப்பற்றியும் எனக்கு அக்கறை இல்லை.

நான் தூங்கவேண்டும். செத்துப்போக விரும்புகிறேன். என் பாதங்களை வெதுவெதுப்பான நீரில் அமிழ்த்து.

நான் தூங்க விரும்புகிறேன். அதற்கு அனுமதி ஒன்றும் கேட்கவில்லை. இது ஸ்ப்ஃப் ஸ்ப்ஃப் ஸ்ப்ஃப்... ஸிக்புக்! ஸிக்புக்! ஸிக்புக்! போல.

இது எனது இன்ஜின்.

நீ இறந்துபோனால் ஏதாவது ஒரு மேகத்தில் உன்னை மாட்டிக் கொள்ளலாம். உன்னைப் பற்றிய எல்லா விவரங்களையும் எங்களால் எடுத்துக்கொள்ள முடியும். பிறகு அவர்கள் உன்னிடம் உனக்கான பில்லைத் தருவார்கள்.

என் பணம் எங்கே?

இந்த நரம்பு ஊசி இயேசு கிறிஸ்துவின் மரை ஆணி, வலிப்பதேயில்லை.

நான் வெறும் அலங்காரக் கண்காட்சிப் பெண்.

என்னுடைய பிட்டம் எனக்குப் பிடிக்கும். டாக்டர் வர்கீஸ் எதற்காக அதைப் படத்திலிருந்து வெட்டியெடுத்துவிட விரும்புகிறார் என்று தெரியவில்லை.

வாடிய பூக்கள் ஒருபோதும் அழிந்துவிடுவதில்லை. அவை எங்கேயோ எப்போதும் மிதந்துகொண்டே இருக்கின்றன. பூக்கூடைகளைப் பற்றித்தான் கவலைப்பட வேண்டும்.

வெள்ளைப் பூக்களின் ஒலியைக் கேட்டாயா?

நாகாவுக்குப் பார்க்கக் கிடைத்தது ஒரு சிறு பகுதி மட்டுமே. மருத்துவமனைக் குப்பைக்கூளங்களோடு அந்தக் குறிப்புகளின் பெரும்பகுதி போயிருக்காவிட்டால், அவையே பல தொகுப்புகள் அளவுக்குச் சென்றிருக்கும்.

o o o

ஒருவார இடைவிடாத சுருக்கெழுத்துப் பணிக்குப் பிறகு ஒருநாள் காலை, மிகுந்த களைப்போடு, திலோ அவள் அம்மாவின் கட்டிலுக்குப் பக்கத்தில் வழக்கமாக உட்கார்ந்து எழுதும் நாற்காலியின் கைகள்மீது சாய்ந்திருந்தாள். அது தீவிர சிகிச்சைப் பிரிவில் வேலைகள் மும்முரமாக நடக்கும் நேரம். மருத்துவர்கள் தமது வழக்கமான சுற்றுகளில் இருக்க, செவிலியர்களும் உதவியாளர்களும் தீவிரமாகப் பணியாற்றிக்கொண்டிருந்தனர். துப்புரவுப் பணியாளர்கள் வார்டைச் சுத்தப்படுத்திக் கொண்டிருந்தனர். மரியம் ஐப் மிக மோசமான வசவு மனநிலையில் இருந்தாள். முகத்தில் எக்களிப்பு. கண்களில் ஜுரத்தின் ஜொலிப்பு தெரிந்தது. மருத்துவமனை கவுனை மேலே தூக்கிவிட்டுக்கொண்டு, உள்ளாடை தெரிய, கால்களை விறைப்பாக அகட்டி வைத்துக்கொண்டு படுத்திருந்தாள். அவள் கத்தியபோது, அந்தக் குரல் ஆணின் குரலைப்போலக் கட்டையாக ஒலித்தது.

“அந்தப் பறையன்களிடம் என் மலத்தை அள்ளிக்கொண்டு போகச்சொல், நேரமாகிவிட்டது.”

திலோவின் ரத்தஓட்டம் நெடுஞ்சாலையை விட்டு வெளியேறி, பித்தேறிய காட்டுப் பாதைகளில் பாய்ந்தோடியது. எச்சரிக்கை ஏதுமின்றி, அவள் சாய்ந்திருந்த நாற்காலி தன்னிச்சையாக மேலே உயர்ந்து, பின் படு வேகமாகக் கீழே மோதி உடைந்தது. மரக்கட்டைகள் சிதறும் ஒலி வார்டில் எதிரொலித்தது. ரத்தநாளங்களில் குத்தப்பட்டிருந்த ஊசிகள் வெளியே குதித்தன. மருந்து பாட்டில்கள் ட்ரேக்களில் அதிர்ந்து குலுங்கின. பலவீனமான இதயங்கள் ஒரு துடிப்பைத் தவறவிட்டன. அந்தச் சத்தம் அவளுடைய அம்மாவின் உடலுக்குள் நுழைந்து, பிரேதத்தின் மீது போர்த்திய சவத்துணியை அகற்றுவதைப்போல, பாதத்திலிருந்து உச்சிக்குச் செல்வதைத் திலோ கவனித்தாள்.

எவ்வளவு நேரம் அவள் அந்த இடத்திலேயே நின்றிருந்தாள் என்பதோ, அவளை டாக்டர் வர்கீஸின் அலுவலகத்துக்கு யார் கூட்டிச்சென்றார்கள் என்பதோ திலோவின் நினைவில் இல்லை.

தீவிர சிகிச்சைப் பிரிவின் தலைவராக இருந்த டாக்டர் ஜேகப் வர்கீஸ் நான்கு ஆண்டுகளுக்கு முன்புவரை அமெரிக்க ராணுவத்தில் மருத்துவராகப் பணிபுரிந்து வந்தார். குவைத் யுத்தத்தின்போது அவருடைய அலகில் தீவிர சிகிச்சைப் பிரிவின் இரண்டாம் நிலை மருத்துவ அதிகாரியாக இருந்தார். அவரது ஒப்பந்தக் காலம் முடிந்ததும் கேரளாவுக்குத் திரும்பிவந்தார். வாழ்நாளில் பெரும்பகுதியை அயல்நாட்டிலேயே கழித்திருந்தாலும் அவருடைய பேச்சில் அமெரிக்க உச்சரிப்பு மெலிதாகக்கூட வெளிப்பட வில்லை. ஆச்சரியம்தான், ஏனென்றால் கேரளாவில் ஒரு ஜோக் உண்டு, யு.எஸ். வீஸாவுக்கு விண்ணப்பித்தவுடனேயே மக்களுக்கு அமெரிக்க உச்சரிப்பு வந்துவிடும் என்று. டாக்டர் வர்கீஸைப் பார்த்தால் பிறந்ததிலிருந்து கேரளாவிலேயே வளர்ந்த ஓர் உள்ளூர் சிரியன் கிறிஸ்துவரைப் போலத்தான் தெரிந்தார். திலோவைப் பார்த்துப் புன்னகைத்து காபி ஆர்டர் செய்தார். மரியம் ஐப்பின் ஊரைச் சேர்ந்தவர்தான் அவரும். பழைய வதந்திகள், கிசுகிசுப்புகள் எல்லாம் அவருக்கும் தெரிந்திருக்கும். அவர் அறையின் ஏ.ஸி.யைப் பழுதுபார்த்துக்கொண்டிருந்தார்கள். அறையில் பரவியிருந்த அசௌகரியச் சூழலை அந்தக் கடகட ஒலிகள் சற்றுத் தணித்திருந்தன. திலோ தனது வாழ்க்கையே அதில்தான் சார்ந்திருக்கிறது என்பதைப்போல அந்த மெக்கானிக்குகள் வேலை செய்வதைப் பார்த்துக்கொண்டிருந்தாள். பச்சைநிற அறுவைச்சிகிச்சைக்கூடத்தின் அங்கியும் முகமறைப்பும் அணிந்த ஆண்களும் பெண்களும் ஒலியெழுப்பாக் காலணிகளில் தாழ்வாரத்தில் சத்தமின்றி மிதந்துசென்றுகொண்டிருந்தார்கள். சிலருடைய கையுறைகளில் ரத்தக் கறைகள் இருந்தன. டாக்டர் வர்கீஸ் தனது படிக்கும் கண்ணாடியின் மேலிருந்து திலோவை மருத்துவ பரிசோதனை செய்வதைப்போல உற்றுப் பார்த்தார். ஒருவேளை பரிசோதனைதான் செய்கிறார்போல. சற்று நேரம் கழித்து மேசைமீது கையை நீட்டித் திலோவின் கையை ஆதரவாகப் பற்றிக் கொண்டார். இடி தாக்கியிருக்கும் கட்டடம் ஒன்றுக்கு ஆறுதல் அளிக்க முயன்றுவருகிறோம் என்பதை அவர் அறிந்திருக்க வாய்ப்பில்லை, ஆறுதல் அளிப்பதற்கும் எதுவும் மிச்சம் இருக்கவில்லை. அவளுக்கு வந்த காபி தொடப்படாமல் இருக்க, அவர் தனது காபியைக் குடித்துவிட்டுத் தீவிர சிகிச்சைப் பிரிவுக்குச் சென்று அவளுடைய அம்மாவிடம் அவள் மன்னிப்புக் கேட்டுக்கொள்ளலாம் என்றார்.

“உங்கள் அம்மா ஒரு அசாதாரணமான பெண்மணி. அந்த அசிங்கமான சொற்களைச் சொன்னது அவரல்லர் என்பதை நீங்கள் புரிந்துகொள்ள வேண்டும்.”

“ஓ அப்படியென்றால் யார்?”

“வேறு யாரோ. அவருடைய நோய். அவருடைய ரத்தம். அவர் அனுபவிக்கும் துயரங்கள். நமது கட்டுப்பாடுகள், நமது முற்சார்புகள், நமது வரலாறு. . .”

“எனவே நான் யாரிடம் மன்னிப்பு கேட்க வேண்டும்? முற்சார்பிடமா? அல்லது வரலாற்றிடமா?”

ஆனால் அவள் தாழ்வாரத்தில் அவரைப் பின்தொடர்ந்து ஐ.சி.யு.வுக்குச் சென்றுகொண்டிருந்தாள்.

அவர்கள் அங்கு அடைந்தபோது அவளுடைய அம்மா கோமாவிற்குச் சென்றுவிட்டிருந்தாள். யார் பேசுவதையும் கேட்பதற்கு அப்பால், வரலாற்றுக்கு அப்பால், முற்சார்புக்கு அப்பால், மன்னிப்புக்கு அப்பால். திலோ அந்தப் படுக்கையில் சுருண்டு, அவள் அம்மாவின் பாதங்களில் முகத்தைப் பதித்துக்கொண்டாள். அந்தப் பாதங்கள் சில்லிட்டுப்போகும் வரை. உடைந்த நாற்காலி அவர்களை ஒரு சோக தேவதையைப்போலக் கவனித்துக்கொண்டிருந்தது. நாற்காலி என்ன செய்யும் என்று அவள் அம்மாவுக்கு எப்படித் தெரிந்திருந்தது என்று திலோவுக்கு ஆச்சரியமாக இருந்தது. அவளுக்கு எப்படித் தெரிந்திருக்கும்?

உடைந்த நாற்காலிகளெல்லாம் வேண்டாம். இதெல்லாம் இங்கேயே சுற்றிக்கொண்டிருக்கும்.

மரியம் ஐப் அடுத்த நாள் அதிகாலை இறந்துபோனாள்.

சிரியன் கிறிஸ்துவ சர்ச் அவளது வரம்புமீறல்களை மன்னிக்காததால், அதன் சார்பில் நல்லடக்கம் செய்வதற்கு நிர்த்தாட்சண்யமாக மறுத்து விட்டது. அதனால் அரசு மயானத்தில் அவளது ஈமச்சடங்குகள் பள்ளி ஆசிரியர்கள், அவளுடைய மாணவ மாணவிகளின் பெற்றோர்கள் கலந்துகொள்ள நடந்து முடிந்தது. திலோ அவளுடைய அம்மாவின் அஸ்தியை தில்லிக்கு எடுத்து வந்தாள். அதை என்ன செய்வது என்பது குறித்து அவள் மிகக் கவனமாக யோசிக்க வேண்டும் என்று நாகாவிடம் சொன்னாள். அவனிடம் வேறு எதையும் சொல்லவில்லை. அந்த அஸ்திக்கலயம் அவள் எழுதும் மேசைமீது பல நாட்கள் இருந்தது. பிறகு ஒருநாள் நாகா பார்த்தபோது அது அங்கு இருக்கவில்லை. அஸ்தியைக் கரைப்பதற்கு (அல்லது தூவி இறைப்பதற்கு அல்லது புதைப்பதற்கு) உகந்த இடத்தைத் திலோ கண்டுபிடித்து விட்டாளா அல்லது அவளுடைய புதிய வீட்டுக்குத் தன்னுடனே எடுத்துச் சென்றுவிட்டாளா என்று நாகாவுக்கு உறுதியாகத் தெரியவில்லை.

O O O

நாகா தரையில் அமர்ந்து, ஒரு தடிமனான மருத்துவமனை ஃபைலை பார்த்துக்கொண்டிருந்தபோது இளவரசி அவனைப் பார்ப்பதற்கு வந்தாள். அவனுக்குப் பின்னால் நின்றுகொண்டு அந்தக் குறிப்புகளை அவளும் படித்தாள்.

"'இந்த நரம்பு ஊசி இயேசு கிறிஸ்துவின் மரை ஆணி. . . வெள்ளைப் பூக்களின் ஒலியைக் கேட்டாயா?' இதெல்லாம் என்ன குப்பை? எதற்கு இதைப் படித்துக்கொண்டிருக்கிறீர்கள், ஜான்? எப்போதிலிருந்து பூக்கள் சத்தம் போடத்தொடங்கியிருக்கின்றன?"

நாகா எதுவும் பேசாமல் அப்படியே நெடுநேரம் உட்கார்ந்திருந்தான். ஆழ்ந்த சிந்தனையில் மூழ்கியிருப்பவனைப்போலக் காணப்பட்டான். எழுந்து நின்று அவளுடைய அழகிய முகத்தை இரு உள்ளங்கைகளிலும் தாங்கிப் பிடித்தான்.

"ஐயம் ஸோ ஸாரி. . ."

"எதற்காக, ஜான்?"

"இது சரியாக வராது . . ."

"எது?"

"நம்முடையது."

"அவள்தான் போய்விட்டாளே! உங்களை விட்டு!"

"ஆமாம், போய்விட்டாள், போய்விட்டாள்தான்... ஆனால் திரும்பி வந்துவிடுவாள். வந்துதான் தீர வேண்டும். வருவாள்."

இளவரசி அவனை இரக்கத்தோடு பார்த்தாள். நகர்ந்து சென்றாள். அதன்பிறகு கொஞ்சநாட்கள் கழித்து ஒரு தொலைக்காட்சிச் செய்தி சானலின் முதன்மை ஆசிரியரைத் திருமணம் செய்துகொண்டாள். அழகான, சந்தோஷமான தம்பதியாக ஆரோக்கியமான, சந்தோஷமான குழந்தைகளைப் பெற்றுக்கொண்டு அவர்கள் வாழ்ந்தார்கள்.

O O O

திலோ வாடகைக்குக் குடியிருந்த அறை ஒரு குறுகலான பலமாடி வீட்டின் இரண்டாவது தளத்தில் இருந்தது. அதற்கு எதிரே சற்று வசதிக் குறைவான மாணவர்கள் படிக்கும் ஓர் அரசு தொடக்கப் பள்ளியும், ஓரளவுக்கு வசதியான பச்சைக் கிளிகள் வசிக்கும் ஒரு வேப்பமரமும் இருந்தன. ஒவ்வொரு நாள் காலையிலும் இறைவணக்கக் கூட்டத்தில் மொத்தக் குழந்தைகளும் ஒன்றாகச் சேர்ந்து கத்தும் 'ஹம் ஹோங்கே காம்யாப்' – '*We shall overcome*' பாடலின் இந்தி வடிவம் – கேட்கும். அவளும் அவர்களோடு சேர்ந்து பாடுவாள். வார இறுதிகளிலும் விடுமுறை நாட்களிலும் அந்தக் குழந்தைகளும் இறைவணக்கக் கூட்டமும் இல்லாமல் அவளுக்கு ஏக்கமாக இருக்கும். அதனால் சரியாகக் காலை ஏழுமணிக்கு அவள் தனக்குள்ளாகப் பாடிக்கொள்வாள். அவள் பாடாத தினங்களில் அந்தத்தினத்தின் காலை நேரம் முன்தினத்தின் நீட்சியைப் போலவும் புதிய தினம் உதிக்காதது போலவும் தோன்றும். பெரும்பாலான காலைவேளைகளில் அவள் வீட்டுக் கதவின் மேல் யாராவது காதைப் பதித்துக் கேட்டால் அவள் பாடுவதைக் கேட்கமுடியும்.

ஆனால் அவள் வீட்டுக் கதவில் யாரும் காதைப் பதித்துக் கேட்டதில்லை.

மிஸ் ஜெபீன் பிறந்தநாளும் ஞானஸ்நானத் தினமுமான அன்றுதான் திலோ அந்த இரண்டாவது தள அறைக்கு வந்த நான்காவது வருடம். அதுதான் அங்கு அவள் தங்கும் கடைசி இரவாகவும் இருந்தது. மிச்சமிருந்த பிறந்தநாள் கேக்கை என்ன செய்வது என்று யோசித்தாள். எறும்புகள் அக்கம்பக்கத்திலுள்ள சுற்றத்தாரை அழைத்துக்கொண்டுவந்து அந்த மகா விருந்தில் கலந்துகொள்ளலாம். கடைசிப் பருக்கைவரை சாப்பிட்டோ, தமது சேமிப்பிடத்துக்கு எடுத்துச்சென்றோ காலி செய்துவிடலாம்.

வெப்பம் எழும்பி அறைக்குள் நடைபோட்டது. போக்குவரத்து, தூரத்தில் உறுமியது. நகரத்தின் இடிமுழக்கம்.

மழையைக் காணவில்லை.

அந்தப் புள்ளி ஆந்தை வேறு எந்த ஜன்னல் வழியாகவோ வேறு எந்த பெண்ணுக்கோ குனிந்து வணங்கி எழும் நல்ல பழக்கங்களைக் கற்றுத்தரப் போய்விட்டிருந்தது.

ஆந்தை போய்விட்டதைக் கவனித்ததும் திலோவுக்குத் தாங்க முடியாத துக்கம் கவிழ்ந்தது. விரைவில் அவளும் அங்கிருந்து செல்லப் போகிறாள். அதை இனி பார்க்கவே முடியாமல் போகலாம். அந்த ஆந்தை அவளுக்கு *யாரோ ஒருவன்.* அது யாரென்றுதான் அவளுக்கு உறுதியாகத் தெரியவில்லை. ஒருவேளை மூஸாவாக இருக்கலாம். மூஸா விஷயத்தில் எப்போதும் இப்படித்தான். ஒவ்வொரு முறையும், திடீரென மர்மமாக விநோதமான மாறுவேடங்களில் ஏதோ தொலைதூரத்திலிருந்து வந்திருக்கும் எவனோ போல மிகக் கொஞ்ச நாட்களே இருந்துவிட்டு மறைந்து போவான். அப்போதெல்லாம் இனி அவனைப் பார்க்கவே முடியாது என்று அவளுக்குத் தோன்றும். வழக்கமாக அவன்தான் காணாமல் போவான், அவள் காத்திருப்பாள். இப்போது காணாமல் போவது அவள் முறை. அவள் இருக்குமிடத்தை அவனிடம் தெரிவிப்பதற்கும் எந்த வழியும் இல்லை. அவன் மொபைல் போன் உபயோகிப்பதில்லை. அவளிடம் அவன் பேசியதெல்லாம் அவளது லேண்ட்லைனில்தான். இப்போது அவன் அதில் அழைத்தால் பதில் கிடைக்கப் போவதில்லை. அந்தப் புள்ளி ஆந்தையிடம் அவர்களிடையே உண்டாகியிருந்த விநோதமான உறவுக்குப் பிரியாவிடை கொடுத்துவிட்டுச் செல்லவேண்டுமென்ற ஆசை அடக்கமுடியாமல் அவளிடம் எழுந்தது. ஒரு காகிதத்தை எடுத்துச் சில வரிகளை எழுதி அந்த ஆந்தை பார்க்கும் படியாக சன்னலின் வெளிப்புறத்தில் ஒட்டினாள்:

Who can know from the word good bye what kind of parting is in store for us.

போய்வருகிறேன் என்று சொல்லும்போது எப்படிப்பட்ட பிரிவு நமக்காகக் காத்திருக்கிறது என்று யாருககுத தெரியும்.

தான் நினைத்ததைத் தெளிவாகத் தெரியப்படுத்திவிட்ட திருப்தி யோடு திலோ படுக்கைக்குத் திரும்பினாள். ஆனால் கொஞ்ச நேரத்திலேயே அவளுக்கு அவமானமாக இருந்தது. இந்த வரியை ஓஸிப் மாண்டெல்ஸ்டாம் எழுதியபோது அவர் மனதில் இருந்த விஷயங்கள் மிகவும் சோகமானவை. அவர் ஸ்டாலின் குலாகைப் பற்றி எழுதியிருந்தார். ஆந்தைகளோடு அவர் உரையாடிக் கொண்டிருக்கவில்லை. அந்தக் காகிதத்தைப் பிய்த்து எடுத்துக்கொண்டு மீண்டும் படுக்கைக்கு வந்தாள்.

தூக்கம் வராமல் அவள் படுத்துக்கொண்டிருந்த அந்த இடத்திலிருந்து சில மைல்தூரம் தள்ளி முன்தினம் இரவு சாலையிலிருந்து விலகித் தாறுமாறாக ஓடிய லாரியில் சிக்கி மூன்றுபேர் உடல் நசுங்கி இறந்துபோயிருந்தனர். டிரைவர் தூங்கிவிட்டான்போல. மிகுதியான போக்குவரத்து நெரிசல் மிக்க சாலைகளின் ஓரங்களில் வீடற்றவர்கள் படுத்துத் தூங்குவது அந்தக் கோடைப் பருவத்தில் அதிகரித்துவிட்டிருப்பதாகத் தொலைக்காட்சியில் சொன்னார்கள். அது மட்டுமல்லாமல், லாரிகளிலிருந்து வெளிவரும்

புகை மிகச்சிறந்த கொசு விரட்டியாகச் செயல்படுகிறது என்பதையும் அவர்கள் கண்டுபிடித்துச் சொன்னார்கள். இதனால் நகரில் இதற்குமுன் பலநூறுபேரைப் பலிகொண்ட டெங்குக் காய்ச்சலைப் பரப்பும் கொசுக்கள் இப்போது பரவாமல் தடுக்கப்படுகின்றன என்றும் தெரிவித்தார்கள்.

இறந்து போனவர்கள் யாராக இருக்குமென்று அவள் யோசித்துப் பார்த்தாள். நகருக்குப் புதிதாகக் குடியேறிய அகதிகள், கல் உடைப்பவர்கள், வாகனப் புகையின் அதிகபட்ச அடர்த்தி அளவு எண்ணை, சகித்துக் கொள்ளக் கூடிய கொசுக்களின் அடர்த்தி எண்ணால் வகுத்து நிர்ணயிக்கப் பட்ட வாடகைக்கு வீடு எனப்படும் சாலையோர நிலத்துண்டுக்காக முன்கூட்டியே பதிவு செய்து முன்கூட்டியே தொகை செலுத்திவிட்டு வந்திருப்பவர்கள். துல்லியமான அல்ஜீப்ரா. பாடப்புத்தகங்களில் சாதாரணமாகக் காணக்கிடைக்காது.

அவர்கள் கட்டட வேலை செய்பவர்கள். நாள் முழுக்க உழைத்ததில் களைப்படைந்திருந்தார்கள். படுவேகமாக வளரும் காட்டு மரங்கள்போல நகரெங்கும் முளைத்துவரும் பலமாடி விற்பனை அங்காடிகள், அடுக்குமாடி வீடுகளின் கட்டுமானப் பணியில் கற்களை உடைப்பதிலும், தரைக்குப் பளிங்குக் கற்கள் பதிப்பதிலும் உண்டான கல் தூசியால் கண்ணிமைகளும் நுரையீரல்களும் வெளுத்திருந்தனர். 'கம்ச்சா' என்ற அவர்களின் மிருதுவான போர்வையைச் சாலையோரப் புல்மேட்டில் விரித்தனர். அந்த இடம் முழுக்க நாய்களின் கழிவுகள். அங்கு ஸ்டெயின்லெஸ் ஸ்டீலில் செய்யப் பட்ட சிற்பங்களும் இருந்தன. சாலையோரக் கலைப்படைப்புகள். பம்னானி குரூப் ஸ்பான்ஸர் செய்திருந்தது. ஸ்டெயின்லெஸ் ஸ்டீலில் சிற்பம் வடிக்கும் கலைஞர்களை அவர்கள் ஊக்குவித்து வந்தனர். அவர்களுடைய ஸ்டீல் இண்டஸ்ட்ரிக்கு அக்கலைஞர்கள் விளம்பரத் தூதர்களாகப் பயன்படுவார்கள் என்ற நம்பிக்கை அவர்களுக்கு இருந்தது. அந்தக் கொத்துக் கொத்தான இரும்புச் சிற்பங்கள் பார்ப்பதற்கு விந்தணுக்கள்போலத் தெரிந்தன. அவை உண்மையில் பலூன்களாகவும் இருக்கக்கூடும். தெளிவாகத் தெரியவில்லை. எப்படியிருந்தாலும் பார்ப்பதற்கு அவை உற்சாகமளிப்பதாக இருந்தன. அந்த ஆட்கள் கடைசிப் பீடியைப் பற்றவைத்தனர். புகைவட்டங்கள் இருட்டில் சுழன்றன. நியான் தெருவிளக்குகள் புற்பரப்பை உலோக நீலத்துக்கும் அம்மனிதர்களைச் சாம்பல் நிறத்துக்கும் மாற்றியிருந்தன. கிண்டலும் சிரிப்புமாக இருந்தனர். அவர்களில் இருவருக்குப் பீடியை இழுத்துப் புகை வளையம் விடத் தெரிந்திருந்தது. மூன்றாமவனுக்குத் தெரியவில்லை. அவன் எப்போதும் எதிலும் மந்தமானவன். எதையும் கற்றுக்கொள்வதில் கடைசியாகத்தான் இருப்பான்.

தூக்கம் அவர்களுக்கு வேகமாக, எளிதாக வந்தது. கோடீஸ்வரர்களிடம் பணம் வருவதைப்போல.

அவர்கள் லாரியால் இறந்திருக்கவில்லையென்றால் கீழ்க் காண்பவற்றால் இறந்திருக்கக் கூடும்:

(அ) டெங்குக் காய்ச்சல்

(ஆ) வெப்பம்

(இ) பீடிப் புகை

அல்லது

(ஈ) கல் – தூசு

அல்லது அப்படி இல்லாமலும் இருக்கலாம். ஒருவேளை அவர்கள் இவ்வாறு ஆகியிருக்கலாம்:

(அ) கோடீஸ்வரர்கள்

(ஆ) சூப்பர் மாடல்கள்

அல்லது

(இ) உளவுத்துறைத் தலைவர்கள்.

அவர்கள் தூங்கிக்கொண்டிருந்த இடத்தில் புற்களோடு சேர்த்து நசுக்கிக் கூழாக்கப்பட்டது அவ்வளவு முக்கியமானதா? யாருக்கு முக்கிய மானது? யாருக்கு முக்கியமோ அவர்களுக்கா?

அன்புள்ள டாக்டர்,

நாங்கள் நசுக்கப்பட்டிருக்கிறோம். இதைக் குணப்படுத்த முடியுமா?

அன்புடன்,
பிரு, ஜெய்ராம், ராம் நிஷோர்.

திலோ புன்னகைத்தபடிக் கண்களை மூடினாள்.

அஜாக்கிரதையான மடையர்கள். லாரி வரும்போது யார் அதன் குறுக்கே படுக்கச் சொன்னது?

சில விஷயங்களை எப்படி தெரிந்துகொள்ளாமல் இருப்பது என்று அவள் யோசித்தாள. அவள் நன்றாக அறிந்திருக்கும் சில குறிப்பிட்ட விஷயங்களை அறிந்துகொள்ளாமல் இருப்பது. உதாரணத்துக்கு, கல் – தூசு காரணமாக ஒருவர் இறந்துவிட்டால் அவர் பிரேதத்தை எரிக்கும்போது நுரையீரல்கள் மட்டும் எரியாது என்று அவள் அறிந்திருக்கும் ஒரு விஷயத்தை எப்படி அறியாமல் இருப்பது என்று யோசித்தாள். அவர்களுடைய உடலின் மற்ற எல்லா பாகங்களும் எரிந்து சாம்பலாகிவிட்ட பிறகும், நுரையீரல்களின் வடிவத்தில் இரண்டு பாறைகள் மட்டும் சாம்பலாகாமல் மிச்சமிருக்கும் என்று ஜந்தர் மந்தர் எதிரே நடைபாதையில் வசிக்கும் நண்பன் டாக்டர் ஆஸாத் பார்தியா சொல்லியிருக்கிறான். கல் குவாரியில் வேலை செய்துவந்த அவனுடைய சகோதரன் ஜிதன் ஒய். குமார் முப்பத்தைந்து வயதிலேயே இறந்துவிட்டானாம். அவன் சடலம் எரிந்து முடிந்தபிறகு சிதையில் பாறாங்கல்லாக இருந்த அவனுடைய தம்பியின் நுரையீரல்களைக் கடப்பாரையால் உடைத்துத்தான் அவனது ஆத்மாவை விடுவித்ததாகச் சொன்னான். இதைச் சொல்லிவிட்டு, அவன் கம்யூனிஸ்ட் என்பதால் ஆத்மாவில் எல்லாம் நம்பிக்கையில்லாவிட்டாலும் அவன் அப்படிச் செய்ததாகச் சொன்னான்.

அது அவனுடைய அம்மாவின் திருப்திக்காகச் செய்ததாம்.

அவன் சகோதரனின் நுரையீரல்கள் அவற்றில் பொதிந்திருந்த சிலிகா கற்களால் ஜொலித்ததாகச் சொன்னான்.

அன்புள்ள டாக்டர்,

முக்கியமாக எதுவுமில்லை. உங்களுக்கு சும்மா ஹலோ சொல்லலா மென்றிருந்தேன். உண்மையில் – ஒரு விஷயம் உண்டு. உங்கள் அம்மாவைத் திருப்திப்படுத்துவதற்காக உங்கள் சகோதரனின் நுரையீரல்களை அடித்து உடைப்பதைக் கற்பனை செய்துபாருங்கள். அதை இயல்பான ஒரு மனிதச் செயல் என்று சொல்வீர்களா?

விடுவிக்கப்படாத ஓர் ஆத்மா, எரியும் சிதையில் இருக்கும் ஆத்மா வடிவிலான பாறை, பார்ப்பதற்கு எப்படி இருக்கும் என்று யோசித்தாள். ஒருவேளை நட்சத்திர மீனைப்போல இருக்கக்கூடும்; அல்லது ஒரு மரவட்டையைப்போல அல்லது உடல் முழுக்கப் புள்ளிகள் கொண்ட அந்துப்பூச்சியைப்போல. உயிருள்ள உடலும், கல்லாலான சிறகுகளும் கொண்ட ஒரு பரிதாப அந்துப்பூச்சியாக. பறப்பதற்கு உதவவேண்டிய சிறகு கல்லாக மாறிவிட்ட துரோகத்தைச் சுமந்துகொண்டு.

இரண்டாம் மிஸ் ஜெபீன் தூக்கத்தில் புரண்டாள்.

மனதை ஒருமுகப்படுத்தி யோசி, அந்தக் கடத்தல்காரி தனக்குள் சொல்லிக்கொண்டே குழந்தையின் நெற்றியில் வியர்வையை ஒற்றினாள். இல்லாவிட்டால் எல்லாமே கைமீறிப் போய்விடும். குழந்தையே வேண்டாம் என்று இருந்த அவள், எப்படி அந்தக் குழந்தையைத் தூக்கிக்கொண்டு ஓடிவந்தாள் என்று அவளுக்கே புரியவில்லை. ஆனால் அது இப்போது நடந்துமுடிந்துவிட்ட கதை. அந்தக் கதையில் அவளுடைய பாகம் எழுதப்பட்டு விட்டது. ஆனால் அவளால் அல்ல. அப்படியானால் வேறு யாரால்? வேறு யாராலோ.

அன்புள்ள டாக்டர்,

நீங்கள் விரும்பினால் என்னுடைய ஒவ்வொரு அங்குலத்தையும் நீங்கள் மாற்றிக்கொள்ளலாம். நான் வெறும் கதை மட்டும்தான்.

மிஸ் ஜெபீன் ஒரு நல்ல குழந்தை. திலோ அதற்காகத் தயாரித்துத்தரும் உப்பில்லாத சூப்பையும், வேகவைத்த காய்கறிகளையும் விருப்பத்தோடு சாப்பிட்டுவிடும். பெண் என்ற முறையில் திலோவுக்குக் குழந்தைகள் விஷயத்தில் அனுபவமே இல்லாவிட்டாலும், ஆச்சரியகரமான வகையில் எளிதாகவும் தைரியத்தோடும் அந்தக் குழந்தையைக் கையாண்டு வந்தாள். மிஸ் ஜெபீன் எப்போதாவது அழுதால், அதை உடனடியாக அவளால் சமாதானப்படுத்திவிட முடிந்தது. அப்படியும் தொடர்ந்து அழுதால், (அதற்கு உணவூட்டுவது இல்லாமல் வேறொரு) மிகச்சிறந்த வழி ஒன்றையும் அவள் கண்டுபிடித்திருந்தாள். அவள் வீட்டுக் கதவுக்கு வெளியே படி இறக்கத்தில் காம்ரேட் லாலி என்ற சிவப்புநிறத் தெரு நாய் ஐந்து வாரங்களுக்கும் முன் ஐந்து கருநிறக் குட்டிகளை ஈன்றிருந்தது. அவற்றைத் தூக்கிக்கொண்டு வந்து கூடத்தில் விட்டு, அவற்றிற்கு நடுவில் மிஸ் ஜெபீனைக் குப்புறப் படுக்க

வைத்துவிடுவாள். இரண்டு அணிக்கும் (நாய்க்குட்டிகளும் மிஸ் ஜெபீனும்) பரஸ்பரம் பேசிக்கொள்ள நிறைய இருந்தன. அன்னையர்கள் இருவரும் நெருக்கமான நண்பர்களாக இருந்தார்கள். எனவே இந்தக் கூடுகைகள் பெரும்பாலும் நல்லவிதமாகவே அமைந்தன. கலந்துரையாடலில் அவர்கள் களைப்படைந்துவிடும்போது, நாய்க்குட்டிகளை அந்தப் படியிறக்கத்தில் அவற்றின் முரட்டுக் கோணிப்பைப் படுக்கையில் விட்டு வந்துவிடுவாள். காம்ரேட் லாலிக்கு ஒரு சின்னக் கிண்ணத்தில் பாலும் ரொட்டியும் தருவாள்.

அன்று காலை திலோ அப்போதுதான் கேக்கில் மெழுகுவத்தியை ஏற்றிவிட்டு, புதிதாக பெயர் சூட்டியிருந்த மிஸ் ஜெபீனைத் தூக்கிக் கொண்டு 'ஹேப்பி பர்த்டே' பாடியபடி அந்த அறைக்குள் நடனமாடிக் கொண்டிருந்தாள். கீழ்வீட்டில் குடியிருக்கும் அங்கிதாவிடமிருந்து போன் வந்தது. அன்று காலை கான்ஸ்டபிள் ஒருவர் வந்து அவளை (திலோ) பற்றி விசாரித்ததாகவும், இந்தக் கட்டடத்தில் குழந்தை ஏதாவது இருக்கிறதாவென்று அவளை (அங்கிதா) கேட்டதாகவும் சொன்னாள். அந்தக் காவலர் அவசரத்தில் இருந்ததாகவும், போகும்போது செய்தித்தாள் ஒன்றைக் கொடுத்துவிட்டுச் சென்றதாகவும், அதில் காவல்துறை வெளியிட்ட அறிவிப்பு ஒன்று இருப்பதாகவும் சொன்னாள். அங்கிதா அந்த நாளிதழை அவள் வீட்டில் அடிமை வேலை செய்யும் ஆதிவாசிச் சிறுமியிடம் கொடுத்தனுப்பினாள். அதில் இருந்த அறிவிப்பு:

பிள்ளைக் கடத்தல் அறிவிப்பு

தில்லி போலீஸ் /1146
புதுதில்லி

பொதுமக்களிடம் இதன்மூலம் அறிவிப்பது என்னவென்றால் அடையாளம் தெரியாத குழந்தை ஒன்று *s/o* தெரியவில்லை, *r/o* தெரியவில்லை, உடைகள் எதுவும் அணிந்திராத நிலையில் புதுதில்லி, ஜந்தர் மந்தர் எதிரே கைவிடப்பட்டு இருந்தது. காவல்துறைகுத் தகவல் கிடைத்ததும் காவலர்கள் அந்த இடத்தை அடைந்தபோது, அந்தக்குழந்தை அடையாளம் தெரியாத நபரால்/நபர்களால் கடத்திச் செல்லப்பட்டது. முதல் தகவல் அறிக்கை சட்டப்பிரிவுகள் 361, 362, 365, 366A மற்றும் சட்டப்பிரிவுகள் 367, 369இன் கீழ் பதிவு செய்யப்பட்டுள்ளது. இதுகுறித்து எவ்விதத் தகவலும் அறிந்தால் காவல் நிலைய அலுவலர், நாடாளுமன்ற வீதி காவல்நிலையம், புதுதில்லி அவர்களிடம் தெரிவிக்கக் கேட்டுக்கொள்ளப்படுகிறது. குழந்தையின் அடையாளம்:

பெயர்: தெரியவில்லை, தந்தை பெயர்: தெரியவில்லை

முகவரி: தெரியவில்லை, வயது: தெரியவில்லை

உடைகள்: உடைகள் இல்லை.

அங்கிதா தொலைபேசியில் அவளிடம் பேசிய தொனியில் அகங்காரமும் அலட்சியமும் இருந்தன. அவள் திலோவிடம் பேசும் விதமே அப்படித்தான். கணவனோடு சேர்ந்து குடும்பம் நடத்துகிற ஒரு பெண், கணவனின்றி வாழும் ஒரு பெண்ணிடம் பேசும்போது வெளிப்படுகிற திமிரும் மேட்டிமைத்தனமும் அது. குழந்தையின் மீதான வெறுப்பல்ல. உண்மையில் மிஸ் ஜெபீன் பற்றியே அவளுக்கு ஒன்றும் தெரியாது. (அதிர்ஷ்டவசமாக அந்தக் கட்டடத்தை மிக

உறுதியாக, ஒலிபுகாத சுவர்களுமாக கார்ஸன் ஹோபார்ட் கட்டியிருந்தான்). அக்கம்பக்கத்தில் இருப்பவர்கள் எவருக்கும் தெரியாது. திலோ அந்தக் குழந்தையை வெளியில் தூக்கிச் சென்றதேயில்லை. முக்கியமாக எதுவும் வாங்கவேண்டியிருந்தால் குழந்தை தூங்கும் நேரத்தில் வேகமாகச் சென்று திரும்பிவிடுவாள். கடைக்காரர்களுக்கு அவள் குழந்தைகளுக்கான பால்பவுடர்களை வாங்கிச்செல்வது விநோதமாகத் தெரிந்ததிருக்கும். ஆனால் போலீஸ் இவ்வளவு தூரம் விசாரித்துக்கொண்டு வருவார்கள் என்று அவள் நினைக்கவில்லை.

அந்தச் செய்தித்தாளில் காவல்துறை அறிவிப்பைத் திலோ படித்தபோது முதலில் அது தீவிரமான விஷயமாக அவளுக்குப் படவில்லை. வழக்கமான அதிகார நடவடிக்கை ஒன்று கடனே என்று நிறைவேற்றப்பட்டிருப்பதைப் போலத் தோன்றியது. ஆனால் இரண்டாவது முறை படிக்கும்போது, இதில் தீவிரமான அபாயம் இருப்பதை உணர்ந்தாள். இதைப்பற்றிக் கொஞ்சம் அவகாசம் எடுத்துக்கொண்டு யோசிப்பதற்காக அந்த அறிக்கையை ஒரு நோட்டுப்புத்தகத்தில், கவனமாக, ஒருசொல் விடாமல், பழங்கால எழுத்தோவியப் பாணியில் படியெடுத்து, பக்க ஓரங்களில் கனிகள் காய்த்திருக்கும் கொடிகளை அலங்காரமாக வரைந்தாள், அது என்னவோ பத்துக் கட்டளைகள் பிரதிபோல. போலீஸ் எப்படி அவள் இருக்குமிடத்தைக் கண்டுபிடித்துத் தேடி வந்திருப்பார்கள் என்று அவளுக்குப் புரியவே இல்லை. அவள் இப்போது கவனமாகத் திட்டமிட வேண்டும். ஆனால் கைவசம் எந்தத் திட்டமும் இல்லை. எனவே இந்த உலகத்திலேயே அவள் நம்புகிற, பிரச்சனையைப் புரிந்துகொண்டு ஒழுங்கான தீர்வைச் சொல்லக் கூடியவனாக இருந்த ஒரேஒருவனுக்கு போன் செய்தாள்.

அவளும் டாக்டர் ஆஸாத் பார்தியாவும் நான்கு ஆண்டுகளுக்கு மேல் நண்பர்களாக இருப்பவர்கள். கன்னாட் பிளேஸில் தெருவோரத்தில் இருந்த செருப்பு தைப்பவனிடம் அவர்கள் இருவரும் அறுந்த செருப்புகளைத் தைப்பதற்குக் கொடுத்துவிட்டு நின்றிருந்தபோது பழக்கமானவர்கள். அந்தச் செருப்பு தைப்பவன் அவனுடைய திறமைக்காகவும், மிகக் குள்ளமான உருவத்துக்காவும் புகழ்பெற்றிருந்தவன். அவன் கைகளில் தைப்பதற்கு வந்த ஷூவும் செருப்பும் ஏதோவொரு ராட்சசனுக்கானவை போலத் தெரியும். அவர்கள் இருவரும் ஒரு காலில் செருப்பும் மறுகாலில் வெற்றாகவும் நின்றுகொண்டிருந்தபோது டாக்டர் பார்தியா திலோவை ஆச்சரியப்படுத்தும்படி அவளிடம் சிகரெட் இருக்கிறதா என்று (ஆங்கிலத்தில்) கேட்டான். அவள் பதிலுக்கு அவனை ஆச்சரியப்படுத்தும்படி சிகரெட் இல்லை, பீடி வேண்டுமானால் இருப்பதாக (இந்தியில்) சொன்னாள். அந்தக் குள்ளமான செருப்பு தைப்பவன் அவர்கள் இருவரிடமும் புகைபிடிப்பதன் தீமை, அதன் விளைவுகள் பற்றி நீளமாகப் பிரசங்கம் செய்தான். செயின் ஸ்மோக்கராக இருந்த அவனுடைய அப்பா புற்றுநோயால் இறந்து விட்டதாகச் சொன்னான். புற்றுநோயால் பாதிக்கப்பட்ட அவன் அப்பாவின் நுரையீரலைத் தரையில் விரலால் வரைந்து காட்டினான். “இவ்வளவு பெரிசாக இருந்தது.” டாக்டர் பார்தியா எப்போதெல்லாம் அவன் செருப்பைத் தைத்துக்கொள்கிறானோ அப்போது மட்டுமே புகைப் பிடிப்பதாகச் சொன்னான். அவர்களின் உரையாடல் அரசியலுக்கு நகர்ந்தது. அந்தச் செம்மான் தற்காலச் சூழலைச் சபித்தான். எல்லாப்

பிரிவையும் மதத்தையும் சேர்ந்த கடவுள்களைக் கெட்ட வார்த்தைகளால் திட்டினான். அவனது வசைமாரி முடிந்ததும், குனிந்து அவனது இரும்பாலான படியுருவக்கட்டையை முத்தமிட்டான். அவன் நம்புகிற ஒரே கடவுள் அதுதான் என்றான். அவர்கள் இருவரது செருப்புகளும் தைத்து முடிக்கப்பட்டபோது செம்மானும் அந்த இரு வாடிக்கையாளர்களும் நண்பர்களாகிவிட்டிருந்தனர் டாக்டர் பார்தியா புதிய நண்பர்கள் இருவரையும் ஜந்தர் மந்தரில் உள்ள அவனது நடைபாதை வீட்டுக்கு வருமாறு அழைத்தான். திலோ சென்றாள். அதன்பிறகு அவர்கள் நட்பு பலப்பட்டது.

வாரத்துக்குக் குறைந்தது இருமுறையாவது அவனைச் சந்தித்து வந்தாள். பெரும்பாலும் மாலை சென்று விடியும்போது திரும்புவாள். சிலமுறை அவனுக்குக் குடல்புழு நீக்கத்துக்கான மாத்திரையை வாங்கிவந்து தருவாள். ஏதோ சில காரணங்களுக்காக எல்லோரும் ஆரோக்கியத்துக்காக இந்த மாத்திரையை அவ்வப்போது சாப்பிடுவது அவசியம் என்று கருதினாள். அவனும் வெகுசிரத்தையாக, உண்ணாவிரதம் இருக்கும் சமயங்களில்கூட, அவள் தருகிற அம்மாத்திரையைச் சாப்பிட்டுவந்தான். திலோவுக்கு அவன்மீது பெரும் மதிப்பிருந்தது. அவள் அறிந்தவர்களிலேயே அவன்தான் மிகச்சிறந்த அறிவார்ந்த, நிதானமான, யதார்த்தவாதி என்று நினைத்தாள். நாளாக ஆக, அவனது ஒரு பக்கச் செய்தி இதழான *My News & Views*இன் மொழிபெயர்ப்பாளராக/படியெடுப்பவராக மட்டுமல்லாமல் அச்சிடுபவராக/ வெளியிடுபவராகவும் ஆனாள். அது அவன் மாதாமாதம் மறுவரைவு செய்து, புதுப்பித்து வெளியிடும் இதழ். ஒவ்வொரு பதிப்பும் எட்டிலிருந்து ஒன்பது பிரதிகள் விற்றுவந்தன. நன்கு வளர்ந்துவந்த ஊடகக்கூட்டணி அது. சீரிய அரசியல் பார்வையும் சமரசமற்ற போக்கும் பெரும்கோபச் சிந்தனை கொண்டதாகவும் அந்த இதழ் இருந்தது.

இரண்டாம் மிஸ் ஜெபீன் வநததறகுப் பிறகு அந்த ஊடகப் பங்குதாரர்கள் சந்தித்து எட்டுநாட்களுக்கு மேலாகிவிட்டிருந்தன, அந்த போலீஸ் அறிவிப்பைப் பற்றிச் சொல்வதற்காக திலோ டாக்டர் பார்தியாவை போனில் கூப்பிட்டபோது, அவன் குரலைக் கிசுகிசுப்பாகத் தாழ்த்தினான். அவர்கள் மொபைல் போனில் அதிகம் பேசக்கூடாது என்றான். சர்வதேச ஏஜென்ஸிகளால் அவர்கள் தொடர்ந்து கண்காணிக்கப் பட்டு வருவதாகச் சொன்னான். அந்த ஆரம்ப எச்சரிக்கையை அடுத்து, அவன் உற்சாகமாகப் பேசத் தொடங்கினான். போலீஸ் அவனை எப்படி அடித்து, அவனிடமிருந்த எல்லா பேப்பர்களையும் கைப்பற்றிக் கொண்டுசென்றார்கள் என்று விளக்கினான். (அவர்களுடைய இதழில் வெளியிடுபவரின் பெயரும் முகவரியும் அடியில் குறிப்பிட்டிருப்பதை வைத்து) அதிலிருந்து போலீஸ் அவளைத் தேடி வந்திருக்கக்கூடும் என்றான். அல்லது அவனுக்குப் போடப்பட்டிருக்கும் மாவுக்கட்டின் மீது அவள் அலங்காரமாகக் கையெழுத்துப் போட்டிருப்பதை, போலீஸ் பலகோணங்களில் புகைப்படம் எடுத்ததாகவும் அதிலிருந்து அவளை மோப்பம் பிடித்து வந்திருக்கலாம் என்றும் சொன்னான். “உன்னைத்தவிர வேறு யாரும் பச்சை மசியில் கையெழுத்தும் இட்டு, கீழே முகவரியும் எழுதியிருக்கவில்லை,” என்றான். “அதனால் அவர்களுடைய பட்டியலில்

உன் பெயர்தான் முதலில் இருந்திருக்கும். அவர்கள் வந்தது வழக்கமான சோதனை என்றுதான் நினைக்கிறேன்." ஆனாலும், மிஸ் ஜெபீனும் அவளும் உடனடியாக அங்கிருந்து கிளம்பி, பழைய நகரில் உள்ள 'ஜன்னத் விருந்தினர் இல்லம் & ஈமச்சடங்கு மைய'த்துக்குத் தற்காலிகமாக இடம் பெயர்ந்துவிட வேண்டும் என்றும் அறிவுரைத்தான். அந்த இடத்தில் அவள் தொடர்பு கொள்ளவேண்டியது சதாம் ஹுசேன், அல்லது உரிமையாளரான டாக்டர் அஞ்சும் என்பவளை என்றான். (சம்பவம் நடந்த இரவுக்குப் பிறகு) அவனும் டாக்டர் அஞ்சுமும் அடிக்கடி சந்தித்துக் குழந்தையைப் பற்றி விசாரித்துக்கொண்டதாகவும், அவள் மிகவும் நல்லவள் என்றும் சொன்னான். (அவனது பிஹெச்.டி. இன்னமும் நிலுவையில் இருந்தாலும்) தன் பெயருக்கு முன்னால் டாக்டர் பட்டத்தைத் தன்னிச்சையாகவே சூட்டிக்கொண்டிருப்பதால், அவன் மிகவும் விரும்புகிற, மதிக்கிற எல்லோருடைய பெயருக்கு முன்பாகவும் 'டாக்டர்' பட்டத்தைச் சேர்த்து அழைப்பது அவன் வழக்கமாக இருந்தது.

(சம்பவம் நடந்த இரவன்று) ஜந்தர் மந்தரிலிருந்து அவள் வீடுவரை ஒரு வெள்ளைக் குதிரையில் பின்தொடர்ந்து வந்து, அஞ்சல் பெட்டியில் விசிட்டிங் கார்டைப் போட்டுவிட்டுச் சென்ற சதாம் ஹுசேனின் பெயரும் அந்த விருந்தினர் இல்லத்தின் பெயரும் அவள் ஞாபகத்துக்கு வந்தன. சதாமுக்கு போன் செய்தபோது, டாக்டர் பார்தியாவுடன் அவன் தொடர்பில் இருப்பதாகவும், அவளுடைய தொலைபேசி அழைப்புக்காக அவன் (சதாம்) காத்துக்கொண்டிருந்ததாகவும் சொன்னான். அவனும் டாக்டர் பார்தியாவைப் போலவே கருத்து வைத்திருந்தான். அடுத்து செய்யவேண்டியதைப் பற்றி ஒரு செயல்திட்டம் வகுத்துக்கொண்டு அவளை மீண்டும் அழைப்பதாகச் சொன்னான். அவன் சொல்லும்வரை எக்காரணத்துக்காகவும் வீட்டைவிட்டு குழந்தையோடு அவள் வெளியே வரவே கூடாது என்றான். சர்ச் வாரண்ட் இல்லாமல் அவள் வீட்டுக்குள் போலீஸால் நுழைய முடியாது, ஆனால் அவள் வீட்டை அவர்கள் கண்காணித்துக்கொண்டிருக்கும் பட்சத்தில் அவளைக் குழந்தையோடு தெருவில் வைத்தே கைது செய்துவிடுவார்கள், அப்புறம் அவர்கள் விருப்பத்துக்கு என்ன வேண்டுமானாலும் செய்யலாம் என்று எச்சரித்தான். அவன் குரலும், தொலைபேசியில் அவன் நட்பார்ந்த முறையில் பேசியவிதமும், சாமர்த்தியமும் திலோவுக்குத் தைரியம் அளித்தன. சதாமுக்கும் திலோ பேசியவிதம் திருப்தியளிப்பதாக இருந்தது.

சிலமணி நேரங்கள் கழித்து, அவன் அழைத்து உரிய ஏற்பாடுகள் செய்யப்பட்டுவிட்டதாகச் சொன்னான்.'லாரிகள் நுழைவு' மூடப்படுவதற்கு முன்பு அதிகாலை நான்கிலிருந்து ஐந்து மணிக்குள் அவன் ஒரு வண்டியில் வந்து அவனையும் குழந்தையையும் வீட்டிலிருந்து அழைத்துச்செல்வதாகச் சொன்னான். அந்த வீடு கண்காணிக்கப்பட்டு வந்திருந்தால், அந்த நேரத்தில் தெருக்கள் காலியாக இருக்கும்போது கண்டுபிடித்துவிடலாம். அவன் ஒரு தில்லி மாநகராட்சிக் குப்பை லாரியோடும் நண்பன் ஒருவனுடனும் வருவான். தில்லியின் பிரதான குப்பை கொட்டும் இடமான ஹாவுஸ் காஸ் பகுதியில் இருந்த ஏராளமான பிளாஸ்டிக் பைகளைச் சாப்பிட்டு வயிறு வெடித்துச் செத்துப்போன ஒரு பசு மாட்டின் உடலை அவர்கள் வந்து

பெருமகிழ்வின் பேரவை

எடுத்துச் செல்ல வேண்டும். அவள் வீடு ஒன்றும் சுற்றுவழியில் இல்லை. நிச்சயமாக எந்தத் தவறும் இல்லாமல் இந்தத் திட்டத்தைச் செயல்படுத்தி விடலாம், என்றான். "எந்த போலீஸ்காரரும் தில்லி கார்பரேஷன் குப்பை லாரியை மடக்கமாட்டார்கள்," என்றான் சிரித்துக்கொண்டே. "நீங்கள் உங்கள் வீட்டு சன்னலைத் திறந்து வைத்திருந்தால் நாங்கள் வருவதைப் பார்ப்பதற்கு முன்னால் நாற்றம் வந்துசேர்ந்துவிடும்."

எனவே அவள் மீண்டும் இடம்பெயரத் தொடங்கிவிட்டாள்.

திலோ வீட்டைச் சுற்றித் திருடியைப்போல நோட்டமிட்டாள். எதையெல்லாம் எடுத்துச் செல்வது? எவையெல்லாம் முக்கியம்? அவளுக்குத் தேவையாக இருப்பவை? இங்கே விட்டுச் செல்லக் கூடாதவை? எல்லாவற்றையுமா? எதுவுமே தேவையில்லையா? ஒரு வேளை போலீஸ் கதவை உடைத்துக்கொண்டு உள்ளே வந்தால், பிள்ளைக்கடத்தல் என்பது அவளது குற்றங்களிலேயே கடைசி இடத்தைத்தான் பிடிப்பதாக இருக்கும்.

அவள் வீட்டில் இருப்பவற்றிலேயே மிகவும் அபாயகரமானவை அடுக்கிவைத்திருக்கும் அட்டைப் பெட்டிகள். பழங்களை அனுப்பும் அந்தப்பெட்டிகள் ஒவ்வொன்றாக ஒரு கஷ்மீரிப் பழவியாபாரி மூலம் அங்கு வந்து சேர்ந்தவை. ஒரு வருடத்துக்கும் முன் ஸ்ரீநகரை மூழ்கடித்த பெருவெள்ளத்திலிருந்து மூஸாவின் வார்த்தைகளில் 'மீட்டெடுத்தவை'.

ஜீலம் பெருக்கெடுத்து, கரை உடைந்து, அந்நகரம் அமிழ்ந்துபோனது. குடியிருப்புகள் நீருக்கடியில் மூழ்கின. ராணுவ முகாம்கள், சித்திரவதைக் கூடங்கள், மருத்துவமனைகள், நீதிமன்றங்கள், காவல்நிலையங்கள் என எல்லாமே மூழ்கின. கடைவீதிகளாக இருந்த இடத்தின் மேல் படகுவீடுகள் மிதந்தன. அபாயகரமாகச் சரியும் வீட்டுக் கூரைகளின் மீது ஆயிரக்கணக்கானோர் கும்பல்கும்பலாகத் தொற்றிக்கொண்டிருந்தனர். மேடான பகுதிகளில் தற்காலிகமாக அமைக்கப்பட்ட தங்கிடங்களில் வரவே வராத மீட்புப் படையினருக்காகக் காத்திருந்தனர். மூழ்கியிருந்த மாநகரம் ஒரு சுவாரஸ்யக் கண்காட்சியானது. தொலைக்காட்சி காமிராக்களுக்காக ராணுவத்தினர் மயிர்கூச்செரியும் மீட்பு நடவடிக்கைகளை ஹெலிகாப்டரில் செய்து காட்டினர். உதவுவதற்குத் தகுதியற்ற இந்த நன்றிகெட்ட, வெறுப்புமிழும் கஷ்மீரிகளை நமது தீரமிக்க ராணுவ வீரர்கள் எப்படி தமது உயிரைப் பணயம் வைத்துக் காப்பாற்றுகிறார்கள் என்று இருபத்து நான்கு மணிநேரத் தொடர் ஒளிபரப்புகளில் செய்தி அறிவிப்பாளர்கள் வியந்தோதிக்கொண்டிருந்தனர். வெள்ளம் வடிந்ததும் அந்நகரம் சேற்றால் மூடப்பட்டு வாழமுடியாத நகரமாகிப் போயிருந்தது. சேறு மண்டிய கடைகள், சேறு மண்டிய வீடுகள், சேறு மண்டிய வங்கிகள், சேறு மண்டிய ரிஃப்ரிஜிரேட்டர்கள், அலமாரிகள், புத்தகப்பலகணிகள். நன்றிகெட்ட, வெறுப்புமிழும் மனிதர்களில் சிலர் காப்பாற்றப்படாவிட்டாலும் தப்பிப்பிழைத்திருந்தனர்.

வெள்ளம் சூழ்ந்திருந்த வாரங்களில் மூஸாவைப் பற்றிய எந்தச் செய்தியும் திலோவுக்குக் கிடைக்கவில்லை. அவன் கஷ்மீரில்தான் இருக்கிறானா, இல்லையா என்றும் தெரியவில்லை. அவன் உயிரோடுதான்

இருக்கிறானா, மூழ்கி இறந்துவிட்டானா, அவன் உடல் எங்காவது தூரமாக அடித்துச்சென்று ஒதுங்கியிருக்கிறதா என்று எதுவும் தெரியாமல் அந்தத் தினங்களில் தூக்கம் வராமல் தூக்க மருந்துகள் எடுத்துக்கொண்டு ராத்திரிகளில் தூங்கினாள். தூங்காமல் விழித்திருந்த பகல் நேரங்களில் வெள்ளத்தைப் பற்றிக் கனவு கண்டுகொண்டிருந்தாள். மழையைப் பற்றி. செடி கொடிகளைப் போன்ற தோற்றத்தில் வெள்ளநீரில் அடித்துச் செல்லப்படும் சுருள்சுருளான முள்வேலிகளைப் பற்றி. மீன்கள் துடுப்புகள் வைத்த இயந்திரத் துப்பாக்கிகளாகவும், மிதந்து செல்லும் துப்பாக்கிக்குழல்கள் கடற்கன்னிகளின் வால்கள் போலவும் இருக்க, அவை உண்மையில் யாரைக் குறிபார்த்து விரைந்துகொண்டிருக்கின்றன, அவை சுட்டால் இறக்கப் போவது யார் என்றெல்லாம் சொல்லமுடியாமலிருந்தது. ராணுவ வீரர்களும் போராளிகளும் நீருக்கடியில் ஒருவரையொருவர் இறுகக் கட்டிப்பிடித்துக்கொண்டு ஸ்லோமோஷனில் புரள, ஜேம்ஸ் பாண்ட் படங்களில் வருவதைப்போல அவர்களின் மூச்சுக்காற்று அந்தக் கலங்கிய நீரில் காற்றுக்குமிழ்களாக, பளிச்சிடும் வெள்ளித் துப்பாக்கிக் குண்டுகள் போல வெளிவந்துகொண்டிருந்தன. (விசில்களிலிருந்து பிரிந்த) பிரஷர் குக்கர்களும் கேஸ் ஹீட்டர்களும் சோபாக்களும் புத்தக அலமாரிகளும் மேசைகளும் சமையல் பாத்திரங்களும் சட்ட ஒழுங்கற்ற பரபரப்பான நெடுஞ்சாலைப் போக்குவரத்துப் போல நீரில் சுழன்றடித்துச் சென்றன. ஆடுமாடுகள், நாய்கள், காட்டெருமைகள், கோழிகள் நீர்ச்சுழலில் சுழன்றன. வாக்குமூலங்கள், விசாரணை அறிக்கைகள், ராணுவச் செய்தி அறிக்கைகள் தம்மைத்தாமே காகிதக் கப்பல்களாக மடித்துக்கொண்டு பத்திரமான இடத்தை நோக்கி நீரில் படகோட்டிக் கொண்டு சென்றன. கஷ்மீர் பள்ளத்தாக்கிலிருந்தும் நாட்டின் மற்ற பகுதிகளிலிருந்தும் ஆண்களும் பெண்களுமாக வந்திருந்த அரசியல்வாதிகளும் தொலைக்காட்சி அறிவிப்பாளர்களும் பளபளக்கும் நீச்சல் உடைகளில் துள்ளிக்குதித்தபடிக் கடற்குதிரைகளின் அணிவகுப்பைப்போல அழகாகப் பயிற்றுவிக்கப்பட்ட நடன அசைவுகளில் நீரில் பாய்ந்தும், மேற்பரப்பில் வழுக்கியும் சுழன்றும் தலைகீழாக முங்கிக் கால்களை உயர்த்திக் காட்டியும் அந்த அழுக்கு நீரில் நீந்தி விளையாடிக்கொண்டு சந்தோஷமாகச் சிரிக்கும்போது அவர்களின் பற்கள் சூரியஒளியில் மின்னும் முள்வேலிகள் போலிருந்தன. நாஜி ஜெர்மனியின் ஷுட்ஸ்டாஃபெல்லோடு கருத்தியல்ரீதியாக ஒப்பிடக்கூடிய அரசியல்வாதி ஒருவர், கஞ்சி போட்டு வெளுத்திருந்த வேட்டி 'வாட்டர் ப்ரூஃப்' தானோ என்று தோன்றும்படித் தண்ணீரில் வெற்றிகரமாகக் குட்டிக்கரணம் அடித்துக் காட்டினார்.

இந்தப் பயங்கரப் பகற்கனவு மீண்டும் மீண்டும், புதிய கற்பனை இணைப்புகளைச் சேர்த்துக்கொண்டு தலைகாட்டிக்கொண்டே இருந்தது.

ஒரு மாதம் போன பின்பு, கடைசியில் மூஸா அழைத்தான். அவன் பேச்சிலிருந்த கவலையில்லாத உற்சாகம் திலோவைக் கோபப்படுத்தியது. வெள்ளத்திலிருந்து அவன் 'மீட்டெடுத்தவற்றை' பாதுகாப்பாக வைப்பதற்கு ஸ்ரீநகரில் எந்த வீடும் இல்லை என்றான். அதனால் ஸ்ரீநகரில் இயல்புநிலை திரும்பும்வரை அவற்றைத் தில்லியில் அவள் வீட்டில் வைத்துக்கொள்ள முடியுமா என்று கேட்டான்.

முடியும், தாராளமாக முடியும்.

அவை மிகத்தரமான கஷ்மீர் ஆப்பிள்கள். தனியாக அவற்றுக்கென்றே உருவாக்கப்பட்ட அட்டைப் பெட்டிகளில் வந்தன. செக்கச்செவேலென்ற ஆப்பிள்கள், சற்று மங்கலான சிவப்பில், பச்சை நிறத்தில், கிட்டத்தட்டக் கருப்பாக என்று எத்தனை ரகங்கள் – டெலிஷியஸ், கோல்டன் டெலிஷியஸ், ஆம்ப்ரி, காலா மஸ்தானா – ஒவ்வொன்றும் தனித்தனியாகக் காகிதச் சருகுகளில் சுற்றப்பட்டு. எல்லாப் பெட்டிகளிலும் மூஸாவின் அழைப்பு அட்டை – சின்னதாக வரையப்பட்ட ஒரு குதிரைத் தலையோடு – மூலையில் செருகப்பட்டிருந்தது. எல்லா அட்டைப் பெட்டிகளிலும் மேலே அடுக்கப்பட்டிருந்த ஆப்பிள்களுக்கு அடியில் ஒரு ரகசிய அடித்தளம் இருந்தது. அதில் அவன் ‘மீட்டெடுத்தவை’ இருந்தன.

திலோ அந்தப் பெட்டிகளைத் திறந்து அவற்றில் இருப்பவற்றை நினைவூட்டிக்கொண்டாள். அவற்றை என்ன செய்வது – கூடவே எடுத்துச் செல்வதா அல்லது விட்டுச் செல்வதா? அந்த வீட்டின் மற்றொரு சாவி மூஸாவிடம் இருந்தது. கார்ஸன் ஹோபார்ட் பத்திரமாக ஆப்கானிஸ்தானில் இருக்கிறான். எப்படியிருந்தாலும் அவனிடம் சாவி இல்லை. எனவே இங்கேயே விட்டுச்செல்வது ஆபத்தில்லை. ஒருவேளை, ஒருவேளை, ஒருவேளை – போலீஸ் கதவை உடைத்துக்கொண்டு வந்தால்?

‘மீட்டெடுத்தவை’ கொஞ்சம்தான் இருந்தன. அவசர அவசரமாகச் சேகரித்து அனுப்பப்பட்டவை. முதலில் அவை வந்தபோது, அவற்றில் சிலவற்றின்மீது சேறு அப்பியிருந்தது – கெட்டியான ஆற்று வண்டல். சில பொருட்கள் மட்டும் வெள்ளத்திலிருந்து தப்பித்துச் சுத்தமாக இருந்தன. தண்ணீரில் ஊறி, கறை படிந்த படங்களோடு ஒரு குடும்பப் புகைப்பட ஆல்பம் ஒன்றும் இருந்தது. அடையாளம் தெரியாத அளவுக்கு அழிந்திருந்த புகைப்படங்கள் – மூஸாவின் மகள், முதலாம் மிஸ் ஜெபீனும் அவளுடைய அம்மா ஆரிஃபாவும். ஒரு பிளாஸ்டிக் ஜிப்லாக் உறைக்குள் பாஸ்போர்ட்டுகள் கட்டாக இருந்தன. மொத்தம் ஏழு – இரண்டு இந்தியர்கள், ஐந்து அயல்நாட்டவர்களுடையவை – இயாத் கரீஃப் (மூஸா என்ற லெபனான் புறா), ஹாதி ஹஸன் மோஸெனி (மூஸா என்ற இரானிய அறிஞன், வழிகாட்டி), ஃபாரிஸ் அலி ஹலாபி (மூஸா என்ற சிறிய குதிரையோட்டி), முகம்மது நபில் அல் – சலேம் (மூஸா என்ற கத்தார் நாட்டுப் பெருந்தகை), அகமத் யாஸிர் அல் – காஸீனி (மூஸா என்ற பஹ்ரைன் நாட்டுச் செல்வந்தர்). மூஸா தாடி மீசையின்றிச் சுத்தமாக மழித்திருந்தான், மூஸா பாதி நரைத்த தாடியுடன் இருந்தான், மூஸா தாடியின்றி நீளமாக முடி வளர்த்திருந்தான், மூஸா ஒட்ட வெட்டப்பட்ட தலைமுடியும் செப்பனிடப்பட்ட தாடியுமாக இருந்தான். முதலில் இருந்த பெயர், இயாத் கரீஃப், மூஸாவுக்கு மிகவும் பிடித்தமான பெயர் என்பது திலோவுக்கு நினைவிலிருந்தது. ‘இலையுதிர் காலத்தில் பிறந்த புறா’ என்று அந்தப் பெயருக்கு அர்த்தம் என்பதால் திலோவும் மூஸாவும் கல்லூரித் தினங்களில் அதைச் சொல்லிச்சொல்லிச் சிரிப்பார்கள். திலோ அவளுக்குப் பிடிக்காத, எரிச்சலூட்டக்கூடிய நபர்களுக்கு இந்தப் பெயரைச் சற்று மாற்றி வைத்திருந்தாள். கண்டூ கரீஃப். இலையுதிர் காலத்தில் பிறந்த ஆசனவாய். (திலோ இளம் வயதில் மிகவும் அசிங்கமான வார்த்தைகள் பேசும்

பெண்ணாக இருந்தாள். இந்தி கற்றுக்கொள்ள ஆரம்பித்ததும் புதிதாக அறிமுகமாகிய கெட்ட வார்த்தைகளை வைத்துக்கொண்டு தினசரிப் புழக்கத்திற்கு ஒரு பெரிய சொற்கிடங்கை உருவாக்கிக்கொண்டாள்.)

இன்னொரு பிளாஸ்டிக் உறைக்குள் பாஸ்போர்ட்களில் இருந்த எல்லாப் பெயர்களிலும் சேறு அப்பிய கடன் அட்டைகள், போர்டிங் பாஸ்கள், சில விமான டிக்கெட்டுகள் இருந்தன. விமான டிக்கெட்டுகள் புழக்கத்தில் இருந்த பண்டைக் காலத்தைச் சேர்ந்த டிக்கெட்டுகள். பெயர்கள், முகவரிகள் கொண்ட பழைய தொலைபேசி டைரிகள் சிலவும் இருந்தன. அவற்றில் ஒன்றின் பின்னட்டையில் பாடல்வரிகளை மூஸா எழுதியிருந்தான்.

இருளிலிருந்து ஒளிக்கும்
ஒளியிலிருந்து இருளுக்குமாக
கருப்பு வண்டிகள் மூன்று, வெள்ளை வண்டிகள் மூன்று,
ஒன்றாக நம்மைச் சேர்ப்பது எதுவோ
நம்மைப் பிரித்து விலக்குவதும் அதுவே,
எங்கள் சோதரன் போனான்,
எங்கள் இதயமும் போயிற்று.

யாருக்கான சோகப்பாடல் இது? அவளுக்குத் தெரியவில்லை. ஓர் ஒட்டுமொத்தத் தலைமுறைக்காக இருக்கலாம்.

இன்லேண்ட் லெட்டரில் பாதி எழுதிய கடிதம் ஒன்றும் இருந்தது. அது யாருக்காகவும் எழுதப்பட்டிருக்கவில்லை. ஒருவேளை அதை அவனுக்காகவே எழுதிக்கொண்டிருக்கலாம் . . . அல்லது அவளுக்காக. ஏனென்றால் அக்கடிதத்தை உருதுக் கவிதை ஒன்றிலிருந்து ஆரம்பித்து அதை அவன் மொழிபெயர்த்தும் தந்திருந்தான். அவளுக்காக அவன் அடிக்கடி செய்வதுதான் அது:

துனியா கி மெஹஃபிலோன் ஸே உக்தா கயா ஹூன் யா ரப்
க்யா லுத்துஃப் அஞ்சுமன் கா, ஜப் தில் ஹி புஜ் கயா ஹோ
ஷோரிஷ் ஸே பக்தா ஹூன், தில் தூந்தா ஹை மேரா
ஐஸா சுகூத் ஜிஸ் பே தக்ரீர் பி ஃபிதா ஹோ

உலகமே கூட்டமாகக் கூடி நிற்பது என்னைச்
  சோர்வடைய வைக்கிறது, என் இறைவா
என் இதயத்தின் ஒளி போனபின், என்ன இன்பம்
  அவர்களிடம் எனக்கு இருக்கும்?
கூட்டத்தின் நெரிசலிலிருந்து ஓடுகிறேன்,
  என் இதயம் தேடுகிறது
வார்த்தைகளை ஸ்தம்பிக்கச் செய்யும் நிசப்தத்தை நோக்கி.

இதன் கீழே அவன் இப்படி எழுதியிருந்தான்:

எங்கே நிறுத்த வேண்டும், எப்படி தொடர்ந்து செல்ல வேண்டும் என்றெல்லாம் எனக்குத் தெரிவதேயில்லை. நிறுத்தக்கூடாதபோது நான் நிறுத்துகிறேன். நிறுத்தவேண்டியபோது தொடர்ந்து செல்கிறேன். சலிப்பாக இருக்கிறது. ஆனால் எதிர்ப்பும் கூடவே இருக்கிறது. இப்போதெல்லாம் இவர்கள் என்னை வரையறைக்குள் அடக்குகிறார்கள். ஒன்றாகச் சேர்ந்து என் உறக்கத்தைக் களவாடு கிறார்கள், கூட்டாகச் சேர்ந்து என் ஆன்மாவை மீட்டெடுக்கவும் செய்கிறார்கள். எந்தத் தீர்வும் கண்ணுக்குப் புலப்படாமல்

எண்ணற்ற பிரச்சனைகள் பெருகிவிட்டிருக்கின்றன. நண்பர்கள் பகைவர்களாகின்றனர். எதிர்த்துக் குரல் கொடுக்காவிட்டாலும் மௌனமான பேசாமடந்தைகளாக இருக்கின்றனர். ஆனால் இதுவரை ஒரேயொரு பகைவன்கூட நண்பனாக மாறியிருக்கவில்லை. நம்பிக்கை இருப்பதாகத் தெரியவில்லை. ஆனால் நம்பிக்கையோடு இருப்பதுதான் எமக்கிருக்கும் ஒரே ஆறுதலாக இருக்கிறது ...

அவன் குறிப்பிட்டிருப்பது எந்த நண்பர்களை என்று அவளுக்குத் தெரியவில்லை.

மூஸா இன்னமும் உயிரோடு இருப்பது நம்பமுடியாத அற்புதம்தான் என்றே நினைத்தாள். 1996க்குப் பிறகான பதினெட்டு வருடங்களில் அவன் கழித்த ஒவ்வோர் இரவும் (நாஜிகளால் யூதர்கள் துப்புரவு செய்யப்பட்ட) 'நெடுவாள்களின் இரவுக'ளாகத்தான் இருந்திருக்கிறது. திலோ அவனுக்காகக் கவலைப்படுவதை உணர்ந்தால், "அவர்களால் எப்படி என்னை மறுபடியும் கொல்ல முடியும்?" என்பான். "நீ ஏற்கனவே எனது ஈமச்சடங்குக்கு வந்திருக்கிறாய், எனது கல்லறையின்மீது மலர்கள் தூவியிருக்கிறாய். இதற்குமேல் அவர்களால் என்னை என்ன செய்துவிட முடியும்? உச்சி வேளை நிழல் நான். நானே இல்லையே." அவளைச் சென்றமுறை பார்த்தபோது, மிக அலட்சியமாக, வேடிக்கையாக, ஆனால் இதயத்தின் வலி கண்களில் தெரிய அவளிடம் சொன்னது அவள் ரத்தத்தை உறைய வைத்தது.

"கஷ்மீரில் இப்போதெல்லாம் நீங்கள் உயிரோடு இருக்கிறீர்கள் என்பதற்காகவே கொல்லப்படலாம்."

போரில் உங்கள் மனஉரத்தை நொறுக்குவது எதிரிகள் அல்லர், நண்பர்கள்தாம், என்றான் மூஸா திலோவிடம்.

மற்றொரு அட்டைப்பெட்டியில் ஒரு வேட்டைக்கத்தியும், ஒன்பது மொபைல் போன்களும் இருந்தன – கைப்பேசியையே உபயோகப்படுத்தாத ஒருவனுக்கு இது அதிகம்தான் – சிறிய செங்கற்கள்போல இருந்த பழையவை, சிறிய நோக்கியா போன்கள், ஒரு ஸாம்ஸங் ஸ்மார்ட்போன், இரண்டு ஐபோன்கள். அந்தப் பெட்டியை அவள் திறந்து பார்த்தபோது அவை புதைபடிவமாகியிருந்த சாக்லேட் கட்டிகளைப் போலிருந்தன. இப்போது சேற்றை அகற்றிவிட்டுப் பார்க்கையில் பழசாக, உபயோகிக்க முடியாதவையாகத் தெரிந்தன. மஞ்சள் நிறத்தில் விறைத்திருந்த செய்தித்தாள் நறுக்குகளின் கற்றை ஒன்று இருந்தது. முதலில் இருந்தது அன்றைய கஷ்மீர் முதலமைச்சரின் அறிக்கை. அதை யாரோ அடிக்கோடிட்டிருந்தனர்:

எங்களால் எல்லா கல்லறைகளையும் தோண்டிக்கொண்டிருக்க முடியாது. காணாமற்போனவர்களின் உறவினர்களிடமிருந்து

சரியான வழிகாட்டல்களோ,

குறிப்பான அடையாளத் தகவல்களோ எங்களுக்கு வேண்டும் காணாமற்போன அவர்களுடைய உறவினர்கள் எங்கே

புதைக்கப்பட்டிருக்கக் கூடும் ?

மூன்றாவது அட்டைப்பெட்டியில் ஒரு கைத்துப்பாக்கி, சில உதிரியான துப்பாக்கிக் குண்டுகள், மாத்திரைகள் அடங்கிய புட்டி ஒன்று (அவை என்ன மாத்திரைகள் என்று அவளுக்குத் தெரியாவிட்டாலும், ஊகிக்க முடிந்தது – 'C'யில் ஆரம்பிக்கும் ஏதோவொரு மருந்து), வெள்ளத்தால் சேதமடைந்திராத ஒரு நோட்டுப்புத்தகம் இருந்தன. அந்த நோட்டுப்புத்தகத்தை அவளால் அடையாளம் கண்டுகொள்ள முடிந்தது. அதிலிருக்கும் கையெழுத்து அவளுடையதுதான். ஆனால் வேறுயாரோ எழுதியிருப்பதைப்போல அந்த நோட்டில் எழுதியிருந்ததை ஆர்வத்துடன் படித்தாள். இப்போதெல்லாம் அவளுடைய மூளையே சேறு அப்பிய 'மீட்டெடுக்கப்பட்ட' ஒன்றாகத்தான் அவளுக்குத் தோன்றுகிறது. மூளை மட்டுமல்ல, அவளே, *முழுசாக* அவளே, ஒரு மீட்டெடுக்கப்பட்ட பொருளாகச் சேற்றிலிருந்து பொறுக்கியெடுத்து, ஒழுங்கின்றிப் பொருத்தப்பட்ட ஒன்றைப்போல.

அவளுடைய அம்மாவுக்கும் டாக்டர் ஆஸாத் பார்தியாவுக்கும் எழுத்தராக ஆனதற்கு வெகுகாலத்துக்கும் முன்பே முழுநேர ராணுவப் பணி ஒன்றில் ஒருவிநோதமான பகுதி நேர எழுத்தராகப் பணிபுரிந்திருக்கிறாள். அந்த ஷிராஸ் சம்பவத்துக்குப் பிறகு, தில்லிக்குத் திரும்பி நாகாவைத் திருமணம் செய்துகொண்டதற்குப் பிறகு, ஒவ்வொரு மாதமும் அவள் இடைவிடாமல் கஷ்மீருக்குச் சென்று வந்துகொண்டிருந்தாள். வருடக்கணக்காக எதையோ அங்கு விட்டுவிட்டு வந்ததைத் தேடுவதற்கு என்பதைப்போல. அந்தப் பயணங்களில் திலோ அரிதாகவே மூஸாவைச் சந்தித்திருக்கிறாள். (அவர்கள் சந்தித்ததெல்லாம் பெரும்பாலும் தில்லியில்தான்). ஆனால் அவள் கஷ்மீரில் இருந்தபோதெல்லாம் அவனது மறைவிடத்திலிருந்து அவளைக் கவனித்து வந்திருக்கிறான். எங்கிருந்தெல்லாமோ திடீர்திடீரென சில தோழர்கள் தோன்றுவார்கள், அவளுக்குத் துணையாகச் சேர்ந்துவருவார்கள், சேர்ந்து பயணிப்பார்கள், அவர்களுடைய வீட்டுக்கு அழைத்துச்செல்வார்கள். இந்த ஆத்மாக்கள் எல்லோரும் மூஸாவின் அணுக்கத்தோழர்கள் என்று தெரிந்தது. அவர்கள் அவளை வரவேற்று உபசரித்ததற்கும், அவர்கள் தங்களுக்கிடையே அதிகம் பேசிக்கொள்ளாதவற்றைக்கூட அவளிடம் சொல்வதற்கும் காரணம் அவர்கள் மூஸாவை நேசிப்பதும், அவன் நிழல்களுக்கிடையே நடமாடும் நிழல் என்று அவர்கள் தம்மைக் கருதிக்கொள்வதுமே. அவள் எதைத் தேடிக்கொண்டிருக்கிறாள் என்று மூஸாவுக்குத் தெரியவில்லை. அவளுக்கும் தெரியவில்லை, இருந்தாலும் அங்கு வந்து வடிவமைப்பு, தட்டச்சு செய்து தருவது போன்ற வேலைகளில் சம்பாதித்த பணத்தில் கிட்டத்தட்ட எல்லாவற்றையும் அங்கேயே செலவு செய்து தீர்த்தாள். சில நேரங்களில் அவள் விசித்திரமான புகைப்படங்கள் எடுத்தாள். விநோதமான விஷயங்களை எழுதினாள். எந்த நோக்கமும் இல்லாத செய்தி நறுக்குகளை, விளங்கிக்கொள்ள முடியாத பொருட்களை ஞாபகச்சின்னங்கள்போலச் சேகரித்துவைத்துக்கொண்டாள். அவளது ஆர்வத்துக்கு எந்தவொரு வகைமையோ நோக்கமோ இருந்ததாகத் தெரியவில்லை. அவளுக்கு குறிப்பிட்ட இலக்கோ திட்டமோ இருக்கவில்லை. எந்தவொரு நாளிதழுக்கோ பத்திரிகைக்கோ அவள் எழுதவில்லை. புத்தகம் எழுதுவதோ திரைப்படம் எடுப்பதோ அவளது நோக்கமாக இருக்கவில்லை. பெரும்பாலோர் முக்கியமானவை என்று கருதுபவற்றில் அவள் கவனம் செலுத்தவில்லை.

வருடங்கள் செல்லச் செல்ல, அவளது விநோதமான குப்பைக்கூளக் களஞ்சியம் அபாயகரமாகிக் கொண்டு வந்தது. அவை வெள்ளத்திலிருந்து மீட்டெடுக்கப்பட்டவற்றின் களஞ்சியம் அல்ல, இன்னொருவிதமான பேரழிவிலிருந்து எடுக்கப்பட்டவை. அவளுக்கே உரித்தான விஸ்தாரமான தர்க்கத்தின் அடிப்படையிலும் அவளுக்கே புரியாத உள்ளுணர்வின் காரணமாகவும் அவற்றை நாகாவின் பார்வையில் பட்டுவிடாமல் ஒளித்துவைத்தாள். நிஜ உலகின் கறாரான அளவுகோல்கள் எதற்கும் அடங்காதவையாக அவை இருந்தன. ஆனால் அது ஒரு பொருட்டல்ல.

உண்மை என்னவென்றால், அவள் திரும்பத்திரும்பக் கஷ்மீருக்குச் சென்று வந்தது அவளுடைய அமைதியிழந்த இதயத்தை ஆற்றுப்படுத்துவதற்காக, அவள் புரிந்திராத ஒரு குற்றத்துக்குக் கழுவாய் தேட.

கமாண்டர் குல்ரேஸின் கல்லறையில் புதிய மலர்களைத் தூவுவதற்காகவும்.

மூஸா அனுப்பிவைத்த ‘மீட்டெடுத்த’வற்றில் இருந்த நோட்டுப்புத்தகம் அவளுடையது. அவள் எப்போதோ அங்கு விட்டுவிட்டு வந்திருக்க வேண்டும். முதல் சில பக்கங்கள் அவள் கையெழுத்தில் இருந்தன. மிச்சப் பக்கங்கள் காலியாக இருந்தன. முதல் பக்கத்தைத் திருப்பிப் பார்த்தபோது அவளுக்குப் புன்னகை அரும்பியது.

The Reader's Digest Book of English Grammar and
Comprehension for Very Young Children
By
S.Tilottama

சாம்பல் குடுவையை எடுத்துக்கொண்டு தரையில் சப்பணமிட்டு உட்கார்ந்து, அவளுடைய நோட்டுப்புத்தகத்தின் கடைசிவரை தொடர்ந்து புகைத்தபடி படித்து முடித்தாள். அவற்றில் கதைகள் இருந்தன, செய்தித்தாள் நறுக்குகள் இருந்தன, சில நாட்குறிப்புகளும் இருந்தன:

கிழவனும் மகனும்

மன்சூர் அகமத் கனாய் ஒரு போராளியாக ஆனபோது, ராணுவ வீரர்கள் அவனது வீட்டுக்குச் சென்று எப்போதும் மிடுக்காக, அழகாக இருக்கும் அவனுடைய அப்பா அஜிஸ் கனாயைப் பிடித்துவந்தனர். அவரை ஹைதர் பெய்க் விசாரணை மையத்தில் அடைத்துவைத்தனர். மன்சூர் அகமத் கனாய் ஒன்றரை வருடங்கள் போராளியாக இருந்தான். அவனுடைய தந்தையும் ஒன்றரை வருடங்கள் சிறையில் இருந்தார். மன்சூர் அகமத் கனாய் கொல்லப்பட்ட அன்று, ராணுவ வீரர்கள் புன்னகையோடு அவனுடைய தந்தையின் சிறைக்கதவைத் திறந்து, “ஜெனாப், நீங்கள் ஆஸாதி வேண்டுமென்று கேட்டீர்கள் அல்லவா? *முபாரக் ஹோ ஆப்கோ.* வாழ்த்துகள்! இன்று உங்கள் ஆசை நிறைவேறிவிட்டது. உங்கள் சுதந்திரம் வந்துவிட்டது.”

கொல்லப்பட்ட அந்தப் பையனுக்காக அந்தக் கிராம மக்கள் அழுததைவிட, பழத்தோட்டங்களின் வழியாகப் பித்தேறிய

கண்களோடு, கிழிந்த உடைகளில், ஒன்றரை வருடங்களாக வெட்டப்படாத தலைமுடியும் தாடியுமாக அலங்கோலமாகச் சிதைவுற்று ஓடிவந்த அக்கிழவருக்காகவே அதிகம் அழுதனர்.

அவருடைய மகனை அவர்கள் மண்ணுக்குள் புதைக்கும் நேரத்தில் அச்சிதைவுற்ற அலங்கோலக் கிழவர் வந்துசேர்ந்தார். சவத்துணியை விலக்கி, அவன் மகனின் முகத்தில் முத்தமிட்ட பிறகு அவர்கள் அவனைப் புதைத்தனர்.

கேள்வி 1: கிராமத்து மக்கள் எதற்காக அலங்கோலமாகச் சிதைவுற்றிருந்தவருக்காக அதிகம் அழுதனர்?

கேள்வி 2: சிதைந்திருந்தவர் ஏன் அலங்கோலமானார்?

செய்தி

கஷ்மீர் கைடுலைன் செய்திச்சேவை.

டஜன் கணக்கில் கால்நடைகள் ராஜௌரியில் அதிகாரப்பூர்வ எல்லைக்கோட்டை *(Line of Control-LoC)* கடந்துசென்றன.

29 எருமைகள் உள்ளிட்ட குறைந்தது 33 கால்நடைகள் ஜம்மு கஷ்மீரின் ராஜௌரி மாவட்டத்தில் உள்ள நௌஷரா பகுதியில் அதிகாரப்பூர்வ எல்லைக்கோட்டைக் கடந்து பாகிஸ்தான் பகுதிக்குச் சென்றன.

கஷ்மீர் கைடுலைன் செய்திச்சேவைக்குக் கிடைத்த தகவலின் படிக் கால்நடைகள் கால்சியின் துணைப்பகுதியில் அதிகாரப்பூர்வ எல்லைக்கோட்டைத் தாண்டிச் சென்றுள்ளன. எமது செய்தியாளர்களிடம் பேசிய உள்ளூர்வாசிகள் "ராம் சரூப், அசோக்குமார், சரண்தாஸ், வேத பிரகாஷ் உள்ளிட்ட சிலருக்குச் சொந்தமான கால்நடைகள் எல்லைக்கோட்டின் அருகே மேய்ந்துகொண்டிருந்தன, அவையே எல்லைதாண்டிச் சென்றுள்ளன," என்று தெரிவித்தனர்.

பொருத்தமான கட்டத்தில் குறியிடுக:

கேள்வி 1: கால்நடைகள் ஏன் அதிகாரப்பூர்வ எல்லைக் கோட்டைத் தாண்டிச் சென்றன?

அ) பயிற்சி பெறுவதற்காக.

(ஆ) உளவு பார்ப்பதற்காக.

(இ) மேற்கண்ட எதுவும் அல்ல.

முழுநிறைவான கொலை (J வின் கதை)

இந்தச் சம்பவம் நான் பணியிலிருந்து விலகுவதற்குச் சில வருடங்கள் முன்பு நடந்தது. 2000 அல்லது 2001 ஆக இருக்கலாம். அச்சமயத்தில் நான் டி.எஸ்.பி.யாக, மட்டான் பகுதியில் இருந்தேன்.

ஒரு நாளிரவு சுமார் 11.30 மணிக்குப் பக்கத்துக் கிராமம் ஒன்றிலிருந்து தொலைபேசி அழைப்பு வந்தது. கூப்பிட்டவன் தன் பெயரைச் சொல்ல மறுத்தான். கொலை ஒன்று நடந்திருப்பதாகச் சொன்னான்.

எனவே நாங்கள் சென்றோம். நானும் என் மேலதிகாரி எஸ்.பி.யும். அது ஜனவரி மாதம். உறையவைக்கும் குளிர். எங்கெங்கும் பனி.

கிராமத்தை அடைந்தோம். ஊரார் எல்லோரும் வீட்டுக்குள் இருந்தனர். கதவுகள் பூட்டப்பட்டிருந்தன. விளக்குகள் அணைக்கப்பட்டிருந்தன. பனிப்பொழிவு நின்றிருந்தது. தெளிவான இரவு. பௌர்ணமி. நிலவொளி பனியில் பட்டுப் பிரதிபலித்துக்கொண்டிருந்தது. சுற்றி எல்லாவற்றையும் தெளிவாகப் பார்க்க முடிந்தது.

ஒரு மனிதனின் உடலைப் பார்த்தோம். நல்ல உயரமான வலுவான மனிதன். பனியில் விழுந்து கிடந்தான். அப்போதுதான் கொல்லப்பட்டிருந்தான். ரத்தம் பெருகிப் பனியில் தேங்கியிருந்தது. இன்னமும் சூடு தணிந்திருக்கவில்லை. அது பனியை இளக்கி, உருகிய பனி இன்னமும் வழிந்துகொண்டிருந்தது. அவனை யாரோ சமைப்பதுபோல அசைவற்றுக் கிடந்தான் .

அவன் கழுத்தை வெட்டியிருக்கிறார்கள். கீழே விழுந்தவன் அருகிலிருந்த வீட்டுக்கதவைத் தட்டுவதற்காக முப்பது மீட்டர் தூரத்துக்கு ஊர்ந்து சென்றிருக்கிறான் என்பது தெரிந்தது. பயத்தில் யாரும் கதவைத் திறக்காததால் அங்கேயே ரத்தம் இழந்து இறந்திருக்கிறான். ஏற்கனவே குறிப்பிட்டதைப்போல நல்ல வலுவான உயரமான ஆள் அவன். அதனால் ஏகப்பட்ட ரத்தம். பதான் உடைகள் – சல்வார் கமீஸ் – அணிந்திருந்தான். குண்டு துளைக்காத உருமறைப்பு உள்ளாடையும், வரிசையாகக் குண்டுகள் கோத்திருந்த பெல்ட்டும் அணிந்திருந்தான். அவன் உடலுக்குப் பக்கத்தில் ஒரு *AK47* கிடந்தது. சந்தேகமில்லாமல் அவன் ஒரு போராளி என்பது தெரிந்தது – ஆனால் அவனைக் கொன்றது யார்? ராணுவமாக இருந்தால் உடலை அப்புறப்படுத்திவிட்டு, தீவிரவாதி ஒருவன் கொல்லப்பட்டான் என்று அறிவித்திருக்கும். போட்டிப் போராளிக்குழு கொன்றிருந்தால் அவனது ஆயுதங்களை எடுத்துச் சென்றிருக்கும். இது பெரிய புதிராக எங்களுக்கு இருந்தது.

கிராமத்தாரைச் சுற்றிவளைத்து, அவர்களிடம் விசாரணை செய்தோம். யாரும் எதையும் பார்த்ததாகவோ கேட்டதாகவோ, இதுபற்றி எதுவும் அறிந்ததாகவோ சொல்லவில்லை. உடலை மட்டான் காவல்நிலையத்துக்கு எடுத்துச்சென்றோம். எங்கள் எஸ்.பி., அருகிலிருந்த ராஷ்ட்ரீய ரைஃபில் ராணுவமுகாமின் கமாண்டிங் ஆபீஸரை அழைத்து இதுகுறித்து விசாரித்தார். அவருக்கும் தெரிந்திருக்கவில்லை.

உடலை அடையாளம் கண்டுபிடிப்பதில் சிரமம் ஏற்படவில்லை. அவன் மிகப் பிரபலமான, மூத்த போராளிக்குழு கமாண்டர். ஹிஸ்பைச் சேர்ந்தவன். ஹிஸ்ப்–உல்–முஜாஹிதீன். ஆனால் அந்தக் கொலைக்கு யாருமே பொறுப்பேற்கவில்லை. எனவே இறுதியில் ராணுவ கமாண்டிங் ஆபீசரும் எங்கள் எஸ்.பி.யும் பொறுப்பேற்றுக் கொள்வதென்று முடிவெடுத்தனர். ராஷ்ட்ரீய ரைஃபில்ஸும் ஜம்முகஷ்மீர் போலீசும் இணைந்து நடத்திய தேடுதல் வேட்டையில் அவன் என்கவுண்டரில் கொல்லப்பட்டதாக அறிவித்தனர்.

தேசிய ஊடகங்களில் இச்செய்தி இப்படி வெளியானது: *ராஷ்ட்ரீய ரைஃபில்ஸும் ஜம்மு கஷ்மீர் போலீஸும் முறையே மேஜர் XX, எஸ்.பி YY ஆகியோரின் தலைமையில் மேற்கொண்ட தேடுதல் வேட்டையின்போது, பல மணிநேரங்களுக்குக் கடுமையாக நீடித்த துப்பாக்கிச் சண்டையில் ஒரு பயங்கரத் தீவிரவாதி கொல்லப்பட்டான்.*

ராஷ்ட்ரீய ரைஃபில்ஸ், ஜம்முகஷ்மீர் போலீஸ் இரண்டுக்கும் பாராட்டுப்பத்திரமும் ரொக்கப்பரிசும் கிடைத்தன. அந்தப் போராளியின் உடலை அவனுடைய குடும்பத்தினரிடம் ஒப்படைத்து விட்டு, அவனைக் கொன்றவர்கள் யாராக இருக்கக்கூடும் என்று ரகசியமாக விசாரித்தோம். எந்தத் தகவலும் கிடைக்கவில்லை.

ஏழு நாட்கள் கழித்து, இன்னொரு கிராமத்தில், இன்னொரு ஹிஸ்ப் போராளி தலை துண்டிக்கப்பட்டுக் கிடந்தான். நாங்கள் கண்டெடுத்த முதலாவது போராளிக்கு அடுத்த நிலை கமாண்டராக இருந்தவன் இவன். கொலைக்கு ஹிஸ்ப் பொறுப்பேற்றுக்கொண்டது. அவர்கள் அவனைக் கொன்றதற்கான காரணத்தை ரகசியமாகக் கசியவிட்டார்கள். அந்தக் கமாண்டரிடம் போராளிகளுக்கு விநியோகிக்கவேண்டிய பணம் இருபத்தைந்து லட்சம் இருந்திருக்கிறது. அதற்காக அந்தத் துணை கமாண்டர் அவனைக் கொன்று பணத்தைத் திருடியிருக்கிறான்.

இந்தச் செய்தி தேசிய ஊடகங்களில் இப்படி வெளியானது:

அப்பாவிக் குடிமகன் ஒருவனின் தலையைப் பயங்கரவாதிகள் துண்டித்த கொடூரம்.

கேள்வி 1: இந்தக் கதையின் நாயகன் யார்?

உளவாளி – I

ட்ரால் பகுதியில் அது கண்காணிப்புக்குட்பட்ட இடம். கிராமத்தின் பெயர் நவ் தால். வருடம் 1993. கிராமம் முழுக்கப் போராளிகள். அது ஒரு 'விடுவிக்கப்பட்ட' கிராமம். ராணுவம் கிராமத்துக்கு வெளியே சற்றுத் தொலைவில் முகாமிட்டிருந்தது. ராணுவ வீரர்களுக்கு அந்தக் கிராமத்துக்குள் நுழைவதற்குத் துணிவு கிடையாது. போராளிகளின் முழுக் கட்டுப்பாட்டில் இருந்தது. கிராமத்தார்கள் யாரும் ராணுவ முகாமின் அருகேகூடச் செல்வதில்லை. ராணுவ வீரர்களுக்கும் கிராமத்தார்களுக்கும் எந்தவிதமான பரிமாற்றங்களும் நடப்பதில்லை.

இருந்தபோதிலும் போராளிகளின் ஒவ்வோர் அசைவும் ராணுவ முகாமில் கமாண்டருக்குத் தெரிந்துகொண்டிருந்தது. கிராமத்து மக்களில் யார்யாரெல்லாம் போராளிகள் இயக்கத்துக்கு ஆதரவாக இருக்கிறார்கள், யார் ஒதுங்கியிருக்கிறார்கள், போராளிகளுக்கு யார் மனமுவந்து உணவளிக்கிறார்கள், யார் கொடுப்பதில்லை.

போராளிகள் உன்னிப்பாகக் கண்காணிக்கத் தொடங்கினார்கள். ஒரேயொருத்தர்கூட ராணுவ முகாமுக்குச் செல்லவில்லை. ஒரேயொரு ராணுவ வீரர்கூடக் கிராமத்துக்குள் நுழையவில்லை. ஆனாலும் தகவல்கள் ராணுவத்துக்குச் சென்றுகொண்டிருந்தன.

கடைசியில் கிராமத்தைச் சேர்ந்த ஓர் அழகான கரியநிற எருது ராணுவ முகாமுக்குத் தினமும் சென்றுவருவதைக் கவனித்தார்கள். அந்த எருதை மடக்கிப் பிடித்தார்கள். அதன் கொம்புகளில் (நோய்கள், திருஷ்டி, வீரியக்குறைவு போன்றவை அண்டாமலிருப்பதற்காக) கட்டப்பட்டிருந்த தாயத்துகளோடு, துண்டுச்சீட்டுகளில் உளவுத் தகவல்களும் கோக்கப்பட்டிருந்தன.

அடுத்தநாள் போராளிகள் அந்த மாட்டின் கொம்புகளில் ஒரு IED வெடிகுண்டைப் பொருத்தினார்கள். அது ராணுவ முகாமை நெருங்கியபோது அதை அவர்கள் இயக்க, குண்டு வெடித்தது. யாரும் பலியாகவில்லை. எருது கடுமையாகக் காயமுற்றது. கிராமத்தின் இறைச்சிக் கடைக்காரன் அந்த எருதை 'ஹலால்' செய்து தருவதாகவும், கிராமத்தினர் எல்லோரும் விருந்துண்ணலாம் என்றும் சொன்னான்.

ஆனால் போராளிகள் அதற்கு 'பத்வா' விதித்தனர். அது உளவு சொன்ன எருது. யாரும் அதன் இறைச்சியை உண்ணக்கூடாது.

ஆமென்.

கேள்வி 1: இக்கதையின் நாயகன் யார்?

உளவாளி – II

மக்களுக்குத் துரோகமிழைத்துக்கொண்டிருப்பது அவனுக்குப் பிடித்தமானது என்பதால் அவனது மனிதத்தன்மையை இழக்க வைத்தேன். என்னுடைய மனிதத்தன்மையை நீக்கிக்கொள்வது என்பதே எனக்கான அடிப்படை இயல்பாக இருக்கிறது.

ழான் ஜெனே

மகிழ்ச்சியிலிருந்து இன்னும் நான் குணமாகவில்லை.

அன்னா அக்மதோவா

கேள்வி 1: இக்கதையின் நாயகன் யார்?

கன்னிமை

ராணுவ முகாம் மீது நடத்தத் திட்டமிட்டிருந்த ஃபிதாயீன் தாக்குதல் கடைசி நிமிடத்தில் ஃபிதாயீன்களாலேயே ரத்துச் செய்யப்பட்டது. அவர்கள் அந்த முடிவை எடுத்ததற்குக் காரணம், அவர்கள் பயணம் செய்துகொண்டிருந்த மாருதி சுஸுகியை அதன் டிரைவரான அபீத் அகமத் என்ற அபீத் சுஸுகி கன்னாபின்னாவென்று ஓட்டிக்கொண்டிருந்ததுதான். அச்சிறிய கார் எதிரில் வருகின்ற எதனுடனோ மோதாமல் தவிர்ப்பதைப்போல சாலையின் வலப்புறமும் இடப்புறமும் மாறிமாறி அபாயகரமாக வளைந்து வளைந்து சென்றுகொண்டிருந்தது. இத்தனைக்கும் அந்தச் சாலையில் வேறு போக்குவரத்தே இல்லை. அபீத் சுஸுகியின் தோழர்கள் (அவர்கள் யாருக்கும் காரோட்டத் தெரியாது) அவனிடம் எதற்காக அப்படி ஓட்டுகிறான் என்று கேட்டபோது, அவர்கள் எல்லோரையும் சொர்க்கத்துக்கு அழைத்துச்செல்வதற்காக ஹூரிக்கள் வந்திருப்பதாகச் சொன்னான். காரின் பானட் மீது அவை

நிர்வாணமாக ஆடிக்கொண்டிருப்பதாகவும், அவன் கவனத்தைத் திசைதிருப்புவதாகவும் சொன்னான்.

அந்த நிர்வாண ஹூரிக்கள் கன்னித்தன்மையோடு இருக்கின்றனவா, இல்லையா என்பதை உறுதிசெய்துகொள்ள வழியேதும் இருக்கவில்லை.

ஆனால் அபித் சுஸுகி நிச்சயமாகக் கன்னிமையை இழக்காமல் இருப்பவன்.

கேள்வி 1: அபீஸ் சுஸுகி ஏன் மோசமாக வண்டியோட்டிக் கொண்டிருந்தான்?

கேள்வி 2:ஓர் ஆணின் கன்னிமையை எப்படி உறுதி செய்துகொள்வது?

அஞ்சாநெஞ்சன்

மெஹ்மூத், புத்காமிலிருந்த ஒரு டெய்லர். அவனுக்கு இருந்த மிகப்பெரிய ஆசை, துப்பாக்கிகளை வைத்துக்கொண்டு புகைப்பட மெடுத்துக் கொள்வது. அவனுடைய பள்ளி நண்பன் ஒருவன் போராளி இயக்கம் ஒன்றில் சேர்ந்திருந்தான். அவன் மெஹ்மூதைப் போராளி களின் மறைவிடம் ஒன்றுக்கு அழைத்துச்சென்று அவனது கனவை நிறைவேற்றினான். மெஹ்மூத் அந்த போட்டோ நெகடிவ்களோடு ஸ்ரீநகருக்குத் திரும்பிவந்து, தாஜ் போட்டோ ஸ்டூடியோவில் பிரிண்ட் எடுத்துக் கொடுத்தான்; ஒரு பிரிண்ட்டுக்கு 25 பைசா குறைத்துப் பேரம் பேசிக்கொண்டான். பிரிண்ட்டுகளை வாங்கிக்கொண்டு வெளியே வரும்போது தாஜ் போட்டோ ஸ்டூடியோவைச் சுற்றி வளைத்திருந்த எல்லைப் பாதுகாப்புப் படையினர் புகைப்படப் பிரதிகளோடு அவனைக் கையும் களவுமாகப் பிடித்தனர். ராணுவ முகாமுக்கு அவனைக்கொண்டுசென்று பலநாட்களுக்குச் சித்திரவதை செய்தனர். அவனிடமிருந்து எந்தத் தகவலும் பெறமுடியவில்லை. அவனுக்குப் பத்துவருடச் சிறைத்தண்டனை விதிக்கப்பட்டது.

அவனிடம் ஆயுதங்களைக் கொடுத்துப் புகைப்படம் எடுத்துக் கொள்ளவைத்த அந்தப் போராளி இயக்கத்தின் கமாண்டர் சில மாதங்கள் கழித்துக் கைது செய்யப்பட்டான். இரண்டு AK47களும் ஏராளமான வெடிபொருட்களும் அவனிடமிருந்து கைப்பற்றப் பட்டன. இரண்டு மாதங்கள் கழித்து அவன் விடுதலை செய்யப் பட்டான்.

கேள்வி 1: ஆசைப்படுவது பாவமா?

அரசியல் ஆட்டக்காரன்

அந்தப் பையனுக்கு எதையாவது சாதிக்க வேண்டுமென்று ஆசை. நான்கு போராளிகளை இரவு உணவுக்கு அழைத்து, உணவில் தூக்க மருந்தைக் கலந்துவிட்டான். அவர்கள் மயங்கி விழுந்ததும் ராணுவத்தை அழைத்தான். அவர்கள் வந்து அந்தப் போராளிகளைச் சுட்டுக்கொன்று அந்த வீட்டையும் எரித்துவிட்டனர். அந்தப் பையனிடம் கால் ஏக்கர் நிலமும் ஒன்றரை லட்சம் ரூபாயும் தருவதாக வாக்களித்தனர். ஆனால் வெறும் ஐம்பதாயிரம் மட்டும்

கொடுத்துவிட்டு, ராணுவ முகாமுக்கு வெளியேயிருந்த குடியிருப்பில் அவனுக்கு இடமளித்தனர். தினக்கூலியாக இல்லாமல் அவனுக்கு நிரந்தர வேலை வேண்டுமானால், இரண்டு வெளிநாட்டுத் தீவிரவாதிகளைப் பிடித்துத் தர வேண்டும் என்றனர். அவனால் 'செயல்பட்டுக்கொண்டிருக்கும்' ஒரேயொரு பாகிஸ்தானியனை மட்டும் பிடித்துத் தர முடிந்தது, இன்னொருவன் கிடைக்கவில்லை. ராணுவத் தகவல் தொடர்பாளர் PIயிடம், "துரதிர்ஷ்டவசமாக இப்போது நிலைமை மோசமாக இருக்கிறது," என்றான். "இப்போ தெல்லாம் யாரையாவது கொன்று விட்டு, அவன் வெளிநாட்டுத் தீவிரவாதி என்று மற்றவர்களை நம்பவைக்க முடிவதில்லை. அதனால் எனக்கெல்லாம் நிரந்த வேலை கிடைப்பது கஷ்டம்."

PI அவனிடம், பொதுவாக்கெடுப்பு நடந்தால் அவன் இந்தியாவுக்காக வாக்களிப்பானா அல்லது பாகிஸ்தானுக்காகவா என்று கேட்டார்.

"பாகிஸ்தானுக்காகத்தான்."

"ஏன்?"

"ஏனென்றால் அதுதான் எங்கள் முல்க் (தேசம்). ஆனால் பாகிஸ்தானியப் போராளிகள் எங்களுக்கு இப்படியெல்லாம் உதவமாட்டார்கள். நான் அவர்களைக் கொன்று அதனால் எனக்கு ஒரு வேலை கிடைத்தால் அது எனக்கு உபயோகமாக இருக்கும்."

கஷ்மீர் பாகிஸ்தானின் ஒரு பகுதியாகிவிட்டால் அவர் (PI) அங்கு உயிரோடு இருக்க முடியாது. ஆனால் அவன் (அந்தப் பையன்) பிழைத்துக்கொள்வான். ஆனால் அப்படி வெறுமனே சொல்லிக்கொள்ளலாம், அவ்வளவுதான் என்றான். ஏனென்றால் அவன் கொஞ்ச நாளில் கொல்லப்படுவான்.

கேள்வி 1: தன்னை யார் கொல்வார்கள் என்று அந்தப் பையன் நினைத்தான்?

(அ) ராணுவம்

(ஆ) போராளிகள்

(இ) பாகிஸ்தானியர்கள்

(ஈ) எரிக்கப்பட்ட வீட்டின் உரிமையாளர்கள்

நோபல் பரிசு வென்றவர்

மனோகர் மட்டூ ஒரு கஷ்மீரி பண்டிட். மற்ற இந்துக்கள் எல்லோரும் பள்ளத்தாக்கை விட்டு வெளியேறிவிட்ட பிறகும் அவர் அங்கேயே இருந்தார். கஷ்மீரில் உள்ள இந்துக்கள் எல்லோரும் இந்திய ஆக்கிரமிப்புப் படைகளுக்கு ஏதோவொரு விதத்தில் ஏஜெண்ட்டு களாக இருக்கிறார்கள் என்று அவருடைய முஸ்லிம் நண்பர்கள் பேசுவது அவருக்கு ஆயாசத்தை ஏற்படுத்தும். அந்த அவதூற்றை நினைத்து ரகசியமாக வருத்தப்படுவார். இந்தியாவுக்கு எதிரான எல்லாப் போராட்டங்களிலும் மனோகர் கலந்துகொண்டு, மற்றவர்களைவிடச் சத்தமாக *ஆஸாதி!* என்று முழக்கமிடுவார்.

ஆனால் எதுவும் பலனளிக்கவில்லை. ஒரு கட்டத்தில் அவரே ஆயுதமேந்தி, ஹிஸ்ப்பில் சேர்ந்துவிடலாமா என்றுகூட யோசித்து, கடைசியில் கைவிட்டார். உளவுத்துறையில் பணியாற்றும் அவருடைய பழைய பள்ளி நண்பர், அஜிஸ் முகம்மது ஒருநாள் அவரை வந்து சந்தித்தார். அவரைப்பற்றிச் சற்றுக் கவலையாக இருப்பதாகச் சொன்னார். அவரது (மட்டூவின்) கண்காணிப்புக் கோப்பைப் பார்ப்பதாகச் சொன்னான். அதற்கு என்ன அர்த்தம் என்றால் அவர் 'தேசவிரோத நடவடிக்கைகளில்' ஈடுபடுகிறார் என்ற ஐயத்தில் அவர் கண்காணிக்கப்படுகிறார் என்பதே.

இதைக்கேட்டதும் மட்டூ அளவற்ற மகிழ்ச்சியடைந்தார். பெருமிதத்தில் அவர் நெஞ்சம் விம்மியது.

"நீ எனக்கு நோபல் பரிசை வழங்கியிருக்கிறாய்!" என்று நண்பரிடம் சொன்னார்.

அஜிஸ் முகம்மதுவை கஃபே அராபிகா உணவகத்துக்கு அழைத்துச் சென்று 500 ரூபாய்க்கு காபியும் பாஸ்ட்ரிக்களும் வாங்கித்தந்தார்.

ஒரு வருடம் கழித்து அவர் (மட்டூ) காஃபிர் என்ற காரணத்தால் அடையாளம் தெரியாத ஒருவனால் சுட்டுக் கொல்லப்பட்டார்.

கேள்வி 1: மட்டூ ஏன் சுட்டுக் கொல்லப்பட்டார்?

(அ) அவர் இந்து என்பதால்

(ஆ) அவர் ஆஸாதி வேண்டும் என்றதால்

(இ) அவர் நோபல் பரிசு பெற்றதால்

(ஈ) மேற்கண்ட எதுவும் இல்லை

(உ) மேற்கண்ட அனைத்தும்

கேள்வி 2: அந்த அடையாளம் தெரியாத கொலைகாரன் யாராக இருக்கக் கூடும்?

(அ) எல்லா காஃபிர்களும் கொல்லப்பட வேண்டும் என்று நினைத்த ஓர் இஸ்லாமிஸ்ட்

(ஆ) காஃபிர்கள் அனைவரும் கொல்லப்பட வேண்டும் என்று எல்லா இஸ்லாமிஸ்ட் போராளிகளும் நினைக்கிறார்கள் என்ற கருத்தை மக்களிடையே பரப்ப வேண்டும் என்று விரும்பிய, ஆக்கிரமிப்புப் பகுதியின் ஏஜெண்ட்

(இ) மேற்கண்ட எதுவும் இல்லை.

(ஈ) இதற்குக் காரணம் என்னவாக இருக்கும் என்று எல்லோரும் தலையைப் பிய்த்துக்கொள்ள வேண்டும் என்று நினைத்த யாரோ

கதீஜா சொல்கிறார் . . .

கஷ்மீரில் நாங்கள் எழுந்ததும் 'குட் மார்னிங்' என்று சொல்லும்போது, அதன் உண்மையான அர்த்தம் '*Good Mourning*' ('நல்ல இரங்கல்') என்பதே.

மாறிக்கொண்டிருக்கும் நேரங்கள்

பேகம் தில் அஃப்ரோஸ் எல்லோரும் நன்கறிந்த சந்தர்ப்பவாதி. நேரத்துக்குத் தகுந்தாற்போல மாறிக்கொள்வதை உண்மையாகவே கடைப்பிடிப்பவர். ராணுவத்தின் கை ஓங்கிக்கொண்டே இருந்தால் தனது கடிகாரத்தின் நேரத்தைப் பாகிஸ்தான் நேரத்தைவிட அரைமணிநேரம் கூடுதலாக வைத்துக்கொள்வார். ஆக்கிரமிப்பாளர்களின் பிடி இறுகத் தொடங்கிவிட்டால் உடனே தனது கடிகார நேரத்தைப் பாகிஸ்தானின் நேரத்துக்கு மாற்றி வைத்துக்கொள்வார். 'பேகம் தில் அஃப்ரோஸின் கடிகாரம் உண்மையில் ஒரு கடிகாரமே அல்ல, அது ஒரு செய்தித்தாள்' என்று அவரைப்பற்றிப் பள்ளத்தாக்கில் சொல்லிக்கொள்வார்கள்.

கேள்வி 1: இந்தக் கதையின் நீதி என்ன?

ஏப்ரல் ஃபூல்ஸ் தினம் 2008: உண்மையில் அது ஏப்ரல் ஃபூல்ஸ் இரவு. இரவுமுழுக்க அந்தச் செய்தி துண்டுத்துண்டாக, ஒரு கைப்பேசியிலிருந்து இன்னொரு கைப்பேசிக்கு என்று தாண்டித்தாண்டி வந்துகொண்டிருந்தது: *பந்திபூரில் உள்ள ஒரு கிராமத்தில் 'என்கவுண்டர்'.* சிதிபந்தி என்ற கிராமத்தில் உள்ள ஒரு வீட்டில் லஷ்ர் – இ – தைபா அமைப்பின் படைத்தலைவனும் வேறு சிலரும் தங்கியிருப்பதாக நம்பத்தகுந்த தகவல்கள் கிடைத்திருக்கின்றனவென்று எல்லைப் பாதுகாப்புப் படையும் சிறப்பு அதிரடிப் படையும் தெரிவித்தன. அங்கு ராணுவத்தாக்குதலும் நடந்திருக்கிறது. இரவு முழுக்க என்கவுண்டர் தொடர்ந்திருக்கிறது. நள்ளிரவு கடந்தபிறகு, தன் நடவடிக்கை வெற்றியடைந்திருப்பதாக ராணுவம் அறிவித்தது. இரண்டு பயங்கரவாதிகள் கொல்லப்பட்டதாக அறிவித்தது. ஆனால் உடல்கள் ஏதும் கிடைக்கவில்லை என்றது காவல்துறை.

நான் Pயுடன் பந்திப்பூர் சென்றேன். விடியும் நேரத்தில் கிளம்பியிருந்தோம்.

ஸ்ரீநகரிலிருந்து பந்திப்பூர்வரை சாலை கடுகு வயல்களுக்கு நடுவே வளைந்துவளைந்து செல்கிறது. உலார் ஏரி கண்ணாடித் தகடாக மர்மத்தன்மையோடு விரிந்திருக்க, மெல்லிய படகுகள் அழகுப் போட்டிப் பெண்களைப்போல ஒய்யாரமாகத் தெரிகின்றன. P சமீபத்தில் நடந்த சம்பவத்தைச் சொல்கிறான். 'நல்லெண்ண நடவடிக்கை'யின் ஒரு பகுதியாக ராணுவம் இருபத்தியோரு சிறுவர்களை ஒரு சுற்றுலாவுக்காகக் கப்பற்படையின் படகில் கூட்டிச் சென்றிருக்கின்றது. படகு கவிழ்ந்துவிட்டிருக்கிறது. இருபத்தியோரு சிறுவர்களும் மூழ்கிப் பலியாகிவிட்டிருக்கின்றனர். இறந்த குழந்தைகளின் பெற்றோர்கள் ராணுவத்துக்கெதிராகப் போராட்டம் நடத்த, அவர்கள்மீது துப்பாக்கிச்சூடு நடத்தப்பட்டிருக்கிறது. அதிர்ஷ்டசாலிப் பெற்றோர்கள் மட்டும் இறந்திருக்கின்றனர்.

பந்திப்பூர் 'விடுவிக்கப்பட்டதாக' அவர்கள் அறிவிக்கின்றனர். சோப்பூர் முன்பு விடுவிக்கப்பட்டதைப் போல. ஷோப்பியன் இப்போது

விடுவிக்கப்பட்டிருப்பதைப்போல. நெடிதுயர்ந்த மலைகளுக்கெதிரே பந்திப்பூர் பொதிந்திருந்தது. நாங்கள் சென்றடைந்தபோது ராணுவ நடவடிக்கைகள் முடிந்திருக்கவில்லை.

முன்தினம் மாலை 3.30க்கு இது தொடங்கியதாகக் கிராமத்தினர் சொன்னார்கள். துப்பாக்கி முனையில் எல்லோரையும் வீட்டை விட்டு வெளியே வரவழைத்திருக்கின்றனர். வீட்டுக்கதவுகளை அப்படியே திறந்துவைத்துவிட்டு வந்திருக்கின்றனர். சூடான தேநீர் அருந்தப்படாமல் இருந்தது. புத்தகங்கள் திறந்தபடிக் கிடந்தன. வீட்டுப் பாடங்கள் முடிக்கப்படவில்லை. அடுப்பில் சமையல் இன்னும் முடியாமல் கொதித்துக்கொண்டிருக்க, வெங்காயங்கள் வறுக்கப்பட்டு, வெட்டிய தக்காளிக்காகக் காத்துக்கொண்டிருந்தன.

ஆயிரத்துக்கும் அதிகமான ராணுவ வீரர்கள் வந்ததாகக் கிராமத்தினர் சொன்னார்கள். சிலர் நான்காயிரம் என்றனர். இரவில் பயங்கரங்கள் பூதாகரமாகிவிடுகின்றன. சினார் மரங்களின் இலைகள் ராணுவத்தினர் போலத் தெரிந்திருக்கலாம். தேடுதல் வேட்டை முடியாமல் தொடர, பொழுது விடியத் தொடங்கியதும் அவ்வப்போது கேட்கிற துப்பாக்கி வெடிக்கும் சத்தங்களோடு, வேறுசில மென்மையான சத்தங்களும் அம்மக்களை அதிரவைத்துக்கொண்டிருந்தன. அவர்கள் வீட்டு அலமாரிகள் உடைக்கப்படுகிற, பணமும் நகைகளும் கொள்ளையடிக்கப்படுகிற கைத்தறி சாதனங்கள் உடைக்கப்படுகிற, அவர்களுடைய கால்நடைகள் உயிரோடு அவர்கள் வீட்டு அடுப்புகளிலேயே போட்டுச் சமைக்கப்படுகிற சத்தங்கள்.

கவிஞர் ஒருவரின் சகோதரனுக்குச் சொந்தமான பெரிய வீடு ஒன்று இடித்துத்தள்ளப்பட்டிருந்தது. இடிபாடுகள் மலைபோலக் குவிந்திருந்தன. உடல்கள் எதுவும் தென்படவில்லை. பயங்கரவாதிகள் தப்பிச் சென்றுவிட்டனர்; அல்லது ஒருவேளை அவர்கள் அங்கு வந்திருக்கவே இல்லையோ என்னவோ.

அப்படியென்றால் ராணுவம் ஏன் இன்னமும் அங்கேயே இருக்கிறது? இயந்திரத் துப்பாக்கிகள், மண்வாரிகள், மார்ட்டர் பீரங்கிகளோடு அவர்கள் கூட்டத்தைக் கட்டுப்படுத்திக்கொண்டிருந்தனர்.

கூடுதல் செய்திகள்:

அருகிலிருந்த பெட்ரோல் வழங்கும் நிலையத்திலிருந்து இரண்டு இளைஞர்கள் கைது செய்யப்பட்டனர்.

மக்களிடையே பதற்றம் அதிகரிக்கிறது.

சித்திபந்தியில் இரண்டு பயங்கரவாதிகளைக் கொன்றதாக ராணுவம் ஏற்கனவே அறிவித்திருந்தது. அது இப்போது உடல்களைக் காட்ட வேண்டும். நிஜவாழ்க்கை எப்படி இயக்கப்படுகிறது என்று மக்களுக்குத் தெரியும். சில நேரங்களில் கதைவசனம் முன்கூட்டியே எழுதப்பட்டுவிடுகிறது.

“இந்தப் பையன்களின் உடல்கள் புதிதாக எரிக்கப்பட்டிருந்தால், ராணுவத்தினர் சொல்லும் கதையை நாங்கள் ஏற்கமாட்டோம்.”

இந்தியாவே வெளியே போ! திரும்பிப் போ!

கிராமத்து மசூதியில் ராணுவ வீரன் ஒருவன் நின்றுகொண்டு அவர்களைக் கண்காணித்துக்கொண்டிருப்பதை மக்கள் கவனிக்கின்றனர். அவன் அந்தப் புனிதஸ்தலத்தில் ஷூக்களை அகற்றாமல் நின்றுகொண்டிருக்கிறான். மக்களிடையே கோபக்குரல் எழுகிறது. அவன் வைத்திருந்த துப்பாக்கி மெதுவாக உயர்ந்து அவர்களை நோக்கிக் குறிபார்க்கிறது. காற்று சுருங்கி இறுகுகிறது.

கவிஞரின் சகோதரரின் முன்னாள் வீட்டிலிருந்து ஒரு துப்பாக்கி ஒலி. அது ஓர் அறிவிப்பு. ராணுவம் அங்கிருந்து விலகப்போகிறது. கிராமத்துத் தெருக்கள் எங்களுக்கும் அவர்களுக்கும் போதுமானதாக அகன்று இல்லாததால், நாங்கள் வீடுகளின் சுவரோடு சுவராக ஒட்டி நின்றுகொண்டு அவர்களுக்கு வழிவிட்டோம். ஏளன, வெறுப்புக் கூச்சல்கள் அவர்களைக் காற்றைப்போலப் பின்தொடர, ராணுவத்தினரின் முகங்களில் கோபமும் அவமானமும் தெரிந்தது. அவர்களுடைய இயலாமையும் தெரிந்தது. இது எல்லாமே நொடியில் மாறிவிடக்கூடும்.

அவர்கள் செய்யவேண்டியதெல்லாம் சட்டென்று திரும்பிச் சுடுவது மட்டும்தான்.

மக்கள் செய்யவேண்டியதெல்லாம் கீழே விழுந்து மடிய வேண்டியது மட்டும்தான்.

கடைசி ராணுவ வீரனும் கடந்து சென்றபிறகு, எரிக்கப்பட்ட வீட்டின் இடிபாடுகளின்மீது கிராமத்தினர் ஏறினர். முன்பு கூரையாக இருந்த தகரத் தகடுகள் இன்னமும் கனன்றுகொண்டிருந்தன. தீய்ந்திருந்த இரும்புப் பெட்டி ஒன்று திறந்திருக்க, அதனுள்ளிருந்த ஏது இவ்வளவு அழகாக எரிந்துகொண்டிருக்கிறது?

அந்தச் சிறிய, புகைந்துகொண்டிருந்த, இடிபாட்டுக் குவியல்மீது நின்றுகொண்டு அவர்கள் கோஷமிடுகின்றனர்:

ஹம் க்யா சாத்தே?

ஆஸாதி!

அவர்கள் லக்ஷரை அழைக்கிறார்கள்.

அய்வா அய்வா!

லக்ஷர் – இ – தைபா!

மேலும் சில செய்திகள் வருகின்றன:

எல்லைப் பாதுகாப்புப் படையினரால் முடாஸர் நஸீர் கைது செய்யப்பட்டான்.

அவனுடைய தந்தை வருகிறார். அவர் முகம் வெளுத்திருக்கிறது. வசந்தகாலத்தில் ஓர் இலையுதிர் காலத்து இலை.

அந்தப் பையனை முகாமுக்குக் கூட்டிச்சென்றனர்.

“அவன் போராளி அல்லன். சென்ற வருடம் நடந்த ஓர் ஆர்ப்பாட்டத்தில் அவனுக்குக் காயம் ஏற்பட்டது.”

“உன் மகன் உனக்கு வேண்டுமென்றால் உன் மகளை அனுப்பு என்று அவர்கள் சொல்கிறார்கள். அவள் போராளிகளுக்கு உதவுபவளாம். ஹிஸ்பு ஆள் ஒருவனுக்குப் பொருட்கள் அனுப்ப உதவுகிறாளாம்.”

அவள் அதைப்போலச் செயல்படுபவளாக இருக்கலாம், இல்லாமலும் போகலாம். எப்படியிருந்தாலும் அவள் கதை முடிந்தது.

ஹிஸ்பு ஆள் ஒருவனுக்குப் பொருட்கள் அனுப்ப உதவுவேன்.

அப்புறம் அவன் நானாக இருப்பதனால் என்னைக் கொல்வான்.

தலையை மறைக்காத, கெட்ட பெண்.

இந்தியன்.

இந்தியன்?

எதுவோ

எனவே அது முடிந்தது.

எதுவுமில்லை

பெரிதாக எதுவும் நடக்கவில்லையென்றாலும், நிறைய எழுத இருப்பதைப்போன்ற நுண்ணயம் வாய்ந்த கதைகளில் ஒன்றை எழுதவே விரும்புகிறேன். அதைக் கஷ்மீரில் செய்ய முடியாது. இங்கே நடப்பது எதுவும் நுண்ணயமானது அல்ல. நல்ல இலக்கியம் படைக்க முடியாத அளவுக்கு இங்கே ஏகப்பட்ட ரத்தம்.

கே 1: ஏன் இது நுண்ணயமானதாக இல்லை?

கே 2: நல்ல இலக்கியம் ஏற்றுக்கொள்ளக்கூடிய ரத்தத்தின் அளவு என்ன?

O O O

அந்த நோட்டுப்புத்தகத்திலிருந்த கடைசிப் பதிவு ராணுவம் வெளியிட்ட செய்திக்குறிப்பு. அது ஒரு பக்கத்தில் ஒட்டப்பட்டிருந்தது:

செய்தி மற்றும் தகவல்கள் பிரிவு (பாதுகாப்புப் பிரிவு)

இந்திய அரசு, மக்கள் தொடர்புத்துறை,

பாதுகாப்பு அமைச்சகம், ஸ்ரீநகர்.

பந்திப்பூரைச் சேர்ந்த மாணவிகள் சுற்றுலா

பந்திப்பூர் 27 செப்டம்பர்: இன்று பந்திப்பூர் மாவட்டத்தில் உள்ள எரின், தாரத்பூர் கிராமத்தின் 17 மாணவிகளின் வாழ்வில் முக்கியமான தினம். ஆக்ரா, தில்லி, சண்டிகர் ஆகிய நகரங்களுக்கு அவர்கள் செல்லும் *சத்பாவனா* சுற்றுலாப் பயணம் திருமதி சோனியா மெஹ்ரா, பிரிகேடியர் அனில் மெஹ்ரா, கமாண்டர், 81 மவுண்டன் பிரிகேட் ஆகியோரால் எரின் கிராமத்தின் மீன் வளர்ப்பு மைதானத்திலிருந்து

தொடங்கிவைக்கப்பட்டது. மாணவிகளுடன் அப்பகுதியைச் சேர்ந்த இரு மூதாட்டிகளும் இரு பஞ்சாயத்து உறுப்பினர்களும், 14 ராஷ்ட்ரீய ரைஃபில்ஸ் அலுவலர்களும் துணைக்குச் சென்றுள்ளனர். மாணவிகள் ஆக்ரா, தில்லி, சண்டிகர் நகரங்களில் உள்ள சரித்திர முக்கியத்துவம் வாய்ந்த இடங்களைக் கண்டுகளிப்பர். மேலும் பஞ்சாப் ஆளுநரையும் அவர்களது மாநில ஆளுநரையும் சந்திக்கும் வாய்ப்பும் இம்மாணவிகளுக்கு வழங்கப்பட்டுள்ளது.

பிரிகேடியர் அனில் மெஹ்ரா, கமாண்டர், 81 மவுண்டன் பிரிகேட் அவர்கள் மாணவிகளை வழியனுப்பிப் பேசும்போது அவர்களுக்காக அளிக்கப்பட்டிருக்கும் இந்த அரிய வாய்ப்பை நல்லவிதமாகப் பயன்படுத்திக்கொள்ள வேண்டும் என்றார். மேலும், மற்ற மாநிலங்கள் எல்லாம் எந்தளவுக்கு முன்னேறியுள்ளன என்பதையும் நுட்பமாகக் கவனிக்க வேண்டும் என்றார். அவர்கள் தம்மை அமைதித் தூதர்களாகக் கருதி நடந்துகொள்ள வேண்டும் என்று அறிவுறுத்தினார். நிகழ்ச்சியில் கர்னல் பிரகாஷ் சிங் நெகி, கமாண்டிங் ஆபீஸர், 14 ராஷ்ட்ரீய ரைஃபில்ஸ், இரு கிராமங்களின் தேர்ந்தெடுக்கப்பட்ட பஞ்சாயத்துத் தலைவர்கள், சுற்றுலா மாணவிகளின் பெற்றோர்கள் ஆகியோருடன் பெருமளவில் பொதுமக்களும் கலந்துகொண்டனர்.

The Reader's Digest Book of English Grammar and Comprehension for Very Young Children இரண்டு பீடிகளும் நான்கு சிகரெட்டுகளும் தீருமளவுக்கு நீண்டது. படிக்கும்/புகைக்கும் வேகத்துக்கு ஏற்றபடி இரண்டும் ஈடுகட்டிக்கொண்டன.

அந்தச் செய்திக் குறிப்பில் சொல்லியிருப்பதைப்போல இன்னொரு நல்லெண்ணச் சுற்றுலா ஸ்ரீநகரில் ராணுவ அனாதை முகாமான மஸ்கானில் இருக்கும் மாணவர்களுக்காக ராணுவம் ஏற்பாடு செய்தது நினைவுக்கு வந்து திலோ தனக்குள் புன்னகைத்துக்கொண்டாள். அப்போது செங்கோட்டையில் தன்னை வந்து சந்திக்குமாறு அவளுக்கு மூஸா தகவல் அனுப்பியிருந்தான். அப்போது திலோ நாகாவுடன்தான் வாழ்ந்து கொண்டிருந்தாள்.

அச்சமயத்தில், மூஸா அக்குழுவோடு வழித்துணைக்கு வந்திருந்த படைத்துறை சாராதவர்களோடு மிகவும் துணிச்சலாகத் தானும் சேர்ந்து கொண்டு வந்திருந்தான், தாஜ்மஹாலைப் பார்ப்பதற்காக ஆக்ரா செல்லும் வழியில் அவர்கள் தில்லிக்கு வந்திருந்தனர். தில்லியில் அந்த அனாதைக் குழந்தைகள் குதுப்மினார், செங்கோட்டை, இந்தியா கேட், ராஷ்டிரபதி பவன், நாடாளுமன்றக் கட்டடம், (காந்தி சுடப்பட்ட) பிர்லா ஹவுஸ், (நேரு வாழ்ந்திருந்த) தீன் மூர்த்தி, (இந்திரா காந்தி தனது சீக்கிய மெய்க்காப்பாளர்களால் சுடப்பட்ட) 1, சப்தர்ஜங் சாலை ஆகிய இடங்களுக்கு அழைத்துச் செல்லப்பட்டனர். மூஸாவை அடையாளமே தெரியவில்லை. தன் பெயர் ஜாஹூர் அகமத் என்று வைத்துக்கொண்டு, தேவைக்கதிமாகப் புன்னகைத்துக்கொண்டிருந்தான். முட்டாள்தனமான ஓர் அடிமைபோல, சற்று அடங்கியொடுங்கிப் பணிவாகத் தன்னைக் காட்டிக்கொண்டிருந்தான்.

செங்கோட்டையில் ஒலி ஒளி நிகழ்ச்சி நடக்கும்போது அவனும் திலோவும் அந்நியர்கள்போல ஒரு பெஞ்சில் அருகருகே இருட்டில் உட்கார்ந்

திருந்தனர். பார்வையாளர்களில் பெரும்பாலோர் வெளிநாட்டவர்கள். "இது நாங்களும் ராணுவமும் கூட்டாகச் சேர்ந்து நடத்தும் சுற்றுலா," என்று மூஸா அவளிடம் கிசுகிசுத்தான். "சில நேரங்களில் இதைப் போன்ற கூட்டுமுயற்சிகளில் பங்குதாரர்களுக்கு அவர்கள் பங்குதாரர்கள் என்பதே தெரியாது. ராணுவம் குழந்தைகளுக்குத் தாய்நாட்டின் மீது இருக்க வேண்டிய பற்றைப் போதிப்பதாக நினைத்துக்கொண்டிருக்கிறது. நாங்கள் இந்தக் குழந்தைகளுக்கு அவர்களுடைய எதிரியை அறிந்துகொள்வதற்குக் கற்றுத்தருவதாக நினைக்கிறோம். ஆகவே அவர்களுடைய தலைமுறை போரில் இறங்கவேண்டிய காலம் வரும்போது அவர்கள் ஹஸன் லோனேவைப்போல நடந்துகொள்ளாமல் இருப்பார்கள்."

அந்த அனாதைச் சிறுவர்களில் ஒருவன் மூஸாவின் மடிமீது ஏறி உட்கார்ந்தான். மிகவும் குட்டிப்பையன். காதுகள் மட்டும் பெரிதாக இருந்தன. மூஸாவுக்கு முத்தம் கொடுக்கத் தொடங்கினான். ஆயிரம் முத்தங்களாவது இருக்கும். கொடுத்து முடித்துவிட்டு ஆடாமல் அசையாமல் மூன்றங்குல இடைவெளியில் திலோவை உணர்ச்சியற்ற கண்களால் உற்றுப் பார்த்துக்கொண்டே இருந்தான். மூஸா அச்சிறுவனிடம் கரிசனமின்றி உம்மென்றே இருந்தான். அவன் முகத்தின் தசைகள் சற்று இறுகுவதைத் திலோ கவனித்தாள். அவன் கண்கள் ஒரு கணம் பிரகாசமடைந்து அணைந்தன. திலோ அந்தத் தருணத்தை இடையூறு செய்யாமல் கடந்து செல்ல அனுமதித்தாள்.

"ஹஸன் லோனே யார்?"

"என் பக்கத்து வீட்டுக்காரன். அற்புதமானவன். சகோதரன்போல."

சகோதரன் என்பது மூஸாவின் உச்சபட்சமான புகழுரை.

"அவன் போராட்ட இயக்கத்தில் சேர விரும்பினான். ஆனால் இந்தியாவுக்கு அவன் முதல்முறையாகப் போனபோது பம்பாயில் விக்டோரியா டெர்மினஸ் ரயில் நிலையத்தில் இருந்த ஜனக்கூட்டத்தைப் பார்த்து மிரண்டு, எண்ணத்தைக் கைவிட்டுவிட்டான். திரும்பி வந்ததும், 'சகோதரா, அங்கே எவ்வளவு பேர் இருக்கிறார்கள் பார்த்தாயா? இவ்வளவு பேருக்கெதிரே நமக்கு வாய்ப்பே இல்லை. நான் விலகிக்கொள்கிறேன்,' என்று அவன் உண்மையிலேயே ஒதுங்கி விட்டான்! இப்போது சின்னதாகத் துணி வியாபாரம் செய்துவருகிறான்."

இருட்டில் அகலமாகப் புன்னகைத்துக்கொண்டிருந்த மூஸா, அவனுடைய நண்பன் ஹஸன் லோனேவின் நினைவாக மடியிலிருந்த சிறுவனின் தலையில் அழுத்தமாக முத்தமிட்டான். அந்தக் குட்டிப்பையன் விளக்கைப்போல ஜொலித்தப்படி நேராகப் பார்வையை வெறித்திருந்தான்.

நிகழ்ச்சியின் பின்னணி ஒலித்தடம் 1739ஆம் வருடத்தை வர்ணித்துக் கொண்டிருந்தது. மாமன்னர் முகம்மது ஷா ரங்கீலா மயிலாசனத்தில் கிட்டத் தட்ட முப்பது வருடங்கள் வீற்றிருந்து தில்லியில் ஆட்சி நடத்திவந்தவர். அவர் ஒரு சுவாரஸ்யமான மாமன்னர். யானைகள் ஒன்றோடொன்று போட்டியிட்டுச் சண்டையிடுவதைப் பெண்களின் உடைகளையும், நகைகள் பதித்த காலணிகளையும் அணிந்துகொண்டு கண்டுகளிப்பாராம். அவருடைய ஆட்சிக்காலத்தில் அப்பட்டமான உடலுறவுக் காட்சிகளையும்,

நாட்டுப்புற நிலக்காட்சிகளையும் சித்தரிக்கும் நுண்ணோவியக் கலைவடிவம் உருவாகிச் செழித்து வளர்ந்தது. வெறும் பாலியல், சிற்றின்பக் கலைகள் மட்டுமல்ல, மகத்தான கதக் நடனங்களும் கவ்வாலிகளும் அவரது அரண்மனையில் அரங்கேறின. பேரறிஞரும் ஞானியுமான ஷா வலியுல்லா குர்ரானைப் பாரசீகத்தில் மொழிபெயர்த்தார். சாந்தினி சௌக்கின் தேநீரகங்களில் க்வாஜா மீர் தார்தும் மீர் தாகி மீரும் தமது கவிதைகளை வாசித்தனர்:

லே ஸான்ஸ் பி ஆஹிஸ்தா கி நாஸுக் ஹை பஹுத் காம்
அஃபாக் கி இஸ் கா்கா –இ– ஷிஷாகரி கா.

இங்கே இவ்வுலகப் பட்டறையில் இருப்பவையெல்லாம்
மெல்லிய கண்ணாடிக் கலன்கள் – எனவே
இங்கே மெதுவாக மூச்சு விடுங்கள்
இங்கிருப்பவையெல்லாம் நொறுங்கக் கூடும்.

குதிரைகளின் குளம்பொலிகள் கேட்டன. குட்டிப்பையன் மூஸாவின் மடிமீது நின்று, சத்தம் எங்கிருந்து வருகிறதென்று திரும்பிப் பார்த்தான். அது நாதிர் ஷாவின் குதிரைப்படை. பாரசீகத்திலிருந்து தில்லிக்கு வருகையில் வழியில் உள்ள நகரங்களைத் துவம்சமாக்கிக் கொண்டு வருகிறது. மயிலாசனத்தில் அமர்ந்திருக்கும் மாமன்னர் எதற்கும் அலட்டிக் கொள்ளாமல் இருக்கிறார்.

கவிதையையும் சங்கீதத்தையும் இலக்கியத்தையும் அற்பத்தனமான போர்கள் இடையூறு செய்யக்கூடாது என்று அவர் நம்பினார். திவான் – இ – காஸின் விளக்குகள் நிறம் மாறின. ஊதா, சிவப்பு, பச்சை. பின்னணியில் அந்தப்புரப் பெண்களின் சிரிப்பொலிகள். நடனப் பெண்களின் கொலுசொலிகள். அரண்மனை அலியின் பிரத்தியேகமான, ஆழ்ந்த குரலில் ஒலிக்கும் பசப்புச் சிரிப்பு.

நிகழ்ச்சி முடிந்ததும் அனாதைக் குழந்தைகளும் துணைக்கு வந்த பாதுகாவலர்களும் டிப்ளமேட்டிக் என்க்ளேவிலிருந்த விஸ்வ யுவ கேந்திராவின் கூடத்தில் இரவு தங்கினார்கள். அந்த இடம் திலோவின் (மற்றும் நாகாவின்) வீட்டுக்கு அடுத்த தெருவில்தான் இருந்தது.

திலோ வீட்டுக்கு வந்தபோது நாகா தொலைக்காட்சியை அணைக்காமலேயே தூங்கிவிட்டிருந்தான். அதை அணைத்துவிட்டு அவனுக்குப் பக்கத்தில் படுத்துக்கொண்டாள். அன்றிரவு அவள் கனவில் வளைந்து வளைந்து செல்லும் ஒரு பாலைவனச்சாலை வந்தது. அது வளைந்து வளைந்து செல்வதற்கு எந்தக் காரணமும் இருப்பதாகத் தெரியவில்லை. அவளும் மூஸாவும் அதில் நடந்துசெல்கின்றனர். சாலையின் ஒருபுறத்தில் பேருந்துகள் வரிசையாக நிறுத்தப்பட்டிருக்கின்றன. எதிர்ச்சாரியில் கப்பலில் ஏற்றப்பட்ட கன்டெய்னர்கள் – அதில் ஒவ்வொன்றிலும் ஒரு கதவும், கிழிந்த சல்லாத்துணி திரைச்சீலையும் இருக்கின்றன. சிலவற்றின் வாசல்களில் விலைமாதர்களும், மற்றவற்றில் ராணுவ வீரர்களும் இருக்கின்றனர். நெடிய சோமாலி வீரர்கள். மோசமாகக் காயமுற்றிருக்கும் மனிதர்கள் வெளியே அனுப்பப்பட, சங்கிலியில் பிணைக்கப்பட்ட மனிதர்களை உள்ளே கொண்டுசெல்கிறார்கள். வெண்ணுடை அணிந்த ஒருவனிடம் மூஸா நின்று பேசுகிறான். அவனுடைய பழைய நண்பன் போலிருக்கிறது.

மூஸா அவனைப் பின்தொடர்ந்து ஒரு கன்டெய்னருக்குள் சென்றான். திலோ வெளியில் காத்திருந்தாள். வெகுநேரமாக அவன் வெளியே வராததால் அவனைத் தேடிக்கொண்டு உள்ளே சென்றாள். அறையில் சிவப்பு ஒளி நிறைந்திருந்தது. அந்த கன்டெய்னரின் ஒரு மூலையில் இருந்த கட்டிலில் ஓர் ஆணும் பெண்ணும் உடலுறவில் ஈடுபட்டிருந்தனர். அங்கே கண்ணாடி வைத்த ஒரு பெரிய டிரஸ்ஸிங் டேபிள் இருந்தது. அறையில் மூஸா இல்லை. ஆனால் கண்ணாடியில் அவன் பிம்பம் தெரிந்தது. அவன் கூரையிலிருந்து தொங்கியபடி ஊஞ்சலாடிக்கொண்டிருந்தான். அறையெங்கும் டால்கம் பவுடர் கொட்டியிருந்தது. மூஸாவின் அக்குள்களிலும் பவுடர் இருந்தது.

திலோவுக்குத் தூக்கம் கலைந்தது. எப்படி படகுக்குள் சென்றோம் என்று வியந்தாள். பக்கத்தில் தூங்கிக்கொண்டிருக்கும் நாகாவை வெகுநேரம் பார்த்துக்கொண்டிருந்தாள். சற்று நேரத்துக்குக் காதல் போன்ற ஏதோவோர் உணர்வு அவளைப் பீடித்தது. அது என்னவென்று அவளுக்கு விளங்க வில்லை. அதை அவள் பொருட்படுத்தவும் இல்லை.

O O O

அவர்கள் – நாகா, கார்ஸன் ஹோபர்ட், மூஸா, அவள் – முதன்முதலாக *Norman, Is That You?* நாடக ஒத்திகையில் சந்தித்து முப்பது வருடங்கள் ஆகின்றன என்று அவள் கணக்கிட்டுப் பார்த்ததில் தெரிந்தது. இப்போது வரை அவர்கள் ஒருவரையொருவர் இத்தகைய விநோதமான வழிகளில் குறுக்கிட்டுச் சுற்றிக்கொண்டிருக்கின்றனர்.

O

கடைசியாக இருந்த பெட்டி, பழங்கள் இருந்த அட்டைப்பெட்டியோ, வெள்ளத்திலிருந்து 'மீட்கப்பட்டதோ' அல்ல. அது ஒரு சிறிய ஹியூலெட்–பக்கார்ட் பிரின்டர்–கார்ட்ரிட்ஜ் அட்டைப்பெட்டி. அதில் மூஸா அமெரிக்காவிலிருந்து கொண்டுவந்த அம்ரிக் சிங் ஆவணங்கள் இருந்தன. அவற்றை அவளிடம் அப்போது தந்துவிட்டுச் சென்றிருந்தான். அவற்றில் இருப்பவை அனைத்தும் திலோவுக்கு இன்னமும் ஞாபகத்தில் இருந்தன. அவற்றைச் சரிபார்த்துக் கொள்வதற்காகத் திறந்து பார்த்தாள். அவள் ஞாபகம் சரியாகவே இருந்தது. பழைய புகைப்படங்களின் கட்டு, அம்ரிக் சிங்கின் தற்கொலை தொடர்பான செய்தித் துணுக்குகள் கொண்ட ஓர் உறை. அந்தச் செய்திகள் ஒன்றில் க்ளோவிஸில் இருந்த சிங்கின் வீட்டின் புகைப்படத்தில் வீட்டுக்கு வெளியே போலீஸ் வாகனங்கள் நிற்க, தொலைக்காட்சித் தொடர்களிலும் திரைப்படங்களிலும் காட்டப்படு வதைப் போல, குற்றம் நடந்த இடத்தைச் சுற்றிவளைத்துக் கட்டப்பட்டிருந்த மஞ்சள் நிற டேப்பும், 'உள்ளே வரக்கூடாது' அறிவிப்பும், வீட்டைச்சுற்றிக் காவலர்கள் இருப்பதும் தெரிந்தன. அந்தப் புகைப்படத்துக்குள் மற்றொரு சிறிய புகைப்படம் உட்படமாக இருந்தது. Xerxes என்ற ரோபோவின் படம். அதில் பொருத்தப்பட்டிருக்கும் காமிரா மூலம் யாராவது உள்ளே ஒளிந்திருக்கிறார்களாவென்பதை அறிந்துகொள்வதற்காகக் காவலர்கள் வீட்டுக்குள் நுழைவதற்கு முன்னதாக அதை வீட்டுக்குள் செலுத்துவதற்காகக் கொண்டுவந்திருக்கக் கூடும். செய்தித்தாள்களின் நறுக்குகளைத் தவிர இன்னொரு கோப்பில் அம்ரிக் சிங்கும் அவன் மனைவியும் அமெரிக்காவிடம்

புகலிடம் கோரும் விண்ணப்பங்கள் இருந்தன. அந்தக் கோப்பு அவனுடைய கைக்கு எப்படி வந்தடைந்தது என்பதைப்பற்றி ஒரு நீண்ட நகைச்சுவைக் கதையாக மூஸா அவளிடம் சொன்னான். அவனும், அமெரிக்காவின் மேற்குக் கரையோரப் பகுதியில் நூற்றுக்கணக்கான புகலிடக் கோரிக்கை வழக்குகளில் வாதாடிய ஒரு வழக்கறிஞரும் – அவர் 'சகோதரன்' ஒருவனின் நண்பர் – க்ளோவிஸ்ஸில் உள்ள ஒரு சமூக சேவகரைச் சந்திக்கச் சென்றனர். அவர்தான் அம்ரிக் சிங்கின் வழக்கை நடத்திக் கொண்டிருந்தார். மிகவும் அற்புதமான மனிதர் அவர் என்றான் மூஸா. வயதானவர், மிகவும் தளர்ந்து போயிருந்தார், ஆனாலும் மிகவும் அர்ப்பணிப்போடு பணியாற்றுவார். அவரிடம் சற்று சோஷலிஸச் சாய்வு உண்டு. தனது நாட்டின் குடியேற்றச் சட்டங்களின்பால் பெரும் அதிருப்தி கொண்டிருந்தார். அவரது சிறிய அலுவலக அறை முழுக்க, அவர் அமெரிக்காவில் குடியேற்ற உரிமை பெற்றுத்தந்த வழக்குகளின் கோப்புகள் வரிசை வரிசையாக அடுக்கப்பட்டிருந்தன. அவற்றில் பெரும்பாலானவை 1984க்குப் பிறகு இந்தியாவைவிட்டு ஓடிவந்து அடைக்கலம் கோரிய சீக்கியர்களுடையவை. பஞ்சாப்பில் நடந்த போலீஸ் அராஜகங்கள், பொற்கோவிலில் ராணுவம் பிரவேசித்தது, இந்திரா காந்தி அவருடைய சீக்கிய மெய்க்காப்பாளர்களால் சுட்டுக் கொல்லப்பட்டது எல்லாவற்றையும் விரிவாகத் தெரிந்துவைத்திருந்தார். சிக்கல் என்னவென்றால் அவர் அந்தக் காலகட்டக் கூண்டிலேயே சிக்கியிருந்தார். தற்காலச் செய்திகள் எதுவும் அவரை எட்டியிருக்கவில்லை. மேலும் அவர் பஞ்சாப்பையும் கஷ்மீரையும் ஒன்றாகக் குழப்பிக்கொண்டு பஞ்சாப் கலவரத்திலிருந்து தப்பிவந்தவர்கள் என்று கருதியபடி அம்ரிக் சிங் தம்பதிகளை அந்தப் பட்டகத்தின் வழியாகவே பார்த்திருக்கிறார். ரகசியம் பேசுபவர்போல முன்னால் மேஜைமீது குனிந்து அவர்களுக்கு ஏற்பட்டிருக்கும் துயரத்துக்குக் காரணம், போலீஸ் காவலில் திருமதி அம்ரிக் சிங் வன்புணர்வு செய்யப்பட்டதை அம்ரிக் சிங், திருமதி அம்ரிக் சிங் இருவராலும் மறக்கமுடியாமல இருப்பதுதான் என்று சொல்லியிருக்கிறார். இந்தத் துர்ச்சம்பவத்தைச் சொல்லிப் புகலிடம் கோரினால் கிடைப்பதற்கு வாய்ப்பு அதிகம் என்றும் விளக்கியிருக்கிறார். ஆனால் அதற்கு அவள் ஒப்புக்கொள்ளாமல் அப்படி எதுவும் நிகழவில்லையென்று மறுத்ததாகவும் அதற்கு அவர் வன்புணர்வு செய்யப்பட்டதைப் பற்றிப் பேசுவதில் அவமானம் எதுவும் கிடையாது என்று சமாதானப்படுத்தியபோது அவள் பயங்கரமாகக் கோபப்பட்டாள் என்றும் சொன்னார்.

"அவர்கள் இருவரும் மிகவும் எளிய, நல்ல மனிதர்கள். அவர்களுக்கும் அவர்களுடைய குழந்தைகளுக்கும் தேவைப்பட்டதெல்லாம் கொஞ்சம் மனநல ஆலோசனை மட்டுமே," என்றபடி அவர்களுடைய வழக்கு ஆவணப்பிரதிகளை மூஸாவிடம் தந்திருக்கிறார். "கொஞ்சம் ஆலோசனை, சில நல்ல நண்பர்கள்; கொஞ்சம் கரிசனமும் உதவியும் மட்டும் கிடைத்திருந்தால் அவர்கள் இன்னமும் உயிரோடு இருந்திருப்பார்கள். ஆனால் இந்த மகத்தான தேசத்திலிருந்து அதையெல்லாம் எதிர்பார்க்கக்கூடாது, இல்லையா?"

அந்த பிரிண்டர் – கார்ட்ரிட்ஜ் பெட்டியின் அடியில் ஒரு தடிமனான, பழங்கால 'லீகல் ஃபைல்' இருந்தது. அதை இதற்கும்முன் பார்த்ததாக திலோவுக்கு நினைவில்லை. கிட்டத்தட்ட ஐம்பது அறுபது தாள்கள்

தைக்கப்படாமல் ஒரு கெட்டி அட்டையில் சிவப்பு நாடாவாலும் வெள்ளைக் கயிற்றாலும் கட்டப்பட்டிருந்தன. இருபது வருடங்களுக்கு முந்தைய ஜலீப் காத்ரி வழக்கின் சாட்சிகள் அளித்த வாக்குமூலங்கள்.

குலாம் நபி ரஸூல் த/பெ முஷ்டாக் நபி ரஸூல், வசிப்பிடம்: பர்பார்ஷா. தொழில்: சுற்றுலாத் துறையில். வயது: 37. குற்றவியல் நடைமுறைசட்டம் பிரிவு 161இன் கீழ் பெறப்பட்ட வாக்குமூலம்

சாட்சியின் வாக்குமூலம்:

நான் ஸ்ரீநகரில் உள்ள பர்பார்ஷாவில் வசிக்கிறேன். 8.3.1995 அன்று பர்ரேபுராவில் ராணுவத்தினர் வாகனப்பரிசோதனை செய்துகொண்டிருப்பதைப் பார்த்தேன். ஒரு ராணுவ லாரியும் ஆயுதப்படை வண்டியும் நிறுத்தப்பட்டிருந்தன. உயரமான சீக்கிய ராணுவ அதிகாரி ஒருவர் சீருடை அணிந்த ராணுவத்தினர் பலர் சூழ வண்டிகளைச் சோதனையிட்டுக் கொண்டிருந்தார். ஒரு தனியார் வாடகைக் காரும் அங்கு இருந்தது. அதில் சிவப்புக் கம்பளி போர்த்திக் கொண்டு சிவிலியன்கள் சிலர் இருந்தனர். பயத்தின் காரணமாகத் தூரத்திலேயே நின்று கவனித்துக்கொண்டிருந்தேன். அப்போது ஒரு மாருதி கார் வந்தது. ஜலீப் காத்ரி ஓட்டிவந்தார். அவருடைய மனைவி பின்னிருக்கையில் இருந்தார். ஜலீப் காத்ரியைப் பார்த்ததும் அந்த உயரமான ராணுவ அதிகாரி வண்டியை நிறுத்தி அவரை வெளியே வரச் சொன்னார். வெளியே வந்தவரை அவர்கள் இழுத்துச் சென்று ஆயுதப்படை வண்டிக்குள் அடைத்தனர். அதன்பிறகு அந்தத் தனியார் வாடகை வண்டியும் மற்ற எல்லா வண்டிகளும் ஒன்றன்பின் ஒன்றாக பை–பாஸ் சாலை வழியாகச் சென்றுவிட்டன.

ரஹ்மத் பஜாத், த/பெ அப்துல் கலாம் பஜாத், வசிப்பிடம்: குர்ஸூ ராஜ்பாக், ஸ்ரீநகர். தொழில்: வேளாண்துறை. வயது: 32 குற்றவியல் நடைமுறைச்சட்டம் பிரிவு 161இன் கீழ் பெறப்பட்ட வாக்குமூலம்

சாட்சியின் வாக்குமூலம்:

நான் குர்ஸூ ராஜ்பாக்கில் வசிக்கிறேன். வேளாண் துறையில் உதவி வேளாண் அலுவலராகப் பணிபுரிகிறேன். இன்று 27.3.1995 நான் வீட்டில் இருந்தபோது வெளியே சத்தம் கேட்டது. தெருவுக்கு வந்து பார்த்தபோது ஒரு கோணிப்பைக்குள் உடல் ஒன்று அடைத்து வைக்கப்பட்டிருப்பதையும் மக்கள் கூட்டமாகக் கூடிநிற்பதையும் பார்த்தேன். ஜீலம் நதிக் கால்வாயிலிருந்து அடித்துவந்த அந்த உடலைக் கிராமத்து இளைஞன் ஒருவன் வெளியே எடுத்திருக்கிறான். அது ஜலீப் காத்ரியின் உடல் என்று தெரிந்தது. கடந்த பன்னிரண்டு வருடங்களாக அவர் எங்கள் பகுதியில் வசித்துவந்ததால் என்னால் உடனே அடையாளம் கண்டுகொள்ள முடிந்தது. அவர் உடலைச் சோதித்துப் பார்த்தபோது கீழ்க்காணும் விவரப்படி அவர் அணிந்திருந்த உடைகள் இருந்தன:

1) காக்கி நிறத்தில் கம்பளி ஸ்வெட்டர்

2) வெள்ளைச் சட்டை

3) சாம்பல் நிற பேண்ட்

4) வெள்ள்ளை உள் சட்டை

மேலும் அவரது இரண்டு கண்களையும் காணவில்லை. நெற்றியில் ரத்தக்கறை இருந்தது. உடல் சுருங்கி, அழுகியிருந்தது. போலீஸ் வந்து உடலைக் கைப்பற்றினர். பற்றுகைக் குறிப்பு ஒன்றைத் தயாரித்து அதில் என் கையொப்பத்தைப் பெற்றுக்கொண்டனர்.

மரூஃப் அகமத் தார், த/பெ அப்துல் ஆஹாத் தார், வசிப்பிடம்: குர்ஸூ ராஜ்பாக், ஸ்ரீநகர். தொழில்: வியாபாரம். வயது: 40. குற்றவியல் நடைமுறைச் சட்டம் பிரிவு 161இன் கீழ் பெறப்பட்ட வாக்குமூலம்.

சாட்சியின் வாக்குமூலம்:

நான் வசிப்பது குர்ஸூ ராஜ்பாக்கில். வியாபாரம் செய்கிறேன். 27.3.1995 அன்று ஜீலம் நதிக் கால்வாய்க்கரையிலிருந்து சத்தம் கேட்டது. சென்று பார்த்தபோது ஜலீப் காத்ரியின் உடல் ஒரு கோணிப்பையில் அடைக்கப்பட்டுக் கரையோரத்தில் கிடந்தது. அவர் நான் வசிக்கும் பகுதியில் பன்னிரண்டு வருடங்களாக வசித்துவருபவர் என்பதால் என்னால் அடையாளம் காணமுடிந்தது. அவருக்காக உள்ளூர் மசூதியில் பிரார்த்தனை செய்தோம். இறந்த உடலில் கீழ்க்காணும் உடைகள் இருந்தன:

1) காக்கி நிறத்தில் கம்பளி ஸ்வெட்டர்

2) வெள்ளைச் சட்டை

3) சாம்பல் நிற பேண்ட்

4) வெள்ளை உள் சட்டை.

மேலும் அவரது இரண்டு கண்களையும் காணவில்லை. நெற்றியில் ரத்தக்கறை இருந்தது. உடல் சுருங்கி அழுகியிருந்தது. போலீஸ் வந்து உடலைக் கைப்பற்றினர். பற்றுகைக் குறிப்பு ஒன்றைத் தயாரித்து அதில் என் கையொப்பத்தைப் பெற்றுக்கொண்டனர்.

முகம்மது ஷஃபீக் பட், த/பெ: அப்துல் அஜீஸ் பட், வசிப்பிடம்: காந்தர்பால். தொழில்: கட்டுமானத் தொழில். வயது: 30. குற்றவியல் நடைமுறைச் சட்டம் பிரிவு 161இன் கீழ் பெறப்பட்ட வாக்குமூலம்.

சாட்சியின் வாக்குமூலம்:

நான் காந்தர்பாலில் வசிக்கிறேன். கட்டட வேலை செய்கிறேன். தற்சமயம் குர்ஸூ ராஜ்பாகில் உள்ள முகம்மது அயூப் தார் அவர்களின் வீட்டில் வேலைசெய்துகொண்டிருக்கிறேன். இன்று 27.3.1995 அன்று காலை சுமார் 6.30 மணியளவில் ஜீலம்நதிக் கால்வாய்க் கரைக்கு முகம் கழுவச் சென்றேன். அப்போது ஆற்றில், ஒரு கோணிப்பைக்குள் இறந்த உடல் ஒன்று மிதந்து வருவதைப் பார்த்தேன். ஒரு கையும் ஒரு காலும் வெளியே நீட்டிக்கொண்டிருந்தது. பயத்தின் காரணமாக நான் யாரிடமும் இதைப்பற்றிச் சொல்லவில்லை. பிறகு முகம்மது ஷபீர் வார் அவர்களின் வீட்டுக்கு வேலை செய்யப் போய்விட்டேன்.

அதே இறந்த உடலைச் சில உள்ளூர்வாசிகள் வெளியே எடுத்து கால்வாய்க் கரையில் கிடத்தியிருந்ததைப் பிறகு பார்த்தேன். இறந்த உடலில் கீழ்க்காணும் உடைகள் இருந்தன:

1) காக்கி நிறத்தில் கம்பளி ஸ்வெட்டர்

2) வெள்ளைச் சட்டை

3) சாம்பல் நிற பேண்ட்

4) வெள்ளை உள் சட்டை

மேலும் அவரது இரண்டு கண்களையும் காணவில்லை. நெற்றியில் ரத்தக் கறை இருந்தது. உடல் சுருங்கி அழுகியிருந்தது. போலீஸ் வந்து உடலை கைப்பற்றினர். பற்றுகைக் குறிப்பு ஒன்றைத் தயாரித்து அதில் என் கையொப்பத்தைப் பெற்றுக்கொண்டனர்.

இறந்தவரின் சகோதரர் அளித்த வாக்குமூலம்:

பெயர்: பர்வேஸ் அகமத் காத்ரி த/பெ அல்தாப் காத்ரி, வசிப்பிடம்: அவந்தி போரா, தொழில்: கலை, கலாச்சாரம் மொழிகள் கழகத்தில் பணி. வயது: 35. குற்றவியல் நடைமுறைச் சட்டம் பிரிவு 161இன் கீழ் பெறப்பட்ட வாக்குமூலம்.

சாட்சியின் வாக்குமூலம்:

நான் அவந்திபோராவில் வசிக்கிறேன். இறந்தவரான ஜலீப் காத்ரி என் சகோதரர். உடல் அடையாளம் காணப்பட்டு, பிணக்கூறாய்வுக்குப் பிறகு என் சகோதரர் உடலைப் போலீஸிடமிருந்து பெற்றுக்கொண்டேன். காவல்துறை தனியாக ஒரு பற்றுகைக் குறிப்பும், உடலைப் பெற்றுக்கொண்டமைக்கான ஒப்புகையையும் தயாரித்தளித்தது. இவற்றில் உள்ள விவரங்கள் எனக்குப் படித்துக் காட்டப்பட்டன. இவை சரியானவையென்று இதன்மூலம் தெரிவித்துக்கொள்கிறேன்.

முஷ்டாக் அகமத் கான் (எ) உஸ்மான் (எ) பாய்டோத்,

வசிப்பிடம்: ஜம்மு நகரம், வயது: 30,

குற்றவியல் நடைமுறைச் சட்டம் பிரிவு 161இன் கீழ் பெறப்பட்ட

வாக்குமூலம்.

சாட்சியின் வாக்குமூலம்:

அய்யா, நான் அடுமனை ஒன்றை ராவல்போராவில் நடத்தி வருகிறேன். 1990–91 முதல் ராணுவத்துக்கு ரொட்டி வழங்கி வருகிறேன். கஷ்மீரில் நிலைமை மோசமடைந்ததைத் தொடர்ந்து போராளிகள் என்னிடம் ராணுவ வீரர்களுக்கு உணவு வழங்குவதை நிறுத்தச் சொல்லி மிரட்டினார்கள். அதுமட்டுமே எனக்கு வருவாய் ஈட்டித்தரும் தொழில் என்பதால் எனது அடுமனையை மூடிவிட்டு என் சொந்தக் கிராமமான யூரிக்குச் சென்றுவிட்டேன். அதன்பின் மூன்றுமாதங்கள் கழித்து என் மனைவியைப் போராளிகள் துன்புறுத்த

ஆரம்பித்தனர். அதுமட்டுமன்றி என்னுடைய 15 வயது சகோதரியைக் கடத்திச்சென்று அவர்களுடைய சகா ஒருவனுக்கு வலுக்கட்டாய மாகத் திருமணம் செய்துவைத்தனர். இக்காரணங்களால் என் சொந்தக் கிராமத்தைவிட்டு வெளியேறி ஸ்ரீநகருக்குத் திரும்பிவந்து மகர்மால் பாகில் ஒரு வாடகை வீட்டிற்குக் குடிபெயர்ந்தேன். கொஞ்ச நாட்களிலேயே ஜம்முகஷ்மீர் விடுதலை முன்னணி (JKLF) அங்கு வந்து என்னை அவர்கள் இயக்கத்தில் வற்புறுத்திச் சேர்த்தனர். பிறகு, வெவ்வேறு போராளி இயக்கத்தினரிடையே நடக்க ஆரம்பித்த பூசல்களின்போது அல்–உமர் போராளி இயக்கத்தினர் என்னை அவர்களோடு சேர்த்துக்கொண்டனர். அதன்பின் பாதுகாப்புப் படையினர் என்னைத் தொந்தரவு செய்யத் தொடங்கினார்கள். என் பிள்ளைகளைப் பிடித்துச்சென்றார்கள். அதனால் நான் இந்தியா பிராவோ IB முன்பு சரணடைந்து எனது ஏகே 47ஐ அவர்களிடம் ஒப்படைத்தேன். பாரமுல்லாவில் எட்டு மாதங்கள் சிறைவைக்கப்பட்டேன். பிறகு விடுதலை செய்தார்கள். ஆனால் IBயிடம் 15 நாட்களுக்கு ஒருமுறை வந்து கையெழுத்திட்டுச் செல்ல வேண்டும். மூன்று மாதங்கள் அப்படி நடந்துகொண்டேன். பிறகு பயத்தில் ஓடிவந்துவிட்டேன். ஏனென்றால் என்னை IBயுடன் யாராவது பார்த்தால் என் உயிருக்குத்தான் ஆபத்து. ஸ்ரீநகரில் அகமத் அலி பட் என்ற கோப்ரா என்னை வந்து சந்தித்தான். அவன் கோத்திபாக் காவல்நிலையத்தின் டிஎஸ்பியிடம் அறிமுகம் செய்துவைத்தான். அவர் என்னை ராவல்போரா முகாமில் இருந்த சிறப்பு நடவடிக்கைக்குழு–SOG–இடம் சேர்த்துவிட்டார். கோப்ராவும் பர்வாஸ் பட்டும் இக்வானிகள். மேஜர் அம்ரிக் சிங்குடன் முகாமில் சேர்ந்து பணியாற்றுபவர்கள். அவர்கள் என்னைப் பற்றி மேஜர் அம்ரிக் சிங்கிடம், எனக்குப் பயங்கரவாதிகள் எல்லோரையும் தெரியுமென்றும், அவர்களைப் பிடித்துக் கைது செய்வதற்கு உதவி செய்யமுடியுமென்றும் தூண்டிவிட்டார்கள். ஒருநாள் மேஜர் அம்ரிக் சிங் வாஸிர் பாக்கில் உள்ள பயங்கரவாதிகள் மறைவிடத்துக்கு என்னை அழைத்துக்கொண்டு சோதனையிடச் சென்றார். இரண்டு பயங்கரவாதிகளைக் கைது செய்தார். பிறகு ரூ 40000–பெற்றுக் கொண்டு அவர்களை விடுதலை செய்தார். மேஜர் அம்ரிக் சிங்குடன் நான் பல மாதங்கள் பணிபுரிந்திருக்கிறேன். அப்போது அவர் கீழ்க்காணும் நபர்களைக் கொன்றழித்ததற்குச் சாட்சியாக இருந்துள்ளேன்:

1) குலாம் ரஸூல் வானி
2) செஞ்சுரி ஓட்டலில் பணிபுரிந்து வந்த பாஸித் அகமத் காண்டே
3) அப்துல் ஹஃபீஸ் பீர்
4) இஷ்ஃபக் வாஸா
5) குல்தீப் சிங் என்ற சீக்கிய தையல்காரர்.

மேற்கண்ட அனைவரும் காணாமற்போனவர்கள் என்றுதான் பதிவு செய்யப்பட்டுள்ளது.

அதன்பிறகு மார்ச் 1995இல் ஒருமுறை மேஜர் அம்ரிக் சிங்கும் அவருடைய நண்பன் சலீம் கோஜ்ரியும் ஒரு ஆளைக் கைது செய்து முகாமுக்கு அழைத்துவந்தார்கள். சலீம் கோஜ்ரி என்னைப் போல ஒரு சரணடைந்த போராளி. அடிக்கடி முகாமுக்கு வருவான். அவர்கள் கைதுசெய்து அழைத்துவந்த நபர் கோட்டு, வெள்ளைச் சட்டை, டை, சாம்பல் நிறத்தில் பேண்ட் அணிந்திருந்தார். அந்தச் சமயத்தில் அங்கு சுகான் சிங், பல்பீர் சிங், டாக்டர் ஆகியோரும் இருந்தனர். கோட்டு–பேண்ட் மனிதர் நன்கு படித்தவர்போல இருந்தார். முகாமில் இருந்தவர்களிடம், "எதற்காக என்னைக் கைது செய்து இங்கே கூட்டிவந்திருக்கிறீர்கள்?" என்று வாதிட்டார். அதைக்கேட்டு மேஜர் அம்ரிக் சிங் கோபமுற்று அவரை மிருகத்தனமாக அடித்து, தனியறைக்குக் கொண்டுசென்றார். அவரை அங்கு அடைத்துவிட்டு வந்து, "இந்த ஆளைத் தெரியுமா? இவன்தான் பிரபலமான வழக்கறிஞர் ஜலீப் காத்ரி. யாரெல்லாம் ராணுவத்தினரை இழிவு செய்கிறார்களோ பயங்கரவாதிகளுக்கு உதவுகிறார்களோ அவர்கள் யாராக இருந்தாலும் நான் விட்டுவைக்கமாட்டேன். அதற்காகத்தான் இவனைக் கைது செய்திருக்கிறேன்," என்றார். அன்று மாலை ஜலீப் காத்ரி அடைக்கப்பட்டிருந்த அறையிலிருந்து அலறல்களும் கூச்சலும் கேட்டன. அப்புறம் துப்பாக்கிச் சத்தங்களும் கேட்டன. அதன்பிறகு சற்றுநேரம் கழித்து ஒரு கனமான கோணிப்பையை வண்டி ஒன்றில் ஏற்றுவதைப் பார்த்தேன்.

சில நாட்கள் கழித்து, ஜலீப் காத்ரியின் உடல் கண்டெடுக்கப்பட்டு, நாளிதழ்களில் பரபரப்பாகச் செய்திகள் வெளியாகின. மேஜர் அம்ரிக் சிங் என்னிடம் வருத்தத்தோடு, அவர் தவறுசெய்துவிட்டதாகவும், ஜலீப் காத்ரியைக் கொன்றிருக்கக்கூடாதென்றும் சொன்னார். மேலும் இந்த விஷயத்தில் அவரால் வேறு எதுவும் செய்திருக்க முடியாது, ஏனென்றால் இந்த வேலையை அவரும் சலீம் ஜோத்ரியும் செய்து முடிக்க வேண்டும் என்று அதிகாரிகள் உத்தரவிட்டிருந்ததாகவும் சொன்னார். அவர் இப்படிச் சொன்னதும் என் உயிருக்குப் பெரும் அச்சுறுத்தல் இருப்பதாக உணர்ந்தேன்.

அதன்பிறகு சலீம் கோஜ்ரியும், அவனுடைய சகாக்களான பங்களாதேஷிலிருந்து சட்டவிரோதமாகக் குடியேறியிருக்கும் முகம்மது ரம்ஜானும், மற்றவர்களான முனீர் நாஸர் ஹஜாம், முகம்மது அக்பர் லாவே ஆகியோரும் முகாமுக்கு வருவதை நிறுத்திவிட்டனர். மேஜர் அம்ரிக் சிங் அவர்களைக் கண்டுபிடித்து முகாமுக்கு அழைத்து வருவதற்காக என்னையும் சுகான் சிங், பல்பீர் சிங்கையும் ஒரு வண்டியில் அனுப்பினார். சலீம் கோஜ்ரி புத்காம் என்ற இடத்தில் ஒரு கடையில் உட்கார்ந்திருப்பதைக் கண்டுபிடித்தோம். ஒரு வாரமாக முகாமுக்கு ஏன் வருவதில்லை என்று கேட்டபோது, அவன் பயங்கரவாதிகள் மறைவிடச் சோதனை களில் ஈடுபட்டு இருந்ததாகவும், அடுத்த நாள் வருவதாகவும் சொன்னான். மறுநாள் அவனும், மற்ற மூன்று கூட்டாளிகளும் அம்பாஸிடர் டாக்ஸியில் வந்தார்கள். அவர்கள் வைத்திருந்த

ஆயுதங்கள் நுழைவாயிலிலேயே பறிமுதல் செய்யப்பட்டன. முகாமுக்கு கமாண்டிங் ஆபீஸர் வரவிருப்பதாகவும், அதனால்தான் ஆயுதங்களை வாயிலிலேயே வாங்கிவைத்துக்கொண்டதாகவும் அவர்களிடம் மேஜர் அம்ரிக் சிங் சொன்னார். பிறகு மேஜர் அம்ரிக் சிங், சலீம் கோஜ்ரி, அவனுடைய சகாக்கள் வெளியிலேயே உட்கார்ந்து குடிக்க ஆரம்பித்தனர். இரண்டு மணிநேரங்கள் கழித்து சலீம் கோஜ்ரியையும் அவனுடைய சகாக்களையும் மேஜர் அம்ரிக் சிங் உணவுக்கூடத்துக்கு அழைத்துச்சென்றார். நான் வெளியே தாழ்வாரத்தில் இருந்தேன். சுகான் சிங், பல்பீர் சிங், மேஜர் அசோக் என்ற ஒருவர், டாக்டர் ஆகியோர் சலீம் கோஜ்ரியையும் அவனுடைய சகாக்களையும் கயிற்றால் கட்டிவிட்டு, கதவை மூடிக்கொண்டார். அடுத்தநாள் அவர்களுடைய உடல்கள், டாக்ஸி டிரைவர் மும்தாஜ் அஃப்ஸல் மாலிக்கின் உடலோடு பாம்பூரில் ஒரு வயலின் நடுவே கண்டெடுக்கப்பட்டது. இதற்குப் பிறகு நான், என் மனைவி குழந்தைகளோடு பைபாஸ் ரோட்டில் உள்ள என் நண்பனின் வீட்டுக்குக் குடிபெயர்ந்தேன். பிறகு ஜம்முவுக்குத் தப்பிச் சென்றேன். அதன்பிறகு நடந்தவை எனக்குத் தெரியாது.

ㅇ ㅇ ㅇ

திலோ அந்தக் காகிதக் கட்டுகளையும் புகைப்படங்கள் இருந்த உறையையும் அதே அட்டைப் பெட்டியில் போட்டு மேஜைமேல் வைத்தாள். அவையெல்லாமே வழக்கு ஆவணங்கள், குற்றத்துக்கு உடந்தையாக இருந்த தகவல்கள் எதுவும் இதில் இல்லை.

மூஸா 'மீட்டெடுத்தவற்றை' – துப்பாக்கி, கத்தி, கைப்பேசிகள், பாஸ்போர்ட்டுகள், போர்டிங் பாஸ்கள், இன்னபிற – காற்றுபுகாத பிளாஸ்டிக் பெட்டிகளில் அடைத்து ஃப்ரீஸருக்குள் அடுக்கினாள். அந்தப் பெட்டிகள் ஒவ்வொன்றில் சதாம் ஹுசைனின் விசிட்டிங் கார்டையும் வைத்தாள், எங்கே வரவேண்டுமென்று மூஸாவுக்குத் தெரியவேண்டும் என்பதற்காக. அவளது ரிஃப்ரிஜிரேட்டர் மிகவும் பழையது–அவ்வப்போது டீஃப்ராஸ்ட் செய்யாவிட்டால் ஐஸ் நிரம்பிவிடும். அவள் வீட்டைவிட்டுப் போகும்போது வெப்ப அளவைக் கூடிய மட்டும் குறைத்துவிட்டுச் சென்றால் இந்த ஆவணங்கள் எல்லாமே பனிப்பாளமாகிவிடும் என்று ஊகித்தாள். பயங்கர வெள்ளத்தையே சமாளித்து மீண்ட அவற்றுக்கு விசேஷ சக்திகள் இருக்கும் என்பது அவள் நம்பிக்கை. அவை இந்தக் குட்டிப் பனிப்புயலையும் சமாளிக்கும்.

ஒரு சின்னப் பையில் சில பொருட்களை நிரப்பினாள். துணிகள், புத்தகங்கள், குழந்தைக்கான பொருட்கள், கம்ப்யூட்டர், டூத் பிரஷ், அவளுடைய அம்மாவின் அஸ்திக்கலசம்.

எடுக்க வேண்டிய முடிவாக மிச்சமிருந்தது, அந்த கேக்கையும் பலூன்களையும் என்ன செய்வது என்பது மட்டும்தான்.

அவள் படுக்கையில் படுத்திருந்தாள், உடை மாற்றிக்கொண்டு கிளம்பத்தயாராக.

நேரம் அதிகாலை 3 மணி.

சதாம் ஹுசேன் வருவதற்கான அறிகுறியோ (அல்லது நாற்றமோ) இன்னும் இல்லை.

'ஆட்டர்' பேப்பர்களைப் படித்தது தப்பு. மிக மோசமான தப்பு. தார்ப் பீப்பாய்க்குள் அவனையும் அவன் கொன்ற எல்லோரையும் அவர்களோடு சேர்த்து அவளையும் தள்ளிமூடிவிட்டதைப்போல உணர்ந்தாள். அவன் வாசனையை அவளால் உணர முடிந்தது. படகில் அவளுக்கெதிரே உட்கார்ந்து அவளை வெறித்துப் பார்க்கும் அவனுடைய இரக்கமற்ற, தட்டையான கண்களை. அவளுடைய உச்சந்தலையில் அவன் கைகளை உணர்ந்தாள்.

அவள் படுத்திருந்தது உண்மையில் மெத்தை அல்ல. சிவப்பு சிமெண்ட் தரையில் விரித்திருந்த பாயில். கேக் துணுக்குகளைச் சுற்றிலும் எறும்புகள் சுறுசுறுப்பான இயக்கத்தில் இருந்தன. வெப்பம் பாயை ஊடுருவிக்கொண்டு சருமத்தில் படர்ந்ததில் படுக்கை விரிப்பு உறுத்தியது. ஒரு குட்டிப் பல்லி தட்டுத்தடுமாறியபடித் தரையில் நடந்துவந்தது. சில அடிகள் முன்பாகவே நின்று அதன் பெரிய தலையை உயர்த்தி, அளவில் பெரிய பளிச்சிடும் கண்களால் அவளை எடைபோட்டது. அவளும் அதை உற்றுப்பார்த்தாள்.

"போய் ஒளிந்துகொள்," என்று அதனிடம் கிசுகிசுத்தாள், "சைவ உணவுக்காரர்கள் வந்துகொண்டிருக்கிறார்கள்."

ஒரு வெள்ளைத்தாளில் அவள் சேகரித்திருந்த செத்துப்போன கொசுக்களின் குவியலிலிருந்து ஒரு கொசுவை எடுத்து அவளுக்கும் பல்லிக்கும் நடுவில் கவிழ்த்துவைத்தாள். பல்லி அதனை முதலில் பொருட்படுத்தாமல் அசைவற்றிருந்தது. பின் அதனிடமிருந்து அவள் பார்வையைத் திருப்பி யிருந்த கணத்தில் மின்னலாகப் பாய்ந்து கவ்விக்கொண்டு விழுங்கியது.

நான் என்னவாக ஆகியிருக்க வேண்டுமென்றால், பல்லிக்கு சோறூட்டுபவளாக இருந்திருக்க வேண்டும்.

அவள் நினைத்துக்கொண்டாள்.

நிலவைப்போல மாறுவேடமணிந்த இரக்கமற்ற நியான் விளக்குகளின் வெளிச்சம் சன்னலின் வழியே வழிந்திருந்தது. சில வாரங்களுக்கு முன், தேவைக்கதிகமான விளக்கொளியில் நெட்டுக்குத்தாக உயர்ந்திருந்த மேம்பாலம் ஒன்றில் நடந்து செல்கையில், சைக்கிளை உருட்டிக்கொண்டு சென்ற இருவரின் பேச்சு அவள் காதில் விழுந்தது. "இஸ் ஷெஹெர் மே அப் ராத் கா சஹாரா பி நஹின் மில்தா." இந்த நகரத்தில் நமக்கு ராத்திரிப் புகலிடம்கூட இல்லாமல் போய்விட்டது.

பிணவறையில் சவத்தைப்போல சற்றும் அசைவின்றிப் படுத்திருந்தாள்.

அவள் கூந்தல் வளர்ந்துகொண்டிருந்தது.

அவளுடைய கால் நகங்களும்கூட.

அவள் தலையிலிருந்த முடி வெள்ளைவெளேரென்றிருந்தது.

அவள் கால்களுக்கிடையிலிருந்த முக்கோணமுடி கன்னங்கரேலென்றிருந்தது.

அதற்கு என்ன அர்த்தம்?

அவளுக்கு வயதாகிவிட்டதா அல்லது இன்னமும் இளமையோடுதான் இருக்கிறாளா?

அவள் இறந்துவிட்டாளா அல்லது இன்னமும் உயிரோடு இருக்கிறாளா?

அவை வந்துவிட்டன என்பதைத் தலையைத் திருப்பாமலே தெரிந்து கொண்டாள். காளை மாடுகள். மிகச் சரியான வடிவத்தில் இருக்கும் கொம்புகள்கொண்ட மிகப்பெரிய தலைகளுடன் அரிவாள் போன்ற நிழலுருவமாக வெளிச்சத்தில் தெரியும் இரண்டு உருவங்கள். இரவின் நிறத்தில். வழக்கமான ராத்திரி நிறத்தைத் திருடியிருந்த நிறம். அவற்றின் ஈர முன்நெற்றிகளில் டமாஸ்க் துகிலில் நெய்த முக்காட்டை அணிந்திருப்பதைப் போலத் துருத்திக்கொண்டிருக்கும் முரட்டு ரோமச் சுருள்கள். ஈரமான வெல்வெட் நாசிகள் பளபளக்க, அவற்றின் ஊதா உதடுகள் உப்பின. அவை சத்தமேதும் எழுப்பவில்லை. அவை அவளை ஒருபோதும் துன்புறுத்தியதில்லை. வெறித்துப் பார்க்கும். அவ்வளவுதான். அவற்றின் விழிகளின் வெண்படலங்கள் அந்த அறையைச் சுற்றி நோட்டமிட்டபோது பிறை நிலவுகள் போலிருந்தன. ஆர்வத்துடனோ அல்லது குறிப்பாகக் கோபத்துடனோ இருப்பதாகத் தெரியவில்லை. நோயாளியைக் கவனிக்கும், அறிகுறிகளை வைத்து நோயை அறுதியிடும் மருத்துவர்களைப்போலச் சுற்றிவந்தன.

உங்கள் ஸ்டெதாஸ்கோப்புகளை எடுத்துவர மீண்டும் மறந்து விட்டீர்களா?

அவை இருக்கும்போது காலத்துக்கு ஒரு வித்தியாசமான தன்மை வந்துவிடுகிறது. அவை எவ்வளவு நேரத்துக்கு அவளைக் கவனித்துக் கொண்டிருந்தன என்று அவளால் சொல்லமுடியவில்லை. அவை மறைத்திருந்த வெளிச்சம் திரும்ப அறையை நிரப்பியபோதுதான் அவை சென்றுவிட்டன என்பதை அறிந்தாள்.

அவை சென்றுவிட்டன என்பதை உறுதிசெய்துகொண்டபின் எழுந்து சன்னலுக்குச் சென்று அவை தெருவின்மீது சுருங்கி நடந்து போவதைக் கண்டாள். அலட்டல் பேர்வழிகள். ஜோடிப் போக்கிரிகள். அவற்றில் ஒன்று நாயைப்போல ஒரு காலைத்தூக்கி ஒரு காரின் சன்னல்மீது ஒன்றுக்கடித்தது. மிக உயரமான நாய். அவள் திரும்பி வந்து விளக்கைப் போட்டு அகராதியில் *insouciant* என்ற சொல்லுக்கு அர்த்தம் தேடினாள். அகராதி *புறக்கணிப்பான, அக்கறையற்ற, கவலையற்ற, கவனமற்ற* என்றது. அகராதிகளைப் படுக்கைக்கு அருகில் கோபுரமாக அடுக்கிவைத்தாள்.

காகிதக் கட்டிலிருந்து ஒரு காகிதத்தை உருவி எடுத்து, காபிக் கோப்பையில் வைத்திருந்த முனை கூராக்கப்பட்ட பென்சில் ஒன்றை எடுத்து எழுதத் தொடங்கினாள்.

அன்புள்ள டாக்டர்,

ஒரு விநோதமான விஞ்ஞான நிகழ்வைச் சமீபகாலமாக நான் பார்த்துவருகிறேன். நான் குடியிருக்கும் அடுக்ககத்துக்கு எதிரே சேவைப்பாதையில் இரண்டு காளைமாடுகள் இருக்கின்றன. பகல் நேரங்களில் அவை சாதாரணமாகவே உள்ளன. ஆனால் இரவில் அவை பெரிதாக வளர்ந்துவிடுகின்றன – சரியாகச் சொல்லவேண்டுமென்றால் 'நெடிதுயர்ந்து' விடுகின்றன – நான் வசிக்கும் இரண்டாம் தளத்தின் சன்னல் வழியாக எட்டிப்பார்த்து முறைக்கின்றன. சிறுநீர் கழிக்கும்போது அவை நாய்களைப்போலக் கால்களை உயர்த்திக்கொள்கின்றன. நேற்றிரவு (சுமார் 8 மணிக்கு) கடை வீதியிலிருந்து நான் திரும்பிவரும்போது அவற்றில் ஒன்று என்னைப் பார்த்து உறுமியது. நிச்சயமாகச் சொல்வேன். என் கேள்வி என்னவென்றால்: அவை மரபணு மாற்றம் செய்யப்பட்ட, நாய் அல்லது ஓநாயின் மரபணுவை இணைத்துக் கலப்பினமாக உருவாக்கி, அந்த சோதனைச்சாலையிலிருந்து தப்பித்துவந்த காளைகளாக இருக்கக்கூடுமோ? அப்படியிருந்தால் அவை காளைகளா அல்லது நாய்களா? இல்லாவிட்டால் ஓநாய்களா?

இத்தகைய சோதனைகள் கால்நடைகளில் நிகழ்த்தப்படுவதாக நான் கேள்விப்பட்டதில்லை, நீங்கள் அறிந்திருக்கிறீர்களா? மனிதனின் மரபணுக்கள் ட்ரௌட் மீன்களில் செலுத்தப்பட்டு அவை பிரமாண்டமாக வளர்வதாகக் கேள்விப்பட்டுள்ளேன். இத்தகைய ராட்சத ட்ரௌட் மீன்களை வளர்ப்பவர்கள் ஏழைநாடுகளின் உணவுக்காக இதைச் செய்வதாகச் சொல்கிறார்கள். என் கேள்வி என்னவென்றால் இந்த ராட்சத ட்ரௌட்களுக்கு யார், எப்படி உணவிடுகிறார்கள்? மனித வளர்ச்சி ஜீன்கள், பன்றிகளிடம் கூடப் பயன்படுத்தப்பட்டுள்ளது. அச்சோதனை முடிவை நான் பார்த்துள்ளேன். அது மாறுகண் கொண்ட வகைமாற்றினமாக, மிகவும் கனத்துப் பெருத்திருந்தது. அதன் எடையை அதனாலேயே தாங்கமுடியாமல், எழுந்து நிற்க முடியாமல் இருந்தது. ஒரு பலகையில் முட்டுக்கொடுத்து நிற்கவைத்தார்கள். பார்க்கவே சகிக்கவில்லை.

இப்போதெல்லாம் காளை என்று இருப்பது உண்மையில் ஒரு நாயா, அல்லது ஒரு சோளக்கதிர் உண்மையில் பன்றியின் தொடை இறைச்சியா என்றெல்லாம் உறுதியாகத் தெரிவதேயில்லை. ஒருவேளை அசலான நவீனத்துவத்திற்கான பாதை இதுதானோ? அப்படி யானால், ஏன் ஒரு கண்ணாடிக் குவளை ஒரு முள்ளெலியாகவோ ஒரு முள்வேலி என்பது நடத்தை விதிமுறைகளுக்கான கையேடாகவோ இவ்வாறாக மற்றவையோ இருக்கக்கூடாது?

தங்கள் உண்மையுள்ள,
திலோத்தமா.

பி.கு: கோழி வளர்ப்பில் விஞ்ஞானிகள் அவற்றின் தாய்மை உணர்ச்சியை மட்டுப்படுத்துவதற்கு, அவற்றின் அடைகாக்கும் பழக்கத்தை முடக்குவதற்கு வழிகளை முயன்றுவருவதாகப்

படித்தேன். அவர்களுடைய நோக்கம் கோழிகள் தேவையற்ற விஷயங்களில் நேரத்தை வீணாக்குவதைத் தடுப்பதற்காகவாம். இதனால் முட்டை உற்பத்தி அதிகரிக்கும் என்று நம்புகிறார்கள் இத்தகைய சோதனைகளைக் கொள்கைரீதியில் நான் முற்றிலுமாக எதிர்த்தாலும், இப்படிப்பட்ட உணர்வு முடக்கு முயற்சிகளை (அதாவது தாய்மை உணர்ச்சிகளை மட்டுப்படுத்துவதை) மாஜீக்களிடம் – கஷ்மீரில் காணாமற்போனவர்களின் தாய்மார்கள் – செய்துபார்த்தால் பலனளிக்கும் என்று நினைக்கிறேன். தற்போது அவர்கள் திறனற்றவர்களாக, ஆக்கவளமற்றவர்களாக, நம்பிக்கையற்ற நம்பிக்கையில், தோட்டத்தில் வெற்றாக நடந்தபடி, அவர்களுடைய புதல்வர்கள் திரும்பிவந்தால் எதை;ச சமைப்பது, அதற்காக எதை வளர்ப்பது என்று வெட்டியாகக் கற்பனையில் உழன்றுகொண்டிருக்கிறார்கள். வணிகரீதியாக இது ஒரு மோசமான முன்னெடுப்பு என்று நினைப்பீர்கள். வேறு ஏதாவது நல்ல யோசனை இருந்தால் சொல்லுங்கள். திறன்வாய்ந்த நம்பிக்கைக்கூறு ஒன்றை அடைவதற்கான ஒரு செயல்படுத்தக்கூடிய, யதார்த்தமான (யதார்த்தவாதம் எனக்குப் பிடிக்காது என்றாலும்) கோட்பாடு இருக்குமா? அவர்களுடைய விஷயத்தில் மூன்று மாறியல் மதிப்புருக்கள் உண்டு: மரணம், காணாமற்போதல், குடும்பப் பிணைப்பு. மற்றெல்லா அன்பின் வடிவங்களையும், அப்படி ஏதேனும் இருந்தால், கணக்கில் கொள்ளத் தேவையில்லை; அவற்றை ஒதுக்கி விடலாம். கடவுள் மீதான நேசத்தைத் தவிர. (அதைச் சொல்லாமலே புரிந்திருக்கும்).

பி.பி.கு: நான் கிளம்புகிறேன். எங்கே செல்கிறேன் என்று தெரிய வில்லை. இதுவே எனக்குள் நம்பிக்கையை நிரப்புகிறது.

கடிதத்தை முடித்ததும் அதைக் கவனமாக மடித்து அவளது பைக்குள் வைத்துக்கொண்டாள். கேக்கை வெட்டி ஒரு சின்ன அட்டைப்பெட்டியில் போட்டு பிரிட்ஜுக்குள் வைத்தாள். பலூன்களை ஒவ்வொன்றாக அவிழ்த்து அலமாரிக்குள் வைத்துப் பூட்டினாள். தொலைக்காட்சியை முடுக்கி, சத்தத்தை முற்றிலுமாகக் குறைத்துவைத்தாள். ஒருவன் தனது புருவங்களை விற்றுக்கொண்டிருந்தான். முதலில் வந்த ஐநூறு டாலர் பேரத்தை நிராகரித்தான். இறுதியில் ஆயிரத்து நானூறு டாலருக்கு ஒப்புக்கொண்டு எலெக்ட்ரிக் ஷேவரால் தன் புருவங்களைச் சிரைத்துக் கொண்டான். அவனுக்கு முகத்தில் ஒரு வேடிக்கையான வெட்கச்சிரிப்பு இருந்தது. *The Wacky Wabbit* இல் வரும் எல்மர் ஃபூட்போல இருந்தான்.

பின்னிரவு.

இன்னமும் சதாம் ஹுசைன் வரவில்லை.

கடத்தல்காரி கொஞ்சம் பொறுமையிழந்து சன்னல் வழியே கீழே எட்டிப் பார்த்தாள்.

கைப்பேசியில் குறுஞ்செய்தி வந்தது:

குரு ஹனுமந்த் பரத்வாஜ் அவர்கள்

சர்வதேச யோகா தினத்தையொட்டி

மெழுகுவத்தி ஒளியில்

குளத்தோரம் நடத்தும் யோகா மற்றும்

தியான நிகழ்ச்சியில் ஒன்று கூடுவோம்.

அவள் பதில் அனுப்பினாள்:

தயவுசெய்து நாம் கூடவேண்டாம்.

பள்ளியின் நுழைவாயிலுக்குப் பக்கத்தில் சித்திரமாக இருந்த செவிலி ஒரு சித்திரக் குழந்தைக்குச் சித்திர போலியோ சொட்டுமருந்து கொடுத்துக்கொண்டிருக்க, அதற்கெதிரே தெருவில் திறந்திருந்த சாக்கடைத் திறப்பில் ஒரு சின்னப் பையன் காற்புள்ளி போலக் குந்தி அமர்ந்திருந்தான். அவனைச்சுற்றிலும் தூக்கக் கலக்கத்தோடு சாலைப்பணிக்கு வெளிமாநிலத்திலிருந்து வந்திருக்கும் பெண்கள். அந்தக் குட்டி நட்சத்திரம் அவனது செயற்பாட்டை நிறைவேற்றி முடிப்பதற்காக அந்தப் பெண்கள் கடப்பாரைகளையும் மண்வெட்டிகளையும் தரையில் ஊன்றிக்கொண்டு காத்திருந்தனர். அந்தக் காற்புள்ளி ஒரேயொரு பெண்மணியின் மீது பார்வையைப் பதித்திருந்தான். அவன் அம்மா. அந்தப் பார்வை அவனுக்குத் தெம்பளித்தது. ஒரு குட்டையை உருவாக்கினான். மஞ்சள் இலை. அவனுடைய அம்மா மண்வெட்டியை வைத்துவிட்டு, ஒரு பழைய பிஸ்லெரி பாட்டிலில் இருந்த கலங்கலான தண்ணீரில் அவன் பிருஷ்டங்களைக் கழுவினாள். மிச்சமிருந்த தண்ணீரில் தன் கைகளைக் கழுவிக்கொண்டு, மஞ்சள் இலையைச் சாக்கடைக்குள் கழுவித் தள்ளினாள். நகரத்திலிருந்த எதுவும் அந்தப் பெண்களுக்குச் சொந்தமானதில்லை. ஒரு துண்டு நிலமோ, சேரியில் ஒரு திறந்த குடிசையோ, கூரையாகத் தகர ஷீட்டோ, எதுவும் கிடையாது. அவர்களுக்காகக் கழிவறைகூட இல்லை. ஆனாலும் அவர்கள் இப்போது ஒரு நேரடியான, மரபை மீறிய வழிமுறையைக் கடைப்பிடித்து ‘எக்ஸ்பிரஸ் டெலிவரி'யாக நேராகவே மையநீரோட்டத்துக்கு அனுப்பியாயிற்று. இம்மாநகரில் அவர்கள் காலூன்றப்போவதன் ஆரம்ப நடவடிக்கையாகவும் இது இருக்கலாம். காற்புள்ளியை அவனுடைய அம்மா தூக்கிக்கொண்டு மண்வெட்டியைத் தோளில் மாட்டிக்கொண்டாள். அந்தச் சிறிய அணிவகுப்பு கிளம்பியது.

தெரு காலியானது.

அந்தப் பெண்மணிகள் போவதற்காகவே காத்திருந்ததைப்போல சதாம் ஹுசேன் தோன்றினான். இந்த வரிசையில்:

ஒலி

காட்சி

நாற்றம்(முடை)

அந்த மஞ்சள் முனிசிபல் லாரி சேவைப்பாதையில் திரும்பி, சில வீடுகள் தள்ளி நின்றது. சதாம் ஹுசைன் லாரியின் முன்கதவைத் திறந்துகொண்டு (அவனுடைய குதிரையின் முதுகிலிருந்து வழக்கியபடி குதிப்பதைப்போலவே) ஸ்டைலாகக் குதித்தான். அவன் பார்வை திலோவின் கட்டடத்தின் இரண்டாவது தளத்தை ஆராய, திலோ சன்னலிலிருந்து தலையை வெளியே நீட்டி, கீழே வாயிற்கதவு திறந்திருக்கிறது, மேலே வரலாம் என்று சைகை செய்தாள்.

ஏராளமான பொருட்களை உள்ளடக்கிய சூட்கேஸ், ஒரு குழந்தை, ஒரு சின்ன அட்டைப்பெட்டி முழுக்க ஸ்ட்ராபெர்ரி கேக் சகிதம் அவனை வாசலில் சந்தித்தாள். காம்ரேட் லாலி மாடிப்படி இறக்கத்தில் சதாமை வழிமறித்து, பிரிந்துசென்ற காதலனைக் கண்டதைப்போல வரவேற்றது. தலையை அசையாமல் வைத்துக்கொண்டு, மீதி உடம்பை அப்படியும் இப்படியுமாக ஆட்டியது. செவிமடல்கள் விறைக்க, சாய்வான பசப்புப் பார்வை பார்த்தது.

பரஸ்பரம் அறிமுகம் செய்துகொண்ட பிறகு சதாம் திலோவிடம், "இந்த நாய் உன்னுடையதா ?" என்று கேட்டான். "இதையும் எடுத்துக்கொள்ளலாம். நாம் போகும் இடத்தில் நிறைய அறைகள் உண்டு."

"இதற்குக் குட்டிகளும் இருக்கின்றன."

"*அர்ர்ரே*, அதனாலென்ன ?"

அந்தக் குட்டிகள் படுத்திருந்த கோணிப்பையிலிருந்து அவற்றை மென்மையாக நகர்த்திவிட்டு, கோணிப்பைக்குள் அவற்றை மெதுவாக வைத்தான். கிறீச்சிடும், நெளியும் கத்தரிக்காய்க் குவியல். திலோ கதவைப் பூட்டினாள். அந்தச் சிறிய ஊர்வலம் படியிறங்கித் தெருவுக்கு வந்தது. கனமான சூட்கேஸ், ஒரு கோணிப்பை நிறைய நாய்க்குட்டிகளுடன் சதாம்.

ஒரு குழந்தை, அட்டைப்பெட்டியில் கேக்குடன் திலோ.

புதிதாக வந்துசேர்ந்த காதலனுக்குப் பின்னால் கொஞ்சமும் வெட்கமற்ற விசுவாசத்துடன் செல்லும் காம்ரேட் லாலி.

அந்த லாரியில் ஓட்டுநரின் பகுதி ஒரு சின்ன ஓட்டல் அறை அளவுக்குப் பெரிதாக இருந்தது. ஓட்டுநர் நீரஜ் குமாரும் சதாமும் பழைய நண்பர்கள். சதாம் (எப்போதும்போல முன்யோசனையுடனும் அக்கறையுடனும்) பழங்களை அனுப்பும் மரப்பெட்டி ஒன்றை எடுத்துவந்திருந்தான். அதை லாரியின் கதவுக்குக் கீழே தரையில் வைத்தான். தற்காலிகப் படி. காம்ரேட் லாலி அதில் குதித்து ஏறி உள்ளே சென்றது. அதற்குப் பின்னால் திலோவும் இரண்டாம் ஜெபீனும். அவர்கள் ஓட்டுநர் இருக்கைக்குப் பின்னால் இருந்த சிவப்பு ரெக்ஸின் மூடிருக்கையில் உட்கார்ந்தனர். நீண்ட பயணங்களின்போது லாரி டிரைவர்கள் துணை ஓட்டுநரிடம் பொறுப்பைக் கொடுத்துவிட்டுப் படுத்து ஓய்வெடுக்கும் 'பங்க்' படுக்கை அது. (முனிசிபல் லாரிகள் நீண்ட பயணங்கள் செல்வதில்லையென்றாலும் அவற்றிலும் இந்த மூடிருக்கைகள் இருக்கின்றன). சதாம் ஓட்டுநருக்குப் பக்கத்தில் பயணிகள் இருக்கையில் உட்கார்ந்துகொண்டான். நாய்க்குட்டிகள் மூட்டையைத் தன் கால்களுக்கிடையில் வைத்துக்கொண்டு, மூட்டையைக் காற்றுக்காகத் திறந்துவைத்தான். தனது கருப்புக்கண்ணாடியை எடுத்து அணிந்துகொண்டு பக்கவாட்டுக் கதவை இரண்டுமுறை அறைந்து சாத்தினான், பஸ் கண்டக்டரைப் போலவே. அவர்கள் கிளம்பினார்கள்.

அந்த மஞ்சள் லாரி நகரத்தின் வீதிகளில் செத்தமாட்டின் முடைநாற்றத்தைத் தனது வழித்தடமெங்கும் நிரப்பியபடி விரைந்தது.

சென்றமுறை இதைப்போன்ற ஒரு சரக்கை சதாம் எடுத்துச்சென்றதைப் போலில்லாமல் இம்முறை முனிசிபல் லாரியில், நாட்டின் தலைநகரில் சென்றுகொண்டிருந்தான். குஜராத் கா லல்லா அரியணையைக் கைப்பற்றுவதற்கு இன்னும் ஒருவருடம் இருந்தது. காவிக் கிளிகள் தமக்குரிய நேரம் கனிவதற்காகச் சிறகுகளை உலர்த்தியபடிக் காத்துக்கொண்டிருந்த காலம் அது. எனவே இப்பயணம் தற்போதைக்குப் பத்திரமாக இருந்தது.

கார் ரிப்பேர் கடை வரிசைகளையும், கிரீஸ் கறையோடு வெளியே படுத்துறங்கும் மனிதர்கள், நாய்களையும் கடந்து லாரி தடதடத்தபடிச் சென்றது.

கடைத்தெரு, ஒரு சீக்கிய குருத்வாரா. இன்னொரு மார்க்கெட். நோயாளிகளும் அவர்களின் குடும்பங்களும் வெளியே சாலையோரத்தில் முகாமிட்டிருக்கும் மருத்துவமனை. இரவு முழுதும் திறந்திருக்கும் 24 x 7 மருந்துக் கடைகளில் முண்டியடித்துக்கொண்டிருக்கும் ஜனங்கள். லாரி மேம்பாலத்தில் ஏறியது. தெருவிளக்குகள் இன்னமும் எரிந்துகொண்டிருந்தன.

கார்டன் சிடி பகுதியின் பச்சைப்பசேலென்ற சாலையோரப் பூங்காக்களும் சாலைச் சந்திப்புகளில் தாவரத்தீவுகளும் கடந்துசென்றன.

போகப்போக, தோட்டங்கள் மறைந்து சாலைகள் குண்டும் குழியுமாகவும் நடைபாதைகள் தூங்கும் மனிதர்கள் குவிந்த இடங்களாகவும் மாறிக்கொண்டுவந்தன. நாய்கள், ஆடுகள், பசுக்கள், மனிதர்கள். பாம்பின் முதுகுத்தண்டைப்போல ஒன்றோடொன்று நெருக்கமாகப் பிணைத்து வரிசையாக சைக்கிள் ரிக்ஷாக்கள்.

செங்கோட்டையின் இடிந்து விழும் நிலையிலிருந்த வில்வளைவு களுக்குள் நுழைந்து மதில்மேட்டைத் தாண்டிச்சென்றது. பழைய நகரத்தைச் சுற்றிக் கொண்டு ஜன்னத் விருந்தினர் இல்லம் & ஈமச்சடங்கு சேவை மையத்தை அடைந்தது.

அஞ்சும் அவர்களை எதிர்நோக்கிக் காத்துக்கொண்டிருந்தாள். கல்லறை களுக்கு மத்தியிலிருந்து ஓர் உற்சாகப் புன்னகை மின்னிக்கொண்டிருந்தது.

அவளது பழைய மகத்தான தினங்களின் ஜிகினாக்கள் பதித்த ஸாட்டின் உடையில் அழகாகக் காட்சியளித்தாள். கவனமாக ஒப்பனை செய்துகொண்டு, உதட்டுச்சாயம் பூசி, தலைமுடிக்குக் கருஞ்சாயம் அடித்துக் கனமான நீண்ட கரும்பின்னலாக்கிப் பின்னி, சிவப்பு ரிப்பனை அதற்குள் ஊடுபாவியிருந்தாள். திலோவையும் மிஸ் ஜெபீனையும் சேர்த்தணைத்து இருவருக்கும் முத்தமாரி பொழிந்தாள்.

ஒரு வரவேற்பு விருந்தையும் ஏற்பாடு செய்திருந்தாள். ஜன்னத் விருந்தினர் இல்லம் பலூன்களாலும் துகிற்கொடிகளாலும் அலங்கரிக்கப் பட்டிருந்தது.

விருந்தினர்கள் எல்லோரும் நேர்த்தியாக உடையணிந்திருந்தனர்: ஜைனாப்புக்கு இப்போது பதினெட்டு வயதாகியிருக்கிறது. புஷ்டியாக வளர்ந்திருந்தாள். நகரில் ஒரு பாலிடெக்னிக்கில் ஃபேஷன் டிசைன்

படிக்கிறாள். சயீதா (க்வாப்காவின் உஸ்தாத்—ஆக இருப்பதைத் தவிர, மூன்றாம் பாலினத்தினரின் உரிமைகளுக்காகச் செயல்படும் ஒரு NGO குழுவின் தலைவராகவும் செயல்படுகிறாள். இப்போது அடக்க ஒடுக்கமாகப் புடவையில் இருக்கிறாள்), நிம்மோ கோரக்புரி (விருந்துக்காக மூன்று கிலோ ஆட்டிறைச்சியை எடுத்துக்கொண்டு மேவாட்டிலிருந்து வந்திருக்கிறாள்), பேரழகி இஷ்ரத் (தனது தங்கலை நீட்டித்திருக்கிறாள்), ரோஷன் லால் (எப்போதும்போல எந்த உணர்ச்சியையும் காட்டாத முகபாவம்), இமாம் ஜியாவுதீன் (மிஸ் ஜெபீனுக்கு முத்தம் தரும் சாக்கில் தனது தாடியால் கிச்சுகிச்சு மூட்டிவிட்டு அவளை வாழ்த்திப் பிரார்த்தனை ஓதினார்). உஸ்தாத் ஹமீத் ஹார்மோனியம் வாசித்தபடி திலக் காமோத் ராகத்தில் அவளை வரவேற்றுப் பாடினார்:

ஏ ரி ஸாகி மோரா பியா கர் ஆயே
பாக் லகா இஸ் ஆங்கான் கோ

ஓ என் தோழர்களே, என் செல்லம் வந்துவிட்டாள்
சிறு புல்லாக இருந்தவள் பூந்தோட்டமாய் மலர்ந்துவிட்டாள்

சதாமும் அஞ்சுமும் திலோவுக்காகத் தரைத்தளத்தில் தயார்செய்து வைத்திருந்த அறையைக் காட்டினார்கள். அவளும், மிஸ் ஜெபீனும் அதன் குடும்பத்தோடு காம்ரேட் லாலியும் ஆலம் பாஜியின் கல்லறையில் வசிக்கலாம். பாயல் வெளியே சன்னலில் கட்டப்பட்டிருந்தது. அறையில் பலூன்களும் துகிற்கொடிகளுமாகத் தோரணமாடிக்கொண்டிருந்தன. துனியாவிலிருந்து – அதுவும் தென்தில்லி துனியாவிலிருந்து – வந்திருக்கும் அசலான பெண் ஒருத்திக்கு என்னமாதிரியாக அறையைத் தயார் செய்யவேண்டுமென்று அவர்களுக்கு உறுதியாகத் தெரியாததால், முடி திருத்தகத்தில் இருப்பதைப்போல ஓர் ஒப்பனை மேஜையைப் பழைய மரக்கலன்கள் விற்குமிடத்திலிருந்து வாங்கிவந்து அதில் ஒரு பெரிய முகம்பார்க்கும் கண்ணாடியையும் பொருத்தியிருந்தனர். உலோகத் தள்ளுவண்டி ஒன்றில் வெவ்வேறு நிறங்களில் லேக்மே நகப்பூச்சு பாட்டில்கள், உதட்டுச்சாயங்கள், சீப்பு, ஹேர் பிரஷ், ரோலர்கள், ஹேர் டிரையர், ஒரு பாட்டில் ஷாம்பு என்று அடுக்கிவைத்திருந்தனர். நிம்மோ கோரக்புரி தன் வாழ்நாள் முழுக்கச் சேகரித்திருந்த எல்லா ஃபேஷன் இதழ்களையும் மேவாட்டிலிருந்த அவள் வீட்டிலிருந்து எடுத்துவந்து ஒரு பெரிய காபி மேஜையில் அடுக்கிவைத்திருந்தாள். படுக்கைக்குப் பக்கத்தில் இருந்த குழந்தைக்கான கட்டிலில் ஒரு பொம்மைக் கரடி தலையணைக்கு மேல் இருந்தது. (இரண்டாம் மிஸ் ஜெபீன் யாருடன் தூங்குவது, யாரை ‘மம்மி’ என்று கூப்பிடுவது – ‘*படி*’ மம்மியென்றோ, ‘*சோட்டி*’ மம்மியென்றோ அல்ல, வெறும் மம்மி – என்ற சர்ச்சைக்குரிய விஷயம் பிற்பாடு எழுப்பப் பட்டது. ஆனால் அஞ்சுமின் கோரிக்கையைத் திலோ மறுப்பேதுமின்றிச் சந்தோஷமாக ஏற்றுக்கொண்டதால் இணக்கமாகத் தீர்க்கப்பட்டது). திலோவை ஆலம் பாஜிக்கு அஞ்சும் அறிமுகம் செய்துவைத்தாள், ஏதோ ஆலம் பாஜி இன்னமும் உயிருடன் இருப்பதைப்போல. அவள் நிறைவேற்றி யிருக்கும் அருஞ்செயல்களையும் புரிந்திருக்கும் சாதனைகளையும் திலோவுக்கு எடுத்துச் சொல்லிவிட்டு, இந்த உலகத்துக்குள் பிரவேசிக்க அவள் உதவியிருக்கும் ஷாஜஹானாபாத் பெருந்தகைகளின் பெயர்களைப் பட்டியலிட்டாள் – மதில் நகரில் மிகச்சிறந்த *ஷீர்மல்லும்* ரொட்டியும்

தயாரிப்பவரான அக்பர் மியான், தையற்கடைக்காரர் ஜபார் பாய், அவர்கள் வீட்டின் முதல்தள அறையில் இப்போது பனாரஸ் புடவைக் கடையைத் தொடங்கியிருப்பவளின் தாயான சபிஹா ஆல்வி. திலோவுக்கு நன்கு பரிச்சயமான ஓர் உலகத்தைப் பற்றி, அனைவருக்கும் பரிச்சயமாகியிருக்க வேண்டிய ஓர் உலகத்தைப்பற்றி, பரிச்சயப்படுத்திக்கொள்ளத் தகுதியுடைய ஒரே உலகத்தைப்பற்றிச் சொல்வதைப்போல அஞ்சும் அவளிடம் பேசிக்கொண்டிருந்தாள்.

வாழ்க்கையில் முதல்முறையாக எல்லா உறுப்புகளுக்கும் தன் உடலில் போதுமான இடம் இருப்பதைத் திலோ உணர்ந்தாள்.

அவள் வளர்ந்த சிற்றூரில் தொடங்கப்பட்ட முதல் லாட்ஜின் பெயர் ஓட்டல் அஞ்சலி. இக்கவர்ச்சியான புதிய முயற்சிக்கு நகரெங்கும் விளம்பரம் செய்யப்பட்டிருந்த சுவரொட்டிகளில் *Come to Anjali for the Rest of Your Life* என்ற வாசகம் இருந்தது. இதில் காணப்பட்ட சிலேடை தற்செயலானதுதான். உள்நோக்கம் எதுவும் இல்லாவிட்டாலும் அச்சிறுவயதில் அவளுக்கு அந்த லாட்ஜ் முழுக்கப் பிணங்கள் இருப்பதாகக் கற்பனை தோன்றும். எதுவும் அறியாமல் அந்த விடுதிக்கு வரும் அப்பாவி விருந்தினர்கள் தூங்கும்போது கொல்லப்பட்டு அந்த இடத்திலேயே மீதியிருக்கும் காலத்தை (பிணமாக) கழிப்பார்கள் என்று நினைத்துக்கொள்வாள். ஜன்னத் விருந்தினர் இல்லத்தைப் பொறுத்தவரை அந்த விளம்பர வாசகம் பொருத்தமாக இருப்பது மட்டுமின்றி அவளை ஆசுவாசப்படுத்துவதாகவும் இருந்தது. அவளது மீதிக் காலத்தைக் கழிப்பதற்கான ஓர் இல்லத்தை அவள் கண்டுகொண்டிருப்பதாக உள்ளுணர்வும் சொன்னது.

விடியும் நேரத்தில் விருந்து தொடங்கியது. (இறைச்சி, பொம்மைகள், அறைகலன்கள் வாங்குவதற்காக) அஞ்சும் முன்தினம் பகல் முழுக்க அலைந்துவிட்டு, இரவு முழுக்கச் சமையலில் ஈடுபட்டிருந்தாள்.

உணவுவகைப் பட்டியல்:

மட்டன் குருமா

மட்டன் பிரியாணி

கஷ்மீரி ரோகன் ஜோஷ்

ஈரல் வறுவல்

ஷாமி கவாப்

நாண்

தந்தூரி ரொட்டி

ஷீர்மல்

ஃபிர்னி

தர்ப்பூசணியும் உப்பும் மிளகும்.

மயானத்தின் ஓரத்தில் குடியிருக்கும் போதை அடிமைகளும் வீடற்றவர்களும் விருந்திலும் கொண்டாட்டத்திலும் கலந்துகொள்வதற்காக

ஒவ்வொருவராக வந்து சேர்ந்துகொண்டனர். பாயல் தனக்குத் தாராளமாக அளிக்கப்பட்ட ஃபிர்னியை வயிறுமுட்டச் சாப்பிட்டது. டாக்டர் ஆஸாத் பார்தியா கொஞ்சம் தாமதமாக வந்தான். புதிய விருந்தினர்கள் எவ்விதச் சிக்கலுமின்றித் தப்பித்து இங்கு வந்துசேர வழிவகுத்துத் தந்தமைக்காக அவனுக்குப் பெரும் கரகோஷத்துடன் அன்பான வரவேற்பு அளிக்கப்பட்டது. அவன் மேற்கொண்டிருக்கும் காலவரையறையற்ற உண்ணாவிரதம் பதினோரு வருடம், மூன்று மாதம், இருபத்தைந்து நாட்களாகியிருந்தது. அவன் எதையும் சாப்பிட மறுத்து, வெறும் குடற்புழு நீக்க மாத்திரையையும் ஒரு டம்ளர் நீரையும் மட்டும் அருந்தினான்.

சில கவாப்புகளையும் கொஞ்சம் பிரியாணியையும், நகராட்சி அலுவலர்களுக்காக எடுத்துத் தனியாக வைத்தார்கள். இன்று மாலை அவர்கள் நிச்சயமாக வருவார்கள்.

“இந்த ஆசாமிகள் எல்லாம் ஹிஜ்ராக்களைப் போன்றவர்கள்,” என்று நேசத்துடன் சிரித்தாள் அஞ்சும். “எங்கே என்ன விழா நடந்தாலும், தங்களுக்குரிய பங்கைப் பெற்றுக்கொள்வதற்காக மோப்பம் பிடித்து வந்துவிடுவார்கள்.”

பிரூவும் காம்ரேட் லாலியும் எலும்புத் துண்டுகளையும் மிச்சம் வைத்த உணவுகளையும் காலி செய்தன. ஜைனாப் அதீத முன்னெச்சரிக்கையோடு அந்த நாய்க்குட்டிகள் பிரூவின் பார்வையில் பட்டுவிடாதபடித் தொலைவொதுக்கமான ஓரிடத்தில் வைத்துவிட்டு வந்து, சதாம் ஹுசேனுடன் எதைப்பற்றியும் கவலையின்றி மிகையாக இளித்தபடிக் கதையடித்துக்கொண்டிருந்தாள்.

இரண்டாம் மிஸ் ஜெபீனை ஒவ்வொருவராக மாற்றிமாற்றித் தூக்கிக் கொஞ்சிக்கொண்டு, முத்தமிட்டுக்கொண்டு, அவர்கள் பங்குக்கு எதையாவது ஊட்டிக்கொண்டு இருந்தனர். இவ்வாறாக அவள் தன் புத்தம்புதிய வாழ்க்கையை, பதினெட்டு வருடங்களுக்கு முன் அவளுடைய இளம் முன்னோரான முதலாம் மிஸ் ஜெபீன் தனது வாழ்க்கையை முடித்துக்கொண்ட இடத்தைப் போலவே இருந்த, ஆனால் அதிலிருந்து முற்றிலும் மாறுபட்ட ஓர் உலகத்தில் தொடங்கினாள்.

முதலாம் மிஸ் ஜெபீன் முடிந்தது ஒரு மயானத்தில்.

வேறோர் மயானத்தில், இங்கிருந்து வடக்கே சற்றுத் தூரத்தில்

அவர்கள் என்னை நம்பாமல் இருப்பதற்கான காரணமே
நான் சொன்னது உண்மை என்று அவர்களுக்குத்
தெரிந்திருப்பதுதான்

ஜேம்ஸ் பால்ட்வின்

9

முதலாம் மிஸ் ஜெபீனின் அகால மரணம்

எதையும் வற்புறுத்திச் சொல்வதற்கான வயது வந்ததிலிருந்து அவள் தன்னை எல்லோரும் மிஸ் ஜெபீன் என்றுதான் அழைக்கவேண்டுமென்று வற்புறுத்தி வந்திருக்கிறாள். அப்படிப் பெயர் சொல்லிக் கூப்பிட்டால்தான் பதில் சொல்வாள். எல்லோருமே அவளை அப்படித்தான் கூப்பிட வேண்டும், அவளுடைய பெற்றோர்கள், தாத்தா, பாட்டி, அக்கம் பக்கத்தில் உள்ளவர்கள்கூட. கிளர்ச்சி தொடங்கிய ஆரம்ப வருடங்களில் கஷ்மீரில் பரவிய 'மிஸ்' முன்னொட்டுவின் மீதான திடீர் மோகத்துக்கு அவளும் அடிமையாகியிருந்தாள். திடீரென்று நவநாகரிக இளம்பெண்கள் குறிப்பாக நகரங்களைச் சேர்ந்தவர்கள், தமது பெயர்களுக்கு முன்னால் 'மிஸ்' சேர்த்து அழைக்கவேண்டுமென்று வற்புறுத்தத் தொடங்கினார்கள். மிஸ் மோமின், மிஸ் கஸாலா, மிஸ் ஃபர்ஹானா. இது அச்சமயத்தில் தலையெடுத்த பல திடீர் மோகங்களில் ஒன்று. ரத்தம் படிந்த அந்த வருடங்களில், கஷ்மீர் மக்களுக்குச் சில திடீர் மோகங்கள் ஏற்பட்டுவிட்டன. இதற்கான காரணத்தை யாராலும் அறிந்துகொள்ள முடியவில்லை. இந்த 'மிஸ்' மோகத்துடன், வேறு சில மோகங்களும் ஏற்பட்டன: செவிலியர்களாகும் மோகம், உடற்பயிற்சி ஆசிரியராகும் மோகம், ரோலர் ஸ்கேட்டிங் மோகம். எனவே சோதனைச்சாவடிகள், பதுங்கு குழிகள், ஆயுதங்கள், கையெறிக் குண்டுகள், கண்ணிவெடிகள், காஸ்பிர்கள்*, கான்செர்டினா சுருள் முள்வேலிகள், ராணுவ வீரர்கள், கிளர்ச்சியாளர்கள், கிளர்ச்சித் தடுப்பாளர்கள், ஒற்றர்கள், சிறப்பு நடவடிக்கையாளர்கள், டபுள் ஏஜெண்ட்டுகள், ட்ரிப்பிள் ஏஜெண்ட்டுகள், எல்லைக் கோட்டின் இரு புறங்களிலிருந்தும் அந்தந்த ஏஜென்ஸிகளிடமிருந்து சூட்கேஸ்களில் வரும் பணம், இவற்றோடு செவிலியர்கள், உடற்பயிற்சி ஆசிரியர்கள், ரோலர் ஸ்கேட்டிங் செய்பவர்கள் என்று கஷ்மீர் பள்ளத்தாக்கில் மோக வெள்ளம் பாய்ந்துகொண்டிருந்தது. இவற்றுடன் 'மிஸ்'களும்.

---

* காஸ்பிர் *(Casspir)*: கண்ணி வெடித் தாக்குதல்களைத் தாக்குப்பிடிக்கும் உறுதியான பீரங்கிரக ராணுவ வண்டி.

இந்த மோகிகளில் ஒருத்தியாக இருந்த மிஸ் ஜெபீன், செவிலியராகவோ ஒரு ரோலர் ஸ்கேட்டராகவோ ஆகும் வயதுவரையிலும்கூட வாழாமல் போய்விட்டாள்.

மஸார்–இ–ஷோஹட்டா என்றழைக்கப்பட்ட தியாகிகளின் மயானத்தில்தான் அவள் முதலில் புதைக்கப்பட்டாள். அதன் பிரதான வாயிலின் மேலிருந்த வார்ப்பிரும்பு வளைவில் (இரண்டு மொழிகளில்) *எங்களுடைய இன்றைய தினங்களை உங்களுடைய நாளைய தினங்களுக் காகத் தந்துள்ளோம்* என்று எழுதப்பட்டிருந்தது. அது இப்போது துருப்பிடித்து, அடித்திருந்த பச்சை பெயிண்ட் மங்கி, அந்த அலங்கார எழுத்துக்களில் துளைகள் விழுந்து அதன் வழியே வெளிச்சக் கதிர்கள் நீண்டிருந்தன. ஆனாலும் இன்னும் சரிந்து விழாமல், நீலமாணிக்க நிற வானமும் பனி போர்த்திய ரம்பப் பற்களாக விரிந்த மலைகளும் கொண்ட பின்னணியில் வெட்டிய கோரைப்புற்களின் அரிதாள் கட்டைபோல நின்றிருந்தது.

இப்போதும் அங்கே நின்றிருக்கிறது.

அந்த நுழைவு வளைவில் என்ன எழுதவேண்டுமென்று முடிவெடுத்த குழுவில் மிஸ் ஜெபீன் உறுப்பினராக இல்லை. அவர்கள் எடுத்த முடிவைப் பற்றி விவாதிக்கும் நிலையிலும் அவள் இல்லை. மேலும் மற்றவர்களின் நாளைய தினங்களுக்காகத் தியாகம் செய்வதற்கு அவளிடம் இன்றைய தினங்கள் போதிய அளவில் இருக்கவுமில்லை. ஆனால் 'பரம்பொருள் நீதியின் குறிக்கணக்கியல்'* அதற்குமுன் அந்தளவுக்கு இரக்கமற்று இருந்ததில்லை. இவ்வாறாக அவள் கலந்தாலோசிக்கப்படாமலேயே அந்தப் போராளி இயக்கங்கள் ஒன்றின் இளம் தியாகியாகிவிட்டாள். அவளுடைய அம்மா பேகம் ஆரிஃபா யேஸ்வியின் பக்கத்திலேயே புதைக்கப்பட்டாள். தாயும் மகளும் இறந்தது ஒரே புல்லட்டால். அது மிஸ் ஜெபீனின் இடது நெற்றிப்பொட்டின் வழியே தலையை ஊடுருவி அவள் தாயின் இதயத்தைத் துளைத்து அங்கேயே தங்கிவிட்டது. அவளது கடைசிப் புகைப்படத்தில் அந்தத் துப்பாக்கிக் குண்டின் காயம் அவளுடைய இடது செவியின் மேல் செருகிவைத்த ஒரு மலர்ந்த ரோஜாப்பூவைப் போலத் தெரிந்தது. அவள் அடக்கம் செய்யப்படுவதற்கு முன் போர்த்திய வெண்ணிறச் சவத்துணியின்மீது சில இதழ்கள் உதிர்ந்திருந்தன.

மிஸ் ஜெபீனும் அவளுடைய தாயும் மேலும் பதினைந்துபேர்களுடன் அடக்கம் செய்யப்பட்டனர். ஆக, படுகொலை செய்யப்பட்டவர்களின் எண்ணிக்கை பதினேழாக இருந்தது.

அவளுக்கு ஈமச்சடங்குகள் நடந்த நேரத்தில் மஸார் –இ –ஷோஹட்டா சற்றுப் புதிதாகவே இருந்தாலும், நெரிசல் அதிகரித்துவிட்டிருந்தது. ஆனால் அதன் நிர்வாகக் குழுவான இந்திஸாமியா கமிட்டி, கிளர்ச்சி ஆரம்பித்த காலம்தொட்டே வரப்போகும் நிலையை நுட்பமாக ஊகித்து அதற்கேற்பத் திட்டமிடத் தொடங்கிவிட்டிருந்தனர். கல்லறை நில அமைப்புத் திட்டத்தை ஒழுங்கு செய்து, ஒதுக்கப்பட்டிருந்த இடத்தில் எப்படி அடக்கம் செய்யவேண்டுமென்று தெளிவாக முடிவெடுத்தனர்.

---

* 'The Algebra of Infinite Justice' என்ற அருந்ததிராயின் கட்டுரைத் தலைப்பின் மொழிபெயர்ப்பு.

தியாகிகளின் உடல்களை ஒரு பொதுவான மயானத்தில் ஒட்டுமொத்தமாக அடக்கம் செய்யவேண்டுமென்று அனைவரும் ஒப்புக்கொண்டனர். இரைந்து கிடக்கும் பறவைத் தீனிபோல மலைகளின் உச்சியிலும் சரிவுகளிலும் தியாகிகளின் கல்லறைகள் (ஆயிரக்கணக்கில்) சிதறியிருக்கக் கூடாது. அதேபோல பள்ளத்தாக்கெங்கிலும் இப்போது பல்கிப் பெருகியிருக்கும் ராணுவ முகாம்கள், சித்திரவதைக் கூடங்களுக்கு அருகிலேயே கிடைத்த இடங்களில் அடக்கம் செய்வதைத் தவிர்க்க வேண்டும். போர் ஆரம்பித்து, தீவிரமடையத் தொடங்கியபின், சாதாரண மக்களுக்கு இறந்தவர்களை மொத்தமாக அடக்கம் செய்வதென்பது அவர்கள் காட்டும் ஒருவித எதிர்ப்பு என்பதாகவே ஆகிவிட்டிருந்தது.

அந்த மயானத்தில் முதன்முதலில் அடக்கம் செய்தது ஒரு *கும்னாம் ஷஹீத்* – அடையாளம் தெரியாத தியாகி. அவனது சவப்பெட்டி நள்ளிரவில் அங்கு கொண்டுவரப்பட்டது. இன்னமும் மயான பூமியாக மாறியிருக்காத மயானத்தில், ஒருசிலர் மட்டும் சோகத்தோடு கூடி, முழு மரியாதையுடன் அந்த நல்லடக்கத்தை நிறைவேற்றினர். அடுத்தநாள் காலை மெழுகுவத்திகள் ஏற்றி, புதிய மலர்களை அப்புதிய கல்லறை மீது தூவி, புதிய வழிபாட்டு வாசகங்கள் வேண்டப்பட்டபோது ஆயிரக் கணக்கானோர் வெள்ளிக்கிழமை தொழுகை முடிந்து கூடியிருந்தனர். நிர்வாகக் கமிட்டி சுறுசுறுப்பாக இயங்கத் தொடங்கி, ஒரு சிறிய மைதானம் அளவுக்கான நிலத்தைச் சுற்றி வேலியமைக்கத் தொடங்கினர். சில நாட்கள் கழித்து நுழைவு வளைவு எழுந்தது: மஸார்–இ–ஷோஹட்டா.

கூடவே சில வதந்திகளும் தலைகாட்டத் தொடங்கின. அன்றிரவு புதைக்கப்பட்ட அடையாளம் தெரியாத தியாகி–முதல் பிணம் – உண்மையில் பிணமே அல்ல, அங்கே புதைக்கப்பட்டது ஒரு காலி கம்பளிப் பை என்றது அந்த வதந்தி. பல வருடங்கள் கழித்து, (சொல்லப்படும்) அந்தத் திட்டத்துக்கு மூலகாரணமான நபர் (என்று சொல்லப்படும்) ஒருவரை, விடுதலைப் போராளிகளில் புதிதாக உருவாகியிருந்த கல்லெறிவோர் தலைமுறையைச் சேர்ந்த ஓர் இளம் *சங் – பாஸ்* இத்தகைய அவதூறு களால் மனமொடிந்து விசாரித்தான்: “*ஜனாப், ஜனாப்*, இதுமட்டும் உண்மையாக இருந்தால் நமது இயக்கம், நமது *டெஹ்ரீக்*, ஒரு மகத்தான பொய்யின்மீது கட்டப்பட்டது என்று ஆகாதா?” இதற்கு அந்தத் தலைநரைத்த மூலகாரணகர்த்தா, “உன்னைப் போன்ற சின்னப் பையன்களிடம் இதுதான் பிரச்சனை, உங்களுக்கெல்லாம் ஒரு யுத்தம் எப்படி செய்யப்படுகிறது என்பதே கொஞ்சமும் புரிவதில்லை,” என்று சொன்னார் (என்று சொல்லப்பட்டது).

தியாகி – கம்பளிப் பை பற்றிய வதந்தி, ஸ்ரீநகரில் உள்ள ராணுவத் தலைமையகம் பதாமி பாகில் வதந்திகள் பிரிவு இடைவிடாமல் உருவாக்கிப் பரப்பிவரும் பல்வேறு வதந்திகளில் ஒன்று என்றே பலரும் நம்பினர். *தெஹ்ரீக்*கைத் தளரச் செய்து, மக்களுக்குச் சந்தேகத்தையும் நம்பிக்கையிழப்பையும் ஏற்படுத்துவதற்காகச் செய்யப்படும் மற்றோர் உத்தி இது என்று அவர்கள் சொன்னார்கள்.

வதந்திகள் பிரிவு என்று ஒரு தனிப்பிரிவு இயங்கிவருவதாகவும் அதற்கு மேஜர் பதவியில் உள்ள அதிகாரி ஒருவர் பொறுப்பேற்றுள்ளதாகவும் ஒரு வதந்தி இருந்தது. மற்றொரு வதந்தி, நாகாலாந்திலிருந்து ஒரு பயங்கரமான

ராணுவத்துருப்பு ஒன்று வந்திருப்பதாகவும் (நாகாலாந்தினரே நாட்டின் கிழக்குப்பகுதியில் ஆக்கிரமிப்புக்குள்ளாகியிருப்பவர்கள்தான்) பன்றி, நாய் இறைச்சிகளைச் சாதாரணமாக உண்ணும் அவர்கள், அவ்வப்போது மனித இறைச்சியையும் – குறிப்பாக 'கிழடு'களின் இறைச்சியை – உண்பதாகவும் நம்பத்தகுந்த வட்டாரங்கள் தெரிவிப்பதாகச் சொன்னது. இன்னொரு வதந்தி, நல்ல ஆரோக்கியமான மூன்று கிலோ அல்லது அதற்குமேல் எடையுள்ள ஆந்தை ஒன்றை யாராவது பிடித்துக்கொண்டு வந்து தந்தால் (யாரிடம் தருவது என்ற விவரம் இல்லை) பத்து லட்சம் ரூபாய் பரிசாகத் தருவார்கள் என்றது. (கஷ்மீர் பகுதியில் உள்ள ஆந்தைகள், அதுவும் இருப்பதிலேயே பருமனான ஆந்தைகள்கூட ஒன்றரைக் கிலோவுக்கு மிகாதவை). உடனே மக்கள் பருந்துகளையும் வல்லூறுகளையும் சிறு ஆந்தைகளையும் எல்லாவிதமான வேட்டைப்பறவைகளையும் வலைவீசிப் பிடிக்கத் தொடங்கினர். அவற்றுக்கு எலிகள், அரிசி, உலர்ந்த திராட்சை என்று உண்ணக் கொடுத்து, ஸ்டீராய்ட் ஊசிகளும் போட ஆரம்பித்தனர். மணிக்கொருதரம் அவற்றின் எடையைச் சோதித்துப் பார்த்துக்கொண்டிருந்தனர். ஆனால் யாருக்கும் அவற்றை யாரிடம் கொண்டுசேர்ப்பது என்று தெரியவில்லை. ஏமாளி மக்களை இதுபோன்ற வதந்திகளால் திசைதிருப்பி, எந்தத் தொந்தரவிலும் ஈடுபடாமல் இருக்க ராணுவம் பயன்படுத்தும் உத்தி என்று சில முசுடுகள் சொல்லிவந்தனர். வதந்திகள் வருமளவுக்கு எதிர் வதந்திகளும் வந்துகொண்டிருந்தன. சில வதந்திகள் உண்மையாகவும் இருந்திருக்கக்கூடும். சில உண்மைகள் வதந்திகளாகவே கருதப்பட்டிருக்கவும் கூடும். உதாரணமாக ராணுவத்தின் மனிதஉரிமைப் பிரிவுக்குப் பலவருடங்களாகத் தலைமையேற்றிருந்தவர் கேரளாவைச் சேர்ந்த ஒரு நட்பார்ந்த லெப்டினன்ட் கர்னல் ஸ்டாலின் என்பவர். ஒரு பழைய கம்யூனிஸ்ட்டின் மகன். ('முஷ்கான்' – உருதுவில் இதன் பொருள் 'புன்னகை' – என்றழைக்கப்படும் ராணுவ 'நல்லெண்ண' மறுவாழ்வு முகாம்களைத் தொடங்கியதற்குக் காரணம் இவர்தான் என்றொரு வதந்தி கிளம்பியது. இந்த மறுவாழ்வு மையங்கள் விதவைகள், காணாமல்போன கணவர்களின் 'பாதி விதவைகள்', அனாதைகள், பெற்றவர் ஒருவர் மட்டுமுள்ள 'பாதி அனாதைகள்' ஆகியோருக்காகத் தொடங்கப்பட்டவை. ஆனால் ராணுவம் அனாதைகளையும் விதவைகளையும் உருவாக்குவதாகக் கோபம்கொண்டிருந்த மக்கள் இந்த 'நல்லெண்ண' மறுவாழ்வு முகாம்களையும் தையற்பயிற்சி மையங்களையும் தொடர்ந்து தாக்கித் தீயிட்டுவந்தார்கள். ஆனால் இம்மையங்கள் உடனடியாக முன்பைவிடப் பெரியதாக, சிறப்பானதாக, அழகானதாக, நட்பார்ந்ததாகத் திரும்ப கட்டப்பட்டு வந்தன).

தியாகிகள் மயானத்தைப் பொறுத்தவரை, முதலில் அடக்கம் செய்யப்பட்டது பையா, உடலா என்ற கேள்வி விரைவில் அர்த்தமற்றுப் போனது. ஒரு புதிய மயானம், நிஜமான உடல்களால் அபாயகரமான வேகத்தில் நிரம்பிக்கொண்டிருந்ததே உறுதியான உண்மை என்றானது.

உயிர்த்தியாகம் அதிகாரப்பூர்வ எல்லைக் கோட்டுக்கு வெளியிலிருந்து கஷ்மீர் பள்ளத்தாக்குகள், ராணுவவீரர்கள் காவல்புரியும் நிலவொளியில் நனைந்த கணவாய்களின் வழியே நைச்சியமாக நுழைந்தது. நீலப்பனிச்

சிகரங்களை நூலைப்போலச் சுற்றிவளைத்திருக்கும் குறுகலான, கற்பாதைகளில் இரவுதோறும் இடைவிடாமல் நடந்து, பரந்து விரிந்திருக்கும் பனிக்கட்டியாறுகளைக் கடந்து, இடுப்புவரை புதையும் பனிமூடிய தாழ்நிலங்களைத் தாண்டி அது வந்தது. தொட்டுவிடும் உயரத்தில் இருப்பதுபோலத் தாழ்வாகத் தொங்கிக்கொண்டிருக்கும் நட்சத்திரங்கள் பதித்த ராத்திரி வானத்தின் குளிரில் வெளிறிய நிலவின் இரக்கமற்ற ஒளிப்பரவலில் சுடப்பட்டுப் பனிக்குவியலின் மீது உறைந்திருக்கும் இயங்கா உயிர்க்காட்சிப்படம் போல் வீழ்ந்திருக்கும் இளைஞர்களைத் தாண்டி உலைந்து நடந்துவந்தது அந்த உயிர்த்தியாகம்.

பள்ளத்தாக்கில் நுழைந்ததும் அது வேறெந்த விஷயத்தையும் தனது பாதையில் குறுக்கிட அனுமதிக்காமல் அக்ரோட்டுத் தோப்புகள், குங்குமப்பூ வயல்கள், ஆப்பிள், வாதுமை, செர்ரித் தோட்டங்கள் ஊடாகப் பனிப்புகைபோலப் படர்ந்து நகர்ந்தது. டாக்டர்களிடமும் என்ஜினீயர்களிடமும் மாணவர்களிடமும் தொழிலாளர்களிடமும் டெய்லர்களிடமும் மரத்தச்சர்களிடமும் நெசவாளர்களிடமும் உழவர்களிடமும் மேய்ப்பர்கள், சமையலர்கள், பாணர்களிடமும் நெருங்கி அவர்களின் செவிகளில் போர் வாசகங்களைக் கிசுகிசுத்தது. அவர்களும் அது ரகசியமாகச் சொல்வதைக் கவனத்துடன் செவிமடுத்தனர். பின்னர் தமது புத்தகங்களையும் சாதனங்களையும் அவர்களது ஊசிகளையும் அவர்களது உளிகளையும் அவர்களுடைய பணியாளர்களையும் அவர்களது கலப்பைகளையும் அவர்களது வெட்டுக்கத்திகளையும் அவர்களது ஜிகினா பதித்த கோமாளி உடைகளையும் கீழே வைத்தனர். உலகம் இதுவரை கண்டிராத அழகும் நேர்த்தியான அம்சங்களும் கொண்ட அற்புதமான தரைவிரிப்புகளையும் மென்மையான சால்வைகளையும் நெய்துவந்த அவர்களது தறிகளை நிறுத்திவிட்டு, அவர்களை வந்து சந்தித்த அந்நியர்கள் தொடுவதற்கு அனுமதித்த கலாஷ்நிகோவ் துப்பாக்கிகளின் வழவழப்பான குழல்களின் மீது தம் விரல்களை ஓட்டிப் பார்த்தனர். ஜெர்மானியத் தொன்மம் ஒன்றில் வரும் ஹேம்லின் நகர வாத்தியக்காரன் *(Pied Piper)* பின்னால் சென்ற குழந்தைகள்போல இப்புதிய வசீகர வாத்தியக்காரர்கள் பின்னால் அணிவகுத்து, மலைகளையும் மைதானங்களையும் கடந்து மலைக்காட்டுக்குள் பொதிந்திருக்கும் திறந்த வெளியில் அமைந்திருக்கும் அவர்களின் முகாம்களுக்குச் சென்றனர். அவர்களுக்கென்று சொந்தமாகத் துப்பாக்கிகள் தரப்பட்டதற்குப் பிறகுதான், துப்பாக்கி விசையில் அவர்கள் விரல்களை மடக்கி லேசாக அழுத்திப் பழகிக்கொண்ட பிறகுதான், அவர்கள் எடுத்திருக்கும் புதிய முடிவின் சாதகபாதகங்களைச் சீர்தூக்கிப் பார்த்துச் சரியென்று முடிவெடுத்துக்கொண்ட பிறகுதான், இத்தனை ஆண்டுகளாக இத்தனை நூற்றாண்டுகளாக அவர்கள் அனுபவித்துவந்த அடிமைத்தனத்தின் அவமானமும் அடக்கிவைத்திருந்த பெருங்கோபமும் தமது உடல்களுக்குள் ஊடுருவி, ரத்தநாளங்களில் நுழைந்து ரத்தத்தைச் சூடேற்றி ஆவியாக்குவதற்கு அவர்கள் அனுமதித்தனர்.

அந்தப் பனிப்புகை சுழன்றடித்துக்கொண்டு, வகைதொகையில்லாமல் எதிர்ப்பட்டவர்களையெல்லாம் ஆகர்ஷித்துத் தனது படையில் சேர்த்துக்கொண்டு நகர்ந்தது. கள்ளச்சந்தைக்காரர்கள், வெறியர்கள், முரட்டுத்திருடர்கள், ஏமாற்றுக்காரர்களின் செவிகளில் அது கிசுகிசுத்தது.

அவர்களும் உன்னிப்பாகக் கவனித்துக் கேட்டு, தமது திட்டங்களை மாற்றியமைத்துக்கொண்டனர். ஈத் திருநாளின் மாமிசப் பொட்டலங்களைப் போல தாராளமாக விநியோகிக்கப்பட்ட கையெறிக் குண்டுகளின் வழவழப்பான உலோகப் புடைப்புகளின்மீது திருட்டுத்தனமான கிளர்ச்சியுடன் விரல்களைத் தடவிப் பார்த்தனர். அவர்கள் புரியும் கொலைகளுக்கும் புதிய மோசடிகளுக்கும் அல்லாஹ், ஆஸாதி என்று இறைவன் பேராலும் சுதந்திரத்தின் பேராலும் விளக்கம் தந்தனர். பணத்தையும் சொத்துக்களையும் பெண்களையும் அபகரித்துக்கொண்டு ஓடினர்.

ஆம், பெண்களைத்தான்.

பெண்களையும்தான்.

இந்த விதத்தில்தான் கிளர்ச்சி தொடங்கியது. எங்கெங்கும் மரணங்கள். எல்லாவற்றிலும் மரணங்கள். தொழில். ஆசைகள். கனவு. கவிதை. காதல். இளமை உட்பட. இறந்துபோவதென்பது வாழ்வின் இன்னொரு வழி என்றாகியது. பூங்காக்களிலும் மைதானங்களிலும் ஓடைகளிலும் ஆறுகளிலும் வயல்களிலும் காட்டுவழிப்பாதைகளிலும் சமாதிகள் எழுந்தன. சிறுவர்களின் பற்களைப்போலக் கல்லறைக்கற்கள் நிலத்திலிருந்து முளைத்தன. ஒவ்வொரு கிராமத்துக்கும் ஒவ்வொரு பகுதிக்கும் தனித்தனியான மயானங்கள் ஏற்பட்டன. இதற்காகவெல்லாம் கவலைப்படுவதாக, வருத்தப்படுவதாகக் காட்டிக்கொள்ளாதவர்களெல்லாம் இக்கொடுமைக்குக் கூட்டாளிகள் என்று கருதப்பட்டனர். அதிகாரப்பூர்வ எல்லைக் கோட்டுக்கு அருகேயுள்ள ஆளரவமற்ற பகுதிகளில் சீரான இடைவெளியில் உடல்கள் கண்டெடுக்கப்பட்டுவந்தன. அவற்றில் சிலவற்றின் நிலை பார்க்கச் சகிக்கமுடியாமல் இருந்தன. சில கோணிப்பைகளில் திணிக்கப்பட்டிருந்தன. சில சிறிய பாலித்தீன் பைகளில் கொஞ்சம் சதைத்துண்டுகளாக, கொஞ்சம் முடியும் பற்களுமாக இருந்தன. இவற்றைக் கொண்டுவந்து வீசிவிட்டுச் சென்றவர்கள் இந்தப் பைகளில் காகிதத் துண்டுகளைக் குத்திவைத்திருந்தனர்: *1 கிலோ, 2.7 கிலோ, 500 கிராம்.* (ஆம், உண்மைத் தகவல் என்று சொல்லப்படுகிற இதுவும் வெறும் வதந்தியாகத்தான் இருக்க வேண்டும்.)

சுற்றுலாப் பயணிகள் ஓடிவிட்டனர். செய்தியாளர்கள் ஓடிவந்தனர். தேனிலவு ஜோடிகள் ஓடிவிட்டனர். ராணுவ வீரர்கள் ஓடிவந்தனர். காவல்நிலையங்கள், ராணுவ முகாம்களின் முன்பாகப் பெண்கள் கூடி, கைவிரலொப்பம் வைத்திருந்த, ஓரங்களில் கிழிந்திருந்த, கண்ணீரில் நனைந்து ஊறிப்போயிருந்த பழைய புகைப்படங்களை வைத்துக்கொண்டு முறையிட்டனர்: *தயவுசெய்து சொல்லுங்கள் ஐயா, என் மகனை எங்காவது பார்த்தீர்களா? என் புருஷனைப் பார்த்தீர்களா? என் சகோதரனைப் பிடித்து வைத்திருக்கிறீர்களா, அதையாவது தயவுசெய்து சொல்லுங்கள் ஐயா?* ஐயாக்கள் தம் நெஞ்சை நிமிர்த்திக் கொண்டு, மீசையை முறுக்கியபடி தமது பதக்கங்களோடு விரல்களால் விளையாடிக்கொண்டே கண்களைச் சுருக்கி அவர்களை எடை போட்டனர். யாருடைய துயரத்தைப் பொய்களைச் சொல்லி நம்பிக்கையாக மாற்றலாம் *(என்னால் என்ன செய்யமுடியுமென்று பார்க்கிறேன்,)* அந்த நம்பிக்கையைத் தருவதற்கு யாருக்கு என்ன விலை வைக்கலாம். (ரொக்கமா? விருந்தா? படுக்கை பகிர்தலா? வண்டி நிறைய பாதாம் பருப்பா?)

சிறைகள் நிரம்பின. வேலைகள் ஆவியாகின. சுற்றுலா வழிகாட்டிகள், தரகர்கள், குதிரையோட்டிகள் (அவர்களுடைய குதிரைகள்), சேவகர்கள், உணவக ஊழியர்கள், வரவேற்பாளர்கள், பனிச்சறுக்குக்கலம் இழுப்போர், சிற்றணி விற்போர், பூக்கடைக்காரர்கள், ஏரிப் படகோட்டிகள் என அனைவரும் வேலையிழந்து, பணம் வற்றி, பசியால் வாடத் தொடங்கினர்.

சவக்குழி தோண்டுபவர்களுக்கு மட்டுமே ஓய்வில்லாமல் வேலை இருந்தது. வேலை வேலை வேலை. ஆனால் ஓவர் டைம், இரவு வேலை இதற்கெல்லாம் கூடுதலாக ஊதியம் ஒன்றும் கிடைக்கவில்லை.

மஸார்–இ–ஷோஹடட்டாவில் மிஸ் ஜெபீனும் அவளுடைய தாயும் அடுத்தடுத்த குழிகளில் நல்லடக்கம் செய்யப்பட்டனர். தன்னுடைய மனைவியின் கல்லறைக்கல்லில் மூஸா யெஸ்வி இப்படி எழுதினான்:

ஆரிஃபா யெஸ்வி

12 செப்டம்பர் 1968 – 22 டிசம்பர் 1995
மூஸா யெஸ்வியின் மனைவி.

அதற்குக் கீழே:

அப் வஹான் காக் உதாடி ஹை கிஸான்
ஃபூல் ஹி ஃபூல் ஜஹான் தேய் பெஹ்லே

மலர்கள் மலர்களென்று மட்டுமே நிறைந்திருந்த இடங்களில்
இலையுதிர்காலக் காற்றில் புழுதி மட்டுமே வீசுகிறது.

அதற்கு அடுத்திருந்த மிஸ் ஜெபீனின் கல்லறைக் கல்லில்:

மிஸ் ஜெபீன்

2 ஜனவரி 1992 – 22 டிசம்பர் 1995
மூஸா யெஸ்வி, ஆரிஃபா தம்பதியின் செல்ல மகள்.

அதற்கடியில், மிகச்சிறிய எழுத்துக்களில் எதையோ கல்வெட்டாளனிடம் மூஸா எழுதச் சொன்னான். ஒரு தியாகியின் கல்லறையில் பொறிப்பதற்கு உகந்த வாசகம் அல்லவென்று பலரும் நினைக்கலாம். ஆனால் பனிக்காலங்களில் அந்தக் கடைசி வரி பனிப்பொழிவில் புதைந்திருக்கும், மற்ற பருவங்களில் புல் வளர்ந்து மறைத்திருக்கும் என்று மூஸா கருதினான். அதனால் இப்படி எழுதச் சொன்னான்:

ஆக் தலீலா வன்
யேத் மன்ஸ் நே கான் பலாய் ஆஸி
நா ஏஸ் ஸா குன்னி ஜூங்லாஸ் மன்ஸ் ரோஸான்.

மிஸ் ஜெபீன் இரவுகளில் அவனுக்குப் பக்கத்தில் கம்பளப் படுக்கையில் படுத்துக்கொண்டு சொல்வதுதான் அது. (பலமுறை தோய்த்து, தைத்து, மீண்டும் தோய்த்து) சாயமிழந்த வெல்வெட் திண்டின் மீது முதுகைச் சாய்த்துக்கொண்டிருப்பாள். (பலமுறை தோய்த்து, தைத்து, மீண்டும் தோய்த்து) அவள் அணிந்திருக்கும் ஃபெரான் அங்கி சின்னதாகத் தேநீர்க்கல மேல்மூடி அளவுக்குத்தான் இருக்கும் (ஃபெரோஸி நீலத்துடன், சால்மன் மீனின் இளஞ்சிவப்பில் கழுத்திலும் கைப்பகுதியிலும் பேஸ்லி பூத்தையல்கள்.)

அவள் அப்பா படுத்திருப்பதைப் போலவே அவளும் படுத்திருப்பாள். இடது காலை மடக்கி, வலது கணுக்காலை இடது முட்டியின் மேல் வைத்து, அவளுடைய மிகச்சிறிய கையை மூடி அவனுடைய பெரிய உள்ளங்கையின் மேல் வைத்திருப்பாள். *ஆக் டலீலா வன்.* ஒரு கதை சொல்லு. அதன் பின் அவளே கதை சொல்லத் தொடங்குவாள். துயரத்தின் இருளார்ந்த ஊரடங்கு இரவுக்குள் அவளது கம்மிய உற்சாகக்குரல் சன்னல்களைக் கடந்து நடனமாடி வெளிவந்து சுற்றுவட்டாரத்தையே எழுப்பும். *யேத் மன்ஸ் நே கான் பலாய் ஆஸீ நா ஏஸ் ஸோ குன்னி ஜுங்லாஸ் மன்ஸ் ரோஸான்!* சூனியக்காரி என்று யாருமில்லை, அவள் எந்தக் காட்டிலும் வசிக்கவில்லை, ஒரு கதை சொல்லு! இந்த சூனியக்காரி, காடு என்ற பொய்யெல்லாம் இல்லாமல். *உண்மையான கதை ஒன்றைச் சொல்வாயா?*

பனி மூடிய நெடுஞ்சாலையில் சூடான ரோந்துப் பணியில் சில்லிட்டிருந்த ராணுவ வீரர்கள், அவர்கள் செவிகளை நிமிர்த்தி, தமது துப்பாக்கிகளின் விசைப்பூட்டை மடக்கினர். *யார் அங்கே? அது என்ன சத்தம்? சத்தத்தை நிறுத்து இல்லாவிட்டால் சுடுவோம்!* அவர்கள் தொலைதூரங்களிலிருந்து வந்தவர்கள். கஷ்மீரியில் *நிறுத்து, சுடுவோம், யார்* என்பதற்கெல்லாம் என்ன சொற்கள் என்று அவர்களுக்குத் தெரியாது. அவர்களிடம் துப்பாக்கிகள் இருந்தன. எனவே அவற்றைத் தெரிந்துகொள்வதற்கான அவசியம் அவர்களுக்கு இல்லை.

அவர்களில் மிகவும் இளையவனான எஸ். முருகேசன் இன்னமும் கிட்டத்தட்ட சின்னப்பையனாகத்தான் இருந்தான். இவ்வளவு குளிரை, இவ்வளவு உறைபனியை அவன் இதற்குமுன் பார்த்ததில்லை. மூச்சை இழுத்து விடும்போது அது பனிக்காற்றில் உறைந்து அந்தரத்தில் வடிவமற்ற வடிவத்தில் நிற்கும் அதிசயம் இன்னமும் அவனுக்கு வியப்பாகவே இருந்தது. அவன் முதன்முதலாக ரோந்து சென்ற இரவில் இரண்டு விரல்களை உதட்டின் மேல் வைத்துக் கற்பனை சிகரெட்டை இழுத்து நீலப்புகையாக ஊதினான். "இதோ பாருங்கள்! ஓசி சிகரெட்!" என்று சிரித்தான். அவன் கருப்பு முகத்தில், அந்த இரவிலும் பளிச்சிட்ட வெள்ளைச் சிரிப்பு, அவனுடைய சகாக்களின் நக்கல் பேச்சில் உதிர்ந்து விழுந்தது: "நல்லா ஊது, ரஜினிகாந்த்! சிகரெட் பாக்கெட் மொத்தத்தையும் காலி செய்துவிடு. உன் தலையை அவர்கள் குண்டு வீசிச் சிதறடித்த பிறகு சிகரெட் சுவையை அனுபவிக்க முடியாது."

அவர்கள்.

அவர்கள் கடைசியில் அவனைப் பலிகொண்டே விட்டனர். குப்வாராவுக்குச் சற்று வெளியே நெடுஞ்சாலையில் அவன் சென்று கொண்டிருந்த ஆயுதப்படை ஜீப், குண்டுவீச்சில் வெடித்துச் சிதறியது. அவனும் உடனிருந்த இரண்டு வீரர்களும் அந்தச் சாலையோரத்தில் ரத்தவெள்ளத்தில் உயிர் துறந்தனர்.

அவனது உடல் சவப்பெட்டியில் வைத்துத் தமிழ்நாட்டில் தஞ்சாவூர் மாவட்டத்தில் இருந்த அவனது கிராமத்தில் உறவினர்களிடம் ஒப்படைக்கப்பட்டது. கூடவே ஒரு செய்திப்படத்தின் குறுந்தகட்டையும் தந்தனர். மேஜர் ராஜு என்பவர் இயக்கி, பாதுகாப்புத் துறை தயாரித்த

Saga of Untold Valour என்ற அந்தப்படத்தில் எஸ். முருகேசன் இடம்பெற வில்லை. ஆனால் அவனுடைய குடும்பத்தினர் அவன் அந்தப் படத்தில் இருப்பதாகவே நினைத்துக்கொண்டிருந்தனர். அந்தப் படத்தை அவர்கள் பார்க்கவேயில்லை. காரணம், அவர்களிடம் டிவிடி பிளேயர் இல்லை.

அவன் கிராமத்திலிருந்த வன்னியர்கள் (இவர்கள் 'தீண்டத்தகாதவர்கள்' அல்ல), (தீண்டத்தகாதவனான) எஸ். முருகேசனின் சவ ஊர்வலம் தமது வீடுகள் இருக்கும் தெருக்கள் வழியாகச் செல்லக்கூடாது என்று எதிர்த்தனர். அதனால் சவ ஊர்வலம் அந்தக் கிராமத்தைச் சுற்றிக்கொண்டு, தீண்டத்தகாதவர்களுக்கென்று ஒதுக்கப்பட்ட, கிராமத்துக் குப்பை மேட்டுக்குப் பக்கத்திலிருந்த சுடுகாட்டுக்குக் கொண்டுசெல்லப்பட்டது.

கஷ்மீரில் இருந்தபோது எஸ். முருகேசன் ரகசியமாக ரசித்து மகிழ்ந்த விஷயங்களில் ஒன்று, வெள்ளைத்தோல் கொண்ட கஷ்மீரிகள் கருப்புத் தோல் கொண்ட இந்திய ராணுவத்தினரைக் கிண்டல் செய்து 'ச்சமார் நஸில்' (ச்சமார் ஜாதி) என்று வெறுப்பேற்றியது. அவர்கள் அப்படி கிண்டல் செய்வதைக் கேட்டுச் சக ராணுவ வீரர்கள் அடையும் கோபத்தைப் பார்க்க அவனுக்குச் சந்தோஷமாக இருக்கும். அந்த வீரர்கள் எல்லோரும் உயர்சாதிக் காரர்கள் என்ற கர்வத்தில் *அவனை*, ச்சமார் என்று கூப்பிடுபவர்கள். தாழ்த்தப்பட்ட சாதிகளில் எந்தப் பிரிவைச் சார்ந்தவர்களாக இருந்தாலும் எல்லா தலித்துகளும் வட இந்தியர்களுக்கு 'ச்சமார்'கள்தான். உலகில் வெள்ளைத் தோலர்கள் கருப்புத் தோலர்களால் ஆளப்படும் ஒருசில இடங்களில் கஷ்மீரும் ஒன்று. இந்தத் தலைகீழ் அதிகார அமைப்பு உண்டாக்கும் ஒருவித சுய நீதித்தன்மை கொண்ட இகழ்ச்சிதான் இது.

எஸ். முருகேசனின் தீரத்துக்கு மரியாதை செலுத்தும் வகையில் ராணுவம் அவன் கிராமத்தின் தலைவாயிலில் அவனுக்கொரு சிலை எழுப்பியது. சிப்பாய் முருகேசன் முழு ராணுவச் சீருடையில் துப்பாக்கியைத் தோளில் சாய்த்தபடியிருக்கும் அச்சிலையை அவனுடைய இளம் விதவை அவர் களின் பெண்குழந்தையைத் தூக்கிக்கொண்டுவந்து அடிக்கடி காட்டுவாள். அவன் மரணத்தின்போது அது ஆறுமாதக் குழந்தையாக இருந்தது. அக்குழந்தையிடம் 'அப்பா' என்று சிலையை நோக்கிக் கையசைத்துக்காட்டிச் சொல்லித்தருவாள். அந்தக் குழந்தையும் அம்மா செய்ததைப் போலவே பஞ்சைப் போன்ற கையை ஆட்டிஆட்டிச் சிரிக்கும்: "அப்பாப்பாப்பாப்பா".

கிராமத்தின் நுழைவாயிலிலேயே ஒரு தீண்டத்தகாதவனுக்குச் சிலை வைத்திருப்பது கிராமத்திலிருந்த பலருக்குப் பிடிக்கவில்லை. அதுவும் ஆயுதம் வைத்திருக்கும் தீண்டத்தகாதவன். இது தவறான செய்தியைப் பரப்பும், மக்களுக்குத் தவறான எண்ணத்தைக் கொடுக்கும் என்று அவர்கள் கருதினார்கள். சிலை எழுப்பப்பட்டதற்கு மூன்று வாரங்கள் கழித்துத் தோளில் இருந்த துப்பாக்கி காணாமற்போனது. சிப்பாய் எஸ். முருகேசனின் குடும்பத்தார் காவல்துறையில் புகார் அளிக்க முயன்றனர். போலீஸ் வழக்குப் பதிவு செய்ய மறுத்தது. தரம் குறைந்த சிமெண்ட்டால் செய்திருப்பார்கள் – அதனால் சிலையிலிருந்த துப்பாக்கி உடைந்து விழுந்துவிட்டிருக்கும், இதற்காக யார் மீதும் குற்றம் சொல்ல முடியாது என்றனர். ஒரு மாதம் கழித்துச் சிலையின் கைகள் உடைக்கப்பட்டன. இப்போதும் காவல்நிலையத்தில் புகாரைப் பதிவு செய்ய மறுத்தனர்.

எஸ். முருகேசனின் உறவினர்கள் முறையிட்டதைக் காவல்நிலையத்தில் இருந்தவர்கள் ஏளனச் சிரிப்பை அடக்கிக்கொண்டு கேட்டுவிட்டு, சென்ற முறை போல் எதுவும் காரணத்தைக்கூட சொல்லாமல் அவர்களை அனுப்பிவிட்டனர். கைகள் உடைக்கப்பட்டதற்கு இரண்டு வாரங்கள் கழித்து, சிப்பாய் எஸ். முருகேசன் சிலையின் தலை உடைக்கப்பட்டது. அடுத்த சில நாட்களுக்குக் கிராமத்தில் பதற்றம் நிலவியது. பக்கத்துக் கிராமங்களிலிருந்து எஸ். முருகேசனின் சாதியைச் சேர்ந்தவர்கள் ஒன்றுகூடி, சிலைக்கு முன்னால் அமர்ந்து தொடர் உண்ணாவிரதப் போராட்டத்தில் இறங்கினர். உள்ளூர் நீதிமன்றம் இதில் தலையிட்டு விசாரணைக்குழு ஒன்று நியமிக்கப்படும் என்று அறிவித்து 'ஸ்டேட்டஸ் கோ' உத்தரவிட்டது. உண்ணாவிரதம் விலக்கிக்கொள்ளப்பட்டது. விசாரணைக் குழு அதன் பிறகு அமைக்கப்படவேயில்லை.

சில நாடுகளில் ராணுவ வீரர்கள் இருமுறை இறக்கிறார்கள்.

தலையற்ற அச்சிலை கிராமத்தின் நுழைவாயிலில் அப்படியே நின்றிருந்தது. அது யாருக்கு மரியாதை செய்வதற்காக எழுப்பப்பட்டதோ அவனை ஞாபகப்படுத்தும் ஒற்றுமை அம்சங்கள் எதுவும் இப்போது அதில் இல்லை. ஆனால் சிலை முழுதாக இருந்ததைவிட இப்போது இன்றைய காலத்தின் உண்மையான அடையாளச் சின்னமாக ஆகிவிட்டிருந்தது

எஸ். முருகேசனின் குழந்தை இப்போதும் அதன் எதிரில் கையை வீசிக்கொண்டிருக்கிறது.

"அப்பாப்பாப்பாப்பா . . ."

கஷ்மீர் பள்ளத்தாக்கில் யுத்தம் தீவிரமடையத் தொடங்கியதும், புதிதாக வீங்கிப் பெருக்கும் நகரங்களின் காலியிடங்களில் திடீரென எழும்பத் தொடங்குகிற பல அடுக்கு வாகன நிறுத்துமிடங்களைப் போலக் கல்லறைகள் முளைக்கத் தொடங்கின. இடப்பற்றாக்குறை ஏற்படும்போது சில மயானங்கள் பல அடுக்கு மயானங்களாக உயர்ந்தன – ஒரு காலத்தில் ஸ்ரீநகரில் லால் சௌக்கிற்கும் பொலிவர்டுக்கும் இடையே சுற்றுலாப் பயணிகளைச் சுமந்து சென்ற 'மாடி பஸ்'களைப் போல.

அதிர்ஷ்டவசமாக மிஸ் ஜெபீனின் கல்லறைக்கு அந்த நிலை ஏற்படவில்லை. வருடங்கள் பல கழிந்த பிறகும், கிளர்ச்சி ஒடுக்கப்பட்டு விட்டதாக அரசாங்கம் அறிவித்த பிறகும் (ஆனாலும் ஐந்து லட்சம் ராணுவ வீரர்கள் முன்னெச்சரிக்கையாக நிறுத்தப்பட்டிருந்தார்கள்), முக்கிய போராளிக்குழுக்கள் தமக்குள் சண்டையிட்டுக் கொள்ளத் தொடங்கிய பிறகும் (அல்லது சண்டை மூட்டப்பட்ட பிறகும்), தேசத்தின் பிற பகுதிகளிலிருந்து யாத்ரீகர்களும், சுற்றுலாப் பயணிகளும், தேனிலவு ஜோடிகளும் வரத்தொடங்கி, முன்னாள் தீவிரவாதிகள் இயக்கும் பனிச்சறுக்கு வண்டிகளில் உற்சாகக் கிறீச்சிடல்களோடு பனிமேடுகளிலும் சரிவுகளிலும் சறுக்கி விளையாடத் தொடங்கிய பிறகும், ஒற்றர்களும் ரகசியத் தகவல்கள் அனுப்புபவர்களும் (ஒழுங்கு நடவடிக்கை மற்றும் அதீத முன்னெச்சரிக்கை காரணமாக) அவர்களுடைய முதலாளிகளாலேயே

கொல்லப்பட்ட பிறகும், அமைதித் துறையின் கீழ் இயங்கிக்கொண்டிருக்கும் பற்பல என்.ஜி.ஓ. குழுக்களின் ஆயிரக்கணக்கான நல்ல வருவாய் உள்ள பணியிடங்களில் கட்சிமாறிகள் சேரத்தொடங்கியதற்குப் பிறகும், உள்ளூர் வியாபாரிகள் கரியையும் பாதாம் மரக்கட்டைகளையும் ராணுவத்துக்கு விற்று ஈட்டிய பணத்தை வேகமாக வளர்ந்து வரும் 'விருந்தோம்பல் துறை'யில் ('அமைதி உருவாக்கத்தில் பங்கெடுக்க மக்களுக்கு அழைப்பு' என்றும் இது அழைக்கப்பட்டது) முதலீடு செய்யத் தொடங்கிய பிறகும், இறந்துவிட்ட போராளிகளின் கோரப்படாமல் முடங்கிக் கிடக்கும் வங்கிக் கணக்குகளில் உள்ள தொகைகளை வங்கிகளின் மூத்த அதிகாரிகள் அபகரிக்கத் தொடங்கிய பிறகும், சித்திரவதைக் கூடங்கள் அரசியல்வாதிகளின் சொகுசு பங்களாக்களாக மாற்றப்பட்டதற்குப் பிறகும், தியாகிகளின் கல்லறைகள் சற்றுச் சிதிலமடையத் தொடங்கியதற்குப் பிறகும், தியாகிகளின் எண்ணிக்கை குறைந்துகொண்டே வரத்தொடங்கியதற்கு, (தற்கொலைகள் திடீரென்று உயரத் தொடங்கியதற்கு)ப் பிறகும், தேர்தல்கள் நடத்தப்பட்டு ஜனநாயகம் அறிவிக்கப்பட்ட பிறகும், ஜீலம் நதி வெள்ளத்தில் உயர்ந்து பின் வடிந்ததற்குப் பிறகும், கிளர்ச்சி மீண்டும் எழுந்து மீண்டும் நசுக்கப்பட்டு, மீண்டும் எழுந்து, மீண்டும் நசுக்கப்பட்டு, மீண்டும் எழுந்த பிறகும் – மிஸ் ஜெபீனின் கல்லறை தொந்தரவு செய்யப்படாமல் தரையிலேயே விட்டுவைக்கப்பட்டிருந்தது.

அவளுக்கு ஓர் அதிர்ஷ்டச் சீட்டு கிடைத்திருந்தது. காட்டுப்பூக்கள் சூழ்ந்த ஓர் அழகான கல்லறை அவளுடைய அம்மாவுக்குப் பக்கத்திலேயே அவளுக்கும் கிடைத்தது.

கடந்த இரண்டு மாதங்களில் நடந்த இரண்டாவது படுகொலை அவளுடையது.

அன்று கொல்லப்பட்ட பதினேழு பேரில் ஏழுபேர் பிரச்சனை வெடித்த இடத்தின் அருகில் நின்றுகொண்டிருந்தவர்கள். மிஸ் ஜெபீனையும் அவள் அம்மாவையும் போல. (உண்மையில் 'அருகில் உட்கார்ந்திருந்தவர்கள்'). அவர்கள் வீட்டு பால்கனியில் உட்கார்ந்து வேடிக்கை பார்த்துக்கொண்டிருந்தார்கள். மிஸ் ஜெபீனுக்கு அன்று இலேசான காய்ச்சல். அவள் அம்மாவின் மடியில் உட்கார்ந்திருந்தாள். கீழே தெருவில் ஆயிரக்கணக்கனோர் உஸ்மான் அப்துல்லா என்ற மிகவும் பிரபலமான பல்கலைக்கழக ஆசிரியரின் சடலத்தை ஊர்வலமாகக் கொண்டுசென்றுகொண்டிருந்தனர். அவரைச் சுட்டுக்கொன்றது ஓர் அடையாளம் தெரியாத நபர் – 'UG' – (Unidentified gunman) என்றாலும் சுட்டது யார் என்பது எல்லோருக்கும் தெரிந்த வெளிப்படையான ரகசியமாக இருந்தது. உஸ்மான் அப்துல்லா ஆஸாதிக்கான போராட்டத்தில் முக்கிய கருத்தியலாளராக இருந்தாலும் அதிகாரப்பூர்வ எல்லைக் கோட்டின் மறுபுறத்திலிருந்து திரும்பிவந்த, புதிதாகப் பெருகத் தொடங்கியிருந்த ஆயுதப் போராளிகளைக் கொண்ட குழுக்களிடமிருந்து அவருக்குத் தொடர்ந்து அச்சுறுத்தல்கள் வந்துகொண்டிருந்தன. இப்புதிய தீவிரவாதிகள் புதுப்புது ஆயுதங்களோடும் புதிய பயங்கரத் திட்டங்களோடும் வந்திருந்தார்கள். இவர்களை உஸ்மான் அப்துல்லா வெளிப்படையாகவே எதிர்த்துவந்தார். கஷ்மீர் விவகாரத்தில் அவர் பரிந்துரைத்துவந்த சமரச இணைப்புக்

கொள்கைகள் சகித்துக்கொள்ளப்படவோ ஏற்றுக்கொள்ளப்படவோ மாட்டாது என்பதை உஸ்மான் அப்துல்லாவின் படுகொலைப் பிரகடனம் செய்தது. பழங்கால நாட்டார் பழக்கவழக்கங்கள் இனி செல்லாது; உள்ளூர் மகான்கள், உள்ளூர் வழிபாட்டுத் தலங்களில் இருக்கும் ஞானிகள் போன்றோரையெல்லாம் மக்கள் வணங்கக் கூடாது என்று இந்தப் புதிய போராளிகள் அறிவித்தனர். இவையெல்லாம் மதவிரோதச் செயல்கள். இந்த மகான்கள், ஞானிகள் மக்களைக் கூட்டி நிகழ்ச்சிகள் நடத்துவதையெல்லாம் அனுமதிக்க முடியாது. ஒரேயொரு கடவுள், அது அல்லாஹ் மட்டுமே. குர்ஆன் இருக்கிறது. இறைத்தூதர் முகம்மது (அவர் ஆசி கிடைப்பதாக) இருக்கிறார். வழிபாட்டுமுறை என்பது ஒன்றுதான். இறைக்கட்டளை என்பதற்கு ஒரேயொரு விளக்கம்தான். ஆஸாதி என்பதற்கு ஒரேயொரு பொருள்தான் – அது இதுதான்:

ஆஸாதி கா மத்லப் க்யா?
லா இலாஹா இல்லல்லாஹ்.

சுதந்திரம் என்பதற்குப் பொருள் என்ன?
அல்லாவைத் தவிர வேறு கடவுள் இல்லை.

இந்த விஷயத்தில் இதற்குமேல் எந்த விவாதமும் இருக்கக் கூடாது. இனிவரும் காலங்களில் எல்லா விவாதங்களும் துப்பாக்கிக் குண்டுகளால் மட்டுமே தீர்த்துவைக்கப்படும். ஷியாக்கள், முஸ்லிம்கள் அல்லர். பெண்கள் ஒழுங்காக ஆடை அணிந்துகொள்ளக் கற்றுக்கொள்ள வேண்டும்.

பெண்களையும் தான்.

ஆம், பெண்களைத்தான்.

இத்தகைய கட்டளைகள் சாதாரண மக்களைப் பெரிதும் பாதித்தன. அவர்களுக்குச் சில வழிபாட்டுத்தலங்கள் முக்கியமானவை. குறிப்பாக ஹஸ்ரத்பால். இறைத்தூதர் முகம்மதுவின் ரோமக்கற்றை, மோ–ஏ–முகத்தஸ் என்ற புனிதச்சின்னம். அது 1963ஆம் ஆண்டுக் குளிர்காலத் தினம் ஒன்றில் காணாமற்போனபோது ஆயிரக்கணக்கானோர் தெருக்களில் கூடிக் கதறியழுதனர். ஒரு மாதம் கழித்து அது கண்டெடுக்கப்பட்டதும் (அது அசலானதுதான் என்று உரிய அதிகாரக் குழுவினரால் சான்றளிக்கப் பட்டதும்) ஆயிரக்கணக்கானோர் ஒன்றுகூடிக் கொண்டாடி மகிழ்ந்தனர். ஆனால் இந்தக் கடுங்கோட்பாட்டாளர்கள் திடீரென முளைத்து, உள்ளூர் துறவிகளை வணங்குவதும், புனிதச் சின்னம் என்று ரோமக்கற்றையை வழிபடுவதும் மதக்கருத்துக்கு எதிரானவை என்று அறிவித்தனர்.

இந்தக் கடும்கோட்பாட்டாளர்கள் கஷ்மீர் பள்ளத்தாக்கைப் பெரும் மனக்கிலேசத்துக்குள்ளாக்கிவிட்டனர். மக்களுக்குச் சுதந்திரம் என்பது போரிடாமல் கிடைக்காது என்பதும் தெரியும். இந்தக் கடும்கோட்பாட்டாளர்கள் இதற்கும்முன் இருந்தவர்களைவிடச் சிறப்பான போர்வீரர்கள் என்பதும் புரிந்தது. இவர்களுக்கு மிகச்சிறப்பான பயிற்சியளிக்கப்பட்டிருக்கிறது. மிகச்சிறப்பான ஆயுதங்களை வைத்திருக் கின்றனர். இறைக்கட்டுப்பாடுகளையொட்டி இவர்கள் குட்டையான கால் அங்கிகளை அணிந்து, நீளமாகத் தாடியும் வளர்த்திருக்கின்றனர். எல்லைக் கோட்டுக்கு அப்பாலிருந்து இவர்களுக்கு ஆதரவும், நிதி

உதவியும் கிடைக்கின்றன. இவர்களுடைய உறுதியான, எதற்கும் அசைந்து கொடுக்காத இறைநம்பிக்கை இவர்களை ஒழுங்குபடுத்தியிருக்கிறது, எளிமையாக்கியிருக்கிறது, உலகின் இரண்டாவது பெரிய ராணுவத்தை நேருக்கு நேராக நின்று எதிர்க்கும் வலிமையைத் தந்திருக்கிறது. தம்மை 'மதச்சார்பற்றவர்கள்' என்று அழைத்துக்கொள்ளும் போராளிகள் இவ்வளவு கடுமையாக, கண்டிப்போடு இருப்பதில்லை. எதையும் இலேசாக எடுத்துக்கொள்வார்கள், எதற்கும் அலட்டிக்கொள்ளமாட்டார்கள். மிகவும் ஸ்டைலாக, உற்சாகிகளாக இருப்பார்கள். கவிதை எழுதுவார்கள், செவிலியர்களுடனும் ரோலர்–ஸ்கேட்டிங் விளையாடுபவர்களுடனும் ஊர் சுற்றுவார்கள். இரவில் தெருக்களில் ரோந்து செல்லும்போது துப்பாக்கிகளை அலட்சியமாகத் தோளில் மாட்டிக்கொண்டிருப்பார்கள். போரில் ஜெயிப்பதற்கு என்ன செய்ய வேண்டும் என்பதை அறிந்திருப்பவர்களாகத் தெரியவில்லை.

இந்த மிதவாதிகளை மக்கள் விரும்பினார்கள், ஆனால் அந்தக் கண்டிப்பான தீவிரப் போராளிகளைக் கண்டு பயந்து, மதித்தார்கள். இவ்விரு பிரிவினருக்குமிடையே உண்டான உராய்வு பல நூறுபேர்களைப் பலிகொண்டது. கடைசியில் மிதவாதிகள் போர்நிறுத்தம் அறிவித்துவிட்டு வெளியே வந்தனர். காந்திய வழியில் தமது போராட்டம் தொடரும் என்று உறுதி கூறினர். தீவிரப் போராளிகள் தாக்குதல்களை நிறுத்தவில்லை. அடுத்துவந்த வருடங்களில் ஒவ்வொருவராகத் தீர்த்துக்கட்டி வந்தனர். கொல்லப்படுகிற ஒவ்வொருவரின் இடத்தையும் புதிதாக ஒருவர் நிரப்பினார்.

உஸ்மான் அப்துல்லா கொலை செய்யப்பட்டதற்குச் சில மாதங்கள் கழித்து, அவரைக் கொன்றவன் (அவன் ஒரு மிகப்பிரபலமான 'அடையாளம் தெரியாத நபர்' – UG) ராணுவத்தினரால் பிடிக்கப்பட்டுக் கொல்லப்பட்டான். அவன் உடலை அவனுடைய குடும்பத்தினரிடம் ஒப்படைத்த போது அந்த உடலில் துப்பாக்கிக் குண்டு காயங்களும் சிகரெட்டால் சூடுவைத்துக் காயங்களும் தெரிந்தன. மயான நிர்வாகக்குழு விரிவாக விவாதித்து, அவனும் ஒரு தியாகிதான் என்று தீர்மானித்து, தியாகிகள் மயானத்தில் அவனை நல்லடக்கம் செய்ய முடிவெடுத்தது. ஆனால் அவனை அடக்கம் செய்ய, உஸ்மான் அப்துல்லாவின் சமாதியிலிருந்து தொலைவில் இருக்கும்படி மயானத்தின் எதிர்மூலையில் ஓர் இடத்தை ஒதுக்கி, அவனைப் புதைத்தார்கள் – இறந்தவர்கள் சண்டை போட்டுக்கொள்ளக் கூடாது என்பதற்காக.

யுத்தம் தொடர்ந்துகொண்டே செல்ல, மிதவாதிகள் படிப்படியாகத் தீவிரப்போக்குக்கு மாற, தீவிரப்போக்காளர்கள் மேலும் கடுமையானவர்களாக மாறினர். இரு பிரிவினரிடமிருந்தும் பல கிளைகளும் அவற்றிலிருந்து உபகிளைகளும் பிரிந்தன. ஆயுதப் போராளிகளிடமிருந்து பிரிந்தவர்கள் மேலும் அதிக பயங்கரவாதிகளாக மாறியிருந்தனர். சாதாரண மக்கள் இவர்கள் அனைவரையும் அரவணைத்துச் செல்பவர்களாக, ஆதரிப்பவர்களாக இருந்தார்கள். வியப்பூட்டும் வகையில் போராளிகளைத் தலைகீழாகப் புரட்டிவிடவும் அவர்களால் முடிந்தது. அவர்கள் காலம்காலமாகக் கடைப்பிடித்துவந்த போராளிகள் சொன்னதைப் போன்ற 'அறிவில்லாத பழக்கவழக்கங்க'ளை மீண்டும் பின்பற்றத் தொடங்கினார்கள். மோ–ஏ– முகத்தஸ் வழிபாடு தடையின்றித் தொடர்நதது. போராளிகள்

கட்டுப்பாடுகளை இறுக்கிக்கொண்டே செல்லச்செல்ல, மென்மேலும் அதிகமான மக்கள் வழிபாட்டுத்தலங்களுக்குச் செல்வதும் மனம் திறந்து அழுது, உடைந்திருக்கும் இதயங்களிலிருந்து துயரங்களை இறக்கிவைப்பதும் அதிகரித்துக்கொண்டே வந்தது.

அவர்கள் வீட்டு மாடியின் பால்கனியில் மிஸ் ஜெபீனும் அவளுடைய அம்மாவும் பத்திரமாக உட்கார்ந்துகொண்டு கீழே சவ ஊர்வலம் வருவதை வேடிக்கை பார்த்துக்கொண்டிருந்தனர். அந்தத் தெருவிலிருந்த பழங்கால வீடுகளின் மரத்தாலான பால்கனிகளில் பெண்களும் குழந்தைகளும் சவத்தின்மீது தூவுவதற்காகப் பூக்களோடு நெருக்கியடித்து நின்றிருந்ததைப் போலவே மிஸ் ஜெபீனும் ஆரிஃபாவும் ஒரு கிண்ணம் நிறைய ரோஜாப் பூக்களோடு உஸ்மான் அப்துல்லா அவர்கள் வீட்டைக் கடக்கும்போது தூவுவதற்காகக் காத்திருந்தனர். மிஸ் ஜெபீன் குளிருக்காக இரண்டு ஸ்வெட்டர் களும் கம்பளிக் கையுறைகளுமாக ஒரு குட்டிப் பொட்டலம்போல இருந்தாள். தலையில் சின்னதாகக் கம்பளியால் நெய்த வெள்ளை ஹிஜாப்பும் அணிந்திருந்தாள். அந்தக் குறுகலான தெருவில் ஆயிரக்கணக்கானோர் *ஆஸாதி! ஆஸாதி!* எனக் கோஷமிட்டபடிச் செல்ல, மிஸ் ஜெபீனும் அவளுடைய அம்மாவும் கூடவே கோஷமெழுப்பினர். குறும்புக்காரியான மிஸ் ஜெபீன் *ஆஸாதி!* என்பதற்குப் பதிலாகச் சிலமுறை *மாதாஜி!* என்று கோஷமிட்டாள். ஆஸாதி கோஷமெழுப்பும்போதெல்லாம் ஒரே மாதிரியாக ஒலிப்பதென்பதால் விளையாட்டாக அவள் மாதாஜி என்றும் சேர்த்துக் கத்துவது வழக்கம். அப்போதெல்லாம் அவளுடைய அம்மா அவளுக்கு முத்தம் தருவாள். இப்போதும் குனிந்து முத்தமிட்டாள்.

அந்த ஊர்வலம் ஆரிஃபாவும் மிஸ் ஜெபீனும் உட்கார்ந்திருந்த இடத்திலிருந்து கிட்டத்தட்ட நூறு அடி தூரத்திலிருந்த எல்லைப் பாதுகாப்புப் படையின் 26வது அணிப்பிரிவின் முகாமைக் கடந்து செல்ல வேண்டியிருந்தது. தகரத்தாலும் மரப்பலகைகளாலும் அமைக்கப் பட்டிருந்த அந்தச் சாவடியின் இரும்பு வலையிட்ட சன்னலிலிருந்து இயந்திரத் துப்பாக்கிகளின் குழல்கள் வெளியே துருத்திக்கொண் டிருந்தன. அந்த முகாமைச் சுற்றிலும் மணல் மூட்டைகள் அடுக்கப்பட்டு, சுருள் முள்வேலியமைக்கப்பட்டிருந்தது. அந்த முள்வேலிச் சுருள்களில் கூடுதலாக ராணுவத்துக்கு வழங்கப்படும் ஓல்டு மாங்க், ட்ரிபிள் எக்ஸ் ரம்களின் காலி பாட்டில்களும் ஜோடிஜோடியாக மாட்டப் பட்டு, அவை காற்றில் மணியோசைபோல ஒலியெழுப்பிக்கொண்டிருந்தன. பழங்கால முறையென்றாலும் உபயோககரமான எச்சரிக்கை மணி அமைப்பு. முள்வேலியை யாராவது அசைக்க முற்பட்டால் பாட்டில்களின் சத்தம் எச்சரித்துவிடும். தேசப்பாதுகாப்பில் மது பாட்டில்கள். இந்த ஏற்பாட்டில் கூடுதல் அனுகூலமாக ஆசாரமான முஸ்லிம்களை வெறுப்பேற்றுகிற உத்தியும் சேர்ந்திருந்தது. அதைப் போலவே (ஆசார முஸ்லிம்கள் வெறுத்தொதுக்கும்) தெரு நாய்களுக்குத் தவறாமல் உணவிட்டு அவற்றையும் கூடுதல் பாதுகாப்பு வளையமாக அந்த முகாமில் வைத்திருந்தனர். அப்போது வீரர்கள் சவ ஊர்வலத்தை அமைதியாக, எச்சரிக்கையோடு கவனித்துக் கொண்டிருந்தனர். பதற்றப்படவில்லை. ஊர்வலம் முகாமை நெருங்க,

உள்ளே அமர்ந்திருக்கும் வீரர்கள் நிழலில் மறைந்துகொள்ள, அவர்களின் குளிர்காலச் சீருடைகளுக்கும் குண்டு துளைக்காத கவச ஆடைக்கும் அடியில் சில்லென்று வியர்த்துக்கொண்டிருந்தது.

திடீரென்று ஒரு வெடிச்சத்தம் கேட்டது. பலமான சத்தம் அல்ல, ஆனால் திடுக்கிடவைக்குமளவுக்குச் சத்தமாக ஒலித்தது. ராணுவ வீரர்கள் பாதுகாப்பிடத்திலிருந்து வெளியே பாய்ந்துவந்தனர். அந்த நிராயுதபாணியான கூட்டத்தை நோக்கி அவர்களின் இயந்திரத் துப்பாக்கி களைக் குறிபார்த்துச் சுட்டனர். அது மிகக் குறுகலான தெரு. அவர்கள் தற்காப்புக்காக அல்ல, கொல்வதற்காகச் சுட்டனர். மக்கள் அலறிக்கொண்டு திரும்பி ஓடியபோதும் துப்பாக்கிக் குண்டுகள் பின்தொடர்ந்து வந்து முதுகுகளிலும் தலைகளிலும் கால்களிலும் தாக்கின. கலவரமடைந்திருந்த ராணுவ வீரர்களில் சிலர் சன்னல்களிலிருந்தும் பால்கனிகளிலிருந்தும் வேடிக்கை பார்த்துக்கொண்டிருந்தவர்களை நோக்கித் துப்பாக்கிகளைத் திருப்பிச் சுட்டனர். துப்பாக்கிகளில் மிச்சமிருந்த குண்டுகள் தீரும்வரை சுட்டனர். மனிதர்களின்மீது, இரும்புக்கிராதிகளின் மீது, சுவர்களின்மீது, சன்னல் கண்ணாடிகளின்மீது குண்டுகள் பாய்ந்தன. மிஸ் ஜெபீன் மீதும் அவளுடைய அம்மா ஆரீஃபாவின் மீதும்.

உஸ்மான் அப்துல்லாவின் சவப்பெட்டியின் மீதும் அதைச் சுமந்து வந்தவர்கள் மீதும் குண்டுகள் பாய்ந்தன. அவரது சவப்பெட்டி உடைந்து, சடலம் மீண்டும் கொல்லப்பட்டு, சுற்றப்பட்டிருந்த வெள்ளைவெளேரென்ற சவத்துணி சகிதம் கோணல்மாணலாக மடங்கித் தெருவில் விழுந்தது. இறந்தவர்களுக்கும் காயமுற்றவர்களுக்கும் நடுவில் இரண்டுமுறை கொல்லப்பட்டு விழுந்தது.

சில கஷ்மீரிகள் இரண்டுமுறை இறந்துபோகிறார்கள்.

அந்தத் தெரு காலியான பிறகுதான் துப்பாக்கிச் சூடு நின்றது. அங்கே மிச்சமிருந்தவையெல்லாம் இறந்தவர்களின் படுகாயமுற்றவர்களின் உடல்கள், காலணிகள். ஆயிரக்கணக்கான காலணிகள்.

இன்னும் அங்கே இருந்தது குரலெழுப்ப யாருமில்லாத, செவியடைக்கும் கோஷம்:

ஜிஸ் கஷ்மீர் கோ கூன் ஸே சீஞ்ச்சா!
ஓ கஷ்மீர் ஹமாரா ஹை!

எங்கள் ரத்தத்தால் பாசனம் செய்த கஷ்மீர்!
அந்தக் கஷ்மீர் எங்களுக்கே சொந்தம்!

அந்தப் படுகொலைக்குப் பிறகான நடவடிக்கைகள் துரிதமாக நிறைவேறின – பலமுறை பழக்கப்பட்டிருந்த துல்லியத்தோடு. ஒருமணி நேரத்துக்குள் உடல்கள் காவல்நிலையக் கட்டுப்பாட்டு அறைக்கு அப்புறப்படுத்தப்பட்டன. காயமுற்றவர்கள் மருத்துவமனைக்குக் கொண்டு செல்லப்பட்டனர். தெரு சுத்தமாகத் தண்ணீர் பீய்ச்சியடித்துக் கழுவப்பட்டது. தேங்கியிருந்த ரத்தக் குட்டைகள் சாக்கடையில் கலந்தன. கடைகள் திறக்கப்பட்டன. அமைதி திரும்பியதாக அறிவிக்கப்பட்டது. (அமைதி எப்போதுமே அறிவிக்கப்படுவதுதான் வழக்கம்.)

அந்த வெடிச்சத்தத்துக்குக் காரணம் அடுத்த தெருவில் கிடந்த ஒரு காலி 'மேங்கோ ஃப்ரூட்டி' பெட்டியின் மீது ஒரு கார் ஏறியதால் உடைந்த சத்தம் என்று பிறபாடு தெரியவந்தது. யாரைக் குற்றம் சொல்வது? அந்த 'மேங்கோ ஃப்ரூட்டி' (ஃபிரெஷ் அண்டு ஜூஸி)யைத் தெருவில் போட்டது யார்? இந்தியாவா கஷ்மீரா அல்லது பாகிஸ்தானா? அதன்மீது காரை ஓட்டியது யார்? படுகொலையின் காரணத்தை விசாரிக்கத் தீர்ப்பாயம் ஒன்று அமைக்கப்பட்டது. உண்மைகள் எதுவும் நிரூபிக்கப்படவில்லை. யார் மீதும் குற்றம் சுமத்தப்படவில்லை. இதுதான் கஷ்மீர். இது கஷ்மீரின் குற்றம்.

வாழ்க்கை தொடர்ந்தது. மரணமும் தொடர்ந்தது. யுத்தமும் தொடர்ந்தது.

○ ○ ○

மூஸா யெஸ்வியை அவனுடைய மனைவியும் மகளும் நல்லடக்கம் செய்தபோது பார்த்தவர்கள் எல்லோரும் அவன் எவ்வளவு அமைதியாகக் காணப்பட்டான் என்பதை விசேஷமாகக் கவனித்திருந்தார்கள். அவனிடம் சோகம் தென்படவில்லை. தனக்குள் ஒடுங்கியிருந்தவனாக, அவன் அந்த இடத்திலேயே இல்லாதவன்போல, சுற்றி நடப்பவற்றில் கவனமில்லாதவனாக இருந்தான். அவன் கைது செய்யப்பட்டதற்கு அதுவும் ஒரு காரணமாக இருந்திருக்கக்கூடும். அல்லது அவனுடைய இதயத்துடிப்பு. ஒருவேளை அது ஒரு சாதாரண அப்பாவி மனிதனுக்கு இருப்பதைவிடப் படுவேகமாக அல்லது மிக மெதுவாக இருந்திருக்கலாம். சில பயங்கரமான சோதனைச் சாவடிகளில், ராணுவ வீரர்கள் இளைஞர்களைச் சோதனை செய்யும்போது சில நேரங்களில் அவர்களுடைய நெஞ்சில் காதை வைத்துக் கேட்பார்கள். சில ராணுவ வீரர்கள் ஸ்டெதஸ்கோப்புகள் கூட வைத்திருப்பதாக வதந்திகள் உண்டு. யாருடைய இதயமாவது மிக மெதுவாகவோ மிக வேகமாகவோ துடித்தால் "இவனுடைய இதயம் சுதந்திரத்துக்காகத் துடிக்கிறது" என்று அவனை 'கார்கோ', அல்லது 'பப்பா II' அல்லது 'ஷிராஸ் சினிமா'வுக்கு அழைத்துச் சென்றுவிடுவார்கள். கஷ்மீர் பள்ளத்தாக்கின் மிகப் பிரபலமான, மிகக் கொடூரமான விசாரணை முகாம்கள் இவை.

மூஸாவை சோதனைச் சாவடியில் வைத்துக் கைதுசெய்யவில்லை. நல்லடக்கத்தை முடித்துவிட்டுத் திரும்பியதும் அவனை வீட்டிலிருந்து கைதுசெய்து அழைத்துச்சென்றார்கள். உங்கள் மனைவி, மகளின் நல்லடக்கத்தின்போது அந்த அளவுக்கு மவுனமாக இருந்தால் அது கவனிக்கப்படாமல் போகாது, அதுவும் இந்த நாட்களில்.

முதலில் எல்லோருமே மவுனமாகத்தான் இருந்தார்கள். பயத்துடன். பனிச்சேறு மண்டியிருந்த, அந்த மந்தமான சிறுநகரத்தின் ஊடே அந்தச் சவஊர்வலம் மரண அமைதியோடு ஊர்ந்துசென்றது. எழுந்த ஒரே சத்தம், ஆயிரக்கணக்கான செருப்புகள் மஸார்–இ–ஷொஹாடாவை நோக்கிச் செல்லும் ஈரச்சாலையில் எழுப்பிய *ஸ்லாப்–ஸ்லாப்–ஸ்லாப்.* பதினேழு சவப்பெட்டிகளை இளைஞர்கள் தோளில் சுமந்து சென்றார்கள். பதினேழு + ஒன்று. அதாவது மீண்டும் ஒருமுறை கொல்லப்பட்ட உஸ்மான்

அப்துல்லாவையும் சேர்த்து. ஏற்கனவே ஒருமுறை இறந்துவிட்டதால் அவரை இரண்டுமுறை கணக்கில் சேர்க்க முடியாது. எனவே தகர சவப்பெட்டிகள் பதினேழு + ஒன்று பனிக்கால சூரியனில் கண்சிமிட்டியபடித் தெருக்களில் நகர்ந்துசென்றன. நகரைச் சூழ்ந்திருந்த மலைத்தொடரின் உச்சியிலிருந்து அந்த ஊர்வலத்தைப் பார்ப்பவர்களுக்கு எறும்பு வரிசை ஒன்று பதினேழு + ஒன்று சர்க்கரைத்துகள்களைச் சுமந்துகொண்டு, எறும்புப் புற்றிலிருக்கும் ராணியிடம் ஒப்படைப்பதற்காகச் சென்றுகொண்டிருப்பதைப் போலத் தெரிந்திருக்கும். வரலாற்றையும் மானிட மோதல்களையும் படிக்கின்ற ஒரு மாணவனுக்கு இந்த ஊர்வலம் சற்று மாறுபட்டு, ஆனால் இதேபோன்றுதான் தோன்றியிருக்கும்: உயர்பீடத்திலிருந்து சிந்திய உணவுப் பருக்கைகளைச் சுமந்துசெல்லும் எறும்பு வரிசை. போர்கள் நிகழும்போது இதெல்லாம் அற்பமான விஷயம். யாரும் கவனம் செலுத்த வில்லை. எனவே இது தொடர்ந்து நடந்துகொண்டேதான் இருக்கிறது. பல தசாப்தங்களாக இது விரிந்து, மடங்கி, மேலும் மனிதர்களைப் பிணைப்பற்ற கூட்டில் சேர்த்துக்கொண்டு நிகழ்ந்தபடியே இருக்கிறது. மாறிவரும் பருவகாலங்களைப் போல இதன் கொடூரங்களும் மாறிக்கொண்டே வருகின்றன. ஒவ்வொரு முறையும் புதிய வாசத்தோடு இது மலர்ந்து கொண்டிருக்கிறது. இழப்பும் அதன் பிறகான புதுப்பித்தலும் கலவரமும் அதற்கடுத்த அமைதியும் எழுச்சியும் அதைத் தொடர்ந்து தேர்தல்களும் என இதற்கென ஒரு பிரத்தியேகச் சுழற்சி இயங்கிக்கொண்டிருக்கிறது.

அந்தக் குளிர்காலக் காலைநேரத்தில் எறும்புகள் சுமந்துசென்ற சர்க்கரைத் துணுக்குகளில் மிகச்சிறியதாக இருந்ததற்குப் பெயர் மிஸ் ஜெபீன் என்றிருந்தது.

பயத்தில் ஊர்வலத்தில் கலந்துகொள்ளாமலிருந்த எறும்புகள் அழுக்குப் பழுப்பில் உறைந்திருந்த பனிச்சாலைகளின் ஓரங்களில், தத்தமது ஃபெரான் அங்கிகளுக்கடியில் கதகதப்பாகக் கைகளை மார்போடு கட்டிக்கொண்டு வரிசையாக நின்றிருக்க, அங்கிகளின் கைகளற்ற கைப்பகுதிகள் காற்றில் படபடத்துக்கொண்டிருந்தன. ஆயுதப்போராட்டத்தின் மத்தியில் கைகளற்ற மாந்தர்கள். வெளியே வந்துநிற்பதற்கும் பயந்திருந்தவர்கள் தமது வீட்டுச் சன்னல்களிலிருந்தும் பால்கனிகளிலிருந்தும் எட்டிப் பார்த்துக்கொண்டிருந்தார்கள் (இப்படி நின்று பார்ப்பதிலும் இருக்கின்ற அபாயங்களை அவர்கள் அறிந்திருந்தார்கள் என்றாலும்.) அவர்கள் அனைவருக்கும் ராணுவத்தினரின் துப்பாக்கிக்கண்கள் தம்மை நோட்டமிட்டுக்கொண்டிருக்கின்றன என்பது தெரிந்தேயிருந்தது. ராணுவத்தினர் நகரில் எல்லா இடங்களிலும் நிறுத்தப்பட்டிருந்தனர். கூரைகளின் மேல், பாலங்களில், படகுகளில், மசூதிகளில், தண்ணீர்த் தொட்டிகளில். அவர்கள் உணவகங்களிலும் பள்ளிகளிலும் கடைகளிலும் ஏன், சில வீடுகளிலும்கூட நிறுத்தப்பட்டிருந்தனர்.

அன்றைய தினம் காலை மிகவும் குளிராக இருந்தது. பல வருடங்கள் கழித்து ஏரி உறைந்திருந்தது. பனிப்பொழிவு இருக்குமென்று வானிலை அறிக்கை சொன்னது. சோகத்தில் ஸ்தம்பித்திருந்தவர்களைப்போல மரங்கள் இலைகளற்ற, பட்டை உரிந்த நிர்வாணக்கிளைகளை வானோக்கி உயர்த்தியிருந்தன.

மயானத்தில் 17 + 1 சவக்குழிகள் தயாராக இருந்தன. சுத்தமாக, புதிதாக, ஆழமாக. ஒவ்வொரு குழியிலிருந்தும் வெட்டப்பட்ட மண் அதற்குப் பக்கத்திலேயே கருப்பு சாக்லெட் பிரமிடுகளாகக் குவிக்கப்பட்டிருந்தன. ஒரு முன்யோசனைக் குழு ரத்தக்கறை படிந்திருந்த ஸ்ட்ரெட்சர்களையும் எடுத்து வந்திருந்தது. பிணக்கூறாய்வு முடிந்ததும் உடல்களைக் குடும்பத்தினரிடம் ஒப்படைத்தபோது பயன்படுத்திய ஸ்ட்ரெட்சர்கள். அவற்றை மரங்களுக்கடியில் வரிசையாகக் கடைபரப்பி வைத்தனர். உடல்களைப் புசிக்கும் ராட்சத மலைப் பூ ஒன்றின் ரத்தக்கறை படிந்த இதழ்களைப்போல.

அந்த ஊர்வலம் மயானத்தின் நுழைவாயிலைக் கடந்து உள்ளே நுழைந்ததும், ஓட்டப்பந்தய வீரர்கள் தொடக்கப்புள்ளி தலைக்காலில் நடுங்கியபடி இருப்பதைப்போலக் காத்திருந்த செய்தியாளர்களின் படை சீனியர் ஜுனியர் தர வேறுபாடுகளை மறந்து பாய்ந்துவந்தது. சவப்பெட்டிகள் கீழிறக்கப்பட்டு, திறக்கப்பட்டு, சில்லிட்டிருந்த தரையில் வரிசையாக வைக்கப்பட்டன. கூட்டம் செய்தியாளர்களுக்கு மரியாதையுடன் வழிவிட்டு விலகிநின்றது. செய்தியாளர்களும் புகைப்படக்காரர்களும் இந்தப் படுகொலைகளைப் பதிவு செய்யாமற்போனால் இவையெல்லாமே அழிக்கப்பட்டு, இறந்துபோனவர்கள் உண்மையாகவே மறைந்துபோவார்கள் என்பது அந்த மக்களுக்குத் தெரியும். அதனால்தான் அந்த உடல்கள் நம்பிக்கையோடும் அடங்காத சினத்தோடும் பத்திரிகையாளர்கள் முன்பு படைக்கப்பட்டன. மரணப் பெருவிருந்து. ஒதுங்கிநின்று அழுதுகொண்டிருந்த உறவினர்கள் அருகில் வந்து புகைப்படச் சட்டகத்துக்குள் நிற்கும்படி அழைக்கப்பட்டார்கள். அவர்கள் துயரமும் ஆவணப்படுத்தப்பட வேண்டும். வரப்போகும் வருடங்களில், யுத்தம் என்பது ஒரு வாழ்க்கை நடைமுறையாக ஆகியிருக்கும்போது, கஷ்மீரின் துயரங்களைப் பற்றியும் இழப்புகளைப் பற்றியும் புத்தகங்களும் காட்சிப் படங்களும் இருக்கும்.

அந்தப் படங்கள் எதிலும் மூஸா இருக்கமாட்டான்.

இந்தச் சந்தர்ப்பத்தில் மிஸ் ஜெபீன்தான் எல்லோருடைய கவனத்தையும் ஈர்ப்பவளாக இருந்தாள். காமிராக்கள் அவளுக்கருகில் சென்று, கவலையுற்ற கரடியின் உறுமல்போல ஒலியெழுப்பியபடிப் படங்களாக எடுத்துத்தள்ளின. எடுத்த அத்தனைப் படங்களில் ஒன்று மட்டும் மிகச்சிறப்பாக எடுக்கப்பட்டு 'கிளாஸிக்' அந்தஸ்தைப் பெற்றது. அடுத்த பல வருடங்களுக்கு அந்தப் படம் செய்தித்தாள்களிலும் பத்திரிகைகளிலும் யாரும் படிக்காத மனித உரிமை அறிக்கைகளின் அட்டைகளிலும் இடம் பெற்று வந்தது உருக்கமான தலைப்புகளோடு. *பனியில் பரவும் ரத்தம், கண்ணீர்க் கணவாய், இத்துயரங்கள் தீராதோ?*

ஆனால் நாட்டின் மற்றப் பகுதிகளில் மிஸ் ஜெபீனின் இந்தப் புகைப்படம் அந்த அளவுக்குப் பிரபலமடையாமற் போனதற்குக் காரணங்கள் வெளிப்படையானவை. சோகத்தைக் கடைவிரிக்கும் சூப்பர் மார்க்கெட்டில் யூனியன் கார்பைட் விஷவாயுக் கசிவில் இறந்துபோன அந்த போபால் சிறுவன்தான் பெரும் கிராக்கியில் இருந்தான். இடிபாடுகளுக்கு நடுவில் கழுத்தளவு புதைந்திருக்கும் அச்சிறுவனின் கண்கள் விஷவாயுவால் குருடாக்கப்பட்டு, விரியத் திறந்து ஒளியற்றதாக உறைந்திருக்கும்

அப்புகைப்படத்துக்குப் பல முன்னணிப் புகைப்படக்காரர்கள் காப்புரிமை கோரிவந்தனர். அந்தப் பயங்கர இரவில் நடந்த கொடூரக்கதையை அந்தக் கண்களைப் போல வேறெதுவும் விளக்குவதாக இல்லை. உலகெங்கும் அந்தக் கண்கள் பத்திரிகைகளின் வழவழப்பான அட்டைகளிலிருந்து வெறித்துப் பார்த்தன. கடைசியில் அதுவும் எந்தப் பலனையும் ஏற்படுத்த வில்லை. மிக சுவாரஸ்யமான கதையாக அது கொழுந்துவிட்டெரிந்து பின் அடங்கிப்போனது. விஷவாயுக் கசிவில் இறந்துபோன, பாதிக்கப்பட்ட ஆயிரக்கணக்கானவர்களுக்கு இழப்பீடு கோரித் தொடரப்பட்ட போராட்டம் எவ்வளவு உக்கிரமாக நடைபெற்றதோ, அதேயளவு தீவிரத்துடன் அந்தப் புகைப்படத்தின் காப்புரிமைக்கான சட்டப் போராட்டமும் நடந்தது.

O

கவலையற்ற கரடிகள் கலைந்தன. மிஸ் ஜெபீனை முழுதாக, சிதைக்காமல், ஆழ்ந்த உறக்கத்தில் இருப்பவளாக காட்டிவிட்டு. அவளது கோடை ரோஜா இன்னும் அதே இடத்தில் இருந்தது.

உடல்களைக் குழிக்குள் இறக்கும்போது, சுற்றியிருந்த கூட்டம் முணுமுணுப்பாகப் பிரார்த்தித்தது.

ராபிஷ் ரஹ்லீ ஸத்ரீ; வா யாஸிர் லீ ஆம்ரி

வாலுல் உக்டாதன் மின் லிஸானீ; யஃப்காஹு காவ்லீ

> என் இறைவா! என் மனதை ஆற்றுப்படுத்து. என் கடமைகளை எளிதாக்கு. என் நாவில் உள்ள முடிச்சைத் தளர்த்திவிடு. நான் சொல்வது அவர்களுக்குப் புரியட்டும்.

அக்கூட்டத்திலிருந்து ஒதுங்கிப் பெண்கள் மட்டும் தனியாகக் குழுமியிருந்த இடத்திலிருந்த இடுப்பளவு உயரக் குழந்தைகள், அவர்களுடைய அம்மாக்களின் முரட்டுக் கம்பளி உடைகளால் மூச்சடைக்க நின்றபடி அங்கே நடப்பவற்றை முழுசாக எதையும் பார்க்க முடியாமல் தங்களுக்குள் இடுப்பளவு பேரங்களை நடத்திக்கொண்டிருந்தனர்: *உன்னிடம் இருக்கும் புஸ்வாணமான கையெறிகுண்டைத் தந்தால் உனக்கு ஆறு புல்லட் பொதியுறைகள் தருவேன்.*

ஒரேயொரு பெண்ணின் குரல் மட்டும் தனியாக, உச்சஸ்தாயியில், அமானுஷ்யமாக மேலெழுந்தது. ஈட்டியால் குத்தப்பட்டதைப் போன்ற வேதனையோடு.

ரோ ரஹி ஹை யே ஸமீன்! ரோ ரஹா ஹை ஆஸ்மான் . . .

அதைக் கேட்டு இன்னொரு குரலும் சேர்ந்துகொள்ள, மற்றொன்றும் இணைந்துகொண்டது:

இந்தப் பூமி அழுகிறது! வானமும் அழுகிறதே . . .

பறவைகள் தமது கீச்சொலிகளைச் சற்று நிறுத்தி இந்த மனிதப்பாடலைக் கண்ணாடிக் கண்கள் மினுங்கக் கேட்டன. தெருநாய்கள் சீரான இதயத்துடிப்புகளுடன் சோதனைச்சாவடிகளைத் தலையைக் கவிழ்ந்தபடி

கடந்துசென்றன. பருந்துகளும் கழுகுகளும் கதகதப்பான உயரத்தில் அதிகாரப்பூர்வ எல்லைக் கோட்டுக்குக் குறுக்கிலும் நெடுக்கிலுமாகச் சோம்பலாக வட்டமடித்துக் கொண்டிருந்தன. கீழே முடிச்சு முடிச்சாகக் குழுமியிருக்கும் மக்களைக் கேலி செய்வதைப்போல.

வான்வெளியெங்கும் துக்கம் விரவியிருக்க, ஏதோவொன்று பற்றிக்கொண்டது. உட்கனன்றெரியும் தணலிலிருந்து துள்ளும் தீ நாக்குகள் போல இளைஞர்கள் திடீரெனத் துள்ளத் தொடங்கினர். காலடித்தரை வீழ்தடுப்புறையாகிவிட்டதைப் போல அவர்களின் துள்ளல் உயர்ந்து கொண்டே சென்றது. அவர்கள் தமது வேதனையைக் கவசம் போலவும் கோபத்தை இடுப்பில் சுற்றிக்கட்டியிருக்கும் வெடிகுண்டைப் போலவும் அணிந்திருந்தனர். அந்தத் தருணத்தில், ஒருவேளை அவர்கள் இப்படியாக ஆயுதம் தரித்திருந்ததாலோ, அல்லது மரணத்தை எதிர்நோக்கிய ஒரு வாழ்க்கையைத் தழுவிக்கொள்ள முடிவெடுத்திருந்ததாலோ, அல்லது அவர்கள் ஏற்கனவே இறந்திருந்ததை அறிந்திருந்ததாலோ, அவர்கள் வெல்லமுடியாதவர்களாக இருந்தனர்.

மஸார்–இ–ஷொஹாடாவைச் சுற்றி நிறுத்தப்பட்டிருந்த ராணுவ வீரர்களுக்கு, எந்தச் சந்தர்ப்பத்திலும் துப்பாக்கிச்சூடு நடத்தவேண்டாமென்று தெளிவான உத்தரவு வழங்கப்பட்டிருந்தது. அவர்களுடைய ஒற்றர்கள் (சகோதரர்கள், மைத்துனர்கள், தந்தையர்கள், மாமாக்கள், உடன்பிறந்தார் மகன்கள்) அந்தக் கூட்டத்தினரிடையே கலந்திருந்தனர். எல்லோரையும் போலவே அவர்களும் கோஷமிட்டனர் (அவற்றில் அவர்களுக்கும் உடன்பாடு இருந்தது). இந்தக் கொந்தளிப்பில் எவரெல்லாம் வெறியோடு துள்ளிக்கொண்டிருக்கிறார்களோ, அந்த இளைஞர்களின் புகைப்படங்கள், முடிந்தால் வீடியோக்களை எடுத்துவந்து தர வேண்டும் என்று தெளிவான உத்தரவு அவர்களுக்கு வழங்கப்பட்டிருந்தது.

அவர்கள் எல்லோருடைய வீட்டுக் கதவும் விரைவில் தட்டப்படும்; அல்லது அவர்கள் சோதனை முகாமுக்குக் கூட்டிச் செல்லப்படப் போகிறார்கள்.

உன் பெயர்தான் – – ஆ? உன் அப்பாவின் பெயர் – – ஆ? நீ – – ல் தானே வேலை செய்கிறாய்?

வெறுமனே கடமைக்காகச் செய்யப்படுகிற விசாரணையைப்போல இவை தோன்றினாலும், இது வெறும் அச்சுறுத்தல், எச்சரிக்கை என்பவற்றைத் தாண்டிப் பல அபாய விளைவுகளை ஏற்படுத்துபவையாக இருக்கும். கஷ்மீரில் ஒருவனிடம் அவனுடைய மொத்த அந்தரங்க விபரங்களையும் முகத்தில் விசிறி எறிவதென்பது அவனுடைய எதிர்கால வாழ்க்கையையே மாற்றிவிடுவதாக அமைந்துவிடும்.

சில நேரங்களில் அப்படி அமைவதில்லை.

அவர்கள் வழக்கமாகத் தேடிக்கொண்டு வரும் நேரமான அதிகாலை நான்கு மணிக்கு மூஸாவை அழைத்துச்செல்ல வந்தனர். அவன் அப்போது விழித்துக் கொண்டுதான் இருந்தான். மேஜையில் அமர்ந்து கடிதம்

எழுதிக்கொண்டிருந்தான். அவனுடைய அம்மா அடுத்த அறையில் இருந்தாள். அவள் அழுவதும், அவனுடைய சகோதரிகளும் உறவினர்களும் அவளைத் தேற்றுவதும் அவனுக்குக் கேட்டுக்கொண்டிருந்தது. மிஸ் ஜெபீனின் அபிமான, பஞ்சடைத்த (கொஞ்சம் கிழிந்திருக்கும்) பச்சைநிற நீர்யானை – அதன் V வடிவ புன்னகையோடும் இளஞ்சிவப்பில் தைத்திருந்த இதயத்தோடும் – அதன் வழக்கமான இடத்தில் ஒரு திண்டின்மீது சாய்ந்தபடி அதன் குட்டித்தாய்க்காகவும் அதன் துயிற்பொழுதுக் கதைகளுக்காகவும் காத்திருந்தது (*ஆக் டலீலா வன் . .*). வண்டி நெருங்கும் சத்தம் மூஸாவுக்குக் கேட்டது. அவன் இருந்த முதல் மாடி சன்னலிலிருந்து அது அந்த சந்துக்குள் திரும்பி அவன் வீட்டின் எதிரே நிற்பதைப் பார்த்தான். அந்தக் கவச வண்டி – ஜிப்ஸி–யிலிருந்து ராணுவ வீரர்கள் இறங்குவதைப் பார்த்தபோது அவனுக்கு எந்த உணர்வும் – கோபமோ படபடப்போ – எழவில்லை. வெற்றாகத்தான் இருந்தான். அவனுடைய அப்பா, ஷௌகத் யெஸ்வி (மூஸாவுக்கும் அவன் நண்பர்களுக்கும் 'காட்ஸில்லா') முன்னறையில் விழித்துக்கொண்டுதான் இருந்தார். தரைவிரிப்பின்மீது சப்பணமிட்டு அமர்ந்திருந்தார். அவர் கட்டுமான ஒப்பந்ததாரராக இருந்தவர். ராணுவப் பொறியியல் பிரிவுக்காகக் கட்டுமானப் பொருட்கள் வழங்குவது, அவசரத் திட்டங்களுக்கான பணிகளைச் செய்துமுடிப்பது போன்ற பணிகளை ஒப்பந்த அடிப்படையில் செய்துகொண்டிருந்தவர். அவருடைய தொழிலுக்கு உதவியாக இருப்பான் என்ற நம்பிக்கையில்தான் மூஸாவைத் தில்லிக்குக் கட்டட வடிவமைப்பியல் படிக்க அனுப்பினார். ஆனால் 1990இல் *டெஹ்ரீக்* (இயக்கம்) ஆரம்பித்த பிறகும் 'காட்ஸில்லா' ராணுவத்துக்காகத் தொடர்ந்து பணியாற்றிக் கொண்டிருந்ததால் மூஸா அவரை முற்றிலுமாகத் துறந்துவிட்டான். ஒரு மகனாகத் தனக்கு இருக்க வேண்டிய கடமையுணர்ச்சிக்கும் இந்த மோசமான கூட்டணியின் பலனை அனுபவித்துக்கொண்டிருக்கும் குற்றவுணர்ச்சிக்கும் இடையே அலைக்கழிக்கப்பட்டுக் கொண்டிருந்தவனுக்கு அவரோடு ஒரே கூரையின் கீழ் வசிப்பதென்பது மிகவும் கடினமானதாக மாறிக்கொண்டிருந்தது.

ஷௌகத் யெஸ்வி ராணுவ வீரர்களை எதிர்பார்த்திருந்தார்போல. அவர் பெரிதாக அலட்டிக்கொண்டதாகத் தெரியவில்லை. "அம்ரிக் சிங் கூப்பிட்டார். அவர் உன்னிடம் ஏதோ பேசவேண்டுமாம். இது ஒன்றுமில்லை, பயப்படாதே. இன்றிரவுக்குள் உன்னை அனுப்பிவிடுவார்."

மூஸா பதிலளிக்கவில்லை. 'காட்ஸில்லா'வை நிமிர்ந்துகூடப் பார்க்கவில்லை. அவன் மனதிலிருந்த அருவருப்பு, தோள்களை வைத்திருந்த விதத்திலும் முதுகை விறைத்து வைத்திருந்ததிலும் தெரிந்தது. அவனுக்கு இருபுறமும் இரண்டு வீரர்களோடு அந்த வண்டிக்குள் ஏறினான். அவனுக்குக் கைவிலங்கோ முகத்திரையோ அணிவிக்கப்படவில்லை. ஜிப்ஸி மழமழப்பான பனியில் உறைந்த தெருக்களில் வழுக்கிக்கொண்டு சென்றது. மீண்டும் பனி பொழியத் தொடங்கியது.

ஷிராஸ் சினிமா வளாகத்தில் பிரதானமாக அமைந்திருந்தவை ராணுவ வீரர்களின் குடியிருப்பு அடுக்ககங்களும் உயரதிகாரிகளின் வீடுகளும். மிக இறுக்கமான பாதுகாப்பு வளையங்கள் சூழ்ந்திருக்கும் இடம். இரண்டு

வரிசையில் முள்வேலித்தடுப்புகள் அந்த வளாகத்தைச் சுற்றிலும் அமைக்கப் பட்டிருந்தன. அந்த இரண்டு வரிசைக்கும் இடையில் அதிக ஆழமற்ற மணல் அகழி. இவற்றையடுத்து நான்காவதாக இருந்த உள்வட்ட வளையம் என்பது உச்சியில் கண்ணாடித் துண்டுகள் பதித்து நெடிதுயர்ந்திருக்கும் மதிற்சுவர். வலுவான இரும்புக் கதவுகள் கொண்ட நுழைவாயிலின் இரண்டு பக்கங்களிலும் கண்காணிப்புக் கோபுரங்களில் இயந்திரத் துப்பாக்கிகளுடன் ராணுவவீரர்கள். மூஸாவை ஏற்றிக்கொண்டு வந்த ஜிப்ஸி சோதனைச் சாவடிகளில் நிறுத்தப்படாமல் விரைவாகக் கடந்து வந்தது. அவர்கள் வருவது ஏற்கனவே தகவல் தரப்பட்டு இருக்க வேண்டும். பிரதான வாயிலைக் கடந்து வளாகத்துக்குள் நுழைந்தது.

அந்த முன்னாள் திரையரங்கின் முகப்பறை பிரகாசமாக இருந்தது. அதன் வெண்ணிற பிளாஸ்டர் ஆப் பாரிஸ் ஃபால்ஸ் சீலிங்கில் ஜிகினாக்கள் போல பதிக்கப்பட்டிருந்த குட்டிக்குட்டியான கண்ணாடித் துண்டுகள், கவிழ்த்துவைத்த ஒரு மாபெரும் கல்யாண கேக்கின் மீது அலங்கரித்த ஐஸிங்கைப் போலிருக்க, மாட்டியிருந்த மலிவான ஷாண்ட்லியர் விளக்கொளியை அவை உருப்பெருக்கிச் சிதறடித்திருந்தன. தரையில் விரிக்கப்பட்டிருந்த சிவப்புக் கம்பளம் இற்றுப்போய் அங்கங்கே கிழிந்து சிமெண்ட் தரை தெரிந்தது. அடைத்துவைத்திருந்த காற்றில் துப்பாக்கிகள், டீசல், பழந்துணிகளின் நெடி விரவியிருந்தது. முன்பொரு காலத்தில் திரையரங்கின் சிற்றுண்டிப் பகுதியாக இருந்த இடம் இப்போது சித்திரவதையாளர்களுக்கும் சித்திரவதைக் கைதிகளுக்குமான வரவேற்பு மற்றும் பதிவுப் பிரிவாக மாற்றப்பட்டிருந்தது. இப்போது விற்பனைக்கு இல்லாத பொருட்களுக்கு இன்னமும் அங்கு விளம்பரங்கள் இருந்தன – காட்பரீ'ஸ் ஃப்ரூட் & நட் சாக்லேட், பலவகை ருசிகளில் க்வாலிட்டி ஐஸ்க்ரீம்கள், சாக்கோபார், ஆரஞ்சு பார், மேங்கோ பார், பழைய திரைப்படங்களின் சாயமிழந்த போஸ்டர்கள் (*சாந்தினி, மைய்னே ஃப்யார் கியா, பரிண்டா, Lion of the Desert*) – அல்லா டைகர்ஸ் அமைப்பு திரைப்படங்களுக்குத் தடை விதித்து, திரையரங்குகளை மூடவைத்ததற்கு முன் வெளிவந்த திரைப்படங்கள் – இன்னமும் சுவரில் ஒட்டப்பட்டிருந்தன. சிலவற்றின்மீது சிவப்பாக வெற்றிலை மென்று துப்பிய அடையாளங்கள். கைகால்கள் கட்டப்பட்டு, கைவிலங்கிடப்பட்டுப் பல இளைஞர்கள் வரிசையாகத் தரையில் கோழிகளைப்போல் உட்காரவைக்கப்பட்டிருந்தனர். அவர்களில் சிலர் கடுமையாக அடித்துத் துவைக்கப்பட்டு, குற்றுயிரும் குலையுயிருமாக, கணுக்காலையும் மணிக்கட்டையும் சேர்த்துச் சங்கிலியிடப் பட்டுக் கிடந்தனர். ராணுவ வீரர்கள் கைதிகளை விசாரணைக்கு அழைத்து வருவதும் போவதுமாகப் பரபரப்பாக இயங்கிக்கொண்டிருந்தனர். உள்ளே அரங்கத்துக்குச் செல்லும் வாசலை அடைத்திருந்த கனமான மரக்கதவு களைத் தாண்டி வெளியில் கசிந்துகொண்டிருந்த சத்தங்கள் ஏதோவொரு வன்முறைத் திரைப்படத்தின் அடங்கிய ஒலிகள் போலிருந்தன. பொய்யான சிரிப்போடும் குப்பைகளைப் போடுவதற்கான வயிற்றுப்பையோடும் இருந்த சிமெண்ட் கங்காருகள் – *Use Me* – அந்தக் கங்காரு நீதிமன்றத்தை மேற்பார்வையிட்டுக்கொண்டிருந்தன.

வரவேற்பு, பெயர்ப் பதிவுப் பகுதியில் மூஸா தடுத்து நிறுத்தப்பட வில்லை. ராஜமரியாதையோடு விருந்தினரை அழைத்துச்செல்வதைப்

போல திரையரங்கின் மாடிக்கு – க்வீன்ஸ் சர்க்கிள் – செல்லும் வளைந்த படிக்கட்டுகளின் வழியே அவன் அழைத்துச் செல்லப்படுவதைச் சங்கிலியில் கட்டப்பட்ட, அடித்துத் துவைக்கப்பட்டிருந்தவர்களின் வெற்றுப் பார்வைகள் தொடர்ந்தன. மாடியை அடைந்ததும் ப்ரொஜெக்ஷன் அறைக்குச் செல்லும் குறுகலான படிகளின் வழியே மூஸா செலுத்தப்பட, உள்ளே அந்த அறை ஒரு விஸ்தாரமான அலுவலகமாக விரிந்திருந்தது. இத்தகைய நாடகீயமான செயற்பாடுகள் தற்செயலானவையல்ல, வேண்டுமென்றே நிகழ்த்தப்படுபவை என்பதை மூஸா அறிந்திருந்தான்.

மேஜர் அம்ரிக் சிங், மூஸாவை வரவேற்க எழுந்து நின்றான். அவன் முன்னாலிருந்த மேஜையில் விதவிதமான பேப்பர்வெய்ட்டுகள் – முள்முள்ளாக, பளபளக்கும் கடற்சங்குகள், பித்தளை உருவங்கள், பொம்மைக் கப்பல்கள், கண்ணாடிக் கோளத்துக்குள் அடைபட்டிருக்கும் பாலே நடனப் பெண். அம்ரிக் சிங் கருப்பாக, நல்ல உயரமாக இருந்தான்; நிச்சயம் ஆறடி இரண்டங்குலம் இருப்பான். வயது முப்பதுகளின் மத்தியில் இருக்கலாம். இன்றிரவுக்கு அவன் அணிந்திருந்த வேடம் சீக்கியன். தாடிக்கு மேல் இருந்த சருமத்தில் நுரையப்பம்போலப் பெரிதாக மயிர்க்கண்கள். செவிகளையும் நெற்றியையும் சுற்றி இறுக்கமாகக் கட்டியிருந்த கரும்பச்சை டர்பன் அவனுடைய கண்ணோரங்களையும் புருவங்களையும் மேல்நோக்கி இழுத்துத் தூக்கத்தில் சொக்கும் பாவனையைத் தந்திருந்தது. அவனை மேலோட்டமாக அறிந்தவர்களுக்குக்கூட இந்தத் தூக்க மயக்கப் பாவனையை நம்பிவிடுவது பேராபத்து என்பது தெரியும். மேஜையைச் சுற்றிக்கொண்டு மூஸாவிடம் வந்து அக்கறையும் அன்புமாக வரவேற்றான். அழைத்துவந்த ராணுவ வீரனை வெளியேறச் சொன்னான்.

“*அஸ் ஸலாம் அலைக்கும் ஹுஸூர்* . . . தயவுசெய்து உட்காருங்கள். என்ன சாப்பிடுகிறீர்கள்? டீ? காபி?”

அவன் குரலின் தொனி கேள்விக்கும் உத்தரவுக்கும் இடைப்பட்டதாக இருந்தது.

“எதுவும் வேண்டாம். *ஷுக்ரியா.*”

மூஸா உட்கார்ந்தான். அம்ரிக் சிங் அவனது சிவப்பு இன்டர்காமின் ரிஸீவரை எடுத்துத் தேநீரும் ‘ஆபீஸர்ஸ் பிஸ்கட்டுகளும்’ ஆர்டர் செய்தான். அவன் உருவமும் பருமனும் அவன் அமர்ந்திருக்கும் மேசையைச் சின்னதாகவும் அளவுப் பொருத்தமில்லாததாகவும் காட்டின.

இது அவர்கள் இருவருக்கும் முதல் சந்திப்பல்ல. அம்ரிக் சிங்கை மூஸா இதற்குமுன் பலமுறை சந்தித்திருக்கிறான். அதுவும் மூஸாவின் வீட்டிலேயே. ‘காட்ஸில்லா’வைப் பார்ப்பதற்கு அம்ரிக் சிங் அடிக்கடி வருவான். அவரிடம் நட்பு செலுத்த அவன் முடிவெடுத்திருந்தான் – அந்தச் சலுகையைத் தேவையில்லையென்று மறுப்பதற்கு அவருக்கு உரிமை தரப்படவில்லை. அம்ரிக் சிங்கின் முதல் சில வருகைகளுக்குப் பின் வீட்டுச் சூழலில் ஒரு திடீர் மாற்றம் நிகழ்ந்திருப்பதை மூஸா கவனித்தான். வீடு அமைதியாகிவிட்டது. அவனுக்கும் அவருக்கும் இடையே நடக்கும் காரசாரமான அரசியல் விவாதங்கள் நின்றுவிட்டன. ஆனால் ‘காட்ஸில்லா’வின் கண்களில் திடீரென்று ஒரு சந்தேகப் பார்வை

குடிவந்துவிட்டிருப்பதை மூஸாவால் கவனிக்க முடிந்தது. அது அவனை மதிப்பிடுவதைப் போலிருந்தது, ஆழம் பார்ப்பதைப்போலிருந்தது, எடை போடுவதைப்போலிருந்தது. ஒருநாள் மதியம் மூஸாவுக்கு மாடிப்படியில் கால் தவறிவிட்டது. படிகளில் தடுமாறி சரிந்துகொண்டிருந்தவன் குப்புற விழாமல் பாதியில் சமாளித்துக்கொண்டு சமநிலைக்கு வந்துநின்றான். இதைப் பார்த்துக்கொண்டிருந்த 'காட்ஸில்லா' திடுக்கிட்டு மூஸாவை அருகில் அழைத்தவர். அவர் குரலை உயர்த்தவில்லை. ஆனால் அவருக்குக் கோபம் தலைக்கு ஏறிக்கொண்டிருப்பதை மூஸா கவனித்தான். அவருடைய நெற்றிப் பொட்டில் நாடி வெளியே தெரியும்படி துடித்துக்கொண்டிருந்தது.

"இப்படி விழுவதற்கு நீ எங்கே கற்றுக்கொண்டாய்? இப்படி விழுவதற்கு யார் உனக்குக் கற்றுத் தந்தது?"

அதீதமாகக் கவலையுற்றிருக்கும் ஒரு கஷ்மீர்த் தந்தையின் உள்ளுணர்வோடு அவர் தன் மகனைக் கூர்மையாகப் பார்வையால் பரிசோதித்தார். அவனிடம் அசாதாரணமான தடயங்கள் – ஆள்காட்டி விரலில் துப்பாக்கிப் பயன்பாட்டினால் காய்ப்பு ஏற்பட்டிருக்கிறதா, போராளிகள் அளித்த 'பயிற்சி'யில் கால் முட்டிகளில் முழங்கைகளில் தோல் தடித்திருக்கிறதா என்று ஆராய்ந்தார். எதுவும் இல்லை. அம்ரிக் சிங் அவரிடம் தெரிவித்த ஒரு சங்கடமளிக்கும் தகவலை அவனிடம் சொல்வதென்று தீர்மானித்தார். காந்தர்பாலில் அவர்கள் குடும்பத்துக்குச் சொந்தமான பழத்தோட்டத்தின் வழியாக 'உலோக சாதனங்கள்' கொண்ட சில பெட்டிகள் எடுத்துச் செல்லப்பட்டிருக்கின்றன. மூஸாவும் அடிக்கடி மலைப்பகுதிகளுக்குச் சென்றுவருகிறான். சில குறிப்பிட்ட 'நண்பர்களை'ச் சந்திக்கிறான்.

"இதற்கெல்லாம் நீ என்ன சொல்லப் போகிறாய்?"

"உங்கள் நண்பர் மேஜர் சாகிப்பிடம் கேளுங்கள். செயல்படுத்த முடியாத உளவுத் தகவல்கள் எல்லாம் வெறும் குப்பைக்கூளங்கள் என்று சொல்வார்," என்றான் மூஸா.

"*த்ஸே ச்சுய் மர்ணுரய் அஸ்ஸீ சர்ணேய் தீ மர்ணாவக்,*" என்றார் 'காட்ஸில்லா'.

உன்னோடு சேர்த்து நாங்கள் எல்லோரும் சாகப்போகிறோம்.

அடுத்தமுறை அம்ரிக் சிங் வரும்போது மூஸா வீட்டில் இருக்க வேண்டுமென்று 'காட்ஸில்லா' வற்புறுத்தினார். அவன் வந்தபோது அவர்கள் மூவரும் வீட்டுக்கூடத்தில் விரிக்கப்பட்டிருந்த பிளாஸ்டிக் *டஸ்டர்கான்* முன்னால் அமர்ந்தனர். மூஸாவின் அம்மா தேநீர் பரிமாறினாள். (அவன் பேசிவிட்டுப் போகும்வரை ஆரிஃபாவும் மிஸ் ஜெபீனும் மாடியிலிருந்து இறங்கி வரக்கூடாதென்று மூஸா கண்டிப்பாகச் சொல்லியிருந்தான்). அம்ரிக் சிங் மிகவும் கலகலப்பாகத் தோழமையுடன் பேசிக்கொண்டிருந்தான். சொந்த வீடுபோலத் திண்டில் சாய்ந்துகொண்டு, சந்தா சிங், பந்தா சிங் பற்றிய இழிவான சீக்கிய ஜோக்குகள் சொல்லிக்கொண்டு, மற்றவர்களைவிட அவனே அதிகமாகச் சத்தம் போட்டுச் சிரித்துக்கொண்டிருந்தான். பிறகு, திருப்தியாகச் சாப்பிடுவதற்குத் தடையாக இருக்கிறது என்று காட்டிக் கொள்வதுபோல கைத்துப்பாக்கி மாட்டிய பெல்ட்டை இடுப்பிலிருந்து

கழற்றிக் கீழே வைத்தான். இந்தச் செய்கைக்குப் பொருள் அவனுக்கு விருந்தளிப்பவர்களை அவன் முழுமையாக நம்பியிருப்பதாகக் காட்டிக்கொள்வதென்றால், அதற்கு நேரெதிரான எண்ணத்தைத்தான் அது எழுப்புவதாக இருந்தது. ஜலீல் கத்ரியின் கொலை அப்போது நடந்திருக்கவில்லை. இதற்குச் சில காலம் கழித்து நடந்த சம்பவம்தான் அதுவென்றாலும், மற்றக் கொலைகள், ஆள்கடத்தல்களைப் பற்றி எல்லோருக்கும் தெரிந்திருந்தது. அந்தக் கைத்துப்பாக்கி, கேக் சிற்றுண்டித் தட்டுகளுக்கும் தெர்மோஸ் ஃபிளாஸ்க்கில் மதியநேரத்துத் தேநீருக்கும் மத்தியில் சாதுவாகக் கிடந்தது. கடைசியில் அம்ரிக் சிங் திருப்தியாகப் பெரிய ஏப்பம் விட்டுவிட்டுக் கிளம்புவதற்காக எழுந்தபோது, துப்பாக்கியை எடுத்துக்கொள்ள மறந்து, அல்லது மறந்துவிட்டதைப்போலக் காட்டிக் கொண்டு, திரும்பி நடந்தான். காட்ஸில்லா அதை எடுத்து அவனிடம் கொடுத்தார்.

அம்ரிக் சிங் மூஸாவை நேராக உற்றுப்பார்த்தான். சிரித்துக்கொண்டே பெல்ட்டை மாட்டிக்கொண்டான்.

“நல்லவேளையாக உங்கள் அப்பா கவனித்து எடுத்துத்தந்தார். உங்கள் வீட்டை இதற்குப்பிறகு சோதனை போட போலீஸ் வந்து, இந்தத் துப்பாக்கியைப் பார்த்தார்கள் என்றால், என்னை விடுங்கள், கடவுளே வந்தாலும் உங்களைக் காப்பாற்ற முடியாமல் போயிருக்கும். நினைத்துப் பாருங்கள்.”

எல்லோரும் பணிவுடன் சிரித்தனர். அம்ரிக் சிங்கின் கண்களில் மட்டும் சிரிப்பு இல்லாததை மூஸா கவனித்தான். ஒளியைக் கிரகித்துக்கொண்டு, பிரதிபலிக்காமல் இருப்பதைப் போலிருந்தன அந்தக் கண்கள். கொஞ்சமும் பளபளப்போ ஒளியோ அற்ற மழுங்கலான ஆழமற்ற கருப்புத் தட்டுகள்.

அதே மழுங்கலான விழிகள் ஷிராஸ் அரங்கின் புரொஜெக்ஷன் அறையில் பேப்பர் வெயிட்டுகள் நிறைந்திருந்த மேசைக்குப் பின்னாலிருந்து மூஸாவைப் பார்த்துக்கொண்டிருந்தன. அம்ரிக் சிங் அந்த மேசையில் அமர்ந்திருப்பது பார்ப்பதற்கு அசாதாரணமான காட்சியாக இருந்தது. அந்த மேசையைப் பரிசுப்பொருட்கள் வைப்பதைத்தவிர வேறு எதற்கும் அவன் பயன்படுத்துவதாகத் தெரியவில்லை. அந்த மேசை அமைக்கப்பட்டிருந்த விதத்தில், அவன் உட்கார்ந்த இடத்திலேயே சற்றுப் பின்னால் சாய்ந்து சுவரில் இருந்த அந்தச் சதுரவடிவத் திறப்பின் வழியாக மைய அரங்கில் நடப்பவற்றை எட்டிப் பார்க்கும்படியாகத்தான் இருந்தது. விசாரணைக் கைதிகள் இங்கிருந்துதான் வெளியே அழைத்துச்செல்லப்படுவார்கள். அந்தக் கதவுகளின் வாசலில் சிவப்பில் நியான் விளக்குகள் ‘வெளியே’ என்று எரிந்துகொண்டிருக்கும் (சில நேரங்களில் ஒரேயடியாக வெளியேறு வதையும் குறிப்பதாகவே இருக்கும்). அந்தத் திரையை இன்னமும் பழைய காலத்துச் சிவப்பு வெல்வெட் மறைப்புத்திரை மூடியிருந்தது – வழக்கமான ‘பாப்கார்ன்’ அல்லது ‘பேபி எலிஃபன்ட் வாக்’ இசைக்கு மேலேற்றப்படும் அதே விதமான வளைவுச் சுருக்கங்கள் கொண்ட திரைச்சீலை. மலிவுவிலை இருக்கைகள் அந்தக் கூடத்திலிருந்து அகற்றப்பட்டு ஒரு மூலையில் குவித்து

வைக்கப்பட்டிருந்தன. அந்த இடத்தில் ராணுவவீரர்கள் இறுக்கத்தைத் தளர்த்திக்கொள்வதற்காகப் பூப்பந்தாட்டக் களம் அமைக்கப்பட்டிருந்தது. அந்த நேரத்திலும் ஷட்டில் காக் மட்டையில் அடிக்கப்படும் ‘த்வாக் த்வாக்’ ஒலிகள் அம்ரிக் சிங்கின் அலுவலகம்வரை சன்னமாகக் கேட்டுக்கொண்டிருந்தது.

“நான் உங்களை இங்கு அழைத்தது நடந்தவற்றுக்காக என் ஆழ்ந்த, தனிப்பட்ட அனுதாபங்களைத் தெரிவிப்பதற்காக.”

கஷ்மீரில் அதிகாரம் எந்தளவுக்கு ஆழமாகத் துருப்பிடித்து இற்றுப் போயிருக்கிறது என்பதற்கு அம்ரிக் சிங் ஓர் உதாரணம். மனைவியை யும் குழந்தையையும் துப்பாக்கிச் சூட்டுக்குப் பலி கொடுத்துவிட்டு இப்போதுதான் வீடு திரும்பியிருக்கிற ஒருவனை ஆயுதப்படையின் மூலமாக விசாரணை மையத்துக்கு அதிகாலை நான்கு மணிக்கு வலுக்கட்டாயமாக அழைத்து வந்து அனுதாபங்களைத் தெரிவிப்பது எவ்வளவு கொடூரமான அபத்தம் என்பதுகூட அவனுக்குக் கொஞ்சமும் உறைத்திருக்கவில்லை.

அம்ரிக் சிங் ஒரு பச்சோந்தி என்று மூஸாவுக்குத் தெரியும். அவன் அணிந்திருக்கும் டர்பனுக்குக் கீழே அவன் ஒரு ‘மோனா’தான் – சீக்கியப் பாரம்பரியத்தின்படி அவன் முடியை வெட்டாமல் நீளமாக வைத்திருக்க வில்லை. அந்த அடிப்படையான சீக்கிய புனிதக் கட்டளையை மீறி, பல ஆண்டுகளுக்கு முன்பே தலைமுடியை வெட்டிக்கொண்டான். பயங்கரவாதத் தடுப்பு நடவடிக்கைகளின்போது அவன் எப்படி ஒரு இந்துவாக, ஒரு சீக்கியனாக அல்லது பஞ்சாபி பேசும் பாகிஸ்தானியனாக இடத்துக்கும் தேவைக்கும் தகுந்தாற்போல வேடமணிந்து சென்றுவிடுவான் என்று ‘காட்ஸில்லா’விடம் பெருமையடித்துக்கொண்டிருந்ததை மூஸா கேட்டிருக்கிறான். பயங்கரவாத ‘ஆதரவாளர்களை’க் கண்டுபிடித்து அழிப்பதற்கு அவன் செயல்படுத்தும் உத்தியைப் பயங்கர வெடிச்சிரிப்போடு விவரித்தான். அவனும் அவனுடைய சகாக்களும் சல்வார் கமீஸ் –‘கான் சூட்’ – அணிந்துகொண்டு, பாகிஸ்தானிலிருந்து வந்திருக்கும் பயங்கரவாதிகள் போல, கிராமத்தினரின் வீட்டுக்கதவுகளை நடு ராத்திரியில் தட்டி அன்றிரவு அங்கு தங்கிக்கொள்ள அனுமதி கேட்பார்களாம். அவர்களைத் தங்க அனுமதித்த கிராமத்து ஆட்களையெல்லாம் அடுத்த நாள் ‘வெளியிலிருந்து பயங்கரவாதத்துக்கு உதவுபவர்கள்’ என்று கைது செய்துவிடுவார்களாம்.

இதைக் கேட்டுக்கொண்டிருந்த மூஸாவால் பொறுக்கமுடியாமல், “நடு ராத்திரியில் துப்பாக்கியும் கையுமாகச் சிலர் வந்து கதவைத் தட்டி உதவி கேட்டால், அவர்கள் ராணுவமோ அல்லது போராளிகளோ நிராயுதபாணி களான அப்பாவிக் கிராமத்து மக்களால் எப்படி மறுக்க முடியும்?” என்று கேட்டான்.

“ஓ . . . வரவேற்கும் முறையை வைத்தே நாங்கள் கண்டுபிடித்து விடுவோம்,” என்றான் அம்ரிக் சிங். “அதற்குத் தேவையான தெர்மா மீட்டர்கள் எங்களிடம் உண்டு.”

இருக்கலாம். ஆனால் கஷ்மீரிகளின் இரட்டைநிலை எவ்வளவு ஆழமானது என்று உங்களுக்குத் தெரியாது, என்று மூஸா நினைத்துக் கொண்டான், ஆனால் சொல்லவில்லை. *எங்களுக்கு வாய்த்திருக்கும்*

இந்த வரலாற்றையும், நில அமைப்பையும் தாங்கிக்கொண்டு, அவற்றின் அழுத்தத்தைத் தாங்கிக்கொண்டு காலத்தைத் தள்ளும் எங்களைப் போன்றவர்கள் எமது பெருமிதங்களைப் பூமிக்கடியில் புதைத்துவிட்டு அதன் மீது நடக்கக் கற்றுக்கொண்டிருக்கிறோம். இவையெல்லாம் உங்களுக்குப் புரியாது. எங்களுக்கு இருக்கும் ஒரே ஆயுதம் உள்ளொன்று வைத்துப் புறமொன்று நடந்துகொள்ளும் இரட்டைநிலை மட்டுமே. எங்களுடைய இதயங்கள் உடைந்திருக்கும்போது எவ்வளவு பிரகாசமாக நாங்கள் சிரிக்கிறோம் என்பதை நீங்கள் அறியமாட்டீர்கள். எங்கள் நேசத்துக்குரியவர்களை எவ்வளவு மூர்க்கமாக ஒதுக்கிவிட்டுச் செல்கிறோம் என்பதையும், நாங்கள் அருவருத்து இகழ்பவர்களை எப்படி அன்போடு அணைத்துக் கொள்கிறோம் என்பதையும். உண்மையில் நீங்களெல்லாம் போய்த்தொலைய வேண்டும் என்று நினைத்துக்கொண்டே உங்களை எப்படி அன்போடு வரவேற்கிறோம் என்பதெல்லாம் உங்களுக்குத் தெரியாது.

இது ஒரு பக்கத்தைச் சேர்ந்த பார்வை. மற்றொரு புறத்தில் பார்த்தால், அந்தச் சமயத்தில் மூஸா அப்பாவியாக இருந்ததாகச் சொல்லலாம். ஏனென்றால் அம்ரிக் சிங் இயங்கிக்கொண்டிருந்த சூதும்வாதும் நிரம்பிய தீயுலகின் மொத்த அதிகாரமும் அவனிடத்திலேயே அடங்கியிருந்தது. முடிவற்ற மக்கள்திரள் கொண்டிருந்த நிலம் அது. அங்கு விசுவாசத்துக்கு இடமில்லை. அது அடைகின்ற வீழ்ச்சிக்கும் அளவில்லை. கஷ்மீர மனப்பான்மை இதுதான் என்று அவன் நம்பியிருந்தான். எனவே அதை முழுதாகப் புரிந்துகொள்வதற்கும் அந்த இனத்தின் தேவை என்னவென்பதை அறிந்துகொள்வதற்கும் அவன் எந்த முயற்சியும் எடுத்துக்கொள்ள வில்லை. அவனைப் பொறுத்தவரை அது ஒரு விளையாட்டு. ஒரு வேட்டை. பலி உயிர்களுக்கும் அவனுக்கும் இடையே நிகழும் ஒரு போட்டி. தன்னை ஒரு ராணுவவீரன் என்பதைவிடவும் ஒரு விளையாட்டு வீரனாகவே கருதிக் கொண்டிருந்தான். இந்த எண்ணம் அவனை ஒரு நிரந்தர உற்சாகியாக வைத்திருந்தது. மேஜர் அம்ரிக் சிங் ஒரு சூதாடி, எதற்கும் துணிந்த முரட்டு அதிகாரி, பயங்கரமான சித்திரவதையாளன், எவ்வித மனஉறுத்தலு மில்லாத கொலைகாரன். அவன் செய்கின்ற வேலையை மிகவும் ரசித்துச் செய்தான். அவன் ஒரு புதுமை விரும்பி. புதுப்புது உத்திகளைப் பயன்படுத்தி, ஒரு கொண்டாட்டத்தைப்போல அவன் காரியமாற்றிக்கொண்டிருந்தான். சில போராளிகளோடு அவன் நிரந்தரத் தொடர்பில் இருந்துவந்தான். சில நேரங்களில் அவனுடைய வயர்லெஸ் அலைவரிசையில் அவர்கள் குறுக்கிட்டுப் பேசுவார்கள்; அல்லது இவன் அவர்களுடைய அலை வரிசைக்குச் சென்று அளவளாவுவான். ஒருவரையொருவர் பள்ளி மாணவர்கள்போல கிண்டல் செய்துகொள்வார்கள். "*அர்ரே யார்,* நானெல்லாம் என்ன, வெறும் டிராவல் ஏஜென்ட்தானே? நீங்கள் போய்ச்சேர வேண்டிய கடைசி இடம் *ஜன்னத்.* அங்கேதான் உங்களுடைய ஹூரிகள் உங்களுக்காகக் காத்துக்கொண்டிருக்கிறார்கள். உங்கள் பயணத்தை ஏற்பாடு செய்வதற்காகத்தானே நான் இருக்கிறேன்," என்பான். அவன் தன்னை *ஜன்னத் எக்ஸ்பிரஸ்* என்று அழைத்துக்கொள்வதுண்டு. அவன் ஆங்கிலத்தில் உரையாடும் மனநிலையில் (பொதுவாக அவன் குடித்திருக்கும்போது) இருந்தால் அதை 'பாரடைஸ் எக்ஸ்பிரஸ்' என்று மொழிபெயர்த்துச் சொல்வான்.

அவனது பிரசித்திபெற்ற வசனம்: *தேக்கோ மியான், மேன் பாரத் சர்க்கார் கா லுண்ட் ஹூன், அவுர் மேரா காம் ஹை சோத்னா.*

இதோ பார் தம்பி, நான் இந்திய அரசின் ஆண்குறி, என் வேலை மக்களை ஓப்பது.

செய்யும் வேலையைச் சுவாரஸ்யமாக்கிக் கொள்வது அவனது வழக்கம். மிகவும் சிரமப்பட்டு, தேடி, பின்தொடர்ந்து கைதுசெய்த பயங்கரவாதியை வேண்டுமென்றே தப்பிச்செல்ல விட்டுவிடுவான், அவனை மீண்டும் துரத்திப் பிடிக்கும் செயலில் இருக்கும் கவர்ச்சிக்காக. அவனது வேட்டை செயலாக்கக் குறிப்பேட்டில் வக்கிரம் என்பது ஒரு முக்கிய அத்தியாயத் தலைப்பு. மூஸாவிடம் அனுதாபங்களைத் தெரிவிக்க அவனை ஷிராஸுக்குக் கூட்டிவரச் செய்தது அதனைப் பின்பற்றித்தான். கடந்த சில மாதங்களாகவே மூஸாவை அம்ரிக் சிங் கவனித்து வந்ததில் அவன் ஒரு கவனிக்கத்தக்க எதிர்ப்பாளன் என்று, சரியாகவே கணித்து வைத்திருந்தான். எல்லாவிதங்களிலும் அம்ரிக் சிங்குக்கு நேரெதிராக இருப்பவன், கூடவே துணிச்சலும் சாமர்த்தியமும் இருக்கின்றன. இவனுடைய மதிப்பு நிச்சயம் கூடிக்கொண்டே வரப்போகிறது. அதன்பிறகு இவனை வேட்டையாட முற்பட்டால் அது தலைகீழாக மாறி வேட்டையாடுபவன் யார் வேட்டையாடப்படுவது யார் என்று சொல்லமுடியாத நிலைக்கு ஆளாக நேரலாம். இந்தக் காரணத்துக்காகத்தான் மூஸாவின் மனைவியும் மகளும் கொல்லப்பட்ட செய்தியை அறிந்தவுடன் அவன் மிகவும் மனமுடைந்து போனான். இதில் அவனுடைய பங்கு எதுவும் இல்லை என்று மூஸா அறிந்துகொள்ள வேண்டுமென்று விரும்பினான். நடந்த சம்பவம் முற்றிலும் எதிர்பாராதது. அவனைப் பொறுத்தவரை சற்றும் ஏற்றுக்கொள்ள முடியாத அநியாயம். இது அவனது திட்டத்தில் எப்போதும் இருந்ததில்லை. அவனைப் பொறுத்தவரை வேட்டையைத் தொடர்ந்து நடத்துவதற்கு வேட்டைப் பிராணியிடம் தனது தரப்பை விளக்கிவிடுவதுதான் சரியானது.

அம்ரிக் சிங்கின் ஆர்வம் வேட்டையில் மட்டுமல்ல, ஆடம்பரமான வாழ்க்கை முறையும் ரசனையும் அவனிடம் இருந்தது. இதற்கெல்லாம் அவன் வாங்குகின்ற ஊதியம் போதாது என்பதால் வேறுசில வழிகளைக் கண்டுபிடித்திருந்தான். வெற்றியடைந்து கொண்டிருக்கும் தரப்புக்கு ராணுவ ஆக்கிரமிப்பு அளிக்கும் எண்ணற்ற பொருளீட்டும் வாய்ப்புகளை அவன் பயன்படுத்திக் கொண்டிருந்தான். ஆள் கடத்தல், மிரட்டிப் பணம் பறித்தல் போன்றவற்றோடு அவனுக்கு (மனைவியின் பெயரில்) மலைப்பகுதியில் ஒரு மர இழைப்பகமும், பள்ளத்தாக்கில் அறைகலன்கள் வியாபாரமும் இருந்தன. அவன் எந்த அளவுக்கு மூர்க்கமானவனோ அந்த அளவுக்குக் கண்ணை மூடிக்கொண்டு, அவனுக்குப் பிடித்தமானவர்களுக்கு அழகாகச் செதுக்கிய காபி மேஜைகள், வாதாம் மரத்தில் செய்த நாற்காலிகள் என்று பரிசுகளை வாரி வழங்குவான் ('காட்ஸில்லா'வுக்கு இரண்டு குட்டை மேசைகளை வலுக்கட்டாயமாகத் தந்திருந்தான்). அம்ரிக் சிங்கின் மனைவி லவ்லீன் கவுர் அவளுடைய பெற்றோர்களின் ஐந்து பெண்களில் நாலாவது. தவ்லீன், ஹர்பிரீத், குர்பிரீத், லவ்லீன், டிம்பிள் என்ற அந்த ஐவரும் மிக அழகான பெண்கள். இரண்டு தம்பிகள் அவர்களுக்கு உண்டு. பல நூற்றாண்டுகளுக்கு முன்பு கஷ்மீர் பள்ளத்தாக்கில் குடியேறிய ஒரு சிறிய சீக்கியப் பிரிவைச் சேர்ந்தவர்கள். அவர்களுடைய தந்தை ஒரு சாதாரண விவசாயி.

அந்தப் பெரிய குடும்பத்தைப் பராமரிக்குமளவுக்கு வசதியற்றிருந்தார். அந்தப் பெண்கள் பள்ளிக்குப் போகும்போது அவர்களில் யாராவது ஒருத்தியின் டிபன் பாக்ஸ் கீழே விழுந்து கட்டிக்கொடுத்த உணவு நடைபாதையில் கொட்டிவிட்டால், பசியில் இருக்கும் அந்தச் சகோதரிகள் தரையில் சிந்தியிருக்கும் உணவை அப்படியே எடுத்துச் சாப்பிட்டுவிடுவார்கள் என்று அந்த ஊரில் பேசிக்கொள்வார்கள். அந்தப் பெண்கள் வளரத் தொடங்கியதும், எல்லாத் தரப்பிலிருந்தும் பையன்கள் அவர்களைக் குளவிகள்போல சுற்றி மொய்க்கத் தொடங்கினார்கள். அந்தப் பெண்களைக் கவர்வதற்கு என்னென்னவோ உத்திகளைக் கையாண்டாலும், ஒருவனும் அவர்களைக் கல்யாணம் செய்துகொள்ள முன்வரவில்லை. ஆகவே வெளியிலிருந்து வந்த ஒரு சீக்கியனுக்கு, அதுவும் ஒரு ராணுவ அதிகாரிக்கு, அவர்களுடைய ஒரு பெண்ணைக் கொடுக்க, அந்தப் பெற்றோர்கள் மகிழ்ச்சியுடன் உடன்பட்டனர். அவர்களுக்குத் திருமணம் ஆனபிறகு, ஸ்ரீநகரிலும் அதைச் சுற்றிலும் அம்ரிக் சிங் பணியாற்றிய ஊர்களில் இருந்த ராணுவக் குடியிருப்புகளுக்கு லவ்லீன் குடிபெயரவேயில்லை. ஏனென்றால் அங்கெல்லாம் அம்ரிக் சிங் வேறொரு 'மனைவி'யோடு வசித்துவந்ததாக ஒரு பேச்சு (வதந்தி) இருந்தது. அதுவும் அந்தப் பெண் அவனோடு உடன் பணியாற்றும் மத்திய ரிசர்வ் போலீஸைச் சேர்ந்தவள் – அஸிஸ்டன்ட் கமிஷனர் பிங்கி – என்றும் பேசிக்கொண்டார்கள் அவள். அம்ரிக் சிங்கோடு தேடுதல் வேட்டைகளிலும் விசாரணை முகாம்களிலும் கூடவே இருப்பவள். வார இறுதிகளில் அம்ரிக் சிங் அவனுடைய மனைவியையும் அவர்களுடைய கைக்குழந்தையையும் ஸ்ரீநகரில் சீக்கியர்கள் வசிக்கும் ஜவஹர் நகர் பகுதியில் இருந்த அடுக்ககக் குடியிருப்புக்குப் பார்ப்பதற்கு வருவான். அவன் வந்தவுடன் வீட்டில் அடி உதை சத்தங்கள் கேட்குமென்றும், அவள் உதவி கேட்டு அலறுவது வாயைப் பொத்தியிருப்பதை மீறிக் கேட்பதுபோலவே இருக்குமென்றும் அக்கம் பக்கத்தார் தங்களுக்குள் கிசுகிசுத்துக்கொண்டனர். ஆனால் ஒருவரும் தலையிடவில்லை.

அம்ரிக் சிங் போராளிகளை விரட்டிப் பிடித்துத் தீர்த்துக்கட்டிக் கொண்டிருந்தாலும் அவர்கள்மீது அவனுக்கு மதிப்பு இருந்தது – குறிப்பாக ஒரு சில மிகத் திறமையான போராளிகள்மீது பொறாமை கலந்த மதிப்பு. சிலருடைய கல்லறைகளுக்கே சென்று மரியாதை செலுத்துவதும் உண்டு. அவர்களில் சிலர் அவனால் கொல்லப்பட்டவர்களாக இருப்பார்கள். (ஒருவனுக்குத் துப்பாக்கி உயர்த்தி ராணுவ சல்யூட்டே கொடுத்திருக்கிறான்). அவனால் கொஞ்சமும் மதிக்கப்படாத, ஆழமாக வெறுக்கப் பட்டவர்கள் யாரென்றால் மனித உரிமைப் போராளிகள் – பெரும்பாலும் வழக்கறிஞர்கள், பத்திரிகையாளர்கள், நாளிதழ் ஆசிரியர்கள். அவனைப் பொறுத்தவரை இவர்களெல்லோரும் அவன் நடத்தும் மகத்தானதொரு போராட்ட விளையாட்டின் விதிகளைத் தமது இடைவிடாத புகார்களாலும் அழுகைகளாலும் கெடுத்து, கலைத்துக்கொண்டிருக்கும் விஷப்பூச்சிகள். இவர்களில் யாராவது ஒருவரை 'மட்டுப்படுத்த' அவனுக்கு அனுமதி வழங்கப்பட்டால் (இந்த அனுமதிகளில் 'கொல்ல வேண்டும்' என்றெல்லாம் நேரடியான உத்தரவு இருக்காது. பூடகமாக இருக்கும். ஆனால் 'கொல்ல வேண்டாம்' என்றும் இருக்காது). அவற்றை நிறைவேற்றச் சுணக்கம் காட்டியதேயில்லை. ஆனால் ஜலீப் காத்ரியின் விஷயத்தில்

வேறுமாதிரியாக ஆகிவிட்டது அவனுக்கு வழங்கப்பட்ட உத்தரவில் அவரை வெறுமனே மிரட்டி, கைது செய்யத்தான் சொல்லப்பட்டிருந்தது. துரதிர்ஷ்டவசமாக அப்படி நடக்கவில்லை. ஜலீப் காத்ரியின் மேல்தான் தப்பு. அவர் கொஞ்சமும் பயப்பட்டதாகக் காட்டிக்கொள்ளவில்லை. அம்ரிக் சிங்கை எதிர்த்துப் பேசினார். அப்போது அம்ரிக் சிங்கிற்குச் சுயக்கட்டுப்பாட்டை இழந்துவிட்டது குறித்து வருத்தம்தான். ஆனால் அதன் விளைவாகத் தன்னுடைய நண்பன், சக பயணியான இக்வான் சலீம் கோஜ்ரியையும் தீர்த்துக் கட்டிவிட்டதுதான் முந்தையதைவிடப் பெரிய வருத்தமாக இருந்தது. அம்ரிக் சிங்கும் சலீம் கோஜ்ரியும் ஒன்றாகப் பொழுதைக் கழித்தவர்கள். ஒன்றாகக் குறும்புச் செயல்களில் ஈடுபட்டவர்கள். நடந்தவை மட்டும் வேறுவிதமாக இருந்து, பாத்திரங்கள் இடம் மாறியிருந்தால் சலீம் நிச்சயமாக அதையேதான் செய்திருப்பான். அம்ரிக் சிங் நிச்சயமாக அதைப் புரிந்துகொண்டுமிருப்பான். அப்படித்தான் அவன் தனக்குள் சொல்லிக்கொண்டான். அவன் செய்த காரியங்களிலேயே சலீம் கோஜ்ரியைக் கொன்றதுதான் அவனை வெட்கப்படவைக்கும் ஒரே விஷயம். உலகத்திலேயே, அவன் மனைவி லவ்லீனையும் சேர்த்து, அம்ரிக் சிங் நேசம் என்று சொல்லக்கூடியதைப் போன்ற ஓர் உணர்வைக் கொண்டிருந்தது சலீம் கோஜ்ரியின்மீது மட்டும்தான். அதனால்தான் சந்தர்ப்பம் வந்தபோது அவனுடைய நண்பனை நோக்கித் துப்பாக்கி விசையை அவனே அழுத்தினான்.

அவன் எதையும் நினைத்து மருகிக்கொண்டேயிருப்பவனல்லன். இதையும் வெகுசீக்கிரத்திலேயே கடந்துவந்துவிட்டான். மூஸாவுக்கு எதிரே மேசையில் அமர்ந்திருந்த அந்த மேஜர், அவனது வழக்கமான திமிர்த்தனமும் அகங்காரமும் குறையாமல் காணப்பட்டான். அவனையே களப்பணியிலிருந்து இருக்கைப்பணிக்கு இடமாற்றம் செய்திருந்தார்கள். ஆனால் அவனுடைய சிக்கல்கள் இன்னும் தீர்ந்திருக்கவில்லை. இப்போதும் களப் பணிக்கு அவ்வப்போது குறிப்பிட்ட போராளி அல்லது ஆதரவாளனின் முன்சரித்திரம் அறிந்தவன் என்ற முறையில் அவன் செல்வதுண்டு. சிக்கல்களை அவன் சற்றுத் தீர்த்துவிட்டிருப்பதாகவும், பிரச்சனைகளிலிருந்து வெளியே வந்துவிட்டதாகவும் அவன் தீர்மானமாக நம்பிக்கொண்டிருந்தான்.

'ஆபீஸர்ஸ்' பிஸ்கட்டுகளும் தேநீரும் வருவதை மூஸாவின் முதுகுக்குப் பின்னால் கேட்ட தேநீர்க் கோப்பைகள் தட்டில் கடகடக்கும் ஒலி உணர்த்தியது. பரிமாற வந்தவனின் பார்வை மூஸாவின் கண்களைச் சந்திக்க, இருவரும் ஒருவரையொருவர் உடனே அடையாளம் கண்டுகொண்டாலும் அவர்களுடைய முகபாவங்கள் மாறாமல் சலனமின்றி இருந்தன. அம்ரிக் சிங் அவர்களை உன்னிப்பாகக் கவனித்துக்கொண்டிருந்தான். அந்த அறையில் இருந்த காற்று சட்டென்று வெளியேறியது. மூச்சுவிடுவது முடியாமற் போனது. வலுக்கட்டாயமாக அதை உசுப்பிவிட வேண்டியிருந்தது.

ஜுனைத் அஹமத் ஷா, ஹிஸிப்–உல்–முஜாஹுதீனில் ஏரியா கமாண்டராக இருந்தவன். மிகச் சாதாரணமான, எல்லோரும் செய்துவிடுகிற ஆனால் மோசமானதொரு தப்பை அவனும் செய்து சில மாதங்களுக்கு முன் மாட்டிக்கொண்டான். சோப்பூரில் இருந்த அவனுடைய மனைவியை யும் கைக்குழந்தையாக இருந்த அவன் மகளையும் பார்ப்பதற்கு நள்ளிரவு

நேரத்தில் சென்றபோது அவன் வருவானென்று அங்கு காத்திருந்த ராணுவத்தினரால் பிடிக்கப்பட்டான். நல்ல உயரமான, அழகான தோற்றம் கொண்டவன். அவன் புரிந்த சாகசச் செயல்கள் பற்றிய செய்திகள் – பல உண்மையானவை, பல கற்பனையானவை – சுற்றுவட்டாரத்தில் மிகவும் பிரபலம். மக்களால் மிகவும் நேசிக்கப்பட்டவன் அவன். ஒருகாலத்தில் தோள்வரை புரளும் தலைமுடியும், அடர்த்தியான கரும் தாடியுமாக இருந்தவன். இப்போது மழுங்கச் சவரம் செய்து, தலைமுடியை இந்திய ராணுவத்தினரைப்போல ஒட்ட வெட்டியிருந்தான். அவனுடைய மந்தமான, பாதி செருகிய கண்கள் ஆழமான கருங்குழிகளிலிருந்து எட்டிப் பார்த்துக்கொண்டிருந்தன. அவன் அணிந்திருந்த நைந்துபோன ஓட்டப் பயிற்சிக் காலுடை கணுக்காலையே எட்டாமல் பாதி உயரத்தில் முடிந்திருந்தது. கம்பளி சாக்ஸும் ராணுவ சப்ளை கான்வாஸ் ஷூக்களும் பூச்சி அரித்த ஒண்சிவப்பு நிற பரிசாகரன் மேற்சட்டையும் அவன் உயரத்துக்கும் அளவுக்கும் பொருந்தாமல் கோமாளித்தனமாகக் காட்டிக்கொண்டிருந்தன. அவன் கையின் நடுக்கம் ஏந்தியிருந்த தட்டில் கோப்பைகளைக் கடகடக்க வைத்தது.

"சரி, போய்த்தொலை. எதற்காக நின்றுகொண்டே இருக்கிறாய்?" என்றான் அம்ரிக் சிங் ஜுனைத்திடம்.

"ஜி ஜனாப்! ஜெய் ஹிந்த்!"

உத்தரவு ஐயா! இந்தியாவுக்கு வெற்றி உண்டாகட்டும்!

ஜுனைத் சல்யூட் அடித்துவிட்டு அறையைவிட்டு வெளியேறினான். அம்ரிக் சிங், மூஸாவை நோக்கித் திரும்பினான். இப்போது அவன் முகம் பரிவிரக்கத்தோடு இருந்தது.

"உங்களுக்கு நிகழ்ந்திருக்கும் துயரத்தைப்போல எந்தவொரு மனிதனுக்கும் நிகழக்கூடாது. நீங்கள் பெரும் அதிர்ச்சியில் இருப்பீர்கள். இந்தாருங்கள், க்ராக் ஜாக் பிஸ்கட் எடுத்துக்கொள்ளுங்கள். உங்களுக்கு நல்லது. ஃபிஃப்டி–ஃபிஃப்டி. ஐம்பது சதவீதம் சர்க்கரை. ஐம்பது சதவீதம் உப்பு."

மூஸா பதிலளிக்கவில்லை.

அம்ரிக் சிங் அவனது டீயைக் குடித்து முடித்தான். மூஸா தன்னுடையதைத் தொடவேயில்லை.

"நீங்கள் இன்ஜினியரிங் பட்டதாரி, இல்லையா?"

"இல்லை, ஆர்க்கிடெக்சர்."

"உங்களுக்கு உதவி செய்ய வேண்டுமென்று நினைக்கிறேன். ராணுவத்துக்கு எப்போதும் இன்ஜினீரியர்கள் தேவைப்பட்டுக்கொண்டே இருக்கிறார்கள். செய்வதற்கு நிறைய வேலை இருக்கிறது. நல்ல ஊதியம். எல்லையில் வேலி அமைப்பது, அனாதை இல்லங்கள் கட்டுவது, இப்போது மனமகிழ் மன்றங்கள், இளைஞர்களுக்கு உடற்பயிற்சி நிலையங்களெல்லாம் கட்டுவதற்குத் திட்டமிட்டுக்கொண்டிருக்கிறார்கள். இந்த இடத்தைக்கூடச் சீரமைக்க வேண்டும்... உங்களுக்குச் சில நல்ல ஒப்பந்தங்களைப் பெற்றுத் தருகிறேன். குறைந்தபட்சம் இந்த உதவியாவது உங்களுக்கு நான் செய்தாக வேண்டும்."

மூஸா தலையை உயர்த்தாமல், மேஜையிலிருந்த கடற்சங்கின் கூரான முள்ளை ஆள்காட்டி விரலால் சோதித்துப் பார்த்தான்.

"நான் கைது செய்யப்பட்டிருக்கிறேனா, அல்லது நான் போவதற்கு அனுமதிப்பீர்களா?"

அம்ரிக் சிங்கின் கண்களில் மெல்லிய படலமாக ஒரு கோபம், குட்டிச் சுவரிலிருந்து குதித்த பூனையைப்போலச் சத்தமின்றிச் சட்டென்று தோன்றி மறைந்ததைத் தலையைக் குனிந்துகொண்டிருந்த மூஸா கவனிக்கவில்லை.

"நீங்கள் போகலாம்."

மூஸா எழுந்தான். இருக்கையை விட்டு எழுந்திருக்காமல் அம்ரிக் சிங் மணியடிக்க, உள்ளே வந்த பணியாளிடம் மூஸாவை அழைத்துச் செல்லுமாறு சொன்னான்.

கீழே அரங்கின் வரவேற்பறையில் அப்போது சித்திரவதை இடைவேளை நேரம். ராணுவத்தினருக்கு மிகப்பெரிய தேநீர் கலயத்திலிருந்து ஆவி பறக்கத் தேநீர் விநியோகம் நடந்துகொண்டிருந்தது. இரும்புப் பக்கெட்டுகளில் ஆறிப்போயிருந்த சமோசாக்கள். ஆளுக்கு இரண்டு. மூஸா அந்தக் கூடத்தைக் கடக்கும்போது அவனை வெறித்துப் பார்த்தபடி உட்கார்ந்திருந்த, கட்டிப் போடப்பட்டு, அடிபட்டு, ரத்தம் வழிந்துகொண்டிருந்த பையனின் அடையாளம் தெரிந்தது. அவனுடைய அம்மாவை மூஸாவுக்குத் தெரியும். ஒவ்வொரு முகாமாக, ஒவ்வொரு காவல் நிலையமாக அவள் பையனைத் தேடி அலைந்துகொண்டிருக்கிறாள். அவள் காலம் முழுக்கத் தேடிக்கொண்டுதான் இருந்திருக்க வேண்டும். இப்போது அவன் இருக்குமிடம் தெரிந்துவிட்டது. *ஏதோ ஒரு பயங்கர நன்மைகூட இந்த இரவில் கிடைத்திருக்கிறது,* என்று மூஸா நினைத்தான்.

வாயிற்கதவை நெருங்கும்போது அம்ரிக் சிங் அவன் அறையிலிருந்து வெளியே தோன்றினான். மூஸா அறைவிட்டு வெளியேறியபோது காணப்பட்ட அம்ரிக் சிங் இப்போது இல்லை. பொங்கி வழியும் நட்புணர்வோடு வேறொரு மனிதனாக மாறியிருந்தான். அவன் குரல் அந்தக் கூடத்தில் பலமாக முழங்கியது:

"அர்ரே ஹுஸ்ஸுர்! ஏக் சீஸ் மெய்ன் பில்குல் பூல் கயா தா!"

ஒன்று தருவதற்கு மறந்தே போய்விட்டேன்!

அங்கிருந்த அனைவரும் – சித்திரவதையாளர்களும், சித்திரவதைக்கப் படுபவர்களும் – திரும்பி அவனை நோக்கினர். பார்வையாளர்கள் அனைவரின் கவனமும் தன்மீது குவிந்திருப்பதை உணர்ந்தவனாக ஒரு முக்கியமான விருந்தாளியை முறையாக வழியனுப்பி வைக்கும் தோரணையில் படிகளில் துள்ளியபடி இறங்கிவந்தான். மூஸாவை அன்போடு சேர்த்தணைத்து, கையில் வைத்திருந்த ஏதோவொரு பொட்டலத்தை அவனிடம் திணித்தான்.

"இது உங்கள் அப்பாவுக்காக, அவருக்காகவே நான் ஸ்பெஷலாக ஆர்டர் செய்து வரவழைத்திருக்கிறேன் என்று அவரிடம் சொல்லுங்கள்."

அது ரெட் ஸ்டாக் விஸ்கி பாட்டில்.

அந்தக் கூடம் அமைதியில் ஆழ்ந்தது. அங்கிருந்த எல்லோரும், பார்வையாளர்களும் அங்கு நிகழத் தொடங்கியிருந்த நாடகத்தின் நடிகர்களும், இந்தக் கதை வசனத்தை உடனே புரிந்துகொண்டனர். அந்தப் பரிசை மூஸா மறுத்துவிட்டால், அது அம்ரிக் சிங்மீது அவன் வெளிப்படையாக அறிவித்துவிடும் போர்ப் பிரகடனம் என்றாகிவிடும்; அப்புறம் மூஸா என்பவனின் நாட்கள் சீக்கிரமே முடிந்துவிடும். அதை அவன் ஏற்றுக்கொண்டானென்றால்,போராளிகளைத் தீர்த்துக் கட்டும் இயக்கத்தில் இவனும் புதிதாகச் சேர்ந்துகொண்டான் என்பதாகிவிடும். எப்படியும் அந்தச்செய்தி வெளியில் சென்றுவிடும் என்று அவனுக்குத் தெரியும். போராளிகள் அமைப்புகளுக்கிடையே எந்த விஷயத்தில் உடன்பாடு இல்லாவிட்டாலும், ஆக்கிமிப்பாளர்களின் நண்பர்கள், கூட்டாளிகள் எல்லோருக்கும் மரணதண்டனைதான் வழங்கப்பட வேண்டும் என்பதில் மட்டும் எல்லோரும் உடன்படுவார்கள். அது மட்டுமன்றி, விஸ்கி அருந்துதல் என்பது இஸ்லாத்துக்கு எதிரானது – அது ராணுவக் கூட்டாளிகளாக இருப்பவர்கள், இல்லாதவர்கள் எல்லோருக்கும் பொருந்தும்.

மூஸா அந்தப் பாட்டிலை எடுத்துச்சென்று அங்கிருந்த சிற்றுண்டி மேடை மீது வைத்தான்.

“என் அப்பா குடிப்பதில்லை.”

“*அர்ர்ரே*, இதில் மறைப்பதற்கு என்ன இருக்கிறது? இதில் ஒன்றும் அவமானம் இல்லை. உங்கள் அப்பா குடிப்பார்! அது உங்களுக்கே தெரியும்! இந்த பாட்டிலை அவருக்காகவே வாங்கினேன். சரி போகட்டும், அவரிடம் நானே கொடுத்துவிடுகிறேன்.”

அம்ரிக் சிங் புன்னகை மாறாமல், அவனுடைய ஆட்களை மூஸாவைத் தொடர்ந்துசென்று பத்திரமாக வீட்டில் சேர்த்துவிடச் சொல்லி அனுப்பினான். எதிர்பார்த்தபடியே அனைத்தும் நடந்து முடிந்ததில் அவன் பெரிதும் மகிழ்ந்திருந்தான்.

விடிந்துகொண்டிருந்தது. இளஞ்சாம்பல் வானத்தில் கொஞ்சம் ரோஸ் தீற்றல். மரணித்திருந்த தெருக்களின் வழியே மூஸா வீட்டுக்கு நடந்தான். பத்திரமான இடைவெளியில் ஜிப்ஸி தொடர்ந்தது. டிரைவர் ஒவ்வொரு சோதனைச் சாவடியிலும் மூஸாவைச் சோதிக்காமல் அனுப்பும்படி வாக்கி டாக்கியில் கட்டளையிட்டுக்கொண்டே வந்தான்.

தோள்களில் படிந்திருக்கும் பனித்துகள்களோடு வீட்டுக்குள் நுழைந்தான். அவனுக்குள் சேகரமாகியிருந்த குளிரைவிட அதுவொன்றும் அதிகக் குளிராக இல்லை. அவன் முகத்தைப் பார்த்தவுடனேயே அவனுடைய பெற்றோர்களுக்கும் சகோதரிகளுக்கும் அவனை நிறுத்தி என்ன நடந்ததென்று கேட்பது உசிதமல்லவென்று தெரிந்துபோயிற்று. நேராக அவன் அறைக்குச் சென்று அவனைத் தேடிக்கொண்டு ராணுவத்தினர் வந்தபோது நிறுத்திவைத்திருந்த கடிதத்தை விட்ட இடத்திலிருந்து எழுதத் தொடங்கினான். உருதுவில் எழுதினான். மிக வேகமாக, அதுதான்

அவனுக்கிருந்த கடைசிக் கடமை என்பதைப்போல, அந்தக் குளிரோடு போட்டியிட்டுக்கொண்டு உடம்புச்சூடு அவனை விட்டு ஒரேயடியாக வடிந்து போவதற்குள் செய்து முடித்தாகவேண்டிய வேலை என்பதைப்போல.

மிஸ் ஜெபீனுக்கு எழுதிய கடிதம் அது.

பாபாஜானா,

நான் உன்னைப் பிரிந்து இருப்பதாக நினைக்கிறாயா? தப்பு. நான் உன்னை விட்டு எப்போதும் பிரிந்து இருப்பதில்லை. நீ எப்போதுமே என்னுடன்தான் இருக்கிறாய்.

உண்மைக் கதைகளைச் சொல்லவேண்டுமென்று கேட்டாய். இப்போதெல்லாம் உண்மை எதுவென்று எனக்குத் தெரிவதில்லை. உண்மையாக இருந்தவையெல்லாம் இப்போது பொய்யான தேவதைக் கதைகளைப் போலத் தெரிகின்றன – நான் உன்னிடம் வழக்கமாகச் சொல்கிற, உன்னால் தாங்கிக்கொள்ள முடியாமல் இருந்த கதைகள். எனக்கு நிச்சயமாகத் தெரிந்தது இது மட்டும்தான்: நமது கஷ்மீரில் இறந்துபோனவர்கள் எப்போதும் வாழ்ந்து கொண்டிருப்பார்கள்; உயிரோடு இருப்பவர்களெல்லாம் அவ்வாறு நடித்துக்கொண்டிருக்கும் இறந்தவர்கள்தாம்.

அடுத்தவாரம் உன்னுடைய அடையாள அட்டையை நீயே தயாரித்துக்கொள்வதைப் பற்றி நாம் முயற்சி செய்யப்போகிறோம். நம்மைவிட நமது அடையாள அட்டைகள் இப்போது முக்கிய மானவை, தெரியுமா ஜானா. நம்மிடம் இருக்க வேண்டிய மிகவும் மதிப்பு வாய்ந்த பொருள் அதுதான். மிக அழகாக நெய்யப்பட்ட கம்பளம், மிருதுவான, கதகதப்பான சால்வை, விஸ்தாரமான தோட்டம், நமது பள்ளத்தாக்கின் பழத்தோட்டங்களில் விளையும் செர்ரி, பாதாம், இவையெல்லாவற்றையும்விட மிகவும் மதிப்பு வாய்ந்தது அது. உன்னால் கற்பனை செய்ய முடிகிறதா? எனது அடையாள அட்டையின் எண் M108672J. இது ஓர் அதிர்ஷ்டமான எண் என்று நீ சொன்னாய், ஏனென்றால் M என்பது மிஸ், J என்பது ஜெபீன் என்றாய். அப்படியென்றால் இது என்னைச் சீக்கிரத்திலேயே உன்னிடமும் உன் அம்மிஜானிடமும் கூட்டி வந்துவிடும். ஆகவே சொர்க்கத்தில் உன் வீட்டுப்பாடங்களைச் செய்வதற்குத் தயாராக இரு. உன் நல்லடக்கத்துக்கு லட்சக்கணக்கானோர் வந்திருந்தார்கள் என்று நான் சொன்னால் அது உனக்குப் புரியுமா? உனக்கு ஐம்பத்து ஒன்பது வரை மட்டுமே எண்ணத் தெரியும், இல்லையா? எண்ணுதல் என்றா சொன்னேன்? கத்துவது என்று சொல்ல வேண்டும் – நீ ஐம்பத்து ஒன்பது வரைதான் கத்திச் சொல்வாய். நீ இப்போது எங்கே இருந்தாலும், அங்கே நீ கத்துவதில்லை என்றே நினைக்கிறேன். மென்மையாகப் பேசக் கற்றுக்கொள்ள வேண்டும், ஒரு பெண்ணைப் போல, சில நேரங்களில் மட்டுமாவது. லட்சம் என்ற எண்ணிக்கையை எப்படி உனக்கு விளங்க வைப்பேன்? அதுவும் இவ்வளவு பெரிய எண்ணாக இருக்கிறது. சரி, பருவகால விஷயங்களை வைத்து முயற்சி செய்யலாமா? வசந்த காலத்தில் மரங்களில் எவ்வளவு இலைகள்

இருக்கும், பனி உருகியதும் நீரோடைகளின் அடியில் எவ்வளவு கூழாங்கற்கள் தெரியும் என்று யோசித்துப்பார். புல்தரையில் சிவப்பு சிவப்பாக எவ்வளவு குட்டிப் பூக்கள் பூக்குமென்று யோசித்துப்பார். வசந்த காலத்தில் ஒரு லட்சம் என்றால் எவ்வளவு என்று உத்தேசமாக உனக்குப் புரியும். இலையுதிர் காலத்தில் பல்கலைக்கழக வளாகத்தில் நாம் உலாவச் சென்றபோது நம் காலடியில் எவ்வளவு சினார் மர இலைகள் உதிர்ந்திருந்தன என்று ஞாபகம் இருக்கிறதா? (அப்போது அங்கிருந்த ஒரு பூனைக்கு நீ ஒரு ரொட்டித்துண்டைக் கொடுத்தாய். அது வாங்கிக்கொள்ளவில்லை. உன்னை அது நம்பவில்லை என்பதற்காக அதன்மீது உனக்கு மிகவும் கோபம் வந்தது, ஞாபகம் இருக்கிறதா? ஆனால் *ஜானா*, நாம் எல்லோருமே அந்தப் பூனையைப் போலத்தான் மாறிக்கொண்டிருக்கிறோம். நம்மால் யாரையும் நம்ப முடிவதில்லை. அவர்கள் நமக்குத் தருகின்ற ரொட்டித்துண்டுகள் அபாயகரமானவை, ஏனென்றால் அவை நம்மை அடிமைகளாகக் கூழைக்கும்பிடு போடும் வேலைக்காரர்களாக மாற்றிவிடுகின்றன. அதனால் எங்கள் எல்லோரின்மீதும் உனக்குக் கோபம் வரக்கூடும்). போகட்டும். நாம் ஓர் எண்ணைப்பற்றிப் பேசிக்கொண்டிருந்தோம். ஒரு லட்சம். குளிர்காலத்தில் வானத்திலிருந்து பனித்திவலைகள் விழுமே, அவற்றை நாமெல்லாம் எடுத்து எண்ணுவோமே, ஞாபகம் இருக்கிறதா? அதை எப்படி ஓடியோடிப் பிடிப்பாய், ஞாபகம் இருக்கிறதா? அவ்வளவு ஆட்கள் என்பதுதான் ஒரு லட்சம். உனது நல்லடக்கத்தின்போது வந்திருந்த மக்கள் கூட்டம் பனியைப் போல நிலத்தை மூடியிருந்தது. உன்னால் அதைக் கற்பனை செய்து கொள்ள முடிகிறதா? அதுதான். அது எல்லோரும் மனிதர்கள்தான். ஆனால் எல்லாவற்றையும் மேற்பார்வை பார்த்துக்கொண்டிருந்த மலையிலிருந்து இறங்கிவந்த ஸ்லோத் கரடி, காட்டிலிருந்து பார்த்துக்கொண்டிருந்த மான், பனியில் இறங்கிக் கீழே வந்த பனிச்சிறுத்தைப் புலி, வானத்தில் வட்டமிட்டுக்கொண்டிருந்த பருந்துகள், இவற்றைப் பற்றியெல்லாம் நான் சொல்லப்போவ தில்லை. மொத்தத்தில் அது ஒரு கண்கொள்ளா நிகழ்வாக இருந்தது. நீ மிகவும் சந்தோஷமாக இருந்திருப்பாய், உனக்குக் கூட்டம் என்றால் பிடிக்கும், எனக்குத் தெரியும். நீ எப்போதுமே ஒரு பெருநகரப் பெண்ணாகத்தான் இருப்பாய். ஆரம்பத்திலேயே அது தெளிவாகத் தெரிந்துவிட்டது. சரி, இப்போது உன்னுடைய முறை. இனி நீ பேச வேண்டும் –

பாதி வாக்கியத்தில் குளிருடனான போட்டியில் அவன் தோற்றுப் போனான். எழுதுவதை நிறுத்திவிட்டு, கடிதத்தை மடித்து பாக்கெட்டில் வைத்துக்கொண்டான். அதனை அவன் ஒருபோதும் எழுதி முடிக்கவில்லை. ஆனால் அதை எப்போதும் தன்னுடனே வைத்திருந்தான்.

அவனுக்கு அதிக நேரம் இருக்கவில்லை என்பதை அறிந்தான். அம்ரிக் சிங்கின் அடுத்த நடவடிக்கை என்னவாக இருக்குமென்பதை முன்கூட்டியே ஊகித்துச் செயல்பட வேண்டும். விரைவாக. அவன் ஒரு காலத்தில் அறிந்திருந்த வாழ்க்கை இப்போது முடிந்துவிட்டது. கஷ்மீர் அவனை விழுங்கிவிட்டிருக்கிறது அதன் உள்ளூறுப்புகளில் அவனும் ஒன்றாகிவிட்டிருக்கிறான்.

அன்று முழுக்க அவன் செய்துமுடிக்க வேண்டிய பணிகளைக் கவனித்துக்கொண்டிருந்தான் – சேர்ந்துவிட்டிருந்த சிகரெட் கடன் தொகையைத் தீர்ப்பது, சில காகிதங்களை எரிப்பது, அவனுக்கு மிகவும் பிடித்தமான, தேவையான பொருட்களை எடுத்துவைத்துக்கொள்வது. அடுத்த நாள் காலை யெஸ்வி குடும்பம் கண்விழித்துப் பார்த்தபோது இன்னொரு துயரம் நடந்துவிட்டிருந்தது. மூஸாவைக் காணவில்லை. அவனுடைய சகோதரிகளில் ஒருத்திக்கு எழுதிவைத்திருந்த கடிதத்தில் அவன் ஷிராஸ் திரையரங்கில் பார்த்த பையனைப் பற்றியும் அவனுடைய தாயின் பெயரையும் முகவரியையும் குறிப்பிட்டிருந்தான்.

இவ்வாறாக அவனது தலைமறைவு வாழ்க்கைத் தொடங்கியது. அந்த வாழ்க்கையும் மிகச்சரியாக ஒன்பது மாதங்களே நீடித்தது – கர்ப்ப காலம் போல. ஆனால் இவ்விரண்டுக்கும் இடையில் பெரிய வேறுபாடாக, ஒரு புதிய உயிரின் வரவில் கர்ப்ப காலம் முடிவது போலல்லாமல், அந்தத் தலைமறைவுக் காலம் ஒருவிதமான மரணத்தில் முடிந்தது.

அவனது தலைமறைவுத் தினங்களில் மூஸா இடம்விட்டு இடம் மாறிய படியே இருந்தான். இரண்டு இரவுகள் தொடர்ச்சியாக ஒரு இடத்தில் தங்கியதில்லை. எப்போதும் அவனைச் சுற்றிலும் மக்கள் இருந்தார்கள் – காட்டு மறைவிடங்களில், வியாபாரிகளின் ஆடம்பர வீடுகளில், கடைகளில், கிடங்குகளில், ஸ்டோர் ரூம்களில் – எங்கெல்லாம் *தெஹ்ரீக்கைச்* சேர்ந்தவர்கள் அன்போடு ஏற்றுக்கொள்ளப்பட்டார்களோ அங்கெல்லாம் தங்கினான். ஆயுதங்களைப் பற்றி, எங்கே வாங்குவது, எப்படி அவற்றைக் கடத்திச்செல்வது, எங்கே மறைத்துவைப்பது, எப்படி உபயோகிப்பது என்று எல்லா விவரங்களையும் கற்றுக்கொண்டான். அவனுடைய அப்பா முன்பு அவன் உடம்பில் எங்கெல்லாம் தோல் தடித்து, காய்ப்புக் காய்த்திருக்கிறதாவென்று பார்த்தாரோ, அந்த இடங்களிலெல்லாம் – கால் முட்டிகளிலும் முழங்கையிலும் ஆள்காட்டி விரலிலும் – இப்போது அவனுக்குக் காய்ப்புகள் ஏற்பட்டிருந்தன. அவன் எப்போதும் ஒரு துப்பாக்கியைக் கூடவே வைத்திருந்தான், ஆனால் ஒருபோதும் உபயோகிக்கவில்லை. அவனுடன் பயணித்துக்கொண்டிருந்த சக தோழர்கள் எல்லோரும் அவனைவிட இளையவர்கள். அந்த முன் கோப, முரட்டுப் பையன்களோடு நெருக்கமான பிணைப்பு அவனுக்கு உண்டாகியிருந்தது. ஒவ்வொருவரும் மற்றவர்களுக்காக உயிரையே கொடுப்பதற்குத் தயாராக இருப்பவர்கள். அவர்கள் வாழ்க்கை மிகவும் குறுகியது. அவர்களில் பெரும்பாலோர் அந்த இளம்வயதிலேயே கொல்லப்படுவார்கள், சிறைக்குள் அடைக்கப்படுவார்கள், பயங்கரமான சித்திரவதைகளுக்குள்ளாக்கப்பட்டு மனநிலை பாதிக்கப்படுவார்கள். ஆனால் புதிய இளைஞர்கள் வந்து அவர்களுடைய இடத்தை நிரப்பிக் கொண்டே இருப்பார்கள். எவ்வளவோ வேட்டைகள், தாக்குதல்கள். மூஸா எப்படியோ ஒவ்வொரு முறையும் தப்பித்துக்கொண்டிருந்தான். அவனது பழைய வாழ்க்கையின் தொடர்புகள் படிப்படியாக (வேண்டு மென்றே) அழிக்கப்பட்டன. அவன் உண்மையில் யாரென்று யாருக்கும் தெரியவில்லை. யாரும் கேட்கவுமில்லை. அவன் குடும்பத்துக்கும் தெரியாது.

அவன் எந்தவொரு குறிப்பிட்ட இயக்கத்துடனும் இணைந்திருக்க வில்லை. கற்பனை செய்யமுடியாத மிருகத்தனங்களைக் கட்டவிழ்த்துக் கொண்டிருந்த அந்த அருவருப்பான யுத்தத்தின் மத்தியில், எந்தவிதமான அராஜகங்களுக்கு எதிராக அவர்கள் போராடி வருகிறார்களோ எத்தகைய கொடூரங்களை அவர்கள் அனுபவித்து வருகிறார்களோ அதைப்போன்ற செயல்களில் அவர்கள் ஈடுபடக்கூடாது என்று தன் சக தோழர்களைத் தன்னால் இயன்றவரை கட்டுப்படுத்திக்கொண்டு வந்தான். இம்முயற்சியில் அவன் முற்றிலும் தோல்வியடைந்ததாகவும் சொல்ல முடியாது. பின்னணிக்களத்தோடு இரண்டறக் கலந்துவிடுகிற, கூட்டத்தில் மறைந்துவிடுகிற, மாட்டிக்கொண்டால் அப்பாவிபோல உளறிப் பாசாங்கு செய்கிற, அறிந்த ரகசியங்களை மனதின் ஆழத்தில் புதைத்துவிட்டு அதை மறந்துவிடுகிற கலையை அவன் மெருகேற்றி மேம்படுத்தினான். வேலையற்றிருப்பதால் ஏற்படும் அயர்ச்சியைக் கையாள்வதை, சலிப்பைச் சகித்துக்கொள்வதை, அதை முறியடிப்பதை கற்றுக்கொண்டான். அவன் அதிகமாகப் பேசுவதில்லை. இரவு நேரங்களில் அந்த மௌனத்தின் அழுத்தத்தைத் தாங்க முடியாமல் அவன் உடல் உள்ளூறுப்புகள் சுவர்க்கோழியின் மொழியில் தங்களுக்குள் முணுமுணுத்துக் கொண்டன. மண்ணீரல் சிறுநீரகத்தைத் தொடர்பு கொண்டது. கணையம் மௌன வெறுமையைத் தாண்டி நுரையீரல்களிடம் கிசுகிசுத்தது:

ஹலோ

நான் பேசுவது கேட்கிறதா?

கேட்டுக்கொண்டிருக்கிறாயா?

அவன் மேலும் மேலும் உணர்வற்றவனாக, மௌனமானவனாக மாறிக் கொண்டிருந்தான். அவன் தலைக்கு வைக்கப்பட்ட விலை மிகவேகமாக உயர்ந்தது – ஒரு லட்சத்திலிருந்து மூன்று லட்சமாக. ஒன்பது மாதங்கள் கழிந்தன. திலோ கஷ்மீருக்கு வந்தாள்.

O O O

ஹஸ்ரத் நிஜாமுதீன் அவுலியா தர்க்காவையொட்டியிருந்த குறுகலான சந்துகள் ஒன்றிலிருந்த அந்த டீக்கடையில் வேலையிலிருந்து திரும்பி வந்துகொண்டிருந்த திலோ வழக்கம்போல நின்றிருந்தபோதுதான் அந்த இளைஞன் அவளை நெருங்கி, அவளுடைய பெயர் எஸ். திலோத்தமாவா என்று கேட்டு உறுதிசெய்துகொண்டு ஒரு சீட்டைக் கொடுத்தான்: *படகுத்துறை எண் 33, HB ஷாஹீன், தால் ஏரி. 20ஆம் தேதி தயவுசெய்து வா.* கீழே கையெழுத்து இல்லை. ஒரு மூலையில் பென்சிலில் சின்னதாக வரைந்த ஒரு குதிரைத் தலை. திலோ நிமிர்ந்து பார்த்தபோது அந்தப் பையனைக் காணவில்லை.

நேரு ப்ளேஸில் இருந்த ஒரு கட்டடக்கலையியல் நிறுவனத்தில் வேலை செய்துகொண்டிருந்த திலோ இரண்டு வாரங்கள் விடுப்பு எடுத்துக் கொண்டு ஜம்முவுக்கு ரயிலேறினாள். ஜம்முவிலிருந்து ஸ்ரீநகருக்கு அதிகாலை பேருந்து. அவளும் மூஸாவும் கொஞ்ச காலமாகத் தொடர்பில் இல்லை. அவர்களுக்கிடையில் எப்போதும் அப்படித்தான்.

அவள் இதற்கு முன் கஷ்மீருக்குச் சென்றதில்லை.

இந்தியாவுக்கும் கஷ்மீருக்கும் இடையேயுள்ள ஒரே இணைப்பான, மலைகளைக் குடைந்து உருவாக்கிய அந்த மிக நீண்ட குகைப்பாதையில் நுழைந்து அந்தப் பேருந்து வெளியே வரும்போது பிற்பகல் கடந்துவிட்டிருந்தது.

கஷ்மீர் பள்ளத்தாக்கில் இலையுதிர் காலம் என்பது அபரிமிதமான பகட்டுப் பருவம். பூத்திருக்கும் குங்குமப் பூக்களின் மங்கிய செந்நீல மூடாக்கின் மீது சூரியக் கதிர்கள் சாய்ந்திருந்தன. பழத்தோட்டங்கள் கனிகளால் கனத்திருக்க, சினார் மரங்கள் தீப்பற்றியதுபோல் மலர்ந்திருந்தன. திலோவின் சக பயணிகளுக்கு, அவர்களில் பெரும்பாலோர் கஷ்மீரிகள், வீசும் காற்றின் மணத்தை அடையாளம் பிரித்துச் சொல்ல முடிந்தது. ஆப்பிள் மணத்திற்கும் பேரிக்காய்களின் வாசனைக்கும், முற்றிய நெற்பயிர் வாசத்துக்கும் அடையாளம் பிரித்துக் காண்பது மட்டுமல்லாது, *யாருடைய* தோட்டத்து ஆப்பிளை, *யாருடைய* பேரிக்காய்களை, *யாருடைய* நெல்வயலைத் தாண்டிச் செல்கிறோம் என்பதையும் அவர்களால் சொல்ல முடிந்தது. அவர்கள் அனைவரும் நன்கறிந்த வேறொரு வாசனையும் இருந்தது. பேரச்சத்தின் வாசனை. அது அந்தக் காற்றைத் துவர்ப்பாக்கி அவர்கள் உடல்களைக் கல்லாக்கியிருந்தது.

இரைச்சலுடன் தடதடத்துச் சென்ற பேருந்து, பேச்சுமூச்சின்றி ஸ்தம்பித்த பயணிகளோடு பள்ளத்தாக்கில் இறங்கிச் செல்லச்செல்ல, இறுக்கம் தொட்டுணரக்கூடிய அளவுக்கு அதிகரித்துக்கொண்டே வந்தது. ஒவ்வொரு ஐம்பது மீட்டருக்கும் சாலையின் இருபுறங்களிலும் ஆயுதங்களோடு ராணுவ வீரர்கள், எதற்கும் தயாராக, விழிப்புடன், அபாயகரமான விறைப்புடன் நின்றிருந்தனர். வயல்களிலும் பழத்தோட்டங்களுக்கு உள்ளேயும் பாலங்களிலும் மதகுகளிலும் கடைகளிலும் கடைத்தெருக்களிலும் வீட்டுக் கூரைகள் மீதும் ஒருவர் மற்றவருக்குக் கூடுதல் பாதுகாப்பு வளையமாக, மலையுச்சிக்குச் செல்லும்வரை சங்கிலித் தொடராக ராணுவ வீரர்கள் நின்றிருந்தனர். அந்த மகத்தான கஷ்மீர் பள்ளத்தாக்கின் ஒவ்வொரு பகுதியிலும், மக்கள் என்ன நடந்துகொண்டு, தொழுதுகொண்டு, குளித்துக்கொண்டு, சிரித்துக்கொண்டு, பாதாங்கொட்டைகளை உடைத்துக் கொண்டு, காதலித்துக்கொண்டு, வீட்டுக்குப் பேருந்தில் சென்றுகொண்டு என என்ன செய்துகொண்டிருந்தாலும் அவர்கள் எல்லோருமே ஏதோ வொரு ராணுவவீரனின் துப்பாக்கி எல்லையில் இருந்தனர். ராணுவ வீரர்களின் துப்பாக்கி எல்லைக்குள் அவர்கள் இருந்ததால், அவர்கள் என்ன செய்துகொண்டிருந்தாலும் – நடந்துகொண்டு, தொழுதுகொண்டு, குளித்துக்கொண்டு, சிரித்துக்கொண்டு, பாதாங்கொட்டைகளை உடைத்துக் கொண்டு, காதலித்துக்கொண்டு, வீட்டுக்குப் பேருந்தில் சென்றுகொண்டு – எப்போதும் குறி தப்பாத இலக்காகவே இருந்துவந்தனர்.

ஒவ்வொரு சோதனைச் சாவடியிலும் வாகனங்கள் தடுத்து நிறுத்தப் பட்டன. இரும்பு முட்களால் தடுப்பு ஒன்று அமைக்கப்பட்டுத் தரையோடு கிடத்தப்பட்டிருந்தது. தடையை மீறிச்செல்லும் வாகனங்களின் டயர்களைக் குத்திக் கிழித்துவிடக்கூடிய, சோதனைகள் முடிந்ததும் விலக்கிக் கொள்ளப்படும் முள்தடுப்புகள். ஒவ்வொரு சோதனைச் சாவடியிலும் அந்தப் பேருந்து நிறுத்தப்பட்டுப் பயணிகளை கீழே இறங்கச் சொல்லி,

அவர்களின் பைகளைச் சோதனையிட்டனர். ராணுவ வீரர்கள் பேருந்தின் கூரைமீதேறி அங்கிருந்த மூட்டை முடிச்சுகளை அவிழ்த்துப் பார்த்தனர். பயணிகள் தமது பார்வைகளைத் தாழ்த்திக்கொண்டனர். ஆறாவது அல்லது ஏழாவது சோதனைச் சாவடியில் வேனுக்குள் இருப்பவர்கள் ரகசியமாகப் பார்ப்பதற்கு ஏதுவாகச் சின்னத் துவாரங்களுடன் மூடப்பட்டிருந்த சன்னல்கள் கொண்ட கவச வண்டி ஒன்று நின்றிருந்தது. அந்த ஜிப்ஸி வண்டிக்குள் மறைந்திருக்கும் நபரோடு ஆலோசித்தபடியே ஓர் இளம் திக்குவாய் அதிகாரி பயணிகள் வரிசையிலிருந்த மூன்றுபேரைத் தனியாகப் பிரித்தெடுத்தார் – *நீ, நீ அப்புறம் நீ.* அவர்களை ராணுவ வண்டி ஒன்றுக்குத் தள்ளிக்கொண்டு செல்ல, அந்த இளைஞர்களும் ஆட்சேபிக்காமல் சென்றனர். பயணிகள் தமது பார்வைகளைத் தாழ்த்திக்கொண்டனர்.

பேருந்து ஸ்ரீநகரை வந்தடைந்தபோது பொழுது சாய்ந்துகொண்டிருந்தது.

அந்தப் பருவத்தில் அச்சிறிய நகரமான ஸ்ரீநகர், வெளிச்சத்தோடு சேர்ந்து அதுவும் அடங்கிவிடும். கடைகள் மூடப்படும். தெருக்கள் காலியாகிவிடும்.

பேருந்து நிறுத்தத்தில் ஒருவன் திலோவை நெருங்கி அவள் பெயரைக் கேட்டான். அதற்குப் பிறகு திலோ ஒருவர் மாற்றி ஒருவர் எனக் கைமாறி செலுத்தப்பட்டுக்கொண்டே வந்தாள். பிறகு ஒரு ஆட்டோ ரிக்‌ஷா அவளைப் பேருந்து நிலையத்திலிருந்து ஒரு அகன்ற நிழற்சாலைக்குக் கொண்டுவந்து இறக்கிவிட்டது. ஏரியை ஒரு ஷிகாராவில் கடந்தாள். அதில் உட்காரும்படியான அமைப்பு இல்லாமல், சாய்விருக்கை மட்டுமே இருந்தது. பளிச்சிடும் வண்ணப் பூக்களின் அலங்காரத்தோடிருந்த ஒரு குஷன் சாய்விருக்கையில் திலோ சாய்ந்துகொண்டாள். கணவனின்றித் தேனிலவுக்கு ஒற்றையாக வந்திருக்கும் புது மனைவிபோல. அதை ஈடுகட்டுவதுபோல, ஏரித் தண்ணீரில் அசைந்துகொண்டிருக்கும் நீர்த்தாவரங்களை அளைந்தபடிச் செல்லும் படகோட்டியின் துடுப்புகள் இதய வடிவத்தில் இருப்பதாகத் திலோ நினைத்துக்கொண்டாள். ஏரி மரண அமைதியில் இருந்தது. துடுப்புகள் தண்ணீரில் எழுப்பும் சீரான விளாவல் ஒலி, கஷ்மீர் பள்ளத்தாக்கின் உலைவுற்ற இதய ஒலியாக இருக்கக் கூடும்.

ப்ளிஃப்

ப்ளிஃப்

ப்ளிஃப்

ஏரியின் மறுகரையில் கன்னத்தோடு கன்னம் ஒட்டி நிறுத்தப்பட்டிருந்த படகுவீடுகள் – HB ஷாஹீன், HB ஜன்னத், HB க்வீன் விக்டோரியா, HB டெர்பிஷையர், HB ஸ்நோ வியூ, HB டெஸர்ட் பிரீஸ், HB ஜம்–ஜம், HB குல்ஷன், HB நியூ குல்ஷன், HB குல்ஷன் பேலஸ், HB மண்டாலே, HB க்ளிஃப்டன், HB நியூ க்ளிஃப்டன் – இருண்டு, காலியாக இருந்தன.

HB என்றால் என்னவென்று திலோ கேட்டதற்கு, ஹவுஸ் போட் என்றான் படகோட்டி.

அங்கிருந்தவற்றிலேயே HB ஷாஹீன்தான் சின்னதாக, அவலட்சணமாக இருந்தது. ஷிகாரா அதனருகே சென்று நின்றதும், ஒரு குள்ளமான மனிதன் வெளிப்பட்டுத் திலோவை வரவேற்றான். அவன் அணிந்திருந்த பழுப்பு நிற ஃபெரான் அங்கி கணுக்கால்வரை நீண்டு தொளதொளவென்றிருக்க அதற்குள் அவன் ஒளிந்துகொண்டிருப்பதைப் போலிருந்தது. அவன் பெயர் குல்ரேஸ் என்று பிறகு தெரிந்துகொண்டாள். அவளைப் பிறந்ததிலிருந்தே அறிந்திருப்பவன் போலவும் அவள் இப்போதுதான் மார்க்கெட்டிலிருந்து காய்கறிகள் வாங்கிக்கொண்டு வந்திருப்பதைப் போலவும் அவளை உற்சாகமாக வரவேற்றுப் படகுவீட்டின் உள்ளே அழைத்துச்சென்றான். விநோதமாக மெலிந்திருந்த கழுத்தின் மேல் அவன் தலை அசாதாரணமாகப் பெருத்திருந்தது. வலுவான அகன்ற தோள்கள். அவன் அந்தப் படகுவீட்டின் சிறிய சமையலறையைக் கடந்து, தரைவிரிப்பிட்ட குறுகலான படுக்கையறைக்கு அவளை அழைத்துச்சென்றான். பூனைக்குட்டிகளின் முனகல்கள் கேட்டன. தகப்பன் மகளைப் பார்ப்பதுபோல அவனுடைய அற்புதமான மரகதக் கண்கள் பளிச்சிட, தலையைத் திருப்பித் திலோவைப் பார்த்துப் பெருமிதமாகச் சிரித்தான்.

பூத்தையலிட்ட படுக்கை விரிப்புடன் இருந்த இரட்டைக் கட்டிலைவிட அந்த இடுக்கமான அறை, சற்றே பெரியதாக இருந்தது. கட்டிலையொட்டியிருந்த மேசையில் பூப்போட்ட பிளாஸ்டிக் ட்ரேவில் சரிகைச் சித்திர வேலைப்பாடுகளுடன் வெண்கலத் தண்ணீர் கூஜாவும் இரண்டு வண்ணத் தம்பளர்களும் ஒரு சிறிய சி.டி.பிளேயரும் இருந்தன. தரையில் விரிக்கப்பட்டிருந்த இழையிழையாகக் கிழிந்த கார்ப்பெட்டிலும் நுட்பமான தோரணிகள். அலமாரியின் கதவுகளில் அநாவசிய அலங்காரங்கள், மரத்தாலான கூரையில் குழியலங்காரம். சிக்கலான பாங்கமாக்கலில் காகிதக் குப்பைக் கூடை. சுற்றிலும் எந்த ஒரு சின்ன இடத்திலாவது அலங்கார வேலைப்பாடோ பாங்கமாக்கலோ பூத்தையலோ மரச்சிற்ப வேலைகளோ சரிகையலங்காரமோ இல்லாமலிருக்கிறதாவென்று திலோ தேடிப்பார்த்தாள். கிடைக்காதபோது கவலை கடல் ஓதம்போல அவளுக்குள் உயர்ந்தது. மரச்சன்னலைத் திறந்தவுடன் சில அடி தூரத்தில் பக்கத்தில் நிறுத்தப்பட்டிருந்த படகுவீடுதான் இருந்தது. நடுவிலிருந்த இடைவெளியில் காலி சிகரெட் பாக்கெட்டுகளும் சிகரெட் துண்டுகளும் தண்ணீரில் மிதந்தன. பையைக் கீழே வைத்துவிட்டு முன்தாழ்வாரத்துக்கு வந்து, சிகரெட் ஒன்றைப் பற்றவைத்துக்கொண்டு கண்ணாடியாக விரிந்திருந்த ஏரி வெள்ளித் தகடாக மாறுவதைப் பார்த்துக்கொண்டிருந்தாள். வானில் முதல் நட்சத்திரங்கள் தோன்றத் தொடங்கின. மலையை மூடியிருந்த உறைபனி இருட்டு கவிழத் தொடங்கிய பிறகும் கொஞ்ச நேரத்துக்கு பாஸ்பரஸ்போல ஒளிர்ந்துகொண்டிருந்தது.

அந்தப் படகில் அடுத்த நாள் முழுக்க அவள் காத்துக்கொண்டிருந்தாள். குல்ரேஸ் அழுக்கில்லாத அறைகலன்களைத் துடைத்துக்கொண்டிருந்தான். அதன்பின் படகுக்குப் பின்னால் ஏரிக்கரையில் அவன் வளர்த்திருந்த காய்கறித் தோட்டத்தின் ஊதாநிறக் கத்தரிக்காய்களிடமும் 'ஹாக்' கீரையின் அகலமான இலைகளிடமும் அவன் சுவாரஸ்யமாகப் பேசிக் கொண்டிருந்ததைத் திலோ வேடிக்கை பார்த்துக்கொண்டிருந்தாள். எளிமையான மதிய உணவை முடித்துக்கொண்டபின் *See! Buy! Fly!*

என்று அச்சிட்டிருந்த ஒரு பெரிய மஞ்சள்நிற விமான நிலைய 'டியூட்டி–ஃப்ரீ' ஷாப்பிங் பையில் அவன் சேகரித்துவைத்திருந்த பொருட்களை அவளிடம் காட்டினான். ஒவ்வொன்றாக எடுத்துச் சாப்பாட்டு மேசைமீது கடை பரப்பினான். அவனைப் பொறுத்தவரை அது அவனது பாணியிலான 'பார்வையாளர் பதிவேடு': ஒரு காலியான போலோ ஆஃப்டர் ஷேவ் லோஷன் பாட்டில், விதவிதமான பழைய விமான நுழைவு அட்டைகள், சின்ன பைனாகுலர், ஒரு பக்கக் கண்ணாடி விழுந்த கூலிங் கிளாஸ் ஒன்று, ஒரு பழைய *Lonely Planet* கைடு புத்தகம், ஒரு கான்டாஸ் விமான டாய்லெட் பை, சின்ன டார்ச்லைட், ஒரு பாட்டில் கொசு விரட்டி, ஒரு பாட்டில் வெயில் களிம்பு, காலாவதியான வயிற்றுப்போக்கு மாத்திரை அட்டை, பழைய சிகரெட் டின்னுக்குள் சுருட்டிவைத்திருக்கும் 'மார்க் & ஸ்பென்ஸர்' லேடீஸ் நிக்கர்கள். பிரித்துக் காட்டிய அந்த நிக்கர்களை மீண்டும் ஒரு மென்மையான சுருட்டைப்போலச் சுருட்டி அந்த டின்னுக்குள் அடைத்துவிட்டு அவளை ஓரக்கண்ணால் பார்த்து இளித்தான். திலோ அவளது ஜோல்னாப் பைக்குள் தேடி ஒரு சின்ன ஸ்ட்ராபெரி வடிவ அழி ரப்பரையும், க்ளட்ச் பென்சில்கள் கொண்ட ஒரு சின்னக் குப்பியையும் அவனது சேகரிப்புக்குக் கொடுத்தாள். குல்ரேஸ் புளகாங்கிதத்தோடு அந்தக் குப்பியின் மூடியைத் திறந்து, மீண்டும் மூடினான். கொஞ்ச நேரத்துக்குச் சிந்தனையோடு ஆராய்ந்துவிட்டு, அழிரப்பரை பிளாஸ்டிக் பைக்குள் வைத்துவிட்டுக் குப்பியையும் உள்ளே வைத்தான். வெளியே சென்று ஒரு போஸ்ட்கார்டு அளவிலான புகைப்படத்தை எடுத்துவந்து காட்டினான். அந்தப் படகுவீட்டுக்குக் கடைசியாக வந்தவர் பரிசளித்த இரண்டு பூனைக் குட்டிகளை அந்தப் படத்தில் அவன் உள்ளங்கையில் தூக்கிவைத்துக்கொண்டிருந்தான். அந்தப் புகைப்படத்தை ஏதோ அவனுக்களிக்கப்பட்ட பரிசுச் சான்றிதழைப்போல இரண்டு கைகளிலும் மரியாதையாகப் பிடித்து அவளிடம் பார்ப்பதற்கு நீட்டினான். திலோ தலைவணங்கி அதை வாங்கிக்கொண்டாள். அவர்களிடையிலான பண்டமாற்று முழுமையடைந்தது.

திலோவின் தயக்கமான இந்திக்கும் அவனது தடுமாற்றமான உருதுக்கும் இடையே நிகழ்ந்த உரையாடலின் மூலமாக குல்ரேஸ் 'மூஸ – காக்' என்று குறிப்பிடுவது மூஸாவை என்று புரிந்துகொண்டாள். ஒரு பழைய உருதுச் செய்தித்தாளை எடுத்துவந்து அதில் வெளியாகியிருந்த ஒரே நாளில் மிஸ் ஜெபீனும் அவளுடைய தாயும் மற்றவர்களும் சுட்டுக் கொல்லப்பட்ட செய்தியையும் படங்களையும் காட்டினான். அந்த செய்தித்தாளை மாறிமாறி முத்தமிட்டான். அந்தப் படங்களில் இருந்த ஒரு குட்டிப் பெண்ணையும் இளம்பெண்ணையும் சுட்டிக் காட்டினான். அவன் பேசியதை, காட்டியதை ஒன்றாகப் பொருத்தித் திலோ மெதுவாக அந்தச் செய்தியை உள்வாங்கிக்கொண்டாள்: அந்தப் பெண் மூஸாவின் மனைவி. அந்தக் குழந்தை அவர்களுடைய மகள். புகைப்படங்கள் மோசமாக அச்சிடப்பட்டிருந்ததால் அவர்களுடைய முகங்களைத் தெளிவாகப் பார்க்க முடியவில்லை. தான் சொல்வதைத் திலோ சரியாகப் புரிந்துகொள்ள வேண்டுமென்பதற்காக குல்ரேஸ் இரு உள்ளங்கைகளையும் ஒன்றாகச் சேர்த்துத் தலையணை போலாக்கி அதன்மீது தலையைச் சாய்த்து, குழந்தையைப் போலக் கண்களை மூடிக்காட்டினான். பின் கையை உயர்த்தி வானத்தைச் சுட்டிக்காட்டினான்.

அவர்கள் சொர்க்கத்துக்குப் போய்விட்டார்கள்.

மூஸாவுக்குத் திருமணம் ஆனது திலோவுக்குத் தெரியாது.

அவன் அவளுக்குச் சொல்லவில்லை.

அவன் சொல்லியிருக்க வேண்டுமா?

ஏன் சொல்லியிருக்க வேண்டும்?

அவள் எதற்கு வருத்தப்பட வேண்டும்?

அவனை விட்டுச் சென்றது அவள்தான்.

ஆனால் அவள் வருந்தினாள்.

அவனுக்குத் திருமணமானதற்காக அல்ல, அவளிடம் சொல்லாததற்காக.

அன்று முழுக்க அவள் தலைக்குள் அபத்தமான மலையாள மழலையர் பாட்டு ஒன்று திரும்பத் திரும்ப ஒலித்துக்கொண்டிருந்தது. மழைக்காலங்களில் சின்னக் குழந்தைகள் – அவளும் அவர்களில் ஒருத்தி – தேங்கிய மழைத் தண்ணீரில் குதித்து விளையாடி, அதீதப் பச்சையில் செடிகொடிகள் மண்டிக்கிடக்கும் ஆற்றங்கரையில் மழையில் நனைந்தபடிக் கிறீச்சிட்டுக் கத்திக்கொண்டு பாடுகின்ற பாட்டு அது.

டம்! டம்! பட்டாளம்
சாரிண்டே வீட்டில் கல்யாணம்
ஆன பிண்டம் சோறு
அட்ட வறுத்தது உப்பேரி
கோழி தீட்டம் சம்மந்தி

டம்! டம்! ராணுவ மேளம்
ஐயா வீட்டில் கல்யாணம்
யானைச் சாணிதான் சோறாம்
வறுத்த அட்டைதான் வற்றலாம்
கோழிப் பீ தான் சட்னியாம்

அவளால் புரிந்துகொள்ள முடியவில்லை. அவள் இப்போது தெரிந்துகொண்ட விஷயத்துக்கு இதைவிடப் பொருத்தமான வேறோர் எதிர்வினை இருக்கக்கூடுமோ? ஐந்துவயதுக்குப் பிறகு இந்தப் பாட்டு அவளுக்கு ஒருபோதும் நினைவில் வந்ததில்லை. இப்போது ஏன்?

ஒருவேளை அவள் தலைக்குள் மழைபெய்துகொண்டிருந்ததால் இருக்கலாம். மூஸாவின் கொடுங்கனவுகளைத் தனக்கானதாக இணைத்துப் பார்க்கும் சிக்கலான எண்ணப் பின்னல்களைப் புரிந்துகொள்ள முயலும் அபத்தத்தைத் தாங்கமுடியாமல் மனம் தன்னைச் செயலிழக்க வைத்துக் கொண்டு தப்பிப் பிழைக்க வழிதேடிக்கொள்ளும் உத்தியாக இது இருக்கக் கூடும்.

கஷ்மீரில் கொடுங்கனவுகள் வரையறையற்ற குணம் கொண்டவை என்று அவளுக்கு எடுத்துச்சொல்ல சுற்றுலா வழிகாட்டி யாரும் அருகில் இல்லை. அவை தமது உரிமையாளருக்கு விசுவாசமாக இருப்பதில்லை என்பதையும், மற்றவர் கனவுகளுக்குள் அவை வேண்டுமென்றே பிரவேசித்து விடுகின்றன என்பதையும்,எந்த எல்லைக்கோட்டையும் அவை மதிப்பதில்லை

என்பதையும், பதுங்கியிருந்து எதிர்பாராத் தாக்குதல் நடத்துவதில் அவற்றைப் போன்ற கலைஞர்கள் வேறு யாருமில்லையென்பதையும் அவளிடம் யாரும் எடுத்துச் செல்லவில்லை. அவற்றைக் கட்டுக்குள் அடக்கிவைப்பதற்கு எந்தக் காப்பரண்களோ வேலிகளோ இல்லை. கஷ்மீரைப் பொறுத்தவரை இந்தக் கொடுங்கனவுகளைக் கையாளுவதற்குள்ள ஒரே வழி அவற்றைப் பழைய நண்பர்களைப்போலத் தழுவிக்கொள்வதும் பழைய எதிரிகளைப்போலச் சமாளிப்பதும் மட்டுமே. இதை அவள் நிச்சயமாகக் கற்றுக்கொள்ளப் போகிறாள். வெகுசீக்கிரமே.

திலோ படகின் நுழைவு நடையில் மெத்தையைப் போலிருந்த பெஞ்சில் அமர்ந்துகொண்டு அவளது இரண்டாவது சூரிய அஸ்தமனத்தைப் பார்த்துக் கொண்டிருந்தாள். ஏரியின் ஆழத்திலிருந்து எழும்பிவந்த ஒரு சோர்வுற்ற ராத்திரி மீன் (கொடுங்கனவுகளோடு உறவு இருப்பதாகத் தெரியவில்லை) நீரில் படிந்திருந்த மலைகளின் பிம்பத்தை விழுங்கியது. முழுசாக. குல்ரேஸ் மேசையில் இருவருக்கான இரவு உணவை வைத்துக்கொண்டிருந்தான் (இரண்டு பேருக்கு. அவனுக்கு நிச்சயமாக ஏதோ தெரிந்திருக்கிறது) மூஸா திடீரென்று, சத்தமேயில்லாமல், படகின் பின்பகுதியிலிருந்து வந்தான்.

“சலாம்.”

“சலாம்.”

“வந்துவிட்டாய்.”

“ஆமாம்.”

“எப்படி இருக்கிறாய்? பயணம் எப்படியிருந்தது?”

“ஓகே. நீ?”

“ஓகே.”

திலோவின் தலைக்குள்ளிருந்த பாட்டு ஒரு சிம்பொனியாக விரிந்தது.

“மன்னித்துக்கொள். வருவதற்கு ரொம்பவும் தாமதமாகிவிட்டது.”

இதற்குமேல் எந்த விளக்கத்தையும் அவன் தரவில்லை. சற்று மெலிந்திருப்பதைத் தவிர அவன் அதிகம் மாறியிருக்காவிட்டாலும் கிட்டத்தட்ட அடையாளமே தெரியாமல் இருந்தான். சில நாட்களாக முகச்சவரம் செய்யாமல் கிட்டத்தட்ட தாடியே வளர்ந்திருந்தது. கண்கள் ஒரே நேரத்தில் மங்கியும் இருண்டும் தெரிந்தன, ஏதோ அவற்றை அடிக்கடி தோய்த்ததில் ஒரு நிறம் சாயமிழந்தும் மற்றொன்று மாறாமலும் இருப்பதைப்போல. பழுப்பும் பச்சையும் கலந்த விழிப்படலத்தைச் சுற்றி யிருந்த கருவளையம் முன்பு இருந்ததாக ஞாபகமில்லை. அவனது உருவரை – இந்த உலகில் அவன் உருவாக்கியிருந்த வடிவம் – இப்போது எந்த விதத்திலோ தெளிவற்றதாகியிருப்பதை, விளிம்புகளில் கலைந்திருப்பதைத் திலோ கவனித்தாள். முன்பைவிட இப்போது அவனைச் சுற்றியுள்ள சூழலோடு அவன் ஒன்றுகலந்திருந்தான். எங்கு திரும்பினாலும் இங்கு பார்க்க முடிகிற, எல்லோரும் அணிந்துகொண்டிருக்கிற தொளதொளப்பான பழுப்புநிற கஷ்மீர் ஃபெரானையே அவனும் அணிந்திருப்பதால் அல்ல. அவன் தலையிலிருந்து கம்பளிக்குல்லாயை எடுத்தபோது நிறையவே

தலை நரைத்திருப்பது தெரிந்தது. அவள் அதைக் கவனித்துவிட்டாள் என்பதை அவன் கவனித்துவிட்டுச் சுய பிரக்ஞையோடு தலையைக் கோதிக் கொண்டான். வலுவான, குதிரை வரையும் விரல்கள். காய்ப்பு காய்த்திருந்த ஆள்காட்டி விரல். அவள் வயதுதான் அவனுக்கும். முப்பத்திதொன்று.

அவர்களுக்கிடையிலிருந்த மௌனம் அவர்களால் மட்டுமே கேட்க முடிந்த அக்கார்டியனில் வாசிக்கும் ஒரு ராகத்தின் உக்காரம்போலப் பரந்து விரிந்து, பின் அடங்கியது. அவளுக்குத் தெரியும் என்று அவனுக்குத் தெரியும் என்று அவளுக்குத் தெரியும் என்று அவனுக்குத் தெரியும். அவர்களுக்கிடையில் எப்போதும் அப்படித்தான்.

குல்ரேஸ் ஒரு ட்ரேவில் தேநீரோடு வந்தான். அவனிடமும்கூட பெரிய அளவில் வரவேற்பு விசாரிப்புகள் இல்லை. மிக சகஜமான பரிச்சய உறவு. பாசம் என்றும் சொல்லலாம்போல. மூஸா அவனை ‘குல்–காக்’ என்றும், சிலமுறை ‘*மௌட்*’ என்றும் அழைத்தான். அவனுக்காகக் காதுவலிக்குச் சொட்டு மருந்து வாங்கிவந்திருந்தான். அங்கு நிலவிய தயக்கத்தை அந்தச் சொட்டு மருந்து உடைத்தது. அது சொட்டு மருந்துகளுக்கே இருக்கும் தனித்துவம்.

“இவனுக்குக் காது வலி. பயந்து போயிருக்கிறான். நடுங்கிக்கொண்டிருக்கிறான்,” மூஸா விளக்கினான்.

“இவன் வலியில் இருந்தாற்போல தெரியவில்லையே? நன்றாகத்தான் இருந்தான்.”

“வலியால் பயம் இல்லை. இவனுக்கு வலியே இல்லை. இவனைச் சுட்டுக்கொன்றுவிடுவார்களோ என்று பயப்படுகிறான். இவனுக்குக் காது சரியாகக் கேட்கவில்லை என்கிறான். சோதனைச் சாவடிகளில் அவர்கள் ‘நில்!’ என்று சொல்லும்போது காது கேட்காமல் போய்விடுமோ என்று இவனுக்குக் கவலை. சிலநேரங்களில் அவர்கள் முதலில் போகச்சொல்லி அனுமதித்துவிடுவார்கள், அப்புறம் திடீரென்று நினைத்துக்கொண்டு ‘நில்!’ என்று உத்தரவிடுவார்கள். அப்போது காதில் விழாவிட்டால் . . .”

அறையில் இருந்த இறுக்கத்தை (காதலை) உணர்ந்துகொண்ட குல்ரேஸ், அதை இலகுவாக்குவதற்குத் தன்னால் செய்யக்கூடியது என்னவென்று உணர்ந்து, நாடகத்தனமாகத் தரையில் மண்டியிட்டு அமர்ந்தான். மூஸாவின் மடியில் தன் தலையைச் சாய்த்துக்கொண்டு, தனது பெரிய காலிபிளவர் செவியில் சொட்டுமருந்து விடுவதற்குக் காட்டினான். இரண்டு காலிபிளவர்களிலும் சொட்டு மருந்தை விட்டு, பஞ்சுருண்டைகளை அடைத்துவிட்டு மூஸா அவனிடம் மருந்து பாட்டிலைக் கொடுத்தான்.

“பத்திரமாக வைத்துக்கொள். நான் இங்கே இல்லாதபோது இவர்களிடம் கேள். இவர்கள் உனக்கு மருந்து விடுவார்கள்,” என்றான். “இவர் என் நண்பர்தான்.”

குல்ரேஸ் பிளாஸ்டிக் மூக்குடன் இருந்த அந்தக் குட்டி பாட்டிலை பயபக்தியோடு வாங்கிக்கொண்டு, அது இருக்க வேண்டிய இடம் அவனது

See! Buy! Fly! பார்வையாளர் பதிவேட்டில்தான் என்று முடிவெடுத்து அதற்குள் வைத்து, திலோவிடம் ஒப்படைத்தான். அவளைப்பார்த்து பிரகாசமாகச் சிரித்தான். கொஞ்ச நேரத்துக்கு அவர்கள் உடனடியாக ஒரு குடும்பத்தை உருவாக்கிவிட்டனர். அப்பா கரடி, அம்மா கரடி, குட்டிக் கரடி.

அவர்களில் குட்டிக் கரடிதான் மிகவும் மகிழ்ச்சியாக இருந்தது. இரவு உணவுக்கு ஐந்துவித மாமிச உணவுகளைச் சமைத்திருந்தான்: *குஷ்டாபா, ரிஸ்டா, மார்ட்ஸ்வங்கன் குர்மா, ஷமி கெபாப், சிக்கன் யாக்னி*.

“ஏகப்பட்ட வகைகள்,” என்றாள் திலோ.

“மாடு, வெள்ளாடு, கோழி, செம்மறியாடு . . . அடிமைகள் மட்டும்தான் இப்படி சாப்பிடுவார்கள்,” என்றபடி மூஸா தனது தட்டில் அம்பாரமாகக் குவித்துக்கொண்டான். “எங்கள் வயிறுகளெல்லாம் மயானங்கள்.”

இவ்வளவு உணவுவகைகளையும் குட்டிக் கரடி தனி ஆளாகச் சமைத்திருப்பான் என்பதைத் திலோவால் நம்ப முடியவில்லை.

“இவன் நாள் முழுக்கக் கத்திரிக்காய்களோடு பேசிக்கொண்டு, பூனைக்குட்டிகளோடு விளையாடிக்கொண்டிருந்தான். இவன் சமைப்பதையே நான் பார்க்கவில்லை.”

“நீ வருவதற்கு முன்பாகவே சமைத்துவிட்டிருப்பான். இவன் ஒரு பிரமாதமான சமையல்காரன். இவனுடைய அப்பா ஒரு வாஸா, தொழில்முறை சமையல்காரர். ‘காட்ஸில்லா’வின் கிராமத்தைச் சேர்ந்தவன்.”

“எதற்காக இவன் இங்கே தனியாக இருக்கிறான்?”

“தனியாக இல்லை. இவனைச் சுற்றிலும் கண்களும் காதுகளும் இதயங்களும் இருக்கின்றன. இவனால் அந்தக் கிராமத்தில் இருக்க முடியாது . . . அது இவனுக்கு மிகவும் ஆபத்தானது. குல்–காக்கை நாங்கள் ‘*மௌட்*’ என்று கூப்பிடுவோம்–அவனுக்கென்று ஒரு உலகத்தில் வசிப்பவன். இவனுக்கென்று தனிச் சட்டங்கள். சில விஷயங்களில் உன்னைப் போலத்தான்,” மூஸா தலையை உயர்த்தித் தீவிரமான முகபாவத்துடன், சிரிக்காமல் திலோவைப் பார்த்துச் சொன்னான்.

“எப்படி? ஒரு முட்டாளாக? கிராமத்து முட்டாளாக?” திலோவும் சிரிக்காமல் மூஸாவைப் பார்த்தாள்.

“இல்லை, ஒரு விசேஷமான பிறவி என்றேன். ஆசீர்வதிக்கப்பட்ட பிறவி.”

“ஆசீர்வதிக்கப்பட்டதா, யாரால்? யாரையாவது ஆசீர்வதிப்பது என்றால் திருப்பிப்போட்டு ஓப்பது.”

“அழகான ஆத்மாவினால் ஆசீர்வதிக்கப்பட்டது என்று சொன்னேன். இங்கே எங்கள் *maet*யை – உபயதாரரை – பெரிதும் மதிக்கிறோம்.”

மூஸாவுக்கு இத்தகைய ரத்தினச் சுருக்கமான அபச்சார வாசகங்களை, அதுவும் ஒரு பெண்ணின் வாயிலிருந்து வருவதைக் கேட்டு வெகுகாலமாகி யிருந்தது. இது அவனது சுருங்கிய இதயத்தின்மீது தெள்ளுப்பூச்சிபோல இலேசாக உட்கார்ந்தது. அவன் திலோவை எதற்காக, அவ்வளவு, அவ்வளவு அதிகமாக அப்போது நேசித்தான் என்ற ஞாபகங்களைத் தூண்டிவிட்டது.

அந்த ஞாபகம் எங்கிருந்து வெளியே வந்ததோ, அதை அந்த ரகசியக் காப்பறையின் பூட்டப்பட்ட பெட்டிக்குள் அடைத்துவிட யத்தனித்தான்.

"இவனை இரண்டுவருடங்களுக்கும் முன் கிட்டத்தட்ட இழந்து விட்டோம். இவனுடைய கிராமத்தில் தேடுதல் வேட்டை நடந்துகொண் டிருந்தது. ஆண்கள் எல்லோரையும் வெளியே வரவழைத்து மைதானத்தில் வரிசையாக நிற்கவைத்தார்கள். குல் அவர்களைப் பாகிஸ்தான் ராணுவம் என்று நினைத்துக்கொண்டு, அவர்களை விடுவிப்பதற்காகத்தான் வந்திருக்கிறார்கள் என்று 'ஜீவே! ஜீவே! பாகிஸ்தான்!' என்று கத்திக் கொண்டே அவர்களை நோக்கி உற்சாகமாக ஓடியிருக்கிறான். அவர்கள் கைகளைப் பற்றி முத்தமிட முயன்றிருக்கிறான். அவர்கள் அவன் தொடையில் சுட்டார்கள், துப்பாக்கிக் கைப்பிடியால் அவனை ரத்தம் வர அடித்துத் தள்ளினார்கள். அதன்பிறகு எந்த ராணுவ வீரனைக் கண்டாலும் அதீதக் கிலியில் ஓடத் தொடங்கிவிடுவான். ராணுவத்தினரைப் பார்த்ததும் ஓடுவது என்பது மிக மிக அபாயகரமான செயல். அதனால் இவனை ஸ்ரீநகருக்கு எங்களோடு வசிப்பதற்கு அழைத்துவந்துவிட்டேன். ஆனால் அங்கே, எங்கள் வீட்டில் யாருமே இருப்பதில்லை – நானும் இப்போதெல்லாம் அங்கே தங்குவதில்லை – இவனுக்கும் அங்கே தங்குவதில் விருப்பம் இல்லை. அதனால் இந்த வேலையை அவனுக்கு வாங்கிக் கொடுத்தேன். இந்தப் படகு ஒரு நண்பருக்குச் சொந்தமானது. இங்கே இவன் பத்திரமாக இருப்பான், வெளியே செல்லவேண்டிய தேவை இருக்காது. வருகிற விருந்தினருக்குச் சமைக்க வேண்டும், அவ்வளவுதான். அதிகமாக யாரும் வருவதுமில்லை. மளிகைப் பொருட்கள் வந்துசேர்ந்துவிடும். ஒரேயொரு அபாயம், இந்தப் படகு மிகவும் பழையது, எந்நேரமும் மூழ்கிவிடலாம்."

"உண்மையாகவா?"

மூஸா புன்னகைத்தான்.

"இல்லை. பத்திரமானதுதான்."

'அதிகம் யாரும் வராத' அந்த வீடு, சாப்பாட்டு மேஜையில் கூடியிருந்ததில், அந்த மூன்றாவது விருந்தாளி ஓர் அடிமையின் பசியோடு பெருந்தீனிக்காரனாக இருந்தான்.

"கஷ்மீரில் இருந்த உபயதாரர்களில் பெரும்பாலோர் கொல்லப்பட்டு விட்டனர். அவர்களைத்தான் முதலில் கொல்வார்கள். ஏனென்றால் அவர்களுக்குத்தான் உத்தரவுகளுக்குக் கீழ்ப்படியத் தெரிவதில்லை. அதற்காகவே அவர்கள் எங்களுக்குத் தேவைப்படுகிறார்கள் எனலாம். சுதந்திரமாக எப்படி இருப்பது என்பதை எங்களுக்குச் சொல்லிக் கொடுப்பதற்காக."

"அல்லது, எப்படி கொல்லப்படுவது என்றும்?"

"இங்கே அது எல்லாமே ஒன்றுதான். இறந்தவர்கள் மட்டுமே சுதந்திரமாக இருப்பவர்கள்."

மேஜையின் மீதிருந்த திலோவின் கைகளை நோக்கி மூஸா பார்வையை நகர்த்தினான். அவனுடைய கைகளைவிட அவன் அதிகமாக அறிந்திருந்த

கை அது. பல வருடங்களுக்கும் முன், அவன் வேறு யாராகவோ இருந்த போது அவளுக்குத் தந்த வெள்ளி மோதிரத்தை அவள் இன்னும் அணிந்திருந்தாள். இப்போதும் அவள் நடுவிரலில் மைக்கறை இருந்தது.

தன்னைப் பற்றித்தான் பேசிக்கொண்டிருக்கிறார்கள் என்று குல்ரேஸுக்கு நன்றாகவே தெரிந்திருந்தது. உணவுமேசைக்குப் பக்கத்திலேயே வளைய வந்துகொண்டு, கிளாஸ்களை நிரப்பினான், தட்டுகளில் உணவுவகைகளைப் பரிமாறினான். அவனுடைய ஃபெரானின் இரண்டு பாக்கெட்டுகளிலும் வைத்திருந்த பூனைக்குட்டிகள் கூடவே குரலெழுப்பிக்கொண்டிருக்க, அவர்கள் பேசுவதைச் சற்று நிறுத்தியிருந்த இடைவெளியில் அவற்றை ஆகா என்றும் கானும் என்றும் அவர்களுக்கு அறிமுகப்படுத்தினான். சாம்பல் பட்டைகளோடு இருப்பது ஆகா. கருப்பு வெள்ளையின் பெயர் கானும்.

“அப்புறம் சுல்தான்?” மூஸா புன்னகைத்தபடி அவனைக் கேட்டான். “அவன் எப்படி இருக்கிறான்?”

அந்தப் பெயரைக் கேட்டதுமே அவன் முகம் இருண்டது. கஷ்மீரியும் உருதுவும் கலந்து நீளமாக என்னென்னவோ பேசினான். கோபமாக ஏதோ வசைபாடுகிறான் என்று தெரிந்தது. கடைசி வாக்கியத்தை மட்டும் திலோவால் புரிந்துகொள்ள முடிந்தது: *அர்ரே ஊஸ் பேவகுஃப் கோ அகர் யஹான் மின்ட்ரீ கே ஸாத் ரெஹ்னா நஹி ஆட்டா தா, தோ ஃபிர் வோஹ் ஸாலா இஸ் துனியா மேய்ன் ஆயா ஹி க்யூன் தா?*

அந்த முட்டாளுக்கு இங்கே ராணுவத்தினரை எப்படி சமாளித்துக் கொண்டு வாழ வேண்டும் என்று தெரியாவிட்டால், அவன் இந்த உலகத்துக்கு எதற்காக வந்திருக்க வேண்டும்?

யாரோ ஒரு பெற்றோரோ அல்லது அயலவரோ கவலையோடு எதையோ சொன்னதை குல்ரேஸ் கேட்டுவிட்டு, அதை வைத்து சுல்தான் என்ற யாரையோ இப்போது திட்டிக்கொண்டிருக்கிறான் என்று திலோ நினைத்துக்கொண்டாள்.

மூஸா பலமாகச் சிரித்து, குல்ரேஸ்ஸை தன்பால் இழுத்து அவன் தலையில் முத்தமிட்டான். மூஸா புன்னகைத்தான். ஒரு மகிழ்ச்சியான குடும்பத் தருணம்.

“சுல்தான் என்பது யார்?” திலோ மூஸாவைக் கேட்டாள்.

“அப்புறம் சொல்கிறேன்.”

சாப்பிட்டு முடித்ததும் அவர்கள் தாழ்வாரத்துக்கு வந்து சிகரெட் பற்ற வைத்துக்கொண்டு, டிரான்ஸிஸ்டரில் செய்திகள் கேட்டனர்.

மூன்று பயங்கரவாதிகள் கொல்லப்பட்டனர். பாரமுல்லாவில் ஊரடங்கு அமலில் இருந்த நிலையில் போராட்டங்கள் தொடர்கின்றன.

அது நிலவில்லா இரவு. கும்மிருட்டு. ஏரித் தண்ணீர் எண்ணெய்க் கசிவுபோலக் கருத்திருந்தது.

ஏரிக்கரையைச் சுற்றியிருந்த நிழற்சாலையில் இருந்த ஓட்டல்கள் ராணுவத்தினர் குடியிருப்புகளாக மாற்றப்பட்டு, முள்வேலிகளும் மணல்மூட்டை அடுக்குகளும் காப்பரண்களாகியிருந்தன. டைனிங் ரூம்கள் ராணுவ வீரர்களின் துயில் கூடங்களாகவும் வரவேற்பறைகள் பகல்நேர லாக் – அப்புகளாகவும் விருந்தினர் அறைகள் விசாரணை மையங்களாகவும் மாறியிருந்தன. அங்கு விசாரணை செய்யப்படும் இளைஞர்களின் ஆண்குறிகளில் மின்னதிர்ச்சி தரும்போதும், மலத்துவாரத்தில் பெட்ரோல் ஊற்றும்போதும் எழுப்புகிற ஓலங்களை நுட்பமாகப் பூத்தையலிட்ட, சித்திர வேலைப்பாடுகள் பின்னிய கனமான திரைச் சீலைகளும் தரைவிரிப்பு களும் முழுசாக வெளியே அனுப்பாமல் மட்டுப்படுத்திக்கொண்டிருந்தன.

“இப்போது இங்கே யார் இருக்கிறார்களென்று தெரியுமா?” மூஸா கேட்டான். “கார்ஸன் ஹோபார்ட். அவனோடு தொடர்பில் இருக்கிறாயா, இல்லையா?”

“பல வருடங்களாகிவிட்டது.”

“இப்போது அவன் உளவுத்துறையில் ‘டெபுடி ஸ்டேஷன் ஹெட்’டாக இருக்கிறான். மிகவும் முக்கியமான பதவி.”

“பரவாயில்லை.”

காற்று வீசவில்லை. ஏரி அமைதியாக இருந்தது. படகு அசைவற்று ஸ்தம்பித்திருந்தது. மௌனம் மட்டும் தத்தளித்துக்கொண்டிருந்தது.

“நீ அவளைக் காதலித்தாயா?”

“ஆம். உன்னிடம் அதைப்பற்றிச் சொல்லலாம் என்றிருந்தேன்.”

“ஏன்?”

மூஸா ஒரு சிகரெட்டை முடித்துவிட்டு, அடுத்ததைப் பற்றவைத்துக் கொண்டான்.

“தெரியவில்லை. கௌரவத்தை முன்னிட்டு என்று சொல்லலாம். உன்னுடைய, என்னுடைய, அவளுடைய.”

“அப்படியென்றால் என்னிடம் ஏன் முன்பே சொல்லவில்லை,”

“எனக்குத் தெரியவில்லை.”

“அது மற்றவர்களால் நிச்சயிக்கப்பட்ட திருமணமா?”

“இல்லை.”

திலோவுக்குப் பக்கத்தில் உட்கார்ந்துகொண்டு, அவளுக்கு அருகில் சுவாசித்துக்கொண்டிருந்த மூஸாவுக்கு, அவன் ஒரு காலியான வீட்டைப் போலவும் அதன் மூடிய சன்னல்களும் கதவுகளும் சற்றுக் கிறீச்சிட்டுத் திறந்து உள்ளே அடைபட்டிருக்கும் பிசாசுகளுக்குக் கொஞ்சம் காற்றை அனுமதிப்பது போலவும் தோன்றியது. அவன் மீண்டும் பேசத் தொடங்கிய போது இரவின் இருட்டுக்குள் பேசினான். இப்போது முழுவதுமாக மறைந்துவிட்டிருந்த மலைகளிடம், ஏதோவொரு பயங்கர விழாவுக்காகச் சொற்பமாக அலங்கரிக்கப்பட்டிருப்பதைப் போல் ராணுவ முகாம்களில் கண்சிமிட்டிக் கொண்டிருக்கும் விளக்குகளிடம் பேசிக்கொண்டிருந்தான்.

“அவளை நான் சந்தித்த வேளை மிகவும் பயங்கரமானது . . . பயங்கரமான ஆனால் அழகான அனுபவம் . . . இங்கு மட்டுமே நிகழக்கூடிய அனுபவம். அது 91ஆம் வருடத்தின் இலையுதிர்கால, எங்கள் கலவர வருடம். நாங்கள் எல்லோரும் – ‘காட்ஸில்லா’வைத் தவிர – ஆஸாதி நெருங்கிவிட்டது, இன்னும் ஒருசில நிமிடங்களில், என்று நினைத்திருந்தோம். ஒவ்வொரு நாளும் துப்பாக்கிச் சண்டைகள், குண்டுவெடிப்புகள், என்கவுண்டர் கொலைகள். போராளிகள் தைரியமாக ஆயுதங்களோடு தெருக்களில் சுற்றிக்கொண்டிருந்தார்கள் . . .”

அவன் குரலின் ஒலியில் அவனே தடுமாறி, தயங்கி நிறுத்தினான். அவனுக்கு இது பழக்கமில்லை. அவனை ஆசுவாசப்படுத்தத் திலோ முயலவில்லை. மூஸா சொல்லத் தொடங்கியிருந்த கதையிலிருந்து அவளுடைய ஒரு பகுதி ஒதுங்கிச்சென்றுவிட்டிருந்தது. பேச்சு தடம் மாறிப் பொதுவானவற்றுக்கு நகர்ந்துவிட்டது. அவளுக்கு நிம்மதியாக இருந்தது.

“போகட்டும். அந்த வருடம் – நான் அவளைச் சந்தித்த வருடம் – எனக்கு வேலை கிடைத்திருந்தது. சாதாரணமாக அது ஒரு பெரிய விஷயமாக இருந்திருக்க வேண்டும். ஆனால் இல்லை. ஏனென்றால் அந்த நாட்களில் எல்லாமே மூடப்பட்டிருந்தன. எதுவும் வேலை செய்யவில்லை . . . நீதிமன்றங்கள் இல்லை, கல்லூரிகள் இல்லை, பள்ளிகள் இல்லை . . . இயல்பு வாழ்க்கை முற்றிலுமாக நிலைகுலைந்திருந்தது . . . அப்போது எப்படியிருந்தது என்று எப்படி உனக்குச் சொல்வது . . . எல்லா இடங்களிலும் சூறையாடல்கள் . . . திருட்டு, கடத்தல், கொலை . . . பள்ளித் தேர்வுகளில் கூட்டாகக் காப்பியடித்தல், ஏமாற்றுதல் . . . பெரிய வேடிக்கை இதில் உண்டு. இந்தப் போருக்கு மத்தியில் எல்லோருக்கும் மெட்ரிக் தேர்ச்சி பெற ஆசை வந்துவிட்டது, அப்போதுதான் அரசாங்கத்திடமிருந்து கடன் கிடைக்குமென்பதால் . . . எனக்குத் தெரிந்த ஒரு குடும்பத்தில் பாட்டனார், தகப்பனார், மகன் என்று மூன்றுபேரும் ஒன்றாக உட்கார்ந்து பள்ளி இறுதித் தேர்வை எழுதினார்கள். கற்பனை செய்து பார். விவசாயிகள், தொழிலாளிகள், பழம் விற்பவர்கள் என இரண்டாம் வகுப்பு, மூன்றாம் வகுப்பு தேர்ச்சி பெற்றவர்கள் எழுதப்படிக்கவே அரைகுறையாகத் தெரிந்தவர்கள் எல்லோரும் பரீட்சை எழுத உட்கார்ந்து, ‘கைடு’களைப் பார்த்து அப்படியே காப்பியடித்துப் பிரமாதமான மதிப்பெண்களோடு தேர்ச்சி பெற்றுவிட்டார்கள். பக்கத்தின் அடியில் இருக்கும் PTO வைக்கூட அப்படியே காப்பியடித்திருந்தார்கள். பாடப்புத்தகங்களில் விரலை நீட்டி ‘அடுத்த பக்கம் செல்க’ என்ற குறி இருக்குமே, ஞாபகம் இருக்கிறதா? இப்போதுகூட மிகவும் மடத்தனமாக இருப்பவர்களைத் திட்டுவதென்றால் ‘நீ என்ன *நம்துக் பாஸ்* ஆ?’ என்போம்.”

அவனுக்குச் சொல்வதற்கு எவ்வளவு கஷ்டமாக இருந்ததோ, அந்தளவுக்கு அவளுக்குக் கேட்பதற்குக் கஷ்டமாக இருந்தது. ஒரு கதையை நேராகச் சொல்லமுடியாமல் வேண்டுமென்றே சுற்றிவளைத்துச் சொல்லிக் கொண்டிருக்கிறான் என்று திலோ புரிந்துகொண்டாள்.

“நீ கூட 91ஆம் வருட ‘பேட்ச்’சா?” மூஸாவின் மென்மையான சிரிப்பில் அவனுடைய ஆட்களின் வெகுளித்தனம் மீதான பரிவு இருந்தது.

அவனிடம் அவளுக்குப் பிடித்ததே அதுதான். அவனுடைய கஷ்மீரிகளை அவன் முழுசாக ஏற்றுக்கொள்வான், நேசிப்பான், கிண்டல் செய்வான், புகார் சொல்வான், திட்டுவான், ஆனால் ஒருபோதும் அவர்களிடமிருந்து ஒதுங்கிச் செல்லமாட்டான். அவளுக்கு இந்தக் குணம் பிடித்ததற்குக் காரணம் அவளுக்கே யாரையும் 'அவளுடைய ஆட்கள்', என்று நினைத்ததில்லை – நினைக்க முடிந்ததில்லை. அவள் வீட்டுக்கு வெளியேயுள்ள சின்னப் பூங்காவுக்குச் சரியாக காலை 6 மணிக்கு வந்து, அவள் போடும் உணவைச் சாப்பிட்டுவிட்டுப் போகும் நாய்களையும், நிஜாமுதீன் தர்காவுக்கருகில் உள்ள டீக்கடையில் அவளோடு தினமும் தேநீர் அருந்தும் வேலையில்லா நாடோடிகளையும் அவளுக்கானவர்கள் என்று சொல்ல முடியுமா என்று யோசித்தாள். இல்லை, உண்மையில் அவர்களையும் சொல்ல முடியாது.

பல வருடங்களுக்கும் முன் அவள் மூஸாவைத் 'தன்னுடைய ஆளாக' நினைத்திருந்தாள். கொஞ்சகாலத்துக்கு ஒன்றாகச் சேர்ந்திருந்த விநோத தேசம் அவர்கள். உலகில் மற்ற நாடுகளிலிருந்து தனியாகப் பிரிந்திருந்த ஒரு குடியரசுத் தீவு. அவர்களிருவரும் தத்தமது வழிகளில் செல்வதென்று தீர்மானித்த தினத்திலிருந்து அவளுடைய 'ஆட்கள்' என்று யாருமே இல்லாமற் போய்விட்டார்கள்.

"ஆஸாதிக்காக நாங்கள் போராடிக்கொண்டு, ஆயிரக்கணக்கில் உயிரிழந்துகொண்டிருக்கிறோம். அதே நேரத்தில் நாங்கள் யாரை எதிர்த்துச் சண்டையிட்டுக் கொண்டிருக்கிறோமோ அந்த அரசாங்கத்திட மிருந்தே கடன் உதவிபெறுவதற்கு முட்டிமோதிக்கொண்டிருக்கிறோம். முட்டாள்களும் பைத்தியக்காரர்களும் நிறைந்த பள்ளத்தாக்கு எங்களுடையது. நாங்கள் போராடிக்கொண்டிருப்பது முட்டாள்களாக, வாழ்வதற்கான சுதந்திரத்துக்காக–"

மூஸா பாதி சிரிப்பில் பேச்சைச் சட்டென்று நிறுத்தி, தலையைக் கவிழ்த்துக்கொண்டான். ஒரு ரோந்துப் படகு சற்றுத் தூரத்தில் மெதுவாகச் சென்றுகொண்டிருந்தது. அதில் இருந்த ராணுவ வீரர்கள் மிகப் பிரகாசமான டார்ச் விளக்குகளால் நீர்ப்பரப்பைப் பெருக்கியபடி வந்தனர். அவர்கள் கடந்துசென்றதும் எழுந்துநின்றான். "உள்ளே போகலாம் பாபாஜானா. குளிர் அதிகமாகிவிட்டது."

அந்தச் சொல் மிக இயல்பாக அவன் உதடுகளிலிருந்து தப்பி வந்து விட்டது. நேசத்துக்குரியவர்களை அழைக்கும் மிகப்பழைய சொல். *பாபாஜானா.* என் காதலே. அவள் அதைக் கவனித்தாள். அவன் கவனிக்க வில்லை. அப்படியொன்றும் குளிராக இல்லை. இருந்தும் அவர்கள் உள்ளே சென்றனர்.

குல்ரேஸ் உணவறையில் தரைவிரிப்பின் மீது ஆழ்ந்த உறக்கத்திலிருந்தான். ஆகாவும் கானும் கொட்டக்கொட்ட விழித்தபடி அவன்மீது ஏறிக்குதித்து விளையாடிக்கொண்டிருந்தன, ஏதோ அவன் உடம்பு அவை விளையாடுவற்காகவே கட்டப்பட்ட விளையாட்டுப் பூங்காவைப்போல. ஆகா அவனுடைய முட்டி மடங்கலுக்கிடையில் ஒளிந்துகொள்ள, கானும் அவன் இடுப்பின் மீதேறி ஆகாவின் மீது குதித்தது.

மூஸா அந்தப் படுக்கையறையின் பாங்கமாக்கப்பட்டு, சித்திர வேலைப்பாடுகள் அலங்கரித்த மரக்கதவின் அருகில் நின்றபடி "உள்ளே வரலாமா?" என்றான். அது அவளைப் புண்படுத்தியது.

"அடிமைகள், முட்டாள்களாக இருக்க வேண்டிய அவசியமில்லை தானே?" என்றாள். படுக்கையின் விளிம்பில் உட்கார்ந்து, பாதங்கள் தரையில் பதிந்திருக்க, உள்ளங்கைகளைக் கோத்துத் தலைக்குப் பின்னால் வைத்துச் சாய்ந்து படுத்துக்கொண்டாள். மூஸா அவளுக்குப் பக்கத்தில் அமர்ந்து அவள் வயிற்றின்மீது கையை வைத்தான். வேண்டாத அந்நியனைப்போல அறையை விட்டு நழுவிச்சென்றது இறுக்கம். தாழ்வாரத்திலிருந்து கசிந்து வந்த வெளிச்சத்தைத் தவிர முழு இருட்டு.

"நான் உனக்காக ஒரு கஷ்மீரப் பாடல் பாடட்டுமா?"

"நோ, தேங்க்ஸ் மேன். நான் ஒன்றும் கஷ்மீர தேசியவாதியல்ல."

"சீக்கிரம் ஆகிவிடுவாய். இன்னும் மூன்று, நான்கு நாட்களில்."

"அது எப்படி?"

"நீ ஆகிவிடுவாய், ஏனென்றால் உன்னை எனக்குத் தெரியும். நீ பார்க்க நேர்வதைப் பார்க்கும்போது, கேட்க நேர்வதைக் கேட்கும்போது, உனக்கு வேறு வழியேயில்லை. ஏனென்றால் நீ, நீதான்."

"ஏதாவது பட்டமளிப்பு விழா நடக்குமா? எனக்கு டிகிரி ஏதாவது தருவார்களா?"

"ஆம். நீ பிரமாதமாகத் தேர்ச்சிபெறப்போகிறாய். எனக்கு உன்னைத் தெரியும்."

"உனக்கு என்னைப் பற்றித் தெரியாது. நான் ஒரு தேச பக்தை. தேசியக்கொடியைப் பார்த்தாலே எனக்கு உடல் சிலிர்க்கும். உணர்ச்சிவசப்பட்டுவிடுவேன். என்னால் தெளிவாக யோசிக்கவே முடியாது. எனக்குக் கொடிகள், ராணுவ வீரர்கள், அணிவகுப்பு எல்லாமே மிகவும் பிடிக்கும். அது என்ன பாடல்?"

"உனக்குப் பிடிக்கும். ஊரடங்கு, சோதனைச் சாவடிகள் எல்லாவற்றையும் சமாளித்து உனக்காகக் கொண்டுவந்திருக்கிறேன். நமக்காகவே எழுதப்பட்ட பாடல். என் கிராமத்தைச் சேர்ந்த லாஸ் கோன் என்பவனால். உனக்குப் பிடிக்கும்."

"நிச்சயமாக எனக்குப் பிடிக்கப் போவதில்லை."

"கமான். ஒருமுறை கேட்டுப்பார்."

மூஸா அவன் ஃபெரான் பாக்கெட்டிலிருந்து ஒரு குறுந்தகட்டை எடுத்து சிடி பிளேயரில் போட்டான். ஆரம்ப கித்தார் ஒலிகள் எழுந்ததுமே திலோவின் கண்கள் சட்டெனத் திறந்தன.

Trav'ling lady , Stay awhile
Until the night is over.
I'm just a station on your way,
I know I'm not your lover.

"லியோனார்ட் கோஹென்."

"ஆம். அவன் ஒரு கஷ்மீரி என்று அவனுக்கே தெரியாது. அவனுடைய உண்மையான பெயர் லாஸ் கோன் என்பதும் தெரியாது . . ."

Well I lived with a child of snow
when I was a soldier,
and I fought every man for her
until the nights grew older.

She used to wear her hair like you
except when she was sleeping,
and then she'd weave it on a loom
of smoke and gold and breathing

And why are you so quiet now
standing there in the doorway?
You chose your journey long before
you came upon this highway.

"அவனுக்கு எப்படித் தெரிந்தது?"

"லாஸ் கோனுக்கு எல்லாமே தெரியும்."

"அவள் என்னைப்போலவே தலைவாரிக்கொள்வாளா?"

"அவள் ஒரு நாகரிகமான பெண்மணி, பாபாஜானா. மௌட் அல்ல."

திலோ அவனை இழுத்துக் கட்டிக்கொண்டு முத்தமிட்டாள். அவனை விடாமல் பிடித்துக்கொண்டு, "அசிங்கம் பிடித்த மலை மைந்தனே, என்னைவிட்டுப் போய்த்தொலை."

"அளவுக்குமீறிக் குளித்துச் சுத்தமாக இருக்கும் நதிமங்கை நீ."

"நீ குளித்து எவ்வளவு நாளாயிற்று?"

"ஒன்பது மாதங்கள்."

"த்தூ . . . உண்மையாகவா?"

"ஒரு வாரமாக இருக்கலாம். தெரியவில்லை."

"நாறத் தேவடியாப் பயலே."

மூஸா நெடுநேரமாகக் குளித்துக்கொண்டிருந்தான். லாஸ் கோனோடு சேர்ந்து அவன் பாடிக்கொண்டிருப்பது திலோவுக்குக் கேட்டது. இடுப்பில் ஒரு துண்டை மட்டும் கட்டிக்கொண்டு வெளியே வந்தவனிடமிருந்து சோப்பும் ஷாம்பூவும் கலந்த வாசனை அடித்து அவளுக்குச் சிரிப்பை மூட்டியது.

"கோடைப்பருவத்து ரோஜாவைப்போல மணக்கிறாய்."

மூஸா புன்னகைத்து, "எனக்கு உண்மையில் குற்றவுணர்ச்சியாக இருக்கிறது," என்றான்.

“ஆமாம், பார்த்தால் அப்படித்தான் இருக்கிறது.”

“பல வாரங்களாகப் பேன்களுக்கும் அட்டைகளுக்கும் என்மேல் இடம்கொடுத்து வைத்திருந்தேன். இப்போது அவற்றை வீட்டை விட்டு விரட்டிவிட்டது வருத்தமாக இருக்கிறது.”

Lice (பேன்கள்) என்பதற்கு பதிலாக ‘*Lices*’ என்று அவன் சொன்னதில் அவளுக்கு அவனை இன்னும் அதிகமாகப் பிடித்துப்போயிற்று.

விடுவிக்கப்படாத (அல்லது விடுவிக்கவியலாத) ஒரு புதிரின் துண்டுகளைப் போலவே அவர்களால் எப்போதும் ஒன்றாகப் பொருந்திக்கொள்ள முடிகிறது. அவனுடைய திண்மையோடு அவளுடைய புகையும், அவனுடைய திரட்சியோடு அவளுடைய தனிமையும், அவனுடைய கபடமின்மையோடு அவளுடைய விநோதங்களும், அவனுடைய அடக்கத்தோடு அவளுடைய அலட்சியமும். அவனுடைய அமைதிக்குள் அவளுடைய அமைதியும்.

மேலும் சில பகுதிகளும் இருந்தன – பொருத்திக்கொள்ளாத பகுதிகள்.

அன்றிரவு HB ஷாஹீனில் நிகழ்ந்தது புணர்ச்சி என்பதைவிட அரற்றல் என்பதே சரியாக இருக்கும். ஆறமுடியாத அளவுக்கு மிகவும் ஆழமாக, மிகவும் பழையதாக, மிகவும் புதியதாக, மிகவும் வேறுவகையாக இருக்கின்ற காயங்கள் அவர்களுடையவை. கண்ணிமைக்கும் ஒரு கணத்தில் அவற்றைச் சூதாட்டக் கடன்களைப்போல அவர்களால் குவித்துக்கொள்ளவும், யாருடைய காயங்கள் மோசமானவையென்று கேட்டுக்கொள்ளாமல் வலிகளைத் தங்களுக்கிடையில் சமமாகப் பகிர்ந்துகொள்ளவும் முடிந்தது. ஒரு கண்ணிமைக்கும் பொழுதில் அவர்கள் வாழ்ந்துவந்த உலகத்தை மறுதலித்து, அதைப்போலவே நிஜமாக இருந்த மற்றொன்றைக் கேட்டுப் பெற்றுக்கொள்ளவும் முடிந்தது. உபயதாரர்கள் உத்தரவிடுகின்ற, அவற்றைச் சரியாகக் கேட்டுச் செயல்படுத்த வேண்டிய வீரர்களுக்குக் காதுவலிக்கான சொட்டுமருந்து தேவைப்படுகிற உலகம்.

அந்தப் படுக்கையின் அடியில் ஒரு கைத்துப்பாக்கி இருப்பது திலோவுக்குத் தெரிந்தது. அதைப்பற்றி அவள் எதுவும் கேட்கவில்லை. மூஸாவின் உடம்பில் தோல் தடித்திருந்த காய்ப்புகளை அவள் எண்ணிய பிறகும்கூடக் கேட்கவில்லை. முத்தமிட்ட பிறகும் கேட்கவில்லை. அவன் ஏதோ ஒரு மெத்தைபோல, அவன் மீதேறி அவள் படுத்திருந்தாள். தன் விரல்களைக் கோத்து, முகவாயைப் பதித்துக்கொண்டாள். அந்த ஸ்ரீநகர் இரவின் உணர்ச்சிக்குக் கஷ்மீரத்தன்மையற்ற அவளது கீழ்ப்பாகம் வடுப்பட்டது. இப்போது வந்துசேர்ந்திருக்கும் மூஸாவின் பயணம் ஒருவிதத்தில் அவளுக்கு ஆச்சரியத்தை ஏற்படுத்தவேயில்லை என்றுதான் சொல்ல வேண்டும். அவளுக்குப் பல வருடங்களுக்கும் முன் ஒருநாள், 1984ஆம் வருடம் (1984 ஐ யாரால் மறக்க முடியும்) அவளுக்குத் தெளிவாக ஞாபகத்தில் இருந்தது. கஷ்மீரில் மக்பூல் பட் என்ற ஒருவனைக் கொலை, தேசத்துரோகக் குற்றங்களுக்காக கைதுசெய்து தில்லி திஹார் சிறைச்சாலையில் தூக்கிலிட்டார்கள். அவன் உடல் சிறைவளாகத்திலேயே புதைக்கப்பட்டது. உடலை அவனது ஊருக்கு அனுப்பினால் அங்கே

அடக்கம் செய்யப்பட்டு, அவனது சமாதி ஒரு நினைவுச்சின்னமாகி, மற்றொரு போராட்டச் சதுக்கமாகிவிடுமென்ற அச்சம் அரசுக்கு இருந்தது. மேலும் கஷ்மீரில் எதிர்ப்புகள், போராட்டங்கள் ஏற்கனவே தொடங்கி விட்டிருந்த காலகட்டம் அது. இந்தச் செய்திகள் எல்லாமே அப்போது நாளிதழ்களில் பரவலாக வெளியாகிக்கொண்டிருந்தன. ஆனால் இந்த விவகாரம் அவர்கள் கல்லூரியில் மாணவர்களுக்கோ ஆசிரியர்களுக்கோ ஒரே ஒருவருக்கோகூட முக்கியமாகத் தெரிந்திருக்கவில்லை. ஆனால் அன்றிரவு மூஸா அவளிடம் நிதானமான குரலில், "எனக்கான சரித்திரம் என்பது ஏன் இன்றைய தினம் ஆரம்பித்திருக்கிறது என்பதை என்றாவது ஒருநாள் நீ புரிந்துகொள்வாய்," என்றான். அந்தச் சமயத்தில் அவன் வார்த்தைகளின் முழு அர்த்தத்தையும் அவளால் உள்வாங்கிக்கொள்ள முடியாவிட்டாலும், அவற்றை அவன் உச்சரித்தபோது வெளிப்பட்ட தீவிரம் அவளுக்குள் இப்போதுவரை தங்கியிருந்தது.

"கேரளாவில் ராஜமாதா எப்படி இருக்கிறார்?"

பறவைக் கூடு போலிருந்த அவன் காதலியின் கேசத்துக்குள் விரல்களை அளாவியபடியே மூஸா கேட்டான்.

"தெரியவில்லை. போய்ப் பார்க்கவில்லை."

"நீ போக வேண்டும்."

"தெரியும்."

"அவர் உன்னுடைய தாய். அவர்தான் நீ. நீதான் அவர்."

"இதெல்லாம் கஷ்மீரிகளின் பார்வை. இந்தியாவில் அப்படிக் கிடையாது."

"சீரியஸாகச் சொல்கிறேன். ஜோக் அல்ல. நீ செய்வது சரியல்ல, பாபாஜானா. நீ அவர்களைப் போய்ப் பார்த்தாக வேண்டும்."

"தெரியும்."

அவள் நடுமுதுகின் இருபக்கங்களிலும் தசை மடிப்புகளின் மீது அவன் விரல்களை ஓட்டினான். முதலில் வருடலாக இருந்தது, பிறகு சரீர ஆய்வாக மாறியது. கொஞ்ச நேரத்துக்கு அவன் அவனுடைய சந்தேகப்பிராணித் தந்தையாக மாறினான். அவளுடைய தோள்களை, அவளுடைய மெலிந்த, ஒட்டியுலர்ந்த கைகளைச் சோதித்தான்.

"இதெல்லாம் உனக்கு எங்கிருந்து கிடைத்தன?"

"பயிற்சி."

ஒரு நொடி மௌனம். அவனிடம் சொல்லலாம் என்று நினைத்திருந்த சிலவற்றைச் சொல்லவேண்டாமென்று முடிவெடுத்தாள். அவளைப் பின்தொடர்ந்து வந்து தொல்லை கொடுத்தவர்கள், நேரம்கெட்ட நேரத்தில் பகலிலும் இரவிலும் அவள் வீட்டுக் கதவைத் தட்டியவர்கள், குறிப்பாக திரு எஸ்.பி.பி. ராஜேந்திரன். அவர் ஒரு ஓய்வுபெற்ற காவல்துறை அதிகாரி. அவள் வேலைபார்த்துவந்த கட்டட வடிவமைப்பியல் நிறுவனத்தின் நிர்வாகப் பொறுப்பில் இருந்தார். அவரை அந்தப் பதவியில்

வைத்திருந்ததற்குக் காரணம் அவரது நிர்வாகத் திறமை என்பதைவிட அரசாங்கத்தில் அவருக்கு இருந்த தொடர்புகளுக்காகத்தான். அவர் அவளிடம் அலுவலகத்தில் மிகவும் வெளிப்படையாகவே முறைகேடாக நடந்துகொள்வார், ஆபாசமாகப் பேசுவார், அவ்வப்போது அவளது மேசையில் சில பரிசுப்பொருட்களை வைத்துவிட்டுச் செல்வார். அவற்றை அவள் சீண்டுவதுகூட இல்லை. இரவு நேரங்களில், குடிபோதையின் காரணமாகவோ என்னவோ, நிஜாமுதீனுக்கு காரை ஓட்டிக்கொண்டு வந்து அவள் வீட்டுக்கதவை இடிஇடியென்று இடிப்பார். கதவைத் திறக்கச் சொல்லிக் கத்துவார். அவருக்கு என்ன துணிச்சல் என்றால், விஷயம் கைமீறிப் போய்விட்டாலும்கூட, பொதுமக்களின் பார்வையிலும் சரி, நீதிமன்றத்திலும் சரி, அவருடைய பேச்சுத்தான் எடுபடும். அவர் ஒரு புகழ்பெற்ற காவல்துறை அதிகாரி, மிகச்சிறப்பாகப் பணியாற்றி வீரதீரச் செயல்களுக்காகப் பதக்கங்கள் பெற்றவர். ஆனால் அவள் தனியாக வசிக்கிற, ஒழுங்காக உடையணியாத, சிகரெட் பிடிக்கிற ஒரு பெண். ஒரு ‘மதிப்பான’ குடும்பத்திலிருந்து வந்தவள் போலவும் தெரியவில்லை. இவளுக்கு ஆதரவாக அவர்கள் யாரும் வருவார்களென்றும் தெரியவில்லை. இதையெல்லாம் உணர்ந்து, திலோ சில முன்னெச்சரிக்கை நடவடிக்கைகளை எடுத்திருந்தாள். திரு ராஜேந்திரன் மட்டும் அத்துமீறியிருந்தால், என்ன நடக்கிறது என்று அவருக்கு உறைப்பதற்கு முன்பே, அவரை அவள் அடித்து வீழ்த்தியிருப்பாள்.

இவையெதையுமே அவள் அவனிடம் சொல்லவில்லை. அவன் அனுபவித்த கொடுமைகளுக்கு முன்னால் இவையெல்லாமே மிகவும் அற்பமாக, மட்டமாகத் தெரிந்தன. அவன் மீதிருந்து புரண்டு இறங்கினாள்.

“சுல்தானைப் பற்றிச் சொல்லு . . . குல்ரேஸ் ரொம்பவும் கோபப் பட்டானே, அந்த *பேவகூஃப்*. யார் அவன்?”

மூஸா புன்னகைத்தான்.

“சுல்தானா? சுல்தான் மனிதன் அல்ல. அவன் *பேவகூஃப்பும்* அல்ல. அவன் ரொம்பக் கெட்டிக்காரன். அவன் ஒரு சேவல். அனாதைச் சேவல். அது குஞ்சாக இருந்த சமயத்திலிருந்து குல் அதை வளர்த்துவந்தான். அவன் மேல் அதற்கு அலாதிப் பிரியம். குல் எங்கே சென்றாலும் அவன் பின்னாலேயே போகும். அவர்கள் இருவரும் ரொம்ப நேரம் பேசிக்கொண் டிருப்பார்கள். அவர்கள் உரையாடல் யாருக்கும் புரியாது. அவர்கள் இருவரும் ஓர் அணி . . . பிரிக்கவே முடியாது. அவர்கள் வசித்த பகுதியில் சுல்தான் ரொம்பப் பிரபலம். பக்கத்துக் கிராமத்திலிருந்தெல்லாம் அதைப் பார்ப்பதற்கு வருவார்கள். அதற்கு மிக அழகான இறகுகள், ஊதா, ஆரஞ்சு, சிவப்பு. அந்த இடத்தில் கம்பீரமாக ராஜநடை போட்டுக்கொண்டிருக்கும், உண்மையான சுல்தான் போலவே. எனக்கு அதை நன்றாகத் தெரியும் . . . எங்கள் எல்லோருக்குமே சுல்தானைத் தெரியும். பெரிய . . . கர்வி அது. எல்லோரும் அதற்கு ஏதோ கடன்பட்டிருப்பவர்கள் போலவே நடந்துகொள்ளும் . . . தெரியுமா? ஒருநாள் ராணுவ கேப்டன் ஒருவன் வீரர்களோடு கிராமத்துக்கு வந்தான் . . . கேப்டன் ஜான்பாஸ் என்று தன்னை சொல்லிக்கொண்டான். அவன் உண்மையான பெயர் தெரிய வில்லை . . . இந்தப் பயல்கள் எப்போதுமே உண்மையான பெயரைச் சொல்லாமல் சினிமாத்தனமான பெயரைத்தான் சொல்லிக்கொண்டு

திரிவார்கள் . . . அவர்கள் வந்தது தேடுதல் வேட்டைக்கல்ல . . . வெறுமனே கிராமத்தினரிடம் பேசுவதற்கு, கொஞ்சம் மிரட்டி, கொஞ்சம் அராஜகமாக நடந்துவிட்டுச் செல்வதற்கு . . . வழக்கமான வேலைதான். கிராமத்து ஆட்கள் எல்லோரையும் ஊர் நடுவே மைதானத்தில் நிற்கவைத்தார்கள். நம்முடைய பிரபலமான ஜோடி, குல்–காக்கும் சுல்தானும் கூட அங்கே இருந்தார்கள். சுல்தான் ஒரு மனிதனைப் போலவே, ஒரு கிராமத்துப் பெரிய மனுஷன்போல, பேசுவதை உன்னிப்பாகக் கேட்டுக்கொண்டு நின்றிருந்தது. அந்த கேப்டன் ஒரு நாயோடு வந்திருந்தான். மிகப் பெரிய ஜெர்மன் ஷெஃபர்ட் நாய். அவன் வழக்கமான மிரட்டல்கள், எச்சரிக்கைகளைப் பேசி முடித்ததும், கையில் பிடித்திருந்த தலைக்கயிற்றிலிருந்த அந்த நாயை விடுவித்துவிட்டு, “ஜிம்மி! அதைப் பிடி!” என்றான். ஜிம்மி சுல்தான்மீது பாய்ந்து கடித்துக் கொன்றது. ராணுவ வீரர்கள் இரவு உணவுக்காகச் சுல்தானை எடுத்துச் சென்றனர். குல்–காக் சுக்குநூறாக உடைந்துபோனான். நாட்கணக்காக அழுதுகொண்டேயிருந்தான், சொந்தக்காரர்கள் கொல்லப்பட்டு விட்டால் மனிதர்கள் அழுவதைப்போல. அவனுக்குச் சுல்தான் ஒரு சொந்தக்காரன்தான் . . . அவனுக்குச் சுல்தான்மீது கோபம் . . . அவனை ஏமாற்றிவிட்டதாக. அந்த நாயை எதிர்த்துப் போராடியிருக்க வேண்டும், இல்லாவிட்டால் தப்பித்து ஓடியிருக்க வேண்டும் என்று, ஏதோ அந்தச் சேவல் இந்த உத்திகளெல்லாம் தெரிந்த ஒரு போராளியைப்போல. அதனால் சுல்தான் ஞாபகம் வரும்போதெல்லாம் அழுது புலம்புவான். ‘உனக்கு ராணுவத்தினரைச் சமாளித்துக்கொண்டு எப்படி வாழவேண்டு மென்று தெரியவில்லையென்றால் எதற்காக இந்த உலகத்துக்கு வந்தாய்?’ என்று அழுவான்.

“அப்படியென்றால் எதற்காக அதை அவனுக்கு ஞாபகப்படுத்துகிறாய்? கீழ்த்தரமான செயல் . . .”

“குல் என் தம்பிடா. ஒருவர் உடையை மற்றவா போடடுகெகாள்வோம், ஒருவரையொருவர் உயிருக்குயிராக நம்புவோம். அவனுக்காக நான் எதையும் செய்வேன்.”

“என்ன இருந்தாலும் நீ செய்தது சரியல்ல, மூஸாக்குட்டன். இந்தியாவில் நாங்கள் இதைப்போலச் செய்வதில்லை . . .”

“எங்கள் இருவருக்கும் ஒரே பெயர் . . .”

“அப்படியென்றால்?”

“அந்தப் பெயரில்தான் என்னை எல்லோருக்கும் தெரியும். கமாண்டர் குல்ரேஸ். மூஸா யேஸ்வி என்றால் யாருக்கும் தெரியாது.”

“இதெல்லாம் *fucking mindfuck.*”

“ஷ்ஷ்ஷ் . . . கஷ்மீரில் இப்படிப்பட்ட வார்த்தைகளை நாங்கள் பேசுவதில்லை.”

“இந்தியாவில் பேசுவோம்.”

“நாம் தூங்க வேண்டும், பாபாஜானா.”

“தூங்குவோம்.”

"அதற்குமுன் நாம் உடையணிந்துகொள்ள வேண்டும்."

"ஏன் ?"

"அதுதான் மரபான நடைமுறை. இது கஷ்மீர்."

அந்தத் தற்செயலான குறுக்கீட்டுக்குப் பிறகு, தூக்கம் என்பது சாத்திய மான தேர்வாக இருக்கவில்லை, உடையணிந்துகொண்ட பின் திலோவுக்கு அந்த 'மரபான நடைமுறை'யில் தொக்கியிருப்பவை குறித்துக் கொஞ்சம் தயக்கமிருந்தாலும், காதல் உண்டாக்கிய பலத்தினால், புணர்ச்சி வழங்கிய தெவிட்டினால் உந்தப்பட்டு, முழங்கையை ஊன்றிக்கொண்டு நிமிர்ந்தாள்.

"பேசு . . ."

"இவ்வளவு நேரமாக நாம் செய்துகொண்டிருந்ததை என்னவென்று சொல்வாய் ?"

"அதை நாங்கள் 'முன்–தயாரிப்புப் பேச்சு' என்போம்."

அவனுடைய சவரம் செய்யப்படாத கன்னத்தின்மீது தன் கன்னத்தைத் தேய்த்தாள். மூஸாவுக்குப் பக்கத்திலிருந்த தலையணையில் தலைவைத்துப் படுத்துக்கொண்டாள்.

"என்ன சொல்ல வேண்டும் ?"

"ஒவ்வொரு சின்ன விஷயத்தையும். ஒன்றுவிடாமல்."

அவள் இரண்டு சிகரெட்டுகளைப் பற்றவைத்துக்கொண்டாள்.

"அந்த இன்னொரு கதையைச் சொல்லு . . . அந்தப் பயங்கரமானதும் அழகானதுமான . . . காதல் கதையை. அந்த உண்மையான கதையைச் சொல்லு."

அவள் சொன்னதைக் கேட்டு மூஸா எதற்காக அவளை இறுக்க மாக அணைத்துக்கொண்டான், எதற்காக அவன் கண்கள் கண்ணீர் திரண்டதாலோ என்னவோ திடீரெனப் பிரகாசமடைந்தன என்றெல்லாம் திலோவுக்குப் புரியவில்லை. அவன் 'ஆக் டலீலா வன் . . .' என்று முணுமுணுத்ததற்கும் அவளுக்கு அர்த்தம் விளங்கவில்லை.

பின், தனது உயிரையே இழுத்துப்பிடித்துக்கொண்டிருப்பதைப் போல அவளை இறுக்கமாக அணைத்துக்கொண்டு மூஸா, ஜெபீனைப் பற்றிச் சொன்னான். எல்லோரும் அவளை மிஸ் ஜெபீன் என்றுதான் கூப்பிட வேண்டுமென்று அவள் கட்டாயப்படுத்தியதைப் பற்றி, தூங்கும் நேரக் கதைகள் சொல்வதற்கு அவள் வகுத்த விதிமுறைகளைப் பற்றி, அவளுடைய குறும்புத்தனங்களைப் பற்றிச் சொன்னான். அவன் ஆரிஃபாவைப் பற்றியும் சொன்னான். அவளை முதன்முதலாக ஸ்ரீநகரில் உள்ள ஒரு எழுதுபொருட்கள் விற்கும் கடையில் சந்தித்ததைப் பற்றிச் சொன்னான்.

"அன்றைய தினம் காட்ஸில்லாவோடு எனக்குப் பெரிய சண்டை. நான் புதிதாக வாங்கிய பூட்ஸ் பற்றி. அழகான பூட்ஸ் அவை. குல்–காக் அவற்றை இப்போது அணிந்துகொள்கிறான். போகட்டும் . . . ஏதோ சில

எழுதுபொருட்கள் வாங்குவதற்காக, அந்த பூட்ஸை அணிந்துகொண்டு சென்றிருந்தேன். காட்ஸீ அவற்றை அவிழ்த்துவிட்டுச் சாதாரண ஷுக்கள் அணிந்து போகுமாறு சொன்னார். ஏனென்றால் அழகான பூட்ஸ்களை அணிந்துசெல்லும் இளைஞர்களைத் தீவிரவாதிகள் என்று சந்தேகித்துக் கைதுசெய்துவிடுவார்கள் – அந்த நாட்களில் அதுதான் அவர்களுக்குப் போதுமான சான்றாக இருந்தது. நான் அவர் பேச்சைக் கேட்கவில்லை. கடைசியில் அவர், "உன் இஷ்டத்துக்கு எதையாவது செய்துகொள், ஆனால் பார்த்துக்கொண்டேயிரு, இந்த பூட்ஸினால் உனக்குப் பிரச்சனை வரத்தான் போகிறது" என்றார். அவர் சொன்னது உண்மையாகிவிட்டது ... அது பிரச்சனையைக் கொண்டுவந்தது – பெரிய பிரச்சனை. ஆனால் அவர் எதிர்பார்த்ததைப்போல அல்ல. நான் வழக்கமாகச் செல்கிற அந்த ஜே.கே. ஸ்டேஷனரி, நகரத்தின் மையத்தில் லால் சௌக்கில் இருந்தது. அந்தக் கடைக்குள் நான் இருந்தபோது வெளியே ஒரு கையெறிக்குண்டு வெடித்தது. யாரோ ஒரு போராளி அங்கிருந்த ராணுவ வீரன் ஒருவனை நோக்கி வீசியிருக்கிறான். என் செவிப்பறைகள் கிட்டத்தட்டக் கிழிந்து விட்டன. கடைக்குள்ளிருந்த எல்லாமே உடைந்து நொறுங்கின. எல்லா இடங்களிலும் கண்ணாடித் துண்டுகள். கடைத்தெருவில் ஒரே அமளி. எல்லோரும் அலறிக்கொண்டிருந்தார்கள். எதிர்பார்த்ததைப் போலவே ராணுவத்தினருக்கு வெறி வந்துவிட்டது. எல்லாக் கடைகளையும் அடித்து நொறுக்கத் தொடங்கிவிட்டார்கள். நான் இருந்த கடைக்குள்ளும் வந்து, கண்ணில்பட்டவர்கள் எல்லாரையும் அடித்தார்கள். என்னை எட்டி உதைத்து, துப்பாக்கிமட்டையால் அடித்தார்கள். நான் கீழே விழுந்து மண்டை உடையாமல் இருக்கத் தலையைப் பிடித்துக்கொண்டிருந்ததும் என் உடம்பிலிருந்து ரத்தம் வழிந்து தரையில் பரவிக்கொண்டிருந்ததை நான் பார்த்துக்கொண்டிருந்ததும் ஞாபகம் இருக்கிறது. எனக்குக் காயம் ஏற்பட்டிருந்தது, ஆனால் கடுமையாக அல்ல. அங்கிருந்து நகர்ந்து செல்லவே பயமாக இருந்தது. நாய் ஒன்று என்னையே பார்த்துக்கொண்டு நின்றிருந்தது. என்னைப் பரிவோடு பார்த்துக்கொண்டிருப்பது போலத்தான் இருந்தது. ஆரம்ப அதிர்ச்சி அடங்கியதும், என் காலில் பாரமாக உணர்ந்தேன். என் புது பூட்ஸ்கள் நினைவுக்கு வந்து பார்த்தேன். அவற்றுக்கு ஒன்றும் ஆகவில்லை. அபாயம் விலகிவிட்டது என்று நினைத்து மெதுவாக ஜாக்கிரதையாகத் தலையை உயர்த்திப் பார்த்தேன். என் கால்களின்மீது அந்த அழகான முகம் இருப்பதைப் பார்த்தேன். அது எப்படி இருந்த தென்றால் நரகத்தில் கண்விழித்துப் பார்க்கும்போது என் ஷுக்களின் மீது ஒரு தேவதை இருப்பதைப்போல. அது ஆரிஃபா. அவளும் பயத்தில் உறைந்துபோயிருந்தாள். என் கால்கள்மீது தலையை வைத்துத் தரையோடு தரையாகப் படுத்திருந்தாள். பயத்தில் கொஞ்சமும் அசையாமல் இருந்தாள். ஆனால் அமைதியாகவே இருந்தாள். புன்னகைக்கவில்லை, தலையை அசைக்கவில்லை. வெறுமனே என்னைப் பார்த்து "அஸல் பூட்" – அழகான பூட்ஸ் – என்றாள். அந்த அலட்டிக்கொள்ளாத நிதானம் என்னால் நம்பமுடியாமல் இருந்தது. அழவில்லை, கத்தவில்லை, தேம்பவில்லை – பரிபூரண நிதானம். இருவருமே ஒரே நேரத்தில் சிரித்தோம். அவள் கால்நடை மருத்துவத்தில் பட்டப்படிப்பை அப்போதுதான் முடித்திருந்தாள். "நான் கல்யாணம் செய்துகொள்ளப் போகிறேன் என்று சொன்னபோது என் அம்மாவுக்கு ஒரே அதிர்ச்சி. நான் கல்யாணமே செய்துகொள்ள

மாட்டேன் என்று அவர் நினைத்திருந்தார். என் மீது சுத்தமாக நம்பிக்கை போய்விட்டிருந்தது."

ஒரு மூன்றாவது காதலரைப் பற்றி திலோவுக்கும் மூஸாவுக்கும் இடையில் இந்த விநோதமான உரையாடல் சாத்தியமானதற்குக் காரணமே அவர்கள் இருவரும் ஒரே சமயத்தில் காதலர்களாக இருக்கும்போதே முன்னாள் காதலர்களாகவும், பிரியத்துக்குரியவர்களாக இருக்கும் போதே முன்னாள் பிரியத்துக்குரியவர்களாகவும், இணையர்களாக இருக்கும் போதே முன்னாள் இணையர்களாகவும், வகுப்புத் தோழர்களாக இருக்கும் போதே முன்ன்னாள் வகுப்புத் தோழர்களாகவும் இருந்துவந்ததுதான். ஒருவரையொருவர் பரஸ்பரம் பரிபூரணமாக நம்புகிறவர்கள் என்பதால், இதனால் யாருக்காவது – அது யாராக இருந்தாலும் – வருத்தம் ஏற்பட்டாலும், அவர்கள் காதலித்த மற்றவர் எப்போதும் காதலிக்கப்பட வேண்டியவர்தான் என்று அவர்களுக்குத் தெரிந்திருந்தது. மனது சம்பந்தப்பட்ட விஷயங்களில் அவர்களுக்குப் பாதுகாப்பு வலைகள் நிறையவே இருந்தன.

மூஸா பர்ஸிலிருந்து மிஸ் ஜெபீன், ஆரிஃபா புகைப்படங்களை எடுத்து திலோவுக்குக் காட்டினான். ஆரிஃபா வெள்ளிப் பூத்தையலிட்ட வெளிர் சாம்பல் நிறத்தில் ஃபெரானும் வெண்ணிற ஹிஜாபும் அணிந்திருந்தாள். மிஸ் ஜெபீன் அவள் அம்மாவின் கையைப் பிடித்துக்கொண்டிருந்தாள். அவள் ஒரு டெனிம் ஜம்ப் சூட்டும் அதற்கும் மேல் இதய வடிவப் பூத்தையலிட்ட வேனுடுப்பும் அணிந்திருந்தாள். ஆப்பிள் கன்னங்கள்கொண்ட புன்னகை முகத்தைச் சுற்றி ஒரு வெண்ணிற ஹிஜாப். திலோ அந்தப் புகைப்படத்தை வெகுநேரம் பார்த்துவிட்டுத் திருப்பித் தந்தாள். மூஸா திடீரென்று உள்ளொடுங்கி, தளர்ந்துகாணப்படுவதைக் கவனித்தாள். சற்று நேரத்தில் அவன் சமாளித்துக்கொண்டு இயல்புநிலைக்கு வந்தான். ஆரிஃபாவும் மிஸ் ஜெபீனும் எப்படி இறந்தார்கள் என்பதைச் சொன்னான். அம்ரிக் சிங்கைப் பற்றியும், ஜலீப் காத்ரியின் கொலையைப் பற்றியும், அதைத் தொடர்ந்து வரிசையாக நடந்த கொலைகளைப் பற்றியும் சொன்னான். ஷிராஸ்ஸில் அம்ரிக் சிங் தெரிவித்த அருவருப்பான வருத்தத்தைப் பற்றியும் சொன்னான்.

"என் குடும்பத்துக்கு நிகழ்ந்ததை நான் ஒருபோதும் தனிப்பட்ட முறையில் எடுத்துக்கொள்ளமாட்டேன். ஆனால் தனிப்பட்ட முறையில் எடுத்துக் கொள்ளாமலும் இருக்கமாட்டேன். ஏனென்றால் அதுவும் முக்கியம்தான்."

அவர்கள் இரவெல்லாம் பேசிக்கொண்டேயிருந்தனர். சில மணிநேரங்கள் கழித்துத் திலோ அந்தப் புகைப்படத்துக்கே வந்தாள்.

"அவளுக்கு முக்காடு அணிவது பிடித்திருந்ததா?"

"ஆரிஃபாவுக்கா?"

"இல்லை, உன் மகளுக்கு."

மூஸா தோள்களைக் குலுக்கிக்கொண்டான். "அது சம்பிரதாயம். எங்களுடைய சம்பிரதாயம்."

"நீ இப்படிப்பட்ட சம்பிரதாயமான ஆசாமி என்று நான் நினைக்க வில்லை. சரி, நான் உன்னை மணந்துகொள்ள ஒப்புக்கொண்டிருந்தால் என்னையும் அணியச் சொல்லியிருப்பாயோ?"

“இல்லை, பாபாஜானா. நீ என்னை மணந்துகொள்ள ஒப்புக்கொண்டிருந்தால், நான் ஹிஜாப் அணிந்துகொண்டிருப்பேன், நீ துப்பாக்கியோடு தலைமறைவாக ஓடிக்கொண்டிருந்திருப்பாய்.”

திலோ வாய்விட்டுச் சத்தமாகச் சிரித்தாள்.

“என்னுடைய படையில் யார் இருந்திருப்பார்கள் ?”

“தெரியவில்லை. நிச்சயமாக மனிதர்கள் இருந்திருக்கமாட்டார்கள்.”

“விட்டில்பூச்சி படைவகுப்பும், கீரிப்பிள்ளை அணிவகுப்பும் . . .”

திலோ, மூஸாவிடம் தனது சலிப்பூட்டும் வேலையைப் பற்றி, நிஜாமுதீன் தர்காவுக்கு அருகிலிருந்த அவளது ஸ்டோர் ரூமில் அவளுடைய சுவாரஸ்யமான வாழ்க்கையைப் பற்றிச் சொன்னாள். சுவரில் அவள் வரைந்துவைத்திருந்த சேவல் சித்திரத்தைப் பற்றியும் சொன்னாள் – “ரொம்பவும் விசித்திரம்தான், இல்லையா ? சுல்தான் டெலிபதித்தனமாக என்னிடம் வந்திருக்கிறதுபோல – டெலிபதித்தனம் என்றொரு சொல் இருக்கிறதா ?” (அது மொபைல் போன்களுக்கு முந்தைய காலம், அதனால் அவனிடம் அந்தச் சேவல் சித்திரத்தின் புகைப்படத்தைக் காட்ட முடியவில்லை.) அவளுடைய பக்கத்து வீட்டிலிருந்த மீசைக்காரப் போலி செக்ஸ் டாக்டரைப் பற்றி, அவன் வாசலில் முடிவேயில்லாமல் நீண்டிருக்கும் நோயாளிகள் வரிசையைப் பற்றி, ஒவ்வொரு நாளும் காலையில் தெருவோரத் தேநீர்க்கடையில் அவளுடன் தேநீர் அருந்தும் அவளுடைய நாடோடி, பிச்சைக்கார நண்பர்களைப் பற்றி, அவள் ஏதோவொரு போதைமருந்துக் கும்பல் தலைவனிடம் வேலைபார்ப்பதாக எல்லோரும் நினைத்துக்கொண்டிருந்ததைப் பற்றிச் சொன்னாள்.

“எனக்குச் சிரிப்பு வந்தாலும் அதையெல்லாம் நான் மறுக்கமாட்டேன். அப்படி சந்தேகப் பயமாகவே இருக்கட்டுமென்று விட்டுவிடுவேன்.”

“ஏன் ? அது அபாயமில்லையா ?”

“இல்லை. அது எனக்கு இலவசப் பாதுகாப்பாக இருக்கிறது. எனக்கு அடியாட்கள் பாதுகாப்பு இருப்பதாக நினைத்துக்கொள்கிறார்கள். எவனும் எனக்குத் தொல்லை கொடுப்பதில்லை. சரி, தூங்குவதற்கு முன் ஒரு கவிதை வாசிப்போம்.” அது அவர்களிடையே இருந்த பழைய கல்லூரித் தினங்களின் பழக்கம். யாராவது ஒருவர் ஏதோவொரு பக்கத்தை உத்தேசமாகத் திறந்து மற்றவரிடம் கொடுக்க, அந்தப் பக்கத்தில் இருக்கும் கவிதையை அவர்கள் வாசிப்பார்கள். ஆச்சரியகரமாக ஒவ்வொரு முறையும் அவர்களுடைய அப்போதைய சூழலுக்கு, அப்போது அவர்கள் சந்தித்த அனுபவங்களுக்குப் பொருத்தமாக அந்தக் கவிதைகள் அமைந்துவிடும். கவிதை சுழல்வட்டக் கவறாட்டம். படுக்கையிலிருந்து புரண்டு இறங்கி, ஓஸிப் மாண்டெல்ஸ்டாமின் ஒல்லியான பழைய தொகுப்பை எடுத்து வந்தாள். மூஸா புத்தகத்தைத் திறந்து கொடுத்தான். திலோ வாசித்தாள்:

I was washing at night in the courtyard,
Harsh stars shone in the sky.
Starlight, like salt on an axe - head -
The rain - butt was brim - full and frozen.

"Rain-butt என்றால் என்ன? தெரியவில்லை... பொருள் தேடவேண்டும்."

The gates are locked,
And the earth in all conscience is bleak.
There's scarcely anything more basic and pure
Than truth's clean canvas.

A star melts, like salt, in the barrel
And the freezing water is blacker.
Death cleaner, misfortune saltier,
And the earth more truthful, more awful.

"இன்னொரு கஷ்மீரக் கவிஞன்."

"ரஷ்யக் கஷ்மீரி," என்றாள் திலோ. "ஸ்டாலினின் குலாக்கின்போது அவர் சிறை முகாமிலேயே இறந்துபோனார். ஸ்டாலினைப் புகழ்ந்து அவர் எழுதிய எழுச்சிப்பாடலை நேர்மையானதாக யாரும் கருதுவதில்லை."

அந்தக் கவிதையை வாசித்ததற்காக அவள் வருத்தப்பட்டாள்.

அவர்களால் ஆழ்ந்து உறங்க முடியவில்லை. அவ்வப்போது தூக்கம் கலைந்து மீண்டும் தூங்குவதாக இருந்தனர். விடிவதற்குச் சற்றுமுன், பாதித் தூக்கத்தில் இருந்த திலோவுக்குக் குளியலறையில் மூஸா நீரிறைக்கும் சத்தம் கேட்டது. மீண்டும் குளித்து, பல் விளக்கிக்கொண்டிருந்தான் (அவளது டூத் பிரஷ்ஷில்தான்). தலையைப் படிய வாரிக்கொண்டு வெளியே வந்து, தொப்பியையும் ஃபெரானையும் அணிந்துகொண்டான். அவன் மண்டியிட்டுத் தொழுவதை திலோ ஆர்வமாகக் கவனித்தாள். இதற்கு முன் அவன் தொழுது அவள் பார்த்ததில்லை. எழுந்து கட்டிலில் உட்கார்ந்தாள். அவன் கவனம் கலையவில்லை. தொழுகையை முடித்துவிட்டு எழுந்துவந்து அவளருகே படுக்கையின் விளிம்பில் உட்கார்ந்தான்.

"இது உன்னைச் சங்கடப்படுத்திவிட்டதோ?"

"அதற்கென்ன அவசியம்?"

"இது பெரிய மாற்றம்தான்..."

"ஆம். இல்லை. எனக்கு என்ன... தோன்றுகிறதென்றால்..."

"எங்கள் உடல்களை மட்டும் வைத்து இதை எங்களால் வெல்ல முடியாது. என் ஆன்மாக்களையும் ஈடுபடுத்த வேண்டும்."

அவள் மேலும் இரண்டு சிகரெட்டுகளைப் பற்றவைத்துக்கொண்டாள்.

"எங்களுக்கு இருக்கும் மிகக் கடினமான விஷயம் எது தெரியுமா? நாங்கள் போராட வேண்டிய மிகக் கடினமான விஷயம்? பச்சாதாபம். சுயபச்சாதாபம் கொள்வதுதான் மிக எளிதான காரியம்... எங்கள் மக்களுக்கு இவ்வளவு கொடுமைகள் நடந்திருக்கிறதே என்று... இங்கே ஒவ்வொரு வீட்டிலும் ஏதோவொரு கொடுமையான விஷயம் நடந்திருக்கும்... சுயபச்சாதாபம் என்பது மிகவும்... மிகவும்... தளர்வடையச் செய்வது.

அவமானமுறச் செய்வது. ஆஸாதியை விடவும் இது கௌரவத்துக்கான போர். எங்கள் கௌரவத்தைத் தக்கவைத்துக்கொள்வதற்கு இருக்கும் ஒரே வழி எதிர்த்துப் போராடுவதுதான். நாங்கள் தோற்பதாக இருந்தாலும்கூட. நாங்கள் இறப்பதாக இருந்தாலும்கூட. ஆனால் அதற்காக மக்களாகிய நாங்கள் – வெறும் சாதாரண மக்களாகிய நாங்கள் – போரிடுவதற்கான வலிமையைப் பெற வேண்டும் . . . ஒரு ராணுவமாக. அந்த நிலையை அடைவதற்கு நாங்கள் எங்களை எளிமையாக்கிக்கொள்ள வேண்டும், எங்களை முறைப்படுத்திக்கொள்ள வேண்டும், எங்களைச் சுருக்கிக்கொள்ள வேண்டும் . . . ஒவ்வொருவரும் ஒரே வகையில் சிந்திக்க வேண்டும், ஒரே விஷயத்துக்காக முயல வேண்டும் ... எங்களிடையே இருக்கும் உட்சிக்கல்கள், வேறுபாடுகள், அபத்தங்கள், நுட்ப வேற்றுமைகள் எல்லாவற்றையும் களைய வேண்டும் . . . ஒரே சிந்தனை, ஒரே நோக்கம் கொண்டவர்களாக எங்களை நாங்கள் மாற்றிக்கொண்டாக வேண்டும் . . . ஒரே கல்லில் வடித்தெடுத்தவர்கள் போல ... நாங்கள் எதிர்க்கும் ராணுவத்தைப்போல ... அதே அளவு அறிவு மழுங்கலோடு. ஆனால் அவர்கள் தொழில்முறை வீரர்கள், நாங்கள் சாதாரண மக்கள். இந்த ஆக்கிரமிப்புப் பிரச்சனையில் மோசமான பகுதி இதுதான் ...எங்களுக்காக நாங்கள் என்னதான் செய்துகொள்வது என்பது. இந்தக் குறுக்கம், இந்த முறைப்படுத்தல், இந்த மழுங்கடிப்பு – *stupidification* ... இப்படி ஒரு சொல் இருக்கிறதா?”

“இப்போதுதான் உருவாகியிருக்கிறது.”

“இந்த ‘ஸ்டுப்பிடிஃபிகேஷன்’ . . . இந்த ‘இடியட்டிஃபிகேஷன்’ . . . இதை எங்களால் அடைய முடிந்தால், அடைய முடியும்போது . . . அதுதான் எங்களுக்கான மீட்சி. அது எங்களைத் தோற்கடிக்க முடியாதவர்களாக்கிவிடும். முதலில் அதுதான் எங்களுக்கான மீட்சி, பிறகு ... நாங்கள் வென்றெடுத்த பிறகு . . . அதுதான் எங்களது சூழ்வினையாகவும் மாறிவிடும். முதலில் ஆஸாதி. பிறகு அழித்தொழிப்பு. அதுதான் திட்ட வரையறை.”

திலோ எதுவும் சொல்லவில்லை.

“கேட்டுக்கொண்டிருக்கிறாயா?”

“ஆம்.”

“நான் ஆழமாகப் பேசிக்கொண்டிருக்கிறேன், நீ எதுவுமே சொல்லவில்லை.”

அவனை ஏறெடுத்துப் பார்த்தாள். அவனுடைய உடைந்த முன் பற்களின் இடையிலிருந்த சிறிய தலைகீழான ‘V’யின் மீது கட்டைவிரலை வைத்து அழுத்தினாள். அவன் அவள் கையைப் பற்றி அவள் அணிந்திருந்த வெள்ளி மோதிரத்தின் மீது முத்தமிட்டான்.

“நீ இதை இன்னும் அணிந்துகொண்டிருப்பது எனக்கு மகிழ்ச்சியாக இருக்கிறது.”

“மாட்டிக்கொண்டுவிட்டது. கழற்ற நினைத்தாலும் முடியவில்லை.”

மூஸா புன்னகைத்தான். இருவரும் மௌனமாகப் புகைத்தனர். முடிந்ததும் அவள் சாம்பல் குடுவையை எடுத்துச்சென்று சன்னலுக்கு

வெளியே சிகரெட் துண்டுகளைத் தண்ணீரில் கொட்ட, அவை ஏற்கனவே மிதந்துகொண்டிருந்த மற்ற சிகரெட் துண்டுகளுடன் சேர்ந்துகொண்டன. நிமிர்ந்து வானத்தைப் பார்த்தாள். கட்டிலுக்குத் திரும்பினாள்.

"நான் செய்தது அசிங்கமான காரியம். ஸாரி"

மூஸா அவள் நெற்றியில் முத்தமிட்டுவிட்டு, எழுந்து நின்றான்.

"கிளம்புகிறாயா?"

"ஆம். படகு ஒன்று எனக்காக வருகிறது. கீரை, தர்பூசணி, கேரட், தாமரைத் தண்டு என்று காய்கறிச் சரக்குகளோடு வருகிறது. நான் காய்கறி விற்பவனாகிவிடுவேன்... இந்த ஏரியில் மிதக்கும் மார்க்கெட்டில் காய்கறிகள் விற்பேன். போட்டிக்காக விலையைக் குறைத்து, வாங்கவரும் பெண்களோடு சளைக்காமல் பேரம் பேசுவேன். இந்தக் களேபரத்துக்கு மத்தியில் கண்காணாமல் மறைந்து தப்பிச்சென்றுவிடுவேன்."

"உன்னை நான் அடுத்து எப்போது பார்க்க முடியும்?"

"யாராவது உன்னைத் தேடிக்கொண்டு வருவார்கள் – கதீஜா என்ற பெண் வருவாள். அவளை நம்பலாம். அவளோடு செல். நிறையப் பயணிக்க வேண்டியிருக்கும். நீ எல்லாவற்றையும் பார்க்க வேண்டுமென்று விரும்புகிறேன். எல்லாவற்றையும் நீ தெரிந்துகொள்ள வேண்டும். உனக்கு எந்த ஆபத்தும் இருக்காது."

"உன்னை அடுத்து எப்போது பார்க்க முடியும்?"

"நீ நினைப்பதைவிட சீக்கிரமாகவே. நான் உன்னைக் கண்டுபிடித்து வந்துவிடுவேன். குதா ஹஃபீஸ், பாபாஜானா."

அவன் போய்விட்டான்.

காலையில் குல்ரேஸ் அவளுக்குக் கஷ்மீரிக் காலையுணவைத் தயாரித்துக் கொடுத்தான். லவாஸா ரொட்டிக்குத் தொட்டுக்கொள்ள வெண்ணெய்யும் தேனும். சர்க்கரை சேர்க்காத, ஆனால் அந்தக் கோப்பையின் அடியிலிருந்து அள்ளிச் சாப்பிட வேண்டியிருந்த அளவுக்குப் பாதாம்பருப்புகள் தாராளமாக சேர்க்கப்பட்ட *காஹ்வா*. ஆகாவும் கானுமும் மிகவும் ஒழுங்கீனமாக நடந்துகொண்டிருந்தன. சாப்பாட்டு மேசைமீதே எகிறிக் குதித்து ஓடின, பாத்திரங்களை உருட்டித் தள்ளின, உப்பைக் கீழே சிந்தின. சரியாகப் பத்துமணிக்குக் கதீஜா அவளுடைய இரு இளம் மகன்களுடன் வந்தாள். அவர்கள் திலோவை அழைத்துக்கொண்டு ஒரு ஷிகாராவில் ஏரியைக் கடந்தனர். பின் ஒரு மாருதி 800இல் நகருக்குள் சென்றனர்.

அடுத்த பத்துநாட்களும் ஒவ்வொரு நாளும் வெவ்வேறு நபர்களுடன் – சில நேரங்களில் ஆண்களுடன், சில நேரங்களில் பெண்களுடன், சில நேரங்களில் குழந்தைகளோடு குடும்பங்களுடன் கஷ்மீர் பள்ளத்தாக்கின் ஊடே திலோ பயணித்தாள். இந்த முதல் பயணத்துக்குப் பிறகு அடுத்துப் பலமுறை பல வருடங்கள் திலோ அந்தப் பிரதேசத்தின் குறுக்கும் நெடுக்குமாகப் பயணித்துவிட்டாள். பேருந்துகளில், மற்றவர்களோடு

சேர்ந்து வாடகைக் கார்களில், சில நேரங்களில் கார்களில். இந்தித் திரைப்படங்களால் பிரபலமாகியிருந்த குல்மார்க், ஸோன்மார்க், பஹல்காம், பேதாப் பள்ளத்தாக்கு (அந்தத் திரைப்படம் அங்கு படமாக்கப்பட்டதால் அந்தப் பெயர்) போன்ற சுற்றுலாத் தலங்களுக்குச் சென்றாள். திரைப்பட நட்சத்திரங்கள் தங்கியிருந்த ஓட்டல்கள் காலியாக இருந்தன. தேனிலவு ஜோடிகள் தங்குகின்ற காட்டேஜ்கள் கைவிடப்பட்ட நிலையில் காணப்பட்டன. ('இந்த காட்டேஜ்களில்தான் எங்களுடைய ஆக்கிரமிப்பாளர்கள் கருக்கொண்டனர்' என்று அவளைக் கூட்டிச் சென்ற நண்பன் ஜோக்கடித்தான்). ஒருவருடத்துக்கும் முன் வெளிநாட்டுச் சுற்றுலாப் பயணிகள் ஆறுபேர் கடத்தப்பட்ட தாழ்நிலப்பகுதிக்குச் சென்றாள். அங்குதான் புதிதாகத் தொடங்கப்பட்ட அல்–பரான் என்ற பயங்கரவாதக்குழு அமெரிக்கா, பிரிட்டன், ஜெர்மனி, நார்வே, நாடுகளைச் சேர்ந்த ஆறுபேரைக் கடத்திச்சென்று, அவர்களில் ஐந்து பேரைக் கொன்றது. ஒரு பயணி மட்டும் தப்பிவிட்டார். கொல்லப்பட்டவர்களில் நார்வே நாட்டைச் சேர்ந்த கவிஞனும் நடனக்கலைஞனுமான இளைஞன் ஒருவனும் இருந்தான். அவன் தலை துண்டிக்கப்பட்டு உடல் பஹல்காம் தாழ்நிலத்தில் வீசப்பட்டிருந்தது. கொல்லப்படுவதற்கும் முன் அவனைக் கடத்தல்காரர்கள் இடம் மாற்றிக்கொண்டேயிருந்தபோது, அவனுக்குக் கையில் கிடைத்த காகிதங்களிலெல்லாம் கவிதைகள் எழுதி, அவற்றை அந்த இடங்களில் இருந்தவர்கள் சிலரிடம் எப்படியோ சேர்த்துவிட்டிருந்தான்.

கஷ்மீரில் இருப்பதிலேயே மிக அழகான, மிகவும் அபாயகரமான, போராளிகளும் ராணுவத்தினரும் வெறிபிடித்த இக்வானிகளும் சூழ்ந்த லோலாப் பள்ளத்தாக்கின் காடுகளில் அலைந்தாள். அதிகாரப்பூர்வ எல்லைக் கோட்டுக்கருகில் ரஃபியாபாத்தின் அதிகம் அறியப்படாத காட்டு வழிகளில், மலையிலிருந்து சரியும் நீரோடைகளின் பசுங்கரையோரமாக நடந்தாள். பளிங்கெனத் தெளிந்த நீரை அதன் உறையவைக்கும் தணுப்பில் உதடுகளில் நீலம் பாரிக்க, தாகங்கொண்ட விலங்கினைப்போலத் தரையோடு மண்டியிட்டு, கைகளை ஊன்றி நக்கிக்குடித்தாள். பழத் தோட்டங்களும் கல்லறைகளும் சூழ்ந்த கிராமங்களைச் சென்று பார்த்தாள்; கிராமத்து மக்களின் வீடுகளில் தங்கினாள். மூஸா எந்த அறிவிப்புமின்றி வருவான், செல்வான். மலையுச்சியில் அமைந்திருந்த ஒரு கல்குடிசையில் தீ மூட்டிக் கணப்பில் அவர்கள் அமர்ந்திருந்தனர். கோடைகாலங்களில் தாழ்நிலங்களிலிருந்து குஜ்ஜார் இனமக்கள் ஆடுகளை மலைக்கு ஓட்டிவந்து தங்கிச்செல்லும் இடம் அது. அதிகாரப்பூர்வ எல்லைக்கோட்டைப் போராளிகள் அவ்வப்போது தாண்டிச்செல்கிற தடத்தை மூஸா சுட்டிக் காட்டினான்.

"பெர்லினில் ஒரு சுவர் இருந்தது. எங்களிடம் உலகத்திலேயே உயரமான மலைத்தொடர் இருக்கிறது. இது வீழாது, ஆனால் ஏறிக் கடக்கக் கூடியது."

குப்வாராவில் இருந்த ஒரு வீட்டில் மும்தாஜ் அஃப்ஸல் மாலிக்கின் அக்காவைத் திலோ சந்தித்தாள். அப்ஸல் மாலிக்தான் அம்ரிக் சிங்கின் நண்பர் சலீம் கோஜ்ரியை அவர் கொல்லப்பட்ட அன்று அழைத்துவந்த டாக்ஸி டிரைவர். அவளுடைய தம்பியின் உடல் வயலில் கண்டெடுக்கப்பட்டு, வீட்டுக்குக் கொண்டுவரப்பட்டபோது ரிகர் மார்டிஸ்ஸில் உடல் விறைத்து,

இறுக்கமாக மூடிக்கொண்டிருந்த கைக்குள் மண்ணும், அந்த விரல்களின் இடைவெளியில் புற்கள் வளர்ந்து குட்டி மஞ்சள் பூக்கள் பூத்திருந்ததையும் அவள் திலோவிடம் விவரித்தாள்.

பள்ளத்தாக்கில் அவளது சுற்றுப்பயணத்தை முடித்துக்கொண்டு திலோ HB ஷாஹீனுக்குத் திரும்பினாள். மூஸாவும் அவளும் எதற்கும் இருக்கட்டுமென்று இயல்பாக 'குட்பை' சொல்லிக்கொண்டனர். இந்த விஷயங்களில் இயல்புத்தன்மையும் நகைச்சுவையும் உண்மையில் தீவிரமானவையென்றும் தீவிரமானவை பெரும்பாலும் நகைச்சுவை யாகவே எடுத்துக்கொள்ளப்படுமென்றும் திலோ விரைவிலேயே அறிந்து கொண்டாள். தேவையில்லாத சமயங்களில்கூட அவர்கள் சங்கேதகக் குறிப்புகளாகப் பேசிக்கொண்டனர். இவ்வாறாகத்தான் 'ஸ்பாட்டர்' அம்ரிக் சிங்கிற்கு 'ஆட்டர்'–நீர்நாய்–என்ற குறியீடு அவர்களால் சூட்டப்பட்டது. (சம்பிரதாயமான பட்டமளிப்பு விழா எதுவும் கூட்டப்படவில்லை யென்றாலும், இந்தப் பட்டம் சூட்டப்பட்டு ஒப்புக்கொள்ளப்பட்டது. *ஆஸாதி கா மத்லப் க்யா? லா இலாஹா இல்லல்லா* என்ற கோஷத்துக்கு திலோ மதிப்பு தருகிறாள் என்பதற்காகவே இப்போது நிச்சயமாக, மிகச் சரியாகவே தேசவிரோதி என்று பட்டம் சூட்டப்படுவாள்.) அவள் திரும்பி வந்த அடுத்த நாள் குல்ரேஸ் இரண்டுபேருக்கு உணவுமேசையில் தட்டுகளை வைக்கும்போதே மூஸா வரப்போகிறான் என்று அவளுக்குத் தெரிந்துவிட்டது.

இரவு வெகுநேரம் கழித்து வந்தான். முகம் தீவிர யோசனையில் இருப்பதைக் காட்டியது. நகரத்தில் நிலைமை மிகமோசமாக இருப்பதாகச் சொன்னான். அவர்கள் ரேடியோவை வைத்தனர்:

இக்வானிகள் சிலர் ஒரு பையனைக் கொன்று, உடலை 'மறைத்து' விட்டிருக்கின்றனர். இதைத் தொடர்ந்து எழுந்த எதிர்ப்புப் போராட்டங் களில் பதினான்கு பேர் சுட்டுக்கொல்லப்பட்டனர். மூன்று போராளிகள் என்கவுண்டரில் கொல்லப்பட்டனர். மூன்று காவல்நிலையங்கள் கொளுத்தப் பட்டன. இன்று இறந்தவர்களின் எண்ணிக்கை பதினெட்டு என்றானது.

மூஸா வேகமாகச் சாப்பிட்டு முடித்து, கிளம்புவதற்கு எழுந்தான். குல்ரேஸிடம் உணர்ச்சியற்ற குரலில் 'குட்பை' சொன்னான். திலோவை நெற்றியில் முத்தமிட்டான்.

"குதா ஹஃபீஸ், பாபாஜானா. பத்திரமாகப் பயணம் செய்."

அவளை உள்ளேயே இருக்கச் சொன்னான். வழியனுப்புவதற்கு வெளியே வரவேண்டாம் என்று அவன் சொன்னதைக் கேட்காமல், தற்காலிகமாக அமைக்கப்பட்ட தள்ளாடும் நடைமேடை வரை அவனுடன் வந்தாள். ஒரு சிறிய துடுப்புப் படகு அவனுக்காகக் காத்திருந்தது. மூஸா அதில் ஏறிப் படகின் தரையில் மல்லாந்து படுத்துக்கொண்டான். படகோட்டி மூஸாவின் மீது கோரைப்பாய் ஒன்றை எடுத்துவந்து போர்த்திவிட்டு, அதன்மேல் காலியான கூடைகளையும் சில காய்கறி மூட்டைகளையும் அலங்காரமாக அடுக்கினான். படகு அந்த அன்புக்குரிய சரக்குடன்

மெதுவாகச் செல்வதைத் திலோ பார்த்தபடி நின்றிருந்தாள். படகு ஏரிக்குக் குறுக்காக அந்த அகன்ற நிழற்சாலை முனையம் நோக்கிச் செல்லாமல், முடிவற்ற வரிசையாக நிறுத்தப்பட்டிருந்த படகுவீடுகளின் ஓரமாகவே சென்று மறைந்தது.

படகின் தரையில் படுத்திருக்கும் மூஸாவின் மீது காலிக் கூடைகளையும் காய்கறி மூட்டைகளையும் மூடிவைத்தது திலோவை என்னவோ செய்தது. அவள் இதயம் மலையிலிருந்து இறங்கும் நீரோடையில் உறைநிலைக்கு அருகிலிருக்கும் குளிர்நீர் வருடிச் செல்லும் சாம்பல்நிறக் கூழாங்கல்லைப் போலிருந்தது.

திலோ படுக்கையறைக்குத் திரும்பினாள். ஜம்மு செல்லும் பேருந்தைப் பிடிப்பதற்கான நேரத்தைக் கணக்கிட்டு அலாரம் வைத்தாள். தூங்குவதற்கு உடைகளை மாற்றுவதற்குக்கூட முடியாமல் சோர்வாக இருந்ததால், கஷ்மீர் சம்பிரதாயப்படியே ஒழுக்கமான உடைகளுடன் படுக்கைக்குச் சென்றாள். குல்ரேஸ் அடங்கிய குரலில் பாடிக்கொண்டே அறைக்கு வெளியே சுற்றிக்கொண்டிருப்பது கேட்டது.

தூங்க ஆரம்பித்து அரைமணி நேரத்துக்குள் விழித்துக்கொண்டாள். சட்டென்று அல்ல, படிப்படியாக. தூக்கத்தின் அடுக்குகளில் நீந்திக் கொண்டே வந்து, முதலில் சத்தம் கேட்டு, பிறகு அந்தச் சத்தம் நின்று விட்டதால். முதலில் என்ஜின்களின் உறுமல் எல்லாத் திசைகளிலிருந்தும் வருவதைப் போலிருந்தது. பின், சட்டென்று ஸ்விட்ச் ஆஃப் செய்ததைப்போல எல்லாச் சத்தமும் நின்றது.

மோட்டார் படகுகள். ஏராளமாக.

HB ஷபீன் உந்தப்பட்டது. புரண்டது. அதிகமாக அல்ல, கொஞ்சமாக.

படுக்கையிலிருந்து இறங்கினாள். தொல்லைகளுக்குத் தயாரானாள். மரவேலைப்பாடுகள் கொண்ட, அலங்காரங்கள் பதித்த, சரிகைச் சித்திர வேலைகளோடு இருந்த அந்தக் கதவு உடைக்கப்பட்டது. அடுத்த கணம் அந்த அறை முழுக்க ராணுவ வீரர்கள். துப்பாக்கிகள் சகிதம்.

அடுத்த சிலமணிநேரங்களில் நடந்தவை அனைத்தும் மிக வேகமாக நடந்தனவா மிக மெதுவாக நடந்தனவா என்று அவளால் சரியாகச் சொல்ல முடியவில்லை. எல்லாமே தெளிவாகத் தெரிந்தன. துல்லியமாகக் கேட்டன. ஆனால் எப்படியோ தூரத்தில் நிகழ்வதைப் போலிருந்தன. அவளுடைய உணர்வுகள் வெகுதொலைவில் தள்ளியிருந்தன. அவள் வாயைக் கட்டினார்கள். கைகளைக் கட்டினார்கள். அந்த அறை சோதனையிடப்பட்டது. அவளைத் தாழ்வாரத்தின் வழியாக உணவுண்ணும் அறைக்குத் தள்ளிக்கொண்டு சென்றார்கள். குல்–காக் தரையில் கிடந்தான். குறைந்தது பத்துபேர் அவனை எட்டி உதைத்துக்கொண்டிருந்தார்கள். அடித்துக்கொண்டிருந்தார்கள்.

எங்கே அவன்?

எனக்குத் தெரியாது.

நீ யார்?

குல்ரேஸ். குல்ரேஸ். குல்ரேஸ் அப்ரூ. குல்ரேஸ் அப்ரூ.

ஒவ்வொருமுறை அவன் உண்மையைச் சொல்லும்போதும் அவர்கள் அவனை மேலும் பலமாக அடித்தார்கள்.

அவனுடைய அலறல்கள் ஈட்டியைப்போல அவள் உடம்பைத் துளைத்துக்கொண்டு ஏரியின் மீது அடித்துச் சென்றன. வெளி இருட்டுக்குக் கண்கள் பழகியதும், கருப்பு ஏரியில் கப்பற்படையின் அணிவகுப்புபோல ஏராளமான படகுகள் ராணுவவீரர்களோடு முளைத்திருந்தது புலப்பட்டது. நீரில் நடைபெறும் வலைவீசித் தேடல்வேட்டை. படகுகள் இரண்டு வளையங்களில் நின்றிருந்தன. வெளிவளையம் மேலாண்மைப் பிரிவு. உள்வட்டம் ஆதார அணி. ஆதார அணியைச் சேர்ந்த ராணுவவீரர்கள் படகுகளில் நின்றுகொண்டு மிக நீளமான கம்புகளின் முனையில் கத்தியைக் கட்டி, தண்ணீருக்குள் குத்திக்கொண்டிருந்தார்கள். புதுவகையான மண்டா. தண்ணீருக்கடியில் யாரும் நீந்தித் தப்பித்துவிடக்கூடாது என்பதற்கான உத்தி. (சமீபத்தில் ஹாரூன் காடே என்பவன் அசகாய சாகசமாகத் தப்பிச் சென்ற கதையின் விளைவு. அவன் ஒளிந்திருந்த வுலார் ஏரிக்கரையை ராணுவம் சுற்றிவளைத்ததும், ஹாரூன் காடே தப்பிச்செல்வதற்கு இருக்கும் ஒரே வழி ஏரியின் மூலமாகத்தான் என்று உணர்ந்து, ஏரியில் படகுகளில் அவனுக்காக காத்திருக்கும் கப்பற்படை கமாண்டோக்களின் கண்களில் படாமல், ஏரிக்குள் குதித்து, நீர்த் தாவரங்களுக்கடியில் ஒளிந்துகொண்டிருக்கிறான். மூச்சு விடுவதற்காக ஒரு மூங்கிலை மூச்சுக் குழாயாகப் பயன்படுத்திக்கொண்டு மணிக்கணக்காக நீருக்கடியிலேயே இருந்து, ராணுவத்தினர் தோல்வியோடு திரும்பியதும் வெளியில் வந்து தப்பித்திருக்கிறான்.)

தாக்குதல் அணியை ஏற்றிவந்த படகு, அதன் பயணிகள் வெற்றிப்பரிசோடு திரும்பிவருவதற்காகக் காத்திருந்தது. அந்த வேட்டைக்குத் தலைமையேற்றிருந்தவன் நல்ல உயரமாக இருந்தான், கரும்பச்சை தலைப்பாகை அணிந்திருந்த ஒரு சீக்கிய அதிகாரி. திலோ அவன் அம்ரிக் சிங்காகத்தான் இருக்க வேண்டுமென்று சரியாகவே ஊகித்தாள். திலோவை அவர்கள் இழுத்துச்சென்று அந்தப் படகில் தள்ளி, உட்கார வைத்தார்கள். யாரும் அவளிடம் பேசவில்லை. பக்கத்துப் படகுவீடுகளில் இருந்த எவரும் என்ன நடக்கிறது என்று எட்டிக்கூடப் பார்க்கவில்லை. அந்தப் படகுகள் ஒவ்வொன்றும் ஏற்கனவே சிறு ராணுவக் குழுக்களால் சோதனையிடப்பட்டுவிட்டன.

சற்று நேரம் கழித்து குல்ரேஸைக் கொண்டுவந்தார்கள். அவனால் நடக்க முடியவில்லை என்பதால் இழுத்துக்கொண்டு வந்தார்கள். மூடப் பட்டிருந்த அவனுடைய பெரிய தலை முன்னால் தொங்கியது. திலோவுக்கு எதிரில் உட்காரவைக்கப்பட்டான். அவன் தலையை மூடியிருந்த உறையை யும், அணிந்திருந்த பெஃரானையும் பூட்ஸ்களையும் தவிர அவளால் அவனிடம் எதையும் பார்க்க முடியவில்லை. அந்த உறைகூட உண்மையில் ஓர் உறை அல்ல. சூர்யா பிராண்டு பாசுமதி அரிசி வந்த பை. குல்–

காக்கிடமிருந்து சத்தமே எழவில்லை. மிகக் கடுமையாகக் காயமுற்றிருக்கிறான் என்று தெரிந்தது. அவனால் தானாக நிமிர்ந்து உட்கார முடியவில்லை. இரண்டு ராணுவ வீரர்கள் அவனைத் தாங்கிப்பிடித்துக் கொண்டிருந்தார்கள். அவன் மயக்கத்தில் இருக்கவேண்டுமென்று திலோ விரும்பினாள்.

மூஸாவின் படகு சென்ற திசையிலேயே அவர்கள் அணிவகுப்பும் சென்றது. முடிவே இல்லாமல் நீண்டிருந்த காலியான, இருண்டிருந்த படகு வீடுகளைக் கடந்தபின் வலதுபுறம் சதுப்பு நிலம் போலிருந்த பகுதியைத் தாண்டியது.

யாரும் பேசவில்லை. கொஞ்ச நேரத்துக்கு, அந்தப் படகுகளின் என்ஜின் உறுமலையும் ஒரு பூனைக்குட்டியின் முனகலையும் தவிர வேறு எந்த சத்தமும் இல்லாத பேரமைதி. அந்தப் பூனையின் முனகல் அவர்களுடனே தொடர்ந்து பயணித்து வருவதைப் போலிருந்தது. ஆனால் பூனை கண்ணில் தென்படவில்லை. அந்தச் சத்தம் ராணுவ வீரர்களை வெகுவாகத் துன்புறுத்திக்கொண்டிருக்க, அது கடைசியில் கண்டுபிடிக்கப்பட்டது. அது அந்தக் கருப்பு வெள்ளைப் புள்ளி – கானும். குல்ரேஸின் பாக்கெட்டுக்குள் இருந்தது. ஒரு ராணுவ வீரன் அதை அங்கிருந்து பிடுங்கியெடுத்து, ஏரியில் வீசியெறிந்தான், ஏதோ ஒரு குப்பையைப் போல. அந்தப் பூனைக்குட்டி அதன் வாயை அகலத்திறந்து கோரைப்பற்கள் பளிச்சிட மெல்லியதாக ஊளையிட்டுக்கொண்டே மொத்த இந்திய ராணுவத்தையும் அதுமட்டும் தனியாக எதிர்கொள்வதைப்போல அதன் சின்னக் கால்களை அகல விரித்தபடிக் காற்றில் பறந்து நீரில் விழுந்தது. சின்ன சத்தம்கூட எழுப்பாமல் மூழ்கியது. ஒரு *மின்த்ரீ* ஆக்கிரமிப்பில் எப்படி வாழ்வதென்று தெரிந்து கொள்ளாத இன்னொரு *பேவகுஃப்பின்* கதை இப்படியாக முடிந்தது. (அதன் சகோதரன் ஆகா மட்டும் பிழைத்துக்கொண்டது – கட்சி மாறிக் காட்டிக் கொடுப்பவனாகவா, சாதாரண பொதுஜனமாகவா அல்லது முஹாஜித்தாகவா என்று ஒருபோதும் உறுதிசெய்ய முடியவில்லை.)

உச்சியில் இருந்த நிலவின் ஒளியில் காடுகளாக அடர்ந்திருந்த உயரமான புற்களின் ஊடே சுற்றுலாப் படகுகளைவிட அளவில் சிறியதாக இருந்த படகுவீடுகள் நிழலுருவாகத் தென்பட்டன. ஏரியின் காயலில் அமைக்கப்பட்ட விற்பனை அங்காடிபோல, உளுத்துப்போன தாவுநடைக்கோல்களின் மீது பலகைமேடை அமைத்து, எந்நேரமும் சரிந்துவிடும்போல மரக்குடில்கள். ஒரு மருந்துக் கடை, ஏ–1 லேடீஸ் ஸ்டோர், கைவினைப் பொருட்கள் விற்கும் 'எம்போரியங்கள்' என எல்லாக் கடைகளும் மூடியிருந்தன. அங்கொன்றும் இங்கொன்றுமாகப் பாழடைந்த மரவீடுகள். சதுப்புத்தீவுகள் போலிருந்த அந்த ஏரிக்கரையில் சிறிய துடுப்புப் படகுகள் நிறுத்தப்பட்டிருந்தன. அந்தச் சதுப்புப் பிரதேசத்தில் மனித வாசம் முற்றிலுமாக இல்லாமல் இருக்கவில்லையென்பதற்கான ஒரே அறிகுறியாகத் தெளிவற்ற ரேடியோ கமறல்களும், அவ்வப்போது விட்டுவிட்டு ஒலிக்கும் பாடல் கீற்றுகளும் அந்த மர்மமான கதவடைத்த நிழல்களிலிருந்து மிதந்துவந்தன. அந்தப் பகுதி முழுக்கப் படர்ந்திருந்த நீர்த்தாவரங்களால் கருப்புத் திரவப் புல்வெளி போலக் காணப்பட்ட ஏரியை உழுதுகொண்டு வந்த படகு நீரில் தாழ்வாக அமிழ்ந்தபடிச் சென்றது. காலைநேரத்து மிதக்கும் காய்கறிச் சந்தையின் கழிவுகள் சுற்றிலும் மிதந்தன.

இதே வழியில்தான் மூஸா ஒரு மணி நேரத்துக்கு முன்னால் சென்றான் என்பது மட்டுமே திலோவின் மனதில் நின்றிருந்தது. அவன் படகு மோட்டார் படகும் அல்ல.

தயவு செய்து கடவுளே, நீ யாராக இருந்தாலும், நீ எங்கே இருந்தாலும், தயவுசெய்து தயவுசெய்து நாங்கள் செல்லும் வேகத்தைக் குறை. அவன் தப்பிச்செல்வதற்கு அவகாசம் கொடு. எங்கள் *வேகத்தைக் குறை வேகத்தைக் குறை வேகத்தைக் குறை வேகத்தைக் குறை வேகத்தைக் குறை வேகத்தைக் குறை வேகத்தைக் குறை*

அவளுடைய பிரார்த்தனையை யாரோ செவிமடுத்து, அதை நிறைவேற்றியும் விட்டனர். அது கடவுளாக இருந்திருக்க வாய்ப்பில்லை.

திலோவும் குல்ரேஸும் இருந்த படகில்தான் அம்ரிக் சிங்கும் இருந்தான். அவன் எழுந்து, துணைக்கு வந்த படகுகளிடம் தொடர்ந்து செல்லுமாறு கையசைத்து உத்தரவிட்டான். அவர்கள் சென்றதும், படகோட்டியிடம் இடதுபுறம் திரும்பச் சொன்னான். புற்கள் மண்டி மிகவும் குறுகலாக இருந்த அந்நீர்த்தடத்தில் படகு வேகத்தை வெகுவாகக் குறைத்து, கிட்டத்தட்ட முக்கி முனகி நகர வேண்டியிருந்தது. பத்துநிமிட மூச்சிரைப்புக்குப்பின் நீர்ப்பரப்பு மீண்டும் திறந்துகொள்ள, அவர்கள் மீண்டும் இடதுபுறம் திரும்பினர். படகோட்டி மோட்டாரை நிறுத்தினான். படகு நின்றது. இது அவர்களுக்கு மிகவும் பரிச்சயமான நடைமுறை என்று தெரிந்தது. யாருக்கும் எந்த உத்தரவும் தேவைப்படவில்லை. குல்ரேஸை அவர்கள் தூக்கி நிறுத்தி, படகிலிருந்து இறக்கிச் சில அடிகளே ஆழமிருந்த தண்ணீரில் இழுத்துக்கொண்டு கரையேறிச் செல்ல, திலோவுக்குக் காவலாக ஒரேயொரு ராணுவ வீரனை விட்டுவிட்டு அம்ரிக் சிங்கும் படகிலிருந்து இறங்கிக் கரைக்குச் சென்றான். ஒரு மிகப்பெரிய சிதிலமான வீட்டின் உருவரை இருட்டுக்குள் தெரிந்தது. அதன் கூரை சரிந்திருந்தது. அதன் இறைவாரக் கைம்மரங்களின் எலும்புக் கூட்டுக்கிடையில் இருட்டுப் பின்னணியில் நிலா விழித்தபடி இருந்தது. சாய்ந்திருக்கும் மார்புக்கூட்டுக்குள் பிரகாசித்துக் கொண்டிருக்கும் இதயத்தைப்போல.

ஒரு துப்பாக்கி வெடிக்கும் சத்தமும், அதைத் தொடர்ந்து ஒரு சின்ன வெடிச்சத்தமும் மரங்களில் அமர்ந்திருந்த பறவைகளைப் பதறியெழச் செய்தன. அடுத்த கணம் நாரைகளும் கொக்குகளும் ஆட்காட்டிக் குருவி களும் இதர நீர்ப்பறவைகளும் விடிந்துவிட்டதைப் போல பெருங்குரலில் கிறீச்சிட்டபடி வானத்தை நிரப்பின. விளையாட்டைச் சீக்கிரமே முடித்துக் கொண்டு, மீண்டும் மரங்களுக்குத் திரும்பின. அகால நேரத்தில், அசாதாரண வெடிச்சத்தங்கள் அவற்றுக்கு இந்நேரம் பழகிவிட்டிருந்தன. ராணுவ வீரர்கள் திரும்பிவந்தபோது குல்ரேஸ் இல்லை. ஆனால் அவர்கள் ஒரு கனமான, உருவமற்ற மூட்டையைத் தூக்கிக்கொண்டு வந்தார்கள்.

இவ்வாறாகப் படகிலிருந்து கூட்டிச்செல்லப்பட்ட குல்–காக் அப்ரூ என்ற கைதி, கமாண்டர் குல்ரேஸ் என்ற பயங்கரமான தீவிரவாதியின் உயிரற்ற உடலாகத் திரும்பிவந்தான். இந்த பயங்கரவாதியைப் பிடித்துக் கொன்றதற்காக அவனைக் கொன்றவர்களுக்கு மூன்று இலட்ச ரூபாய் பரிசாக அளிக்கப்பட்டது.

அன்றைய தினத்தின் பலி எண்ணிக்கை இப்போது பதினெட்டோடு ஒன்று கூடியது.

O

அம்ரிக் சிங் படகுக்குத் திரும்பிவந்து சௌகரியமாக அமர்ந்தான். இம்முறை திலோவுக்கு நேரெதிரில்: "நீ யாராக இருந்தாலும் சரி, ஒரு பயங்கரவாதியின் கூட்டாளியாக இருந்திருக்கிறாய் என்பதற்காக உன் மீது குற்றம் சுமத்தியிருக்கிறோம். நீ எல்லாவற்றையும் சொல்லிவிட்டால் உன்னைத் துன்புறுத்தமாட்டோம்." அவன் இந்தியில் இனிமையாகப் பேசினான். "உனக்கு வேண்டிய நேரத்தை எடுத்துக்கொள். ஆனால் எங்களுக்கு எல்லா விவரங்களும் வேண்டும். அவனை உனக்கு எப்படித் தெரியும். எங்கெல்லாம் நீங்கள் சென்றீர்கள். யார்யாரைச் சந்தித்தீர்கள். எல்லாம். எவ்வளவு நேரம் எடுத்துக்கொண்டாலும் சரி. அப்புறம் ஒன்றை நீ தெரிந்துகொள்ள வேண்டும். எல்லா விவரங்களும் எங்களுக்கு ஏற்கனவே தெரியும். நீ ஒன்றும் எங்களுக்குத் தகவல் தந்து உதவப் போவதில்லை. நாங்கள் உன்னைச் சோதித்துக்கொண்டிருக்கிறோம். அதை நீ தெரிந்துகொள்ள வேண்டும்."

மூஸாவின் வீட்டில் கைத்துப்பாக்கியை மறந்துவிட்டதாக நடித்தபோது, சிரிப்பதைப்போல நடித்த அதே ஆழமற்ற, வெற்றான, கருமை படர்ந்த கண்கள் இப்போது நிலவொளி படர்ந்த சதுப்புப் பிரதேசத்தில் திலோவை உற்றுநோக்கின. அந்த வெறிப்பு அவள் ரத்தத்தில் இருந்த சிலவற்றை உசுப்பி எழுப்பியது – ஒரு ஊமை வெறி, ஒரு பிடிவாதமான, தன்னழிப்பு உந்துதல். என்ன நடந்தாலும் சரி, அவள் எதையும் சொல்லப் போவதில்லை என்ற மூடத்தனமான தீர்மானம்.

நல்லவேளையாக அது சோதிக்கப்படவில்லை. அந்த அளவுக்கு நிலைமை வரவும் இல்லை.

படகுச் சவாரி மேலும் இருபது நிமிடங்களுக்குத் தொடர்ந்தது. பயணத்தின் முடிவில் ஒரு கவசமிட்ட ஜிப்ஸியும், திறந்த ராணுவ லாரி ஒன்றும் இவர்களை ஷிராஸுக்கு அழைத்துச்செல்வதற்காக ஒரு மரத்தடியில் காத்திருந்தன. அவர்கள் வண்டிகளில் ஏறுவதற்கும் முன் அம்ரிக் சிங் திலோவின் வாய்க்கட்டை அவிழ்த்துவிட்டான். ஆனால் கைக்கட்டை நீக்கவில்லை.

இந்த அகால வேளையில்கூட பேருந்து நிலையம் போல் பரபரப்பாக இருந்த ஷிராஸ் திரையரங்க முகப்புக் கூடத்தில் திலோ, அஸிஸ்டன்ட் கமிஷனர் பிங்க்கியிடம் ஒப்படைக்கப்பட்டாள். வழக்கத்துக்கு மாறான இந்தக் கைதியைக் கவனிப்பதற்குப் பிங்க்கியைப் பாதித்தூக்கத்திலிருந்து எழுப்பியிருந்தார்கள். கைது பதிவு செய்யப்படவில்லை. அவர்கள் கைதியிடம் பெயரைக்கூடக் கேட்கவில்லை. ஒன்பது மாதங்களுக்கு முன் அம்ரிக் சிங்கின் ரெட் ஸ்டாக் விஸ்கி பாட்டிலை மூஸா வைத்துவிட்டுச் சென்ற வரவேற்பு மேசை, காட்பரி சாக்லேட், க்வாலிடி ஐஸ்க்ரீம், *சாந்தினி, மைனே பியார் கியா, பரிண்டா, லயன் ஆஃப் தி டெஸர்ட்* திரைப்படங்களின் சாயமிழந்த விளம்பரங்களைக் கடந்து திலோவை ஏசிபி பிங்க்கி செலுத்திக்கொண்டு சென்றாள். வழியில் புதிதாகச் சேர்ந்திருந்த, கைகால்கள் கட்டப்பட்ட,

அடித்துத் துவைக்கப்பட்ட ஆட்களின் வரிசையையும் சிமெண்ட் கங்காரு குப்பைத் தொட்டிகளையும் தாண்டித் திரையரங்கத்துக்குள் நுழைந்து, பாட்மின்டன் கோர்ட்டைத் தாண்டி, திரைக்கு அருகிலிருந்த வெளியேறும் வழியூடாகப் பின்கட்டுக்குச் செல்லும் கதவைத் திறந்துகொண்டு வெளியே வந்தனர். அந்த வாசலிலிருந்து சில அடிகள் தூரத்திலிருந்த ஷிராஸின் பிரதான விசாரணை மையத்துக்குத் திலோவை ஏசிபி பிங்க்கி இழுத்துச் செல்கையில் வழியில் சில ஆச்சரிய ஓரக்கண் பார்வைகளும் சில ஆபாச வசவுகளும் குறுக்கிட்டன.

அந்தக் கட்டடம் தனியாக இருந்தது – விசேஷமாக எதுவும் தெரியாத நீள் செவ்வக அறை. நாற்றம் மட்டும் பிரதானமாக இருந்தது. சிறுநீர், வியர்வை நாற்றத்தை மீறிக்கொண்டு நாட்பட்ட ரத்த வாடை. கதவில் 'விசாரணை மையம்' என்று எழுதியிருந்தாலும் அது உண்மையில் சித்திரவதை மையம். கஷ்மீரில் 'விசாரணை' என்பது தனி வகையினம் அல்ல. வெறுமனே 'தகவல் கேட்பு' என்றால் அறைதலும் உதைத்தலும். 'விசாரணை' என்றால் சித்திரவதை.

அந்த அறைக்குச் சன்னல்கள் எதுவும் இல்லாமல் ஒரேயொரு கதவு மட்டுமே இருந்தது. ஏசிபி பிங்க்கி மூலையில் இருந்த மேசைக்குச் சென்று, இழுப்பறையிலிருந்து வெள்ளைப் பேப்பர்களையும் ஒரு பேனாவையும் எடுத்து மேஜையின் மீது படாரென்று வைத்தாள்.

"இதோ பார். நாம் இரண்டு பேரும் நேரத்தை வீணாக்கிக்கொள்ள வேண்டாம். எழுது, நான் பத்துநிமிடத்தில் வந்துவிடுவேன்."

திலோவின் கைக்கட்டுகளை அவள் அவிழ்த்துவிட்டு, கதவை மூடிக்கொண்டு வெளியேறினாள்.

திலோ மரத்துப்போயிருந்த விரல்களுக்கு ரத்தம் திரும்பி இயல்புக்கு வரும்வரை காத்திருந்து, பின் பேனாவை எடுத்தாள். எழுத ஆரம்பித்த முதல் மூன்று முயற்சிகளும் தோல்வியில் முடிந்தன. மிக மோசமாகக் கை நடுங்கிக்கொண்டிருந்ததால் அவள் எழுதியதை அவளாலேயே படிக்க முடியாதிருந்தது. கண்களை மூடிக்கொண்டு அவளது மூச்சுப்பயிற்சி நியமங்களை நினைவுகூர்ந்தாள். அது வேலை செய்தது. தெளிவான கையெழுத்தில் எழுதினாள்:

> *திரு பிப்லப் தாஸ்குப்தா, டெபுடி ஸ்டேஷன் ஹெட் இந்தியா பிராவோ, அவர்களைத் தயவுசெய்து அழைக்கவும். அவரிடம் இந்தத் தகவலைத் தரவும்: கா–ர்–ஸ–ன் ஹோ–பா–ர்–ட்.*

ஏசிபி பிங்க்கி வருவதற்காகக் காத்திருந்த நேரத்தில் திலோ அந்த அறையைச் சுற்றிப் பார்த்தாள். முதல் பார்வைக்கு அது ஒரு பழைய மெக்கானிக் ஷெட் போலத் தெரிந்தது. கூடவே மரத்தச்சர்களின் மேசையும் சாதனங்களும் இருந்தன. சுத்திகள், ஸ்க்ரூ டிரைவர்கள், இடுக்கிகள், கயிறுகள், பெயர்த்தெடுத்து வந்தவைபோலத் தெரிந்த கருங்கல் சிமெண்ட் தூண்கள்,

குழாய்கள், அழுக்குத் தண்ணீருடன் ஒரு தொட்டி, ஜெர்ரி கேன்களில் பெட்ரோல், தகரப் புனல்கள், மின்சார எக்ஸ்டென்ஷன் போர்டுகள், ஒயர் சுருள்கள், எல்லா அளவுகளிலும் இரும்புத் தடிகள், இரண்டு மண்வெட்டிகள், கடப்பாரைகள்.

அலமாரியில் இருந்த ஒரு டப்பாவில் சிவப்பாக மிளகாய்த் தூள் இருந்தது. தரை முழுக்க சிகரெட் துண்டுகள். இந்தச் சாதாரணப் பொருட்கள் எல்லாமே அசாதாரணப் பயன்பாட்டுக்குரியவை என்பதைக் கடந்த பத்துநாட்களில் திலோ நன்றாகவே அறிந்துகொண்டிருந்தாள்.

கம்பங்கள்தான் கஷ்மீரில் மிகவும் அதிகமாகப் பயன்படுத்தப்படும் சித்திரவதைச் சாதனம் என்று அவளுக்குத் தெரியும். கைதிகளைக் கட்டிப்போட்டுவிட்டு அவர்கள்மீது இந்தக் கம்பங்களை 'ரோலர்கள்' போல இரண்டுபேர் உருட்டுவார்கள். தசைநார்கள் எல்லாம் நசுங்கிப் போகும். பல நேரங்களில் இந்த 'ரோலர் சிகிச்சை'யால் தீவிரச் சிறுநீரக செயலிழப்பு ஏற்பட்டுவிடும். தண்ணீர்த்தொட்டி 'வாட்டர் போர்டிங்' என்ற சித்திரவதைக்காக. இதில் கைதியின் முகத்தைத் துணியால் மூடிவிட்டு, அதன்மேல் தண்ணீர் ஊற்றி மூச்சைத் திணறவைப்பது. இடுக்கிகள் விரல் நகங்களைப் பிடுங்குவதற்கு, ஒயர்கள் கைதிகளின் ஆணுறுப்புகளில் மின்னதிர்ச்சி தருவதற்காக. மிளகாய்த்தூளைப் பொதுவாக தடிகளில் பூசிக் கைதிகளின் ஆசனவாய்களுக்குள் செருகுவார்கள், அல்லது அதை நீரில் கரைத்து வாய்க்குள் ஊற்றுவார்கள். (பல வருடங்கள் கழித்து, இன்னொரு பெண், லவ்லீன், அம்ரிக் சிங்கின் மனைவி, இந்தச் சித்திரவதை முறைகள் எல்லாவற்றையும் மிக நுட்பமாக வர்ணித்து அமெரிக்காவில் தஞ்சம் கோரும் மனுவில் குறிப்பிட்டிருந்தாள். இந்த மெக்கானிக் ஷெட்டில்தான் அவள் அவற்றையெல்லாம் தனது களஆய்வின்போது பார்த்திருந்தாள். அவள் சென்றது சித்திரவதை தரப்படுவதற்காக அல்ல. அந்த மையத்தின் தலைமைச் சித்திரவதையாளரின் மனைவியாக வேடிக்கை பார்ப்பதற்காக.)

ஏசிபி பிங்க்கி மேஜர் அம்ரிக் சிங்குடன் திரும்பிவந்தாள். அவர்கள் இருவரின் உடல்மொழியையும் ஒருவருக்கொருவர் பேசிக்கொள்ளும் நெருக்கத்தையும் பார்க்கும்போது அவர்கள் வெறும் சகாக்கள் மட்டும் இல்லையென்று திலோவுக்கு உடனே புரிந்தது. திலோ எழுதியிருந்த பேப்பரை ஏசிபி பிங்க்கி எடுத்து உரக்க, சற்றுத் தடுமாற்றத்துடன் நிறுத்தி நிதானமாகப் படித்தாள். அவளுக்குச் சரியாகப் படிக்க வராது என்று தெரிந்தது. அம்ரிக் சிங் அந்தப் பேப்பரை அவளிடமிருந்து வாங்கினான். அவன் முகம் மாறுவதைத் திலோ கவனித்தாள்.

"இந்த தாஸ்குப்தாவை உனக்கு எப்படித் தெரியும்?"

"நண்பர்."

"நண்பரா? ஒரே நேரத்தில் எத்தனை ஆண்களுடன் நீ படுப்பாய்?" இது ஏசிபி பிங்க்கி.

திலோ எதுவும் சொல்லவில்லை.

"உன்னிடம் ஒரு கேள்வி கேட்டேன். ஒரே நேரத்தில் எத்தனை ஆண்களுடன் படுப்பாய்?"

திலோவின் மௌனம் அவளிடமிருந்து சரம்சரமாக வசைச் சொற்களை வரவழைத்தது. எல்லாமே எதிர்பார்க்கக்கூடிய சொற்கள்தான் (அவற்றில் சில சொற்களுக்கு மட்டும் திலோவுக்கு அர்த்தம் தெரிந்திருந்தது: 'கருப்பி', 'தேவடியா', 'ஜிஹாதி'). பிறகு அந்தக் கேள்வி மீண்டும் கேட்கப் பட்டது. திலோவின் தொடர்மௌனத்துக்குக் காரணம் எதிர்ப்போ மனவுரமோ அல்ல. அந்தக் கேள்விக்கான பதில் அவளிடம் இல்லை. அவளுடைய ரத்த ஓட்டம் நின்றுபோயிருந்தது.

அம்ரிக் சிங்கின் முகத்தில் நெளிந்த ஏளனச் சிரிப்பை ஏசிபி பிங்க்கி கவனித்தாள் – இந்த விடாப்பிடியான எதிர்ப்பை அவன் ரசித்துக் கொண்டிருக்கிறான். இந்த முகபாவத்துக்குப் பின்னால் இருக்கக்கூடிய அளவற்ற சூட்சமங்களை அவளால் படிக்க முடிந்தது. அவை அவளுக்குள் நெருப்பை மூட்டின. அம்ரிக் சிங் அந்தத் தாளை எடுத்துக்கொண்டு கிளம்பினான். வாசலைத் தாண்டுவதற்கும் முன் திரும்பி, பிங்க்கியைப் பார்த்துச் சொன்னான்:

"உன்னால் முடிந்தவரை விஷயங்களை வாங்கு. காயங்கள் எதுவும் வெளியே தெரியக்கூடாது. இவள் எழுதிய பெயருக்குரியவர் ஒரு மூத்த அதிகாரி. நான் இதைச் சரிபார்த்துக்கொள்கிறேன். வெறும் பம்மாத்தாகவும் இருக்கலாம். ஆனால் அதுவரை அடையாளங்கள் எதுவும் தெரிய வேண்டாம்."

'அடையாளம் தெரியக்கூடாது' என்பது ஏசிபிக்கு முடியாத காரியம். அந்தத் திறமை அவளிடம் இல்லாதது. அதில் அவளுக்கு அனுபவமும் இல்லை. காரணம், அவள் ஒன்றும் பயிற்சி பெற்ற சித்திரவதையாளர் அல்லர். போகிறபோக்கில், போர்க்களத்தில் கற்றுக்கொண்ட வித்தைகள்தான் அவளுடையது. மேலும் 'அடையாளம் வெளியே தெரியாமல் அடிப்பது' என்ற சலுகையெல்லாம் கஷ்மீரிகளுக்கானதல்ல. ஒரு பெரிய அதிகாரி சம்பந்தப்பட்டிருப்பார் என்பதற்காக ஒன்றும் அம்ரிக் சிங் இவ்வாறு உத்தரவிட்டுச் சென்றிருப்பான் என்று அவளுக்குத் தோன்றவில்லை. அவன் அவளைப் பார்த்த பார்வையைப் பிங்க்கியால் இனம் கண்டுகொள்ள முடிந்தது. அவனுக்குப் பெண்களிடம் ஈர்ப்பது என்னவென்று அவளுக்குத் தெரியும். தன்னைக் கட்டுப்படுத்திக்கொள்வதென்பது அவளுடைய கௌரவத்துக்கு இழுக்கு. கட்டுப்படுத்திக்கொள்ளச் சொன்னதே அவளது கோபத்தைக் கிளறியும் விட்டிருந்தது. அவள் கொடுத்த அறைகளும், உதைகளும் ('தகவல் கேட்டல்' என்ற பிரிவில் வருபவை இவை) அவளுடைய கைதியிடமிருந்து எதையும் வெளிக்கொண்டு வரவில்லை. எந்தவொரு முகபாவமுமற்ற, கடும் மௌனம்.

பிப்லப் தாஸ்குப்தா இருக்கும் இடத்தைக் கண்டுபிடித்து, தாச்சிகாமில் வனத்துறை விருந்தினர் இல்லத்தின் 'ஹாட் லைனில்' அவனை அழைத்துப் பேசுவதற்கு அம்ரிக் சிங்குக்கு ஒருமணிநேரத்துக்கும் மேலாகியது. பிப்லப் தாஸ்குப்தா என்பவர் ஆளுநரோடு வார இறுதி இளைப்பாறல் குழுவில் இடம்பிடித்திருக்கிறார் என்பது அவனுக்குக் கூடுதல் எச்சரிக்கையளித்தது. அந்தப் பெண்ணுக்கு அவரைத் தெரிந்திருக்கிறது என்பதில் சந்தேகமில்லை. அதுவும் மிக நெருக்கமாக. டெபுடி டைரக்டர், இந்தியா பிராவோ அவர்களுக்கு கா–ர்–ஸ–ன் ஹோ–பா–ர்–ட் என்றால்

என்ன அர்த்தம் என்று தெரிந்திருக்கிறது. ஆனால் அவருடன் நடந்த சொற்ப உரையாடலில் சற்றுத் தயக்கம், கொஞ்சம் கூச்சம்கூட, தலைகாட்டியதை அம்ரிக் சிங்கிடம் இருந்த வேட்டைக்காரனால் மோப்பம்பிடிக்க முடிந்தது. ஆனால் எப்படியிருப்பினும் அவளை எந்தச் சேதாரமுமின்றி விடுவிக்காவிட்டால் அவனுக்குப் பிரச்சனை அதுவும் மிகப்பெரிய அளவில் அது ஏற்படும். உடனே அவளைக் காயப்படுத்தாமல் விடுவித்துவிட வேண்டும். முக்கிய விவரங்களை உறிஞ்சியெடுக்க வேறு மார்க்கங்கள், வேறு இடங்கள் உள்ளன. மேலும் எந்தச் சேதமும் ஏற்படுவதற்கு முன் தடுத்து நிறுத்த வேண்டுமென்று விசாரணை மையத்துக்கு விரைந்தான். கொஞ்சம் தாமதமாகிவிட்டதுதான், ஆனால் ரொம்பவும் தாமதமாகிவிட வில்லை.

ஏசிபி பிங்க்கி அவளது பிரச்சனைக்கு ஒரு மலிவான, நன்கு பழகிய ஒரு வழியைத் தேர்ந்தெடுத்துவிட்டாள். ஒரு – பாடம் – புகட்டியாக – வேண்டியிருந்த – பெண் அவள். அந்த ஆதிகாலத்துத் தண்டனைதான் சரியானது. அவளுடைய பழிவாங்கல் உணர்வு பயங்கரவாதத்துக்கு எதிரானதோ அல்லது கஷ்மீர் மீதுள்ள வெறுப்பு காரணமாகவோ அல்ல – அவள் இருக்கும் இடமே எல்லாப் பைத்தியக்காரத்தனங்களையும் அடைகாக்கும் இடமாக இருப்பதுதான் காரணமாக இருக்கக்கூடும்.

அம்ரிக் சிங் அறைக்குள் அவசரமாக நுழையும்போது முகாமின் முடிதிருத்துநரான முகம்மது சுபான் ஹாஜம் வெளியே வந்துகொண் டிருந்தான்.

திலோ ஒரு மர நாற்காலியில் உட்கார்ந்திருந்தாள். அவள் கைகள் நாற்காலியோடு சேர்த்துக் கட்டப்பட்டிருந்தன. அவளுடைய நீண்ட கூந்தல் தரையில் கிடந்தது. இனி அவளுடையதாக இல்லாத சுருள் முடிகள் தரையில் குப்பையோடும் சிகரெட் துண்டுகளோடும் சிதறியிருந்தன. அவளுக்கு மொட்டையடிக்கும்போது, சுபான் ஹாஜம் அவளருகே குனிந்து, வெளியே யாருக்கும் கேட்காமல், “ஸாரி மேடம், வெரி ஸாரி,” என்று அவளிடம் கிசுகிசுத்தான்.

அம்ரிக் சிங்கும் ஏசிபி பிங்க்கியும் காதலர் சண்டையிட்டுக்கொண்டனர். கிட்டத்தட்ட அடித்துக்கொள்ளும் அளவுக்கு. பிங்க்கி கோபத்துடன் சிடுசிடுத்தாலும் பிடிவாதமாக இருந்தாள்.

“மொட்டையடிக்கக் கூடாது என்று ஏதாவது சட்டம் இருந்தால் காட்டு.”

அம்ரிக் சிங் அவள் கட்டுகளை அவிழ்த்து, எழுப்பி நிற்கவைத்தான். மிகையான கரிசனத்துடன் அவள் தோள்மீது உதிர்ந்திருந்த மயிர்க்கற்றை களைத் தட்டிவிட்டான். அவனுடைய அகன்ற உள்ளங்கையை அவள் உச்சந்தலையில் ஆதரவாக வைத்தான் – கசாப்புக்கடைக்காரனின் ஆசீர்வாதம். இந்தத் தொடுகையின் ஆபாசத்தை ஞாபகத்திலிருந்து இறக்கிவைக்கப் பல வருடங்கள் பிடித்தது திலோவுக்கு. அவள் தலையை மூடிக்கொள்வதற்குக் கம்பளி முக்காடு ஒன்றைக் கொண்டுவருமாறு உத்தரவிட்டான். அது வருவதற்காகக் காத்திருந்த நேரத்தில், “இதற்காக எங்களை மன்னிக்க வேண்டும். இது நடந்திருக்கக் கூடாது. உன்னை விடுதலை செய்துவிடுவதென்று நாங்கள் முடிவெடுத்துவிட்டோம்.

நடந்தது நடந்ததுதான். நீயும் பேசக்கூடாது. நானும் பேசமாட்டேன். நீ பேசினால் நானும் பேசுவேன். அப்புறம் நான் பேசினால் நீ, உன்னுடைய அதிகாரி நண்பர் எல்லோருமே பெரும் சிக்கலில் மாட்டிக்கொள்வீர்கள். பயங்கரவாதிகளோடு கூட்டாளியாக இருப்பது சின்ன விஷயம் கிடையாது."

அந்தக் கம்பளி முக்காட்டுடன் இளஞ்சிவப்பில் ஒரு சின்ன பாண்ட்ஸ் ட்ரீம் ஃபிளவர் டால்கம் பவுடர் டப்பாவும் வந்தது. அம்ரிக் சிங், திலோவின் மொட்டைத் தலையில் பவுடர் தூவினான். அந்த முக்காடு அழுகிய மீனைவிட மோசமாக நாறியது. ஆனால் அதை அவன் அவள் தலையில் அணிவித்ததை மறுப்பேதும் சொல்லாமல் ஏற்றுக்கொண்டாள். விசாரணை மையத்திலிருந்து அவர்கள் வெளிவந்து தாழ்வாரத்தைக் கடந்து அவசர வழி ஊடாக ஒரு சிறிய அலுவலக அறைக்கு வந்தனர். அது காலியாக இருந்தது. அந்த அலுவலகம் சிறப்பு நடவடிக்கைக் குழுவின் டெபுடி கமாண்டன்ட் அஷ்பக் மீரினுடையது என்றான் அம்ரிக் சிங். அவர் வெளியே ஒரு நடவடிக்கைக்காகச் சென்றிருப்பதால், அவர் வந்தவுடன் அவளை பிப்லப் தாஸ்குப்தா சாரிடம் ஒரு துணையோடு அனுப்பிவைப்பார் என்றான்.

அம்ரிக் சிங் அருந்தச் சொன்ன தேநீரையும் தண்ணீரையும்கூட திலோ பணிவோடு மறுத்தாள். அவன் இந்த விவகாரத்தைச் சீக்கிரம் முடித்து வைக்கும் முனைப்பில் இருப்பது தெரிந்தது. அவளை அந்த அறையில் இருக்கச் சொல்லிவிட்டுக் கிளம்பினான். அவனை திலோ கடைசியாகப் பார்த்தது அப்போதுதான். அதன்பிறகு பதினாறு வருடங்கள் கழித்து ஒரு நாளிதழில் அவன் தன்னையும் மனைவி மற்றும் மூன்று இளம் வயது மகன்களையும் அமெரிக்காவில் ஒரு சிறிய நகரத்தில் சுட்டுக்கொன்ற செய்தியைத்தான் பார்த்தாள். அந்தச் செய்தியோடு இருந்த புகைப்படத்தில் சுத்தமாகச் சவரம் செய்திருந்த, உப்பிய முகத்தோடு பீதியுற்ற கண்களுடன் இருந்த அந்தக் குண்டு மனிதனை, குல்–காக்கைக் கொன்ற, அவளுடைய மொட்டைத்தலையில் கரிசனத்தோடு கிட்டத்தட்ட மென்மையாக பவுடர் பூசிய ஒருவனோடு இணைத்துப்பார்க்க அவளால் முடியாதிருந்தது.

அந்தக் காலியான அலுவலகத்தில் எதிரிலிருந்த வெள்ளை போர்டில் (மரணம்), (மரணம்), (மரணம்) என்று குறிப்பிட்டிருந்த பெயர்ப்பட்டியலை யும் சுவரிலிருந்த போஸ்டரையும் வெறித்துக்கொண்டிருந்தாள்:

எங்களுக்கே உரித்தானவை
நாங்கள் பின்பற்றும் சட்டங்கள்
உக்கிரம் கொண்டவர் நாங்கள்
எந்த ரூபத்திலும் வந்து கொல்வோம்
எழுச்சிகளை அடக்குவோம்
சூறாவளிகளுடன் விளையாடுவோம்
உங்கள் ஊகம் சரிதான்
சீருடை மாந்தர் நாங்கள்.

இரண்டு மணிநேரம் கழித்துக் கதவைத் திறந்துகொண்டு நாகா நுழைந்தான். அவன் பின்னாலேயே கொலோன் சென்ட் மணக்கச் சிரித்த முகத்தோடு

அஷ்பக் மீர். அடுத்த ஒரு மணிநேரம் அஷ்பக் மீரின் சாதனை விளக்க நேரமாக இருந்தது. அவனுடைய கைப்பொருளாக இருந்த காயமுற்ற லக்ஷர் போராளியை வைத்துச் சற்றுநேரம் வித்தை காட்டியபிறகு, ஆம்லெட், கெபாப் பரிமாறி விருந்தோம்ப முயன்றான். இவையனைத்தும் நடந்தேறிய பிறகு 'ஒப்படைப்பு' நிறைவு பெற்றது. அந்த அறைக்கு வந்ததிலிருந்தது, காலியான தெருக்களில் அவர்கள் வாகனம் சென்று ஆகாஸை அடையும்வரை திலோவின் கையை நாகா ஆதரவாகப் பிடித்துக்கொண்டிருக்க, திலோவின் எண்ணம் முழுவதும் குல்–காக்கின் தலை சூர்யா பிராண்டு பாஸ்மதி அரிசிப் பைக்குள் துவண்டு முன்னால் சரிந்திருந்ததும் (எந்தக் காரணத்தாலோ அந்தப் பையின் கைப்பிடிகள், குறிப்பாக அந்தக் கைப்பிடிகள், அரக்கத்தனமான அவமதிப்போடு இருப்பதாகத் தோன்றின) ஒரு சிறிய படகில் மூஸா படுத்திருக்க அவன்மீது காலிக் கூடைகளை அடுக்கிக்கொண்டு எங்கோ சென்றுகொண்டிருந்ததும் மட்டுமே ஆக்கிரமித்திருந்தன.

நாகா மிகவும் முன்னெச்சரிக்கையோடு ஆதூரஸில் அவனது அறைக்குப் பக்கத்திலேயே அவளுக்கு ஓர் அறையை எடுத்திருந்தான். அவள் அறையில் அவனும் தங்கிக்கொள்ளலாமா என்று கேட்டான் ("வெறும் லௌகீக அடிப்படையில் மட்டும்தான்," என்றான்.) அவள் முடியாது என்றதும் அவளை ஆதரவாக அணைத்து, இரண்டு தூக்க மாத்திரைகள் கொடுத்தான். ("இல்லாவிட்டால் 'ஜாயின்ட்' தேவைப்படுமா? என்னிடம் ஒன்று சுருட்டப்பட்டு தயாராக இருக்கிறது.") விடுதிப் பராமரிப்பாளரை அழைத்து இரண்டு பக்கெட்டுகளில் வெந்நீர் எடுத்துவரச் சொன்னான். அவனது இந்த அக்கறையும் கரிசனமுமான செய்கைகளும் அவள் மனதைத் தொட்டன. இதற்குமுன் அவனிடம் இந்த இயல்பை அவள் பார்த்ததில்லை. உடை மாற்றிக்கொள்வதற்காக இஸ்திரி போட்ட ஒரு சட்டையையும், அவனது ஒரு பேன்ட்டையும் தந்தான். அன்று மதியம் விமானத்தில் தில்லிக்குக் கிளம்பலாமா என்று கேட்டான். யோசித்துச் சொல்வதாகச் சொன்னாள். மூஸாவிடமிருந்து தகவல் வராமல் கிளம்ப முடியாது என்று அவளுக்குத் தெரியும். அவளால் முடியவும் முடியாது. தகவல் வருமென்று அவளுக்குத் தெரியும். எப்படியும் வந்துவிடும். கட்டிலில் சாய்ந்தாள். கண்களை மூடுவதற்கு முடியவில்லை. அவளுக்குமுன் எந்த ஆவியுரு தோன்றுமோவென்று கண்ணிமைக்கவே பயமாக இருந்தது. அவளால் அடையாளம் கண்டுகொள்ளமுடியாத அவளுடைய ஒரு பகுதி தனியாகப் பிரிந்து, ஷிராஸுக்குச் சென்று அந்த ஏசிபி பிங்க்கியுடன் வெறியோடு சண்டையிட்டு, அடித்துத் துவைக்க விரும்பியது. ஒரு விஷயம் நடந்து முடிந்து வெகுநேரம் கழித்து எதையாவது புத்திசாலித்தனமாகச் செய்யத் தோன்றுவதைப்போல, இது என்னவொரு மலினமான, அற்பத்தனமான நினைப்பு என்று நினைத்தாள். ஏசிபி பிங்க்கி என்பவள் முரட்டுத்தனமான, மகிழ்ச்சியற்ற ஒரு பெண். அவள் ஒன்றும் 'ஆட்டர்' என்ற கொலைகார இயந்திரம் போன்றவள் அல்லள். பின் எதற்காக இந்த இலக்கற்ற பழிவாங்கும் கற்பனை?

இழந்துபோன அவளது கூந்தலுக்காக ஏக்கமாக இருந்தது. இனி ஒருபோதும் அவள் நீளமாக முடி வளர்க்கப்போவதில்லை. குல்–காக்கின் நினைவாக.

காலை பத்துமணிக்கு, மிக இலேசாகக் கதவைத் தட்டுவது கேட்டது. நாகாவாக இருக்குமென்று நினைத்தாள். ஆனால் வந்தது கதீஜா. அவர்களிடையே அதிகம் பழக்கமில்லை. ஆனால் (மூஸாவைத் தவிர) இந்த உலகில் அவள் வேறு யாரைப் பார்த்திருந்தாலும் இவ்வளவு சந்தோஷப்பட்டிருக்கமாட்டாள். திலோ இருக்குமிடத்தை எப்படிக் கண்டுபிடித்தாளென்று கதீஜா சுருக்கமாக விவரித்தாள். “எங்கள் ஆட்களும் இருக்கிறார்கள்.” ஆட்கள் என்பதில் தேடுதல் வேட்டை நடத்திய படகுகளில் ஒன்றின் பைலட், பக்கத்திலிருந்த படகுவீடுகளில் இருந்தவர்கள், போன்றோர் அடக்கம். இவர்கள் உடனுக்குடன் தகவல்களை நேரலையாகக் கடத்தியிருக்கின்றனர். அதன்பிறகு ஷிராஸ் திரையரங்கில் முடிதிருத்துநரான முகம்மது சுபான் ஹாஜம், ஆதூஸில் ஒரு பெல்பாய்.

கதீஜாவிடம் தகவல் இருந்தது. பயங்கரமான தீவிரவாதியான கமாண்டர் குல்ரேஸ் பிடிக்கப்பட்டுக் கொல்லப்பட்டதாக ராணுவம் அறிவித்திருக்கிறது. மூஸா இன்னமும் ஸ்ரீநகரில்தான் இருக்கிறான். நல்லடக்கத்தில் கலந்துகொள்வான். பல்வேறு போராளிக் குழுக்களிலிருந்தும் கமாண்டர் குல்ரேஸுக்கு இறுதி அஞ்சலி செலுத்தக் கலந்துகொள்வார்கள். பல்லாயிரக்கணக்கான பொதுமக்கள் தெருக்களில் கூடிவிடுவார்கள் என்பதால் அவர்கள் பாதுகாப்பாக வெளியே செல்லலாம். ராணுவம் ஏதேனும் நடவடிக்கை எடுத்தால் பெருமளவில் உயிர்ச்சேதம் ஏற்படுமென்பதால் விலகியே இருப்பார்கள். திலோ அவளுடன் கான்கா–இ–மௌலாவில் உள்ள ஒரு பாதுகாப்பான வீட்டுக்குச் செல்ல வேண்டும். நல்லடக்கம் முடிந்ததும் மூஸா அங்குவந்து சந்திப்பான். ஏதோ முக்கியமான விஷயம் இருப்பதாகச் சொல்லியிருக்கிறான். கதீஜா அவளுக்காகப் புதிய உடைகளை எடுத்துவந்திருந்தாள் – ஒரு சல்வார் கமீஸ், ஒரு ஃபெரான், எலுமிச்சை மஞ்சளில் ஹிஜாப். சுயபச்சாதாபத்தில் அமிழ்ந்திருந்த திலோவை கதீஜாவின் யதார்த்தமான சகஜத்தன்மை உலுக்கி எழுப்பியது. முன்தினம் இரவில் அவள் அனுபவித்த அவஸ்தைகள் எல்லாம் தினசரி நடக்கின்ற சாதாரண நிகழ்வுகள் என்று பழக்கப்பட்டுவிட்டவர்களில் அவள் ஒருத்தி என்று திலோவுக்குப் புரிந்தது.

வெந்நீர் வந்தது. திலோ குளித்துப் புது உடைகளை அணிந்து கொண்டாள். முகத்தைச் சுற்றி ஃபெரானை எப்படி அணிந்துகொள்வதென்று கதீஜா காட்டினாள். அதை அணிந்தபிறகு ஏதோவொரு எத்தியோப்பிய மகாராணிபோல ராஜகளை வந்துவிட்டதாகத் தோன்றியது. அது பிடித்திருந்தாலும் தனது சொந்த முடியோடு இருக்கும் தோற்றத்தையே விரும்பியிருப்பாள். அதாவது முன்னாள்–முடி. திலோ ஒரு சீட்டில் அவள் வெளியே செல்வதாகவும், மாலைக்குள் திரும்பிவிடுவதாகவும் எழுதி நாகாவின் அறைக் கதவுக்கடியில் செருகிவிட்டு வந்தாள். இரண்டு பெண்களும் ஓட்டல் அறையை விட்டு வீதியில் இறங்கினர். அந்த நகரம் தனது இறந்துபோன மக்களை அடக்கம் செய்வதற்காக மட்டுமே உயிர்பெற்றெழுகின்ற நகரம்.

அந்த இழவு நகரம் திடீரென விழித்துக்கொண்டது. துடிப்போடு இயங்கத் தொடங்கியது. சுற்றிலும் எல்லாத் திசைகளிலும் மக்கள் இயக்கம். தெருக்கள் கிளை ஆறுகளாக, மக்கள் ஆறுகளாக மாறி, மஸார்–இ–

ஷொஹாதா என்ற கழிமுகத்தை நோக்கிப் பாய்ந்துகொண்டிருந்தன. சிறு அணிகளாக, பெரிய அணிகளாக, பழைய நகரிலிருந்தும் புது நகரிலிருந்தும் கிராமங்களிலிருந்தும் மற்ற நகரங்களிலிருந்தும் மக்கள் திரள் மிக வேகமாகக் குவிந்துகொண்டிருந்தது. மிகக் குறுகலான சந்துகளிலும் ஆண்களும் பெண்களும், ஏன் சிறுபிள்ளைகளும்கூட *ஆஸாதி! ஆஸாதி!* என்று முழக்கமிட்டபடிச் சென்றுகொண்டிருந்தனர். போகும் வழியெங்கும் இளைஞர்கள் தண்ணீர்ப்பந்தல்களும் சமூகச் சமையற்கூடங்களும் அமைத்துத் தொலைவிலிருந்து வருபவர்களுக்கு உணவும் நீரும் வழங்கிக் கொண்டிருந்தார்கள். அவர்கள் குடிநீர் வழங்குவதும் உணவுகளைத் தட்டில் வைத்துப் பரிமாறுவதும் அந்த மக்கள் உண்பதும் அருந்துவதும் அவர்கள் சுவாசிப்பதும் நடப்பதும் அவர்களுக்கு மட்டுமே கேட்கக்கூடிய ஒரு மேளதாளத்தின் லயத்தில் இருக்க, அவர்கள் கோஷமிட்டனர்: *ஆஸாதி! ஆஸாதி!*

கதீஜாவுக்கு நகரத்தின் மூலைமுடுக்கெல்லாம் தெளிவாக அச்சிடப் பட்ட வரைபடம்போல மனதில் பதிந்திருந்தது, (இப்படிப்பட்ட திறமை இல்லாத) திலோவுக்கு ஆச்சரியமாக இருந்தது. அவர்கள் சென்ற வழி முடிவின்றிச் சுற்றிச்சுற்றி நீண்டபடியிருக்க, நெருங்கிக்கொண்டிருக்கும் புயலின் உறுமலைப்போல அந்த *ஆஸாதி*கோஷம் மொத்தப் பிரதேசத்தையும் அதிரவைத்துக்கொண்டிருந்தது. (நகரத்தின் வீதிகள் முழுக்க ராணுவக் கட்டுப்பாட்டுக்குள் கொண்டுவரப்படுவதற்கு முன்னால் ஸ்ரீநகருக்குத் திரும்பி வரமுடியாது என்பதால் ஆளுநரின் பரிவாரத்தோடு கார்ஸன் ஹோபர்ட் தாச்சிகாமிலேயே அடைபட்டிருந்தான். ஆனால் அவனுடைய செயலாளர் அந்தக் கோஷத்தைத் தொலைபேசி வழியாகக் கேட்கச்செய்திருந்தான்.) மிஸ் ஜெபீனின் நல்லடக்கத்துக்குப் பிறகு இதோ இன்னொன்று. இந்த முறை பத்தொன்பது சவப்பெட்டிகள். ஒரு சவப்பெட்டி மட்டும் காலியாக இருந்தது – இக்வானிகளால் அந்தப் பையனின் உடல் களவாடப்பட்டிருந்ததால். இன்னொன்றில் அவனுடைய பிரியமான *பேவகூஃப்*, சுல்தானோடு சொர்க்கத்தில் சேர்ந்துகொள்ளப் புறப்பட் டிருக்கும் மரகதக் கண்கள் கொண்ட ஒரு சிறிய மனிதனின் சிதைவடைந்த உடலின் மிச்சங்கள்.

"நல்லடக்கத்தில் நான் கலந்துகொள்ள வேண்டும்," என்றாள் திலோ, கதீஜாவிடம்.

"கலந்துகொள்வோம். ஆனால் அது சற்று அபாயகரமானது. கொஞ்சம் தாமதித்துச் செல்வோம். நம்மால் அருகில் நெருங்கிச் செல்ல முடியாது. கல்லறைகளுக்கு அருகில் செல்வதற்குப் பெண்களை அனுமதிக்க மாட்டார்கள். எல்லோரும் கிளம்பிப் போய்விட்டபிறகு நாம் போகலாம்."

பெண்களை அனுமதிக்கமாட்டார்கள். பெண்களை அனுமதிக்க மாட்டார்கள். பெண்களை அனுமதிக்க மாட்டார்கள்.

பெண்களிடமிருந்து கல்லறைகளைக் காப்பாற்றுவதற்காகவா அல்லது கல்லறைகளிலிருந்து பெண்களைக் காப்பாற்றுவதற்காகவா?

திலோ கேட்கவில்லை.

நாற்பத்தைந்து நிமிடப் பயணத்துக்குப் பிறகு கதீஜா ஓரிடத்தில் வண்டியை நிறுத்தினாள். குறுகலான வளைந்து நெளிந்து செல்லும் தெருப்பின்னல்கள். நகரின் இந்தப் பகுதி பூமிக்கு அடியிலும் மேலேயும் செங்குத்தாகவும் குறுக்காகவும் தெருக்கள், வீட்டுக்கூரைகள், ரகசியப் பாதைகள் மூலமாக ஒரே உயிர்ப் பொருளாகப் பின்னிப் பிணைந்திருப்பது போலிருந்தது. ஒரு ராட்சதப் பவழப் பாறையைப்போல, அல்லது ஓர் எறும்புப் புற்றைப்போல.

“நகரின் இந்தப் பகுதி இன்னமும் எங்கள் கட்டுப்பாட்டில்தான் இருக்கிறது,” என்றாள் கதீஜா. “ராணுவத்தால் இங்கே வரமுடியாது.”

ஒரு சிறிய மரத்தாலான நடைவழியை ஏறிக் கடந்து அறைகலன்களற்ற, பச்சைக் கம்பளம் விரித்திருந்த ஓர் அறைக்குள் நுழைந்தனர். இளைஞன் ஒருவன் புன்னகைக்காமல் அவர்களை வரவேற்று உள்ளே அனுமதித்தான். அவர்களை இரண்டு அறைகள் வழியாகக் கூட்டிச்சென்று மூன்றாவது அறையின் கதவைத் திறந்தான். மிகப்பெரிய அலமாரியைப் போலிருந்தது. ஒரு திட்டிவாசலைத் திறந்து, கீழே செங்குத்தாக இறங்கும் குறுகலான படிகளில் இறங்கி ஒரு ரகசிய அடித்தளத்தை அடைந்தனர். கதீஜாவின் பின்னால் திலோ மெதுவாகத் தொடர்ந்தாள். அந்த அறையில் மேசை நாற்காலி எதுவும் இல்லை. தரையில் இரண்டு பாய்கள் மட்டும் விரிக்கப்பட்டுச் சில மெத்தைகள் போடப்பட்டிருந்தன. சுவரில் இரண்டு வருடத்துக்கு முந்தைய காலண்டர். அவளது முதுகுப்பை மூலையில் வைக்கப்பட்டிருந்தது. யாரோ உயிரைப் பணயம் வைத்து அதை HB ஷாஹீனிலிருந்து மீட்டெடுத்து வந்திருக்கின்றனர். இளம்பெண் ஒருத்தி படிகளில் இறங்கிவந்தாள். ஒரு பிளாஸ்டிக் மேசை விரிப்பைத் தரையில் விரித்தாள். அவளைத் தொடர்ந்து வந்த ஒரு முதியவள் ட்ரேவில் தேநீரும், கோப்பைகளும், ஒரு தட்டு நிறைய ரஸ்க்குகளும், இன்னொரு தட்டில் மெத்தென்ற கேக்குகளுமாக எடுத்து வந்து அந்த *தஸ்டர்கான்* மேசைவிரிப்பின் மீது வைத்தாள். திலோவிடம் வந்து அவள் முகத்தை இரு கைகளாலும் ஏந்தி, நெற்றியில் முத்தமிட்டாள். பெரிதாக எதுவும் பேசிக்கொள்ளவில்லை. தாயும் மகளும் அந்த அறையிலேயே இருந்தனர்.

திலோ தேநீர் குடித்து முடித்ததும் அவர்கள் அமர்ந்திருந்த பாயைக் கதீஜா தட்டினாள்.

“தூங்கு, அவன் இங்கு வந்துசேரக் குறைந்தது இரண்டு மூன்று மணிநேரமாகலாம்.”

திலோ படுத்தாள். கதீஜா அவள்மீது பொதிப்போர்வையைப் போர்த்தினாள். திலோ கையை நீட்டிக் கதீஜாவின் கையைப் பொதிப் போர்வைக் கடியில் பற்றிக்கொண்டாள். வரும் வருடங்களில் அவ்விருவரும் நெருங்கிய தோழிகளாக மாறவிருக்கின்றனர். திலோவின் விழிகள் மூடின. அவளால் புரிந்துகொள்ள முடியாத பெண்களின் கிசுகிசுப்புகள் உலர்ந்த சருமத்தில் களிம்பைப்போல இதமாகப் பரவத் தூக்கத்தில் நழுவினாள்.

மூஸா வந்தபோது அவள் தூங்கிக்கொண்டுதான் இருந்தாள். அவளருகில் சப்பணமிட்டு அமர்ந்து அவள் முகத்தையே நெடுநேரம் பார்த்துக்கொண்டிருந்தான். அவள் விழித்தெழும்போது இது இன்னொரு

உலகமாக, இதைவிடச் சிறந்த, உன்னதமான உலகமாக இருக்கலாகாதா என்று ஏங்கினான். இதற்குப் பிறகு அவளை மீண்டும் காண்பதற்கு வெகுகால மாகும் என்று அவனுக்குத் தெரிந்தது. இருவருக்கும் அதிர்ஷ்டம் இருந்தால்.

அதிக சமயம் இல்லை. ஓதம் ஏற்றத்தில் இருக்கும்போதே, தெருக்களில் இன்னமும் ஜனக்கூட்டம் இருக்கும்போதே, அவன் புறப்பட்டுச் சென்றாக வேண்டும். தன்னால் முடிந்தளவுக்கு மென்மையாக அவளைத் தட்டி எழுப்பினான்.

“பாபாஜானா. எழுந்திரு.”

கண்கள் விழித்தாள். அவனைத் தன் பக்கத்தில் இழுத்துக்கொண்டாள். வெகுநேரத்துக்குப் பேசுவதற்கு எதுவும் இல்லை. கொஞ்சமும் இல்லை.

“என் சொந்த நல்லடக்கத்திலிருந்து இப்போது வந்திருக்கிறேன். நான் எனக்கே இருபத்தியோரு குண்டு முழங்கி இறுதி மரியாதை செலுத்திக் கொண்டேன்,” என்றான் மூஸா.

திலோ தாழ்ந்த குரலில் பேசினாள். கிசுகிசுப்புக்கு மேல் உயரவில்லை. குரல் சற்று உயரும்போதெல்லாம், சொல்லவரும் விஷயத்தின் பாரம் தாங்காமல் உடைந்தது. திலோ நடந்தவை எல்லாவற்றையும் சொன்னாள். அவள் எதையும் மறந்திருக்கவில்லை. ஒரேயொரு விஷயத்தைக்கூட. ஒரேயொரு சத்தத்தைக்கூட. ஒரேயொரு உணர்ச்சியைக்கூட. பேசிய பேசாத ஒரேயொரு சொல்லைக்கூட.

மூஸா அவள் தலையில் முத்தமிட்டான்.

“தாங்கள் என்ன செய்திருக்கிறோம் என்பது அவர்களுக்குத் தெரிய வில்லை. உண்மையில் அவர்களுக்குத் தெரியாது.”

அவன் புறப்பட வேண்டிய நேரம் வந்துவிட்டது.

“பாபாஜானா, கவனமாகக் கேள். நீ தில்லி திரும்பியதும், என்ன ஆனாலும் தனியாகத் தங்கியிருக்காதே. அது மிகவும் அபாயகரமானது. நண்பர்களோடு சேர்ந்து தங்கியிரு . . . அல்லது நாகாவுடன். நான் இதைச் சொல்வதற்காக நீ என்னை வெறுப்பாய் – உனக்குக் கோபம் வரலாம், ஆனாலும் சொல்கிறேன். கல்யாணம் செய்துகொள். அல்லது உன் அம்மாவிடம் போய்விடு, உனக்குப் பாதுகாப்பு தேவை. கொஞ்ச காலத்துக்காவது. குறைந்தது நாங்கள் ‘ஆட்டரை’ கவனிக்கும் வரையிலாவது. இந்தப் போரில் நாங்கள் வெல்வோம். அதன்பிறகு நாம் இணைவோம், நீயும் நானும். நான் ஒரு ஹிஜாப் அணிந்துகொள்வேன் – இதில் நீ மிக அழகாக இருக்கிறாய் என்றாலும் – நீ ஆயுதங்கள் எடுத்துக்கொள்வாய். சரியா ?”

“சரி”

ஆனால் இந்த விதத்தில் எதுவும் நடக்கவில்லை.

மூஸா புறப்படுவதற்கு முன் திலோவிடம் ஒட்டப்பட்ட உறையைக் கொடுத்தான்.

“இதை இப்போது திறந்து பார்க்காதே. குதா ஹஃபீஸ்.”

இதற்குப் பிறகு அவனை அவள் மீண்டும் பார்ப்பதற்கு இரண்டு வருடங்கள் ஆகின.

கதீஜாவும் திலோவும் மஸார்–இ–ஷொஹாதாவுக்குச் சென்றபோது சூரியன் மறைந்திருக்கவில்லை. கமாண்டர் குல்ரேஸின் கல்லறை மற்றவர்களிடமிருந்து தனியாகத் தெரிந்தது. ஒரு சிறிய மூங்கில் பந்தல் அதன் மேல் வேயப்பட்டிருந்தது. வெள்ளி, பொன் சரிகைத் தோரணங்களால் அலங்கரிக்கப்பட்டு, ஒரு பச்சைக் கொடியும் கட்டப்பட்டிருந்தது. மக்களின் நாளைகளுக்காகத் தனது இன்றைய தினங்களை ஈந்த ஓர் அன்பார்ந்த சுதந்திரப் போராளிக்கான தற்காலிக ஆலயம். சற்றுத் தூரத்தில் நின்று கண்ணீர் முகத்தில் வழிய அக்கல்லறையை ஒரு மனிதர் பார்த்துக்கொண்டிருந்தார்.

"அவர் ஒரு முன்னாள் போராளி," என்றாள் கதீஜா ரகசியக் குரலில். "பல வருடங்கள் சிறையில் இருந்தவர். பாவம், இறந்தது மூஸா என்று நினைத்து அழுதுகொண்டிருக்கிறார்."

"அப்படியும் சொல்ல முடியாது," என்றாள் திலோ. "குல்–காக்குக்காக மொத்த உலகமும் அழ வேண்டும்."

குல்–காக்கின் கல்லறையில் ரோஜா இதழ்களைத் தூவி, மெழுகுவத்தி ஒன்றை ஏற்றினர். கதீஜா ஆரிஃபா, மிஸ் ஜெபீனின் கல்லறைகளைக் கண்டு பிடித்து அங்கும் மலர்தூவி மெழுகுவத்திகள் ஏற்றினாள். மிஸ் ஜெபீனின் கல்லறை வாசகங்களைத் திலோவுக்குக் கதீஜா படித்துக் காட்டினாள்:

மிஸ் ஜெபீன்

2 ஜனவரி 1992–22 டிசம்பர் 1995

ஆரிஃபா & மூஸா யெஸ்வியின் அன்பு மகள்.

இதற்குக் கீழே கிட்டத்தட்டப் புற்களில் ஒளிந்திருந்த வரிகள்:

ஆக் டலீலா வன்
யேத் மன்ஸ் நே கான் பலாய் ஆஸி
நோவா ஏஸ் ஸா குன்னி ஜுங்லாஸ் மன்ஸ் ரோஸான்

கதீஜா அதைத் திலோவுக்கு மொழிபெயர்த்துச் சொன்னாள். ஆனால் அது உண்மையில் எதைக் குறிக்கிறது என்று இருவருக்குமே தெரியவில்லை.

மூஸாவுக்கு அவள் வாசித்துக் காட்டிய (அவள் வாசித்திருக்கவே கூடாது) மாண்டெல்ஸடாம் கவிதையின் கடைசி வரிகள் திலோவின் மூளைக்குள் அழையா விருந்தாளியாக மிதந்து வந்தது.

மரணம் தூய்மையானது, துரதிர்ஷ்டம் உறைப்பானது,
பூமி அதிக உண்மையானது, அதிகக் கொடுமையானது.

அவர்கள் ஆதூஸுக்குத் திரும்பினார்கள். திலோ அவளது அறைக்குள் சென்று தாழடைக்கும் வரை காத்திருந்து கதீஜா புறப்பட்டாள். கதீஜா சென்றதும் திலோ நாகாவை அழைத்து, அவள் திரும்பிவிட்டதாகவும், தூங்கச் செல்வதாகவும் சொன்னாள். அவளுக்குப் புரியாத ஏதோவொரு காரணத்துக்காக (அவள் அறிந்திராத ஏதோவொரு கடவுளிடம்) சின்னதாகப் பிரார்த்தனை செய்தாள். மூஸா அவளிடம் தந்த கடித உறையைப் பிரித்தாள்.

அதில் மருத்துவர் ஒருவர் கொடுத்த காதுவலிக்கான மருந்துச் சீட்டும், குல்–காக்கின் புகைப்படமும் இருந்தன. அவன் காக்கிச் சட்டையும் போர்க்காலச் சீருடையும் மூஸாவின் *அஸல் பூட்ஸும்* அணிந்து காமிராவைப் பார்த்துச் சிரித்துக்கொண்டிருந்தான். தோளின் குறுக்கே தோலால் ஆன குண்டுகள் பொருத்தும் அழகான வார்ப்பட்டையை அணிந்திருந்தான். இடுப்பில் துப்பாக்கியுறை. முழு ஆயுதபாணியாக இருந்தான். வார்ப்பட்டையின் புல்லட் கொளுவிகள் ஒவ்வொன்றிலும் ஒரு பச்சை மிளகாய் செருகப்பட்டிருந்தது. துப்பாக்கி உறைக்குள் செழிப்பான இலைகளோடு பளபளக்கும் வெள்ளை முள்ளங்கி நீட்டிக்கொண்டிருந்தது.

புகைப்படத்தின் பின்னால் மூஸா எழுதியிருந்தான்: *எங்கள் அன்பான கமாண்டர் குல்ரேஸ்.*

நள்ளிரவில் திலோ எழுந்து நாகாவின் அறைக் கதவைத் தட்டினாள். கதவைத் திறந்த அவன் அவள் தோளைச் சுற்றி அணைத்துக்கொண்டான். அவர்கள் அந்த இரவை ஒன்றாகக் கழித்தனர், வெறும் லௌகீக அடிப்படையில்.

O O O

திலோ எச்சரிக்கையாக இருக்கவில்லை

மரணப்பள்ளத்தாக்கிலிருந்து ஒரு சின்ன உயிரைச் சுமந்தபடி திலோ திரும்பிவந்தாள்.

அவளுக்கும் நாகாவுக்கும் திருமணமாகி இரண்டு மாதங்கள் கழித்து, தான் கருவுற்றிருப்பதை அவள் கண்டுபிடித்தாள். அவர்களுடைய மணவாழ்க்கை, அதுவரை 'முழுநிறைவானதாக' என்று சொல்லும்படியாக இருக்கவில்லைதான். அதனால் அந்தக் குழந்தைக்குத் தகப்பன யாராக இருக்கமுடியும் என்பதில் அவளுக்கு எந்தச் சந்தேகமும் இருக்கவில்லை. குழந்தை பெற்றுக்கொள்ளலாமென்றுதான் நினைத்தாள். ஏன் கூடாது? பையனாக இருந்தால், குல்ரேஸ். பெண்ணாக இருந்தால் ஜெபீன். ஒரு மணப்பெண்ணாக இருப்பதைவிட ஒரு தாயாக இருப்பது ஒன்றும் பெரிய விஷயமில்லை என்று தோன்றியது. ஒரு மணப்பெண்ணாக அவள் ஏற்கனவே இருந்திருந்தாலும். அதையே தாங்கிக்கொண்டு பிழைத்துவந்திருக்கிறாள். எனவே இது என்ன பெரிய விஷயம்?

ஆனால் இந்த விஷயத்தில் அவள் இறுதியாக எடுத்த முடிவுக்கு அவள் நாகாவிடம் கொண்டிருந்த விருப்புவெறுப்போ அல்லது மூஸாவின் மீது கொண்டிருந்த காதலோ காரணமல்ல. அவள் உண்டாக்கியிருக்கும் அந்தச் சின்ன மனிதஉயிர் வெளியே வந்ததும் அவள் தன்னுடைய அம்மாவுடன் கொண்டிருந்த உறவில் காணப்பட்ட அதே விநோதமான, பயங்கரமான மீன்கள் நிறைந்த சமுத்திரத்தையே அதுவும் சமாளிக்க வேண்டியிருக்கும் என்ற கவலை அவளுக்கு இருந்தது. மரியம் ஐப்பைவிடச் சிறந்த தாயாக தன்னால் இருக்கமுடியுமென்ற நம்பிக்கை அவளிடம் இல்லை. தன்னைப் பற்றி அவளுக்கிருந்த தெளிவான சுயமதிப்பீட்டின்படி அவள் மிக மிக

மோசமான தாயாகவே இருப்பதற்கு வாய்ப்புகள் அதிகம். அதனால் அந்தக் குழந்தையின்மீது தன்னைச் சுமத்தி நசுக்க விரும்பவில்லை. தன்னுடைய பிரதிபிம்பம் ஒன்றை இந்த உலகத்தின் மீதும் சுமத்தி நசுக்க விரும்பவில்லை.

பணம் ஒரு பிரச்சனை. அவளிடம் அதிகம் இல்லை, கொஞ்சம்தான் இருந்தது. வேலைக்கு ஒழுங்காக வருவதில்லை என்பதால் பணிநீக்கம் செய்யப்பட்டிருந்தாள். புதிய வேலை எதுவும் கிடைக்கவில்லை. நாகாவிடம் பணம் கேட்கவும் அவளுக்கு விருப்பமில்லை. ஆகவே அவள் ஓர் அரசு மருத்துவமனைக்குச் சென்றாள்.

நோயாளிகள் காத்திருப்பு அறை முழுக்கக் கருத்தரிக்காததால் புகுந்த வீட்டைவிட்டுத் துரத்தப்பட்டிருந்த பரிதாபப் பெண்களால் நிறைந்திருந்தது. அவர்கள் அங்கே கருத்தரிப்புச் சோதனைகளுக்காக வந்திருப்பவர்கள். திலோ அங்கே MTP என்ற *Medical Termination of Pregnancy* (கருக்கலைப்பு)க்காக வந்திருக்கிறாள் என்று தெரிந்ததும் அந்தப் பெண்களால் கோபத்தையும் வெறுப்பையும் அடக்கமுடியாமல் போனது. மருத்துவர்களும் ஒப்புக் கொள்ளவில்லை. அவர்கள் வழங்கிய நீளமான அறிவுரைகளை உணர்ச்சியற்றுக் கேட்டுக்கொண்டிருந்தாள். அவள் தனது முடிவை மாற்றிக்கொள்வதாக இல்லை என்று தெளிவாகச் சொன்னதும், அவளோடு யாராவது ஒருவர், குழந்தையின் தந்தையாக இருப்பது நல்லது, ஒப்புதல் படிவத்தில் கையொப்பமிட வேண்டும், அப்போதுதான் அவளுக்கு முழு மயக்கம் கொடுத்துக் கருச்சிதைவு செய்யமுடியும் என்றனர். அவள் மயக்க மருந்து தராமல் கருச்சிதைவு செய்யுமாறு கூறினாள். ஆனால் தாங்கமுடியாத வலியில் மயக்கமடைந்தாள். விழித்தபோது ஜெனரல் வார்டில் படுத்திருந்தாள். அவள் படுத்திருந்த கட்டிலில் அவளோடு வேறு யாரோ உடன் இருந்தார்கள். அது ஒரு சிறுவன். சிறுநீரகச் செயலின்மை காரணமாக வலியில் கத்திக்கொண்டிருந்தான். எல்லாக் கட்டில்களிலும் ஒன்றுக்குமேற்பட்ட நோயாளிகள் இருந்தனர். தரையிலும் நோயாளிகள் படுத்திருந்தனர். அவர்களைச் சுற்றிக் குழுமியிருந்த பார்வையாளர்களும் குடும்பத்தினரும்கூட நோயாளிகள் போலவே இருந்தனர். இந்தக் கலவரக் குழப்பத்துக்கிடையில் மருத்துவர்களும் செவிலியர்களும் அவசர அவசரமாக ஓடிக்கொண்டிருந்தனர். பார்ப்பதற்கு அது ஒரு போர்க்கால மருத்துவமனை வார்டைப் போலிருந்தது. பணக்காரர்களுக்கும் ஏழைகளுக்கும் இடையில் நடந்துவரும் வழக்கமான போரைத்தவிர வேறு எந்தப் போரும் அப்போது தில்லியில் நடந்துகொண்டிருக்கவில்லை.

திலோ எழுந்து தட்டுத்தடுமாறியபடி வார்டைவிட்டு வெளியே வந்தாள். குப்பைக் கூளங்கள் மண்டியிருந்த, நோயுற்ற, இறந்துகொண்டிருந்த மனிதர்கள் குவிந்திருந்த அந்தத் தாழ்வாரங்களில் வெளியே செல்லும் வழி தெரியாமல் குழம்பினாள். தரைத்தளத்தில் இருந்த ஒரு குள்ளமான மனிதனிடம் வழி கேட்டாள். அவனுடைய புஜங்கள் கட்டுமஸ்தாக உருண்டு திரண்டு, அவனுடைய உடலுக்குப் பொருந்தாமல் வேறு யாருடையதோ போல இருந்தன. அவன் காட்டிய வெளியே செல்லும் வழி மருத்துவமனையின் பின்புறத்தில் சென்று முடிந்தது. ஒரு பிணவறையும், அதற்குப் பின்னால் பயன்பாட்டில் இல்லாததுபோலத் தோற்றமளித்த முஸ்லிம்களின் சிதிலமடைந்த மயானமும் தெரிந்தன.

மாபெரும் முதிய மரங்களின் கிளைகளிலிருந்து ஏதோவொரு பழைய கண்டனப் போராட்டத்தின் துவண்ட கருப்புக் கொடிகள் போலப் பழந்தின்னி வௌவால்கள் தொங்கிக்கொண்டிருந்தன. சுற்றிலும் யாருமில்லை. உடைந்திருந்த கல்லறை ஒன்றின்மீது திலோ அமர்ந்து, தன்னை நிதானப்படுத்திக்கொள்ள முயன்றாள்.

கருஞ்சிவப்பில் வெயிட்டர்களின் கோட் அணிந்திருந்த ஒல்லியான வழுக்கைத் தலை ஆள் ஒருவன், பழைய சைக்கிளில் வந்தான். சைக்கிளின் பின்னிருக்கையில் பொன்வண்ண மலர்களைக் கொத்தாகச் செருகிவைத்திருந்தான். அந்தக் கல்லறைகளில் ஒன்றின் அருகே சைக்கிளை நிறுத்திவிட்டுப் பூங்கொத்தையும், தூசு துடைக்கும் துணியையும் எடுத்துக் கொண்டுவந்து அந்தக் கல்லறையின் மீதிருந்த தூசைத் துடைத்தான். பின் அந்த மலர்களைக் கல்லறைமீது வைத்துவிட்டு ஒரு நிமிடம் மௌனமாக நின்றான். பின் வேகமாகப் புறப்பட்டுச் சென்றான்.

திலோ அந்தக் கல்லறையின் அருகில் சென்றாள். அவள் அங்கு பார்த்ததில் அந்த ஒரு கல்லறையில்தான் ஆங்கிலத்தில் வாசகங்கள் எழுதப்பட்டிருந்தன. அது மனதுடைந்து இறந்துபோன பேகம் ரெனாடா மும்தாஜ் மேடம் என்ற ருமேனியாவைச் சேர்ந்த பெல்லி டான்ஸரின் கல்லறை.

அந்த ஆள் ரோஸ்பட் ரெஸ்ட்–ஓ–பார் விடுதியிலிருந்து வாராந்திர விடுமுறை தினத்தில் வந்திருக்கும் ரோஷன் லால். திலோ பதினேழு வருடங்கள் கழித்து இரண்டாம் மிஸ் ஜெபீனோடு அந்தக் கல்லறைக்குத் திரும்பியபோது அவனை மீண்டும் சந்தித்தாள். அப்போது அவனை அவளுக்கு அடையாளம் தெரியவில்லை. அந்தக் கல்லறையும் அவள் நினைவில் இல்லை.ஏனென்றால் அந்த இடம் மறந்துபோன மனிதர்களுக்கான சிதிலமுற்ற இடமாக அப்போது இருக்கவில்லை. முற்றிலும் மாறியிருந்தது.

ரோஷன் லால் சென்றதும், பேகம் ரெனாடா மும்தாஜ் மேடம் அவர்களின் கல்லறைமீது திலோ ஏறிப் படுத்தாள். சற்று அழுதாள். பின் தூக்கத்தில் ஆழ்ந்தாள். கண் விழித்தபோது வீட்டுக்குத் திரும்பவும் மிச்ச வாழ்க்கையின் தினசரிக் கடமைகளை எதிர்கொள்ளவும் சற்றுத் தயாராகியிருந்தாள்.

தினசரிக் கடமைகளில் வாரத்துக்குக் குறைந்தது ஒருநாள் அம்பாஸிடர் சிவசங்கர் மற்றும் அவருடைய மனைவியோடு கீழ்வீட்டில் இரவு உணவு உண்பதுவும் ஒன்று. அப்போது தூதர் அவர்கள் கஷ்மீர் உட்பட, அநேகமாக எல்லாவற்றைப் பற்றியும் தனது அபிப்பிராயங்களை உதிர்க்கும்போது அவற்றைக் கேட்டுக்கொண்டிருக்க வேண்டும். அப்போதெல்லாம் திலோவின் கைகள் நடுங்கி உணவுத் தட்டும் கரண்டிகளும் கிணுகிணுக்கும்.

நாட்டின் பிரதான பகுதியில் 'ஸ்டுப்பிடிஃபிகேஷன்' முன்னெப்போதும் இல்லாத வேகத்தில் உக்கிரமடைந்துகொண்டிருந்தது. அதற்கு ராணுவ ஆக்கிரமிப்புகூடத் தேவையாக இருக்கவில்லை.

அதன்பின் பருவ மாற்றங்கள் நிகழ்ந்தன
"இதுவும் ஒரு பயணம்தான்," என்றான் M,
"இதனை நம்மிடமிருந்து எடுத்துக்கொள்ள
அவர்களால் முடியாது."

நதேழ்தா மாண்டல்ஸ்டாம்

10

பெருமகிழ்வின் பேரவை

அந்த மயானத்துக்கு ஒரு கெட்டிக்காரப் பெண் குடிவந்திருக்கிறாள் என்ற செய்தி சுற்றியுள்ள ஏழ்மைப் பகுதிகளில் வேகமாகப் பரவியது. அக்கம்பக்கத்திலிருந்த பெற்றோர்கள் தம் குழந்தைகளை ஜன்னத் விருந்தினர் இல்லத்தில் திலோ நடத்தும் வகுப்புகளில் சேர்ப்பதற்குக் குவிந்தனர். அவளுடைய மாணவ மாணவிகள் அவளைத் திலோ மேடம் என்றும், சில நேரங்களில் உஸ்தானிஜி (உருதுவில், ஆசிரியை) என்றும் அழைத்தனர். அவள் வீட்டுக்கு எதிரிலிருந்த பள்ளிக்கூடத்தில் காலை நேரங்களில் குழந்தைகள் பாடும் பாடல் அவளுக்கு மிகவும் பிடித்தமானது என்றாலும் அந்த *'We Shall Overcome'* பாடலை எந்த மொழியிலும் பாடுவதற்கு அவளுடைய மாணவர்களுக்கு அவள் கற்றுத்தரவில்லை. காரணம் வெற்றி கொள்வதென்பது யாருக்கும் சமீபத்தில் நிகழக்கூடியதாக அவளுக்குத் தெரியாததே. ஆனால் அவர்களுக்குக் கணிதம், சித்திரம் வரைதல், கணினி வரைவியல் (அவள் அவர்களிட மிருந்து பெற்ற மிகக் குறைந்த கட்டணத்திலிருந்து பழைய டெஸ்க்டாப் கம்ப்யூட்டர்கள் மூன்று வாங்கியிருந்தாள்), கொஞ்சம் அடிப்படை அறிவியல், ஆங்கிலம் இவற்றோடு விசித்திரவியல் *(eccentricity))* பற்றியும் கற்றுக்கொடுத்தாள். அவர்களிடமிருந்து உருதுவையும் மகிழ்ச்சி என்று சொல்லப்படும் ஒருவகைக் கலையையும் கற்றுக்கொண்டாள். வெகுநேரம் பணியாற்றினாள். வாழ்க்கையில் முதல்முறையாக இரவு நெடுநேரம் தூங்கினாள் (இரண்டாம் மிஸ் ஜெபீன், அஞ்சுமோடு படுத்துத் தூங்கினாள்). நாளாக ஆக, திலோவின் மனம் என்பது மூஸா மீட்டெடுத்த பொருட்களில் ஒன்றாக இருந்ததிலிருந்து மாறிக்கொண்டே வந்தது. ஒவ்வொரு நாளும் அவளுடைய பழைய அபார்ட்மெண்ட்டுக்குப் போய்ப் பார்க்கவேண்டுமென்று திட்டமிட்டாலும், அதன்பிறகு அவள் அங்கு செல்லவேயில்லை. அஞ்சுமும் சதாமும் (அவர்கள்

வாழ்க்கைக்குள் திடீரென வந்து குதித்திருக்கும் இந்த வினோதப்பெண் எங்கு, எப்படித்தான் வசித்துவந்தாள் என்று தெரிந்துகொள்ளும் ஆர்வத்தோடு) அவளுடைய பொருட்கள் சிலவற்றை எடுத்துவரச் சென்றிருந்தபோது கார்ஸன் ஹோபார்ட் அவளை வந்து பார்த்துவிட்டுச் செல்லும்படித் தகவல் கொடுத்து அனுப்பியிருந்தும், அவள் போகவில்லை. அவளது பொருட்கள் மொத்தத்தையும் எடுத்துக்கொண்டு வீட்டைக் காலி செய்யும்வரை வாடகை தருவதுதான் நியாயமென்று அவனது வங்கிக் கணக்குக்கு வாடகைப்பணத்தைத் தொடர்ந்து அனுப்பிக்கொண்டிருந்தாள். மூஸாவிடமிருந்து எந்தத் தகவலும் அதன்பிறகு வராததால், அவன் 'மீட்டெடுத்த' பொருட்களை அவளிடம் கொண்டுவந்துசேர்த்த அந்தப் பழவியாபாரியிடம் தகவல் கொடுத்தனுப்பினாள். ஆனாலும் எந்தப்பதிலும் வரவில்லை. இருந்தாலும், பல வருடங்களாக மனதில் சுமந்துவந்திருந்த—மூஸாவின் மரணச்செய்தி திடீரென்று வரப்போகிறது என்ற—அந்த நிரந்தர அச்சம் சற்று இலேசாகியிருப்பதைப் போலிருந்தது. அவன் மீதிருந்த காதல் குறைந்துவிட்டதென்றில்லை; தமக்குக் கீழிருக்கும் உருக்குலைந்த ஆன்மாக்களைக் கண்காணித்துக்கொண்டிருந்த மயானத்தில் உருக்குலைந்த தேவதைகள், உலகங்களுக்கிடையிலிருந்த கதவுகளை (சட்டவிரோதமாக, கொஞ்சமாகத்) திறந்து, உயிரோடிருப்பவர்களின் ஆன்மாக்களையும் மரித்தவர்களின் ஆன்மாக்களையும் கொண்டாட்டங்களில் விருந்தினர்கள் போல் ஒன்றுகலந்திடவைத்துவிட்டதுதான் காரணம். இது வாழ்க்கை என்பதை மிகவும் தீர்மானிக்கப்பட்டவொன்றாகவும் மரணம் என்பதை மிகவும் முற்றுமுடிவானதொன்றாகவும் இல்லாமலாக்கியது. அனைத்தையும் பொறுத்துக்கொள்வது எப்படியோ சற்று எளிதாகிவிட்டிருந்தது

திலோவின் வகுப்புகள் வெற்றிகரமாகச் செயல்பட்டு மிகவும் பிரபலமாகிவிட்டிருப்பதில் உஸ்தாத் ஹமீதும் ஊக்கம் பெற்றுத் தனது சங்கீத வகுப்புகளைத் தொடங்கினார். இசையில் ஈடுபாடு கொண்ட மாணவர்களுக்கு நடத்திய அவ்வகுப்புகளில் அஞ்சுமும் தொழுகைக்கான அழைப்பைப்போலக் கருதிக் கலந்துகொண்டாள். அவளால் பாடமுடியாவிட்டாலும், அந்தப் பெருச்சாளி ஜைனாப்புக்குச் சங்கீதம் கற்றுத் தந்தபோது வாய் திறவாமல் தாழ்வொலியில் பாடியதைப் போலவே இப்போதும் பாடிக்கொண்டிருந்தாள். இரண்டாம் மிஸ் ஜெபீனைக் கவனித்துக்கொள்ள அஞ்சுமுக்கும் திலோவுக்கும் உதவுகிற சாக்கில் ஜைனாப் ஒவ்வொரு நாளும் பிற்பகல், மாலை, சிலநேரங்களில் இரவுகளில்கூட மயானத்துக்கு வந்துகொண்டிருந்தாள். (இரண்டாம் மிஸ் ஜெபீன் மிக வேகமாக வளர்ந்துகொண்டிருந்தாள். குறும்புத்தனமும் துக்கிரித்தனமும் கூடவே அதிகமாகிக்கொண்டிருந்தன). ஜைனாப் அங்கு வருவதன் உண்மையான நோக்கம் எல்லோருக்குமே தெரிந்திருந்தது. சதாம் ஹுசைனுக்கும் அவளுக்கும் காதல் பெரிய அளவில் வளர்ந்துவிட்டிருந்தது. பாலிடெக்னிக் படிப்பை முடித்துவிட்டு, பெண்களுக்கான உடைகள் தைத்துத்தரும் ஒரு குண்டான ஆடை வடிவமைப்பாளராகியிருந்தாள். நிம்மோ கோரக்புரி வைத்திருந்த பழைய ஃபேஷன் இதழ்கள் அனைத்தும் அவள் வசம் வந்துவிட்டன. திலோவை வரவேற்பதற்காக அவள் அறையில் வாங்கிவைத்திருந்த தலைமுடியைச் சுருளாக்கும் 'கர்லர்கள்', ஒப்பனை சாதனங்கள் எல்லாவற்றையும் அவளே எடுத்துக்கொண்டாள். சதாம்,

ஜைனாப் மீதான தன் காதலை முதன்முதலில் சொல்லாமல் உணர்த்தியது அவள் அவனுடைய கைவிரல் நகங்களுக்கும் கால் நகங்களுக்கும் அடர்சிவப்பில் நெயில்பாலீஷ் போட்டபோது. எல்லா நகங்களுக்கும் வர்ணம் அடித்து முடிக்கும் வரை இருவரும் அடக்க முடியாமல் சிரித்துக்கொண்டே இருந்தார்கள். அந்த நகப்பூச்சு தானாக மறையும்வரை அவற்றை அவன் நீக்காமல் பாதுகாத்திருந்தான்.

ஜைனாப்பும் சதாமும் சேர்ந்து அந்த மயானத்தை ஒரு மிருகக்காட்சி சாலையாக்கியிருந்தனர். உண்மையில் காயமுற்ற விலங்குகள் கொண்ட நோவாவின் பேழை. பறக்க முடியாத ஆண் மயில் ஒன்றும் அதன் தாயாக இருக்கக்கூடிய பெண் மயில் ஒன்றும் இருந்தன. அந்தப் பெண் மயில் ஆண் மயிலை விட்டுவிலகாமல் கண்ணும்கருத்துமாக இருந்தது. மூன்று வயதான பசுமாடுகள் நாளெல்லாம் தூங்கியபடி இருந்தன. ஒருநாள் ஜைனாப் ஒரு ஆட்டோ ரிக்‌ஷாவில் பட்ஜெரிகார்கள் என்ற ஆஸ்திரேலிய கூண்டுப் பறவைகளைக் கொண்டுவந்தாள். மொத்தம் மூன்று டஜன் பறவைகள். அபத்தமான, கண்ணைப் பறிக்கும் நிறங்களில் இருந்த அவற்றை ஒரு பறவை வியாபாரியிடமிருந்து கோபத்தோடு மொத்தமாக வாங்கிவந்திருந்தாள். அவன் அவற்றைக் கூண்டோடு சைக்கிளின் பின்னிருக்கையில் கட்டிக்கொண்டு பழைய நகருக்கு விற்பதற்காகச் சென்றுகொண்டிருந்தானாம். இந்தப் பல வண்ணப் பறவைகளைக் கூண்டிலிருந்து வெளியே விட்டால் சில நொடிகளில் மற்றப் பறவைகள், விலங்குகளால் வேட்டையாடப்பட்டு விடுமென்று சதாம் சொன்னான். அவனே அவற்றுக்கு இரண்டு கல்லறைகள் அகலத்தில் காற்றோட்டமாக ஒரு வலைக்கூண்டு அமைத்துத் தந்தான். அதற்குள் அந்தப் பறவைகள் நாளெல்லாம் கிறீச்சிட்டபடிப் படபடத்துக்கொண்டும், இரவில் தடிமனான மின்மினிப் பூச்சிகள் போல ஒளிர்ந்துகொண்டும் இருந்தன. பூங்கா ஒன்றில் தனித்துவிடப்பட்டிருந்த ஒரு சின்ன வளர்ப்பு ஆமையை சதாம் எடுத்து வந்திருந்தான். அதன் ஒரு நாசித்துவாரத்தில் மூக்குத்தி வளையம் ஒன்றும் மாட்டப்பட்டிருந்தது. அது இப்போது மொட்டைமாடியில் அதற்கென்று உருவாக்கிய ஒரு சேற்றுக்குட்டையில் புரண்டுகொண்டிருந்தது. பெண் குதிரை பாயலுக்கு ஒரு முடமான கழுதை நண்பனாகக் கிடைத்திருந்தது. எந்தக் காரணத்துக்காகவோ அதற்கு மகேஷ் என்று பெயரிடப்பட்டிருந்தது. பீரூவுக்கு வயதாகிக்கொண்டிருந்தது. ஆனால் காம்ரேட் லாலியின் வாரிசுகள் பெருகிக்கொண்டிருந்தன. எல்லா இடங்களிலும் அவை புரண்டு விளையாடிக்கொண்டிருந்தன. எவ்வளவோ பூனைகள் வருவதும் போவது மாக இருந்தன. ஜன்னத் விருந்தினர் இல்லத்தின் மனிதர்களைப் போலவே.

விருந்தினர் இல்லத்தின் பின்புறம் இருந்த காய்கறித் தோட்டம் செழிப்பாக வளர்ந்திருந்தது. மயான மண், புராதனத் தோற்றுவாய் கொண்ட கலப்பு உரமாகச் செயல்பட்டுவந்தது. அங்கிருக்கும் யாருக்கும் காய்கறிகள் உண்பதில் பெரிய ஆர்வம் இல்லாவிட்டாலும் (அதிலும் ஜைனாப் தொடவே மாட்டாள்), அவர்கள் கத்தரி, அவரை, மிளகாய், தக்காளி, பலவிதமான சுரைக்கொடியினங்களை வளர்த்துவந்தனர். மயானத்தையொட்டி இருந்த சாலைகளின் நெரிசலான போக்குவரத்தில் புகையும் ஆவியும் மயானத்தை மூழ்கடித்திருந்தாலும் பல்வகையான வண்ணத்துப்பூச்சிகள் அந்தத்

தோட்டத்துக்கு வந்துகொண்டிருந்தன. போதை அடிமைகளில் உடல் வலு கொண்டவர்கள் தோட்டப் பராமரிப்புக்கும் வளர்ப்பு விலங்குகளைக் கவனித்துக்கொள்வதற்கும் அங்கு நியமிக்கப்பட்டனர். அது அவர்களுக்கும் தற்காலிக ஆறுதல் அளிப்பதாக இருந்தது.

ஜன்னத் விருந்தினர் இல்லத்தில் ஒரு நீச்சல் குளம் அமைக்க வேண்டும் என்ற யோசனையை அஞ்சும் முன்வைத்தாள். "ஏன் கூடாது?" என்று அவள் கேட்டாள். "பணக்காரர்களுக்கு மட்டும்தான் நீச்சல்குளங்கள் இருக்க வேண்டுமா? நமக்கு இருக்கக்கூடாதா?" சதாம் அவளிடம் நீச்சல்குளம் என்றால் அதற்குத் தண்ணீர் நிறையத் தேவைப்படும் என்றும் இல்லாவிட்டால் சிக்கலாகிவிடுமென்றும் விளக்கினான். ஆனால் அவள் ஏழைகளுக்குத் தண்ணீர் இல்லாத நீச்சல்குளம்கூடப் பிடித்துப்போகும் என்றாள். எனவே ஒரு சில அடிகள் ஆழமான, ஒரு பெரிய தண்ணீர்த்தொட்டி அளவிலான, நீச்சல்குளம் ஒன்றை வெட்ட வைத்துவிட்டாள். அதில் நீலநிறத்தில் குளியலறை டைல்ஸ்களும் பதிக்கப்பட்டன. அவள் சொன்னது உண்மையாயிற்று. அது எல்லோருக்கும் பிடித்துப் போயிற்று. அதைப் பார்ப்பதற்குப் பலரும் வந்தனர். அதில் தூய்மையான நீலத் தண்ணீர் நிரப்பப்படும் நாளும் வர வேண்டும் என்று பிரார்த்தனை செய்தனர் *(இன்ஷா அல்லாஹ், இன்ஷா அல்லாஹ்)*.

ஆக, அந்தப் பழைய மயானத்தில் மக்கள் நீச்சல்குளமும் மக்கள் மிருகக்காட்சிச் சாலையும் மக்கள் பள்ளிக்கூடமும் சிறப்பாக நடந்து கொண்டிருந்தன. ஆனால் வெளியே 'துனியா'வில் இப்படி எல்லாமும் சிறப்பாக இருந்ததாகச் சொல்லமுடியாது.

அஞ்சுமின் பழைய நண்பர் டி.டி. குப்தா பாக்தாத்திலிருந்து, அதாவது பாக்தாத் என்ற பெயரில் இருந்த நகரத்தில் இப்போது மிச்சமிருந்த இடத்திலிருந்து திரும்பிவந்துவிட்டார். அவரிடம் சொல்வதற்கு நிறையக் கதைகளும் இருந்தன. போர்களைப் பற்றியும் படுகொலைகளைப் பற்றியும் குண்டுவெடிப்புகளைப் பற்றியும் நரவேட்டைகளைப் பற்றியும் தெளிவாகத் திட்டமிடப்பட்டு முறை தவறாமல் செயல்பட்டு ஒரு மொத்தப் பிரதேசமும் எப்படி பூமிப்பந்தில் ஒரு நரகமாக மாற்றப்பட்டது என்பதைப் பற்றியும் பயங்கரக் கதைகள் இருந்தன. தான் உயிரோடு இருப்பதற்காகவும் திரும்பி வருவதற்குத் தனக்கென்று ஒரு வீடு இருப்பதற்காகவும் அவர் நன்றியுடையவராக இருந்தார். வெடிகுண்டுத் தாக்குதல்களைத் தாக்குப்பிடிக்கும் 'பிளாஸ்ட் வால்கள்' கட்டுவதிலோ அல்லது வேறெந்த வர்த்தக முயற்சியைத் தொடங்குவதிலோ அவருக்கு ஆர்வம் அழிந்து போயிருந்தது. அவர் இராக்கிற்குச் சென்றபோது இருந்த ஒரு பாழ்வெளி இப்போது இவ்வளவு அற்புதமாக மலர்ந்து செழித்திருப்பதைக் கண்டு மகிழ்ந்தார். அவரும் அஞ்சுமும் மணிக்கணக்காக, காற்றாட அமர்ந்து தொலைக்காட்சியில் பழைய இந்திப் பாடல்களைப் பார்த்தனர். ஜன்னத் விருந்தினர் இல்லத்தின் புதிய விரிவாக்கத் திட்டங்கள் குறித்து ஆலோசித்தனர் (நீச்சல்குளம் கட்டுவதை அவர்தான் மேற்பார்வையிட்டார்). திருமதி குப்தாவும் அவள் பங்குக்கு, லோகாயதக் காதல்களிலிருந்து பின்வாங்கி, அவளது பூஜையறையில் கிருஷ்ண பெருமானோடு தன் நேரம் முழுவதையும் செலவழித்துக்கொண்டிருந்தாள்.

உள்நாட்டிலும் நரகம் மிக வேகமாகக் கவிந்துகொண்டிருந்தது. குஜராத்கா லல்லா தேர்தலில் இமாலய வெற்றிகண்டு புதிய பிரதமராகியிருந்தார். மக்கள் அவரை வழிபட்டுக் கொண்டாடினர். சிறு நகரங்களில் அவருக்காகக் கோயில்கள் தோன்றத் தொடங்கின. அவருடைய தொண்டன் ஒருவன் 'லல்லா லல்லா லல்லா' என்று பூத்தையலிட்ட ஒரு 'பின்ஸ்ட்ரைப்' கோட் ஒன்றை அவருக்குப் பரிசளித்தான். அதை அணிந்துகொண்டு நாட்டுக்கு வருகைதரும் அயல்நாட்டுத் தலைவர்களை அவர் வரவேற்றார். ஒவ்வொரு வாரமும் வானொலியில் நாட்டு மக்களுக்கு உணர்ச்சிகரமாக உரையாற்றினார். சுத்தம், தூய்மை, தேசத்துக்காகத் தியாகம் போன்ற வற்றை ஏதாவது ஒரு தேவதைக் கதையையோ நாட்டார் கதையையோ அல்லது ஏதாவது ஒரு புதிய ஆணையையோ வைத்து விளக்கினார். சமூகப் பூங்காக்களில் கூட்டாக யோகாசனம் செய்யும் வழக்கத்தைப் பிரபலப்படுத்தினார். மாதத்துக்குக் குறைந்தது ஒருமுறை ஏழ்மையான பகுதிகளுக்குச் சென்று தெருக்களை அவரே பெருக்கிச் சுத்தம் செய்தார். அவருடைய புகழ் உச்சத்தை அடைய அவருக்குப் பிறர் குறித்த அச்சவுணர்வும் மறைவடக்கமும் ஏற்படத் தொடங்கின. யாரையும் நம்ப மறுத்தார். யாரிடமும் ஆலோசிக்கத் தயங்கினார். தனியாக வாழ்ந்தார், தனியாக உண்டார், மற்றவர்களுடன் இயல்பாகப் பழகுவதையும் தவிர்த்தார். தனது பாதுகாப்புக்காக, அவருக்கு வழங்கப்படும் உணவுகளைச் சுவைத்துப் பரிசோதிக்கவும் மெய்க்காவல் புரியவும் அயல்நாட்டு நிபுணர்களை வரவழைத்தார். அதிரடியான அறிவிப்புகள், கடுமையான முடிவுகள் என அவருடைய செயற்பாடுகள் நீண்ட காலத் தாக்கத்தை உண்டாக்குபவையாக அமைந்தன.

அவரை அதிகாரத்தில் ஏற்றிய அமைப்புக்கு அவரது சுய முன்னிறுத்தல்கள் உவப்பானவையாக இல்லை. அவர்களுடைய நீண்ட காலத் திட்டங்களுக்கும் அவை பொருந்திவருவதாக இல்லை. அவருக்கு அளித்துவரும் ஆதரவைத் தொடர்ந்து வந்தாலும், அடுத்த வாரிசை அந்த அமைப்பு வளர்க்கத் தொடங்கியது.

தகுந்த நேரம் வருவதற்காகக் காத்திருந்த காவிக்கிளிகள் கட்டவிழ்ந்து பாயத் தொடங்கின. பல்கலைக்கழக வளாகங்களிலும் நீதிமன்றங்களிலும் புகுந்தனர், இசை நிகழ்ச்சிகளில் குறுக்கிட்டனர். திரையரங்குகளில் புகுந்து நாசம் விளைவித்தனர், புத்தகங்களை எரித்தனர். போதனாமுறை பற்றிய குழு ஒன்றைக் காவிக்கிளிகள் அமைத்து, வரலாற்றைப் புராணங்களாகவும் புராணங்களை வரலாறாகவும் மாற்றும் செயல்திட்டங்களை வகுத்தனர். செங்கோட்டையில் நடைபெற்றுவந்த ஒலி-ஒளி நிகழ்ச்சி நிறுத்தப்பட்டு மறுஆய்வுக்காக அனுப்பப்பட்டது. பல நூற்றாண்டுகள் தொடர்ந்த முகலாய ஆட்சியின் கவிதையும் சங்கீதமும் கட்டடக்கலை மேன்மையும் அழிக்கப்பட்டு, முன்பிருந்த ஒலி-ஒளி நிகழ்ச்சியில் சில நொடிகள் மட்டுமே இடம்பெற்ற உஸ்தாத் குல்ஸூம் பி யின் கம்மிய குரல் சிரிப்பொலியை விடச் சற்றே கூடுதலான நேரம் காட்டப்பட்ட போர்க்காட்சிகளே புதிய வடிவத்தில் பிரதானமாகி, கத்திகள் மோதுவதும் ரத்தத்தை உறையவைக்கும் போர் முழக்கங்களும் மட்டுமே காண்பிக்கப்படப்போகின்றன. மீதமுள்ள நேரம் முழுக்க இந்து எழுச்சியின் வீரச்சரித்திரம் ஆக்கிரமிக்கப்போகிறது.

எப்போதும்போல, சரித்திரம் என்பது கடந்தகாலங்களின் பதிவு மட்டுமல்ல, எதிர்காலத்தையும் புலப்படுத்துபவை என்பதையே இவை நிரூபிக்கப்போகின்றன.

‘இந்துமதப் பாதுகாவலர்கள்’ என்று பெயர்சூட்டிக்கொண்டிருக்கும் போக்கிரிக் கும்பல்கள் கிராமங்களில் தலையெடுக்கத் தொடங்கி முக்கியத்துவம் பெற்றன. தொடக்கநிலை அரசியல்வாதிகள் முஸ்லிம்களுக்கெதிராக முழக்கமிடும் வெறுப்புரைகளையும் அப்பாவி முஸ்லிம்களை அடித்துத் துவைப்பதையும் வீடியோக்களில் பதிவு செய்து யூட்யூபில் பகிர்ந்து அரசியலில் பிரபலமடைந்தனர். எல்லா இந்து புனிதயாத்திரைகளும் பண்டிகைகளும் மதவெறியைத் தூண்டும் வெற்றி ஊர்வலங்களாகவும் கொண்டாட்டங்களாகவும் மாற்றப்பட்டன. பக்தர்கள் ஊர்வலத்தோடு லாரிகளிலும் மோட்டார் சைக்கிள்களிலும் பாதுகாப்பு வீரர்களாக வருகின்ற போக்கிரிகள் அமைதியாக இருக்கும் குடியிருப்புப் பகுதிகளில் பூசலை உண்டாக்கிப் பெரிதாகச் சண்டை வளர்த்தார்கள். பண்டிகை ஊர்வலங்களில் இதுநாள்வரை சுமந்துசென்ற காவிக்கொடிக்குப் பதிலாக மூவர்ணத் தேசியக் கொடியைப் பெருமையாக அசைத்துக்கொண்டு சென்றார்கள் – இது திரு அகர்வாலிடமிருந்தும் அவருடைய கட்டைகுட்டையான காந்திய ஜீவியிடமிருந்தும் ஜந்தர் மந்தரில் கற்றுக்கொண்ட வித்தை.

பசு தேசியச் சின்னமாக மாறியது. பசுவின் கோமியம் (சிறுநீர்) அரசு விளம்பரங்கள் மூலம் (பானமாகவும் துப்புரவு மருந்தாகவும்) பரிந்துரைக்கப்பட்டது. லல்லாவின் கோட்டையாகத் திகழும் பகுதிகளிலிருந்து மாட்டிறைச்சி உண்பவர்களையும் பசுக்களைக் கொல்பவர்களையும் பொது இடங்களில் நிறுத்திக் கசையால் அடிக்கும் செய்திகளும் சில நேரங்களில் வெட்டிக் கொலைசெய்த செய்திகளும் கசிந்துகொண்டிருந்தன.

இராக்கில் பெற்ற பல வருட அனுபவங்களை வைத்து திரு டி.டி. குப்தா, நாட்டில் நடைபெறத் தொடங்கியிருக்கும் சம்பவங்கள் ‘பிளாஸ்ட் வால்கள்’ எனப்படும் குண்டுவெடிப்பு தடுப்புச் சுவர்கள் கட்டும் தொழிலுக்கு நல்ல எதிர்காலம் இருக்கும் என்பதைக் காட்டுகின்றன என்று அனுமானித்தார்.

ஒரு வாரஇறுதியில் வந்திருந்த நிம்மோ கோரக்புரி, அவள் கேள்விப்பட்ட ஒரு செய்தியை அணுஅணுவாக விவரித்துச் சொன்னாள். அண்டை வீட்டார் ஒருவருடைய நண்பரின் உறவினர் பசுமாட்டைக் கொன்றதாகவும், மாட்டிறைச்சி உண்டதாகவும் குற்றம் சாட்டப்பட்டு அவர் வீட்டெதிரிலேயே அடித்துக் கொல்லப்பட்டாராம்.

“ இங்கே நீங்கள் வைத்திருக்கும் கிழட்டுப் பசுக்கள் எல்லாவற்றையும் உடனே விரட்டிவிடுங்கள்,” என்றாள். “அவை இங்கே செத்து விட்டால்–அவை வயதாகியோ நோய் கண்டோ செத்தாலும்கூட – நீங்கள்தான் அவற்றைக் கொன்றுவிட்டதாகச் சொல்லி உங்களைத் தீர்த்துக்கட்டிவிடுவார்கள். அவர்களுக்கு நீங்கள் இருக்கும் இந்த இடத்தின்மீது ஒரு கண் இருக்கும். இப்போதெல்லாம் அவர்கள் இடங்களைப் பிடிப்பது இப்படித்தான். மாட்டிறைச்சி சாப்பிட்டதாக உங்களை உதைப்பார்கள்; அப்புறம் உங்கள் வீட்டையும் நிலத்தையும் பிடுங்கிக்கொண்டு அகதிகள் முகாமுக்கு அனுப்பிவிடுவார்கள். இது எல்லாமே பசுவுக்காக அல்ல, சொத்துக்களைக் கையகப்படுத்துவதற்காக. நீங்கள் மிகவும் ஜாக்கிரதையாக இருக்க வேண்டும்.

"எந்தவிதத்தில் ஜாக்கிரதையாக இருக்க வேண்டும்?" என்று கத்தினான் சதாம். "இந்த வேசிமகன்களிடம் ஜாக்கிரதையாக இருக்க வேண்டுமென்றால் அதற்கு ஒரே வழி நாம் இந்த உலகத்தில் இல்லாமல் ஒழிந்துபோவதுதான்! அவர்கள் உங்களைக் கொல்லவேண்டுமென்று நினைத்துவிட்டால், நீங்கள் பசுவைக் கொல்கிறீர்களோ இல்லையோ, ஏதாவது ஒரு பசுவை நீங்கள் கண்ணால் பார்த்தாலோ அல்லது பார்க்காவிட்டாலோகூட, அவர்கள் உங்களைக் கொல்லத்தான் போகிறார்கள்." அவன் இந்தளவுக்கு உணர்ச்சிவசப்பட்டு வெடிப்பதை இதற்குமுன் அவர்களில் யாரும் பார்த்ததில்லை. எல்லோரும் விக்கித்துப் போயிருந்தனர். அவனுடைய கதை யாருக்கும் தெரியாது. அஞ்சும் யாரிடமும் சொன்னதில்லை. ரகசியம் பாதுகாக்கும் போட்டியில் ஒலிம்பிக் பதக்கம் வெல்லக்கூடியவள் அவள்.

ஒரு வழக்கமான சடங்காக மாறிவிட்டிருந்த சுதந்திர தினத்தன்று சதாம் அவனது வெயில் கண்ணாடி சகிதம் சிவப்பான கார் சோபாவில் அஞ்சுமுக்குப் பக்கத்தில் உட்கார்ந்து தொலைக்காட்சியை மேய்ந்து கொண்டிருந்தான். செங்கோட்டையில் குஜராத் கா லல்லாவின் போர்முழக்க உரையையும் குஜராத்தில் நடைபெற்றுக்கொண்டிருந்த ஒரு பிரமாண்டமான எதிப்புப் பேரணியையும் சானல்களை மாற்றிமாற்றிப் பார்த்துக்கொண்டிருந்தான். ஒரு மினிலாரியில் பசுவின் சடலத்தை ஏற்றிச்சென்றதற்காக ஐந்து தலித்துகளை ஊருக்கு நடுவில் நிறுத்திச் சாட்டையால் அடித்த சம்பவத்தை எதிர்த்து உனா என்ற ஊரில் ஆயிரக்கணக்கானோர், பெரும்பாலும் தலித்துகள், குழுமியிருந்தனர். அந்த ஐவரும் பசுவைக் கொன்றவர்களல்லர். இறந்துவிட்ட பசுவின் சடலத்தைத்தான் ஏற்றிவந்திருக்கின்றனர், பல வருடங்களுக்குமுன் சதாமின் தந்தையைப்போல. இந்த அவமானத்தைத் தாங்கமுடியாமல் அந்த ஐவரும் தற்கொலைக்கு முயன்றிருக்கிறார்கள். அவர்களில் ஒருவன் பலியாகியிருக்கிறான்.

"முதலில் முஸ்லிம்களையும் கிறித்துவர்களையும் ஒழிக்கப் பார்த்தார்கள். இப்போது ச்சமார்களிடம் வந்திருக்கிறார்கள்," என்றாள் அஞ்சும்.

"இல்லை, இது தலைகீழ் வரிசையில் நடப்பது," என்றான் சதாம். என்ன சொல்லவருகிறான் என்று அவன் விளக்காவிட்டாலும் அந்த ஆர்ப்பாட்டத்தில் பேசும் ஒவ்வொருவரும் அவர்கள் இனி உயர்சாதி இந்துக்களின் பசுக்கள் இறந்துவிட்டால் அவற்றின் சடலத்தைத் தொடப் போவதில்லை என்று உறுதியெடுத்துக்கொண்டிருப்பதைக் கேட்டு மகிழ்ச்சியில் சிலிர்த்திருந்தான்.

தொலைக்காட்சியில் காட்டாத காட்சிகள் சில இருந்தன. ஆர்ப்பாட்டம் நடக்கும் இடத்துக்கு வெளியே நெடுஞ்சாலையில் சில போக்கிரிக் கும்பல்கள் அங்கங்கே கூடியிருந்தன. கூட்டம் கலைந்து செல்லும்போது எதிர்த்துப் பேசியவர்களைத் தூக்கிச்சென்று 'கவனிப்பதற்காக'.

அஞ்சுமும் சதாமும் பார்த்துக்கொண்டிருந்த சுதந்திரதினத் தொலைக்காட்சிச் சடங்கு வெளியே தோய்த்த துணிகளைக் காயப்போட்டுக் கொண்டிருந்த ஜைனாப்பின் திடீர் கூச்சலால் தடைப்பட்டது. சதாம்

வெளியே விரைந்தான். அஞ்சும் பயத்தோடு மெதுவாகப் பின்னால் வந்தாள். அவர்கள் கண்ட காட்சி நிஜமா அல்லது பிசாசின் வேலையா என்று திடுக்கிட்டுக் குழம்பவைத்தது. வானத்தை நோக்கிக் கைநீட்டிக் காட்டிக்கொண்டிருந்த ஜைனாப் அதீத பயத்தில் நடுங்கிக்கொண்டிருந்தாள்.

காகம் ஒன்று அந்தரத்தில் அப்படியே உறைந்திருந்தது. அதன் சிறகுகளில் ஒன்று விசிறிபோல விரிந்திருந்தது. கண்ணுக்குப் புலப்படாத சிலுவையில் அறையப்பட்டுத் தொங்கிக்கொண்டிருக்கும் சிறகுள்ள கிறிஸ்துபோல. கலவரத்தோடு ஆயிரக்கணக்கில் தாழ்வாகப் பறந்துகொண்டிருக்கும் சக காக்கைகளால் வானம் கருத்திருந்தது. அவற்றின் அபயக்குரல்கள் மாநகரத்தின் மற்றெல்லாச் சத்தங்களையும் அடக்கி ஓங்கி ஒலித்துக் கொண்டிருந்தன. காக்கைகளின் வட்டத்துக்கு மேலே ஆர்வத்தோடு, இந்த மர்மத்தைப் புரிந்துகொள்ள முடியாமல் மௌனமான பருந்துக் கூட்டமும் சுற்றிக்கொண்டிருந்தது. சிலுவையில் அறையப்பட்ட காகம் கொஞ்சமும் அசையாமல் இருந்தது. கொஞ்ச நேரத்திலேயே கூட்டம் சேர்ந்துவிட்டது. ஏதேதோ தங்களுக்கிடையில் பேசிக்கொண்டு, இது போன்ற அந்தரத்தில் உறைந்த காகங்கள் எவ்வளவு பயங்கரமான கெட்ட சகுனம் என்று பயம் கிளப்பி, அவர்களும் பயந்துகொண்டார்கள். இது என்னென்ன துர்ப்பலன்களைக் கொண்டு வரக்கூடும் என்றும் இந்தச் சாபத்தின் காரணம் என்னவாக இருக்குமென்றும் கவலைப்பட்டனர்.

நடந்தது ஒன்றும் மர்மச்செயல் அல்ல. அந்தக் காகம் பறந்து வரும்போது, மயானத்தின் மரக்கிளை ஒன்றில் மாட்டிக்கொண்டு அறுந்து போயிருந்த ஒரு காற்றாடியின் எளிதில் கண்ணுக்குப் புலப்படாத நூலில் சிக்கிக்கொண்டிருக்கிறது. இதற்குக் காரணமான அந்தப் பாதகன் – ஒரு ஊதா நிறக் காற்றாடி – மரக்கிளைகளுக்கு நடுவில் ஒளிந்துகொண்டு குற்றவுணர்வோடு எட்டிப் பார்த்துக்கொண்டிருந்தது. அந்தக் காற்றாடி நூல் புதிதாகச் சீனாவிலிருந்து வந்து, மிகவேகமாகப் பிரபலமாகியிருந்தது. மிக மெல்லிய, ஆனால் அறுக்கமுடியாத, கண்ணாடித் துகளை அரைத்துப் பூசப்பட்ட மாஞ்சா நூல். சுதந்திர தினக் காற்றாடி வீரர்கள் ஒருவர் காற்றாடியை மற்றவர் அறுத்து எதிரிகளை வீழ்த்துவது சடங்கில் ஒரு பகுதி. இந்த மாஞ்சா நூலினால் நகரத்தில் பல மோசமான விபத்துகள் நடந்து சிலர் பலியாகியுமிருக்கின்றனர்.

காகம் முதலில் திணறித் திணறித் தன்னை விடுவித்துக்கொள்ள முயன்றது. ஆனால் ஒவ்வொரு முறை அது முயலும்போதும் கயிறு அதன் சிறகுகளில் மேலும் மேலும் இறுகுவதை உணர்ந்து அசைவதை நிறுத்திக்கொண்டு, தலையைச் சாய்த்துக் கீழே கூடியிருந்தவர்களைப் பளிச்சிடும் கண்களால் கலவரத்தோடு பார்த்துக்கொண்டிருந்தது. நேரம் செல்லச்செல்ல வானத்தில் பதற்றமுற்ற காகங்களின் அடர்த்தி அதிகரித்தது.

நிலவரத்தை நன்றாகப் புரிந்துகொண்ட சதாம் உள்ளே சென்று, பார்சல் கட்டிவந்த கயிறுகளை முடிச்சிட்டு ஒரு நீண்ட கயிறாக்கிக் கொண்டுவந்தான். ஒரு கல்லை அதன் ஒரு முனையில் கட்டினான். வெயில் கண்ணாடி வழியாக ஒரு கண்ணைச் சுருக்கிக்கொண்டு, அந்தப் புலப்படாத காற்றாடிக் கயிறு நீண்டிருக்கும் இடத்தை உத்தேசமாகக் கணித்து, கல்லைச் சுற்றி, கயிற்றை அந்தத் திசையில் வீசியெறிந்தான். பல முயற்சிகளுக்குப் பிறகு, பல கற்களை

மாற்றி (கல் அந்த உயரத்துக்குப் போகுமளவுக்கு இலேசாகவும் அந்தக் காற்றாடிக் கயிற்றை மரக்கிளைகளின் வழியாக கீழே இழுத்து வருமளவுக்குக் கனமாகவும் இருக்க வேண்டும்) முயன்ற பிறகு, வெற்றிபெற்றான். அந்தக் காற்றாடி தரையில் விழுந்தது. காகமும் அதனுடன் சேர்ந்து கீழே விழுந்தது. பின், மாயவித்தைபோலச் சட்டென விடுவித்துக்கொண்டு பறந்து சென்றது. வானம் வெளுத்தது. காக்கை கரைதல்கள் அடங்கின.

அமைதி திரும்பியது.

மயானத்தில் கூடியிருந்த பகுத்தறிவும் அறிவியற் கண்ணோட்டமும் இல்லாத ஆட்களுக்கு (அதில் உஸ்தானிஜியும் அடக்கம்) ஊழி முடிவு தடுக்கப்பட்டதாகவும் தெய்வத்தின் ஆசீர்வாதம் வழங்கப்பட்டதாகவும் நிம்மதி ஏற்பட்டது.

வெற்றி நாயகனுக்குப் பாராட்டுகள் குவிந்தன. கட்டியணைக்கப் பட்டான். முத்தங்கள் பதிந்தன.

கிடைத்த சந்தர்ப்பத்தைப் பயன்படுத்திக்கொள்வதில் சமர்த்தனான சதாம், இதுதான் தனக்கு உகந்த நேரமென்று முடிவெடுத்தான்.

அன்றிரவு அவன் அஞ்சுமின் அறைக்குச் சென்றான். அவள் முழங்கையை மடித்து தலைக்கு அடியில் வைத்து ஒருக்களித்துப் படுத்தவாறு, பக்கத்தில் ஆழ்ந்த உறக்கத்திலிருந்த இரண்டாம் மிஸ் ஜெபீனை ஆசையாகப் பார்த்துக்கொண்டிருந்தாள். (பொருத்தமற்ற – துயிற்பொழுதுக் கதைகள் கேட்பதற்கான வயது இன்னும் வரவில்லை.)

"யோசித்துப்பார். இறைவன் அருள் இல்லாவிட்டால் இந்நேரம் இந்தச் சின்னக்குழந்தை ஏதோவொரு அரசாங்க அனாதை இல்லத்தில் இருந்திருக்கும்," என்றாள்.

சதாம் ஒரு மரியாதையான மௌனமாகச் சில கணங்கள் காத்திருந்து, பின் சம்பிரதாயமான முறையில் ஜைனாப்பை மணம் செய்துகொள்ள அனுமதி கேட்டான் அஞ்சும் தலையை உயர்த்தாமல் பழைய புண் ஒன்றைக் கிளறிவிட்ட எரிச்சலோடு வெடுக்கென்று பதிலளித்தாள்.

"என்னை ஏன் கேட்கிறாய்? சயீதாவைக் கேள். அவள்தானே அவளுடைய தாய்."

"எனக்கு எல்லாக் கதையும் தெரியும். அதனால்தான் உன்னிடம் கேட்கிறேன்."

அஞ்சுமுக்குச் சந்தோஷமாக இருந்தது, ஆனால் வெளிக்காட்டிக் கொள்ளவில்லை. அதற்குப் பதிலாகச் சதாமை உச்சியிலிருந்து பாதம் வரை அந்நியனைப் பார்ப்பதைப்போல உற்றுப்பார்த்தாள்.

"ஒரு கொலையைச் செய்துவிட்டு, இராக்கின் சதாம் ஹுசைனைப் போலத் தூக்கில் தொங்க வேண்டும் என்ற கொள்கையோடு இருப்பவனுக்கு எதற்காக நாங்கள் ஜைனாப்பைக் கட்டிக்கொடுக்க வேண்டும்? ஏதாவது ஒரு காரணமாவது சொல்."

பெருமகிழ்வின் பேரவை

"அர்ரே யார், அதெல்லாம் முடிந்துபோன கதை. எங்கள் இன மக்கள் பொங்கி எழுந்துவிட்டார்கள். "சதாம் தனது மொபைல் போனை எடுத்து சதாம் ஹுசைன் தூக்கிலிடப்படும் வீடியோவைத் திறந்தான். "இங்கே பார். இதை இப்போது உன் கண் முன்பாகவே அழித்துவிடுகிறேன். பார்த்தாயா, டெலீட் ஆகிவிட்டது. இனியும் அது எனக்குத் தேவையில்லை. என்னிடம் ஒரு புது வீடியோ இருக்கிறது. பார்."

அவள் படுக்கையிலிருந்து கையை ஊன்றிக்கொண்டு எழுந்து கஷ்டப்பட்டு உட்கார்ந்தாள். கோபமின்றி, செல்லமாக "யா அல்லாஹ்! இந்தப் பைத்தியக்காரனோடு நான் மல்லுக்கட்டுவதற்கு என்ன பாவம் செய்தேனோ?" என்று வாய்க்குள் முனகினாள். மூக்குக் கண்ணாடியை எடுத்து அணிந்துகொண்டாள்.

சதாம் அவளிடம் காட்டிய புதிய வீடியோ ஒரு பழைய காலனிய பங்களாவின் முன் வரிசையாக நிற்கும் மினி லாரிகளோடு ஆரம்பித்தது. அது குஜராத்தில் உள்ள ஒரு மாவட்ட ஆட்சியர் அலுவலகம். அந்த வண்டி களில் பசுக்களின் சடலங்களும் எலும்புக்கூடுகளும் அடுக்கப்பட்டிருந்தன. தலித் இளைஞர்கள் கோபத்தோடு அந்தப் பசு உடல்களைத் தூக்கிக்கொண்டு வந்து அந்த பங்களாவின் அழகான பளிங்குத் தூண்கள் கொண்ட தாழ்வாரத்தில் வீசியெறிந்தனர். பசுமாடுகளின் எலும்புக்கூடுகளை நடைவழியில் போட்டனர். கொம்போடு இருந்த ஒரு மிகப்பெரிய பசுமாட்டு மண்டையோட்டை மாவட்ட ஆட்சியர் அலுவலகத்தின் மேஜைமீது வைத்தனர். மலைப்பாம்புபோல நீண்டிருந்த பசுமாட்டின் முதுகெலும்பை தூக்கிக்கொண்டுவந்து ஆட்சியர் இருக்கைக்கு எதிரில் போடப்பட்டிருந்த நாற்காலிகளின் மேல் சாய்மான இருக்கையுறைபோலப் போட்டனர்.

அந்த வீடியோவைப் பார்த்து அஞ்சும் அதிர்ந்தாள். மொபைல் போனிலிருந்து வரும் வெளிச்சம் அவளது வெள்ளை வெளேரேன்ற பற்களில் பட்டுப் பிரதிபலித்தது. அந்த இளைஞர்கள் ஏதோ கத்திக்கொண்டிருந்தது, மிஸ் ஜெபீன் தூக்கத்திலிருந்து எழுந்துவிடக்கூடாதென்பதற்காகச் சத்தமில்லாமல் வைத்திருந்ததால் கேட்கவில்லை.

"அவர்கள் என்ன சத்தம் போடுகிறார்கள்? குஜராத்தியிலா?" என்று சதாமிடம் கேட்டாள்.

"உங்க மாதாதானே! நீங்களே பார்த்துக்கொள்ளுங்கள்!" சதாம் குரலை அடக்கிச் சொன்னான்.

"யே . . . ஹை!" இந்தப் பையன்களை இப்போது அவர்கள் என்ன செய்வார்களோ?

"என்ன செய்துவிட முடியும் இந்த ஜென்மங்களால்? இவர்கள் மலத்தையே இவர்களால் கழுவித்தள்ள முடியாது. பெற்ற தாயைக்கூட இவர்கள் யாருடைய துணையுமில்லாமல் அடக்கம் செய்யத் தெரியாது. அவர்கள் என்ன செய்வார்கள் என்று தெரியாது. அது அவர்கள் பிரச்சனை. நம்முடையதல்ல."

"சரி, இப்போது என்ன," என்றாள் அஞ்சும். "அந்த வீடியோவை அழித்துவிட்டாய் . . . இதற்கு என்ன அர்த்தம், அந்தப் போலீஸ்காரத்

தேவடியா மகனைக் கொல்கிற திட்டத்தைக் கைவிட்டுவிட்டாயா?" அவள் குரலில் ஏமாற்றம் தெரிந்தது. அவளுக்கு அதில் உடன்பாடு இல்லைபோல.

"இப்போது நான் அவனைக் கொல்லவேண்டிய அவசியமே இல்லை. வீடியோவைப் பார்த்தாய் அல்லவா – எங்கள் ஆட்கள் பொங்கி எழுந்து விட்டார்கள்! போராடுகிறார்கள்! அந்த ஒரேயொரு ஷெராவத் என்ன நமக்கு? ஒன்றுமில்லை!"

"உன் வாழ்க்கையில் முக்கிய முடிவுகளையெல்லாம் மொபைல் போன் வீடியோக்களை வைத்துத்தான் எடுப்பாயா?"

"இப்போதெல்லாம் அப்படித்தான், *யார்*. உலகமே வீடியோக்கள் தான். ஆனால் அவர்கள் என்ன செய்திருக்கிறார்கள் என்று நீயே பார்! இது நிஜம்! சினிமா அல்ல. அவர்களும் நடிகர்கள் அல்ல. இன்னொரு முறை பார்க்கிறாயா?"

"*அர்ரே*, அது ஒன்றும் அவ்வளவு சுலபமில்லை, பாபு. இந்தப் பையன் களை அவர்கள் அடித்துப் பிழிந்துவிடுவார்கள், விலைக்கு வாங்கி விடுவார்கள் ... இப்போதெல்லாம் இப்படித்தான் ... அவர்கள் இவ்வளவு காலமாகச் செய்துகொண்டிருந்த வேலையை விட்டுவிட்டால், எப்படி பிழைப்பார்கள்? எதைச் சாப்பிடுவார்கள்? *சலோ*, இதைப்பற்றியெல்லாம் அப்புறமாக யோசிப்போம். உன் அப்பாவினுடைய நல்ல புகைப்படம் இருக்கிறதா? அதை டிவி அறையில் மாட்டுவோம்."

தொலைக்காட்சிப் பெட்டி வைத்திருந்த அறையில் புதிய கரன்ஸி நோட்டுகளை மடித்துச் செய்த பறவைகளை மாலையாக அணிவித்திருக்கும் ஜாகீர் மியானின் படத்துக்குப் பக்கத்தில் சதாமின் தந்தையார் படத்தையும் மாட்ட வேண்டுமென்று அஞ்சும் சொல்கிறாள் என்றால் சதாமைத் தன்னுடைய மருமகனாக ஏற்றுக்கொண்டுவிட்டாள் என்று அர்த்தம். அவளுடைய பாணி இது.

ஸயீதாவுக்கு மகிழ்ச்சி, ஜைனாப்புக்குத் தாங்கமுடியாத பரவசம். கல்யாணத்துக்கான தயாரிப்புகள் தொடங்கின. திலோ மேடம் உட்பட எல்லோருக்கும் கல்யாண உடைகளுக்காக அளவு எடுக்கப்பட்டது. அந்த உடைகளையெல்லாம் ஜைனாப்தான் வடிவமைக்கப் போகிறாள். கல்யாணத்துக்கு ஒரு மாதம் இருக்கும்போது சதாம் அந்தக் குடும்பத்தில் உள்ள எல்லோரையும் ஏதோவோர் இடத்துக்குச் சிறப்பு விருந்து அளிப்பதற்காக அழைத்துப் போவதாகச் சொன்னான். எந்த இடம் என்று சொல்லவில்லை. இமாம் ஜியாவுதீன் வயது காரணமாக மிகவும் தளர்ந்திருந்ததால் அவர் வரவில்லை என்று சொல்லிவிட்டார். உஸ்தாத் ஹமீதின் பேரனுக்கு அன்று பிறந்தநாள். டாக்டர் ஆஸாத் பார்தியாவைப் பொறுத்தவரை சதாம் ஆடம்பர விருந்தளிக்கப்போகும் இடம் – அது எதுவாக இருந்தாலும் – அங்கு செல்வது அவனுடைய கொள்கைகளுக்கு எதிரானது; மேலும் அவனும் உண்ணாவிரதத்தில் இருப்பதால் எதுவும் சாப்பிடப்போவதில்லை. எனவே அந்த விருந்துக்குச் செல்வோர், அஞ்சும், ஸயீதா, நிம்மோ கோரக்புரி, ஜைனாப், திலோ, இரண்டாம் ஜெபீன்

இவர்களோடு சதாம். அவர்களில் யாராலும் சதாம் மனதில் இருப்பது என்னவென்பதையோ அவன் அளிக்கப்போகும் ஆச்சரியம் என்னவாக இருக்கப் போகிறதென்பதையோ ஊகித்திருக்க முடியாது.

நரேஷ் குமார், சதாமின் நண்பன். ஒரு கோடீஸ்வரத் தொழிலதிபரின் ஐந்து ஓட்டுநர்களில் அவனும் ஒருவன். அந்தத் தொழிலதிபருக்குத் தில்லியில் அரண்மனைபோன்ற வீடும், பல விலையுயர்ந்த சொகுசுக் கார்களும் இருந்தாலும் அவர் மாதத்துக்கு மூன்று அல்லது நான்கு நாட்கள் மட்டுமே தில்லியில் இருப்பார். நரேஷ் குமார் அந்தத் திருமண விருந்துக் குழுவை அழைத்துச்செல்வதற்குத் தன் எஜமானரின் வெள்ளிநிற மெர்சிடிஸ்–பென்ஸ் காரை எடுத்துக்கொண்டு அந்த மயானத்துக்கு வந்தான். ஜைனாப் முன்னிருக்கையில் சதாமின் மடிமீது உட்கார்ந்துகொண்டாள். மற்றவர்கள் எல்லோரும் பின்னிருக்கையில் நெருக்கி அடைத்துக்கொண்டனர். தில்லித் தெருக்களில் ஒரு மெர்சிடிஸ்ஸில் செல்வோம் என்று திலோ கற்பனையில்கூட நினைத்துப் பார்த்ததில்லை. ஆனால் அவளுக்குக் கற்பனை வளம் போதாது என்பதும் உடனே நினைவுக்கு வந்தது. காரின் வேகம் அதிகரித்ததும் பயணிகள் உற்சாகமாகக் கிறீச்சிட்டனர். அவர்கள் எவ்வளவு கேட்டாலும் போகுமிடம் என்னவென்பதை சதாம் சொல்ல மறுத்தான். பழைய தில்லிப் பகுதியில் செல்லும்போது அவர்களுடைய நண்பர்களும் தெரிந்தவர்களும் பார்க்கமாட்டார்களாவென்று சன்னல் வழியாக எட்டிப் பார்த்தனர். தெற்கு தில்லிக்குள் நுழைந்ததும் அந்தக் காருக்கும், உள்ளே இருப்பவர்களுக்கும் இடையிலிருந்த பொருத்தமற்ற விநோதம் பலரை வியப்புடனும், சிலரைக் கோபத்துடனும் பார்க்கவைத்தது. கொஞ்சம் பயமாக இருந்ததால் கார் கண்ணாடிகளை அவர்கள் ஏற்றிவிட்டுக் கொண்டனர். அவர்கள் கார், மரங்கள் வரிசையாக நீண்டிருந்த ஒரு நிழற்சாலையில் கடைசியாக ஒரு போக்குவரத்து சிக்னலில் நின்றது. ஆரப்பாட்டமாக உடையணிந்த ஹிஜ்ராக்கள் குழு ஒன்று பிச்சையெடுத்துக்கொண்டிருந்தது. பிச்சையெடுப்பது என்றால், கார் கண்ணாடிகளைப் பலமாகத் தட்டித் தட்டி, காசு கொடுக்கச் சொல்லி வற்புறுத்தல். சிக்னலில் நின்றிருந்த எல்லா கார்களும் கண்ணாடிகளை ஏற்றிக்கொண்டன. காரில் இருப்பவர்கள் ஹிஜ்ராக்களின் பார்வைகளைச் சந்திக்காமல் கண்களைத் தழைத்துக் கொண்டனர். அந்த சில்வர் மெர்சிடிஸ்ஸைப் பார்த்ததும், ஏதோவொரு மிகப்பெரிய பணக்காரரோ அல்லது அப்பாவி வெளிநாட்டுக்காரரோ இருப்பார்கள் என்று அந்த நான்கு ஹிஜ்ராக்களும் காரைச் சூழ்ந்தனர். காரின் கண்ணாடி தட்டப்படுவதற்கு முன்பே இறக்கப்பட்டது. அஞ்சுமும், ஸயீதாவும் நிம்மோ கோரக்புரியும் அவர்களைப் பார்த்துப் புன்னகைத்து, அவர்களுடன் சேர்ந்து விரல் விரித்து கைத்தட்டினர். சந்திப்பு உடனே நட்பார்ந்த செய்திப் பரிமாற்றங்களுக்கு இட்டுச் சென்றது. இந்த நால்வரும் எந்த கரானாவைச் சேர்ந்தவர்கள்? அவர்களுடைய உஸ்தாத் யார்? அவர்களுடைய உஸ்தாதின் உஸ்தாத்? அந்த நால்வரும் மெர்சிடிஸின் சன்னலில் முழங்கைகளை ஊன்றிக்கொண்டு, போக்குவரத்துக்குக் குறுக்கீடாகப் பிருஷ்டங்களைத் துருத்திக்கொண்டு கதையளக்கத் தொடங்கினர். போக்குவரத்து விளக்குகள் நிறம் மாறியதும் பின்னாலிருந்த

கார்கள் பொறுமையிழந்து வீறிட்டன. அவர்களும் பதிலுக்குப் புதிதாகக் கண்டுபிடித்த நயமான ஆபாசவசைகளை அந்தக் கார்களை நோக்கி வீசினர். சதாம் அவர்களுக்கு நூறு ரூபாயும், தனது விஸிட்டிங் கார்டையும் கொடுத்தான். கல்யாணத்துக்கு வருமாறு அழைத்தான்.

"நீங்கள் எல்லோரும் கண்டிப்பாக வர வேண்டும்!"

அவர்கள் புன்னகையோடு கையசைத்து விடைபெற்றுக்கொண்டு, இடுப்பை ஆட்டியபடி, போக்குவரத்தினூடே வாகன ஓட்டிகளின் எரிச்சலை அதிகரித்துக்கொண்டு நிதானமாகக் கடந்துசென்றனர். பாலின மாற்று அறுவைச் சிகிச்சை மேலும் மலிவாகிக்கொண்டே செல்வதால், சிறப்பாக அறுவைச்சிகிச்சை செய்பவர்களின் எண்ணிக்கையும் அதிகரித்து நிறையபேர் செய்துகொள்வதாகவும், இன்னும் கொஞ்ச நாட்களில் ஹிஜ்ராக்களே இருக்கமாட்டார்கள் என்றும் ஸயீதா சொன்னாள். "நாம் அனுபவித்த கஷ்டங்களெல்லாம் இனி யாருக்கும் ஏற்படாது."

"இந்தோ–பாக் பிரச்சனையே இருக்காது என்கிறாயா?" என்றாள் நிம்மோ கோரக்புரி.

"ஹிஜ்ராக்கள் இருக்கட்டுமே," என்றாள் அஞ்சும். "நம் இனம் இல்லாமல் அழிந்துபோனால் அது சோகம்தான்."

"ஹிஜ்ராக்கள் *இருக்கக்கூடாது*," என்றாள் நிம்மோ கோரக்புரி. "அந்த போலி டாக்டர் முக்தாரை மறந்துவிட்டாயா? அந்தத் திருட்டுப்பயல் உன்னிடமிருந்து எவ்வளவு பணம் கறந்திருப்பான்?"

இரும்புக் குமிழியைப்போல அந்தக்கார் அகலமான, குறுகலான, வழவழப்பான, குண்டும்குழியுமான சாலைகளின் வழியே இரண்டு மணிநேரத்துக்கு மேல் மிதந்து சென்றது. அடுக்குமாடிக் குடியிருப்புகள் என்ற அடர்ந்த வனங்களுக்கு நடுவே கார் வழுக்கிக்கொண்டு சென்றது. ராட்சத கான்கிரீட் பொழுதுபோக்கு விடுதிகளையும் விநோதமாக வடிவமைக்கப்பட்ட திருமண மண்டபங்களையும் வானுயர்ந்த கட்டடங்களுக்கு இணையாக எழுப்பப்பட்டிருந்த, சிமெண்ட்டில் புலித்தோல் அரைக்கச்சையும் கழுத்தில் சிமெண்ட் பாம்பும் அணிந்த சிவன் சிலையையும் மெட்ரோ ரயில் தடத்தையொட்டி நிற்கும் மாபெரும் அனுமான் சிலையையும் கடந்துசென்றனர். கோதுமை வயல் அகலத்துக்கு, இருபது தடங்களில் கார்கள் விரைகின்ற, இருபுறமும் இரும்பு, கண்ணாடித் தடுப்புகள் ஜொலிக்க, அவர்களால் சிறுநீர் கழிப்பதற்கு வாய்ப்பில்லாத மேம்பாலத்தை ஏறிக் கடந்தனர். மேம்பாலத்திலிருந்து இறங்கி வெளியேறுகையில் அதற்கு அடியில் முற்றிலும் வேறான உலகம் இயங்கிக்கொண்டிருப்பதைப் பார்த்தனர் – சாலையில்லாத, தடம் பிரிக்காத, விளக்குகளற்ற, கட்டுப்பாடற்ற தான்தோன்றித்தனமான, அபாயமான அந்த உலகத்தில் பேருந்துகளும் லாரிகளும் காளைமாடுகளும் ரிக்‌ஷாக்களும் சைக்கிள்களும் கைவண்டிகளும் பாதசாரிகளும் உயிரைக் கையில் பிடித்தபடி நெருக்கியடித்து விரைந்து கொண்டிருந்தனர். இதற்குத் தொடர்பில்லாத வேறோர் உலகம் மேலே பறந்துகொண்டிருக்க, இரண்டு உலகங்களும் ஒன்றையொன்று தொந்தரவு

செய்யாமல், உங்களை நிறுத்தி இப்போது மணி என்ன என்று கேட்காமல் இயங்கிக்கொண்டிருந்தன.

இரும்புக் குமிழி ஏழ்மையான நகரங்களையும் தொழிற்சாலைகள் மிகுந்த சகதிப் பிரதேசங்களையும் வெண்ணிறப் படலமாகப் படர்ந்து பார்வையை மங்கலாக்கும் காற்றின் வழியே மிதந்துசென்றது. இருப்புப் பாதைகளையொட்டிய பகுதிகளில் குப்பைக்கூளங்களுக்கு நடுவே சேரிக் குடிசை வரிசைகளைக் கடந்து இறுதியில் வந்துசேர வேண்டிய இடத்தை அடைந்தனர். அது ஒரு விளிம்பு. கிராமப் பகுதியாக இருந்து அவசர அவசரமாகவும் விகாரமாகவும் சோகமாகவும் தன்னை ஒரு மாநகரப் பகுதியாக மாற்றிக்கொள்ள முயன்றுவரும் பிரதேசம்.

அவர்களுக்கு எதிரே அதி நவீன அடுக்குமாடி. வர்த்தக அங்காடி எனப்படும் 'மால்' அது.

அடித்தளத்தில் அமைக்கப்பட்டிருந்த வாகன நிறுத்துமிடத்திற்குள் மெர்ஸிடிஸ் நுழைந்ததும் அதன் பயணிகள் ஸ்தம்பித்து மௌனமாகினர். அந்தக் காரின் பானெட்டும் டிக்கியும் ஒரு பெண் பாவாடையைத் தூக்குவது போலத் தூக்கப்பட்டு வெடிகுண்டுகளுக்காகச் சோதனை செய்யப்பட்டது. பின் அனுமதிக்கப்பட்டு எண்ணற்ற கார்கள் வரிசைவரிசையாக நிறுத்தப்பட்டிருக்கும் உட்பகுதிக்குள் நுழைந்தன.

பிரகாசமாக விரிந்திருந்த அப்பேரங்காடிக்குள் நுழைந்ததும் ஜைனாப்பும் சதாமும் இப்புதிய வசீகரச் சூழலோடு இயல்பாகப் பொருந்திக் கொண்டு சந்தோஷத்தின் உச்சிக்குச் சென்றனர். உஸ்தானிஜி உட்பட மற்றவர்கள் எல்லோரும் ஏதோவொரு விநோத நுழைவாயிலுக்குள் நுழைந்து புதிய கிரகம் ஒன்றுக்குள் வந்துவிட்டதைப்போல இருந்தனர். அவர்கள் வருகை ஒரு சிறிய சிக்கலோடு தொடங்கியது – எஸ்கலேட்டரில் ஒரு பிரச்சனை. அந்த மின்படிக்கட்டுகளில் ஏறுவதற்கு அஞ்சும் மறுத்தாள். அவளிடம் நைச்சியமாகப் பேசி, ஊக்கமளித்து, ஒப்புக்கொள்ள வைப்பதற்கு முழுசாகப் பதினைந்து நிமிடங்கள் பிடித்தன. கடைசியில் இரண்டாம் மிஸ் ஜெபீனைத் திலோ வாங்கிக்கொள்ள, சதாம் அவள் தோளை அணைத்துக்கொண்டு பக்கத்தில் துணையாக நின்றுகொள்ள, ஜைனாப் முந்தைய படிக்கட்டில் அவளை நோக்கித் திரும்பி நின்று இரண்டு கைகளையும் பிடித்துக்கொள்ள, இத்தனை பாதுகாப்புகளின் தைரியத்தில் அஞ்சும் அந்த நகரும் படிக்கட்டில் ஏறிக்கொண்டாள். நின்ற இடத்திலேயே அந்தப் படிக்கட்டுகள் அவளை உயர்த்திக்கொண்டு செல்ல 'ஹைய்யா!' என்று, ஏதோ உயிரைப் பணயம் வைத்து ஈடுபடும் சாகச விளையாட்டில் போல வீறிட்டாள். அந்தக் கடைகளிடையே அலையும்போது வாங்கவந்த நவநாகரிக மனிதர்களுக்கும் கடை சன்னல்களில் நின்றிருக்கும் விளம்பரப் பொம்மைகளுக்கும் இடையே வித்தியாசம் காண்பதில் சிரமம் இருந்தது. அவர்களில் முதலில் சுதாரித்துக்கொண்டு இயல்புக்கு வந்தது நிம்மோ கோரக்புரிதான். மிகச்சிறிய காற்சட்டை, குட்டைப் பாவாடைகளோடு மிகப்பெரிய ஷாப்பிங் பைகளைச் சுமந்தபடி, வெயில் கண்ணாடியைச் செழிப்பான, சாயமேற்றிய, உலர்ந்த கேசத்தின் மீது ஏற்றிக்கொண்டு சென்ற இளம்பெண்களைப் பாராட்டுணர்வோடு பார்த்து ரசித்தாள்.

“பார்த்தீர்களா, இவர்களைப் போலத்தான் உடையணிய வேண்டுமென்று சின்ன வயதில் விரும்பினேன். எனக்கு மிக நல்ல ஃபேஷன் ரசனை இருந்தது. ஆனால் யாருமே புரிந்துகொள்ளவில்லை. என் காலத்துக்கு முந்தியவளாகவே நான் இருந்திருக்கிறேன்.”

ஒருமணிநேரமாக எதுவும் வாங்காமல், வேடிக்கை பார்த்துக் கொண்டிருந்துவிட்டு ‘நண்டோஸ்’ என்ற உணவகத்தில் மதிய உணவுக்காகச் சென்றனர். பெரும்பாலும் நன்கு வறுக்கப்பட்ட கோழி இறைச்சி. நிம்மோ கோரக்புரியை ஜைனாப்பும் அஞ்சுமை சதாமும் அவர்கள் இதற்குமுன் எந்த உணவகத்துக்கும் சென்று சாப்பிட்டதில்லை என்பதால் கவனித்துக்கொண்டனர். அவர்களுக்குப் பக்கத்து மேசையில் இருந்த நான்குபேர்கொண்ட குடும்பத்தை அஞ்சும் பரிபூரண வியப்புடன் பார்த்துக்கொண்டிருந்தாள். ஒரு வயதான ஜோடி, ஓர் இளம் ஜோடி. அந்தப் பெண்கள் இருவரும் தாயும் மகளும் என்று தெளிவாகத் தெரிந்தது. இருவரும் ஒரேமாதிரியாக உடையணிந்திருந்தனர். கை இல்லாத, பிரிண்டட் சட்டையும் காற்சட்டையும். இருவர் முகங்களிலும் ஒப்பனை அப்பியிருந்தது. அந்த இளைஞன் அந்தப் பெண்ணின் வருங்காலத் துணைவனாக இருக்க வேண்டும். முழங்கையை மேசைமேல் ஊன்றி, அவனது டி–சர்ட்டின் குட்டைக் கைக்கு வெளியே (பெரிதாக) உருண்டு திரண்டிருந்த தனது புஜங்களைப் பெருமையாகப் பார்த்துக்கொண்டிருந்தான். அந்த வயதான மனிதர் மட்டுமே அவர்களின் உற்சாகத்தில் கலந்துகொள்ளாதவர் போலிருந்தார். ஒரு கற்பனைத் தூணுக்குப் பின்னால் ஒளிந்து கொண்டிருப்பவரைப் போல அவ்வப்போது கள்ளத்தனமாக அவர்களை ஓரக்கண்ணால் பார்த்துக்கொண்டிருந்தார். கொஞ்ச நேரத்துக்கொருமுறை எல்லா உரையாடல்களையும் நிறுத்திவிட்டு, தம் புன்னகைகளை உறைய வைத்துக்கொண்டு அந்தக் குடும்பம் ‘செல்ஃபி’ எடுத்துக்கொண்டது – பரிமாறுபவர்களோடு, பரிமாறப்பட்ட உணவுகளோடு, மெனுகார்டோடு. ஒவ்வொருமுறை செல்ஃபி எடுத்துக்கொண்ட பிறகும் அவர்களுடைய போன்களை மற்றவர்களிடம் பார்ப்பதற்குத் தந்தனர். உணவகத்தில் அவர்களைச் சுற்றியிருந்த யாரையும் அவர்கள் பொருட்படுத்தியதாகத் தெரியவில்லை.

அஞ்சுமுக்கு உணவைவிட அவர்கள் மீதுதான் அதிக ஆர்வம் இருந்தது. அந்த உணவுவகைகள் அவளுக்குப் பெரிதாகப் பிடிக்கவும் இல்லை. சாப்பிட்டு முடித்து, பில்லுக்குப் பணம் செலுத்திவிட்டு சதாம் மேசையைச் சுற்றி அவர்களை அர்த்தபுஷ்டியோடு பார்த்துக்கொண்டே சொன்னான்:

“உங்கள் எல்லோரையும் இவ்வளவு தூரம் தள்ளி ஏன் அழைத்து வந்தேன் என்று யோசித்துக்கொண்டிருப்பீர்கள்.”

தொலைக்காட்சி வினாடிவினா நிகழ்ச்சியில் கேட்கப்பட்ட கேள்வியைப் போன்ற பாவனையில் அஞ்சும்,” எங்களுக்கு ‘துனியா’வைக் காட்டுவதற்கா?” என்று கேட்டாள்.

“இல்லை. என் தந்தையை உங்களுக்கு அறிமுகப்படுத்துவதற்காக. இங்கேதான் அவர் இறந்துபோனார். இதே இடத்தில். இந்தக் கட்டடம் இப்போது நிற்கிறதே, இதே இடத்தில். இது கட்டப்படுவதற்கு முன்னால்

இந்த இடம் வயல்கள் சூழ்ந்திருந்த ஒரு கிராமம். ஒரு போலீஸ் ஸ்டேஷன் இருந்தது . . . ஒரு சாலையும் . . .”

சதாம் அவனுடைய அப்பாவுக்கு நிகழ்ந்ததை அவர்களிடம் சொன்னான். துலினா காவல்நிலையத்தின் தலைமை அதிகாரி ஷெராவத்தைக் கொல்ல வேண்டும் என்று அவன் சபதம் எடுத்திருந்ததையும் அதை ஏன் கைவிட்டுவிட்டான் என்பதையும் சொன்னான். அவன் கைப்பேசியிலிருந்த மாவட்ட ஆட்சியர் அலுவலகத்துக்குள் பசுவின் உடல்களை வீசியெறியும் வீடியோவைப் பார்ப்பதற்குக் கொடுத்தான்.

“என் தந்தையின் ஆன்மா, இந்த இடத்துக்குள் சிக்கிக்கொண்டு இங்கேதான் அலைந்துகொண்டிருக்கும்.”

பிரகாசமான விளக்குகளில் கண்கூசி, வழி தொலைத்து, இந்தப் பேரங்காடியைவிட்டு வெளியேறத் திணறிக்கொண்டிருக்கும் ஒரு கிராமத்துத் தோல் உரிப்பாளரை அவர்கள் மனதில் கற்பனை செய்துபார்க்க முயன்றனர்.

“அவருடைய ‘மஸார்’ (கல்லறை மாடம்) இதுதான்,” என்றாள் அஞ்சும்.

“இந்துக்கள் புதைக்கப்படுவதில்லை. அவர்களுக்கு ‘மஸார்கள்’ கிடையாது, படி மம்மி” என்றாள் ஜைனாப்.

ஒருவேளை இது மொத்த உலகத்துக்குமான மஸாராக இருக்கக் கூடும், என்று திலோ நினைத்தாள். ஆனால் சொல்லவில்லை. ஒருவேளை இந்த விளம்பரப் பொம்மைகளும் – வாடிக்கையாளர்களும் இப்போது எதுவும் இல்லாத எதையோ வாங்க வந்திருக்கும் பிசாசுகளாகவும் இருக்கக்கூடும்.

“இது சரியல்ல,” என்றாள் அஞ்சும். “இதை இப்படியே விட்டுவிடக் கூடாது. உன் தந்தைக்கு முறையான இறுதிச்சடங்கு செய்யப்பட்டாக வேண்டும்.”

“அவருக்கு முறையாக ஒரு இறுதிச்சடங்கு செய்துவிட்டோமே! எங்கள் கிராமத்தில் அவர் தகனம் செய்யப்பட்டார். நான்தான் கொள்ளியிட்டேன்,” என்றான் சதாம்.

அஞ்சுமுக்குச் சமாதானமாகவில்லை. சதாமின் தந்தைக்கு இன்னும் கூடுதலாக ஏதாவது சடங்கு செய்து அவருடைய ஆன்மாவை அமைதியுறச் செய்யவேண்டுமென்று விரும்பினாள். நீண்டநேர விவாதத்துக்குப் பின் அவருக்காகச் சட்டை ஒன்றை இந்தக் கடைகள் ஏதாவது ஒன்றிலிருந்து வாங்குவது என்றும் (தர்காக்களில் சடார்களை வாங்குவதைப் போல) அதை அந்தப் பழைய மயானத்திலேயே புதைப்பதென்றும் முடிவாயிற்று. அப்போதுதான் சதாம், ஜைனாப் தம்பதியின் குழந்தைகள் வளரும்போது அவர்களுடைய தாத்தா தங்களுடனே இருப்பதுபோல உணர்வார்கள்.

“எனக்கு ஒரு இந்து மந்திரம் தெரியும்,” என்றாள் ஜைனாப் திடீரென்று. “அப்பாஜானின் நினைவாக இங்கே நான் அதைச் சொல்லவா?”

எல்லோரும் ஆர்வத்துடன் கேட்கத் தயாராயினர். அந்தத் துரிதஉணவு ரெஸ்டாரண்ட்டின் மேசை ஒன்றில் அமர்ந்துகொண்டு, காலமான, தன் எதிர்கால மாமனாருக்கு அளிக்கும் அன்புத் திருவோலையென அவள்

சிறுமியாக இருந்தபோது (மதக்கலவர கும்பல்களிடமிருந்து தப்பிப்பதற்காக) அஞ்சும் அவளுக்குக் கற்றுத்தந்த காயத்ரி மந்திரத்தை ஜபித்தாள்:

ஓம் பூர் புவஸ்ஸூவஹ
தத் ஸவிதுர்வரேண்யம்
பர்கோ தேவஸ்ய தீமஹி
*தியோ யோ ந ப்ரசோதயாத்**

ooo

சதாம் ஹுசேனின் தந்தைக்கு இரண்டாவது ஈமச்சடங்கு நடைபெற விருந்த அன்று காலை திலோ எதையோ எடுத்துவந்து மேசைமேல் வைத்தாள். அது அவள் அம்மாவின் அஸ்திக் கலசம். அந்த மயானத்தில் அவளுடைய அம்மாவும் அடக்கம் செய்யப்பட வேண்டுமென விரும்புவதாகச் சொன்னாள். எனவே அன்று இரண்டு நல்லடக்கங்கள் நடைபெறுமென்று தீர்மானிக்கப்பட்டது. கொச்சி மின்மயானத்தில் நடந்த தகனத்தையும் கணக்கில் கொண்டால் இது மரியம் ஐப்புக்கும் இரண்டாவது ஈமச்சடங்கு. சதாம் ஹுசேன் சவக்குழிகள் தோண்டினான். ஒரு ஸ்டைலான கட்டம் போட்ட சட்டை ஒரு குழியில் நல்லடக்கம் செய்யப்பட்டது. அஸ்திக் கலசம் இன்னொன்றில். இமாம் ஜியாவுதீனுக்கு மரபை மீறி நடத்தப்படும் இந்தச் சடங்குகளில் சற்றுத் தயக்கம் இருந்தாலும், நடத்திவைக்க ஒப்புக் கொண்டார். அஞ்சும் திலோவிடம் அவளுடைய அம்மாவுக்காகக் கிறிஸ்துவ வழிபாட்டு வாசகம் ஏதாவது சொல்ல விரும்புகிறாளா என்று கேட்டாள். சர்ச் அவளுடைய அம்மாவை அடக்கம் செய்ய மறுத்துவிட்டது, அதனால் எந்த வாசகத்தைச் சொன்னாலும் பரவாயில்லை என்றாள் திலோ. அவள் அம்மாவின் புதைகுழிக்கருகில் நின்றிருந்த திலோவுக்கு, மரியம் ஐப் தீவிரச் சிகிச்சைப் பிரிவில் இருந்தபோது மனப்பிரமையில் திரும்பத்திரும்பத் பிதற்றிக்கொண்டிருந்த ஒரு வரி நினைவுக்கு வந்தது.

என்னைச் சுற்றிலும் அலிகள் சூழ்ந்திருப்பதாக உணர்கிறேன். அப்படித்தானா?

அந்த நேரத்தில் அது அவளது வழக்கமான தீவிரச் சிகிச்சைப் பிரிவு வசைகளில் ஒன்று போலத்தான் இருந்தது. ஆனால் இது இப்போது திலோவுக்கு நடுக்கத்தைக் கொடுத்தது. *அவளுக்கு எப்படித் தெரிந்திருந்தது?* அஸ்திக் கலசம் புதைக்கப்பட்டுக் குழி மண்ணால் மூடப்பட்டதும், திலோ கண்களை மூடி, அவள் அம்மாவுக்குப் பிடித்தமான ஷேக்ஸ்பியரின் வரிகளைத் தனக்குள் உச்சரித்துக்கொண்டாள். அந்தத் தருணத்தில், ஏற்கனவே ஒரு விநோதமான இடமாக இருந்த உலகம், மேலும் விநோதமாக மாறியது:

And Crispin crispian shall ne'er go by,
From this day to the ending of the world,
But we in it shall be remember'd -
We few, we happy few, we band of brothers;

---

* பூர்வலோகம், புவர்லோகம், ஸ்வரலோகம் ஆகிய மூன்று உலகங்களையும் படைக்கக் காரணமான ஒளி பொருந்திய, வணக்கத்துக்குரியவரை நாங்கள் தியானிக்கிறோம். நாங்கள் மேலான உண்மையை உணர அந்தப் பரம்பொருள் எங்கள் அறிவை ஊக்குவிக்கட்டும்.

For he to-day that sheds his blood with me
Shall be my brother; be he ne'er so vile,
This day shall gentle his condition;
And gentlemen in England now a-bed
Shall think themselves accurrs'd they were not here,
Amd hold their manhoods cheap whiles any speaks
They fought with us upon Saint Crispin's day.

அவள் அம்மாவுக்கு எதற்காக இந்தக் குறிப்பிட்ட ஆண்மைத்தனமான, போர்வீரனுக்குரிய, யுத்தச்சூழல் வரிகள் பிடித்திருந்தனவென்று திலோவால் இதற்குமுன் புரிந்துகொள்ள முடிந்ததில்லை. ஆனால் இப்போது புரிந்து கொண்டாள். திலோ கண்களைத் திறந்தபோது அவளுக்கு அதிர்ச்சியாக இருந்தது. அவள் அழுதுகொண்டிருந்தாள்.

ஜைனாப்பும் சதாமும் ஒரு மாதம் கழித்து மணந்துகொண்டனர். கல்யாணத்துக்கு வந்திருந்த கூட்டம் பலதிறப்பட்ட கலவையாக இருந்தது. தில்லியின் எல்லா பகுதியிலிருந்தும் ஹிஜ்ராக்கள் வந்திருந்தனர் (போக்குவரத்து சிக்னலில் அறிமுகமான புதிய நண்பர்கள் உட்பட). ஜைனாப்பின் நண்பர்கள் – அவர்களில் பெரும்பாலோர் அவளுடன் ஃபேஷன் டிசைன் படித்தவர்கள், உஸ்தானிஜியின் மாணவர்களும் அவர்களுடைய பெற்றோர்கள், ஜாகீர் மியானின் குடும்பம், சதாம் ஹுசேனின் பல்வேறுபட்ட கடந்தகாலச் சக தொழிலாள நண்பர்கள் – துப்புரவுத் தொழிலாளர்கள், பிணவறைத் தொழிலாளர்கள், நகராட்சி வாகன ஓட்டிகள், செக்யூரிட்டி கார்டுகள். டாக்டர் ஆஸாத் பார்தியா, டி.டி. குப்தா, ரோஷன் லால் ஆகியோர் முதலிலேயே வந்துவிட்டனர். அன்வர் பாயும் அவனுடைய விடுதிப் பெண்களும் அவனுடைய மகனும் ஜி.பி. ரோட்டிலிருந்து வந்திருந்தனர். அந்தப் பையன் பூப்போட்ட வெளிர்நீல 'க்ரோக்ஸ்' செருப்புக்குப் பொருத்தமில்லாமல் பெரியவனாக வளர்ந்திருந்தான். இரண்டாம் மிஸ் ஜெபீனைக் காப்பாற்றும் முயற்சியில் பெரும் பங்களித்த பேரழகி இஷ்ரத், இந்தூரிலிருந்து வந்திருந்தாள். திலோவுக்கும் டாக்டர் பார்தியாவுக்கும் நண்பரான அந்தச் செருப்புத் தைப்பவர் – தன் தந்தையின் நுரையீரல் புற்றுநோயைத் தெருப்புழுதிக்கு நடுவில் விவரித்தவர் – கொஞ்சநேரம் தலைகாட்டிவிட்டுச் சென்றார். டாக்டர் பகத் வழக்கம் போல வெண்ணுடை அணிந்து, இப்போதும் மணிக்கட்டில் வியர்வை உறிஞ்சும் ஸ்வெட் பேண்டின் மீது கைக்கடிகாரம் கட்டிவந்திருந்தார். போலி டாக்டர் முக்தார் அழைக்கப்படவில்லை. இரண்டாம் மிஸ் ஜெபீன் ஒரு சின்ன மகாராணியைப் போல உடையணிந்திருந்தாள். மணிமுடிப்பாகையும் நுரைபோல மிக இலேசான வெண்ணுடையும் அணிந்து அவள் நடக்கும்போது அவளுடைய காலணிகள் கீச்சிட்டன. மணமக்களுக்குக் குவிந்திருந்த பரிசுகளிலேயே அவர்களுக்கு மிகவும் அபிமானதாக இருந்தது நிம்மோ கோரக்புரி அளித்த வெள்ளாடு. அவர்களுக்காக விசேஷமாக இரானிலிருந்து இறக்குமதி செய்திருந்தாள்.

உஸ்தாத் ஹமீதும் அவருடைய மாணவர்களும் பாடினர்.

எல்லோரும் நடனமாடினர்.

அதன்பின் அஞ்சும், சதாமையும் ஜைனாப்பையும் ஹஸ்ரத் ஸர்மத்துக்கு அழைத்துச்சென்றாள். திலோ, ஸயீதா, இரண்டாம் மிஸ் ஜெபீன் ஆகியோரும் உடன் சென்றனர். அத்தர், தாயத்து விற்பவர்கள், பக்தர்களின் காலணிகளைப் பாதுகாப்பவர்கள், முடவர்கள், பிச்சைக்காரர்கள், ஈத் பெருவிழாவுக்காக வளர்க்கப்படும் வெள்ளாடுகளைக் கடந்துசென்றனர்.

ஜஹனாரா பேகம் அவளுடைய மகன் அஃப்தாபை ஹஸ்ரத் ஸர்மத்திடம் அழைத்துவந்து அவனை எப்படி நேசிப்பதென்று அவளுக்குக் கற்றுத்தரும்படிக் கேட்டு அழுது அறுபது வருடங்களாகிவிட்டன. அஞ்சும், பெருச்சாளியைத் தூக்கிக்கொண்டுவந்து அவள்மீது ஏவப்பட்டிருந்த பில்லி சூனியத்தை நீக்குமாறு அவரிடம் கேட்டுப் பதினைந்து வருடங்களாகி விட்டன. இரண்டாம் மிஸ் ஜெபீன் அங்கு முதன்முதலாக வருகை புரிந்து ஒரு வருடமாகிவிட்டது.

ஜஹனாரா பேகத்தின் மகன் அவளுடைய மகனாகிவிட்டாள். பெருச்சாளி இப்போது மணப்பெண். அதைத்தவிர வேறெதுவும் பெரிதாக மாறியிருக்கவில்லை. தரை சிவப்பாகவும் சுவர்கள் சிவப்பாகவும் கூரை சிவப்பாகவும்தான் இப்போதும் இருக்கின்றன. ஹஸ்ரத் ஸர்மத்தின் ரத்தம் இன்னும் முற்றிலுமாகக் கழுவப்படவில்லை.

தேனீயின் வயிற்றுப் பகுதியைப் போல பட்டையிட்டிருந்த தொழுகைக் குல்லாய் அணிந்திருந்த, அளவில் மிகவும் சின்னதாக இருந்த ஒருவர் தொழுகை மணிகளை ஸர்மத்திடம் உருட்டியபடி மன்றாடிக்கொண் டிருந்தார். பிரிண்டட் சேலை அணிந்த ஒல்லியான பெண்ணொருத்தி சிவப்பு வளையல் ஒன்றை இரும்புக் கிராதியில் கட்டிவிட்டு, அவளுடைய கைக்குழந்தையின் நெற்றியைத் தரையில் வைத்து மென்மையாக அழுத்தினாள். திலோவும் அவளைப் போலவே இரண்டாம் மிஸ் ஜெபீனின் நெற்றியைத் தரையில் வைத்து அழுத்த அது ஏதோவொரு விளையாட்டு என்றெண்ணித் தேவைக்கு அதிகமாகவே தலையை முட்டிக்கொண்டிருந்தது. ஜைனாப்பும் சதாமும் வளையல்களை இரும்புக் கிராதியில் கட்டிவிட்டு, சரிகை பதித்த ஒரு புதிய வெல்வெட் சடாரை ஹஸ்ரத்தின் கல்லறைமீது போர்த்தினர்.

அஞ்சும் தொழுகையிட்டு, மணமக்களை ஆசீர்வதிக்கும்படி பிரார்த்தனை செய்தாள்.

ஆறுதலற்றோரின் ஞானியும் நிச்சயமில்லாதோரின் துயராற்றுபவரும் ஆத்திகர்களிடையே தெய்வ நிந்தனையாளரும் தெய்வ நிந்தனையாளரிடையே ஆத்திகரும் பெருமகிழ்வின் ஹஸ்ரத்துமாகிய ஸர்மத் ஆசீர்வதித்தார்.

மூன்று வாரங்கள் கழித்து அந்தப் பழைய மயானத்தில் மூன்றாவது ஈமச்சடங்கு நடந்தது.

o o o

ஒருநாள் காலை டாக்டர் ஆஸாத் பார்தியா தனக்கு வந்திருந்த ஒரு கடிதத்தோடு ஜன்னத் விருந்தினர் இல்லத்துக்கு வந்தான். தன்னை அடையாளம் காட்டிக்கொள்ளாத ஒரு பெண் அந்தக் கடிதத்தை அவனிடம் கொண்டுவந்து கொடுத்தாளாம். அது பஸ்தார் காட்டிலிருந்து வந்திருக்கும் கடிதம் என்று மட்டும் சொல்லியிருக்கிறாள். அஞ்சுமுக்கு அது என்னவென்றோ எங்கிருக்கிறதென்றோ தெரியவில்லை. டாக்டர் ஆஸாத் பஸ்தாரைப் பற்றியும் அங்கு வசித்துவந்த ஆதிவாசிகளைப் பற்றியும், சுரங்க நிறுவனங்கள் அவர்களுடைய நிலங்களை அபகரிக்க முயல்வதையும் அந்த நிறுவனங்களுக்கு உதவும் வகையில் ஆதிவாசிகளை அவர்களுடைய நிலங்களிலிருந்து வலுக்கட்டாயமாக விரட்டிவருகின்ற காவல்துறைக்கு எதிராக மாவோயிஸ்ட் கெரில்லா படையினர் போராடி வருவதையும் சுருக்கமாக விளக்கினான். அந்தக் கடிதம் ஆங்கிலத்தில், பொடிப்பொடியான, நெருக்கமான கையெழுத்தில் எழுதப்பட்டிருந்தது. தேதியிடப்பட்டிருக்கவில்லை. அந்தக் கடிதம் இரண்டாம் மிஸ் ஜெபீனின் உண்மையான தாயிடமிருந்து வந்திருக்கிறது என்று டாக்டர் ஆஸாத் தெரிவித்தான்.

"அதைக் கிழித்துப் போடு!" என்று அஞ்சும் உறுமினாள். "அவள் பெற்றெடுத்த குழந்தையைத் தூக்கியெறிந்துவிட்டுப் போகிறாள், அப்புறம் அவள்தான் அந்தக் குழந்தையைப் பெற்றெடுத்தவள் என்று திரும்பி வருகிறாள்!" அந்தக் கடிதத்தைப் பிடுங்குவதற்காகப் பாய்ந்த அஞ்சுமைச் சதாம் தடுத்து நிறுத்தினான்.

"பயப்படாதே, அவள் ஒன்றும் திரும்பி வரவில்லை," என்றான் டாக்டர் ஆஸாத் பார்தியா.

அந்தக் கடிதம் மிகவும் நீண்டதாக, தாள்களின் இரண்டு பக்கங்களிலும் எழுதப்பட்டதாக இருந்தது. தெளிவாகப் பத்தி பிரிக்கப்பட்டிருந்தது. காகிதத் தட்டுப்பாடு இருந்ததைப்போல வாக்கியங்கள் ஒன்றையொன்று நெருக்கியடித்துக்கொண்டிருந்தன. பக்கங்களுக்கு நடுவில் வைக்கப்பட்டிருந்த சில மலர்கள் கடிதத்தைப் பல மடிப்புகளாகச் சுருட்டிவைத்திருந்ததால் நசுங்கிப் பொடிப்பொடியாகியிருந்தன. டாக்டர் ஆஸாத் பார்தியா கடிதத்தை உரக்கப் படித்தான். இடையிடையே நிறுத்தித் தன்னால் முடிந்தவரை மொழிபெயர்த்துச் சொன்னான். கேட்டுக் கொண்டிருந்தவர்கள் அஞ்சும், திலோ, சதாம் ஹுசேன். இவர்களுடன் இரண்டாம் மிஸ் ஜெபீனும் தன்னால் முடிந்த அளவுக்கு இடையூறு செய்துகொண்டிருந்தாள்.

அன்புள்ள தோழர் ஆஸாத் பார்தியா காரு,

உங்களுக்கு இக்கடிதத்தை நான் எழுதுவதற்குக் காரணம், ஜந்தர் மந்தரில் நான் மூன்றுநாட்கள் இருந்தபோது உங்களை நுட்பமாகக் கவனித்திருந்ததுதான். என் குழந்தை இப்போது எங்கே இருக்கிறது என்பதை அறிந்த ஒருவர் இருப்பாரென்றால் அது நீங்களாகத்தான் இருக்க முடியும். நான் ஒரு தெலுங்குப் பெண். இந்தி தெரியாது என்பதற்காக மன்னியுங்கள். என் ஆங்கிலமும் நன்றாக இருக்காது. அதற்காகவும் மன்னிக்க வேண்டும். என் பெயர் ரேவதி. இந்திய

கம்யூனிஸ்ட் கட்சி (மாவோயிஸ்ட்)யில் முழுநேர ஊழியராகப் பணிபுரிகிறேன். இந்தக் கடிதம் உங்களை அடையும்போது நான் கொல்லப்பட்டிருப்பேன்.

இந்த இடத்தை டாக்டர் ஆஸாத் பார்தியா வாசிக்கும்போது, முன்னால் குனிந்து உன்னிப்பாகக் கேட்டுக்கொண்டிருந்த அஞ்சும் பெரும் நிம்மதியோடு பின்னால் சாய்ந்து உட்கார்ந்துகொண்டாள். மேலே கேட்பதற்கு ஆர்வம் இழந்துவிட்டதைப் போலிருந்தாள். ஆனால் டாக்டர் ஆஸாத் பார்தியா தொடர்ந்து வாசிக்க, அவளுக்கு மீண்டும் ஆர்வமேற்பட்டு, குறுக்கிடாமல் கவனித்துக் கேட்கத் தொடங்கினாள்.

நான் இறந்துவிட்டதை அறிந்துகொண்ட பிறகு எங்கள் தோழர் சுகுணா இந்தக் கடிதத்தை உங்களிடம் கொண்டுவந்து சேர்ப்பார். நாங்கள் தடைசெய்யப்பட்ட இயக்கத்தைச் சேர்ந்தவர்கள், தலைமறைவாக இருப்பவர்கள் என்று அறிவீர்கள். என்னிடமிருந்து வரும் இந்தக் கடிதத்தைத் தலைமறைவிலும் தலைமறைவாக எழுதப்பட்டது என்று அழைக்கலாம். பல ரகசிய மார்க்கங்களில், கைமாறி மாறி, ஐந்தாறு வாரங்கள் கழித்தே உங்களை வந்து சேர்ந்திருக்கும். தில்லியில் என் குழந்தையை விட்டுவிட்டு வந்தபிறகு என் மனசாட்சி என்னை மிகமோசமாக வதைத்துக்கொண்டே யிருந்தது. என்னால் தூங்கவோ ஓய்வெடுக்கவோ முடியவில்லை. அவள் எனக்கு வேண்டாம். ஆனால் அவள் கஷ்டப்படவும் கூடாது. அதனால், அவள் இருக்குமிடம் ஒருவேளை உங்களுக்குத் தெரிந்தால் அவளுடைய கதையை நீங்கள் வெளிப்படையாக அவளிடம் கொஞ்சமாவது சொல்லிவிட வேண்டும். அப்புறம் உங்கள் இஷ்டம். அவளுக்கு நான் வைத்த பெயர் உதயா. தெலுங்கில் உதயா என்றால் சூரிய உதயம். தண்டகாரண்ய வனத்தில் ஒரு சூரியோதயத்தின் போது அவள் பிறந்ததால் அவளுக்கு அந்தப் பெயரை வைத்தேன். அவள் பிறந்தபோது அவள் மீது எனக்கு வெறுப்புத்தான் ஏற்பட்டது. அவளைக் கொன்றுவிட வேண்டுமென்று நினைத்தேன். அவள் எனக்குரியவள் இல்லையென்று உண்மையாகவே உணர்ந்தேன். உண்மையில் அவள் என்னுடையவள் அல்ல. நான் இங்கே எழுதியிருக்கும் அவள் கதையைப் படித்தால் உங்களுக்குத் தெரியும், நான் அவளுடைய தாய் அல்லவென்று. ஆறுதான் அவளுடைய தாய். காடுதான் அவளுடைய தந்தை. உதயா, ரேவதி ஆகியோரின் கதை இது. ஆந்திராவில் கிழக்குக் கோதாவரி மாவட்டத்தில், பிற்பட்ட வகுப்பைச் சேர்ந்த செட்டிபலிஜா சாதியில் பிறந்தேன். என் அம்மாவின் பெயர் இந்துமதி. எஸ்எஸ்எல்சி தேறியவர். அவருக்குப் பதினெட்டு வயதாகியிருக்கும்போது அப்பாவுடன் திருமணம் நடந்தது. அப்பா ராணுவத்தில் இருந்தார். அம்மாவைவிட பல வருடங்கள் பெரியவர். விடுமுறையில் ஊருக்கு வந்தபோது அம்மாவை யதேச்சையாகப் பார்த்துப் பிடித்துப்போய்விட்டது. அம்மா நல்ல நிறத்தில் அழகாக இருப்பார். நிச்சயதார்த்தம் முடிந்தது. ஆனால் கல்யாணம் ஆவதற்கும் முன் ஆயுதக்கிடங்குக்கருகில் புகைபிடித்துக் கொண்டிருந்ததற்காகப் பணிநீக்கம் செய்யப்பட்டு

அப்பா ஊருக்குத் திரும்பிவந்தார். அவருடைய கிராமம் அம்மாவின் கிராமத்திலிருந்து கோதாவரி நதியின் மறுகரையில் இருந்தது. அப்பாவும் அதே சாதியைச் சேர்ந்தவர் என்றாலும் அம்மாவின் குடும்பத்தைவிட வசதியானவர். கல்யாணம் நடக்கும்போதே அப்பாவின் குடும்பத்தினர் அதிகமான வரதட்சணை கேட்டு அம்மாவைக் கல்யாணப் பந்தலிலிருந்து எழுப்பிவிட்டனர். தாத்தா எங்கெங்கோ ஓடிக் கடன் வாங்கிவந்தார். அதன்பிறகுதான் அவர்கள் ஒப்புக்கொண்டு கல்யாணம் நடந்தது. கல்யாணம் ஆனபிறகு அப்பாவுக்கு நிறைய வக்கிர எண்ணங்கள் தோன்ற ஆரம்பித்தன. துன்புறுத்தி இன்பம் காணும் மனநிலையும் வந்துவிட்டது. அம்மாவைக் கவர்ச்சியாக உடையணிந்து ஆபாசமாக நடனமாடச் சொல்வார். அம்மா மறுத்தபோது, பிளேடால் காயப்படுத்துவார். அவரை அம்மா திருப்தியடையச் செய்யவில்லையென்று புகார் செய்தார். சில மாதங்கள் கழித்து அம்மாவைத் தாத்தா வீட்டுக்கு அனுப்பிவிட்டார். அம்மா என்னைக் கருத்தரித்து ஐந்து மாதமாகியிருந்தபோது, அம்மாவின் தம்பி அவரை அப்பாவின் வீட்டுக்கு படகில் ஆற்றைக் கடந்து அழைத்துச்சென்றார். அம்மா மிக நல்ல புடவையும் நகைகளும் அணிந்திருந்தார். இரண்டு பாத்திரங்கள் நிறைய இனிப்புகளும், அவருடைய மாமியாருக்காக இருபத்தைந்து புடவைகளும் கொண்டுசென்றார்கள். அப்பா வீட்டில் இல்லை. மாமனாரும் மாமியாரும் கதவைத் திறக்க மறுத்தார்கள். பின் வெளியேவந்து இனிப்புப் பாத்திரங்களை எட்டி உதைத்தார்கள். அம்மா பெரும் அவமானத்துடன் திரும்பிவரும்போது, நகைகளைக் கழற்றி வைத்து விட்டு, படகிலிருந்து நடு ஆற்றில் குதித்துவிட்டார். அப்போது அம்மாவின் வயிற்றில் நான் ஐந்து மாதம். படகோட்டி அம்மாவைக் காப்பாற்றிக் கரைசேர்த்தார். நான் தாத்தா வீட்டில் பிறந்தேன். கர்ப்பமாக இருந்தபோது அம்மாவின் வயிறு மிகவும் பெரிதாக இருந்தது. இரட்டைக் குழந்தைகளாக இருக்குமென்று எதிர்பார்த்தார். அவரைப் போல, அப்பாவைப்போல சிவப்பாக இருப்பேன் என்றும் நினைத்தார். ஆனால் நான் பிறந்தபோது கருப்பாக, கனமாக இருந்தேன். என்னைப் பார்தததும் அம்மா இரண்டு நாட்கள் நினைவிழந்திருந்தார். ஆனால் அதன்பிறகு அவர் என்னை ஒதுக்கவேயில்லை. மொத்தக் கிராமமும் வம்பு பேசியது. அப்பாவின் குடும்பத்தினர் வந்து நான் எவ்வளவு கருப்பாக இருக்கிறேன் என்று பார்த்தார்கள். அவர்களுக்குச் சாதிப்பற்றும் நிறப்பற்றும் அதிகம். நான் அவர்கள் சாதியைச் சேர்ந்த குழந்தை அல்ல, மாலா அல்லது மடிகா சாதிக் குழந்தை என்றார்கள். அதாவது பிற்படுத்தப்பட்ட சாதியல்ல, தாழ்த்தப்பட்ட சாதியைச் சேர்ந்தவள் என்றார்கள். நான் தாத்தாவின் வீட்டில் வளர்ந்தேன். தாத்தாவுக்குக் கால்நடை பராமரிப்புத் துறையில் வேலை. அவர் ஒரு கம்யூனிஸ்ட். குடிசை வீட்டில்தான் இருந்தார். ஆனாலும் புத்தகங்கள் நிறைந்திருக்கும். வயதானதும் பார்வையை இழந்துவிட்டார். பள்ளியில் படித்துக்கொண்டிருந்த நான் அவருக்காகப் புத்தகங்களை வாசித்துக் காட்டுவேன். நானும் *இல்லஸ்ட்ரேட்டட் வீக்லி, காம்பெடிஷன் சக்ஸஸ் ரிவ்யூ,*

சோவியத் லேண்ட் போன்ற இதழ்களைப் படிப்பேன். கருப்பு மீன் குஞ்சு கதையையும் படித்திருக்கிறேன். பீப்பிள்ஸ் பப்ளிஷிங் ஹவுஸ் புத்தகங்கள் நிறைய இருந்தன. தாத்தாவின் வீட்டுக்கு அப்பா இரவில் வந்து அம்மாவைத் தொந்தரவு செய்வார். எனக்கு அவரைப் பிடிக்காமல் போயிற்று. ராத்திரி நேரங்களில் பாம்பைப் போல வீட்டுக்கு வெளியே அலைவார். அம்மாவும் அவர் பின்னால் போவார். அப்பா அவரைச் சித்திரவதை செய்து, பிளேடால் வெட்டி அனுப்புவார். அப்புறம் மீண்டும் வந்து கூப்பிடுவார், அம்மா மீண்டும் போவார். கொஞ்ச காலம் கழித்து அம்மாவைத் தன் வீட்டுக்கு அழைத்துச்சென்றார். அம்மா மீண்டும் கர்ப்பமானார். என் தாத்தாவின் கிராமத்தில் உள்ளவர்கள் எல்லோரும் இரண்டாவது குழந்தையும் கருப்பாகப் பிறக்கவேண்டுமென்று பிரார்த்தனை செய்ய ஆரம்பித்தனர், அப்போதுதான் அப்பா அம்மாவை நம்புவார் என்பதற்காக. இதற்காக முப்பது கருப்புக் கோழிகளை கோயிலில் அவர்கள் பலி கொடுத்தார்கள். நல்ல வேளையாக என் தம்பியும் கருப்பாகவே பிறந்தான். ஆனால் அப்பா மீண்டும் அம்மாவை விரட்டிவிட்டு இன்னொரு கல்யாணம் செய்துகொண்டார். நான் வக்கீலுக்குப் படித்து என் அப்பா திரும்ப வெளியே வராதபடிக்கு ஜெயில் தண்டனை வாங்கிக் கொடுக்கவேண்டுமென்று ஆசைப் பட்டேன். ஆனால் எனக்குக் கம்யூனிசத்தின் மீதும் புரட்சிகர எண்ணங்கள் மீதும் ஆர்வம் வந்தது. கம்யூனிசப் புத்தகங்களை வாசித்தேன். என் தாத்தா புரட்சிப் பாடல்கள் கற்றுத்தந்தார். நாங்கள் இருவரும் அவற்றைச் சேர்ந்து பாடுவோம். என் அம்மாவும் பாட்டியும் தேங்காய்களைத் திருடி விற்று அந்தப் பணத்தில் எனக்குப் பள்ளிக் கட்டணம் செலுத்தினார்கள். சின்னச்சின்ன அலங்கார அணிகலன்கள் வாங்கித்தருவார்கள். பையன்கள் நிறையபேர் என்னை விரும்பினார்கள். இண்டர்மீடியட் தேர்ச்சி பெற்ற பிறகு மருத்துவக் கல்லூரிக்கான நுழைவுத் தேர்வு எழுதித் தேர்ச்சியும் பெற்றேன். ஆனால் மருத்துவப் படிப்புக்கான கட்டணம் செலுத்த எங்களிடம் பணமில்லை. எனவே வாரங்கல் நகரில் ஓர் அரசுக் கல்லூரியில் பட்டப்படிப்பில் சேர்ந்தேன். வாரங்கல்லில் இயக்கம் வலுவாக இருந்தது. காட்டுக்கு உள்ளே மட்டுமல்ல, வெளியிலும். முதல் வருடம் படிக்கும்போதே தோழர் நிர்மலா அக்காவும் தோழர் லட்சுமியும் மாணவியர் விடுதிக்கு வந்து எங்களிடம் வர்க்க எதிரிகளின் சுரண்டலைப் பற்றியும் நமது நாட்டில் ஏழ்மையின் கொடூர நிலை குறித்தும் பேசினார்கள். என்னை இயக்கத்தில் சேர்த்துக்கொண்டார்கள். கல்லூரியில் படித்துக்கொண்டே பகுதிநேரப் பணியாளராக, கட்சியின் அஞ்சல் ஊழியராகப் பணிபுரிந்து வந்தேன். பிறகு மஹிளா சங்கம் என்ற பெண்கள் அமைப்பின் கீழ் சேரிகளுக்கும் கிராமங்களுக்கும் சென்று வர்க்க விழிப்புணர்வுப் பிரச்சாரம் செய்துவந்தேன். கட்சியின் பரப்புரைக்குத் தெலங்கானா முழுவதும் நாங்கள் ஒரு கருவியாகப் பயன்பட்டுவந்தோம். கூட்டங்களுக்குச் சிறு நூல்கள், துண்டுப் பிரசுரங்களை எடுத்துக்கொண்டு பேருந்துகளில் செல்வோம். ஆர்ப்பாட்டங்களின்போது நாங்கள் புரட்சிக் கீதங்கள் பாடி

ஆடுவோம். மார்க்ஸ், லெனின், மாவோ நூல்களைப் படித்தபிறகு மாவோயிஸம்தான் எனக்கான பாதை என்று தெளிந்தேன்.

அந்த நேரத்தில் நிலைமை மிகவும் அபாயகரமானதாக இருந்தது. ஆந்திரக் காவல்துறையின் அத்தனை பிரிவினரும், பயிற்சிபெற்ற போலீஸ் நாய்களோடு எல்லா இடங்களிலும் இருப்பார்கள். நூற்றுக்கணக்கான கட்சி ஊழியர்கள் சர்வசாதாரணமாகக் கொல்லப் பட்டார்கள். போலீஸின் அதிகபட்ச வெறுப்பு கட்சியின் பெண் ஊழியர்கள் மீதுதான் இருந்தது. தோழர் நிர்மலாக்காவைக் கொன்றதோடு இல்லாமல் அவர் வயிற்றைக் கிழித்துக் குடல் உறுப்புகள் எல்லாவற்றையும் பிடுங்கி வெளியே எறிந்தார்கள். தோழர் லட்சுமியைக்கூட வெறுமனே கொன்றுவிட்டுப் போகாமல் அவருடைய கண்களைப் பிடுங்கி எறிந்துவிட்டுச் சென்றார்கள். அவருடைய கொலையைக் கண்டித்துப் பெரிய அளவில் போராட்டம் நடந்தது. மற்றொரு தோழரான பத்மாக்காவைக் கைது செய்து இனி அவர் நடக்கக்கூடாது என்பதற்காக அவருடைய இரண்டு கால் முட்டிகளையும் உடைத்துவிட்டார்கள். அதுமட்டுமின்றி அவரை மிகக் கடுமையாகத் தாக்கியதில் அவருடைய சிறுநீரகம், கல்லீரல் உள்ளிட்ட பல உறுப்புகள் கடுமையாகச் சிதைந்தன. சிறையி லிருந்து வெளிவந்த பிறகு இப்போது அமருலா பந்து மித்ருலா சங்காதனில் பணியாற்றுகிறார். கட்சி ஊழியர்கள் எங்காவது கொல்லப்பட்டு, அவர்களுடைய உடலை வீட்டுக்குக் கொண்டுவர முடியாத அளவுக்குக் குடும்பத்தினர் ஏழ்மையில் இருந்தால் அவர் அங்கு சென்று, டிராக்டர், டெம்போ எந்த வண்டி கிடைத்தாலும் அதில் உடலை ஏற்றிக்கொண்டு வந்து குடும்பத்தாரிடம் சேர்த்து விடுவார். ஈமச்சடங்குகளுக்கும் உதவி செய்வார். 2008ஆம் வருடம் காட்டுக்குள் நிலைமை மிக மோசமாக இருந்தது. 'ஆபரேஷன் கிரீன் ஹண்ட்' என்ற பசுமை வேட்டை அரசாங்கத்தால் அறிவிக்கப்பட் டிருந்தது. அது மக்களுக்கு எதிரான போர். காவல்துறையினரும் துணை ராணுவத்தினரும் ஆயிரக்கணக்கில் காட்டுக்குள் புகுந்து ஆதிவாசிகளைக் கொன்றார்கள், கிராமங்களை எரித்தார்கள். ஆதிவாசி ஒருவரும் தமது வீட்டிலோ கிராமத்திலோ தங்கமுடியாது. வீட்டில் இல்லாமல் வெளியே காட்டில்தான் தூங்குவார்கள். ஏனென்றால் இரவில் நூற்றுக்கணக்கில், இருநூறு, சிலசமயம் ஐந்நூறு போலீஸ்கள்கூட வருவார்கள். வீட்டில் நுழைந்து எல்லா வற்றையும் எடுத்துக்கொள்வார்கள் – எல்லாவற்றையும் எரித்து விடுவார்கள், எல்லாவற்றையும் திருடிக்கொள்வார்கள், கோழிகள், ஆடுகள், பணம். ஆதிவாசிகள் காட்டை விட்டு வெளியேற வேண்டும் என்பதுதான் அவர்கள் விருப்பம். பிறகு இரும்பு ஆலை, சுரங்கம், அவர்களுக்கான குடியிருப்புகளை அமைத்துக்கொள்வதுதான் திட்டம். இந்த அரசியல் எல்லாமே நீங்கள் செய்திகளில் படித்துக் கொள்ளலாம் அல்லது எங்களுடைய பத்திரிகை *மக்கள் பயணம்*. ஆகவே இப்போது உதயாவைப் பற்றி மட்டும் சொல்கிறேன். பசுமை வேட்டையின்போது, கட்சி PLGA– மக்கள் விடுதலைக்கான கெரில்லா படையில் சேருவதற்கு அழைப்பு விடுத்தது. அப்போது நானும் வேறு

அருந்ததி ராய்

இரண்டு பேரும் ஆயுதப் பயிற்சிக்காகப் பஸ்தார் காட்டுக்குச் சென்றோம். அங்கே ஆறு வருடங்களுக்கு மேல் பணிபுரிந்தேன். காட்டுக்குள் சில நேரங்களில் என்னை, தோழர் மாஸே என்று அழைப்பார்கள். அப்படியென்றால் கருப்புப் பெண் என்று அர்த்தம். எனக்கு இந்தப் பெயர் பிடித்திருந்தது. ஆனால் நாங்கள் வேறுசில பெயர்களையும் வைத்துக்கொள்வோம். மற்றவர் பெயரை எங்களுக்கு மாற்றிக்கொள்வோம். PLGAவில் இருந்தாலும், நான் படித்த பெண் என்பதால் வெளியில் செல்ல வேண்டிய வேலைகளில் கட்சி என்னை அமர்த்திவிடும். வாரங்கல், பத்ராசலம், கம்மம் போன்ற இடங்களுக்கும் சில நேரங்களில் நாராயண்பூர் வரையிலும்கூட செல்வேன். இது மிகவும் ஆபத்தான பணி. கிராமங்களிலும் நகரங்களிலும் எங்களுக்கு எதிராக ஒற்றர்கள் பலபேர் செயல்பட்டுக் கொண்டிருந்தார்கள். ஒருமுறை வெளியூர் சென்று திரும்பிக் கொண்டிருந்தபோது கூடூர் என்ற கிராமத்தில் நான் பிடிபட்டேன். அப்போது நான் புடவை, வளையல்கள், இரண்டு முத்துமாலை யெல்லாம் அணிந்து கையில் ஒரு ஹேண்ட் பேக்கும் வைத்திருந்தேன். அதனால் எதிர்த்துச் சண்டையிட முடியவில்லை. என்னைக் கைது செய்ததை அவர்கள் பதிவு செய்யவும் இல்லை, வெளியில் அறிவிக்கவுமில்லை. என்னைக் கட்டிப்போட்டு மயக்கமருந்து கொடுத்து எங்கேயோ தூக்கிக்கொண்டு சென்றார்கள். விழித்தபோது இருட்டாக இருந்தது. ஓர் அறையில் இருந்தேன். இரண்டு கதவுகள் இரண்டு சன்னல்கள் இருந்தன. அது ஒரு வகுப்பறை. கரும்பலகை இருந்தது. ஆனால் மேசை நாற்காலி எதுவும் இல்லை. அது ஓர் அரசுப் பள்ளி. காட்டுக்குள் இருக்கும் பள்ளிகள் எல்லாமே போலீஸ் முகாம்கள்தான். ஆசிரியர்களோ மாணவர்களோ வரமாட்டார்கள். நான் நிர்வாணமாக இருந்தேன். என்னைச் சுற்றி ஆறு போலீஸ்காரர்கள் இருந்தார்கள். அதில் ஒருவன் என் தோலில் கத்தியால் கீறிக்கொண் டிருந்தான். "பெரிய கதாநாயகி என்ற நினைப்பா உனக்கு?" என்று கேட்டான். நான் கண்களை மூடினால் கன்னத்தில் அறைந்தார்கள். இரண்டுபேர் என் கைகளையும் இரண்டுபேர் கால்களையும் பிடித்துக்கொண்டார்கள். "உன் கட்சிக்காக உனக்கு ஒரு பரிசு தரப்போகிறோம்," என்றார்கள். அவர்கள் பிடித்துக்கொண்டிருந்த சிகரெட்டுகளால் என்மீது சூடு வைத்தார்கள். "நீங்கள் எல்லோருமே நன்றாகச் சத்தம் போடுவீர்களே! இப்போது சத்தம் போடு. என்ன நடக்கிறது என்று பார்க்கலாம்!" அவர்கள் பத்மாக்கா, லட்சுமியைப் போல என்னையும் கொல்லப்போகிறார்கள் என்று நினைத்தேன். ஆனால், "பயப்படாதே கறுப்பி! உன்னை விட்டு விடுகிறோம். நீ போய் அவர்களிடம் நாங்கள் உன்னிடம் என்ன செய்தோம் என்பதைச் சொல்ல வேண்டும். நீ பெரிய கதாநாயகி. அவர்களுக்கு துப்பாக்கிக் குண்டுகள், மலேரியா மருந்து, உணவு, டூத் பிரஷ் எல்லாம் கொண்டுபோய் கொடுக்கிறாய். எல்லாம் எங்களுக்குத் தெரியும். எத்தனை அப்பாவிப் பெண்களை உன் கட்சியில் சேர்த்து விட்டிருக்கிறாய்? எல்லோரையும் கெடுத்துக்கொண்டிருக்கிறாய். இப்போது போய் யாரையாவது கல்யாணம் செய்துகொள்.

அமைதியாக செட்டில் ஆகிவிடு. ஆனால் முதலில் உனக்குக் கொஞ்சம் கல்யாண அனுபவத்தைத் தருகிறோம்." அவர்கள் தொடர்ந்து எனக்குச் சூடு வைத்துக்கொண்டும், கத்தியால் கீறிக்கொண்டும் இருந்தனர். நான் அழவேயில்லை. "ஏன் கத்தமாட்டேனென்கிறாய்? உன்னுடைய மகத்தான தலைவர்கள் வந்து உன்னைக் காப்பாற்றுவார்கள். நீங்களெல்லாம் கத்தமாட்டீர்களா?" பிறகு ஒருவன் வலுக்கட்டாயமாக என் வாயைத் திறந்தான். இன்னொருவன் அவனுடைய ஆண்குறியை என் வாய்க்குள் திணித்தான். என்னால் மூச்சுவிட முடியவில்லை. சாகப் போகிறேன் என்று நினைத்தேன். அவர்கள் என் முகத்தில் தண்ணீர் தெளித்தார்கள். பின், அவர்கள் எல்லோரும் என்னை வன்புணர்ந்தனர். பலமுறை. அவர்களில் ஒருவனே உதயாவின் தகப்பன். யார் என்று எப்படிச் சொல்வேன்? நான் மயக்கத்தில் இருந்தேன். மயக்கம் தெளிந்து எழுந்து நடக்க முயன்றபோது உடம்பெங்கும் ரத்தம் வழிந்துகொண்டிருந்தது. கதவு திறந்திருந்தது. அவர்கள் வெளியே நின்றுகொண்டிருந்தார்கள். என் புடவை கண்ணில் பட்டது. மெதுவாக எடுத்துக்கொண்டேன். பின்பக்கத்துக் கதவு சிறிதே திறந்திருந்தது. வெளியே நெல்வயல். அவர்கள் நான் ஓடுவதைப் பார்த்துவிட்டுத் துரத்தினார்கள். நான் கீழே விழுந்தேன். ஆனால் ஒருவன், "போகட்டும், விட்டுவிடு," என்றான். காட்டில் உள்ள பெண்கள் பலருக்கும் நிகழ்கின்ற அனுபவம்தான் இது. அதனால் வலுக்கட்டாயமாகத் தைரியத்தை வரவழைத்துக் கொண்டேன். வயல்களின் நடுவே ஓடினேன். நிலா வெளிச்சம் மட்டுமே இருந்தது. தார்ச் சாலை ஒன்றை அடைந்தேன். அங்கே நின்று காத்திருந்தேன். புடவை மட்டுமே கட்டியிருந்தேன். ஜாக்கெட் இல்லை, உள்பாவாடை இல்லை. வெறுமனே புடவையைச் சுற்றிக்கொண்டிருந்தேன். ஒரு பஸ் வந்தது. ஏறிக்கொண்டேன். வெறும் காலில் இருந்தேன். ரத்தம் நிற்கவில்லை. முகம் பூசணிக்காய்போல இருந்தது. அவர்கள் பலமுறை கடித்ததால் உதடுகள் வீங்கியிருந்தன. பஸ் காலியாக இருந்தது. நடத்துநர் எதுவும் சொல்லவில்லை. டிக்கெட்டும் கேட்கவில்லை. சன்னலுக்கருகில் உட்கார்ந்தேன். குளோரோபார்ம் காரணமாகத் தூங்கினேன். கம்மம் வந்ததும் என்னை எழுப்பினார். "இதுதான் கடைசி ஸ்டாப்," என்றார். பஸ்ஸிலிருந்து இறங்கினேன். கம்மம் என்று தெரிந்ததும் மகிழ்ந்தேன். அங்கே மருத்துவமனை ஒன்றை நடத்திவரும் டாக்டர் கௌரிநாத் என்பவரை எனக்கு நன்றாகத் தெரியும். குடிகாரன்போலத் தட்டுத்தடுமாறி நடந்து அங்கு சென்றேன். கதவைத் தட்டியதும் டாக்டரின் மனைவிதான் திறந்தார். நான் இருந்த நிலையைப் பார்த்து அலறினார். அவருடைய கட்டிலில் அமர்ந்தேன். பார்ப்பதற்குப் பைத்தியக்காரி போல இருந்தேன். சிகரெட் சூடுகள் எல்லாம் முகத்தில், மார்பில், மார்புக் காம்புகளில், வயிற்றில் கொப்புளங்களாகியிருந்தன. அவருடைய படுக்கை மொத்தமும் ரத்தமாகியது. டாக்டர் கௌரிநாத் வந்து சில முதலுதவிகள் கொடுத்தார். குளோரோபார்மினால் தூங்கிக்கொண்டே இருந்தேன். கண்விழிக்கும் போதெல்லாம் அழுதுகொண்டிருந்தேன். எனக்கு உடனே காட்டுக்குள்ளே போய் ரேணு, தமயந்தி, நர்மதா அக்காவோடு

சேர்ந்துகொள்ள வேண்டும் போலிருந்தது. டாக்டர் கௌரிநாத் அவருடைய மருத்துவமனையில் பத்துநாட்கள் வைத்திருந்தார். அதன்பிறகு உள்ளேயிருந்து தொடர்பு கிடைத்தது. காட்டுக்குப் புறப்பட்டேன். பன்னிரண்டு கிலோ மீட்டர்கள் நடந்ததும் ஒரு PLGA குழு வந்தது. அவர்களோடு மேலும் ஐந்துமணிநேரம் நடந்து ஒரு முகாமை அடைந்தோம். மாவட்டக்குழு உறுப்பினர்கள் அங்கு இருந்தனர். முக்கியத் தலைவர் தோழர் பி.கே. என்னிடம் என்ன நடந்தது என்று கேட்டார். இப்போது அவர் இல்லை. என்கவுண்டரில் அவரையும் கொன்றுவிட்டனர். அவர்களிடம் அனைத்தையும் சொன்னேன். அழுதுகொண்டே சொன்னதால் அவருக்கு ஒன்றும் புரியவில்லை. முதலில் சக கட்சித் தோழர் யாரைப்பற்றியோ நான் புகார் சொல்வதாக நினைத்துக்கொண்டார். "எனக்கு இந்த உணர்ச்சி, அழுகை, நான்சென்ஸ் எல்லாம் பிடிக்காது. நாம் போர்வீரர்கள். என்ன நடந்தது என்பதை உணர்ச்சிவசப்படாமல் அறிக்கையைப் போலச் சொல்," என்றார் தோழர் பி.கே. எனவே அறிக்கையாகச் சொன்னேன். ஆனால் என்னையும் அறியாமல் என் கண்கள் அழுதுகொண்டிருந்தன. பெண் தோழர்களிடம் எனது காயங்களைக் காட்டினேன். பிறகு அவர்கள் இரண்டு நாட்கள் கலந்தாலோசித்து என்ன செய்வதென்று முடிவெடுத்தனர். பின் மாவட்டக்குழு என்னை மீண்டும் அழைத்து, நான் வெளியுலகுக்குச் சென்று 'ரேவதி அத்யாசாரம் வேதிரேக் கமிட்டி' – ரேவதியின் மீதான வன்புணர்வுத் தாக்குதல் எதிர்ப்புக் குழு – ஒன்றைத் தொடங்க வேண்டுமென்று தெரிவித்தனர். அதனுடன் கூடுதல் பொறுப்பாக 2000 பேர் கொண்ட ஒரு சேரிப் பகுதியைத் தத்தெடுத்து இரண்டு கைப்பம்புகள் அமைத்துத் தர வேண்டும் என்றனர். மக்களை ஒன்று திரட்டிக் கைப்பம்புகளுக்காக ஊர்வலம் ஏற்பாடு செய்யுமளவுக்கு என் உடம்பில் சக்தி இல்லை. அவர்கள் உத்தரவை என்னால் நம்ப முடியவில்லை. ஆனால் செய்தாக வேண்டும் என்றனர். என்னால் நடக்க முடியவில்லை என்பதால் வெளியே அடியெடுத்து வைக்க இயலவில்லை. ரத்தப்போக்கு நிற்கவில்லை. வலிப்பு அடிக்கடி வந்துகொண்டிருந்தது. காயங்கள் செப்டிக்காகிவிட்டன. என்னால் வெளியில் செல்லவே முடியவில்லை. குழுவினரோடு அணிவகுப்பில் கலந்துகொள்ள முடியவில்லை. என்னை ஒரு வனக்கிராமத்தில் விட்டுச்சென்றார்கள். மூன்று மாதங்கள் கழித்து நடக்க முடிந்தது. கர்ப்பமாகிவிட்டிருந்ததை உணர்ந்தேன். ஆனால் அதற்காகக் கவலைப்படவில்லை. PLGAவில் மீண்டும் இணைந்தேன். நான் கருத்தரித்திருப்பதைக் கட்சி அறிந்ததும் என்னை மீண்டும் வெளியிலுள்ள பணிகளைக் கவனிக்கச் சொன்னார்கள். PLGA பெண்கள் கருத்தரிப்பதற்குக் கட்சி தடை விதித்திருந்தது. உதயா பிறக்கும்வரை ஒரு வனக் கிராமத்தில் தங்கியிருந்தேன். அவளை முதலில் பார்த்ததும் எனக்கு வெறுப்பு மேலிட்டது. ஆறு போலீஸ்காரர்கள் கத்தியால், பிளேடால் என்னைக் கீறுவதையும் சிகரெட்டால் சுடுவதையும் மீண்டும் உணர்ந்தேன். அவளைக் கொன்றுவிட வேண்டுமென்று நினைத்தேன். என் துப்பாக்கியைக்

குழந்தையின் தலையில் வைத்தேன். என்னால் சுட முடியவில்லை. குழந்தை மிகவும் சின்னதாக, அழகாக இருந்தது. அந்த நேரத்தில் காட்டுக்கு வெளியே 'மக்களுக்கு எதிரான போர்'–ஐ எதிர்த்துப் பெரிய அளவில் பிரச்சாரம் நடந்துகொண்டிருந்தது. தில்லியில் உள்ள முக்கியமான அமைப்புகள் ஒன்றுசேர்ந்து பொதுத் தீர்ப்பாயம் ஒன்றை ஏற்பாடு செய்திருந்தனர். பாதிப்புற்ற ஆதிவாசிகளைத் தில்லிக்கு அழைத்துத் தேசிய ஊடகங்களில் பேச வைத்தனர். அவர்களோடு வழக்கறிஞர்களும் களச்செயற்பாட்டாளர்களும் சேர்ந்து தில்லிக்குச் செல்வதாகவும் அவர்களோடு நானும் சேர்ந்து கொள்ள வேண்டுமென்றும் கட்சி எனக்கு உத்தரவிட்டது. கையில் குழந்தையை வைத்திருப்பதால் என்னைக் கண்டு பிடிக்கமாட்டார்கள் என்றனர். நான் தெலுங்கில் நன்றாக உரையாற்றுவேன். களநிலவரங்கள், புள்ளிவிபரங்கள் அனைத்தும் தெரியும். தில்லியில் நல்ல மொழிபெயர்ப்பாளர்கள் இருந்தனர். தீர்ப்பாயத்துக்குப் பிறகு பழங்குடி, ஆதிவாசி மக்களோடு சேர்ந்து ஜந்தர் மந்தரில் மூன்று நாட்கள் நடந்த ஆர்ப்பாட்டத்தில் கலந்து கொண்டேன். மிக நல்ல மனிதர்கள் பலரை அங்கு சந்தித்தேன். ஆனால் அவர்களைப்போல வெளிவுலகில் என்னால் வாழ முடியாது.

என் கட்சிதான் எனக்குத் தாயும் தந்தையும். பலமுறை கட்சி தவறிழைத்திருக்கிறது. அப்பாவிகளைக் கொன்றிருக்கிறது. கட்சியில் பெண்கள் சேருவதற்குக் காரணம் அவர்கள் போராட்டக் குணம் கொண்டவர்கள் என்பதால் மட்டுமல்ல, அவர்களுடைய வீட்டில் நடக்கும் கொடுமைகளைச் சகித்துக்கொள்ள முடியாமலும்தான். ஆணும் பெண்ணும் சமம் என்று கட்சி சொல்கிறது. ஆனால் அவர்களால் ஒருபோதும் அதைப் புரிந்துகொள்ள முடிவதில்லை. தோழர் ஸ்டாலினும், சேர்மன் மாவோவும் பல நல்ல விஷயங் களையும செயததைப்போலவே பல மோசமான விஷயங்களை யும் செய்திருக்கின்றனர். என்னால் கட்சிக்கு வெளியே வாழ முடியாது. ஜந்தர் மந்தரில் பல நல்ல மனிதர்களைப் பார்த்ததும், உதயாவை அங்கேயே விட்டுச்செல்வது என்று தோன்றியது. நான் உங்களைப் போலவோ அவர்களைப் போலவோ இருக்க முடியாது. என்னால் உண்ணாவிரதம் இருந்து கெஞ்சிக்கொண்டிருக்க முடியாது. காட்டில் ஒவ்வொரு நாளும் போலீஸ் ஏழை மக்களை எரித்து, கொன்றுகொண்டிருக்கிறது. வெளியில் இருக்கும் நீங்கள்தான் இந்த விஷயங்களைக் கையில் எடுத்துக்கொண்டு போராட வேண்டும். காட்டுக்குள் இருப்பது நாங்கள் மட்டும்தான். ஆகவே தண்டகாரண்யத்துக்குத் திரும்புகிறேன். கையில் ஏந்தியிருக்கும் துப்பாக்கியைக் கொண்டு எழுவதும் வீழ்வதுமே எங்கள் வாழ்வு.

இதை முழுமையாகப் படித்தமைக்கு நன்றி தோழர்.

செவ்வணக்கம்! லால் சலாம்!

ரேவதி.

o o o

"லால் சலாம் அலைக்கும்" என்றாள் அஞ்சும். கடிதத்தைப் படித்து முடித்ததும் அவளிடமிருந்து உடனடியாக, தன்னிச்சையாக வெளிப்பட்ட வாசகம். இது ஒரு முழுமையான அரசியல் இயக்கத்துக்கான தொடக்கமாகவும் இருக்கக் கூடும். ஆனால், உருக்கமான ஒரு பிரார்த்தனையின் முடிவில் 'ஆமென்' என்று சொல்வதைப் போலவே அவளுக்குத் தன்னியல்பாக வந்த வார்த்தைதான் அது.

கடிதத்தை அவ்வளவு நேரம் கேட்டுக்கொண்டிருந்த எல்லோருக்கும் அந்த முகம் தெரியாத, கண்ணுக்கெட்டாத தொலைவில் வாழ்ந்து மறைந்திருக்கிற யாரோ ஒருத்தியின் கதையோடு தமது சொந்தக் கதைகளை, தமது இந்தோ–பாக் பூசல்களைப் பொருத்திப்பார்த்து, அவரவருக்கே உரித்தான வகையில் தம்மை அடையாளம் கண்டுகொள்ள முடிந்தது. ஒன்றாக, கும்பலாக வளரும் மரங்களைப்போல, யானைகளைப்போல அவர்களால் இரண்டாம் மிஸ் ஜெபீனோடு நெருக்கமாகிக்கொள்ள, அவளைப் பெற்றெடுத்த தாயைப் போலல்லாமல், சுற்றிலும் பாதுகாப்போடு, அன்போடு, வேறுயாரும் அழிப்பதற்கு உள்ளே நுழைய முடியாதபடிக்கு அடர்ந்த வனத்தைப்போல அவளைச் சுற்றி அரணமைத்துக்கொள்ள உதவியது.

அந்த மயான பொலிட்பீரோவில் உடனடியாக எழுந்த விவாதம், இந்தக் கடிதத்தைப் பற்றி இரண்டாம் மிஸ் ஜெபீனுக்குத் தெரியவேண்டுமா கூடாதா என்பதுதான். பொதுச் செயலாளர் அஞ்சுமுக்கு இதில் சற்றும் குழப்பமே இருக்கவில்லை. அவள் மடியில் உட்கார்ந்திருந்த இரண்டாம் மிஸ் ஜெபீன் அஞ்சுமின் மூக்கைத் தன் பலம்கொண்டவரையில் திருகி முகத்திலிருந்து பிய்த்து எடுத்துவிட முயன்றுகொண்டிருக்க, அவள் தீர்மானமாக அறிவித்தாள்: "அவளுடைய அம்மாவைப் பற்றி நிச்சயம் அவள் தெரிந்துகொள்ள வேண்டும். அவளுடைய தந்தையைப் பற்றி ஒருபோதும் தெரியக்கூடாது."

ரேவதி முழு மரியாதையுடன் மயானத்தில் புதைக்கப்பட வேண்டுமென்று முடிவு செய்யப்பட்டது. அவளுடைய உடலுக்குப் பதிலாக அவள் எழுதிய கடிதம் நல்லடக்கம் செய்யப்படும். (திலோ அதை ஓர் அடையாளத்துக்காக ஜெராக்ஸ் எடுத்து, அந்த நகலைத் தன்னோடு வைத்துக்கொள்வாள்.) ஒரு கம்யூனிஸ்ட்டுக்குச் செய்யவேண்டிய சரியான ஈமச்சடங்கு முறை என்னவென்று அஞ்சுமுக்குச் சந்தேகம் எழுந்தது. ('கம்யூனிஸ்ட்' என்ற பதம் அவளுக்கு வராமல் *லால் சலாமி* என்றாள்.) டாக்டர் ஆஸாதி பார்தியா தானறிந்தவரையில் கம்யூனிஸ்ட்டுகள் அதுபோன்ற சடங்குகள் எதையும் வைத்துக்கொண்டிருக்கவில்லையென்றதும் சற்று இளக்காரமாக, "என்ன இது? இறந்துபோனவர்களுக்கு உரிய முறையில் வழிபாட்டு முறையோடு அடக்கம் செய்யாமல் என்ன மாதிரியான மனிதர்கள் அவர்களெல்லாம்?" என்று சீறினாள்.

அடுத்தநாள் டாக்டர் ஆஸாத் பார்தியா ஒரு செங்கொடியை வாங்கி வந்தான். ரேவதியின் கடிதம் ஒரு காற்றுப்புகாத பெட்டியில் வைக்கப்பட்டு, செங்கொடியால் சுற்றி நல்லடக்கம் செய்யப்பட்டது. 'தி இன்டர்நேஷனல்' இன் இந்தி வடிவத்தைப் பாடினான். முஷ்டியை உயர்த்திச்

செவ்வணக்கமிட்டான். இவ்வாறாக இரண்டாம் மிஸ் ஜெபீனின் (உங்கள் கண்ணோட்டத்தைப் பொறுத்து) முதலாவது, இரண்டாவது அல்லது மூன்றாவது தாயாரின் இரண்டாவது நல்லடக்கம் நடந்துமுடிந்தது.

அந்தத் தினம் முதல் இரண்டாம் மிஸ் ஜெபீனின் முழுப்பெயர் மிஸ் உதயா ஜெபீன் என்று பொலிட்பீரோ முடிவு செய்தது. அவளுடைய தாயாரின் கல்லறை வாசகம் இவ்வாறு எளிமையாக எழுதப்பட்டது:

தோழர் மாஸே ரேவதி
மிஸ் உதயா ஜெபீனின் அன்புத் தாயார்
லால் சலாம்.

(ஒளிக்கயிற்றால் பிணைக்கப்பட்ட) ஆறு தகப்பன்களையும் மூன்று தாய்மார்களையும் கொண்டிருந்த மிஸ் உதயா ஜெபீனுக்கு டாக்டர் ஆஸாத் பார்தியா முஷ்டியை மடக்கி, இறுதி 'லால் சலாம்' சொல்வதற்குக் கற்றுத் தந்தான்.

". . . ல் சலாம்," என்றாள் மழலையில்.

11

வீட்டு உரிமையாளர்

இன்னமும் இங்கேதான் இருக்கிறேன். நிச்சயமாக நீங்களும் ஊகித்திருப்பீர்கள். அந்தக் குடிநோய் சிகிச்சை மையத்துக்கு நான் போகவேயில்லை. முதலில் வந்தபோது ஆரம்பித்த 'மிடாக்குடிப்பழக்கம்' கிட்டத்தட்ட ஆறுமாதங்களுக்கு வந்துபோய்க்கொண்டிருந்தது. ஆனால் இப்போது நான் நிதானத்தில் இருக்கிறேன் – அதாவது *தற்போதைக்கு* நிதானத்தில் இருக்கிறேன் என்றுதான் சொல்லவந்தேன். மதுவைத் தொட்டு ஒரு வருடத்துக்கும் மேலாகிவிட்டது. ஆனால் காலம் கடந்துவிட்டது. என் வேலை போய்விட்டது. சித்ரா என்னை விட்டுப் போய்விட்டாள். ராபியாவும் அனியாவும் என்னுடன் பேசுவதில்லை. ஆனால் இது எதுவுமே என்னைப் பாதிக்கும் என்று நினைத்த அளவுக்குக்கூடக் கஷ்டப்படுத்தவில்லை. என் தனிமையை ரசிக்கத் தொடங்கிவிட்டேன்.

கடந்த சில மாதங்களாக ஒரு துறவியின் வாழ்க்கையை வாழ்ந்துவந்திருக்கிறேன். மட்டுமீறிக் குடிப்பதற்குப் பதிலாக மட்டுமீறிப் படித்துக்கொண்டிருந்தேன். இந்த அபார்ட்மெண்டில் இருந்த ஒவ்வொரு காகிதத்தையும் ஒவ்வொரு ஆவணத்தையும் ஒவ்வொரு அறிக்கையையும் ஒவ்வொரு கடிதத்தையும் ஒவ்வொரு வீடியோவையும் ஒவ்வொரு ஒட்டப்பட்ட துண்டுச்சீட்டையும் ஒவ்வொரு கோப்பிலும் இருந்த ஒவ்வொரு புகைப்படத்தையும் திரும்பத்திரும்பப் பார்ப்பதையும் படிப்பதையும் ஒரு தொழிலாகவே வைத்திருந்தேன். எனக்குள்ளிருந்த 'பழக்கத்துக்கு அடிமையாகும் குணம்' இந்த விஷயத்திலும் வந்துவிட்டது எனலாம். ஒருவித வெறியோடு, வேறெந்தச் சிந்தனையுமின்றி இதில் நான் ஈடுபட்டிருந்ததற்கு என்னுடைய குற்றவுணர்வும் கழிவிரக்கமும் காரணம். இந்த விநோதமான தஸ்தாவேஜுகள் மொத்தத்தையும் படித்துமுடித்தபிறகு அதிலிருந்த ஒழுங்கற்ற, தாறுமாறான குழப்பத்துக்குக் கொஞ்சம் தர்க்க ஒழுங்கைக் கொண்டுவர இச்சை எழுந்தது. சற்று வரம்புமீறல் என்றும் இதைச் சொல்லிக்கொள்ளலாம். எப்படியிருந்தாலும், அந்தக் காகிதங்கள், புகைப்படங்கள்

எல்லாவற்றையும் ஒழுங்காக மாற்றி அடுக்கி, அவள் இங்கு மீண்டும் வந்தால் எடுத்துச்செல்ல உதவியாக இருக்கும்படி அட்டைப் பெட்டிகளில் வைத்துக் கட்டிவைத்தேன். அறிவிப்புப் பலகைகளைத் தனியாகவும் புகைப்படங்களையும் துண்டுச் சீட்டுகளையும் மீண்டும் பழையபடியே அடுக்கிவைப்பதற்கு ஏதுவாகவும் தனித்தனியாகக் கட்டிவைத்தேன். இதையெல்லாம் இவ்வளவு விரிவாகச் சொல்வதற்குக் காரணம், நான் இங்கே குடிவந்துவிட்டேன். இந்த அபார்ட்மெண்ட்டில்தான் இப்போது வசிக்கிறேன். வேறெங்கும் செல்வதற்கு இடம் இல்லை. கீழ்வீட்டிலிருந்து வரும் வாடகைப் பணம் என் செலவுகளைக் கவனித்துக்கொள்கிறது. திலோவும் இந்தக் குடியிருப்புக்கான வாடகையை அனுப்பிக்கொண்டிருக்கிறாள். ஆனால் அந்தப்பணம் மொத்தத்தையும் அவளுக்குத் திருப்பித் தந்துவிட வேண்டுமென்றே நினைத்திருக்கிறேன், அதாவது அவளை எப்போதாவது மீண்டும் பார்க்க நேர்ந்தால்.

எனது ஒற்றுவேலையின் விளைவாக, கஷ்மீரைப்பற்றிய என் நிலைப்பாடு மாறிவிட்டதை ஒப்புக்கொள்ள வேண்டும். இந்த மனமாற்றத்தை இப்போது வெளிப்படையாக ஒப்புக்கொள்வது இழிவான செயல்தான். மிகவும் சௌகரியமானதும்கூட. இது எப்படி இருக்கிற தென்றால் இதுநாள்வரை போர்த்தொழில் செய்துவிட்டு, ராணுவத்திலிருந்து ஓய்வுபெற்றபின் அணுஆயுத ஒழிப்பு அமைதிப்புறாக்களாக அவதாரம் எடுக்கும் ராணுவ ஜெனரல்களின் நடத்தையைப்போல. அவர்களுக்கும் எனக்கும் உள்ள வேறுபாடு என்னவென்றால், புதிதாக உருவான இக்கருத்துக்களை எனக்குள்ளாகவே வைத்துக்கொள்வேன் என்பதுதான். இதுவொன்றும் எளிதான விஷயமல்ல. நான் நினைத்தால், சரியான விதத்தில் முன்னெடுத்தால், இந்த விஷயங்களை அம்பலப்படுத்தி நல்ல ஆதாயம் ஈட்டக்கூடிய மூலதனமாகக்கூடப் பயன்படுத்திக்கொள்ள முடியும். நான் வெளிப்படையாகப் 'பேசினால்' ஒரு மாபெரும் அரசியல் புயலையே ஏற்படுத்திவிட முடியும். ஏனென்றால் கஷ்மீரிலிருந்து வரும் செய்திகளைப் பார்க்கும்போது, சில வருடங்களாக இருந்துவந்த போலித்தனமான அமைதிக்குப்பிறகு இப்போது நிலைமை முற்றி வெடித்திருப்பது தெரிகிறது.

இப்போதெல்லாம் பாதுகாப்புப் படைகள் மக்களைத் தாக்குவது என்ற கதை முடிந்துவிட்டதாகத் தோன்றுகிறது. நிலைமை தலைகீழாக மாறியிருக்கிறது. மக்கள் – சாதாரணப் பொதுமக்கள், தீவிரவாதிகள் அல்லர் – பாதுகாப்புப் படையினரைத் தாக்கிக்கொண்டிருக்கிறார்கள். தெருக்களில் துப்பாக்கிகளோடு நிற்கும் ராணுவத்தினரை எதிர்த்துச் சிறுவர்கள் கையில் கற்களை வைத்துக்கொண்டு நிற்கிறார்கள். ராணுவ முகாம்களை அழிப்பதற்குக் கிராமத்தினர் கட்டைகளையும் மண்வெட்டிகளையும் வைத்துக்கொண்டு மலைச்சரிவுகளில் அலைகிறார்கள். ராணுவத்தினர் அவர்கள்மீது துப்பாக்கிச் சூடு நடத்திச் சிலரைக் கொன்றுவிட்டால், எதிர்ப்பு மேலும் அதிகரிக்கிறது. துணை ராணுவத்தினர் இப்போதெல்லாம் ரவைக்குண்டுகளால் சுடுகிறார்கள். மக்களைக் கொல்வதற்குப் பதில் இச்சிறு ரவைகள் கண்களில் பட்டுக் குருடாக்குகின்றன. கொல்வதைவிட இது பரவாயில்லையென்றுதான் நினைக்கிறேன். மக்கள் தொடர்புச் சொல்லாடல்களின்படி இப்படிச் சொல்வது குரூரமாகத்தான் இருக்கும்.

பிணக்குவியல்களைப் பார்த்து இந்த உலகத்துக்குப் பழகிவிட்டது. குருடாக்கப்பட்ட மனிதர்கள் நூற்றுக்கணக்கில் இருப்பதை நாம் பார்த்ததில்லையே. நான் குரூரமாகப் பேசுவதற்காக மன்னியுங்கள். ஆனால் கண்ணிழந்தவர்கள் திக்குத் தெரியாமல் அலையும் காட்சியைக் கற்பனை செய்துபாருங்கள். ஆனால் இதுவும் பலனளிப்பதாகத் தெரியவில்லை. ஒரு கண்ணை இழந்த இளைஞர்கள், இன்னொன்றையும் இழக்கத் தயாராகி மீண்டும் களத்தில் இறங்குகின்றனர். இந்தளவுக்கு வெறியேறிய எதிர்ப்பை எப்படித்தான் அடக்குவீர்கள்?

எம்மால் முடியும் என்பதில் எனக்குச் சந்தேகமேயில்லை. மீண்டும் ஒருமுறை அவர்களை வெற்றிகொண்டு அடக்க முடியும். அடக்கத்தான் வேண்டும். ஆனால் இது எங்குபோய் முடியும்? போரில்; அல்லது அணு ஆயுதப் போரில். இந்தக் கேள்விக்கு இவைதாம் சாத்தியப்பட்ட பதில்களாக இருக்க முடியும். ஒவ்வொருநாளும் இரவுச் செய்திகளைப் பார்க்கும்போது அரசாங்கத்தின் அறியாமையும் முட்டாள்தனமும் என்னை வியப்பிலாழ்த்துகின்றன. அதுவும் இந்த அபத்தக் கட்டமைப்பில்தான் நான் வாழ்க்கை முழுக்கப் பங்கெடுத்து வந்திருக்கிறேன் என்று நினைக்கும் போது அவமானமாக இருக்கிறது. என்னால் எதையும் பத்திரிகைகளில் எழுதவிடாமல் தடுப்பது இதுதான். எழுதமாட்டேன். எழுதத் தொடங்கினால் என்னை நானே பட்டவர்த்தனமாக வெளிக்காட்டிக் கொள்ள வேண்டி யிருக்கும். வேலைநீக்கம் செய்யப்பட்ட ஒரு குடிகாரன் மனசாட்சி உறுத்தலால் இப்போது ஒரு குறைசொல்லியாக மாறியிருக்கிறான் என்ற கிண்டல்தான் மிஞ்சும்.

ஆனால் இப்போது மூஸாவைப்பற்றி எனக்குத் தெரிந்துவிட்டது. அதாவது, அவன் இறந்துவிட்டதாக நாங்கள் எல்லோரும் நினைத்துக் கொண்டிருக்கும்போது, அவன் இறக்கவில்லை என்று எனக்கு மட்டும் தெரிந்திருக்கிறது. இவ்வளவு வருடங்களாக அவன் எங்கேயோ செயல்பட்டுக் கொண்டுதான் இருக்கிறான். இது என் வீட்டில் குடியிருந்தவளுக்கு முதலிலிருந்தே தெரிந்திருக்கிறது. ஒருமுறை மின்தடை ஏற்பட்டுப் பல மணிநேரங்கள் தொடர்ந்ததால் அவள் ஃபிரீஸரில் வைத்திருந்த பொருட்கள் என் கவனத்துக்கு வந்து விஷயம் தெரிந்தது.

ஒருநாள் இரவு, யாரோ வெளியிலிருந்து கதவைத் திறக்க முயல்வதை உணர்ந்தேன். கதவைத் திறந்துகொண்டு வந்தது மூஸா. நான் அடைந்த சந்தோஷத்தை நீங்களே கற்பனை செய்துகொள்ளுங்கள். என்னைக் கண்டதும் அவனுக்குத்தான் அதிகமான அதிர்ச்சி. சங்கடமும் இறுக்கமுமாகச் சில நிமிடங்கள் கழிந்ததும் கிளம்ப முற்பட்டவனைத் தடுத்துச் சகஜமாக்க முயன்றேன். ஒரு கப் காபி மட்டுமாவது சாப்பிடச் சொன்னேன். அவனைப் பார்த்து எவ்வளவு காலமாயிற்று. கடைசியாகச் சந்தித்தபோது இருவரும் இளைஞர்கள். உண்மையில், பையன்கள் எனலாம். இப்போது நான் கிட்டத்தட்ட வழுக்கை. அவனுக்கு நரை. உளவுத்துறையில் நான் இப்போது இல்லை என்றதும் அவனிடம் இறுக்கம் தளர்ந்தது. அன்றிரவு முழுக்கவும், அடுத்தநாள் பெரும்பாலான நேரமும் ஒன்றாகப் பேசிக்கொண்டிருந்தோம். நிறையவே பேசினோம் – இப்போது அதை யோசித்துப் பார்த்தால், எவ்வளவு திறமையாக என் வாயைக் கிளறி விஷயங்களைக் கறந்து

கொண்டான் என்று சற்று நடுக்கமாகவே இருக்கிறது. துருவித்துருவிக் கேட்பது போலில்லாமல், அமைதியாக அக்கறையுடன், ஆர்வத்துடன், என்னை ஒருவிதமாகப் புகழ்ந்து பேசிக்கொண்டே எல்லாவற்றையும் பேசவைத்துவிட்டான். அவன் இனிமேலும் 'எதிரி' அல்லன் என்று அவனுக்கு உணர்த்தும் ஆர்வத்தில் நானே நிறையப் பேசியும் விட்டேன். உளவுத்துறை செயல்படும் விதத்தைப் பற்றி எவ்வளவு நுட்பமாகவும் விரிவாகவும் அறிந்து வைத்திருக்கிறான் என்று திகைப்பாக இருந்தது. சில உயர் அதிகாரிகளைப் பற்றி அவனுக்கு நெருக்கமான நண்பர்களைப்போலப் பேசினான். சகப் பணியாளரோடு அலுவலக விஷயங்களைப் பகிர்ந்துகொள்வதைப் போலிருந்தது அவன் பேச்சு. காதில் விழுந்த செய்திகளையும் வதந்திகளையும் தொட்டுக்கொண்டு மிக இயல்பாக, கிட்டத்தட்ட அசட்டையாகவே எல்லாவற்றையும் பேசிக்கொண்டிருந்திருக்கிறோம் என்பதை அவன் போனபிறகே உணர்ந்தேன். நாங்கள் உண்மையில் அரசியல் பேசவில்லை. திலோவைப் பற்றியும் பேசவில்லை. அவன் சமையலறையில் இருப்பவற்றை வைத்து அவனே சமைப்பதாகச் சொன்னான். அவன் எதற்காக, எதை மனதில் வைத்துக்கொண்டு சொல்கிறான் என்று எனக்குத் தெரிந்தது. அவனுக்கு அந்த ரிஃப்ரிஜிரேட்டர் ஃபிரீஸரில் என்னென்னவெல்லாம் இருக்கின்றனவென்று பார்க்க வேண்டும். ஆனால் இப்போது அங்கு ஒரு கிலோ ஆட்டிறைச்சி மட்டுமே இருக்கிறது. எனவே அவனிடம் அந்த அபார்ட்மெண்ட்டில் வைத்திருந்த பொருட்கள், அவனுடைய பல்வேறு பாஸ்போர்ட்டுகள், மற்ற தனிப்பட்ட உடைமைகள் எல்லாவற்றையும் எப்போது வேண்டுமானாலும் திலோ வந்து எடுத்துச்செல்ல வசதியாக நான் ஒழுங்காகக் கட்டிவைத்திருப்பதைச் சொன்னேன்.

கஷ்மீரைப் பற்றி நேரடியாக அல்லாமல் சுற்றிவளைத்து, அருவமான விதத்தில் பேசிக்கொண்டிருந்தோம்.

சமையலறையில் அவனிடம், "உங்கள் தரப்பில் நியாயம் இருக்கலாம்," என்றேன். "உங்களிடம் தவறு இல்லாமல் இருக்கலாம், ஆனால் உங்களால் ஒருபோதும் வெற்றியடைய முடியாது."

"நான் அப்படி நினைக்கவில்லை," என்று புன்னகைத்தபடியே பாத்திரத்தில் கரண்டியைத் துழாவினான். கறிக்குழம்பிலிருந்து அற்புதமாக வெண்ணெய் மணம் எழுந்தது. "நாங்கள் தவறிழைத்தவர்களாகவே இருக்கக்கூடும், ஆனால் நாங்கள் ஏற்கனவே வெற்றி பெற்றுவிட்டோம்."

நான் அத்துடன் பேச்சை நிறுத்திக்கொண்டேன். அச்சிறிய நிலப் பரப்பைத் தக்கவைத்துக் கொள்வதற்காக இந்திய அரசு எந்த அளவுக்குச் செல்லும் என்று அவன் அறிந்திருப்பதாகத் தெரியவில்லை. 1990கள் எல்லாம் பள்ளிக்கூட விளையாட்டு எனும்படியாகப் படுகொலையாட்டம் அரங்கேறலாம். ஆனால் தம்முயிரை மதிக்காமல், எதற்கும் தயாராக எதிர்த்து நிற்கும் கஷ்மீரிகள் அப்போது எந்த அளவுக்குத் தயாராக இருப்பார்கள் என்றும் நான் முழுசாக அறிந்திருப்பதாகத் தெரியவில்லை. 'வெற்றி' என்பதற்கு எங்கள் இருவருக்கும் வெவ்வேறு பொருள் இருக்கக் கூடும்.

சாப்பாடு அற்புதமாக இருந்தது. மூஸா அலட்டிக்கொள்ளாமல் சமையல் செய்து முடித்திருந்தான். நாகாவைப்பற்றி விசாரித்தான்.

“இப்போதெல்லாம் அவனை டிவியில் பார்க்கவே முடியவில்லை. எப்படி இருக்கிறான்?”

என் துறவு வாழ்க்கையில் அவ்வப்போது என் கண்ணில் படுவதே நாகாதான். பத்திரிகை வேலையை விட்டுவிட்டான். எப்போதையும்விடச் சந்தோஷமாக இருப்பதைப் போலத் தெரிந்தான். எங்கள் இருவருடைய வாழ்க்கையிலிருந்தும் நாங்கள் அறிந்திருக்கும் உலகத்திலிருந்தும் திலோ ஒரேடியாக உறுதியாக மறைந்து எங்களை விடுவித்துவிட்டதால் உண்டான விநோத விடுதலையுணர்ச்சியின் காரணமாக இருக்கலாம். நானும் நாகாவும் வைத்திருக்கும் சில திட்டங்களைப் பற்றி மூஸாவிடம் சொன்னேன் – இப்போதைக்கு அது வெறும் திட்டம் என்ற அளவில்தான் இருக்கிறது – கடந்த காலங்களில் இருந்ததைப் போன்ற ‘மியூசிக் சானல்’ ஒன்றை வானொலியிலோ அல்லது‘பாட்காஸ்ட்’எனப்படும்இணைய மார்க்கத்திலோ தொடங்குவது. நாகா மேலை இசை, ராக் அண்டு ரோல், ப்ளூஸ், ஜாஸ் வகைகளைக் கவனித்துகொள்வான். நான் உலக இசையை. என்னிடம் மிக அபாரமான தொகுப்புகள் இருக்கின்றன – ஆப்கன், இரானியன், சிரியன் நாட்டார் இசைத் தொகுப்புகள். பேசி முடித்ததும் மிகவும் மேம்போக்கானவனாக, ஆழமற்றவனாக உணர்ந்தேன். ஆனால் மூஸா நிஜமான ஆர்வத்தோடு கவனித்துக் கேட்டுக்கொண்டிருந்தான். இசை குறித்துக் கொஞ்ச நேரத்துக்குச் சுவையாகப் பேசிக்கொண்டிருந்தோம்.

அடுத்த நாள் காலை மூஸா கடைத்தெருவிலிருந்து ஒரு சிறிய டெம்போவுடன் இரண்டு ஆட்களையும் கூட்டிவந்தான். அவர்கள் கட்டிவைத்திருந்த பெட்டிகளையும் திலோவின் பொருட்களையும் வண்டியில் ஏற்றினர். அவள் எங்கே இருக்கிறாள் என்று அவனுக்குத் தெரிந்திருக்கிறது. ஆனால் அவனும் சொல்லவில்லை, நானும் கேட்கவில்லை. ஆனால் அவன் கிளம்பிச் செல்வதற்கும் முன் அவனிடம் கேட்டே ஆக வேண்டிய கேள்வி ஒன்று என்னிடம் இருந்தது. இன்னும் ஒரு முப்பது வருடங்கள் கழிந்து போவதற்குள் அந்தக் கேள்விக்கான பதில் தெரிந்தே ஆகவேண்டும். எனக்கு நாகரிகமாகவோ பூசிமெழுகியோ கேட்டுப் பிரயோசனமில்லை . . . கேட்பதற்குக் கடினமாகத்தான் இருந்தது. ஆனாலும் கடைசியில் கேட்டுவிட்டேன்.

“அம்ரிக் சிங்கை நீதான் கொன்றாயா?”

“இல்லை.” அவன் தன்னுடைய கிரீன் டீ நிற விழிகளால் நேராகப் பார்த்தான். “நான் கொல்லவில்லை.”

அதற்கு மேல் சற்றுநேரத்துக்கு அவன் எதுவும் பேசவில்லை. அவன் பார்வையிலிருந்து என்னை அளந்து பார்க்கிறான் என்று புரிந்தது. மேலதிகமாகச் சொல்லலாமா வேண்டாமா என்ற யோசனையும் தெரிந்தது. அவனது குடியேற்ற விண்ணப்பங்களிலும் யுஎஸ் சென்ற விமானங்களின் ‘போர்டிங் பாஸ்’களிலும் அவனது போலி பாஸ்போர்ட்டுகளில் ஒன்று பொருந்தியிருப்பதைப் பார்த்ததாகச் சொன்னேன். க்ளோவிஸ் நகரில் உள்ள ஒரு வாடகைக் கார் நிறுவனத்தின் ஒப்புகைச் சீட்டு ஒன்று என் பார்வைக்கு வந்தபோது பயணத்தேதிகளும் பொருந்தியிருந்ததைக் கவனித்ததாகச்

சொன்னேன். அம்ரிக் சிங் மரணத்தில் அவனுக்கு ஏதோவொரு வகையில் தொடர்பு இருக்கிறது. ஆனால் அது என்னவென்று தெரியவில்லை என்றேன்.

"நான் தெரிந்துகொள்ள வேண்டுமென்ற ஆர்வத்தில் மட்டுமே கேட்கிறேன். நீயே அவனைக் கொன்றிருந்தாலும், அதனால் ஒன்றுமில்லை. அவன் கொல்லப்படவேண்டியவன்தான்."

"நான் அவனைக் கொல்லவில்லை. அவன் தற்கொலை செய்து கொண்டான். ஆனால் அவனைத் தற்கொலை செய்துகொள்ள வைத்தது நாங்கள்தான்."

இதற்கு என்ன அர்த்தம் என்று ஒரு மண்ணும் எனக்குப் புரியவில்லை.

"நான் அமெரிக்கா சென்றது அவனைத் தேடி அல்ல. வேறொரு வேலையாக. நான் அங்கு இருந்தபோது, அவன் தன் மனைவியைத் தாக்கியதற் காகக் கைது செய்யப்பட்ட செய்தியைப் பத்திரிகையில் படித்தேன். அவனுடைய வீட்டு முகவரியும் செய்திகளில் இருந்தது. அவனைப் பல வருடங்களாகத் தேடிக்கொண்டிருந்தேன். அவனிடம் தீர்க்க வேண்டிய கணக்கு கொஞ்சம் இருந்தது. எங்களில் பலருக்கும் இருந்தது. எனவே நான் க்ளோவிஸ் சென்றேன். அங்கே விசாரித்து, வாகனங்கள் பழுதுபார்க்கும் நிலையம் ஒன்றில் அவன் இருப்பதைக் கடைசியில் கண்டுபிடித்தேன். தனது வண்டியைப் பழுது பார்க்க அங்கு வந்திருந்தான். அவனை அங்கே பார்த்தபோது முற்றிலும் வேறான ஆளாகத் தெரிந்தான். ஜலீப் காத்ரி போன்ற பலரைக் கொன்ற, எங்களுக்குப் பரிச்சயமான அந்த ஈவிரக்கமற்ற கொலைகாரனைப் போலவே தெரியவில்லை. எவ்வளவு அக்கிரமங்களைச் செய்தாலும் தண்டனை கிடைக்காத 'குற்றப் பாதுகாப்புக் கட்டமைப்பு' அவனுக்குக் கஷ்மீரில் இருந்ததைப்போல இங்கே இல்லை என்பதால் என்னைப் பார்த்ததும் அலறி நடுங்கி, உடைந்து அழுதான். அவனைப் பார்க்கக் கொஞ்சம் பரிதாபமாகக்கூட இருந்தது. நான் அவனை ஒன்றும் செய்யமாட்டேன் என்று உறுதியளித்தேன். நான் அங்கு அவனிடம் வந்ததற்குக் காரணமே, அவன் செய்த காரியங்களை அவன் மறந்துவிட நாங்கள் அனுமதிக்கப் போவதில்லை என்பதைச் சொல்வதற்குத்தான் என்றேன்."

மூஸாவும் நானும் தெருவில் நின்றுகொண்டு பேசிக்கொண்டிருந்தோம். அவனை வழியனுப்புவதற்காகக் கீழே வந்திருந்தேன்.

"அந்தச் செய்தியை மற்ற கஷ்மீரிகளும் பார்த்தார்கள். கஷ்மீர் கொலைகாரன் இப்போது எப்படி இருக்கிறான் என்பதைப் பார்ப்பதற்காக அவர்கள் க்ளோவிஸ் நகரத்துக்கு வரத் தொடங்கினார்கள். சிலர் பத்திரிகைக்காரர்கள், சிலர் எழுத்தாளர்கள், புகைப்படக்காரர்கள், வழக்கறிஞர்கள் ... சிலர் சாதாரண மக்கள், அவன் எங்கெல்லாம் செல்கிறானோ, அங்கெல்லாம் அவர்களும் பின்தொடர்ந்தனர். அவன் வேலை செய்யும் இடத்துக்கு, அவன் வீட்டுக்கு, சூப்பர் மார்க்கெட்டுக்குப் போனால் அங்கு, தெருவில் நடந்து போகும்போது அங்கு, அவனுடைய குழந்தைகள் படிக்கும் பள்ளிக்கூடத்துக்கு, அங்கெல்லாம் அவர்களும் அவனைப் பின்தொடர்ந்துகொண்டிருந்தார்கள். தினமும். எங்களை எங்கு சென்றாலும் பார்த்துக்கொண்டேயிருப்பதற்குக் கட்டாயப்படுத்தப்பட்டான்.

அவனைக் கட்டாயப்படுத்தி எல்லாவற்றையும் தூரத்திலிருந்தே ஞாபகப்படுத்திக்கொண்டிருந்தோம். அது பெரும் மனவுலைச்சலுக்கு அவனைத் தள்ளியிருக்கும். அதுவே அவனைச் சுயஅழிப்புக்கும் தள்ளிச் சென்றது. எனவே . . . உன் கேள்விக்குப் பதில் வேண்டுமென்றால் . . . இல்லை, நான் அவனைக் கொல்லவில்லை."

வீட்டுக்கு எதிரிலிருந்த பள்ளிச் சுவரில் வரைந்திருந்த ராட்சத அளவிலிருக்கும் நர்ஸ், குழந்தை ஒன்றுக்குப் போலியோ சொட்டுமருந்து கொடுக்கும் சித்திரத்துக்கு எதிரே நின்றுகொண்டு மூஸா அடுத்ததாகச் சொன்னது ... உடம்புக்குள் ஐஸ் கட்டியைச் செலுத்தியதைப் போலிருந்தது. அதற்கு முக்கியக் காரணமே அவன் அதை ஏதோ ஜோக் சொல்வதைப் போல, ஒரு நட்பான, கிட்டத்தட்ட சந்தோஷமான புன்னகையுடன் சொன்ன விதம்தான்.

"ஒருநாள் கஷ்மீரும் இந்தியாவை இதைப் போலவே சுயஅழிப்பு செய்துகொள்ள வைக்கும். உங்களுடைய ரவைக்குண்டுகளால் எங்களை, எங்கள் ஒவ்வொருவரையும், குருடாக்கி வந்திருக்கிறீர்கள். ஆனால் எங்களுக்கு என்னவெல்லாம் செய்திருக்கிறீர்கள் என்று பார்ப்பதற்கு உங்களிடம் கண்கள் இருக்கின்றன. நீங்கள் எங்களை அழித்துக்கொண்டிருக்கவில்லை. எங்களைக் கட்டியெழுப்பிக்கொண்டிருக்கிறீர்கள். உங்களை நீங்களேதான் அழித்துக்கொண்டிருக்கிறீர்கள். குதா ஹஃபீஸ், கார்ஸன் பாய்."

இதைச் சொல்லிவிட்டுப் போய்விட்டான். அவனை அதற்குப் பிறகு பார்க்கவில்லை.

அவன் சொல்வது உண்மையாகிவிட்டால்? மாபெரும் தேசங்கள் ஒரே இரவில் நொறுங்கி வீழ்ந்ததைக் கண்டிருக்கிறோம். அந்த வரிசையில் நாமும் சேர்ந்துவிட்டால்? இந்த எண்ணமே ஒருவிதச் சகாப்த சோகமாக எனக்குள் நிரம்பியது.

வரப்போவது எதையோ கட்டியம் கூறுவதைப் போலத்தான் இந்தச் சிறிய தெரு இப்போது காட்சியளிக்கிறது. சிக்கல் அகற்றல்கள் ஏற்கனவே தொடங்கிவிட்டனபோல. எல்லாமே திடீரென மௌனமாகி விட்டிருக்கின்றன. கட்டட வேலைகள் நின்றுவிட்டிருக்கின்றன. கட்டடத் தொழிலாளிகள் மறைந்துவிட்டிருக்கிறார்கள். இங்கே அலைந்து திரியும் விலைமகள்கள், ஓரினப் புணர்ச்சியாளர்கள், நவநாகரிகக் கோட்டு அணிந்த நாய்கள் எல்லோரும் எங்கே? இவர்களை நான் உடனே பார்த்தாக வேண்டும். எல்லோரும் எப்படி அவ்வளவு விரைவாக மறைந்துபோக முடியும்?

நான் ஏதோ பழங்கால நினைவேக்கத்தில் ஆழ்ந்திருக்கும் கிழட்டு முட்டாளைப்போல இங்கே நின்றுகொண்டிருக்கக் கூடாது.

எல்லாம் சரியாகிவிடும். சரியாகத்தான் வேண்டும்.

திரும்பி உள்ளே செல்லும்போது கீழ்வீட்டில் குடியிருக்கும் குண்டுப்பெண்மணி அங்கிதாவின் கண்ணில் பட்டுவிடக்கூடாதென்று பதுங்கி, மாடிப்படிகளில் சத்தமின்றி நழுவிச்சென்று என் குடியிருப்பை

அடைந்தேன். கூடம் வெறுமையாக இருந்தது. எடுத்துச்செல்லப்பட்ட அந்த அட்டைப் பெட்டிகளின் ஆவிகளும், அதற்குள் அடைபட்டிருந்த கதைகளும் இனி என்றென்றைக்குமாக என்னை வாட்டி அலைக்கழிக்கப் போகின்றன.

இங்கு இல்லாமல் போயிருக்கும் அந்தப் பெண்ணைப் பலவீனமும் தடுமாற்றங்களும் கொண்ட என் இயல்பின்படியே காலம்முழுக்க ஒரு போதும் நிறுத்தாமல் காதலித்துக்கொண்டிருக்கப் போகிறேன்.

எனக்கு என்ன ஆகப்போகிறது? நானும் கொஞ்சம் அம்ரிக் சிங் போலத்தான் – வயதாகி, உடல் உப்பி, பயந்து, மூஸா மிக அழகாகச் சொன்னானே, அதைப்போல 'குற்றப் பாதுகாப்புக் கட்டமைப்பு'க்குள் பத்திரமாக அமர்ந்து வாழ்நாள் முழுக்கப் பணியாற்றி ஓய்ந்திருப்பவன். நானும் சுய அழிப்புக்குள்ளாகிவிடுவேனோ?

வாய்ப்பிருக்கிறது – இசை என்னைக் காப்பாற்றினாலொழிய.

நாகாவுடன் தொடர்புகொள்ள வேண்டும். அந்த 'பாட்காஸ்ட்' திட்டத்தைச் செயல்படுத்தத் தொடங்க வேண்டும்.

ஆனால் அதற்கும் முன் இப்போது குடிக்க வேண்டும்.

12

கியா க்யோம்

ஜன்னத் விருந்தினர் இல்லத்தில் மூஸாவுக்கு அது மூன்றாவது இரவு. சில நாட்களுக்கும் முன் ஒரு டெம்போ வண்டி முழுக்க அட்டைப் பெட்டிகளோடு ஓர் அஞ்சல்காரனைப்போல வந்தான். அவனைக் கண்டதும் உஸ்தானிஜியின் முகத்தில் ஏற்பட்ட பரவசத்தைக் கண்டு எல்லோரும் மகிழ்ந்தனர். ஆலம் பாஜியுடன் அவள் பகிர்ந்து கொண்டிருக்கும் அறையில் சுவரையொட்டி அந்த அட்டைப் பெட்டிகள் அடுக்கப்பட்டன. ஜன்னத் விருந்தினர் இல்லத்தில் இருப்பவர்கள் எல்லோரைப்பற்றியும் அவள் அறிந்த அளவுக்கு எல்லாவற்றையும் மூஸாவிடம் சொன்னாள். அந்தக் கடைசி இரவில் அவனுக்குப் பக்கத்தில் படுத்துக்கொண்டு தனது உருதுப் புலமையைக் காட்டினாள். டாக்டர் ஆஸாத் பார்தியாவிடமிருந்து கற்றுக்கொண்ட ஒரு கவிதையை அவளது நோட்டுப் புத்தகத்தில் எழுதியிருந்தாள்:

மர் காயே புல்புல் கஃபாஸ் மேய்ன்
கே கயீ ஸய்யாத் ஸே
அப்னி சுனேரி காந்த் மேய்ன்
*து தூன்ஸ் லே ஃபஸ்லி பஹார்**

"இது என்னவோ தற்கொலைப் படையினரின் புரட்சி கீதம் போலிருக்கிறது," என்றான் மூஸா.

திலோ அவனிடம் டாக்டர் ஆஸாத் பார்தியாவைப் பற்றிச் சொன்னாள். போலீஸ் அவனிடம் ஜந்தர் மந்தரில் (அந்த மேற்கண்ட இரவு, சம்பவம் நடந்த இரவு, முன்குறிப்பிட்ட இரவு என்று பலவாறாகக் குறிப்பிடப்பட்டு, இனி வெறுமனே 'அந்த இரவு' என்று அழைக்கப்படும் இரவுக்கு அடுத்த நாள் காலையில்) விசாரணை செய்தபோது அவன் சொன்ன கவிதை இது என்பதைச் சொன்னாள்.

---

* தன் கூண்டில் இறந்திருந்தது அந்தச் சிட்டு
அதை அடைத்து வைத்திருந்தவனுக்கு விட்டுச்சென்றது இச்செய்தி
வசந்தகால அறுவடையை எடுத்து வா
உன் தங்கமுலாமிட்ட குதத்துக்குள் செருகிக்கொள்.

"நான் இறந்ததும், இந்தக் கவிதையை என் கல்லறை வாசகமாகப் பொறிக்க வேண்டும்," என்றாள் திலோ சிரித்துக்கொண்டே.

ஆலம்பாஜி சில வசைச் சொற்களை உதிர்த்துவிட்டுக் கல்லறைக்குள் புரண்டு படுத்தாள்.

திலோ கவிதை எழுதியிருந்த அந்த நோட்டுப்புத்தகத்தை மூஸா வாங்கிப் புரட்டிப் பார்த்தான்.

அதன் முதல் பக்கத்தில்:

ஒரு
சிதறுண்ட
கதையை

எப்படிச்
சொல்வது ?

எல்லோருமாக
மெதுவாக

மாறுவதன்
மூலம்.

இல்லை.

எல்லாமுமாக
மெதுவாக
மாறுவதன்
மூலம்.

இதில் யோசிப்பதற்கு ஏதோ இருக்கிறது, என்று நினைத்தான்.

இது அவனுடைய பல வருடக் காதலியும், தன் விநோதங்களால் அவனை மெதுவாக ஈர்த்திருந்தவளுமான திலோவின் பக்கம் அவனைத் திரும்பவைத்து, இறுக்கமாக அணைத்துக்கொள்ள வைத்தது.

திலோவின் இந்தப் புதிய இல்லம் அவனுக்கு மும்தாஜ் அஃப்ஸல் மாலிக்கை நினைவுபடுத்தியது. அம்ரிக் சிங்கால் கொல்லப்பட்ட அந்த இளம் டாக்ஸி டிரைவரின் உடலை வயல்வெளியிலிருந்து மீட்டெடுத்து குடும்பத்தாரிடம் ஒப்படைத்தபோது, இறுகப் பற்றியிருந்த அவனுடைய உள்ளங்கைக்குள் ஒரு பிடி மண்ணும், அதில் முளைத்திருந்த புற்கள் விரல்களின் நடுவே நீட்டிக்கொண்டிருந்ததும் மூஸாவின் ஞாபகத்தை விட்டு எப்போதும் அகலாதிருந்தது – நம்பிக்கையும் துயரமும் ஒன்றோடொன்று இறுக்கமாக, பிரிக்கமுடியாதபடி பிணைந்திருந்ததன் காரணமாகக்கூட இருக்கலாம்.

விடிந்ததும் அவன் கஷ்மீருக்குக் கிளம்பப் போகிறான். ஒரு பழைய யுத்தத்தின் புதிய அத்தியாயத்தில் கலந்துகொள்வதற்காக. இம்முறை அவன் திரும்பி வரப்போவதில்லை. அவன் விரும்பிய விதத்திலேயே, அவனது *அஸல் பூட்ஸ்*களை அணிந்தபடி இறந்துபோவான். அவன் விரும்பிய விதத்திலேயே புதைக்கப்படுவான் – ஒரு பெயரற்ற கல்லறையில், ஒரு முக மற்ற மனிதனாக. அவன் இடத்தை நிரப்பப் போகும் இளைஞர்கள் மிகக்

கடுமையானவர்களாக, மிக தீர்க்கமானவர்களாக, சற்றும் மன்னிக்கும் குணமற்றவர்களாக இருக்கப் போகின்றனர். அவர்கள் நடத்தும் போரில் வெற்றியடையவே வாய்ப்புகள் அதிகம். ஏனென்றால் போரைத் தவிர வேறெதனையும் அறிந்திராத தலைமுறையைச் சேர்ந்தவர்கள் அவர்கள்.

திலோவுக்கு கதீஜாவிடமிருந்து தகவல் வரும். ஒரு புகைப்படத்தில் இளம் மூஸா புன்னகையோடு குல்–காக்குடன் இருப்பான். பின்பக்கத்தில் *கமாண்டர்கள் குல்ரேஸும் குல்ரேஸும் இப்போது இணைந்துவிட்டனர்* என்று கதீஜா எழுதியிருப்பாள். மூஸாவின் மறைவுக்காகத் திலோ கடும் துக்கத்தில் வீழ்வாள். ஆனால் அந்தத் துக்கம் அவளை உடைத்துவிடாது. ஏனென்றால் அவள் அவனுக்குத் தொடர்ந்து எழுதிக்கொண்டிருப்பாள். அவனும் மயானத்தின் உருக்குலைந்த தேவதைகள் (சட்டவிரோதமாக) கொஞ்சமாகத் திறந்துவிடும் கதவின் ஊடே புகுந்து அவளிடம் வருவான்.

அந்தத் தேவதைகளின் சிறகுகள் கோழிக்கூண்டுகளைப் போல நாற்றமடிப்பதில்லை.

அவர்கள் கடைசியாகக் கழித்த அந்த இரவில் திலோவும் மூஸாவும் அப்போதுதான் சந்தித்தவர்கள்போல ஒருவரையொருவர் சேர்த்தணைத்தபடி உறங்கினர்.

அன்றிரவு அஞ்சும் அமைதியிழந்திருந்தாள். அவளால் தூங்கமுடிய வில்லை. அந்த மயானத்தில் அவளது சொத்துக்களை மேற்பார்வை யிட்டபடி மெதுவாக அலைந்தாள். பாம்பே சில்க்கின் கல்லறையில் ஒரு கணம் நின்று வழிபட்டாள். அவள் இடுப்பில் தொற்றிக்கொண்டிருந்த மிஸ் உதயா ஜெபீனிடம் பாம்பே சில்க் சிட்லி கபாரில் வளையல்கள் வாங்கிக்கொண்டிருந்தபோது முதன்முதலாகப் பார்த்ததையும், அவள் பின்னாலேயே காலி டகோடான்வரை பின்தொடர்ந்து சென்றதையும் சொன்னாள்.

பேகம் ரெனாடா மும்தாஜ் மேடத்தின் கல்லறைமீது ரோஷன் லால் வைத்திருந்த பூக்களிலிருந்து ஒன்றைக் குனிந்தெடுத்து, தோழர் மாஸேவின் கல்லறைமீது வைத்தாள். இச்சிறிய மறுபகிர்வு அவளைச் சற்று இலகுவாக்கியது. ஜன்னத் விருந்தினர் இல்லத்தை மனநிறைவோடும், பூர்த்தியடைந்த பெருமிதத்தோடும் திரும்பிப் பார்த்தாள். ஏதோ தோன்றியவளாக மிஸ் உதயா ஜெபீனுக்கு வெளியுலகை, நகரத்து விளக்குகளைக் காட்ட வேண்டுமென்று அந்த நள்ளிரவு உலாவில் வெளியே கூட்டிச்சென்றாள்.

சவக்கிடங்கைத் தாண்டி, மருத்துவமனையின் வாகன நிறுத்துமிடத்தின் வழியாக வெளியே பிரதான சாலைக்கு வந்தாள். அந்த நேரத்தில் போக்குவரத்து அதிகமாக இல்லை. இருந்தாலும் பாதுகாப்பாக நடைபாதையிலேயே நின்றுகொண்டனர். வரிசையாக நிறுத்தியிருந்த ரிக்‌ஷாக்களுக்கும் உறங்கும் மனிதர்களுக்கும் நடுவே புகுந்து சென்றனர். எதிரில் முழு நிர்வாணமாக ஒல்லி மனிதன் ஒருவன் வேகமாக வந்தான். அவன் தாடியில் கம்பி ஒன்று சிக்கியிருந்தது. இவர்களைப் பார்த்துக்

கையுயர்த்தி வணக்கம் சொல்லிவிட்டு, ஆபீசுக்கு லேட்டாகி விட்டதைப் போல அவசரமாகக் கடந்துசென்றான். மிஸ் உதயா ஜெபீன், "மம்மி, சூ—சூ," என்றாள். அஞ்சும் அவளை ஒரு தெரு விளக்குக்குக் கீழே உட்கார வைத்தாள். அவள் அம்மாவைப் பார்த்தபடியே சிறுநீர் கழித்து முடித்ததும், பின்பக்கத்தை உயர்த்தி அவள் உண்டாக்கியிருந்த குட்டையில் இரவு வானமும் நட்சத்திரங்களும் ஓராயிரம் வருட நகரத்தின் விளக்குகளும் பிரதிபலிப்பதை ரசித்தாள். அஞ்சும் அவளைத் தூக்கிக்கொண்டு முத்தமிட்டு, வீட்டை நோக்கி நடந்தாள்.

அவர்கள் வீடு வந்துசேர்ந்தபோது விளக்குகள் எல்லாம் அணைக்கப் பட்டு, எல்லோரும் உறக்கத்தில் இருந்தனர். எல்லோரும் என்பதில், சாணி வண்டான கியா க்யோமைத் தவிர. அது விழித்திருந்தது. பணியில் இருந்தது. மல்லாந்து படுத்தபடி, வானம் இடிந்து விழுந்துவிட்டால் தாங்கிப் பிடித்துப் பூமியைக் காப்பாற்றுவதற்காகக் கால்களைக் காற்றில் உயர்த்தி வைத்திருந்தது. அனைத்தும் இறுதியில் நல்லவிதமாக முடியுமென்று அதற்கும் தெரிந்திருந்தது. நன்றாகத்தான் முடியும். முடிய வேண்டும்.

ஏனென்றால் மிஸ் ஜெபீன், மிஸ் உதயா ஜெபீன் வந்துவிட்டாள்.

அருந்ததி ராய்

ACKNOWLEDGEMENTS

I wove the love and friendship that I received from those whose names I mention below into a carpet on which I thought, slept, dreamed, fled, and flew around during the many years it took me to write this book. My thanks to:

John Berger, who helped me start and waited for me to finish.

Mayank Austen Soofi and Aijaz Hussain. They know why. I don't need to tell.

Parvaiz Bukhari. Same as above.

Shohini Ghosh, beloved madcap, who queered my pitch.

Jawed Naqvi for music, wicked poetry and a house full of lilies.

Ustad Hameed, who showed me that you can skydive, snorkel and hang-glide between any two notes of music.

Dayanita Singh, with whom I once went wandering, and an idea was ignited.

Munni and Shigori in Meena Bazaar for long hours spent shooting the breeze.

The Jhinjhanvis: Sabiha and Naseer-ul-Hassan, Shaheena and Muneer-ul-Hassan, for a home in Shahjahanabad.

Tarun Bhartiya, Prashant Bhushan, Mohammed Junaid, Arif Ayaz Parray, Khurram Parvez, Parvez Imroze, P.G. Rasool, Arjun Raina, Jitendra Yadav, Ashwin Desai, G.N. Saibaba, Rona Wilson, Nandini Oza, Shripad Dharmadhikary, Himanshu Thakker, Nikhil De, Anand, Dionne Bunsa, Chittaroopa Palit, Saba Naqvi and Reverend Sunil Sardar, whose insights are somewhere in the foundations of The Ministry.

Savitri and Ravikumar for our travels together and for so much else.

J.J. (Heck.) But she's in here somewhere.

Rebecca John, Chander Uday Singh, Jawahar Raja, Rishabh Sancheti, Harsh Bora, Mr Deshpande and Akshaya Sudame, who have kept me out of prison. (So far.)

Susanna Lea and Lisette Verhagen, World Ambassadors of Utmost Happiness. Heather Godwin and Philippa Sitters, who woman the base camp.

David Eldridge, jacket-designer extraordinaire. Two books, twenty years apart.

Iris Weinstein for perfect pages.

Ellie Smith, Sarah Coward, Arpita Basu, George Wen, Benjamin Hamilton, Maria Massey and Jennifer Kurdyla. Close readers, serious-shit copy-editors and brilliant protagonists in the trans- atlantic comma wars.

Pankaj Mishra, First Reader, still.

Robin Desser and Simon Prosser. Dream editors.

My wonderful publishers, Sonny Mehta, Meru Gokhale (for publishing plus comfort food), Hans Jürgen Balmes, Antoine Gallimard, Luigi Brioschi, Jorge Herralde, Dorotea Bromberg and all the others whom I have not personally met.

Suman Parihar, Mohammed Sumon, Krishna Bhoat and Ashok Kumar, who kept me afloat when it wasn't easy.

Suzie Q, mobile shrink, dear friend and best cabbie in London.

Krishnan Tewari, Sharmila Mitra and Deepa Verma for my daily dose of sweat, sanity and laughter.

John Cusack, supersweetheart, co-drafter of the Fleedom Charter.

Eve Ensler and Bindia Thapar. Beloveds.

My mother like no other, Mary Roy, most unique human.

My brother, LKC, keeper of my sanity, and sister-in-law, Mary, both of whom, like me, survived.

Golak. Go. Oldest friend.

Mithva and Pia. Littles. Still mine.

David Godwin. Flying Agent. Top Man. Without whom.

Anthony Arnove, comrade, agent, publisher, rock.

Pradip Krishen, love of many years, honorary tree.

Sanjay Kak. Cave. Since for ever.

And

Begum Filthy Jaan and Maati K. Lal. Creatures.

Special acknowledgements:

The passage which the weevil professor reads aloud to his weevil class is adapted from *Straw Dogs* by John Gray.

The lyrics 'Dark to light and light to dark' are from 'Gone by Ioanna Gika.

The poem 'Duniya ki mehfilon se ukta gaya hoon ya Rab' is by Allama Iqbal.

The couplet on Arifa Yeswi's gravestone is by Ahmed Faraz.

Permissions:

The epigraph on page 9: Nazim Hikmet, excerpt from 'On the Matter of Romeo and Juliet' from *Poems of Nazim Hikmet*. Translation copyright © 1994 by Randy Blasing and Mutlu Konuk. Reprinted with the permission of the publishers, Persea Books, Inc. (New York), www.perseabooks.com. All rights reserved.

The epigraph on page 103: Pablo Neruda, fragment from LXVI from *Libro de las Preguntas / The Book of Questions,* translated by William O'Daly. Copyright © 1974, Fundacion Pablo Neruda / Pablo Neruda and the Heirs of Pablo Neruda. Transla- tion copyright © 1991, 2001 by William O'Daly. Reprinted with the permission of The Permissions Company, Inc., on behalf of Copper Canyon Press, www.coppercanyonpress.org

The epigraph on page 149: "Muharram in Srinagar, 1992', from *The Country Without a Post Office* by Agha Shahid Ali. Copyright © 1997 by Agha Shahid Ali. Used by permission of W. W. Norton & Company, Inc.

The epigraph on page 219: taken from *Our Lady of the Flowers* by Jean Genet, translated by Bernard Frechtman. Copyright © Jean Genet, 1943, 1951, 1964, 1973. Translation copyright © Bernard Frechtman, 1943, 1951, 1964, 1973. Reproduced by permission of Faber & Faber Ltd.

The song on page 241 is 'No Good Man', words and music by Irene Higginbotham, Dan Fisher and Sammy Gallop, copyright © 1944, Universal Music Corp. Universal/MCA Music Limited. All Rights Reserved. International Copyright Secured. Used by permission of Music Sales Limited, copyright © 1945 (renewed), Sammy Gallop Music Company (ASCAP). All rights on behalf of Sammy Gallop Music Company administered by WB Music Corp.

The song on page 273 is 'Gone', words and music by Joanna Gikas, copyright © UPG Music Publishing, 2012. Universal/ MCA Music Limited. All Rights Reserved. International Copyright Secured. Used by permission of Music Sales Limited.

The epigraph on page 309: the publisher is grateful for permission to reproduce an extract from *The Fire Next Time* by James Baldwin, published by Penguin Classics, reprinted by permission of The Baldwin Estate.

The song on pages 361-62 taken from 'Winter Lady', words and music by Leonard Cohen, copyright © Sony/ATV Songs LLC, 1966. Chrysalis Songs Limited. All Rights Reserved. International Copyright Secured.

The poem on pages 370–71: Osip Mandelstam, *Selected Poems*, translated by James Greene (Penguin Books; copyright © James Greene, 1989, 1991); by permission of Angel Books.

The epigraph on page 395: from *Hope Against Hope* by Nadezhda Mandelstam, translated by Max Hayward, published by Harvill Press. Reprinted by permission of The Random House Group Ltd. Copyright © Atheneum Publishers, 1970.

பின்னுரை

2012ஆம் ஆண்டு ஜூலை 28 அன்று 'சின்ன விஷயங்களின் கடவுள்' வெளியீட்டு விழா முடிந்து வெளியே வந்தபோது, "உங்கள் இரண்டாவது நாவல் எப்போது?" என்று அருந்ததி ராயிடம் கேட்டேன். அவர் மெலிதாகப் புன்னகைத்தபடி, "அவசியம் எழுதவேண்டும் என்று நீங்கள் நினைக்கிறீர்களா?" என்றார். இதே கேள்வியைப் பலரும் அவரிடம் கேட்டிருக்கக் கூடும். ஒரு கட்டுரையில் இதைப்பற்றி "நான் ஒன்றும் நாவல்கள் உற்பத்தி செய்யும் தொழிற்சாலை அல்ல" என்று அவரே குறிப்பிட்டார். ஆனால் அதிர்ஷ்டவசமாக இருபதாண்டுகள் கழித்து முதல் நாவலிலிருந்து பெரிதும் வேறுபட்ட ஒரு நாவல் அவரிடமிருந்து வந்துவிட்டது.

'சின்ன விஷயங்களின் கடவுள்' நாவல் மொழிபெயர்ப்பு அனுபவத்திலிருந்து முற்றிலும் மாறுபட்டதாக இருந்தது 'பெருமகிழ்வின் பேரவை' மொழியாக்கச் செயல். முதல் நாவல், எனக்குள் ஒலித்துக்கொண்டிருந்த அருந்ததி ராயின் குரலை மொழிபெயர்க்கவைத்ததென்றால், இரண்டாவது நாவலின் குரல்கள் பழைய தில்லியிலிருந்தும், அதன் கைவிடப்பட்ட மயானத்திலிருந்தும் குஜராத்திலிருந்தும் கஷ்மீரிலிருந்தும் ஆந்திர வனப்பகுதியிலிருந்தும் எனப் பல்வேறு திசைகளிலிருந்து என்னைச் சூழ்ந்து அலைக்கழிய வைத்தன. மூச்சைத் திணறடித்து, உடம்பெங்கும் ஊமைவலி களையும் குற்றவுணர்வுகளையும் புகுத்தின. அந்நியக் குரல்களாக அதுவரை இருந்தவை, நாவலை மொழிபெயர்த்து முடித்தபோது அந்தரங்க ஓலங்களாக மாறியிருந்தன.

கடினமான மொழிநடையை, மிக நுட்பமான மெல்லிய மனவுணர்வுகளைக் கொண்ட நாவல்களே மொழிபெயர்க்கக் கடினமானவை என்ற என் கருத்தை உடைத்து நொறுக்கியது 'பெருமகிழ்வின் பேரவை'. அருந்ததி ராயின் ஆங்கில நடை என் மனதுக்கு மிக நெருக்கமானது. புனைவோ கட்டுரையோ எதை அவர் எழுதினாலும், அவருடைய வரிகள் அதே குரலில், அதே தொனியில் என் மனதுக்குள் தமிழில் ஒலிக்கும். இந்த மாயம் வேறெந்த எழுத்தாளரிடமும் எனக்கு நிகழ்வதில்லை. அதனால்தான் 'சின்ன விஷயங்களின் கடவுள்' நாவலை ஒருசில மாதங்களில் மிக எளிதாக மொழிபெயர்த்து முடித்தேன்

(இன்றளவும் என் ஆகச்சிறந்த மொழிபெயர்ப்பு அதுதான் என்று உறுதியாக நம்புகிறேன்). ஆனால் 'பெருமகிழ்வின் பேரவை' வாசிக்கவேண்டிய நாவல்தானே தவிர, அதன் மொழிபெயர்ப்பில் இறங்குவது பேராபத்து என்பது முதல் அத்தியாயத்திலேயே உறைத்துவிட்டது.

கொடூரங்களைப் பயங்கரமாக ஒலிக்கும் சொற்களால் வர்ணிப்பதை எளிதாக மொழியாக்கம் செய்துவிடலாம். ஆனால் எள்ளலும் உள்ளடங்கிய பெரும் வேதனையைக் கொண்ட மிகக்கூர்மையான நடையில் ராய் எழுதிச்செல்வதை முழுவதுமாக நமக்குள் ஏற்றிக்கொண்டு, உங்கள் மொழிக்குக் கைமாற்றி, பிரதியில் இறக்கிவைக்கும்போதுதான் உங்கள் மேனியெங்கும் குருதி வழிந்துகொண்டிருப்பதையும், உங்கள் இதயம் நொறுங்கிக்கிடப்பதையும் உணர்கிறீர்கள். இந்நாவலின் பக்கங்களில் உறைந்திருக்கும் ரத்தம் கஷ்மீரிலும் தில்லியிலும் நாடெங்கிலும் சிந்தியவை மட்டுமல்ல, நாவலாசிரியரோடு சேர்ந்து மொழிபெயர்ப்பாளரின் ரத்தமும் அவற்றோடு கலந்திருக்கிறது.

இந்நாவலுக்கு அருந்ததி ராய் முன்னுரை என்று எதுவும் எழுதவில்லை. ஆனால் நாவல் வெளிவந்தபிறகு பல நாடுகளில் ஆற்றிய உரைகளில் இந்நாவலைப்பற்றி, கஷ்மீரைப் பற்றி, முக்கியமாக நாவலின் பல்குரல் பற்றி, பல்மொழித்தன்மை பற்றிக் குறிப்பிட்டிருக்கிறார். அப்பகுதிகளை மட்டும் இங்கே எடுத்துக்காட்டுவது பொருத்தம்:

O O O

'சின்ன விஷயங்களின் கடவுள்' வெளிவந்து இருபது வருடங்கள் கழித்து என்னுடைய இரண்டாவது நாவல் 'பெருமகிழ்வின் பேரவை'யை எழுதிமுடித்தேன். இதை நான் சொல்லக்கூடாது, ஆனாலும் ஒரு நாவலுக்கு எதிரி என்று ஏதேனும் இருக்குமெனறால், இந்நாவலுக்கான எதிரி 'ஒரே தேசம், ஒரே மதம், ஒரே மொழி' என்ற கொள்கையாகத்தான் இருக்கமுடியும். என் கையெழுத்துப் பிரதியை நிறைவுசெய்து, அதன் முகப்புப் பக்கத்தை வடிவமைக்கும்போது ஆசிரியர் என்ற இடத்தில் 'மூலத்திலிருந்து (மூலங்களிலிருந்து) மொழிபெயர்த்தவர் அருந்ததி ராய்' என்று எழுதலாமாவென்று பெரிதும் விரும்பினேன். 'பெருமகிழ்வின் பேரவை' ஆங்கிலத்தில் எழுதப்பட்டிருந்தாலும் அது பல மொழிகளில் கற்பனை செய்யப்பட்டது. மொழிபெயர்த்தல் என்பதே இப்படைப்பு உருவாவதற்கு அடிப்படையான வடிவமாக இருந்திருக்கிறது. (இங்கு நான் குறிப்பிடுவது தொடக்க நிலையிலும், குதலை மொழியிலும் பேசப்படுவதை வார்த்தைகளாகப் பெயர்த்தெடுப்பதை அல்ல). 'பெருமகிழ்வின் பேரவை' எந்த மொழியில் (யாருடைய தாய்மொழியில்) எழுதப்பட்டிருந்தாலும், இக்குறிப்பிட்ட பிரபஞ்சத்தில் உள்ள, இக்குறிப்பிட்ட மக்களைப்பற்றிய, இக்குறிப்பிட்ட கதை பல்வேறு மொழிகளில் உருப்பெற வேண்டியிருந்தது. இது, மொழிகளின் பெருங்கடல் ஒன்றிலிருந்து எழுந்துவந்த கதை. ஆட்சிமொழி – மீன்களும், அதிகாரமற்ற திசைவழக்கு – நத்தைகளும், பெருங்கூட்டமாக வருகின்ற கொச்சை – மீன்களும் பல்வேறு உயிரினங்களும் ஒன்றாக வாழ்ந்திருக்கும் சூழியல் மண்டலம் இப்பெருங்கடல். இவ்வுயிரிகளில் சில மற்றவையுடன் நட்பாக உள்ளவை;

சில வெளிப்படையாகவே எதிர்த்துக்கொண்டிருப்பவை; சில இரக்கமற்ற உயிர்க்கொல்லிகள். ஆனால் இவையெல்லாமே இப்பெருங்கடல் வழங்கும் உணவையுண்டு உயிர்த்திருப்பவை. இவையெல்லாமே 'பேரவை'யில் உள்ள மனிதர்களைப்போல, சகவாழ்வு வாழ்ந்து, வளர்ந்து, ஒருவரையொருவர் புரிந்துகொண்டு ஜீவித்திருப்பதைத் தவிர வேறுவழி இல்லாதவை. இவர்களுக்கெல்லாம் மொழிபெயர்ப்பு என்பது நுண்ணயம் வாய்ந்த பன்மொழி அறிஞர்கள் உருவாக்கும் உயர்நிலைக் கலை இலக்கிய வடிவம் அல்ல. மொழிபெயர்ப்பு இவர்களுக்குத் தினசரி வாழ்வு, தெருப்பிழைப்பு, எளிய மனிதர்கள் பிழைத்திருப்பதற்கான ஜீவனோபாய சாதனம். எனவே பலமொழிகளாலான இந்நாவலில், இந்நாவலாசிரியர் மட்டுமல்லாது எல்லாக் கதாபாத்திரங்களும் உன்னதமான குறைபாடு களால் உருவான மூளிப்பெருங்கடலில் நீந்தியபடி, ஒருவருக்காக மற்றவர் பரஸ்பரம் தொடர்ந்து மொழிபெயர்த்துக்கொண்டும், எல்லா மொழிகளிலும் இடைவிடாது உரையாடிக்கொண்டும் இருக்கின்றனர். ஒரே மொழியைப் பேசுபவர்கள் எல்லோரும் ஒருவரையொருவர் முழுமையாக ஒத்துணர்ந்திருப்பவர்களாக இருப்பதில்லை என்பது திரும்பத்திரும்ப அவர்களுக்கு உணர்த்தப்படுகிறது.

o o o

'சின்ன விஷயங்களின் கடவு'ளின் மையம் ஒரு வீடும், அதில் நொறுங்கிய இதயத்துடன் வசிக்கும் ஒரு குடும்பமும் என்றால், 'பெருமகிழ்வின் பேரவை'யில் அந்த வீட்டின் கூரை இடிந்துவிழுந்து, அந்த நொறுங்கிய இதயம் யுத்தம் சீரழித்திருக்கும் பள்ளத்தாக்குகளிலும் நகர வீதிகளிலும் அதன் சில்லுகளை இறைத்துவிட்டிருக்கிறது. இது ஒரு நாவலாக இருந்தாலும், ஒரு நாவல் என்னவாக இருக்கலாம், இருக்கக்கூடாது என்ற எல்லாப் பழக்கப்படுத்தல் முறைகளையும் சம்பிரதாயங்களையும் இக்கதையின் பிரபஞ்சவெளி அனுமதிக்க மறுத்துவிடுகிறது. உலகில் எனது பகுதியில் உள்ள ஒரு மகத்தான நகரம் போன்றது அது. நாவலை வாசிக்கும்போது வாசகர் அந்நகரின் புதிய குடியேறியாகிவிடுகிறார். வந்ததும் கொஞ்சம் பயந்துவிடுகிறார், கொஞ்சம் அச்சுறுத்தப்படுகிறார், பெரிதும் கலக்கமடைந்துவிடுகிறார். இந்தப் பிரதேசத்தை அறிந்துகொள்வதற்கான ஒரே வழி ஒவ்வோரிடத்துக்கும் நடந்துசென்று, வழியைத் தொலைத்து, அங்கேயே வாழக் கற்றுக்கொள்வது மட்டுமே என்று அவருக்குப் புரிகிறது. அவர் மனிதர்களைச் சந்திக்கக் கற்றுக்கொள்ள வேண்டும். சிறிய மனிதர்களை, பெரிய மனிதர்களை. கூட்டத்தை நேசிக்கக் கற்றுக்கொள்ள வேண்டும். வேறு எப்படியும் சொல்லமுடியாதவற்றைச் சொல்லும் நாவலாகத்தான் இது இருக்கமுடியும். முக்கியமாகக் கஷ்மீரைப்பற்றி. இங்கே உண்மைகளைச் சொல்லமுடியாதென்பதால் புனைவு மட்டுமே உண்மையாக இருக்கமுடியும். ஓரளவு நேர்மையோடு கஷ்மீரைப் பற்றியும் அதன் உண்மையான நிலவரத்தையும் சொல்லிவிட்டு, உடலில் புண்படாமல் தப்பிப்பது இந்தியாவில் சாத்தியமில்லை.

கஷ்மீரும் இந்தியாவும், இந்தியாவும் கஷ்மீரும் என்ற கதையைப் பற்றி ஜேம்ஸ் பால்ட்வின்னின் கூற்றைவிடச் சிறப்பாக எதையும் என்னால் சொல்லிவிட முடியாது: 'என்னை அவர்கள் நம்பப் போவதில்லை,

ஏனென்றால் நான் சொன்னவையனைத்தும் உண்மையென்று அவர்கள் அறிவார்கள்.' கஷ்மீரைப் பற்றிய கதை என்பது மனித உரிமை அறிக்கைகளின் தொகுப்பு அல்ல. அது படுகொலைகள், சித்திரவதைகள், காணாமலாக்கப்படுதல், அப்பாவி மக்களைக் கொன்றுகுவித்து மொத்தமாகப் புதைத்த சவக்குழிகள் போன்றவை பற்றியதோ அல்லது பலியாளையும் பலியிடுபவர்களையும் பற்றியதோ மட்டுமல்ல. கஷ்மீரில் நடக்கும் விஷயங்கள் வெறும் மனித உரிமைமீறல்களாக மட்டும் இருப்பதில்லை. மானுடத் திண்மை குறித்து ஓர் எழுத்தாளர் அறிந்துகொள்ளவேண்டிய மகத்தான பாடங்களைக் கஷ்மீர் வழங்குகிறது. அதிகாரத்தைப் பற்றி, அதிகாரமின்மையைப் பற்றி, நம்பிக்கைத் துரோகத்தைப் பற்றி, விசுவாசத்தைப் பற்றி, அன்பைப் பற்றி, நகைச்சுவையைப் பற்றி, நம்பிக்கையைப் பற்றி.

பல பதிற்றாண்டுகளாக ராணுவ ஆக்கிரமிப்பில் வாழநேர்ந்திருக்கும் மக்களுக்கு என்ன நிகழ்கிறது? காற்றுவெளியெங்கும் பயங்கரம் விரவியிருக்கையில் என்னவிதமான பேச்சுவார்த்தைகள் நடக்கின்றன? மொழிக்கு என்ன நேர்கிறது? பயங்கரத்தை நிர்வகிக்கிற, நிகழ்த்துகிற, நியாயப்படுத்துகிறவர்களுக்கு நேர்வது என்ன? இவையெல்லாவற்றையும் தமது பெயரால் தொடர்ந்து நிகழ அனுமதித்துவருபவர்களுக்கு என்ன நிகழ்கிறது? கஷ்மீரின் கதை என்பது ஒரு திருகுவெட்டுப் புதிர். அதன் வெட்டப்பட்ட பகுதிகள் எப்போதும் ஒன்றுசேர்வதில்லை. அனைத்தும் ஒன்றிணைந்து உருவாக்கும் சித்திரம் ஒருபோதும் கிடைப்பதில்லை.

o o o

இந்நாவலின் தலைப்பான '*Ministry of Utmost Happiness*' என்பதைத் தமிழாக்கம் செய்வதில் கொஞ்சம் சிக்கல் இருந்தது. *Ministry* என்ற சொல்லுக்கு நேரடியான பொருள் 'அமைச்சகம்'. கிறித்துவ மறைமொழியில் 'ஊழியம்'. ஆனால் இந்நாவலைப் பொறுத்தவரை இவ்விரண்டு சொற்களும் பொருந்தாமல் இருப்பதை நாவலை முழுமையாகப் படித்து முடித்ததும் அறிந்துகொள்ளலாம். ஜார்ஜ் ஆர்வெல் தனது புகழ்பெற்ற நாவலான '*1984*' இல் *Ministry of Love, Ministry of Peace, Ministry of Plenty, Ministry of Truth* என நான்கு அமைச்சரவைகள் அந்த எதிர்கால அரசில் இருப்பதாக எழுதுகிறார். ஆனால் அந்த அமைச்சகங்கள் அப்பெயர்களுக்கு நேரெதிராக இயங்குபவை. அன்பின் அமைச்சகம் செய்யும் பணி எதிர்ப்பாளர்களைச் சித்திரவதை செய்வது; அமைதியின் அமைச்சகக் கட்டுப்பாட்டில் இருக்கும் துறை ராணுவம்; சத்தியத்தின் அமைச்சகம் புரியும் வேலை பொய்களைப் பரப்புவது; யதேஷ்ட அமைச்சகம் பட்டினி, வறுமையைக் கையாள்கிறது. ஆர்வெல்லின் நீட்சியாக இந்நாவலின் தலைப்பை வைத்துப்பார்க்கும்போது அருந்ததி ராய் இதில் பொதித்து வைத்திருக்கும் மறைக் குறிப்பு புலப்படும். இந்நாவலின் முக்கியப் பாத்திரங்கள் வெளியுலகின் நிராகரிப்பிலிருந்து ஒதுங்கிவந்து அந்த மயானத்தில் தமக்கான தனியுலகை அமைத்துக்கொண்டு மகிழ்ச்சியுடன் வாழ்கின்றன. ஆனால் அதுவொன்றும் உண்மையான பொருளில் 'பெருமகிழ்வு' அல்ல. ஆனாலும் இங்கு அமைச்சரவையோ ஊழியமோ

இன்றி, 'கம்யூன்' போல ஒன்றுசேர்ந்து அவர்கள் வாழ்வது 'பேரவை' என்பதாகவே இருக்கமுடியுமென்று பலருடன், பல நாட்களாக நீண்ட ஆலோசனைகளின் முடிவில் தெளிந்தோம்.

தலைப்பில் மட்டுமின்றி இந்நாவலின் மொழிபெயர்ப்பில் என்னோடு துணைநின்ற தோழர்களின் பட்டியல் மிகவும் நீண்டது.

கவிஞர் சுகுமாரனிடம் இந்நாவலை மொழிபெயர்த்த காலம் முழுக்க, கிட்டத்தட்ட எல்லா நாட்களிலும் பேசியிருக்கிறேன். மிகவும் பொறுமையோடு என் ஐயங்களை, குழப்பங்களைத் தீர்த்தது மட்டுமின்றிச் சில வரிகளைக் கவித்துவமாக மொழிபெயர்த்தும் தந்திருக்கிறார். இறுதி வரைவை மேலாய்வுசெய்து திருத்தியதும் அவரே. என் உடன்பிறவாச் சகோதரரான அவருக்கு என் அன்பு கலந்த நன்றி.

என் மதிப்புக்குரிய ஆசான் ஆர். சிவகுமார் அவர்களை மிகவும் நச்சரித்து மூலப்பிரதியுடன் மொழிபெயர்ப்பை ஒப்பிட்டுத் திருத்தித் தருவதற்கு வேண்டிக்கொண்டேன். இவ்வளவு பெரிய நாவலை வரிவரியாக ஒப்பிட்டுச் செம்மையாக்குவது இமாலயப்பணி. அதை உவப்புடன் செய்துகொடுத்தார். என் முன்னோடி மொழிபெயர்ப்பாளரான அவரது ஆலோசனைகள் மொழியாளுமையில் நான் இன்னும் அடையவேண்டிய தொலைவை உணர்த்தின. அவருக்கு என் சிரம் தாழ்ந்த வணக்கங்கள்.

இந்தி, உருதுச் சொற்களின் பொருள், சரியான உச்சரிப்புக்காகப் புது தில்லி நண்பர்கள் பி.ஏ. கிருஷ்ணன், கணேஷ் வெங்கட்ராம், ரவீந்திரன் ஸ்ரீராமச்சந்திரன், யதார்த்தா பென்னேஸ்வரன், ஆர். ஷாஜஹான் ஆகியோர் உதவியிருக்கின்றனர். மைதிலியின் கிளைமொழியான பஜ்ஜிகா மொழித் தாலாட்டை மொழிபெயர்க்க சவுரவ் குமார் சாஹி உதவினார். நாவலின் தலைப்பை முடிவுசெய்வதில் நண்பர்கள் அசதா, பிரசாந்தி சேகரம் உதவியிருக்கின்றனர். இவர்கள் அனைவருக்கும் பெரிதும் கடமைப்பட்டுள்ளேன்.

அருந்ததி ராயின் எழுத்துக்களோடு என்னை இணைத்து, சேர்ந்து பயணிக்கவைத்திருப்பவர் பதிப்பாளர் காலச்சுவடு கண்ணன். நாவல் வெளிவந்தவுடனே உரிமையைப் பெற்று வழங்கினார். நிர்ணயித்த கால அளவைத் தாண்டி, மிகவும் மெதுவாக மொழிபெயர்ப்பை முடித்துத் தரும் மொழிபெயர்ப்பாளர்களைச் சகித்துக்கொள்ளும் அவரது பொறுமை அலாதியானது. அவருக்கு என் நெஞ்சார்ந்த வந்தனங்கள் என்றும் உரியவை.

மெய்ப்பு நோக்கிய செந்தூரன் ஈஸ்வரநாதனுக்கும் இந்நூலின் உருவாக்கத்துக்குக் காரணமாக இருந்த காலச்சுவடு அலுவலகத்தின் என் இனிய சகோதர சகோதரிகள் கலா முருகன், மணிகண்டன், ஹெமிலா, ஜெபா, ஸ்டெனோலின் ஆகியோருக்கும் அன்பும் நன்றியும்.

ஆரணி,
டிசம்பர், 7 2020

ஜி. குப்புசாமி